.

DICTIONARY

OF

YORUBA LANGUAGE.

PART I.—ENGLISH - YORUBA.

PART II.—YORUBA - ENGLISH.

ISBN: 978-1-63923-458-5

Printed: June 2022

Cover Art By: Amit Paul

Published and Distributed By:
Lushena Books
607 Country Club Drive, Unit E
Bensenville, IL 60106
www.lushenabooksinc.com/books

ISBN: 978-1-63923-458-5

INTRODUCTION.

THE first Dictionary of the Yoruba language was published in the year 1843, compiled by Samuel (afterwards Bishop) Crowther. This was greatly altered and considerably enlarged for a new edition in 1852. For many years this book was the standard work on the Yoruba language.

In 1911 an English-Yoruba Dictionary was published under the general editorship of the Rev. E. J. Ṣowande, but this was only intended to meet immediate needs, and, like. the older book, is out of print.

The present Dictionary is indebted to the above works very largely, and to a number of contributors who have devoted much valuable time to the work. In addition to the names of the late Bishop Crowther and the Rev. E. J. Ṣowande, those of Mrs. E. Fry and the Rev. T. A. J. Ogunbiyi ought to be specially mentioned.

The publishers earnestly request that their attention may be called to any errors or omissions noticed by users of the Dictionary. Communications should be addressed to The Manager, C.M.S. Bookshop, Lagos.

C.W.W.

LAGOS,
January, 1913.

NOTES ON SOUNDS OF CERTAIN LETTERS.

THE five vowels, a, e, i, o, u, represent the sounds as heard in the following English words—

a has the sound of a in bath.
e ,,   ai in bait.
i ,,   ,,   ea in beat.
o ,,   ,,   oa in boat.
u ,,   ,,   oo in boot.

There are also two modified vowels and three diphthongs—

ę, a sound which is fairly represented by the short e in such words as let, met, red.

ǫ, a sound between a and o as heard in taw, water, bought.

ai, equivalent to the English i in mile.

oi, nearly equivalent to the English oi in voice, but the o retains its long sound.

au, nearly equivalent to the English ou in round.

Among the consonants it is only necessary to notice that—

g is always hard, as in go.

j is always soft, as in jam.

.h has always its distinct sound as an aspirate, and is never mute.

p and gb have sounds which do not exist in the English language, but can only be learnt by the ear.

ṣ has the sound of sh, as in shop.

Of the accents, none are employed as in English merely to mark the stress to be laid on a particular syllable.

The circumflex (~) usually indicates a contraction, which is also in all cases a long syllable, e.g., dăbobo, which is a contraction of da-abo-bo.

The acute (´) and grave (`) accents are simply marks of intonation i.e., of the rise or fall of the voice.

LIST OF ABBREVIATIONS, ETC., USED IN THIS DICTIONARY.

adj.	= adjective.	n.pl.	= noun, plural.
adv.	= adverb.	pref.	= prefix.
aux. v.	= auxiliary verb.	p.p.	= past participle.
cf.	= compare.	prep.	= preposition.
conj.	= conjunction.	pron.	= pronoun.
e.g.	= for example.	sing.	= singular.
interj.	= interjection.	v.i.	= verb intransitive.
n.	= noun.	v.t.	= verb transitive.

PART 1.

ENGLISH-YORUBA.

PART I.

ENGLISH-YORUBA.

Aback, *adv.* lojiji, lairotẹle.
Abandon, *v.t.* fi-silẹ, kọ-silẹ.
Abandoned, *adj.* fifisilẹ, kikọsilẹ patapata, iwa ibajẹ.
Abandonment, *n.* ikọsilẹ patapata.
Abase, *v.t.* rẹ-silẹ, tẹ-logò.
Abasement, *n.* irẹsilẹ, itẹloriba.
Abash, *v.t.* dojutì, dãmu.
Abate, *v.t.* bùkù, dinkù, fa-sẹhin.
Abatement, *n.* ibùkù, ifasẹhin.
Abbey, *n.* ilé Ọlọrun.
Abbreviate, *v.t.* ke-kuru, ṣẹ-kù.
Abbreviation, *n.* ikakuru.
Abdicate, *v.t.* bọ oyè silẹ.
Abdomen, *n.* ikùn.
Abdominal, *adj.* ti ikùn.
Abduct, *v.t.* fa kuro, gbe lọ.
Abduction, *n.* igbe-lọ.
Abet, *v.t.* ran-lọwọ, gbà-niyanju.
Abeyance, *n.* idaduro, iyọkuro.
Abhor, *v.t.* korira.
Abhorrence, *n.* ikorira.
Abide, *v.t.* gbé, joko, duro de.
Ability, *n.* agbara, oyé.
Abject, *adj.* ainilári, òṣi.
Abjuration, *n.* ibura, igegun.
Abjure, *v.t.* fi-bu, fi gegun.
Ablaze, *adv.* gbina, jo geregere.
Able, *adj.* lè, lagbara.
Able-bodied, *adj.* alagbara.
Ablution, *n.* ìwẹ̀ wiwẹ̀.
Abnegation, *n.* isẹràn, ikọnkan-silẹ.
Abnormal, *adj.* ohun ajeji.

Aboard, *adv.* ninu ọkọ̀.
Abode, *n.* ibugbe, ibujoko.
Abolish, *v.t.* pa-rẹ, sọ-dasan, sọ-dofo.
Abolition, *n.* iparẹ isọdasan, isọdofo.
Abominable, *adj.* irira, ẹgbin.
Abomination, *n.* irira, ẹgbin.
Aborigines, *n.* ibilẹ, onilẹ.
Abortion, *n.* isẹnu.
Abortive, *adj.* jasi asan.
Abound, *v.i.* pọ si, di pipọ.
About, *prep.* yika, leti, nitosi. *adv.* yikakiri, rọgba-yika.
Above, *prep.* loke, lori. *adv.* loke ori.
Abrasion, *n.* inukuro.
Abreast, *adv.* ẹgbẹ-kan-ẹgbẹ́.
Abridge, *v.t.* ke kuru.
Abroad, *adv.* lode.
Abrogate, *v.t.* ṣifin, fi sapakan.
Abrupt, *adj.* lojiji, laimọtẹle.
Abscess, *n.* ikojọpọ ọyun.
Abscond, *v.i.* sapamọ, salọ fun iyà.
Absence, *n.* lai-si-nile.
Absent, *adj.* kòsi.
Absolutely, *adv.* patapata.
Absolution, *n.* iwẹ̀mọ́, idariji, ifiji.
Absolve, *v.t.* dariji, fiji, tu-silẹ.
Absorb, *v.t.* mi, la, fa-mu.
Abstain, *v.i.* fà-sẹhin, takéte.
Abstinence, *n.* aijẹun, ãwẹ̀.
Abstract, *v.t.* mu kuro, fa jade.

B

Absurd, *adj.* ṣiṣaitọ, aijana.

Abundance, *n.* ọpọ̀.

Abundantly, *adv.* lọpọlọpọ.

Abuse, *v.t.* lo nilokulo, bú. *n.* ebú.

Abyss, *n.* ibú omi, ọgbun ainisalẹ.

Academy, *n.* ilé ẹkọ giga.

Accede, *v.i.* ka-kun, fohùnsi.

Accelerate, *v.t.* mu yara, muṣẹ kankan.

Accend, *v.i.* tinabọ.

Accent, *v.t.* tenumọ, ami ohun.

Accept, *v.t.* gbà, tẹwọgba.

Acceptable, *adj.* gbigbà, titẹwọgba.

Acceptance, *n.* itẹwọgba.

Access, *n.* ọna, àye.

Accession, *n.* ikunlọwọ, gigorióyè.

Accident, *n.* ĕṣi.

Accidentally, *adv.* lairotẹlẹ.

Acclamation, *n.* iho iyin.

Accommodate, *v.t.* fun laye.

Accommodation, *n.* àye.

Accompaniment, *n.* ibanikẹgbẹ.

Accompany, *v.t.* ba-lọ, ba-rin, ba-kẹgbẹ.

Accomplice, *n.* ẹlẹgbẹ ẹni ni iwa buburu.

Accomplish, *v.t.* ṣe-pari, ṣe-tan.

Accomplishment, *n.* aṣetan, iṣepari, iṣepe.

Accord, *v.t. and i.* ba-rẹ. *v. or n.* ọkàn kan.

Accordance, *n.* ibarẹ.

Accordingly, *adv.* nitorina.

Accost, *v.t.* tete ki.

Account, *n.* iṣiro, ikasi. *v.t.* dahun fun.

Accountant, *n.* oniṣiro.

Accumulate, *v.t.* ko-jọ.

Accumulation, *n.* ikojọpọ.

Accuracy, *n.* iṣegẹgẹ, isedède.

Accurate, *adj.* déde, pe ṣakaṣaka.

Accurse, *v.t.* fi-bú, fi-re, fi-gegun.

Accursed, *adj.* ẹni egún.

Accusation, *n.* ẹsun.

Accuse, *v.t.* fi-sun.

Accuser, *n.* olufisun.

Accustom, *v.t.* huwa, sọ daṣà, mọlara.

Ache, *n.* lfọ, ìro.

Achieve, *v.t.* ṣe-tan, ṣe-pari.

Acid, *adj.* kan, kikan.

Acidity, *n.* ikan, kikan.

Acknowledge, *v.t.* jẹwọ.

Acknowledgment, *n.* ijẹwọ.

Acquaint, *v.t.* fi-han, fi-tọ́, sọfun.

Acquaintance, *n.* ifihan, ojulumọ.

Acquiesce, *v.i.* gbà, dakẹ, fiarabalẹ̀.

Acquiescence, *n.* igba, idakẹ, ifarabalẹ̀.

Acquire, *v.t.* jere, de ibẹ̀.

Acquirement, *n.* ini, ère.

Acquisition, *n.* ohun ini, ère.

Acquit, *v.t.* jọ-lọwọ, da-silẹ.

Acquittal, *n.* idasilẹ, idalare.

Across, *prep. or adv.* nibūbu, lati egbe kan de ekeji.

Act, *v.t.* ṣe, rú. *n.* iṣe, ofin.

Action, *n.* iṣe, irú.

Active, *adj.* yara, ṣiṣe, ṣápọn.

Activity, *n.* iyara, ápọn.

Actual, *adj.* nitọ̄tọ, pápa.

Actuate, *v.t.* mu-ṣe.

Acute, *adj.* mimu.

Adage, *n.* owe.

Adapt, *v.t.* mu-yẹ, mu badọgba.

Adaptation, *n.* imuyẹ.

Add, *v.t.* fi-si, fi-kun, rò-pọ̀.

Adder, *n.* pamọlẹ.

Addition, *n.* ifikun, iròpọ̀.

Address, *v.t.* ba-sọrọ, kọwe-si. *n.* iba-sọrọ.

Adept, *n.* ọlọgbọn.

Adequate, *adj.* to-fun.

Adhere, *v.i.* fara-mọ, so-mọ.

Adherent, *n.* élegbè, ọmọ-ẹhin.

Adieu, *adv.* ọna're, odigboṣe.

Adjacent, *n.* itosi, àgbègbe.

Adjourn, v.t. and i. ṣi-lọwọ, di-ọjọ
    miran.
Adjournment, n. iṣilọwọ, idi-ọjọ-
    miran.
Adjudge, v.t. dajọ-fun, dalẹjọ.
Adjunct, adj. fi-kun, kà-kún.
Adjure, v.t. fi-bú.
Adjust, v.t. to-lẹṣẹṣẹ, tun-ṣe.
Adjustment, n. itunṣe.
Administer, v.t. ṣe ipinfunni.
Administration, n. ipinfunni.
Administrator, n. olupinfunni,
    olutọju.
Admirable, adj. niyin.
Admiral, n. olori ọkọ̀.
Admire, v.t. fẹ́, yìn.
Admirer, n. olufẹ́ni, ayinni.
Admission, n. igba, jijẹwọ.
Admit, v.t. gbà aile, jẹwọ.
Admittance, n. igbaaile, iwọle.
Admix, v.t. dà-lu.
Admixture, n. idàlu.
Admonish, v.t. kilọ, ba-wi.
Admonition, n. ikilọ, ibawi.
Ado, n. iyọnu, aiṣimi.
Adolescence, n. idagbasoke,
    ọdọmọkunrin.
Adopt, v.t. sọdọmọ.
Adoption, n. isọdọmọ.
Adoration, n. ibọla, ijubà, iyin-
    logo.
Adore, v.t. jubà, bu-ọla, fun.
Adorn, v.t. ṣe-lọ́ṣọ.
Adornment, n. ọ̀ṣọ.
Adrift, adv. gba-lọ.
Adroit, adj. gbọ́n, mọ-ṣe.
Adulation, n. ipọnni.
Adult, n. or adj. àgba, àgbalagba.
Adulterate, v.t. lú, bajẹ, ṣedaru-
    dapọ
Adulteration, n. idalu.
Adulterer, n. panṣaga ọkọnrin.
Adulteress, n. panṣaga obirin.
Adultery, n. pansaga, àgbere.
Advance, n. ilọsiwaju.
Advantage, n. anfani, èrè, ìrọ́-
    rùn.

Advantageous, adj. rọ́rùn.
Advent, n. bibọ̀, wiwa.
Adventure, v.t. and i. gbidanwo,
    dawọle. n. idawọle.
Adventurer, n. olugbidanwo,
    oludawọle.
Adventurous, adj. laiya, nida-
    wọle.
Adversary, n. ọta.
Adverse, adj. lodiaì.
Adversity, n. ipọnju, wahala,
    jambs
Advertise, v.t. sọ-fun, kede,
    ròhin.
Advertisement, n. irohin, isọfun,
    ikede.
Advice, n. imọran, ifọnahan.
Advisable, adj. yẹ ni ṣiṣe.
Advise, v.t. kọ́, fọnahan, ṣiniye.
Advisedly, adv. tirotiro.
Adviser, n. olukọ, olufọnahan.
Advocacy, n. igbasọ, igbawi.
Advocate, n. alagbawi.
Aerial, adj. loju ọrun.
Afar, adv. jijin, jina.
Affable, adj. pẹlẹniwa, ninurere,
    rọrùn lati ba sọrọ.
Affair, n. iṣe, ọran.
Affect, v.t. ifa ọkan, iwuri, kan.
Affectation, n. ifarawe, isinjẹ.
Affection, n. ifẹ.
Affectionate, adj. ẹni-ifẹ, kun
    fun ifẹ.
Affiance, n. igbẹkẹle, igbeyawo.
Affidavit, n. ifibura, sọtẹlẹ.
Affiliate, v.t. sopọmọ.
Affinity, n. ìbádana.
Affirm, v.t. tenumọ ṣinṣin.
Affirmation, n. itẹnumọ.
Affix, v.t. fi-mọ, so-mọ-lẹhin.
Afflict, v.t. pọn-loju, jẹ-niyà,
    yọ-lẹnu.
Affliction, n. ipọnju, ijiya, da-
    loro
Affluence, n. iṣansi, lọrọ̀, ọpọ.
Affluent, adj. ọlọrọ̀, ṣiṣansi, ọpọ.
Afford, v.t. so, fi-fun, nawo.

Affray, n. ija, ariwo, nla, aṣọ.

Affright, v.t. dẹruba, da-ni-iji (daniji).

Affront, n. iṣafojudisi. v.t. ṣafo-judisi, tọ.

Afire, adj. or adv. gbina.

Afloat, adj. or adv. luwẹ, fó loju omi.

Afoot, adj. or adv. lẹsẹ̀.

Afore, adv. or prep. niwaju, ṣaju.

Aforesaid, adj. or adv. wi-tẹ́lẹ̀.

Aforetime, adv. nigbatijọ, ni-gbani.

Afraid, adj. bẹru, foiya.

Afresh, adv. lọtun, nititun.

After, prep. lẹhin.

Afternoon, n. ọsan, aṣalẹ.

After-pains, n. inurirun lẹhin ibimọ (inu àgarọ).

Afterward, Afterwards, adv. igbẹhin, lẹhinna.

Again, adv. ẹ̀wẹ, lẹkeji, tun.

Against, prep. lodisi, ṣo-disi, de.

Age, n. akokò, igba, ọjọ ori. v. dagba.

Aged, adj. gbo, arugbo.

Agency, n. iṣẹhindeni, iṣojuẹni.

Agent, n. aṣojuẹni.

Aggrandize, v.t. ṣo-di-nla, gbe-ga.

Aggrandizement, n. igbega, iṣọdinla.

Aggravate, v.t. bi-ninu, ṣọdi buburu si.

Aggravation, n. imubinu.

Aggregate, v.t. kojọpọ. n. ikojọpọ.

Aggregation, n. ikojọpọ.

Aggression, n. ifinran, itetetọ.

Aggressor, n. ofinra, atọni.

Aggrieve, v.t. ṣẹ̀, ba-ninujẹ.

Aghast, adj. or adv. diji.

Agile, adj. yara, mura giri.

Agility, n. iyara, imura giri.

Agitate, v.t. mì, ṣí, ru soke, ré.

Agitation, n. ìmi, iṣi, irusoke, iré.

Ago, adj. kọja.

Agonize, v.t. and i. jẹrora.

Agony, n. iwaiya ija, irora.

Agree, v.t. and i. finuṣokan, ṣadehun, fohùnṣokan.

Agreeable, adj. yiyẹ, dara.

Agreement, n. adehun, ifinu ṣọkan, ifohunṣọkan.

Agriculture, n. iróko, iṣàgbẹ̀.

Agriculturist, n. àgbẹ̀, aroko.

Ague, n. otutu akọ iba túlu.

Ah, inter. ã.

Ahead, adv. niwaju.

Aid, v.t. ran-lọwọ, ti-lẹhin

Aid, n. iranlọwọ, itilẹhin.

Ail, v.t. and i. rùn, ṣaisan.

Ailment, n. àrun, ailera, aisan.

Aim, v.t. and i. wọn-wo, fẹ, fojusi.

Air, n. ofurufu, afẹfẹ, oju-sanma.

Air-gun, n. ibọn ti a nfi afẹfẹ yin.

Air-hole, n. iho afẹfẹ.

Airless, adj. ailafẹfẹ.

Airy, adj. ni afẹfẹ.

Ajar, adv. laititan.

Akin, adj. ibatan nipa ibí.

Alacrity, n. idaraya, imura.

Alarm, v.t. da-niji, da-idagiri. n. ida nì niji.

Alas, inter. oṣe.

Albeit, conj. biotilẹ.

Album, n. iwe ifi aworan si.

Alcohol, n. ohun ti npa ni ninu ọti.

Alderman, n. onidajọ ilu.

Alert, adj. ṣọra, yara, daraya. n. iṣọra.

Alias, adv. tabi. n. orukọ arinjẹ.

Alien, n. alejo, ajeji.

Alienate, v.t. fi lọwọ ẹlomiran, yiyara kuro lodo ẹnikan.

Alight, v.i. ṣọ-kalẹ, bà.

Alike, adj. jọ, bakanna, dabi.

Alive, adj. yè, aláyè.

All, adj., adv., n. or pron. gbogbo, olukuluku.

Allay, v.t. wo-san, mu-fúyẹ.

Allegation, n. itẹnumọ, awawi.
Allege, v.t. tẹnumọ, rò.
Allegiance, n. isin-ọba, itẹriba, itunba-f'ọba.
Allegory, n. owe, ifọranweran.
Alleluia, n. iyin Ọlọrun.
Alleviate, v.t. wo-san, mu saoki, dẹ lara.
Alleviation, n. imusan, idẹlara
Alley, n. ọna hiha.
All-hail, interj. alafia.
Alliance, n. ibaṣọrẹ, ibatan.
Alligator, n. ọni.
Allocate, v.t. fi-sipo, pin fun.
Allocation, n. ipin, ipo.
Allot, v.t. pin, fifun.
Allow, v.t. jẹ, jẹwọ, yọda.
Allowance, n. ipin, ijẹwọ owo-gbigba.
Alloy, n. adalu, ibajẹ.
Allude, v.i. dasọ, tọka si.
Allure, v.t. tàn, fa-lọ.
Allurement, n. ẹtan, ìdẹ.
Allusion, n. itọka si, imẹnukàn.
Ally, n. ibarẹ, ibamọpọ.
Almanac, n. iwe ìgba ati akoko, iwe kika ọjọ.
Almighty, n. Olodumare.
Almost, adv. fẹrẹ, kù diẹ.
Alms, n. ọrẹ-ānu.
Almsgiving, n. ifunnilẹbun, itọrẹ-ānu.
Aloft, adv. loke, lori.
Alone, adj. on nikan.
Along, adv. pẹlu, lọdọ.
Aloof, adv. lokere, nitakete.
Aloud, adv. kikan, rara.
Already, adv. nisisiyi, ṣiwaju akoko.
Also, adv. pẹlu-pẹlu, pẹlu.
Altar, n. pẹpẹ.
Alter, v.t. and i. pàrọ, yi-pada, tun-ṣe.
Alteration, n. iparọ, itunṣe.
Altercation, n. asọ, ija.
Alternate, v.t. and i. tẹle lọkọkan.
Alternative, n. yiyàn.

Although, conj. bi o tilẹjẹpe.
Altitude, n. giga.
Altogether, adv. patapata.
Always, adv. nigbagbogbo, titi lai.
Am, v. ni, wa, bẹ.
Amalgamate, v.t. and i. dapọ, dalu.
Amalgamation, n. idapọ, idalu.
Amanuensis, n. akọwe.
Amass, v.t. ko jọpọ.
Amateur, n. eniti o kọ ohun-kohun, ṣugbọn ti ko fi ṣe iṣẹ rẹ tara.
Amaze, v.t. yalẹnu, ha-ṣe.
Amazement, n. iyanu.
Amazon, n. jagun jagun obinrin.
Ambassador, n. ikọ ọba, onṣẹ.
Ambiguous, adj. aidaju, onitu-mọmeji, aiṣetàra.
Ambition, n. ifẹ agbara, ifẹ ipa.
Ambitious, adj. ọkanjuwa.
Ambuscade, n. ibùba.
Ambush, n. bibá ni buba.
Ameliorate, v.t. and i. mu san diẹ.
Amelioration, n. isandiẹ.
Amen, inter. amin, bẹni ki o ri, a ṣe.
Amend, v.t. and i. tun-ṣe, ṣe rere.
Amendment, n. itunṣe.
Amends, n. ẹsan itunṣe.
Amiable, adj. inu rere, ni iwu.
Amicable, adj. bi ọrẹ.
Amid, Amidst, prep. larin, ninu.
Amiss, adj. aitọ, ṣiṣina.
Amity, n. iṣọrẹ, inu didun.
Ammunition, n. ohun ija.
Amnesty, n. idariji ẹlẹwọn.
Among, Amongst, prep. ninu, larin.
Amorous, adj. ti ifẹ.
Amount, n. iye. v.t. jẹ.
Amphibious, adj. agbelẹgbomi, jomijoke.
Ample, adj. tobi, pọ, to.
Amputate, v.t. ke kuro.

Amputation, *n.* ikekuro.

Amulet, *n.* ōgun, tírà, ōndè.

Amuse, *v.t.* mu laraya, ba ṣire.

Amusement, *n.* imularaya, iṣire.

An, *adj.* kan.

Anæmia, *n.* aini ẹjẹ to lara.

Analogy, *n.* ijọra, ifiwe.

Analysis, *n.* itu si wẹwẹ, ituka si kekeke.

Anarchy, *n.* iwarudurudu, ailọba

Anathema, *n.* ifibu, egun.

Anathematize, *v.t. and i.* fi-bu, gegun fun.

Anatomy, *n.* ipin ara.

Ancestor, *n.* ōbi, ara igbani.

Ancestry, *n.* ibi, itilẹnde, awọn baba tabi iyanla.

Anchor, *n.* idakọro.

Ancient, *adj.* gbó, pẹ, igbani.

And, *conj.* on, ati, si.

Anecdote, *n.* itan kekere.

Anew, *adv.* titun.

Angel, *n:* angeli, onṣẹ Ọlọrun.

Anger, *n.* ibinu.

Angle, *n.* iwọ apẹja, igún.

Angler, *n.* apẹja.

Anglican, *adj.* ti Oyinbo.

Angry, *adj.* binu, mu-binu.

Anguish, *n.* irora, àrokan, àro-dun.

Animal, *n.* ẹran, ẹda ẹlẹmi.

Animate, *v.t.* sọ-di äye.

Animation, *n.* idaraya.

Animosity, *n.* irira, ibinu.

Ankle, *n.* kokosẹ̀.

Anklet, *n.* ohun ọṣọ kokosẹ̀.

Annals, *n.* itan aiye, itan ilu.

Annex, *v.t.* somọ́, dapọ, fi-mọ.

Annexation, *n.* ifikun, isopọmọ́, idapọmọ.

Annihilate, *v.t.* pa-rẹ, sọ-dasan, sọ-dofo.

Annihilation, *n.* iparẹ, isọdasan, isọdofo.

Anniversary, *n.* ajọ̀dún.

Anno Domini, li ọdun Oluwa wa.

Annotate, *v.t. and i.* sọ-asọye, sọ-itumọ.

Annotation, *n.* itumọ, asọye.

Announce, *v.t.* kede, filọ, sọ nigbangba.

Announcement, *n.* ikede, ifilọ.

Annoy, *v.t.* tọ, yọ-lẹnu.

Annoyance, *n.* itọ, iyọnu.

Annual, *adj.* lọdọdun.

Annuity, *n.* owo ọdọdun.

Annul, *v.t.* pa-rẹ, mu-kuro.

Annular, *adj.* bi oruka.

Annunciation, *n.* ikede, imu-hinwa.

Anoint, *v.t.* fi ororo pa, tororosi.

Anointed, *n.* ẹni amì ororo.

Anomaly, *n.* lodi si ofin.

Anon, *adv.* nisisiyi, lojukanna.

Anonymous, *adj.* ailorukọ.

Another, *adj.* omiràn, omī.

Answer, *v.t. and i.* da-lohun, jẹ́ esi. *n.* idahun, ijẹ́.

Ant, *n.* ērà, ērùn.

Antagonist, *n.* ọta, onijà.

Antecedent, *adj.* ṣiṣaju.

Antechamber, *n.* yará akọkan.

Antedate, *v.t.* tete kajọsi.

Antediluvian, *adj.* ṣaju kikun omi.

Antelope, *n.* esuro.

Antemeridian, A.M., *adj.* ṣaju ọjọ kanri.

Antenatal, *adj.* ṣaju ibi.

Antenuptial, *adj.* ṣaju igbeyawo.

Anterior, *adj.* tiṣaju, tiwaju.

Anthem, *n.* orin mimọ, orin iyin.

Anthill, *n.* okiti ērà, agiyan.

Antic, *n.* ere ti o npa ni lẹrin.

Antichrist, *n.* lodi si Kristi.

Antichristian, *adj.* aṣodi si ẹkọ Kristian.

Anticipate, *v.t.* tete ṣe, fojusọna, tọwọ tẹlẹ.

Anticipation, *n.* itọwọtẹlẹ, imọ-tẹlẹ.

Antidote, *n.* aporo, apiwọ.

Antimacassar, *n.* aṣọ aga.

Antimony, *n.* tiro.

Antinomian, *n.* ẹkọ lodi si ofin Ọlọrun.

Antipathy, *n.* irira.

Antipodes, *n.* awọn ti iha keji aiye ti ẹsẹ tiwa ati tiwọn kọju si ara wọn.

Antique, *n.* nkan igbani.

Antiquity, *n.* ohun atijọ.

Antiseptic, *n.* egbogi ti kò jẹ ki nkan dibajẹ, apóró.

Antitype, *n.* ẹni-apẹrẹ.

Anvil, *n.* ōlu alagbẹdẹ.

Anxiety, *n.* âjò, aniyan, aibalẹ aiya.

Anxious, *adj.* ṣâjo, ṣaniyan.

Any, *adj.* eyikeyi.

Anybody, *n.* ẹnikẹni.

Anyhow, *adv.* lọnakọna.

Anything, *n.* ohunkohun.

Anywhere, *adv.* ibikibi.

Apace, *adv.* kiakia, yarayara.

Apart, *adv.* lapakan, sọtọ.

Apartment, *n.* iyará.

Apathy, *n.* aibikita.

Ape, *n.* ọbọ, akiti.

Aperient, *n.* egbogi iyagbẹ.

Aperture, *n.* iho, aláfo.

Apex, *n.* ṣonṣo.

Apiece, *adv.* lọkọkan.

Apocalypse, *n.* ifihàn.

Apocrypha, *n.* iwe mimọ ti a kò mọ ẹniti o kọ wọn, aṣiri.

Apologize, *v.i.* bẹbẹ.

Apologue, *n.* owe, itàn.

Apology, *n.* awawi, ijẹwọ, ẹbẹ.

Apoplexy, *n.* warapa.

Apostasy, *n.* iyipada kuro ninu

Apostle, *n.* ojiṣẹ Kristi, apostili.

Apothecary, *n.* oniṣegun, oluta ōgun.

Appal, *v.t.* dẹruba, fo-laiya.

Apparatus, *n.* ohun èlo.

Apparel, *n.* aṣọ, ẹwu, ọṣọ. *v.t.* wọ-laṣọ, ṣẹ-lọṣọ.

Apparent, *adj.* hàn gbangba.

Apparition, *n.* iran, ifarahan.

Appeal, *v.i.* fi ọran lọ, bẹbẹ. *n.* ifilọ, ibere.

Appear, *v.i.* hàn, farahàn, yọ-jade.

Appearance, *n.* ifarahàn, iyọjade.

Appease, *v.t.* tù-ninu, ṣipẹ-fun.

Appellation, *n.* orukọ, anijẹ, oriki.

Append, *v.t.* fi-kọ, so-mọ.

Appendage, *n.* ifikọ, isomọ.

Appendix, *n.* ifikun.

Appertain, *v.i.* jẹ ti.

Appetite, *n.* ifẹ onjẹ, pipa lebi.

Applaud, *v.t. and i.* yin nipa pipatẹwọ.

Applause, *n.* iyin.

Apple, *n.* eso kan bi òro oyinbo.

Applicant, *n.* ẹniti o bèrè.

Application, *n.* ifọkànsi, ifisi, ibere fun nkan.

Apply, *v.t. and i.* fisi, lò, bere fun.

Appoint, *v.t.* yàn, ya-sọtọ, pinnu.

Appointment, *n.* iyàn, ipinnu.

Apportion, *v.t.* pin ni dede.

Apposite, *adj.* ba-mu, yiyẹ.

Apposition, *n.* ifisi lẹgbẹkẹgbẹ.

Appraise, *v.t.* diyele.

Appreciate, *v.t. and i.* mọyì, mọye.

Apprehend, *v.t.* di-mu, gba-mu ; bẹru, foiya.

Apprehension, *n.* ibẹru ; idimu.

Apprentice, *n.* ọmọiṣẹ ẹniti nkọṣẹ. *v.t.* fi adehùn de lati kọṣẹ.

Apprenticeship, *n.* igba ti ada fun ẹniti nkọṣẹ.

Apprise, *v.t.* sọ-fun.

Approach, *v.t. and i.* sunmọ. *n.* isunmọ.

Approbation, *n.* idunmọ, inu-didun si.

Appropriate, *v.t.* lo fun ara rẹ, ya sọtọ.

Approval, *n.* ifohunsi.

Approve, *v.t. and i.* ṣe inudidun si.

Approximate, *v.t. and i.* musunmọ, sunmọ ọdọ.
Approximation, *n.* isunmọ.
April, *n.* oṣu kẹrin ọdun.
Apron, *n.* bàntẹ́.
Apt, *adj.* yẹ, mura.
Aptitude, *n.* yiyẹ, imura.
Aquatic, *adj.* hihu ninu omi.
Aqueduct, *n.* oju-iṣan ti a là fun omi.
Arab, *n.* ara Arabia.
Arabic, *n.* ède Arabia.
Arable, *adj.* yẹ fun iroko.
Arbiter, *n.* onidajọ, onilaja.
Arbitration, *n.* gbigbọ, didajọfun.
Arbour, *n.* ibijoko labẹ iji igi.
Arc, *n.* apakan ayika.
Arch, *adj.* birikiti.
Archangel, *n.* olori angeli.
Archbishop, *n.* olori awọn biṣhop.
Archdeacon, *n.* igbakeji biṣhop.
Archer, *n.* ọlọfa, tafàtafà.
Archipelago, *n.* agbajọ erekuṣu.
Architect, *n.* olori ọmọlé, ọga ile kikọ.
Arctic, *adj.* ti ariwa.
Ardent, *adj.* imura si, itara si, igbona ọkàn.
Ardour, *n.* itara, igbona ara.
Arduous, *adj.* ṣoro, nira.
Are, *v.* ni, mbẹ, wà, si.
Area, *n.* ilẹ ti a pàlà si.
Arena, *n.* ibi ere.
Argue, *v.t. and i.* ṣaroye, jiyàn, ladi.
Argument, *n.* iṣaroye, ijiyan, iladi.
Arid, *adj.* gbigbẹ.
Aright, *adv.* titọ́, yiyẹ.
Arise, *v.i.* dide, ji loju orun.
Aristocracy, *n.* gbajumọ ilu, Saraki.
Arithmetic, *n.* ẹkọ iṣiro.
Ark, *n.* ọkọ Noa, apoti kekere, apoti ẹrí.
Arm, *n.* apa. *v.i.* di ihamọra ogun.

Armadillo, *n.* ãka, tabi akika.
Armament, *n.* awọn ti o mura ogun.
Armistice, *n.* idawọ ogun duro.
Armour, *n.* ihamọra.
Arms, *n.* ohun elo ogun.
Army, *n.* ẹgbẹ ọmọ ogun.
Aroma, *n.* õrun didun.
Arose, *v.i.* dide.
Around, *prep.* yika, kiri.
Arouse, *v.t.* ji loju orun.
Arraign, *v.t.* pe-lẹjọ, fi-sun.
Arraignment, *n.* ifisun.
Arrange, *v.t.* to lẹsẹsẹ.
Arrangement, *n.* ito lẹsẹsẹ.
Arrant, *adj.* alainitiju, ogboju.
Array, *n.* iwọṣọ, iṣọṣọ.
Arrear, *n.* gbese ti a koi san, tẹhin.
Arrest, *v.t.* daduro, di-mu.
Arrival, *n.* dide.
Arrive, *v.i.* de, bọ.
Arrogance, *n.* igberaga, irera.
Arrow, *n.* ọfà.
Arson, *n.* ile kikun, fifi ile jona.
Art, *n.* ọgbọn, imọ ọna iṣe.
Artery, *n.* iṣan ẹjẹ.
Artful, *adj.* ọgbọn, larekerekè.
Article, *n.* nkan, ohun kan.
Articulate, *v.t. and i.* sọrọ, lahun.
Artifice, *n.* ọgbọnkọgbọn.
Artificer, *n.* oniṣọna.
Artificial, *adj.* ifiọgbọnṣe.
Artillery, *n.* ibọn nlà, ọmọ-ogun ti nrọ àgbá, àgbá.
Artisan, *n.* oniṣọnà.
Artist, *n.* ẹniti nṣe aworan.
Artless, *adj.* alailarekereke.
As, *conj.* bi, gẹgẹ bi.
Ascend, *v.t. and i.* gòke, gùn.
Ascension, *n.* igoke.
Ascent, *n.* igun oke, ibi-giga.
Ascertain, *v.t.* mọ daju.
Ascetic, *n.* ẹni nṣe ara niṣẹ.
Ascribe, *v.t.* fi-fun.
Ashamed, *adj.* tiju.

Ashes, *n.* ẽru.

Ashore, *adv.* gunlẹ, nilẹ.

Ash Wednesday, *n.* ọjọ ekini ni Lent, ọjọ ibẹrẹ ãwẹ.

Aside, *adv.* lapakan.

Ask, *v.t. and i.* bère, tọrọ, bi-lẽre.

Asleep, *adj.* sisùn, sùn.

Asp, *n.* pamọlẹ.

Aspect, *n.* iwò.

Asperse, *v.t.* purọ mọ, gbadulumọ.

Aspersion, *n.* gbigbadulumọ.

Aspiration, *n.* ifẹ́ ọkan, inọga si.

Aspire, *v.i.* dawọle, nọga si.

Ass, *n.* kẹtẹkẹtẹ.

Assail, *v.t.* kọ-lu.

Assailant, *n.* alakọlu.

Assassin, *n.* apania.

Assassinate, *v.t.* lunipa.

Assault, *n.* ikọlu.

Assemblage, *n.* apejọ pipejọpọ.

Assemble, *v.t. and i.* pè-jọ.

Assembly, *n.* apejọ.

Assent, *n.* gbà, fẹ́, jẹwọ.

Assert, *v.t.* tẹnumọ, wi, sọ.

Assertion, *n.* ọrọ, itẹnumọ.

Assess, *v.t.* diyele.

Assessment, *n.* idiyele.

Assets, *n.* ohun ini.

Assiduous, *adv.* lãpọn, tẹramọsẹ, laisimi.

Assiduousness, *n.* ãpọn, aisimi.

Assign, *v.t.* yan-silẹ, fi-lelọwọ.

Assignment, *n.* iyansilẹ, ifilelọwọ.

Assimilate, *v.t. and i.* sẹ-dabi, mu-jọra.

Assist, *v.t. and i.* ran-lọwọ.

Assistance, *n.* iranlọwọ.

Assistant, *n.* oluranlọwọ.

Assize, *n.* diyele, Ipade ẹjọ awọn arufin.

Associate, *v.t. and i.* ba-kẹgbẹ, dara-pọmọ. *n.* ẹgbẹ, ẹnikeji ẹni.

Association, *n.* ẹgbẹ.

Assort, *v.t. and i.* ya sọtọtọ.

Assortment, *n.* iyasọtọtọ, oni-rũru.

Assume, *v.t.* dawọle, gba-sọdọ.

Assumption, *n.* isẹbi, idawọle.

Assurance, *n.* idaniloju, igbẹkẹle.

Assure, *v.t.* tẹnumọ, sọ-daniloju.

Assuredly, *adv.* dajudaju, nitotọ.

Asterisk, *n.* ami akiyesi *.

Astern, *adv.* idi ọkọ̀.

Asthma, *n.* ikọ fẽ.

Astir, *adv.* dide lọ.

Astonish, *v.t.* yà-lẹnu.

Astonishment, *n.* iyanu.

Astound, *v.t.* yalẹnu.

Astray, *adv.* kuro lọju ọna, isina, ni iyapa.

Astride, *adv.* ni didakàtà ẹsẹ.

Astringent, *adj.* iwakì, didi.

Astronomer, *n.* ẹniti o mọ irawọ.

Astronomy, *n.* ẹkọ irawọ oju ọrun.

Asunder, *adv.* lọtọ.

Asylum, *n.* ibi ãbò awọn otosi.

At, *prep.* ni, nibi.

Ate, *v.t. and i.* jẹun.

Atheism, *n.* aigba wiwà Ọlọrun gbọ́.

Atheist, *n.* alaigbagbọ pe Ọlọrun mbẹ.

Athirst, *adj.* póngbẹ.

Athlete, *n.* onijakadi, ẹniti nsare ije.

Athletics, *n.* ijakadi, ere sisa.

Athwart, *prep.* nibu.

Atlas, *n.* aworan ilẹ aiye.

Atmosphere, *n.* ofurufu ti o yi aiye ka.

Atom, *n.* ẹrun kikini.

Atone, *v.t. and i.* sẹtutu, tu-ninu, dahun fun.

Atonement, *n.* etutu, adehun.

Atrocious, *adj.* buruju, buru gidigidi.

Atrocity, *n.* isẹ buburu.

Atrophy, *n.* rirù.

Attach, v.t. and i. so-mọ, dapọmọ,
faramọ.
Attachment, n. idapọmọ, ifara-
mọ.
Attack, v.t. kọ-lu, dojukọ.
Attain, v.t. and i. de, fọwọ tẹ.
Attainment, n. ini, ọgbọn, ohun
ti ọwọ tẹ.
Attempt, v.t. gbidanwo, danwo,
kọlu.
Attend, v.t. and i. fiyesi, durotì,
durode.
Attendance, n. ifiyesi, ifetisilẹ,
idurotì.
Attendant, n. ọmọ-ọdọ, onitọju.
Attention, n. ifetisilẹ, ifojusi.
Attenuate, adj. ru.
Attest, v.t. and i. jẹri si.
Attestation, n. ẹri.
Attire, v.t. ṣe lọṣọ, wọ laṣọ.
Attitude, n. iduro.
Attorney, n. onitọju ohun ini,
aṣoju ẹni labẹ ofin.
Attract, v.t. fa-mọra, tàn.
Attraction, n. õfa.
Attractive, adj. eyiti nfa ni.
Attribute, v.t. fi fun, ka si lọrun.
Auction, n. ọja tita adijerà,
gbanjo.
Auctioneer, n. onigbanjo.
Audacious, adj. gboju, lafojudi.
Audacity, n. igboju afojudi.
Audible, adj. gbigbọ gbangba.
Audience, n. agbọtẹni.
Audit, n. ijẹri iwe iṣiro owo.
Auditor, n. ajẹri owo.
Aught, n. ohunkohun.
Augment, v.t. and i. sọdi pupọ,
pọsi.
Augmentation, n. isọdipupọ,
ipọsi.
Augur, n. alafọṣẹ.
Augury, n. asọtẹlẹ.
August, adj. nlanla, titobi.
August, n. oṣu kẹjọ lọdun.
Aunt, n. arabinrin baba tabi iya.
Auspice, n. ãbò, itọju.

Auspicious, adj. loju rere, dara,
làsiki.
Austere, adj. rorò.
Authentic, adj. otitọ, ododo.
Authenticate, v.t. fi ẹri ladi.
Author, n. olupilẹṣẹ, akọwe.
Authority, n. agbara ofin, aṣẹ.
Authorize, v.t. fi aṣẹ fun, jẹ.
Autobiography, n. itan igbe aiye
ti atikaraẹni kọ.
Autocrat, n. ẹniti o fi agbara rẹ
jọba.
Autograph, n. ikọ orukọ ẹni
funra ẹni.
Automatic, adj. eyiti oṣiṣẹ fun
rarẹ.
Autumn, n. akoko ikore.
Auxiliary, n. oluranlọwọ.
Avail, v.t. and i. gba anfani, ṣe
ni rere, wulo.
Available, adj. lerè, yẹ, ṣanfani.
Avarice, n. ojukokoro.
Avaricious, adj. lojukokoro.
Avenge, v.t. gbẹsan.
Avenger, n. olugbẹsan.
Avenue, n. ọna gbõro lẹnu igbo.
Averse, adj. aifẹ, aidunmọ.
Aversion, n. irira, aifẹ.
Avert, v.t. mu-kuro, da-duro,
yi-pada.
Aviary, n. ile ẹiyẹ.
Avidity, n. iwarapapa.
Avocation, n. iṣe, ipo.
Avoid, v.t. yana silẹ, yẹ kuro.
Avouch, v.t. and i. tẹnumọ.
Avow, v.t. kede nigbangba,
jẹwọ.
Avowal, n. itẹnumọ nigbangba.
Await, v.t. reti, duro de, mura
silẹ de.
Awake, v.t. and i. ji loju orun,
laisun.
Award, v.t. ṣe-idajọ.
Aware, adj. mọ.
Away, adv. kuro, kalọ.
Awe, n. ẹru, ibẹru.
Awful, adj. nibẹru.

Awhile, *adv.* nigba diẹ.
Awkward, *adj.* gọ̀, nira, airọrun.
Awl, *n.* ōlu.
Awning, *n.* aṣọ tita ki ōrun ma
  pani.
Awry, *adj.* gbun, wọ́.
Axe, *n.* äke.
Aye, *adv.* bẹni, ōtọ.
Aye, *adv.* lailai.

B.

Babble, *v.t. and i.* sọ werewere,
  aheṣọ.
Babbler, *n.* alaheṣọ.
Babe, Baby, *n.* ọmọ-ọwọ́.
Babel, *n.* irukerudo.
Baboon, *n.* ọbọ nla.
Bachelor, *n.* apọn, alailobirin.
Back, *n. or adv.* ẹhin. *v.t.* ti-
  lẹhin, ran-lọwọ.
Backbite, *v.t.* sọrọ ẹni lẹhin, bú,
  gàn.
Backbiter, *n.* abúni, agànni,
  asọrọ ẹni lẹhin.
Backbone, *n.* ẹgun ẹhin.
Backside, *n.* ẹhin ohunkohun.
Backslide, *v.t.* ya kuro lọna rere,
  pada sẹhin.
Backslider, *n.* apadasẹhin.
Backward, *adj.* fasẹhin, lọra,
  padasẹhin.
Bacon, *n.* èjó ẹlẹdẹ̀ ti a fi iyọ si.
Bad, *adj.* buburu, aidara.
Bade, *v.t. and i.* sọ-fun, faṣẹ-fun.
Badge, *n.* àmi.
Badger, *n.* oruko ẹranko. *v.t.*
  lepa, yọ-lẹnu, dalãmu.
Badly, *adv.* aidara.
Baffle, *v.t.* da-ru, sọ-dasan, tan-
  jẹ.
Bag, *n.* apo, ọkẹ. *v.t.* fi-sapo.
Baggage, *n.* ẹrù.
Bagpipe, *n.* fere alapo awọ.
Bail, *n.* onigbọwọ, adurofuni.
  v.t. gbọn omi danu.

Bailiff, *n.* ijoye, onidajọ, ọlọpa.
Bait, *n.* ìjẹ́, idẹ. *v.t. and i.* dẹ,
  fijẹdẹ́.
Baize, *n.* aṣọ onirun ganhun-
  ganhun.
Bake, *v.t. and i.* yan, din, sè.
Baker, *n.* alasè, alakara.
Bakery, *n.* ilé ibiti a din nkan.
Balance, *n.* iwọn, iṣiku owo,
  ọgbọgba. *v.t. and i.* wọn
  logbọgba.
Balance-sheet, *n.* iwe iṣiro apapọ
  owo.
Balcony, *n.* ọdẹdẹ, ọ̃dẹ.
Bald, *adj.* pipari, nihoho.
Baldhead, *n.* apari.
Baldness, *n.* ainirun.
Bale, *n.* ẹrù, iṣẹ, iponju, oṣi.
  v.t. gbọn omi danu.
Baleful, *adj.* oṣi, kun fun ika.
Ball, *n.* iṣu, ohunkohun ti o ṣù ;
  ire ijo.
Ballad, *n.* orin áro.
Ballast, *n.* imuduro, itẹmọlẹ.
Balloon, *n.* ọkọ̀ ofurufu.
Ballot, *n.* iwe iyan-enia, ibò.
Ballroom, *n.* iyará ijo.
Balm, *n.* ikunra, oje olōrun
  didun.
Balmy, *adj.* olōrun didun, ituni.
Balsam, *n.* oje, ōgun, ikunra.
Bamboo, *n.* pàko.
Bamboozle, *v.t.* tan-jẹ.
Ban, *n.* ifilọ ni gbangba, itanu.
  v.t. and i. fi-bú.
Banana, *n.* ọgẹdẹ.
Band, *n.* èdidi, ẹgbẹ.
Bandage, *n.* ọja, èdidi.
Bandit, *n.* ọlọṣa, alailofin.
Bandyleg, *n.* ẹsẹ wiwọ.
Bane, *n.* iparun, ikú.
Bang, *n.* ilù, ariwo lojiji. *v.t.* lù,
  ti, pariwo.
Bangle, *n.* oruka ti apa tabi ti
  ẹsẹ.
Banish, *v.t.* ran-jade, le-lọ.
Banishment, *n.* ilekuro nilu.

Bank, *n.* bebe, eti odo, ile owo.

Banker, *n.* olori ile owo.

Banknote, *n.* iwe ti a fi ṣe pasiparọ owo.

Bankrupt, *n.* ajigbese, ibajẹ òwò.

Banner, *n.* ọpagun, asia.

Banns, *n.* ifi igbeyawo lọ.

Banquet, *n.* àse.

Banter, *n.* idapara.

Baobab, *n.* igi afọn.

Baptise, *v.t.* sami si li orukọ Mẹtalọkan, fi orukọ fun.

Baptism, *n.* ami ijẹwọ, irisinu omi nipa eyiti a gbà enia sinu ijọ Kristi.

Bar, *n.* irin tabi igi gbọrọ; iyanrin ti ndi ẹnu odo. *v.t.* tì, dena.

Barb, *n.* eti ọfa.

Barbarian, *n.* alaigbede, alai- moye, eniakenia.

Barbarism, *n.* aimọ iwà hu, iwakiwa.

Barber, *n.* afárun, afari, onidiri, onigbajamọ.

Bard, *n.* akewi, akọrin.

Bare, *adj.* nihoho, laibo.

Barefaced, *adj.* lainitiju; daju.

Barefoot, *adj.* lainibata.

Bareheaded, *adj.* laibori.

Bargain, *v.t. and i.* ṣe adehun. *n.* ipinnu, adehun.

Barge, *n.* ọkọ̀ igbaja.

Bargeman, *n.* ọlọkọ̀.

Bark, *n.* epo igi, ọkọ kekere. *v.t. and i.* gbó bi aja.

Barm, *n.* ọṣẹ ọti, iwukara.

Barn, *n.* aká, aba.

Barometer, *n.* ohun elo latị fi wọn afẹfẹ.

Barque, *n.* ọkọ kekere.

Barrack, *n.* ile awọn ọmọ-ogun.

Barrel, *n.* agbá.

Barren, *adj.* yàgan, aṣalẹ̀, laileso.

Barrenness, *n.* iyagan, aileso.

Barricade, *n.* idina, sagbaradi.

Barrier, *n.* àbo, idina, ami ibi kan.

Barrister, *n.* agbẹjoro.

Barrow, *n.* kẹkẹ ẹru.

Barter, *v.t. and i.* ṣe paṣiparọ.

Base, *n.* isalẹ, ipilẹ. *adj.* ailọla, ainitari.

Baseborn, *adj.* ọmọ-àle.

Bash, *v.t.* lu.

Bashful, *adj.* nitiju.

Basin, *n.* awo koto ; adagun omi.

Basis, *n.* ipilẹ.

Bask, *v.i.* ya ōrun.

Basket, *n.* agbọ̀n, apẹ̀rẹ̀.

Bastard, *n.* ọmọ àle, ọmọ agbere.

Baste, *v.t.* gánṣọ fi ọra si ẹran sise.

Bastinado, *v.t.* nà latẹlẹsẹ.

Bat, *n.* adan.

Batch, *n.* apapọ nkan.

Bate, *v.t. and i.* yọwo ọja.

Bath, *n.* baluwẹ (ibi-aluwẹ).

Bathe, *v.t.* wẹ̀, luwẹ́.

Baton, *n.* ọpa aṣẹ, ọpa iṣẹ.

Battalion, *n.* ẹgbẹ awọn ọmọ- ogun to 500 de 800.

Batten, *n.* igi pẹlẹbẹ.

Batter, *v.t. and i.* kì-mọlẹ, lu- mọlẹ.

Battery, *n.* ohun ija.

Battle, *n.* ija, ogun. *v.i.* jagun, ba-ja.

Battlement, *n.* odi.

Bawl, *v.t. and i.* kigbe kikan.

Bay, *n.* iyawọ omi okun sinuilẹ.

Bay, **Bight**, *n.* gbigbo aja ti ndọdẹ.

Bayonet, *n.* ọbẹ ibọn.

Be, *v.i.* ni, wà, si.

Beach, *n.* eti okun.

Beacon, *n.* ina lori oke fun ikilọ ewu.

Bead, *n.* ilẹkẹ.

Beadle, *n.* onṣe ile ẹjọ, oye ninu ijọ, amọna loru.

Beak, *n.* ẹnu ẹiyẹ ; imu.

Beam, *n.* iti igi ; itanṣan ōrun.

Bean, *n.* erē, popondo, ẹwẹ, ẹ̀wa.

Bear, *n.* amọtẹkun. *v.t.* rù, gbé ; bi, so ; jiyà, rọju.

Beard, *n.* irungbọn.

Bearer, *n.* alaru ojiṣẹ.

Beast, *n.* eranko ẹlẹsẹ mẹrin.

Beastly, *adj.* bi ẹranko.

Beat, *v.t. and i.* lu, fọ́ ; bori.

Beating, *n.* ilu, inà.

Beatitude, *n.* ibukún ọrun, inu-didun.

Beau, *n.* oge, olufẹ.

Beautiful, *adj.* dara, lẹwa.

Beautify, *v.t.* ṣe-lọṣọ, ṣe-lẹwa.

Beauty, *n.* ẹwa, ọṣọ́, didara.

Becalm, *v.t.* mudakẹ.

Became, *v.i.* di ; yẹ.

Because, *conj.* nitori.

Bechance, *v.t.* ba ni alabapade, ṣeṣi.

Beck, *n.* ijuwọ si.

Beckon, *v.t. and i.* juwọ si, ṣe apẹrẹ.

Become, *v.t. and i.* ba de si, di ; yẹ.

Bed, *n.* ibùsun ; isalẹ odo ; irọ-gbọkú.

Bedaub, *v.t.* fi-rẹ.

Bedchamber, *n.* iyẹ̀wu, yará ibùsun.

Bedclothes, *n.* aṣọ ibusun, aṣọ akete.

Bedeck, *v.t.* ṣe-lọṣọ.

Bedew, *v.t.* sẹri si.

Bedouin, *n.* awọn larubawa ti ngbe inu agọ.

Bedraggle, *v.t.* wọ ninu ẹrẹ̀.

Bedstead, *n.* ọpa akete ; ibusun (onirin tabi onigi).

Bee, *n.* oyin, eṣinṣin ti nṣe oyin.

Beef, *n.* ẹran malu.

Beehive, *n.* ile-oyin.

Beelzebub, *n.* olori awọn ẹmi eṣu.

Been, *v.* wà, ti wà.

Beer, *n.* ọti agbado ; ọti sise tabi pipọn.

Beetle, *n.* ọbọnbọn.

Befall, *v.t. and i.* ba, desi, ṣubulu.

Befit, *v.t.* yẹ, tọ-si.

Befool, *v.t.* tanjẹ.

Before, *prep.* niwaju, siwaju, loju.

Beforehand, *adv.* tète.

Befoul, *v.t.* sọ-dibajẹ, sọ-deri.

Befriend, *v.t.* ba-ṣọre, ba-rẹ ṣorefun.

Beg, *v.t. and i.* ṣagbe, tọrọ, bẹbẹ.

Began, *v.* bẹrẹsi.

Beget, Begot, *v.t.* bi, hujade.

Beggar, *n.* alagbe.

Beggarly, *adj.* bi alagbe.

Begin, Begun, *v.t. and i.* bẹrẹsi, dide si, kọbẹrẹ.

Beginner, *n.* ẹniti o kọ́ bẹrẹ nkan.

Beginning, *n.* ipilẹṣẹ, atetekọṣe, ibẹrẹ nkan.

Begone, *inter.* lọ kuro !

Begrime, *v.t.* da ẽri si, ba-jẹ.

Begrudge, *v.t.* ṣe ilara.

Beguile, *v.t.* tan-jẹ.

Behalf, *n.* irẹ, itilẹhin, ojurere.

Behave, *v.i.* huwa, lò.

Behaviour, *n.* iwa, iwa-aiye.

Behead, *v.t.* bẹ-lori.

Behest, *n.* aṣẹ.

Behind, *prep.* lẹhin.

Behindhand, *adv.* lọra, fa.

Behold, Beheld, *v.t.* wo, kiyesi, ri.

Beholder, *n.* aworan.

Behove, *v.t.* yẹ, tọ-si.

Being, *n.* iwa ; ẹda.

Belabour, *v.t.* nà, lù.

Belch, *v.t. and i.* gufẹ.

Beleaguer, *v.t.* doti ilu.

Belfry, *n.* ilé agogo.

Belial, *n.* orukọ eṣu.

Belie, *v.t.* gbadulumọ, purọ si.

Belief, *n.* igbagbọ.

Believe, *v.t. and i.* gba-gbọ.

Believer, *n.* onigbagbọ.

Belittle, *v.t.* fi oju tinrin, gàn.

Bell, n. agogo.

Belle, n. wundia ẹlẹwa.

Belligerent, a. jija-ogun, yọle ogun.

Bellow, v.t. and i. ke bi mālu.

Bellows, n. ẹwiri ti a fi nfẹna tabi ẹfufu.

Belly, n. ikùn, inu.

Belong, v.i. ṣe ohun ẹni ; tẹni.

Beloved, adj. olufẹ.

Below, adv. nisalẹ, ọmọ-ẹhin.

Belt, n. lawani, ọjà amure ; igbanu.

Bemoan, v.t. sọkun, pohunrere ẹkun.

Bench, n. ijoko.

Bend, v.t. and i. tẹ̀, wọ́.

Beneath, adv. nisalẹ, labẹ.

Benediction, n. ibukun, isure.

Benefaction, n. ọrẹ ānu, ọrẹ inurere.

Benefactor, n. ọlọrẹ ānu, onibu ọrẹ ; olõre ẹni.

Beneficence, n. iwa ọ̃rẹ ; iṣorefun.

Beneficial, adj. lere, anfani.

Benefit, n. ère, anfani. v. ṣe ni rere.

Benevolence, n. inurere.

Benevolent, adj. rere.

Benight, v.t. ilẹ ṣu, okunkun bá.

Benign, Benignant, adj. ṣeun, ṣojurere.

Benignity, n. inurere.

Bent, n. itẹ, idarisi.

Benumb, v.t. kó eti ; sọdi alaimọ-rora.

Bequeath, v.t. fi ogún silẹ, pin ohun ini fun.

Bequest, n. ipin ogún fun.

Bereave, v.t. gba lọwọ ẹni.

Bereavement, n. igbalọwọ nipa iku, ọfọ.

Berry, n. eso.

Berth, n. yará ninu ọkọ̀, ibi iṣẹ.

Beseech, Besought, v.t. bẹ, tọrọ, fi ẹbẹ rọ.

Beseem, v.t. yẹ, tọsi.

Beset, v.t. dotì, rọgbaka.

Beside, Besides, prep. or adv. pẹlupẹlu, ju bẹ lọ ; lọdọ, lẹgbẹ.

Besiege, v.t. fi ogun dó tì.

Besieger, n. ẹniti o gbogun tì ni.

Besmear, v.t. fi-rẹ́.

Besom, n. ọwọ̀, alẹ̀.

Bespatter, v.t. ta si lara.

Bespeak, Bespoke, v.t. sọ-tẹlẹ ; ba-tẹlẹ.

Besprinkle, v.t. bu-wọ́n.

Best, adj. darajulọ dara rekọja.

Bestial, adj. bi ẹranko.

Bestir, v.refl. muragiri, ru-soke.

Bestow, v.t. fi-fun, fi-bùn.

Bestrew, v.t. fun kakiri.

Bestride, v.t. dákàtà ẹsẹ le.

Bet, v.t. and i. jiyàn. n. ohun iyàn.

Betake, Betook, v.refl. fi ọwọ le, dawọle.

Bethink, v.refl. ronu, mu wa si iranti.

Betide, v.t. and i. de si, ba.

Betimes, adv. lakoko, li kutu-kutu.

Betoken, v.t. ṣapẹrẹ, ṣàmi, fihan tẹlẹ.

Betray, v.t. ṣofofo, ṣonikupani ; fihan, tú aṣiri.

Betroth, v.t. soyigi, ṣadehun igbeyawo.

Betrothal, n. idana.

Better, adj. or adv. daraju, sanju.

Better, v.t. mu san diẹ, tun ṣe. n. itunṣe, isandiẹ.

Between, Betwixt, prep. larin, lagbedemeji, nisakani.

Beverage, n. ohun mimu.

Bewail, v.t. sọkun, pohunrere ẹkun.

Beware, v.t. and i. ṣọra, yẹra, kiyesara.

Bewilder, v.t. ṣi-lọna, tan, da-lamu.

Bewilderment, n. idaru.

Bewitch, v.t. ṣaịẹu, ṣe oṣo si.
Bewitchment, n. idán, iṣajẹ si.
Bewray, v.t. fi-sùn, fi-han.
Beyond, prep. niwaju, niha ọhún.
Bias, v.t. tẹ-si, dari.
Bicentenary, n. igbá ọdun.
Bid, v.t. and i. faṣẹfun, pè ; fi
    owo le.
Bidder, n. ẹni fi owo le ọja.
Bidding, n. aṣẹ.
Bide, v.t. and i. duro de, joko.
Biennial, adj. ọlọdunmeji.
Bier, n. aga posi.
Big, adj. nla, tobi.
Bigamist, n. alaya meji.
Bigamy, n. kiko obinrin meji jọ.
Bigot, n. ẹniti o di isin kan mu
    laimòye.
Bigotry, n. itara alaimòye.
Bile, n. orõro ẹdọ.
Bilingual, adj. elede meji.
Bill, n. ẹnu ṣonṣo ; iwe owo,
    àgógó ẹnu ẹiyẹ.
Billet, n. iwe kekere.
Billow, n. riru omi, igbi omi
    okun.
Bin, n. apoti.
Bind, v.t. dì, so-pọ, dilu.
Binding, n. èdidi.
Biography, n. itan igbe aiye
    ẹnikan.
Biped, n. ẹlẹsẹ meji.
Birch, n. paṣan.
Bird, n. ẹiyẹ.
Birth, n. ìbí.
Birthday, n. ọjọ ìbí.
Birthplace, n. ibi ìbí ẹni ; ibiti
    a bi enia si.
Birthright, n. ogún ìbí.
Biscuit, n. akara ti a yan di ẽpá.
Bisect, v.t. là si meji.
Bishop, n. oyè olori alufa.
Bishopric, n. ilẹ sakani olori
    alufa.
Bit, n. diẹ, okele ; ijanu ẹsin.
Bitch, n. abo aja.
Bite, v.t. and i. ge-jẹ, bu-jẹ.

Bitter, adj. korò.
Bitumen, n. ọda.
Black, n. dudu ; ṣú, buru ;
    alawọ dudu.
Blacken, v.t. and i. sọ di dudu.
Blacklead, n. oje dudu.
Blacksmith, n. alagbẹdẹ.
Bladder, n. apo-ìtọ̀.
Blade, n. èhu agbado tabi koriko;
    oju ọbẹ.
Blain, n. õwo, ile roro.
Blame, v.t. ba-wi. n., ibawi,
    ẹṣẹ, ẹgan.
Blameless, adj. lailẹṣẹ, lailẹgan.
Blameworthy, adj. yẹ fun ibawi,
    gigàn.
Blanch, v.t. and i. sọ di funfun.
Bland, adj. jẹjẹ, pẹlẹ.
Blandishment, n. ipọnni.
Blank, adj. ṣofo.
Blanket, n. aṣọ ibora.
Blare, v.t. and i. kigbe kikan.
    n. igbe.
Blaspheme, v.t. and i. sọrọ odi
    si Ọlọrun, ibura, ìré.
Blasphemy, n. ọrọ odi si Ọlọrun.
Blast, n. fifẹ ẹfufu, iro ipè.
    v.t. fi ẹtu ré danu.
Blaze, n. ọwọ ina. v.t. tan-kalẹ,
    kede.
Blazon, v.t. kede fun gbogbo
    enia, fihan.
Bleach, v.t. and i. sọ di funfun.
Bleak, adj. tutu.
Bleat, v.t. and i. ké bi agutan.
Bleed, Bled, v.i. ṣẹjẹ.
Blemish, n. àbukùn, ẹgan. v.t.
    ṣàbukùn, kẹgan.
Blend, v.t. and i. dapọ mọra.
Bless, v.t. sure fun, bukún, yìn.
Blessed, Blest, adj. alabukúnfun.
Blessedness, Blessing, n. ibukún,
    ire.
Blight, n. tàlugbe, irèdanu.
Blind, adj. afọju, ṣokunkun, ope.
    n. iboju, ibòji, ifọju.
Blindfold, adj. idiloju, ibo loju.

Blindness, n. ifoju, airiran.
Blink, v.t. and i. ṣeju, ṣoju finrán.
Bliss, n. alafia pipe.
Blissful, adv. ni alafia li ọrun.
Blister, n. ilérorò, õwo.
Blithe, adj. idaraya.
Blizzard, n. iji.
Bloat, v.t. and i. wu, fẹ.
Block, n. ìti igi tabi okuta. v.t. idina.
Blockade, n. idotì, idena.
Blockhead, n. omugọ.
Blood, n. ẹjẹ.
Bloodguiltiness, n. ẹbi ẹjẹ.
Bloodhound, n. aja ti nlepa õrun ẹjẹ.
Bloodshed, n. ìta ẹjẹ silẹ, ipania.
Bloodthirsty, n. fifẹ ta ẹjẹ silẹ.
Bloodvessel, n. iṣán ẹjẹ.
Bloody, adj. ẹlẹjẹ.
Bloom, v.i. ruwe, rudi. n. iruwe, irudi.
Blooming, adj. didan.
Blossom, n. iná eweko, iná igi. v.i. yọ itanna.
Blot, n. abawọn, abukùn. v.t. ṣe abawọn si ; pa-rẹ.
Blotting-paper, n. iwe ti a fi ngbẹ tadàwa.
Blouse, n. ẹwu obirin.
Blow, n. ilù, ìna ; ofo, jamba.
Blow, Blew, v.i. mi kikan, fẹ bi afẹfẹ ; tanná, fun ipe.
Blubber, n. ọra erinmi.
Blue, n. àwọ bi oju ọrun.
Bluff, adj. gò. v.t. and i. rẹjẹ.
Blunder, n. iṣina, iṣubu, ọrọ laironu. v.t. and i. ṣiṣe.
Blunt, adj. kunu, aimu, lọra.
Blur, n. abawọn.
Blurt, v.t. sọrọ lojiji laironu.
Blush, n. oju pupa nitori itiju.
Bluster, n. ariwo bi afẹfẹ.
Boa, n. ejo nla ; érè, agbadu.
Boar, n. akọ ẹlẹdẹ tinu igbo, imado.

Board, n. apako ; ẹgbẹ igbimọ ; ohùn jejẹ. v.t. and i. gba onjẹ bọ.
Boarder, n. ẹniti o ngba onjẹ.
Boarding-school, n. ile iwe ibiti a mbọ awọn akẹkọ.
Boast, v.t. and i. ṣogo, yin ara ẹni, halẹ, funnu.
Boaster, n. ahalẹ, afunnu.
Boat, n. ọkọ, igbaja.
Boatman, n. ọlọkọ, atukọ.
Bob, v.i. mi soke mi sodo.
Bobbin, n. igi ti a ka owu we.
Bode, v.t. and i. sọtẹlẹ.
Bodily, adj. nipa ti ara.
Body, n. ara ; ẹgbẹ.
Bodyguard, n. ẹṣọ.
Bog, n. ẹrè, irà.
Boggy, adj. kiki ẹrè, ti irà.
Bogus, adj. erú, ẹtan.
Boil, v.t. and i. ho, sè. n. õwo.
Boiler, n. ikoko nla sise omi.
Boisterous, adj. npariwo lile.
Bold, adj. laiya ; lafojudi.
Boldly, adv. nigboiya.
Boldness, n. igboiya, ilaiya.
Bolster, n. timtim, irọri.
Bolt, n. idabu ilẹkun. v.i. sa-lọ.
Bomb, n. ibọn nla.
Bombard, v.t. fi agba do ti.
Bonafide, adj. or adv. tõtọ.
Bond, n. ìde, idapọ.
Bondage, n. oko ẹrú.
Bondman, n. ẹrukọnri.
Bondsman, n. onigbọwọ.
Bondwoman, n. ẹrubirin.
Bone, n. egungun. v.t. yọ egungun kuro lara.
Boneless, adj. lailegungun.
Bonfire, n. ina nla nita li akoko ariya.
Bonnet, n. ideri obirin, akẹtẹ.
Bonny, adj. daradara.
Bonus, n. ele lori owo ; ẹbun.
Bony, adj. kiki egungun.
Book, n. iwe.

Bookbinder, *n.* aran-iwe, oniṣọ-
na-iwe.

Bookcase, *n.* apoti iwe.

Book-keeping, *n.* iṣiro owo sinu
iwe.

Book-marker, *n.* ohun ti a fi
nsami iwe.

Bookseller, *n.* oluta iwe ; ẹniti-
o-nta-iwe.

Bookshop, *n.* ibiti a nta iwe,
.ile-ọja iwe.

Bookworm, *n.* kawe-kawe ; ẹniti
o fẹran iwe kika.

Boom, *n.* iro ibọn.

Boon, *n.* ẹbun, ọrẹ.

Boor, *n.* eniakenia, omugọ.

Boot, *n.* bata. *v.t.* jere, ṣanfani.

Booth, *n.* agọ, búka.

Bootlace, *n.* okun bata.

Bootmaker, *n.* aran-bata.

Booty, *n.* ikogun.

Border, *n.* eti, ẹba, ipinlẹ ; iṣẹti,
igbáti. *v.t. and i.* sunmọ.

Bore, *v.t. and i.* da-lu, da lagara.
n. iho lilu.

Born, Bear, *v.* bí ; gbe ru.

Borne, *v.t. and i.* ru ẹru.

Borrow, *v.t.* win, ya, tọrọ.

Borrower, *n.* ẹniti o ya nkan.

Bosom, *n.* ōkan aiya.

Botany, *n.* imọ ohun ọgbin.

Both, *adj.* mejeji. *conj.* ati, pẹlu.

Bother, *v.t. and i.* yọ-lẹnu.

Bottle, *n.* igo. *v.t.* fi sinu igo.

Bottom, *n.* isalẹ, ipilẹ ; idí.

Bottomless, *adj.* laini isalẹ.

Bough, *n.* ẹka igi.

Bought, *v.t.* rà.

Boulder, *n.* okuta nla ribiti.

Bounce, *v.t. and i.* fo, halẹ si.
n. ifomọ, iṣefefe, ihalẹ.

Bound, *v.i.* dì ; fo.

Boundary, *n.* àla, opin.

Boundless, *adj.* alailopin.

Bountiful, *adj.* oninure.

Bounty, *n.* ẹbun iṣeun, ōro.

Bow, *v.i.* tẹriba· fun, tẹ, bẹrẹ.

c

Bow, *n.* ọrun.

Bowels, *n.* ifun.

Bower, *n.* iji igi.

Bowl, *n.* ọpọn, awo koto.

Box, *n.* apoti ; ẹsẹ, ikūkù.
v.t. and i. kàn, ki lẹṣẹ, lu
nikùkù.

Boxer, *n.* akini lẹṣẹ.

Boy, *n.* ọmọkọnrin.

Boycott, *v.t.* ṣá-ti.

Boyhood, *n.* iwa ewe, igba ọmọde

Brace, *v.t.* dè, di. *n.* idè, ọja,
ìgba.

Bracelet, *n.* jufù, ẹgba ọrun ọwọ.

Brackish, *adj.* omi iyọ.

Brag, *v.t. and i.* ṣefefe, funnu.

Braid, *n.* iwún, koko. *v.t.* wún·

Brain, *n.* mudùnmudùn ; ọgbọn,
oye ; ọpọlọ.

Brainfever, *n.* amodi ori.

Brake, *n.* ohun ti a fi nda kẹkẹ
duro ; ijanu kẹkẹ ; igbọ.

Bramble, *n.* igi ẹlẹgun.

Bran, *n.* ẽri ; folo'folo agbado
lilọ.

Branch, *n.* ẹka igi ; ẹya. *v.i.* ya
ẹka.

Branchless, *adj.* alailẹka.

Brand, *n.* igi iná. *v.t.* sami si.

Brandy, *n.* iru ọti kan.

Brass, *n.* idẹ.

Bravado, *n.* iṣefefe, ihalẹ.

Brave, *adj.* laiya, gboju, igboiya.
v.t. fi aiya ran.

Bravery, *n.* igboiya, igboju.

Brawl, *n.* asọ ariwo. *v.i.* sọ,
pariwo.

Brawler, *n.* alasọ.

Brawn, *n.* ẹran akọ ẹlẹdẹ.

Bray, *n.* igbe kẹtẹkẹtẹ.

Brazen, *adj.* ti idẹ ; lile.

Brazen-face, *n.* alafojudi.

Brazier, *n.* alagbẹdẹ idẹ.

Breach, *n.* oju iho, ẹnu.

Bread, *n.* àkara, onjẹ.

Breadth, *n.* ibu, gbigboro.

Break, v.t. and i. fọ́, ṣẹ, dá; ṣubu, simi. n. ṣiṣẹ, dida, isimi.

Breakfast, n. onjẹ owurọ. v.t. and i. jẹ onjẹ arọ.

Breast, n. aiya.

Breastplate, n. awo aiya, igbaiya li ogun.

Breath, n. ẽmi.

Breathe, v.t. and i. mi.

Breathing, n. mimi, ẽmi.

Breathless, adj. lailẹmi.

Breech, n. idí, ẹhin; idi ibọn.

Breeches, n. ṣokoto.

Breed, v.t. and i. bi, loyun, tọ́, ṣe itọju.

Breeze, n. afẹfẹ jẹjẹ.

Breezy, adj. lafẹfẹ.

Brethren, n. ara, arakọnrin.

Brevity, n. ikekuro, laifa ọrọ gun.

Brew, v.t. and i. pọn ọti; dimọlu.

Brewer, n. apọnti, ọlọti.

Brewery, n. ile ọti.

Briar, Brier, n. ẹlẹgun.

Bribe, n. abẹtẹlẹ. v.t. bẹ abẹtẹlẹ.

Bribery, n. ìgba abẹtẹlẹ nitori iwa buburu.

Brick, n. amọ̀ ṣiṣu ti a fi iná sun ni àlapa.

Brick-kiln, n. ẹbu àlapa, ileru fun amọ̀.

Bricklayer, n. ọmọlé.

Bridal, adj. ti iyawo.

Bride, n. iyawo.

Bridecake, n. akara iyawo.

Bridechamber, n. iyẹwu iyawo.

Bridegroom, n. ọkọ iyawo.

Bridesmaid, n. ẹgbẹ iyawo.

Bridge, n. afará. v.t. ṣafara si.

Bridle, n. ijanu, akoso. v.t. and i. ko ni ijanu, ṣe akoso.

Bridlepath, n. ọna ẹlẹsin.

Brief, adj. kukuru.

Briefly, adv. laifa ọrọ gun.

Brig, n. ọkọ̀ olopo meji.

Brigade, n. ẹgbẹ ọmọ-ogun ẹlẹsin tabi ẹlẹsẹ.

Brigadier, n. olori ẹgbẹ ọmọ-ogun.

Brigand, n. igára, olè.

Bright, adj. tàn imọlẹ, didan.

Brighten, v.t. dán, mu dásẹ̀sẹ̀.

Brightness, n. itanṣan imọlẹ, didara.

Brilliant, adj. titanṣan, didan mọ̀na.

Brim, n. eti ohunkohun; bebe odo.

Brimful, adj. kun de eti, kun de ẹnu, kun de oke.

Brimstone, n. imi ọrun, sulfuri.

Brine, n. omi iyọ, okun.

Bring, Brought, v.t. and i. mu-wa, gbe, fa-wa.

Brink, n. bèbe, eti.

Brisk, adj. yara, murasi.

Briskly, adv. kiakia, yara, mura-kankan.

Bristle, n. irun gaungaun bi ti ẹlẹdẹ.

Brittle, adj. rọ̀, rirun wom, ya fifọ́.

Broach, n. ìlu. v.t. lu, da-lu.

Broad, adj. nìbu, gbōro.

Broadcast, adj. fun kakiri.

Broadcloth, n. aṣọ onirun dara-dara.

Broadside, n. ìha ọkọ.

Broil, n. ariwo, aṣọ, ija. v.t. and i. sè.

Broken, adj. fifọ́.

Brokendown, adj. idibajẹ, alai-san.

Broken-hearted, adj. onirobinujẹ ọkan.

Broker, n. alàgbàta.

Brokerage, n. ère iṣẹ alàgbàta.

Bronze, n. adalu bàba ati tanganran.

Brooch, n. ohun ọṣọ obinrin.

Brood, v.i. saba lori; pa ẹyin, radọbo. n. ọmọ ẹiyẹ.

Brook, *n.* odo ṣiṣan kekere.
v.t. farada.

Broom, *n.* ọwọ̀, ālẹ, igbalẹ.

Broth, *n.* omi ẹran bibọ.

Brother, *n.* ará, arakọnrin.

Brotherhood, *n.* idapọ, ẹgbẹ
awọn ọkọnrin.

Brother-in-law, *n.* aná.

Brotherly, *adj.* bi ará, ni ifẹ́
iṣeun.

Brought, see *Bring.*

Brow, *n.* iwaju.

Browbeat, *v.t.* wò-mọlẹ.

Browse, *v.t. and i.* fi ewe bọ́,
jawe jẹ.

Bruise, *n.* itẹrẹ́, ifarapa. *v.t.
and i.* tẹ̀, tẹrẹ́, pa-lara.

Brush, *n.* ọwọ̀ ālẹ. *v.t. and i.*
fi ọwọ̀ gbọ̀n.

Brusque, *adj.* gọ.

Brutal, *adj.* rorò, nika, bi
ẹranko.

Brutality, *n.* irorò, ikà.

Brute, *n.* ẹranko ti kò ni iye
ninu, ọmugọ, onikà.

Bubble, *v.t. and i.* ho bi omi,
ṣe pòmpom.

Buck, *n.* akọ agbọnrin tabi
ewurẹ.

Bucket, *n.* ohun elo ti a fi npọn
omi.

Buckle, *n.* ide, ifiha. *v.t. and i.*
dè, fiha.

Buckler, *n.* apata, asà, àbo.

Bud, *n.* ēhu ohun ọgbin, ìrudi.
v.t. and i. hù, ṣọ́.

Budge, *v.t. and i.* míra.

Budget, *n.* apapọ nkan, iwe
irohin owo.

Buff, *v.t.* lù.

Buffalo, *n.* ẹfọ̀n.

Buffet, *v.t. and i.* kì li ẹṣẹ, lù ni
ikūkù.

Buffoon, *n.* aṣẹfẹ.

Buffoonery, *n.* iṣẹfẹ, isọkusọ.

Bug, *n.* ida; nkan ẹlẹru; idin.

Bugbear, *n.* nkan tí ibanilẹru.

Bugle, *n.* ìpe ọdẹ, ìpe ologun.
v.t. and i. fun fere.

Build, *v.t.* kọ, mọ le. *v.i.*
gbẹkẹle.

Builder, *n.* ọmọle, akọle.

Building, *n.* eyiti a ti kọ, ilé kikọ.

Bulge, *v.* wu sode.

Bulk, *n.* ìwọn, pataki.

Bulky, *adj.* tobi, gborin.

Bull, *n.* akọ malu.

Bullet, *n.* ọta ibọn.

Bulletin, *n.* ikede.

Bullion, *n.* wura tabi fadaka ti
a kò iti da.

Bullock, *n.* ẹgbọrọ akọ malu.

Bully, *n.* alaroye, ayọnilẹnu.
v.t. yọnilẹnu, panilaiya.

Bulrush, *n.* koriko odo.

Bulwark, *n.* odi, agbàra, àbo.

Bump, *n.* wiwú, ìlu. *v.t. and i.*
lu.

Bunch, *n.* odidi, ṣìri, akojọ
nkan.

Bundle, *n.* ẹrù, edidi. *v.t. and i.*
di lẹrù.

Bung, *n.* edidi agbá.

Bungalow, *n.* ile ilẹ.

Bungle, *n.* nkan ti a ṣe laibikita.

Bunk, *n.* ibusun ninu ọkọ̀.

Buoy, *n.* ami loju omi lati kilọ
fun ọlọkọ̀.

Buoyancy, *n.* fifo loju omi tabi
li ofurufu.

Burden, *n.* ẹru; ininilara. *v.t.*
di ẹrù le.

Burdensome, *adj.* ninira, iyọnu.

Burglar, *n.* ọlọsa.

Burglary, *n.* ifọle, ikole.

Burial, *n.* isinku.

Burial-ground, *n.* ibi iboji.

Burial-service, *n.* isìn isinkú.

Burn, Burnt, *v.t.* sun, jona.

Burr, Bur, *n.* ēmọ.

Burrow, *n.* iho ehoro tabi ekute.
v.t. and i. walẹ.

Burst, *v.t. and i.* bẹ́, rùn wom-
wom, tu-jade.

Bury, v.t. sinkú, bo-mǫlę.

Bush, n. igbo, igbę.

Bushel, n. òṣuwǫn ohun gbigbę.

Bushy, adj. kun fun igi.

Business, n. iṣe.

Bustle, n. ariwo ; ikanju.

Bustler, n. alaisimi.

Busy, adj. ăpǫn. v.t. ṣiṣę lǫwǫ.

Busybody, n. olofofo.

But, conj. ṣugbǫn ; bikòṣebę, sibę, sibę, afi.

Butcher, n. alapata. v.t. pa ęran.

Butchery, n. ibi pipa, ile alapata ; ipakupa.

Butler, n. agbǫti, ǫmǫ-ǫdǫ.

Butt, v.t. and i. fi iwo kàn, fi ori kàn. n. agbá nla.

Butt, n. ami lati ta ǫfa si.

Butter, n. òri àmǫ, ori wara. v.t. fi ori amǫ si.

Butterfly, n. labalába.

Buttock, n. idí.

Button, n. onini ęwu. v.t. and i. so, di.

Buttonhole, n. iho onini ęwu.

Buttress, n. ohun itì, itì ogiri.

Buxom, adj. didaraya.

Buy, Bought, v.t. rà, sanwo fun.

Buyer, n. olurà.

Buzz, n. ikun bi ǫbǫnbǫn tabi oyiń.

By, prep. nipasę, nipa ǫwǫ, lęba.

By-and-by, adv. nigbōṣe, nigba dię.

Bygone, adj. eyiti o kǫja.

Bystander, n. ęniti nworan.

Byword, n. owe.

C.

Cabbage, n. ęfǫ oyinbo.

Cabin, n. yará ninu ǫkò.

Cabinet, n. yara kekere ; apoti ohun ǫṣǫ.

Cable, n. okùn tabi ęwǫn idakò duro ; ęrǫ irin ti a fi nsǫrǫ labę òkun si ilę miran.

Cackle, v.t. and i. gbę bi agbebǫ adię.

Cactus, n. igi ǫrǫ́.

Cadence, n. iręhun silę.

Cadet, n. aburo ; ęniti o nkǫ iṣę ni ile ękǫ awǫn ǫmǫ-ogun.

Cage, n. ile ęiyę.

Cajole, v.t. pǫn, tàn.

Cajoler, n. apǫnni, ęlętan.

Cake, n. akara didun.

Calabash, n. igba.

Calamitous, adj. oni jamba.

Calamity, n. jamba.

Calculate, v.t. and i. ṣiro, kà.

Calculation, n. iṣiro, kikà.

Caldron, Cauldron, n. ìkoko nla, òdu.

Calendar, n. iwe ikaye ìgbà ati ǫjǫ ninu ǫdun.

Calf, n. ǫmǫ malu.

Calibre, n. fìfę ęnu ibǫn, ninipǫn.

Calico, n. aṣǫ owu.

Calk, Caulk, v. dí jijò nkạn.

Call, n. ìpe. v.t. and i. pè.

Calling, n. iṣę ti a pè wa si.

Callous, adj. ǫkàn líle, laitanu.

Callow, adj. alaihuyę.

Calm, n. idakę, iparǫrǫ, irǫlę. v.i. rǫlę, dakę, pa rǫrǫ.

Calmly, adv. nirǫlę, niparǫrǫ.

Calumniate, v.t. ṣata, sǫrǫ ęni lęhin.

Calumny, n. ṣiṣata.

Calvary, n. ibiti a kàn Jesu mǫ agbelebu.

Calve, v.t. and i. bi ǫmǫ malu.

Calx, n. ęfun.

Cambric, n. aṣǫ fęlęfęlę.

Came, Come, v.i. wá.

Camel, n. ibakasię.

Camp, n. ibudo.

Campaign, n. papa nla, igba ogún.

Camwood, *n*. osùn.

Can, Could, *v.t.* le, lagbara. *n.* tanganran.

Canal, *n*. odò lilà.

Canary, *n*. ẹiyẹ ibaka.

Cancel, *v.t.* nu-kuro, pa-rẹ.

Cancer, *n*. akàn, alakaṣa.

Candid, *adj.* ṣe dajudaju, ṣe otitọ, laisẹtan.

Candidate, *n*. ẹniti nfẹ́ wọ inu ẹgbẹ tabi iṣẹ kan.

Candidly, *adv.* nigbangba, lotitọ.

Candle, *n*. abẹ́là, itanna ti a fi ọra ṣe.

Candlestick, *n*. ọpa fitila, ọpa itanna.

Candour, *n*. inurere, otitọ.

Cane, *n*. ọparun. *v.t.* nà.

Canine, *adj.* ti aja.

Canker, *n*. egbo ibajẹ. *v.t.* ba-jẹ.

Cankerworm, *n*. kokoro jewe-jewe.

Cannibal, *n*. ajenia.

Cannibalism, *n*. jijẹ enia.

Cannon, *n*. ibọn nla, agbá.

Cannonade, *v.t.* yinbọn nla lù.

Cannot, *v.i.* kò le, lailagbara.

Canoe, *n*. ọkọ̀ wétẹ̀.

Canon, *n*. ofin, ilana, aṣẹ ; ẹniti a ya sọtọ fun isin Ọlọrun.

Canonise, *v.t.* fifi orukọ awọn enia mimọ ti o ti ku si iwe iranti.

Canopy, *n*. ibori igunwa.

Cant, *n*. ọrọ agabagebe.

Cantankerous, *adj.* kanra.

Canter, *n*. agabagebe ; isare ẹṣin.

Canticle, *n*. orin.

Canticles, *n*. orin Solomon.

Cantonment, *n*. adugbo awọn ọmọ-ogun.

Canvas, *n*.aṣọ alaikuna igbokun.

Canvass, *v.t. and i.* tọrọ, bẹbẹ.

Cap, *n*. fila, ideri. *v.t. and i.* deri, bori.

Capability, *n*. agbara, àye.

Capable, *adj.* tó, lè, lagbara.

Capacious, *adj.* tobi, gbõrò, nibù.

Capacitate, *v.t.* fun ni agbara ṣe.

Capacity, *n*. agbara, ipa, àye.

Caparison, *n*. ọṣọ ẹṣin. *v.t.* ṣe ẹṣin lọṣọ.

Cape, *n*. ṣonṣo ilẹ ti o yọri sinu omi ; ẹwu ejika.

Caper, *n*. lfo, ibẹ́. *v.i.* jo, bẹ, fo.

Capital, *n*. olori, ilu ọba, *letter* nla.

Capitalist, *n*. olowo.

Capitation, *n*. ikaye ori, bibu owo sori olukuluku.

Capitulate, *v.i.* jọlọwọ pẹlu imọ̀ai ; tunba pẹlu ajọsọ.

Capitulation, *n*. ipinnu, adehun.

Caprice, *n*. yi ọrọ pada lainidi.

Capricious, *adj.* yiyipada, aṣẹfẹ.

Capsize, *v.t. and i.* bi ṣubu,dojude.

Captain, *n*. ọgakọ, ọgagun.

Captious, *adj.* lairẹ, aritẹnimọwi.

Captivate, *v.t.* gbà-laiya, ri oju rere, fa ifẹ.

Captive, *n*. igbekun, onde, ẹlẹ-wọn.

Captivity, *n*. okoẹru.

Captor, *n*. amuni.

Capture, *v.t.* fi agbara mu. *n.* imuni.

Car, *n*. kẹkẹ.

Caravan, *n*. ẹgbẹ èro.

Carbuncle, *n*. okuta iyebiye ; õwo apeta.

Carcass, Carcase, *n*. oku enia tabi ẹran.

Card, *n*. iwé pẹlẹbẹ.

Cardinal, *n*. olori, ẹni iṣaju.

Care, *n*. aniyan, àjo. *v.i.* ṣaniyan, ṣàjo.

Career, *n*. ìwa, irin, iṣe.

Careful, *adj.* kun fun aniyan ; ṣọra.

Carefully, *adv.* pẹlẹpẹlẹ.

Carefulness, *n*. iṣọra, akiyesi.

Careless, *adj.* ailaniyan, aibikita, alafara.

Caress, *v.t.* fà-mọra, kẹ́, fọwọpa.

Cargo, *n.* ẹrù ọkọ̀.

Carnage, *n.* oku pupọ.

Carnal, *adj.* ti ara, agbọtara.

Carnivorous, *adj.* ajẹran.

Carol, *n.* orin ayọ tabi iyin. *v.t. and i.* kọrin iyin.

Carp, *v.i.* jiyan.

Carpenter, *n.* gbẹnagbẹna, oni-ṣọna igi.

Carpet, *n.* aṣọ titẹ silẹ.

Carriage, *n.* kẹkẹ ; iwa ; rẹru.

Carrier, *n.* alaru.

Carrion, *n.* ẹran ti ko ṣe jẹ.

Carry, *v.t. and i.* gbe, ru.

Cart, *n.* kẹkẹ ẹrù.

Carter, *n.* onikẹkẹ ẹrù.

Cartilage, *n.* okèrékèré.

Cartridge, *n.* apoti ẹtu ibọn.

Cartwright, *n.* gbẹnagbẹna kẹkẹ ẹrù.

Carve, *v.t. and i.* fin igba tabi okuta ; ke ẹran.

Casava, Cassava, *n.* paki, gba-guda.

Cascade, *n.* omi ṣiṣan.

Case, *n.* apoti, àkọ̀ ; ẹjọ.

Cash, *n.* owo.

Cashew, *n.* kaju.

Cashier, *n.* onitọju owo.

Cask, *n.* àgbá.

Casket, *n.* apoti kekere ; posi.

Cassock, *n.* ẹwu dudu awọn alufa.

Cast, *v.t. and i.* jùnu, danu. *n.* iṣatì, iwọjunu.

Castaway, *n.* aṣati, ẹni itanu, ẹni-ikọsilẹ.

Castigate, *v.t.* nà.

Castle, *n.* ile iṣọ.

Cast-off, *adj.* ikọsilẹ, ifisapakan.

Castrate, *v.t.* tẹ ni ọda, ṣe ni bãfin.

Castration, *n.* titẹ̀ lọda.

Casual, *adj.* alabapade, aironu tẹlẹ.

Casualty, *n.* ifarapa, iku loju ija.

Cat, *n.* ologbò, ologinì.

Catalogue, *n.* iwe orukọ ; iwe ti npolowo ọja.

Catapult, *n.* akatampo.

Cataract, *n.* oju-iṣàn odo ; atafó oju.

Catastrophe, *n.* ipari ti kò dara, ijamba, opin ọran.

Catch, Caught, *n.* idimu, idaduro. *v.t.* mu, da-duro, ran-mu.

Catechise, *v.t.* kọni nipa ibere ati idahun.

Catechism, *n.* iwe ibere ati idahun.

Catechist, *n.* olukọni ni isin Ọlọrun.

Catechumen, *n.* ẹniti a nkọ ni isin Ọlọrun.

Cater, *v.i.* pèse onjẹ.

Caterer, *n.* onipèse onjẹ.

Caterpillar, *n.* kokoro.

Cathedral, *n.* ile Ọlọrun giga.

Catholic, *adj.* ti enia gbogbo.

Cattle, *n.* ẹran òsin.

Cause, *n.* idí, itori. *v.t.* mu-ṣe.

Causeless, *adj.* lainidí, lasan.

Cauterize, *v.t.* fi irin gbibona jo, fi egbogi jo.

Caution, *n.* iwoye, ọgbọn, akiyesi. *v.t.* kilọ, ṣafiyesi.

Cautious, *adj.* niṣọra, niwoye.

Cavalcade, *n.* òwọ́ irin ẹlẹṣin.

Cavalry, *n.* ogun ẹlẹṣin.

Cave, *n.* ihò ninu apata tabi nilẹ.

Cavern, *n.* iho nisalẹ ilẹ.

Cavil, *n.* awawi eké. *v.i.* ṣe awawi eké.

Cayenne, *n.* ata pupa.

Cease, *v.t. and i.* dawọduro, ṣiwọ, da.

Ceaseless, *adj.* aiduro, aisimi.

Cedar, *n.* opepe.

Cede, *v.t.* fi-fun, fi le lọwọ.

Ceiling, *n.* aja ilé.

Celebrate, *v.t. and i.* ṣe iranti, kokiki.

Celebrations, *n.* iyin, iṣe iranti.

Celebrity, *n.* ẹni olokiki.

Celarity, *n.* iyara.

Celestial, *adj.* ti ọrun.

Celibacy, *n.* wiwa ni àpọ́n, alaigbeyawo.

Cell, *n.* yàrá nile ẹwọn, ihò.

Cellar, *n.* yàrá nisalẹ ilé.

Cement, *n.* amọ lile, yẹfun okuta. *v.t.* rẹpọ.

Cemetery, *n.* ibi isinku.

Censer, *n.* awo turari.

Censure, *n.* ibawi. *v.t.* ba-wi.

Census, *n.* kikaye enia ilu.

Cent, *n.* ọgọrun.

Centenary, *n.* ọgọrun ọdun.

Centipede, *n.* tanṣankọ, ọkùn.

Centre, *n.* arin, agbedemeji.

Centurion, *n.* balogun ọrun.

Century, *n.* ọgọrun, ọdun.

Ceremonial, *adj.* ṣiṣe apejọ tabi isin.

Ceremony, *n.* ami ode ti isin, iṣe isin.

Certain, *adj.* daju.

Certainly, *adv.* daju-daju, laisi aniani, nitotọ.

Certainty, *n.* idaniloju.

Certificate, *n.* iwe ẹri.

Certify, *v.t.* jẹri, rohin.

Cessation, *n.* idawọduro, iduro.

Cession, *n.* ifilelọwọ.

Cesspool, *n.* kòto egbin.

Chafe, *v.t. and i.* ra; tọ, mu binu.

Chaff, *n.* iyangbo ọka, ẹpo, ẹri.

Chagrin, *n.* imunibinu. *v.t.* mu-binu.

Chain, *n.* ẹwọn. *v.t.* dè li ẹwọn.

Chair, *n.* aga, ijoko.

Chairman, *n.* olori apejọ, olori ajọ.

Chaise, *n.* kẹkẹ ẹṣin.

Chalice, *n.* ago waini ti a nlo nibi onjẹ alẹ Oluwa.

Chalk, *n.* ẹfun.

Challenge, *n.* ipenija, ifijalọ. *v.t.* pe-nija.

Chamber, *n.* iyàrá, iyẹ̀wu.

Chamberlain, *n.* ijoye ọba ẹniti ntọju yàrá.

Chambermaid, *n.* ọmọ-ọdọ ti o ntọju yàrá.

Chameleon, *n.* agẹmọ, ọgà.

Chamois, *n.* ewurẹ igbo.

Champion, *n.* ọgagun, oniṣẹgun.

Chance, *n.* alabapade, ẽṣi. *v.t. and i.* ṣe alabapade.

Chancel, *n.* apa oke ni ile Ọlọrun, ipo awọn Alufa ni Ijọ.

Chancellor, *n.* akọwe nilé ẹjọ, amofin, olori ile-ẹkọ giga.

Change, *n.* ìparọ, iparada. *v.t. and i.* parọ, ṣe paṣiparọ, parada.

Changeable, *adj.* yiyipada.

Changeless, *adj.* ti ki ipada, laiyẹsẹ.

Channel, *n.* ibù odo, ọna odo.

Chant, *v.t. and i.* kọrin.

Chaos, *n.* rudurudu, jũjũ.

Chap, *n.* ọmọdekọnrin.

Chapel, *n.* ilé Ọlọrun.

Chaplain, *n.* oniwasu ni ile Ọlọrun tabi li ọkọ, oniwasu lẹgbẹ awọn ọmọ-ogun.

Chapter, *n.* ori iwe, ipin iwe.

Character, *n.* iwa, orukọ, ami.

Characterize, *v.t.* sọ bi o ti ri, fi orukọ fun.

Charcoal, *n.* ẽdu igi.

Charge, *v.t. and i.* ka si lọrun, fisun, diyele.

Chargeable, *adv.* ikasilọrun, idi-yele.

Charger, *n.* awo pọkọ nla; ẹṣin-ogun.

Chariot, *n.* kẹkẹ.

Charitable, *adj.* inurere, ṣeun.

Charity, *n.* ifẹni; ọrẹ-anu, iyọnu.

Charm, *n.* ōgun, ondè, tira ;
   ifaiya. *v.t.* ṣōgun ; ṣefaiya.
Charmer, *n.* onifaiya, atuniloju.
Charming, *adj.* nifaiya, ni iwu.
Chart, *n.* iwe aworan apẹrẹ ilẹ.
Charter, *n.* iwe adehun.
Chase, *v.t.* dọdẹ, lepa. *n.* ọdẹ.
Chasm, *n.* ọgbun nla.
Chaste, *adj.* inufunfun, mọ́, yè.
Chasten, *v.t.* nà.
Chastise, *v.t.* nà, jẹ-niyà.
Chastisement, *n.* ìna, ibawi,
   ijiya.
Chastity, *n.* iye ara, mimọ ara,
   iyége.
Chat, *v.i.* sọ bóti bòti.
Chattel, *n.* ẹ̀rù ; ohun ini.
Chatter, *v.i.* ke bi ẹiyẹ, sọ
   wereware.
Cheap, *adj.* pọ, wọ́pọ̀.
Cheat, *v.t. and i.* rẹ-jẹ, tan-jẹ.
   n. irẹyẹ, itanjẹ.
Check, *v.t. and i.* da-duro, kì wọ.
   n. ìdaduro, ìkiwọ.
Cheek, *n.* ẹrẹkẹ.
Cheekbone, *n.* pari ẹrẹkẹ.
Cheeky, *adj.* lafojudi.
Cheer, *n.* imuninudun, ayọ. *v.t.
   and i.* gba-niyanju, mu-
   tujuka, mu inudun.
Cheerful, *adj.* didaraya.
Cheerless, *adj.* alainidaraya,
   alaininudidun.
Cheese, *n.* warakaṣi.
Chemise, *n.* ẹwu awọtẹlẹ obinrin.
Cheque, *n.* iwe ipaṣiparọ owo.
Cherish, *v.t.* kẹ́, bọ́, tọ-dagba.
Cherisher, *n.* olutọ, olukẹ́.
Cherub, *n.* ẹda ọrun.
Cherubim, *n.* awọn ẹmi tabi ẹda
   ọrun.
Chest, *n.* aiya.
Chevalier, *n.* ẹlẹṣin.
Chew, *v.t. and i.* fi ehin run, ge-
   jẹ.
Chicken, Chick, *n.* ọmọ adiẹ.
Chickenpox, *n.* ọfa ṣọpanna.

Chide, *v.t. and i.* ba-wi.
Chief, *n.* olori ; olu, oloyè.
Chief Justice, *n.* olori onidajọ.
Chiefly, *adv.* pataki.
Chieftain, *n.* ijoye, olori.
Child, *n.* ọmọ, ewe.
Childbirth, *n.* ibimọ.
Childhood, *n.* igba ewe.
Childish, *adj.* bi ewe.
Childless, *adj.* lailọmọ.
Chill, *n.* otutu ti nmu ni gbọ̀n.
Chimes, *n.* iro awọn agogo.
Chimney, *n.* ihò ẽfin.
Chimpanzee, *n.* ọṣà.
Chin, *n.* ìgbọn, àgbọ̀n.
China, *n.* ohunelo ti a fi amọ ṣe.
Chink, *n.* iho lara ogiri.
Chip, *v.t.* ge si wẹwẹ, rẹ wini-
   wini.
Chirp, *v.t. and i.* ke bi ẹiyẹ.
Chisel, *n.* ohunelo irin mimu.
Chivalry, *n.* iwa rere, igboiya.
Chocolate, *n.* eso igi kokò ti a
   pese fun lilo.
Choice, *n.* yìyàn ; aṣayan.
Choir, Quire, *n.* ẹgbẹ akọrin.
Choke, *v.t. and i.* fun li ọrun.
Choler, *n.* ibinu, irunu.
Choose, Chose, *v.t. and i.* yàn ṣà.
Chop, *v.t. and i.* ke pópòpó.
Chopper, *n.* ãke.
Chord, *n.* okun duru.
Chorister, *n.* akọrin ile Ọlọrun.
Chorus, *n.* ọwọ olorin, ẹgbè-orin.
Chosen, *adj.* yiyàn, ṣiṣayan,
   aṣayan.
Christ, *n.* Kristi, Ẹni itororosi.
Christen, *v.t. and i.* sami fun li
   orukọ Kristi, sọ li orukọ.
Christendom, *n.* akopọ awọn ti
   o nsin Kristi.
Christian, *n.* ọmọ-ẹhin Kristi.
Christianity, *n.* isin Kristi.
Christianize, *v.t. and i.* sọ di
   ọmọ ẹhin Kristi.
Christmas, *n.* ọjọ ibi Kristi.
Chronic, *adj.* pipẹ titi.

Chronicle, n. iwe itan. v.t. kọ
iwe itan.
Chrysalis, n. kokoro ki i to di
labalaba.
Chuckle, v.i. rẹrin.
Chum, n. ẹnikeji, ọrẹ.
Chump, n. iti igi.
Church, n. ile Ọlọrun. v.t.
didupẹ lẹhin ibimọ.
Churchwarden, n. Iriju ilé Ọlọrun;
onitọju ilé Ọlọrun.
Churl, n. onrorò, omugọ.
Churlish, adj. ṣonrorò ; fifẹra.
Churn, n. ohun elo ti afi gun
wàra. v.t. and i. gun wara.
Cigar, n. tàbá ti a lọlu.
Cigarette, n. tábà ti a fi sinu iwe.
Cinder, n. ẽdu.
Cipher, Cypher, n. nkan ti kσ ni
lari. v.t. and i. kaye, ṣiro.
Circle, n. ayika, oruka. v.t.
and i. yi-ka.
Circuit, n. iyika.
Circulate, v.t. and i. tan-yika, mu
yi ka kiri.
Circulation, n. ipin yika.
Circumcise, v.t. kọ-nila abẹ. n.
ikọla.
Circumspect, adj. ẹọra, kiyesara.
Circumspection, n. iṣọra, iwoye.
Circumstance, n. ọran, ohun
ṣiṣẹ.
Circumstantial, adj. ni alabapade.
Cistern, n. apoti omi.
Citadel, n. ile odi.
Citizen, n. ara ilu, ọlọtọ, onilu.
City, n. ilunla.
Civic, adj. ti ilu.
Civil, adj. mọyi, moye.
Civilization, n. ilaju.
Civilize, v.t. kọ-lọgbọn, foyehan.
Civil War, n. ija-ilu, ija igboro.
Claim, n. ère, ibère ohun ti iṣe
tẹni. v.t. bère nkan ti iṣe
tẹni.
Claimant, n. ẹniti o pè nkan ni
tirẹ.

Clammy, adj. yiyọ, tutu.
Clamour, n. ariwo, igbe.
Clan, n. idilé, ẹya.
Clandestine, adj. nikọkọ, nipamọ.
Clank, Clang, n. iro ẹwọn.
Clap, n. iro atẹwọ. v.t. and i.
patẹwọ.
Clapper, n. õlu agogo.
Clarify, v.t. and i. sọdi mimọ.
Clarion, n. fere.
Clash, n. ariwo nla, ikọlura. v.t.
and i. kọ-lura.
Clasp, n. idimu, ikọ́. v.t. and i.
mu, kọ, fa-mọra.
Class, n. ẹgbẹ, ipade. v.t. tò
lẹsẹ.
Classify, v.t. tò lẹgbẹgba.
Clatter, n. ariwo.
Clause, n. gbolohun ọrọ kan.
Claw, n. ẽkan ẹsẹ ẹiyẹ tabi
ẹranko. v.t. yà li ekanna.
Clay, n. amọ.
Clean, adj. mọ́, aileri. v.t. wẹ-
mọ.
Cleanliness, n. imọ toto.
Cleanse, v.t. wẹ-mọ, sọdi-mimọ́.
Clear, adj. mọ toto, mọ́ju, dáṣa,
ailabukùn. v.t. mu-dán.
mu-kuro.
Clearance, n. imukuro.
Cleave, v.t. and i. là, pin ; lẹ̀mọ,
dàpọ.
Clemency, n. ãnu, iyọnu, inure.
Clergy, Clergyman, n. ẹgbẹ
awọn ojiṣẹ Ọlọrun, Alufa.
Clerical, adj. ti ojiṣẹ Ọlọrun, ti
Alufa.
Clerk, n. akọwe.
Clerkship, n. oye akọwe.
Clever, adj. gbọn, moye.
Cleverness, n. ọgbọn, oye.
Client, n. abẹwẹ alagbawi, ẹlẹjọ.
Cliff, n. bèbe okuta.
Climate, Clime, n. afẹfẹ ilẹ, tabi
ti ilu.
Climax, n. opin.
Climb, v.t. and i. gùn, goke.

Climber, n. ẹniti ngoke ; itakun.

Clinch, Clench, v.t. and i. di-mu ṣinṣin.

Cling, v.i. fa-mọ, rọmọ, somọ.

Clip, v.t. rẹ-kuru ; gba-mọ.

Clique, n. ẹgbẹ.

Cloak, n. agbada, aṣọ ilekè. v.t. and i. fi-pamọ.

Clock, n. agogo.

Clod, n. idi erupẹ ilẹ.

Clog, n. ohun idina.

Close, v.t. and i. se, tì, pádé. n. ipari. adj. nitori.

Closeness, n. itosi, sisunmọ.

Closet, n. yara ikọkọ.

Clot, n. iṣu, ẹjẹ didi.

Cloth, n. aṣọ wiwun, aṣọ ibora, aṣọ hihun.

Clothe, v.t. wọ-laṣọ.

Clothes, n. aṣọ wiwọ.

Clothing, n. ohun wiwọ.

Cloud, n. ikūkū, awọ sanma. v.t. and i. ṣokunkun, di-loju.

Clout, n. akisa ; ilù, inà.

Cloven, adj. lila, pin.

Club, n. igi nla, ọgọ ; ẹgbẹ. v.t. and i. dilupọ.

Clue, Clew, n. amọna.

Clumsy, adj. gọ̀.

Cluster, n. ìdì, ọpọlọpọ.

Clutch, v.t. and i. diwọ, dimu.

Coach, n. kẹkẹ.

Coadjutor, n. ẹgbẹ, alabaṣe, oluranlọwọ.

Coagulate, v.t. and i. ki, di.

Coal, n. ẹyin ina, ẽdu.

Coalesce, v.i. dàpọ, faramọ.

Coalescence, Coalition, n. idapọ, iṣọkan.

Coarse, adj. ṣaikuna, ṣalaigbọn, gọ̀, ṣákiṣàki.

Coast, n. agbegbe, eti okun.

Coastguard, n. oluṣọ etikun.

Coat, n. aṣọ ileke.

Coax, v.t. and i. kẹ, tàn, rọ̀, pọn.

Coaxer, n. ẹlẹtan, apọnni, pọnni-pọnni.

Cob, n. ori agbado kan.

Cobbler, n. oni-bata, aran-bata.

Cobweb, n. okùn alantakùn.

Cock, n. akukọ ; ikẹ-ìbọn. v.t. and i. kẹ́, fa-duro.

Cockatrice, n. ejo gunte.

Cock-crow, adv. li akukọ.

Cockroach, n. ãyán.

Cockscomb, Coxcomb, n. ogbe ori akukọ.

Cocoa, Cacao, n. kòkó.

Cocoanut, n. agbọn.

Cocoon, n. ewuruku.

Coddle, v.t. bọ̀.

Code, n. akojọ ofin.

Coequal, adj. ọgbọgba, iba-dọgba, ẹgbẹ.

Coerce, v.t. and i. ṣakoso, fagbara ṣe.

Coercion, n. akoso, ifagbara ṣe.

Coessential, adj. oniru aṣẹ kanna.

Coffer, n. apoti owo.

Coffin, n. posi.

Cogent, adj. ti agbara, daju-daju.

Cogitate, v.t. and i. ronu, ṣe aṣaro.

Cogitation, n. ironu, àṣaro.

Cognate, adj. batan.

Cognizance, n. imọ̀.

Cohabit, v.i. jumọ gbe pọ bi ọkọ ati aya ; ba sun.

Coheir, n. ajumọ se arole pọ.

Cohere, v.i. lẹmọ, rẹpọmọ.

Coherence, n. idapọ.

Coil, v.t. and i. ka-okùn. n. ika okun.

Coin, n. owo ṣile. v.t. rọ, humọ.

Coinage, n. irọwo.

Coincide, v.i. ṣe dẽdẽ, ba-mu.

Coincidence, n. iṣedẽdẽ.

Coition, n. idapọ.

Colander, n. kọnkọṣọ, aṣẹ.

Cold, adj. tutù. n. otutù.

Coldhearted, adj. ainifẹ́, aibikita.

Colic, n. inurirun.

Collapse, *v.i.* wo lulẹ, ṣe ailera.
n. iwolulẹ, ailera.

Collar, *n.* ẹka ọrùn, aṣọ ọrùn.

Collateral, *adj.* lẹgbẹkẹgbẹ.

Colleague, *n.* ẹgbẹ, alabaṣe, ọlẹgbẹ.

Collect, *n.* akojọpọ, adura kuku-ru. *v.t. and i.* ko-jọ, ṣajọ pọ.

Collection, *n.* ikojọpọ.

Collector, *n.* akojọpọ, olukojọ.

College, *n.* ile iwe giga.

Collide, *v.i.* kọlura.

Collier, *n.* a-wa-ẽdu.

Colliery, *n.* ibi ẹyin, koto ẽdu.

Collision, *n.* ikọlura, idugbolu.

Colloquy, *n.* ọrọ sisọ.

Colon, *n.* ifun nla ; ami ida-duro (:).

Colonel, *n.* ọgagun.

Colonise, *v.t. and i.* tẹ̀ ilu do.

Colony, *n.* ilu ti a tẹdo.

Colossal, *adj.* tobi pupọ, gborin.

Colour, *n.* awọ̀. *v.t. and i.* fi ọda si.

Colporteur, *n.* ẹniti ntà iwe kakiri.

Colt, *n.* agodongbo, ọmọ ẹṣin.

Column, *n.* ọwọ̀n, ila.

Comb, *n.* õya ; ogbe akukọ. *v.t. and i.* yà.

Combat, *n.* ìja, idelọna. *v.t. and i.* jà, de-lọnà.

Combatant, *n.* onijà.

Combination, *n.* ẹgbẹ, imọpọ, ikojọpọ.

Combine, *v.t. and i.* dà-pọ, rẹ́-pọ.

Combustible, *adj.* ti kò ṣoro jo.

Combustion, *n.* jijo ; irukerudo.

Come, Came, *v.i.* wá, sunmọdọ, de.

Comeliness, *n.* ẹwa, iwu, ẹwu.

Comely, *adj.* lẹwa, lẹwu.

Comet, *n.* irawọ oju ọrun ; irawọ oniru.

Comfort, *n.* itunu, itura, irora. *v.t.* tu-ninu ; rẹ̀, tu-lojuka.

Comfortable, *adj.* nirọra, nitunu.

Comfortless, *adj.* alainitunu, ala-inirọra.

Comic, *adj.* pa ni lẹrin.

Coming, *v.* mbọ̀wa, mbọ.

Comma, *n.* ami idaduro (,).

Command, *n.* aṣẹ, akoso, ijanu. *v.t. and i.* paṣẹ, ṣakoso, ko ni ijanu.

Commander, *n.* olori, alakoso.

Commandment, *n.* ofin, aṣẹ.

Commemorate, *v.t.* ṣe iranti.

Commemoration, *n.* iṣe iranti.

Commence, *v.t. and i.* bẹ̀rẹ, pilẹ̀ṣẹ.

Commencement, *n.* ibẹ̀rẹ, ipilẹ̀ṣẹ.

Commend, *v.t.* yin, kí ; fi le lọwọ.

Commendation, *n.* iyin.

Comment, *n.* iladi, itumọ̀. *v.i.* ladi, tumọ̀.

Commentary, *n.* iwe itumọ, iwe iladi.

Commentator, *n.* atumọ̀, aladi.

Commerce, *n.* iṣowo-owo. *v.i.* ṣe owo, ba-ṣepọ, ba-lopọ.

Commercial, *adj.* ti iṣe ti owo.

Commination, *n.* ìlọ̀, ibawi, ikilọ.

Commingle, *v.t. and i.* dàpọ, da-lu.

Commiserate, *v.t.* ṣanu fun.

Commiseration, *n.* iṣanu fun.

Commissary, *n.* ijoye kan.

Commission, *n.* aṣẹ, ififunni ; iṣẹ. *v.t.* ran, fi aṣẹ fun.

Commissioner, *n.* ẹniti a fun li aṣẹ.

Commit, *v.t.* fi le lọwọ, fun ṣọ.

Committee, *n.* ajọ ìgbimọ, ẹgbẹ.

Commodious, *adj.* rọrùn, dara, ni āye.

Commodity, *n.* ẹrù, ọja.

Commodore, *n.* oyè kan ni ọkọ̀.

Common, *adj.* wọpọ, bakanna, ti gbogbo enia.

Commonly, *adv.* nigbakugba, nigba gbogbo, lọpọlọpọ.

Common prayer, *n.* isin ijọ Kristi ; Iwe adura ajọgba.

Commonsense, n. ọgbọn, oye.
Commonwealth, n. ire awọn ara
ilu.
Commotion, n. irukerudo.
Commune, v.i. jumọ sọrọ.
Communicant, n. ẹniti njẹ ọnjẹ
alẹ Oluwa.
Communicate, v.t. and i. sọ-fun,
fi-han, fi-fun, jumọ baṣepọ.
Communication, n. ọrọ, ififun,
ikọwe.
Communion, n. idapọ, iṣọkan ;
gbigba onje alẹ Oluwa.
Community, n. ara ilu, ẹgbẹ.
Commute, v.t. parọ.
Compact, adj. lẹmọra, faramọra.
n. ipinnu, imulẹ.
Companion, n. ẹlẹgbẹ, ẹnikeji.
Company, n. ẹgbẹ, ajọ.
Compare, v.t. and i. fi-we, fi-wera.
Comparison, n. ifiwera.
Compartment, n. ipin, iyanipa,
iyalọtọ.
Compass, v.t. yi-ka. n. ayika,
obirikiti.
Compassion, n. ānu, iyọnu.
Compassionate, adj. tanu, ni-
yọnu.
Compatible, adj. yẹ, tọsi.
Compatriot, n. ara ilu kanna.
Compeer, v.t. ṣe ọgba. n. ẹgbẹ,
ọgba.
Compel, v.t. fi agbara mu.
Compensate, v.t. and i. san-fun,
sanpada.
Compensation, n. isanpada, ẹsan.
Compete, v.i. jadu, dù.
Competence, n. tito.
Competent, adj. tó.
Competition, n. ijadu, idije, ije.
Competitor, n. ajijadu, adije.
Compile, v.t. kọ-iwe.
Complacency, n. itẹlọrun.
Complacent, adj. nitẹlọrun.
Complain, v.i. fi-sun, ṣe-aroye.
Complainant,n. olufisun, alaroye.
Complaint, n. ẹjọ, ẹsun ; àrun.

Complete, adj. kun, pe. v.t. ṣe-
tan, pari.
Completion, n. ipari, ẹkún, ipé.
Complex, adj. ṣoro, diju.
Complexion, n. awọ oju.
Compliance, n. ijẹwọ, gbigba,
fifẹ.
Complicate, v.t. diju, lọlu.
Complication, n. idiju, ilọlu.
Compliment, n. ikini ibuyin.
v.t. ki, yin.
Comply, v.i. jẹ, fẹ, gba, fimọṣọ-
kan.
Comport, v.t. and i. huwa.
Compose, v.t. tojọ, ṣajọ ; mu-
farabalẹ, fọkanlelẹ.
Composer, n. olupilẹṣẹ iwe.
Compound, v.t. and i. da-lù,
dapọ mọra. n. idalu.
Comprehend, v.t. mọ, yé ; moye.
Comprehensible, adj. mimoye.
Comprehension, n. imoye.
Compress, v.t. fun ; gbamu.
Compression, n. ifunpọ, igbamu.
Comprise, v.t. ka-mọ, kà-kun.
Compromise, n. ilaja, adehùn.
v.t. and i. pari ija ; mu-rẹ.
Compulsion, n. ifagbara ṣe.
Compulsory, adj. pẹlu agbara.
Compunction, n. ironu, ikanu.
Computation, n. iṣiro, idiyele,
ika.
Compute, v.t. kà, ṣiro, diyele.
Comrade, n. ẹgbẹ, ẹnikeji.
Con, v.t. ṣe aṣaro, kọ sori.
Concave, adj. jinkoto.
Conceal, v.t. fi-pamọ, fi-sin.
Concealment, n. ifipamọ, ifisin.
Concede, v.t. gbà, jẹwọ, fi fun.
Conceit, n. gbọn loju ara rẹ̀.
Conceivable, adj. yiyeni.
Conceive, v.t. and i. loyun ; rò,
ṣebi.
Concentration, n. arojinlẹ, ifọ-
kansibikan.
Conception, n. oyún ; irò, iṣebi.

Concern, *n.* iṣe ; aniyan, ifiyesi. *v.t.* tọ́, kàn, ṣe.

Concerning, *prep.* nipa ti, niti.

Concert, *n.* ire orin, ifimọṣọkan.

Concertina, *n.* duru ọlọwọ.

Concession, *n.* ijọwọlọwọ, ififun.

Conciliate, *v.t.* tu-loju, la-nija, sọ di ọ̀rẹ́.

Conciliation, *n.* ilaja, ituloju.

Concise, *adj.* kuru.

Conclude, *v.t. and i.* ṣe pari, ṣetan, pinnu.

Conclusion, *n.* ipari, iṣetan, ipinnu.

Concoct, *v.t.* sè, mudẹ.

Concoction, *n.* ise, imudẹ.

Concord, *n.* irẹpọ.

Concordance, *n.* iwe aperẹ ifi-pòhan ni Ọrọ Ọlọrun.

Concourse, *n.* ajọ iwọjọpọ.

Concrete, *adj.* pataki.

Concubine, *n.* alè.

Concupiscence, *n.* ifẹkufẹ.

Concur, *v.i.* ṣọkan, ṣe dede, jumọ ṣe.

Concurrence, *n.* iṣọkan, iṣedede.

Concussion, *n.* ikọlu, ilu ohun meji pọ.

Condemn, *v.t.* da-lẹbi.

Condemnation, *n.* ẹbi, idalẹbi.

Condensation, *n.* kiki, rirogun, dídì.

Condense, *v.t. and i.* kí, rogun, dilu.

Condescend, *v.i.* rẹlẹ̀, rẹ ara rẹ̀ silẹ.

Condescension, *n.* irẹlẹ̀, irẹara-silẹ.

Condiment, *n.* nkan ti nmu onjẹ dùn.

Condition, *n.* iwa, ipo, iri.

Condole, *v.i.* ba-daro, ba-kẹdun.

Condolence, *n.* ibakẹdun, iba-ẹedaro.

Conduce, *v.i.* ran-lọwọ, fa.

Conduct, *n.* iwa, iṣe, ilo. *v.t.*

and *i.* fọnahan, sin, ṣe akoso.

Conductor, *n.* amọna, alakoso.

Confection, *n.* adidùn, akara didun.

Confectioner, *n.* aladidun, ala-kara.

Confederacy, *n.* ìdimọ, imulẹ, irẹpọ.

Confederate, *v.t. and i.* dimọ, mulẹ.

Confer, *v.t. and i.* fi-fun ; ba-sọrọ.

Conference, *n.* ijumọsọ, isọrọ, apejọ.

Confess, *v.t. and i.* jẹwọ.

Confession, *n.* ijẹwọ.

Confidant, *n.* ọrẹ-iyọrẹ, ẹni ti a gbẹkẹle, olõtọ.

Confide, *v.t. and i.* gbẹkẹle.

Confidence, *n.* igbẹkẹle, ilaiya.

Confident, *adj.* didaju, ko si ani-ani.

Confine, *n.* ipinlẹ, ála. *v.t. and i.* ha-mọ, tì-mọ ; ṣe akoso.

Confinement, *n.* ihamọ, itimọle.

Confirm, *v.t.* tẹnumọ ; fi ẹsẹ mulẹ, mu lọkan le, jẹwọ.

Confirmation, *n.* itẹnumọ, ifẹsẹ-mulẹ, ijẹwọ, imulọkanle.

Confiscate, *v.t.* bole, gbà.

Confiscation, *n.* ibole, gbigba.

Conflagration, *n.* jijo ina nla.

Conflict, *n.* ija, ikọlu, iwaya ija, odi si.

Confluence, *n.* ipade omi odo.

Conform, *v.t. and i.* ṣe dede, gbà, jọ, tẹriba fun.

Conformable, *adj.* fifarawe, jijẹ-wọ.

Conformation, *n.* ifarawe, jijọ, ibaṣedede.

Confound, *v.t.* da-ru, damu, dapọ.

Confraternity, *n.* ẹgbẹ.

Confront, *v.t.* kò-loju ; fi-ṣakawe.

Confuse, *v.t.* da-ru.

Confusion, *n.* rudurudu ; ailoju, idamu.

Confutation, *n.* iyipo, ijakoro, ibi-ṣubu.

Confute, *v.t.* yi-po, ja-nikoro, bi-ṣubu.

Congeal, *v.t. and i.* ki, di.

Congenial, *adj.* bibamu.

Congest, *v.t. and i.* ko-pọ, ko-jọ.

Congestion, *n.* ikojọpọ ẹjẹ, ikun deti.

Conglomeration, *n.* ikojọpọ nkan.

Congratulate, *v.t. and i.* ba-yọ yọ-fun, yin.

Congratulation, *n.* yiyọfun, bi-bayọ, iyin.

Congregate, *v.t. and i.* pejọpọ.

Congregation, *n.* ipejọ, apejọ, ijọ.

Congress, *n.* ajọ́, ipejọ.

Conical, *adj.* bi adodo.

Conjecture, *n.* irotẹle, isọtẹle.

Conjoin, *v.t. and i.* sopọ, ṣọkan.

Conjugal, *adj.* ti isoyigi, ti igbeyawo.

Conjunction, *n.* idapọ, ibapade.

Conjure, *v.t. and i.* fi-bura ; ṣe ifaiya, ṣe afọṣẹ.

Conjurer, *n.* alafọṣẹ.

Connect, *v.t. and i.* ba-tan, ba-dapọ, so-pọ.

Connection, *n.* isolupọ, ifarakọra, ibatan.

Connivance, *n.* imojukuro.

Connive, *v.i.* mojukuro.

Conquer, *v.t.* bori, ṣẹgun, ṣẹtẹ.

Conqueror, *n.* aṣẹgun, aṣẹtẹ̀.

Conquest, *n.* iṣẹgun, iṣẹtẹ.

Conscience, *n.* ẹri ọkan.

Conscientious, *adj.* dede, titọ, mimọ̀.

Conscious, *adj.* mimọ ninu.

Consecrate, *v.t.* ya-simimọ, ya-sọtọ.

Consecration, *n.* iyasaimimọ, iya-sọtọ.

Consecutive, *adj.* lẹsẹlẹsẹ.

Consent, *n.* ifohunṣọkan, igbà, ijẹwọ. *v.i.* jẹwọ gbà, fo-hunsi.

Consequence, *n.* aṣẹ, ijasi, idi, ipari.

Consider, *v.t. and i.* rò, wadi.

Considerate, *adj.* nironu.

Consideration, *n.* ifiyesi, iro, iyin.

Consign, *v.t.* ran-si, fi-lelọwọ.

Consignment, *n.* ifilelọwọ, ohun ti a ran sẹni.

Consist, *v.i.* ni, jẹ, wà.

Consistent, *adj.* duro, ki, dilu.

Consolation, *n.* itunu, irẹlekun iṣipẹfun.

Consolator, *n.* olutunu, arẹni-lẹkun.

Console, *v.t.* tu-ninu, gba-niya-nju.

Consolidate, *v.t. and i.* sọ di ọkan, sọ di lile.

Consolidation, *n.* isọdọkan, isọ-dilile.

Consort, *n.* ẹlẹgbẹ, ọkọ tabi aya. *v.t.* ba-kẹgbẹ, ba-mu.

Conspicuous, *adj.* han gbangba, farasin.

Conspiracy, *n.* ọtẹ.

Conspirator, *n.* ọlọtẹ.

Conspire, *v.t. and i.* ditẹ.

Constable, *n.* ọlọpa.

Constabulary, *n.* egbẹ ọlọpa.

Constancy, *n.* iduroṣinṣin.

Constant, *adj.* ti kò yipada, diduroṣinṣin.

Consternation, *n.* ipaiya, idamu.

Constipate, *v.t.* diju ọna, di-ninu.

Constipation, *n.* didi inu.

Constitution, *n.* ofin.

Constrain, *v.t.* fi agbara ṣe, rọ̀.

Constraint, *n.* agbara, ipa.

Construct, *v.t.* kọ́, ṣe, kàn.

Construction, *n.* kikọ́, siṣe kikan, iṣẹrγ.

Construe, *v.t. and i.* tumọ, ladi.

Consul, *n.* ajẹlẹ ọba.

Consulate, *n.* oye ajẹlẹ.

Consult, *v.t. and i.* bère, fi ọran lọ, wadi ọrọ, rò.
Consultation, *n.* ajumọsọrọ, ibe rè, ifọranlọ.
Consume, *v.t. and i.* rún, fi sofo; jona.
Consumer, *n.* afohun sofo, runni-runni.
Consummate, *v.t.* se pari, se pé.
Consummation, *n.* ipari, asetan.
Consumption, *n.* amodi aiya, ikọ fẽ.
Contact, *n.* ifarakanra, ipade.
Contagion, *n.* àrun ti nràn.
Contain, *v.t.* fi-pẹlu, gba-ainu. •
Contaminate, *v.t.* bà-jẹ́.
Contamination, *n.* ibajẹ.
Contemn, *v.t.* kẹgàn, gàn.
Contemplate, *v.t. and i.* se-asaro, ronu, wo.
Contemplation, *n.* ìro, asaro, wiwo.
Contemporary, *adj.* wà nigba kanna; ẹlẹgbẹ—ẹni.
Contempt, *n.* ẹgan, ìkẹgan.
Contemptible, *adj.* lẹgan, lai-nilari.
Contend, *v.t. and i.* jijadu, ja, ba-sọ.
Content, *adj.* nitẹlọrun. *n.* itẹ-lọrun, itó.
Contention, *n.* ija, asọ.
Contentious, *adj.* nija.
Contentment, *n.* itẹlọrun.
Contents, *n.* akopọ, eyiti o wà ninu.
Contest, *n.* ijà. *v.t. and i.* ja, jiyan.
Context, *n.* ọrọ pataki, iwọn pọ.
Continence, *n.* imaraduro, akoso iwa.
Continent, *n.* ipin ilẹ aiye, ilẹ nla laisi okun.
Contingent, *n.* nkan ti kò daju, nkan ti a kò ro tẹlẹ.
Continual, *adj.* pẹ titi, duro titi.
Continuation, *n.* ifapẹtiti, aiduro.

Continue, *v.t. and i.* duro pẹ, pẹ, mura si.
Contort, *v.t.* lọpọ.
Contortion, *n.* ilọpọ.
Contraband, *adj.* lodi si ofin.
Contract, *n.* ipinhun, adehun. *v.t. and i.* ke-kuru, dinku.
Contraction, *n.* ikekuru, isọki.
Contractor, *n.* ẹniti o se adehun isẹ alakekuru.
Contradict, *v.t.* ji-lẹsẹ, ja-nìyàn.
Contradiction, *n.* ijiyàn, ijilẹsẹ.
Contrariwise, *adv.* ni ilodisi.
Contrary, *adj.* lodì.
Contrast, *v.t. and i.* fi we ra.
Contribute, *v.t. and i.* dá, fi fun; ranlọwọ, na owo.
Contribution, *n.* idawo, iranlọwọ.
Contrite, *adj.* irọbinujẹ, ikànu.
Contrition, *n.* ikanu ẹsẹ, iro-nupiwada.
Contrivance, *n.* ẹrọ, ihumọ.
Contrive, *v.t.* sẹrọ, humọ.
Control, *n.* akoso, agbara iyanu.
Controller, Comptroller, *n.* ala-koso.
Controversy, *n.* aroye, asọ, iji-yan.
Conundrum, *n.* alọ.
Convalescence, *n.* bibọlọwọ arun, iwosan.
Convene, *v.t. and i.* pe apejọ.
Convenience, *n.* irọra, irọrun, anfani.
Convenient, *adj.* yẹ, rọrun, se-dede.
Convent, *n.* ibi ti awọn enia sa si kuro ninu aiye, lati fara wọn fun isin Ọlọrun.
Convention, *n.* ajọ, apejọ.
Conventional, *adj.* ti o jẹ asà.
Converge, *v.t. and i.* dari si ibi kan.
Conversation, *n.* òrọ sisọ.
Converse, *v.i.* sọrọ, ba-sọrọ. *n.* sisọ ọrọ.

Conversion, *n.* iyipada, iyi-lọkanpada.

Convert, *v.t.* yipada, yi lọkan pada. *n.* ẹniti a nyi lọkan pada.

Convey, *v.t.* mu-lọ, rù, fi-fun, rán.

Conveyance, *n.* ohun irẹrù.

Convict, *n.* ẹniti a dabẹbi tabi ti a da lẹjọ. *v.t.* da lẹbi, da lẹjọ.

Conviction, *n.* idalẹbi, idalejọ.

Convince, *v.t.* da ni loju, yi lọkan pada, fi oye ye.

Convivial, *adj.* ajumọ jẹyo.

Convocation, *n.* ipejọpọ.

Convoke, *v.t.* pe, apejọ.

Convolution, *n.* ikapọ.

Convoy, *n.* onitoju lọna.

Convulse, *v.t.* ṣe ipá, mu gbọnriri, mu gìri.

Convulsion, *n.* ipá, gìri.

Cony, Coney, *n.* ehoro.

Cook, *n.* alaaè. *v.t. and i.* se ọhun jijẹ.

Cookery, *n.* isase, ise onjẹ.

Cool, *adj.* tutu ; fẹri. *v.t. and i.* mu tutu ; mu fẹri.

Coop, *n.* ilé adiẹ.

Cooper, *n.* akàngbá.

Co-operate, *v.i.* ba ṣiṣẹ pọ, jumọse.

Co-operation, *n.* baṣepọ, aju-mọse.

Co-partner, *n.* alabaṣepọ.

Cope, *n.* ibora, ibori. *v.t. and i.* bá-dù, ṣodi si.

Copious, *adj.* pọ, pupọ.

Copper, *n.* bàbà, ikoko ti a fi bàbà rọ, owo.

Coppersmith, *n.* alagbẹdẹ bàbà.

Copulate, *v.i.* so-lu, dàpọ ṣọkan.

Copulation, *n.* isolù, ìdapọ, iṣọkan.

Copy, *n.* iwe kikọ, apẹrẹ, awo ran. *v.t. and i.* kọ awo-kọ.

Coral, *n.* iyùn.

Corban, *n.* ẹbun.

Cord, *n.* okun. *v.t.* fi okun di.

Cordial, *adj.* nitotọ, nifẹ.

Cordiality, *n.* ọrẹ, otitọ, ifẹ.

Core, *n.* inu ohunkohun.

Cork, *n.* edidi igo, idenu. *v.t.* di igo.

Corkscrew, *n.* iṣigo.

Cormorant, *n.* ẹiyẹ akọ.

Corn, *n.* ọka, agbado.

Corner, *n.* igun, ikọkọ.

Cornet, *n.* ohun elo orin.

Cornice, *n.* tente ogiri, tente ọwọn.

Coronation, *n.* ifi ọba joye, igba ade, igun ori itẹ.

Coronet, *n.* ade kekere ti awọn ọlọla.

Corporal, *n.* oye ninu awọn ologun. *adj.* ti ara.

Corporation, *n.* ajọ ilu.

Corps, *n.* ẹgbẹ ologun.

Corpse, *n.* oku enia.

Corpulence, *n.* isanra.

Correct, *v.t.* pé, tọ, ba-wi, jẹ-niyà. *adj.* titọ.

Correction, *n.* ibawi, itọ.

Correctly, *adv.* dede, pipé, lai-labukùn.

Correlate, *v.t. and i.* ba-tan.

Correspond, *v.i.* dahun, ṣe dede, kọwe si.

Correspondence, *n.* iṣedede, ikọ-we, ibarẹ.

Correspondent, *n.* akọwe.

Corridor, *n.* ọdẹdẹ.

Corroborate, *v.t.* ba ṣe dede, ṣọkan, mu daju.

Corroboration, *n.* ibaṣedede, ifẹṣẹmulẹ.

Corrode, *v.t. and i.* dógun, giri, ba-jẹ.

Corrosive, *adj.* ti o dógun.

Corrugate, *v.t. and i.* paporo, ká.

Corrupt, *v.t. and i.* bajẹ, rà, ṣe abẹtẹlẹ. *adj.* ibajẹ, rirà.

Corruption, *n.* ibajẹ, aìmọ, rirà.

Cosmetic, n. ikunra ti o tun ẹwà ṣe.

Cosmopolitan, n. olugbe aiye.

Cost, v.i. ná, jẹ́. n. iye, inawo.

Costive, adj. dídi inu, aigbọnṣẹ.

Costly, adj. ti o ni owo lori.

Costume, n. aṣọ wiwọ.

Cosy, adj. ti o nirọra.

Cot, n. abulẹ, ibusun ọmọde.

Cottage, n. ile ti o kere.

Cotton, n. owú.

Couch, n. ibusun, irọ̀gbọ̀ku. v.t. and i. dubulẹ, fara pamọ.

Cough, n. ikọ́. v.t. and i. wukọ.

Could, v.t. le.

Council, n. ajọ ìgbìmọ.

Councillor, n. ẹni igbimọ.

Counsel, n. ìmọran. v.t. gbà niyanju, dá mọran.

Counsellor, n. oludamọran.

Count, v.t. and i. kà, rò, ṣiro.

Countenance, n. ìwo, oju. v.t. ti-lẹhin, gbà-niyanju.

Counter, adv. lodisi. n. tabeli onisọwo.

Counteract, v.t. ṣe odi si.

Counterfeit, v.t. tan-jẹ. n. itanjẹ.

Counterfoil, n. apa keji iwe owo.

Countermand, v.t. pe aṣẹ pada.

Counterpane, n. aṣọ ibusun.

Countersign, v.t. kọ orukọ sisalẹ iwe.

Countess, n. ayá ijoye.

Countless, adj. ainiye.

Country, n. ilẹ, ilẹ ibi ẹni.

Countryman, n. ara ilu kanna.

Couple, n. meji, isopọ. v.t. and i. so ni yigi, di li awẹmeji.

Courage, n. ilaiya, ilọkan, igboju, igboiya.

Courageous, adj. laiya, nigboiya.

Courier, n. oriṣẹ, ẹniti nsare.

Course, n. ipa ọna. v.t. and i. tọna, lẹpa.

Court, n. ãfin, ilé ẹjọ.

Courteous, adj. ninurere, niyin.

Courtesy, n. ibúyin fun, ininurere.

Cousin, n. ọmọ ẹgbọn tabi aburo baba tabi iya.

Covenant, n. majẹmu. v.t. and i. da majẹmu, mulẹ.

Covenanter, n. onimajemu.

Cover, n. ãbo, ibora. v.t. bò, dé, dabobo.

Covering, n. aṣọ ibora.

Covert, n. àbo, aṣiri.

Covet, v.t. ṣe ojukokoro, ṣèlára.

Covetous, adj. lojukokoro, lọkanjuwa.

Covetousness, n. ojukokoro, ọkanjuwa.

Cow, n. abo malu. v.t. dẹruba.

Coward, n. ójó.

Cowardice, n. ójó, ni ilojo.

Cower, v.i. ṣojo.

Cowherd, n. oluṣọ malu.

Cowry, n. owo ẹyọ.

Coxcomb, n. aṣiwere, ẹni igberaga, òṣù ori, ogbe akukọ.

Coy, adj. nitiju.

Crab, n. akàn.

Crack, n. ìla, sisan. v.t. and i. fọ́, là, sán.

Crackle, v.i. ta pàpà.

Cradle, n. ibusun ọmọde, itẹ̀ ọmọtitun.

Craft, n. arekereke; iṣẹ.

Craftiness, n. ọgbọn arekereke.

Craftsman, n. oniṣọna.

Crafty, adj. lọgbọn arekereke.

Crag, n. pàlapála.

Cram, v.t. and i. kì, jẹ ajẹki, kún rekọja.

Cramp, n. pajapaja, isunrakì; ifunpọ, ifamọra. v.t. fun-pọ, famora pọ; ni pajapaja.

Crane, n. ẹrọ ti nkó ẹrù sinu ọkọ̀.

Cranium, n. agbari, egun agbari.

Crape, n. aṣọ fẹlẹfẹlẹ, aṣọ òfò.

Crash, v.t. and i. rọ́, ṣẹ́, ha, pariwo. n. ariwo, ṣíṣẹ.

D

Crass, adj. gò.
Crate, n. apoti igi.
Crave, v.t. and i. fi itara bèbe, fe pupo.
Craven, n. ojo.
Craving, n. ife inu.
Crawl, v.i. rákò, wó, fà.
Crayon, n. efun.
Craze, n. ibaje ori. v.t. fómu-dunmudun, ba lori je.
Crazy, adj. fifó, ęiwere.
Creak, n. iro.
Cream, n. ora wàra.
Creamy, adj. kun fun wàra.
Crease, n. àmi isepo tabi kiká.
Create, v.t. dá, şe, mu jade.
Creation, n. edá, işe.
Creator, n. Elęda.
Creature, n. edá.
Credence, n. igbagbo, igbekele, eri.
Credential, n. ami eri, ohun eri.
Credible, adj. ye ni igbagbo.
Credit, n. igbagbo, ola, iwa rere ; awin.
Creditor, n. oluwinni, eniti a je lowo.
Creed, n. ijewo igbagbo, igbagbo.
Creek, n. itó odò.
Creep, v.i. rákò.
Creeper, n. itàkùn ti nfa sara nkan.
Cremation, n. sisun oku.
Crescent, n. osupa ti ko iti yo tan.
Crest, n. iye eiye, şonşo.
Crestfallen, adj. telogo, fajuro.
Crevice, Crevasse, n. ilà, isán.
Crew, n. egbe awon atukò.
Crib, n. ibuje eran. v.t. se mo, ji.
Cricket, n. irè, antete.
Crier, n. akede.
Crime, n. eşe, riru ofin.
Criminal, n. arufin, eleşe.
Criminate, v.t. ka eşe si lorun.

Crimination, n. esan eşe, ika oran si.
Crimson, n. àwó pupa dède.
Cringe, v.i. teriba, sajèje. n. iteriba.
Cripple, n. aro. v.t. so di aro.
Crisis, n. opin, kongbari.
Crisp, adj. run wēre.
Criterion, n. ami ti a fi nmo nkan, ofin.
Critic, n. eniti o mo diyele, nkan eniti nwadi nkan.
Criticise, v.t. şe iwadi, di-yele, gàn, şe akiyesi.
Criticism, n. işe idajo, wiwadi.
Croak, n. igbé opòló. v.t. and i. ke bi opòló.
Crockery, Crock, n. ohun elo amo.
Crocodile, n. oni.
Crook, n. opa wiwo, titè.
Crop, n. eso oko ; apo onje eiye. v.t. and i. ke kuru ; re mole.
Cross, n. agbelebu, ìya.
Crossbow, n. orun, akatampo.
Cross-eyed, adj. oloju-didà.
Croton, n. eso botuje.
Crouch, v.i. teriba fun, ro keke fun, bère.
Croup, n. èfù.
Crow, n. kannakanna. v.i. ko bi akuko.
Crowd, n. opo enia, ikojopo. v.t. and i. kì, po, funpo.
Crown, n. ade, fila oba, owo fadaka kan 5/-
Crown, v.t. de li ade.
Crucible, n. ikòkò.
Crucifix, n. ere Jesu lori agbelebu
Crucifixion, n. iya ikanmo agbe-lebu.
Crucify, v.t. kan mo agbelebu.
Crude, adj. laipon, laide.
Cruel, adj. nìka, aişenia.
Cruelty, n. ikà.
Cruise, v.i. wiwako kiri loju omi.
Crumb, n. ērun.

Crumble, v.t. and i. fọ si wẹwẹ.

Crusade, n. ogun ti awọn oni-
gbagbọ ja lati gba ilu mimọ
wọn lọwọ awọn Imale.

Cruse, n. kolobo.

Crush, v.t. and i. rún, tẹ rẹ́.
n. itẹ̀rẹ́, ifunpa.

Crust, n. ẽpa àkara, ẽpa iṣu.

Crusty, adj. lẽpa.

Crutch, n. ọpa arọ.

Cry, n. igbe, ẹ́kun. v.t. and i.
kepè, kigbe, sọkun, kede.

Crystal, n. okuta mimọ gara.

Cub, n. ọmọ ẹran abekanna.

Cubit, n. igbọnwọ kan.

Cucumber, n. apálá.

Cud, n. apọjẹ.

Cuddle, v.t. and i. gba-mọra.

Cudgel, n. ogbó, ọpa ti o wuwo.

Cuff, n. ẹ̀ṣẹ́ lilu, ẹ̀ṣẹ́, ọrun ọwọ
aṣọ. v.t. lu lẹ̀ṣẹ́.

Culminate, v.i.de oke, de ogogoro.

Culmination, n. ide ogogoro.

Culpable, adj. nibawi, lẹṣẹ.

Culprit, n. ẹlẹṣẹ, eni ibawi.

Cultivate, v.t. ro, tọ́.

Cultivation, n. iro, itọ́.

Culture, n. riroko, oju lilà.

Cumber, v.t. ha, gba layè, gba
lasan, yọ-lẹnu.

Cumbersome, n. niyọnu, ni idi-
lọwọ, lailoju, wuwo.

Cumulate, v.t. and i. kojọ-pọ.

Cunning, adj. gbọn, moye;
arekereke.

Cup, n. ago. v.t. fa ẹjẹ lara.

Cupbearer, n. agbọti ọba.

Cupboard, n. pẹpẹ, ibiti a le ko
ohun si.

Cupidity, n. ifẹ ilara, ọkanjuwa.

Cur, n. aja ainilari.

Curable, adj. titan, wiwotan.

Curate, n. ojiṣe Ọlọrun, alufa.

Curative, adj. imunilarada.

Curb, v.t. ko ni ijanu. n. ijanu.

Curd, n. warakaṣi.

Curdle, v.t. and i. dì, ki.

Cure, v.t. and i. wosan, ṣawotan,
mularada. n. iwosan, imula-
rada, awotan.

Curiosity, n. awari, iridi; ohun
iyanu.

Curious, adj. lawari; ọwọn,
iyalẹnu.

Curl, n. ikakò, irun kikako.
v.t. and i. ka-ko.

Currency, n. owo niná.

Current, adj. ti a ntankakẹ̀.

Currier, n. alawọ, arunwọ.

Curry, v.t. rún-awọ, dan-awọ nu
ara ẹẹin.

Curse, v.t. and i. fi-bu, fi-re,
gegun. n. ifibu, egun.

Cursory, adj. ti a ko wo rere.

Curtail, v.t. ke-kuru, dinku.

Curtain, n. aṣọ tita, aṣọ ikele.

Curvature, n. titẹ̀.

Curve, v.t. and i. tẹ kọrọdọ.
n. ohun ti a tẹ.

Cushion, n. timtim, iròri.

Custody, n. ihamọ, iṣọ, ide.

Custom, n. àṣà, iṣe, iwa, ilọ;
owo ode.

Customary, adj. gẹgẹ bi iṣe.

Customer, n. onibárà.

Custom-house, n. ilé-bode.

Cut, v.t. and i. gé, ké, ṣa. n.
ọgbẹ.

Cutlass, n. àdá.

Cutler, n. alagbẹdẹ ọbẹ.

Cycle, n. ayika, obirikiti.

Cymbal, n. ohun elo orin.

Cynic, n. onikanra, onroro.

D.

Dab, v.t. lù jẹjẹ. n. lilu jẹjẹ.

Dabble, v.t. and i. fi omi ṣire.

Dagger, n. ọbẹ olojumeji, idà
kukuru.

Daily, adv. lojojumọ.

Dainty, adj. didun, dara, ẹlẹgẹ.

Dairy, n. ibi ifunwara.

Dairy-maid, n. obinrin ti nfun wara.

Dale, n. afo, giri oke, afonifoji.

Dally, v.t. and i. fi akoko ṣofo.

Dam, n. iya ẹran, sise ọna omi, dari omi ṣiṣàn.

Damage, n. ofo, ibajẹ, adanu, ifarapa. v.t. pa-lara, ba-jẹ.

Damask, n. aṣọ, ṣẹdà alarabara.

Dame, n. iyalode, obinrin.

Damn, v.t. and i. fi-gegun, fi-re.

Damnation, n. ẹbi ainipẹkun, iya ainipekun lọrun apadi.

Damp, n. ririn, otutu, ikuku. v.t. and i. mo-tutu, rè-silẹ.

Damsel, n. ọmọbinrin, ọmọdan, wundia.

Dance, n. ijó. v.i. jó.

Dancer, n. onijo, alajota.

Dandle, v.t. gbe ọmọ ṣire.

Dandriff, Dandruff, n. ẽpa ori, ẽri ori.

Dandy, n. oge.

Danger, n. ewu.

Dangerous, adj. lewu.

Dangle, v.t. and i. fi.

Dank, adj. igbo biribiri ti o nmu ni lotutu.

Dapper, adj. yara, ṣe afinju.

Dare, v.t. gbọdọ, daṣà.

Daring, adj. laiya, nigboiya.

Dark, adj. ṣú, ṣokunkun ; ṣoro mọ, aimoye.

Darken, v.t. and i. ṣu okunkun, ṣe aimoye.

Darkness, n. okunkun, aimoye.

Darling, n. olufẹ́.

Darn, v.t. riran aṣọ, tun ohun ti o faya ṣe.

Dart, n. ọkọ̀, akasi. v.t. and i. ṣọlọ́kọ̀, sure lojiji.

Dash, v.t. and i. fọ, kọlu. n. ifọ, ikọlu.

Dastard, n. ojo.

Date, n. ọjọ ti ohun kan ṣe. v.t. and i. fi ọjọ si.

Daub, v.t. and i. rẹ́, ṣán.

Daughter, n. ọmọbirin.

Daunt, v.t. fo-laiya, da-lamu.

Dauntless, adj. laifoiya, laibẹru.

Dawn, n. afẹmọjumọ. v.i. mọlẹ̀.

Day, n. ọjọ.

Daybreak, n. afẹmọjumọ.

Daylight, n. imọlẹ ọsan.

Daystar, n. irawọ owurọ.

Daytime, n. ọsan.

Daze, v.t. pa niyè, dalamu.

Dazzle, v.t. dan manràn.

Deacon, n. oye kan ninu ijọ.

Deaconess, n. oye obirin ninu ijọ.

Dead, adj. kú, lailẹmi.

Deadly, adj. ti nmu iku bani.

Deaf, adj. diti.

Deafen, v.t. di leti.

Deafness, n. iditi.

Deal, v.t. and i. pin fun oluku-luku, ba-ṣowo. n. pupọ, ipin, igi.

Dealer, n. oniṣowo.

Dealing, n. ibalò, ibaṣowo.

Dean, n. alufa ninu ilé Ọlọrun giga.

Dear, adj. olufẹ́ ; ṣọwọn, ọwọn.

Dearth, n. ọda, ìyan.

Death, n. iku.

Death-bed, n. ibulẹ iku, oju iku.

Death-blow, n. lilu ti o lè pàni.

Deathless, adj. aikú, ti kò kú lai.

Death-like, adj. bi ti iku.

Death-rate, n. iye awọn ti o kú ni ilu kan.

Death-throe, n. irora ikú.

Death-warrant, n. aṣẹ lati pa ẹniti o jẹbi iku.

Debar, v.t. da duro, dè lọna.

Debase, v.t. ṣe aiyederu, ṣabula.

Debasement, n. lṣabula, iṣe aiyederu.

Debate, n. ijiyan, aṣọ.

Debauch, v.t. ba-jẹ, fa sinu ẹṣẹ. n. ibajẹ.

Debauchery, *n.* ibajẹ, imọtipara, iwa ifẹkuke.

Debenture, *n.* iwe igbese.

Debilitate, *v.t.* sọdi alailera, din agbara kù.

Debility, *n.* ailera, ainokun.

Debit, *v.t.* kọ gbese sinu iwe.

Debris, *n.* panti.

Debt, *n.* gbese.

Debtor, *n.* ajigbese.

Decade, *n.* mẹwa, ọdun mẹwa.

Decalogue, *n.* ofin mẹwa.

Decamp, *v.i.* lọ nikọkọ, ṣibudo.

Decampment, *n.* iṣinibudo.

Decapitate, *v.t.* bẹ-lori.

Decay, *n.* ibajẹ, rirà. *v.t. and i.* ba-jẹ, rà.

Decease, *n.* ikú.

Deceit, *n.* ẹtan; irẹjẹ.

Deceitful, *adj.* lẹtan, nirẹjẹ.

Deceive, *v.t. and i.* tan-jẹ, ṣi lọna.

Deceiver, *n.* ẹlẹtan.

December, *n.* ọsu kejila ọdun.

Decency, *n.* iwa yiyẹ, titọ́.

Decent, *adj.* yẹ, tọ.

Deception, *n.* ẹtan, èrú.

Deceptive, *adj.* lerú.

Decern, *v.t. and i.* mọ iyatọ yanju.

Decide, *v.t. and i.* pinnu, pari rẹ̀, fi igba si.

Deciduous, *adj.* ti nwọwe lọdọ-dun.

Decipher, *v.t.* lile ka iwe ti kò yanju.

Decision, *n.* ipinnu.

Decisive, *adj.* nipinnu.

Deck, *v.t.* ṣe-lọṣọ. *n.* itẹ-apako ọkọ̀.

Declaration, *n.* iwi, iṣọ, itẹnumọ.

Declare, *v.t. and i.* wi, ṣọ, tẹnumọ.

Declension, *n.* ifasẹhin, irẹhin, ibajẹ.

Decline, *v.t. and i.* yà, tẹ́, kọ.

Declivity, *n.* gẹrẹgẹrẹ, gẹrẹgẹrẹ oke.

Decoct, *v.t.* bọ̀, bọ̀ wọwọ, sè lagbo.

Decoction, *n.* ibọ̀, ibọ̀wọwọ, agbo sise.

Decompose, *v.t. and i.* bajẹ, pin si wẹwẹ.

Decorate, *v.t.* ṣe lọṣọ, wọ̀.

Decoration, *n.* ọṣọ, iwẹ.

Decorous, *adj.* yẹ niwa.

Decoy, *v.t.* tàn, dẹ́. *n.* ẹtan, idẹ́.

Decrease, *v.t. and i.* dinkù, fa-sẹhin. *n.* idinkù, ifasẹhin.

Decree, *v.t.* pinnu, paṣẹ, ṣe ofin. *n.* ofin ipinnu.

Decrepit, *adj.* gbo tan, nro.

Decrepitude, *n.* ailera, ogbó.

Dedicate, *v.t.* ya-si, fi-sọtọ.

Dedication, *n.* iyasi, ifisọtọ.

Deduce, Educe, *v.t.* fa-jade, yọ-jade.

Deduction, *n.* imukurò, iyọkurò.

Deed, *n.* iṣe, ilò.

Deem, *v.t.* rò, kà.

Deep, *adj.* jijin, jinlẹ.

Deeply, *adv.* nijijinlẹ.

Deer, *n.* àgbọnrin.

Deface, *v.t.* pa-rẹ́, ba-jẹ.

Defacement, *n.* iparẹ́, ibajẹ.

Defalcation, *n.* jijiwo pamọ.

Defamation, *n.* dulumọ̀, iba orukọ jẹ, ijẹrieke.

Defame, *v.t.* ba orukọ jẹ, gbadu-lumọ, jẹri eke si.

Default, *n.* abukùn.

Defeat, *n.* ibiṣubu, iparun. *v.t.* bi-ṣubu, pa-run.

Defect, *n.* abukùn.

Defence, *n.* ābo, asà.

Defenceless, *adj.* alaini ābo.

Defend, *v.t. and i.* dabòbò, ṣe odi fun.

Defendant, *n.* ẹniti a pe li ẹjọ.

Defender, *n.* alábo.

Defer, *v.t. and i.* da-duro, fa-sẹhin; fifalẹ̀.

Deference, n. iyìn, ọ̀wọ, iforibalẹ.
Defiance, n. ifòlẹiyẹ, ipenija.
Deficiency, n. abukùn, aipé.
Deficient, adj. laipé, labukùn.
Defile, v.t. and i. ba-jẹ, sọ di
aimọ́, tẹ-logo. n. afoni
foji hiha.
Defilement, n. ibajẹ, isọdi ẹ̀ri.
Define, v.t. sọ asọye, tumọ.
Definite, adj. daju, ti o yanju.
Definition, n. itumọ.
Deflect, v.t. and i. yi si apakan.
Deform, v.t. ṣe labukùn.
Deformity, n. àbukun.
Defraud, v.t. rẹ-jẹ.
Defray, v.t. san gbese, ṣe inawo.
Deft, adj. ọlọgbọn.
Defunct, adj. okú.
Defy, v.t. fo-lẹiyẹ.
Degenerate, v.i. bajẹ, fa-sẹhin.
Degeneration, n. ibajẹ, ifasẹhin.
Degrade, v.t. and i. rẹ̀-silẹ.
Degradation, n. irẹ̀silẹ.
Degree, n. iwọn, ipo, oye.
Deify, v.t. sọ di oriṣa, bọ.
Deign, v.t. rẹ̀ silẹ.
Deity, n. iwa Ọlọrun.
Deject, v.t. ba ninujẹ, mu irẹwẹsi
ba.
Dejection, n. ibanujẹ, irẹwẹsi.
Delay, v.t. and i. duro, da-duro.
Delectable, adj. daradara, ni ayọ.
Delectation, n. inudidun, ayọ.
Delegate, n. ikọ̀.
Deleterious, adj. li ewu, niparun.
Deliberate, v.t. and i. rò,
gbimọ, ṣe aṣaro.
Deliberation, n. iro, iṣaro, iwolẹ̀.
Delicacy, n. adidun, idara, ẹlẹgẹ́.
Delicate, adj. ṣẹlẹgẹ́, dara.
Delicious, adj. dùn.
Delight, n. ayọ, inudidun. v.t.
and i. dunmọ.
Delightful, adj. didùn.
Delineate, v.t. ṣe aworan.
Delinquency, n. àbukun ni iṣe,
ẹ̀ṣẹ.

Delinquent, n. ẹlẹ̀ṣẹ, àlabukùn.
Delirious, adj. ori bi bajẹ.
Delirium, n. arán, ṣiṣe irànràn.
Deliver, v.t. gbà, jọ-lọwọ, gba-
silẹ.
Deliverance, n. igbalà, ibọlọwọ,
ijọlọwọ.
Deliverer, n. olugbala.
Delivery, n. ibọlọwọ, ibimọ.
Dell, n. afonifoji.
Delude, v.t. tàn.
Deluge, n. ikúnomi. v.t. fi omi
kun.
Delusion, n. ìtanjẹ.
Delusive, adj. nitanjẹ.
Delve, v.t. and i. wa ilẹ.
Demagogue, n. amọna, ọlọrọ
lẹnu.
Demand, v.t. bèrè; fi agbara
berè.
Demarcation, Demarkation, n.
ālà.
Demean, v.t. huwa, lò.
Demeanour, n. iwa, ilò.
Demented, adj. ṣiwere.
Demijohn, n. ṣago.
Democracy, n. ijọba nibiti agbara
wà lọwọ awọn enia.
Democrat, n. ẹniti kò fẹ́ ọba.
Demolish, v.t. run, bajẹ, fọ.
Demolition, n. ibajẹ, rirun, ifọ.
Demon, n. eṣu, iwin.
Demoniac, n. ẹlẹmi eṣu.
Demonstrate, v.t. and i. fi-han,
fi-ladi.
Demonstration, n. ifihan, iladi.
Demoralise, v.t. ba iwa jẹ.
Demur, v.i. ṣiye meji, ṣe aniani.
Demure, adj. igbàlẹrọ̀, ailápọn.
Den, n. iho.
Denial, n. sisẹ, didu, kikọ.
Denominate, v.t. sọ lorukọ, pè.
Denomination, n. isọ lorukọ,
ẹgbẹ.
Denotation, n. ikiye si, isami si.
Denote, v.t. sami si, tọka si.
Denounce, v.t. kilọ, jẹri si.

Denouncement, *n.* ikìlọ.
Dense, *adj.* ki, nipọn.
Density, *n.* kiki, sisumọra.
Dent, *n.* ihò. *v.t.* tè sinu.
Dentist, *n.* ẹniti nwo ehin, onisegun ehin.
Denunciation, *n.* ikìlọ nigbangba.
Deny, *v.t.* dù, sẹ́, kọ̀ fun.
Depart, *v.t. and i.* lọ kurò, ku.
Department, *n.* apá, isọ̀, sakani.
Departure, *n.* llọ kuro ; iku.
Depend, *v.i.* gbẹkẹle, gbarale, gbiyele.
Dependence, *n.* igbarale, igbẹ kẹle.
Dependant, *n.* ibatan.
Depict, *v.t.* sẹ apejuwe.
Deplete, *v.t.* dinkù.
Depletion, *n.* didinku.
Deplorable, *adj.* didárò ẹni, kikãnu ẹni.
Deplore, *v.t.* kãnu, sọkun, darò.
Depopulate, *v.t. and i.* tuka, sọ di ahoro.
Depopulation, *n.* ituka, isọdi-ahoro.
Deport, *v.t.* le kuro nì ilu, huwa, lò.
Deportment, *n.* iwa, ilo si.
Depose, *v.t.* mu kuro nipo, bọ-lòyè, rojọ.
Deposit, *v.t.* fi-dogo, fi-sura.
Deposit, *n.* ohun idogo.
Depot, *n.* ile isura, ibi ipamọ.
Deprave, *v.t.* ba-jẹ, sọ di buburu.
Depravity, *n.* ibajẹ, iwa buburu.
Deprecate, *v.t. and i.* gbadura ki a bọ lọwọ ibi.
Deprecation, *n.* adura si iwa ibi.
Depreciate, *v.t.* bu owo kùn, sabukùn.
Depredate, *v.t.* jale, bajẹ, kolọ.
Depredation, *n.* ijale, ibajẹ, ikolọ.
Depress, *v.t.* rẹ̀-silẹ, mu-kãnu.
Depression, *n.* irẹ̀silẹ, irẹwẹsi.
Deprivation, *n.* igbakuro, irọloye.
Deprive, *v.t.* gba-lọwọ.

Depth, *n.* jijin, ijinlẹ.
Deputation, *n.* ikọ̀, ojisẹ.
Depute, *v.t.* yàn sẹ ikọ̀, fi asẹ fun.
Deputy, *n.* ijoye ọba, asẹledeni, asọjuẹni.
Derange, *v.t.* sẹ darudapọ.
Derangement, *n.* idarudapọ.
Deride, *v.t.* fi rẹrin, yọ suti si.
Derision, *n.* iyọsuti si, irẹrin.
Derivation, *n.* itọsẹ, ipilẹsẹ.
Derive, *v.t. and i.* tọsẹ.
Derogate, *v.i.* dinkù, sàbukun.
Derogation, *n.* idinkù, lsabukun.
Descend, *v.t. and i.* sọkalẹ.
Descendant, *n.* ọmọ, atẹle.
Descent, *n.* gẹrẹgẹrẹ oke, isọ-kalẹ ; ipilẹ itan.
Describe, *v.t.* fi ọrọ sapẹrẹ.
Description, *n.* apẹrẹ, isapẹrẹ.
Descry, *v.t.* ri lokere.
Desecrate, *v.t.* ba ohun mimọ́ jẹ.
Desecration, *n.* ilo ohun mimọ laiyẹ.
Desert, *n.* aginju, asalẹ̀. *v.t. and i.* kọ-silẹ, fi-silẹ.
Desertion, *n.* ikọsilẹ.
Deserve, *v.t. and i.* yẹ, tọ si.
Deservedly, *adv.* niyiyẹ.
Design, *n.* iro, imọ, apẹrẹ. *v.t. and i.* ro, sẹ apẹrẹ.
Designate, *v.t.* pè lorukọ, sami si.
Designation, *n.* ifihan nipa ami, ipè lorukọ.
Desirable, *adj.* yẹ ni fifẹ.
Desire, *n.* ifẹ́, iwu. *v.t.* fẹ́, bère.
Desist, *v.i.* siwọ, mu ọwọ duro.
Desk, *n.* apoti iwe ibiti a nkọwe.
Desolate, *v.t.* sọ di ahoro.
Desolation, *n.* isọdahoro.
Despair, *n.* ainireti, ailabá.
Despatch, Dispatch, *v.t. and i.* ran lọ kiakia ; paku. *n.* iyara, iranlọ.
Desperate, *adj.* lainireti, laidaba.
Desperation, *n.* ainireti, ainani ewu.

Despicable, *adj.* lẹgan, lainilari.

Despise, *v.t.* kẹgàn.

Despite, *n.* arankan, aikasi, ibinu.

Despoil, *v.t.* ko li ẹrù, ja li ole.

Despond, *v.i.* sọ ireti nu, wà lainireti.

Despondency, *n.* ìwa ainireti.

Despot, *n.* alagbara, onrorò.

Despotism, *n.* iwa agbara, irorò.

Dessert, *n.* eso, ajẹkẹhin onje.

Destination, *n.* ibi ṭi a nlọ.

Destine, *v.t.* pinnu, kadara.

Destiny, *n.* opin nkan tabi ẹnikan.

Destitute, *adj.* laini, kikọsilẹ.

Destitution, *n.* ọsi, aini.

Destroy, *v.t.* parun, rún.

Destroyer, *n.* apani, arúnni.

Destruction, *n.* iparun.

Destructive, *adj.* ti imu ibajẹ wá, ti imu iparun wa.

Detach, *v.t.* yà, ya sọtọ.

Detachment, *n.* ẹgbẹ ayàsọtọ.

Detail, *n.* riro lọkọkan. *v.t.* rò kinikini.

Detain, *v.t.* da-duro.

Detect, *v.t.* rẹ́, wa ri.

Detection, *n.* iwa ri, ihù silẹ, fihàn.

Detective, *n.* ọlọpa-inu.

Detention, *n.* idani duro.

Deter, *v.t.* daiyafò.

Deteriorate, *v.t. and i.* ba-jẹ, mu ki o buru si i.

Deterioration, *n.* isọ ohun di buburu ju.

Determination, *n.* ipinnu.

Determine, *v.t. and i.* pinnu.

Detest, *v.t.* korira.

Detestation, *n.* irira.

Dethrone, *v.t.* bọ lóyè, le kuro nitẹ.

Detract, *v.t. and i.* dinku.

Detriment, *n.* òfò, ibajẹ, ipalara.

Detrimental, *adj.* nipalara, ibajẹ.

Devastate, *v.t.* parun, mu ṣofo.

Devastation, *n.* òfò, iparun.

Develop, *v.t. and i.* tu-silẹ, mu dagba.

Development, *n.* ìdagba, ìhu.

Deviate, *v.i.* yàna, yapa, ṣina.

Deviation, *n.* iyà kuro lọna, ìṣina.

Device, *n.* imọ iṣe, ẹrọ, ọgbọn.

Devil, *n.* eṣu.

Devil-worship, *n.* isin eṣu.

Devise, *v.t.* ṣẹrọ, gbìmọ, humọ.

Devoid, *adj.* alaini.

Devolve, *v.t. and i.* kàn, tori.

Devote, *v.t. and i.* ya-sọtọ, ya si mimọ, fi peri.

Devotee, *n.* ẹniti o ni itara ni isin, olufọkansin.

Devotion, *n.* ifokansin:

Devour, *v.t.* jẹrun, fi iwọra jẹ.

Devout, *adj.* nifọkansin.

Dew, *n.* ìri.

Dexterity, *n.* ọgbọn, oye, imọ.

Dexterous, *adj.* lọgbọn, yara, yáwọ.

Diabetes, *n.* atọgbẹ.

Diabolical, *adj.* ti eṣu.

Diadem, *n.* ade.

Diagnosis, *n.* imọ aisan.

Diagram, *n.* aworan.

Dial, *n.* ohun elo ti a fi nfi ojiji òrùn mọ akoko, oju agogo.

Dialect, *n.* ède, oriṣi iyatọ ninu ède kanna.

Dialogue, *n.* ọrọ larin enia meji.

Diamond, *n.* okuta oniyebiye ju.

Diaphragm, *n.* ala ipinya aiya ati ikun.

Diarrhœa, *n.* ṣiṣunu.

Diary, *n.* iwe ohun ti a ṣe lojo-jumọ.

Dictate, *v.t. and i.* sọ, paṣe, pe fun lati kọ́.

Dictation, *n.* apèkọ.

Dictator, *n.* ẹniti o ni agbara aṣẹ.

Diction, *n.* lilo ède.

Dictionary, *n.* iwe aṣajọ ọrọ, iwe ti o sọ itumọ ọrọ.

Die, *v.i.* kú, fi ẹmi silẹ, ṣe alaisi.

Diet, *n.* onjẹ. *v.t.* fun lonjẹ.

Differ, *v.i.* yàtọ, jiyan si.

Difference, *n.* iyatò, ijiyan.

Different, *adj.* yatọ.

Difficult, *adj.* ṣoro, le, nira.

Difficulty, *n.* iṣoro, iyọnu.

Diffidence, *n.* ibẹru, aigbẹkẹle ara rẹ̀.

Diffuse, *v.t. and i.* tàn kalẹ, tu jade.

Diffusion, *n.* itusode, itankalẹ.

Dig, *v.t. and i.* walẹ.

Digest, *v.t. and i.* nrun onjẹ ninu, dà onjẹ; to lẹsẹsẹ.

Digestion, *n.* didà onjẹ; tito nkan lẹsẹsẹ.

Digger, *n.* ọkọ, ohun ti a fi nwalẹ.

Dignify, *v.t.* bu ọla fun, buyin fun.

Dignitary, *n.* oloyè, ọlọla.

Dignity, *n.* ọla, ìyin, ipo ọla.

Digress, *v.i.* yà kuro loju ọna, yapa.

Digression, *n.* iyà kuro loju ọna, iyapa.

Dike, Dyke, *n.* ihò, bèbe.

Dilapidate, *v.t. and i.* bajẹ, sọdi ahoro.

Dilapidation, *n.* iparun, idahoro.

Dilate, *v.t. and i.* wú; fa ọrọ gùn, ròbẹrẹ.

Dilation, *n.* riròbẹrẹ ifa lọ titi.

Dilatory, *adj.* aibikita, " foni-doni fọladọla."

Dilemma, *n.* iṣoro ni yiyan.

Diligence, *n.* ăpọn, aisimi.

Diligent, *adj.* laisimi, ăpọn.

Dilute, *v.t.* fi omi po, bu omi là.

Dilution, *n.* ìbulà, imuṣan.

Dim, *adj.* ṣuju, ṣe baibai.

Dimension, *n.* titobi, ìna, ibù.

Diminish, *v.t. and i.* dinkù, fà-sẹhin.

Diminution, *n.* ifasẹhin.

Diminutive, *adj.* kekere.

Dimness, *n.* ṣiṣu oju, iṣe baibai.

Dimple, *n.* iho ni ẹrẹkẹ.

Din, *n.* ariwo nla.

Dine, *v.t. and i.* jẹun.

Dingy, *adj.* dudu, li ẹ̃ri.

Dinner, *n.* onjẹ alẹ.

Diocesan, *n.* olori ajọ ni ilu; Biṣọp.

Diocese, *n.* eyiti o wa labẹ itoju olori ajọ tabi biṣopu.

Dip, *v.t. and i.* fi-bọ fibọmi.

Diphtheria, *n.* kọlọbọ, arun gbẹfun-gbẹfun.

Diploma, *n.* iwe ifihan bi a ti ṣe ni idanwo.

Diplomacy, *n.* ọgbọn olori ilu.

Dire, *adj.* buruju.

Direct, *v.t. and i.* fi ọna han, ṣe amọna, tọkasi. *adj.* gãn, tara.

Direction, *n.* titọ, ọna, apẹrẹ.

Directly, *adv.* nisisiyi.

Director, *n.* afọnahan.

Directory, *n.* iwe ilana.

Dirge, *n.* orin arò, orin ọfọ̀.

Dirt, *n.* ẹ̃ri, ẹgbin, ẹrẹ̀.

Dirty, *adj.* lẹ̃ri, lẹgbin, àlmọ.

Disable, *v.t.* lailagbara.

Disabuse, *v.t.* mu itanjẹ kuro.

Disadvantage, *n.* aini anfani.

Disaffect, *v.t.* ṣe-aifẹ́, ṣe ainitẹ-lọrun.

Disaffection, *n.* aini inudidun si, aini ifẹ́.

Disagree, *v.i.* ṣe alairẹ, ṣe aiba-mu, jà.

Disagreement, *n.* ìyatọ, ìyapa, ija.

Disallow, *v.t.* sẹ, dù, kọ̀ fun.

Disannul, *v.t.* sọ di ofo, pa-rẹ, mu kuro.

Disappear, *v.i.* farasin, kuro loju.

Disappearance, *n.* ifarasin, ilọ kuro loju.

Disappoint, *v.t.* da lara, mu li oju ofo.

Disappointment, *n.* imofo, ida-
lara.

Disapprobation, *n.* ibawi, aigbà,
aifẹ́.

Disapprove, *v.t. and i.* kọ̀, ṣe
alaifẹ́, ṣaigbà.

Disarm, *v.t. and i.* gbà li ohun
ija.

Disarrange, *v.t.* ṣe idaṛudapọ, ṣe
rũru.

Disaster, *n.* jamba, ijábà.

Disastrous, *adj.* ni jamba.

Disavow, *v.t.* ṣe, kọ̀.

Disband, *v.t. and i.* tuka.

Disbelieve, *v.t. and i.* ṣaigbagbọ.

Disbeliever, *n.* alaigbagbọ.

Disburse, *v.t. and i.* nawo.

Disbursement, *n.* inawo.

Disc, Disk, *n.* oju õrun.

Discard, *v.t. and i.* mu kuro, yọ
kuro.

Discern, *v.t. and i.* wò, ṣe akiyesi.

Discernment, *n.* iwoye, akiyesi.

Discharge, *v.t. and i.* yọ kuro
ni iṣẹ.

Disciple, *n.* ọmọ-ẹhin.

Discipline, *n.* ẹtọ, iko ni ijanu,
ilana irin. *v.t.* tọ́, kọ, ko
ni ijanu.

Disclaim, . *v.t. and i.* kọ silẹ,
ṣaijẹwọ.

Disclose, *v.t.* fi han, ṣipaya.

Disclosure, *n.* ifihan, iṣipaya.

Discolour, *v.t. and i.* pa ni awọ
da.

Discomfit, *v.t.* ṣẹgun.

Discomfiture, *n.* iṣẹgun.

Discomfort, *n.* irora, inira.

Discompose, *v.t.* da-ru, ba ninu
jẹ.

Discomposure, *n.* idãmu.

Disconcert, *v.t.* da-ru.

Disconnect, *v.t.* yọ-kuro, pin
niyà.

Disconnection, *n.* ipinya, iyọ-
kuro.

Disconsolate, *adj.* ṣaini itunu,
ibinujẹ.

Discontent, *n.* aisi itẹlọrun.

Discontinuance, *n.* idaduro.

Discontinue, *v.t.* fi-silẹ, da-duro.

Discord, *n.* airẹpọ, ija, aṣọ.

Discordant, *adj.* ti kò ba ara mu.

Discount, *n.* iyọkuro, idin owo
kù.

Discountenance, *v.t.* ṣaifojufun.

Discourage, *v.t.* daiyafò, ṣai-
gbaniyanju.

Discouragement, *n.* idaiyafò,
aigbaniyanju.

Discourse, *n.* ọ̀rọ sisọ.

Discourteous, *adj.* laibuyin fun.

Discover, *v.t.* wa ri.

Discovery, *n.* awari.

Discredit, *v.t.* ainigbẹkẹle.

Discreet, *adj.* gbọn, niye, niṣọra.

Discrepancy, *n.* iyatọ̀.

Discretion, *n.* ọgbọn, oye.

Discriminate, *v.t. and i.* sami si,
yanju.

Discrimination, *n.* ami ọ̀tọ, iya-
nju.

Discuss, *v.t.* wadi, jiyan.

Discussion, *n.* ifi ọ̀rọ we ọ̀rọ,
iwadi.

Disdain, *v.t.* gàn. *n.* ẹgàn.

Disdainful, *adj.* gigàn.

Disease, *n.* àrun, okùnrùn.

Disembark, *v.t. and i.* sọkalẹ lati
inu ọkọ.

Disengage, *v.t.* bọ lọwọ iṣẹ.

Disentangle, *v.t. and i.* yàn li
oju, tu.

Disenthral, *v.t.* da ni ida, yọ
loko ẹrú.

Disenthrone, *v.t.* rọ̀ li oye.

Disestablish, *v.t.* yi ni ijoko pada.

Disfavour, *n.* aifẹ, aiṣojureresi.

Disfiguration, *n.* iba lẹwa jẹ.

Disfigure, *v.t.* ba lara jẹ.

Disgrace, *n.* ẹgan, itiju. *v.t.* ṣe
abukùn si.

Disgraceful, *adj.* nitiju.

Disguise, v.t. pa-larada. n. iparada.
Disgust, n. irira.
Dish, n. awopọkọ.
Dish-cloth, n. aṣọ inu awo.
Dish-cover, n. ọmọri awo.
Dishearten, v.t. ba ninu jẹ, daiyafo.
Dishonest, adj. laiṣõtọ.
Dishonesty, n. aiṣõtọ.
Dishonour, n. abukùn, itiju. v.t. ṣabukùn.
Dishonourable, adj. nitiju, labu- kùn.
Disinclination, n. ainifẹ.
Disinfect, v.t. sọ di mimọ.
Disinfectant, n. egbogi isọ di- mimọ.
Disinherit, v.t. gbà ni ogún tabi ini.
Disinterested, adj. laiwa ti ara ẹni.
Disjoin, v.t. ya sọtọ.
Dislike, n. irira, aifẹ. v.t. korira, ṣe aifẹ.
Dislocate, v.t. rọ́, yẹ̀ li orike.
Dislocation, n. iyẹ̀ li orike.
Dislodge, v.t. yọ kuro ni ipo rẹ̀.
Disloyal, adj. ti kò foribalẹ fun ọba.
Dismal, adj. ṣokunkun.
Dismay, v.t. daiya fo, dà lamu. n. ifoiya, idãmu.
Dismiss, v.t. yọ-kuro, ran-lọ.
Dismissal, n. iranlọ, iyọ kuro niṣẹ.
Dismount, v.t. and i. sọkalẹ lori ẹṣin.
Disobedience, n. aigbọran.
Disobedient, adj. laigbọran.
Disobey, v.t. and i. ṣe aigbọran.
Disoblige, v.t. kò ṣenia, kò ṣe inurere.
Disorder, n. rudurudu; àrun.
Disorganisation, n. rudurudu.
Disown, v.t. kọ̀, sẹ́.
Disparage, v.t. gàn.

Disparagement, n. ẹgàn.
Disparity, n. aidọgba.
Dispatch, Despatch, v.t. and i. ran lọ kiakia; paku. n. iyara, iranlọ.
Dispel, v.t. tuka, le kuro.
Dispensary, n. ilé egbogi.
Dispensation, n. igba, sã.
Dispense, v.t. and i. pin fun.
Disperse, v.t. and i. funka, tuka.
Displace, v.t. yi nipo pada.
Displacement, n. iyinipo pada.
Display, v.t. fi han, ṣi-silẹ.
Displease, v.t. ba ninu jẹ.
Displeasure, n. ibinu.
Disposal, n. ikawọ.
Dispose, v.t. and i. fi-fun, tà; yi ifẹ́ inu si.
Disposition, n. iwa, inu.
Dispossess, v.t. gbà-lọwọ.
Dispute, v.t. and i. jiyan si. n. ijiyan.
Disqualify, v.t. sọ di alaiyẹ.
Disquiet, v.t. yọ-lẹnu. n. aifai- yabalẹ.
Disregard, v.t. ṣe aikasi, ṣe aibọ- wọ fun.
Disreputable, adj. ainilari, nitiju.
Disrepute, n. iwa buburu.
Disrespect, n. aibọwọfun, aibọ- lafun.
Disrobe, v.t. and i. bọ li aṣọ.
Dissatisfaction, n. aitẹnilọrun, aito.
Dissatisfy, v.t. ṣaitẹnilọrun.
Dissemble, v.t. and i. ṣe agaba- gebe.
Disseminate, v.t. fọnka, tukakiri.
Dissension, n. iyapa, airẹ.
Dissent, v.t. yapa, ṣairẹ.
Dissimilar, adj. yatọ, laijọra.
Dissimilarity, n. iyatọ, aijọra.
Dissimulation, n. itanjẹ, are- kereke.
Dissipate, v.t. and i. fọnka.
Dissipation, n. ifọnka, imuti.
Dissociate, v.t. ya sọtọ.

Dissolute, *adj.* nifẹkufẹ́, ni iwa-
kiwa.

Dissolution, *n.* idibajẹ, iparun,
ikú.

Dissolve, *v.t. and i.* yọ, tuka.

Dissuade, *v.t.* yi lọkan pada.

Dissuasion, *n.* iyilọkanpada.

Distaff, *n.* kẹkẹ́ owu.

Distance, *n.* jijina.

Distant, *adj.* jina, jijin.

Distaste, *n.* irira, aifẹ́.

Distasteful, *adj.* aidun lẹnu.

Distemper, *n.* àrun aja ; ohun
ikunle.

Distend, *v.t. and i.* fẹ̀, nà.

Distil, *v.t. and i.* ro.

Distinct, *adj.* yiyatọ ; sapakan.

Distinction, *n.* iyatọ, imọ gba-
ngba.

Distinguish, *v.t. and i.* mọ̀, sami
si lọtọ, ṣe iyatọ.

Distort, *v.t.* lọpo.

Distract, *v.t.* pin ni ìya, dalamu.

Distraction, *n.* idamu.

Distress, *n.* iṣẹ́, iponju. *v.t.* mu
iponju ba, fòró.

Distribute, *v.t.* pin.

Distribution, *n.* ipin.

District, *n.* agbegbe, sakani.

Distrust, *v.t.* ṣe aigbẹkẹle. *n.*
aigbẹkẹle.

Distrustful, *adj.* laigbẹkẹle.

Disturb, *v.t.* ru soke, tọ́, yọ-lẹnu.

Disturbance, *n.* irukerudo, ariwo.

Disunite, *v.t. and i.* pinya.

Disuse, *v.t. or n.* ailo.

Ditch, *n.* ihò, yàrà.

Ditto, Do., *n.* bakanna.

Dive, *v.i.* mōkùn, fo sinu omi.

Diver, *n.* amōkùn.

Diverge, *v.t. and i.* yapa, tuka.

Diverse, *adj.* yatọ, oniruru.

Diversion, *n.* ere, iyisapakan.

Diversity, *n.* iyatọ, oniruru.

Divest, *v.t.* bọ kurò.

Divide, *v.t. and i.* pin, ya nipa.

Dividend, *n.* ohun pipin.

Divination, *n.* afọṣẹ, isọtẹle.

Divine, *adj.* ohun ti ọrun.

Diviner, *n.* alafọṣẹ, awomi.

Divinity, *n.* iwa ọrun.

Division, *n.* ipin, iya si ipa.

Divorce, *v.t.* yà, kọ̀ silẹ, kikọ
ara tọkọ taya.

Divorcement, *n.* ikọsilẹ.

Divulge, *v.t.* ṣipaya, rò kiri.

Dizzy, *adj.* loyi.

Do, Does, Did, Done, *v.t.* ṣe.

Docile, *adj.* rọrun lati kọ.

Dock, *n.* ibi ikan ọkọ. *v.t. and i.*
ge kuru.

Dockyard, *n.* agbala ibiti a nkan
ọkọ.

Doctor, *n.* oniṣegun, olofin,
oloye.

Doctrine, *n.* ẹkọ́, aṣẹ, ofin.

Document, *n.* iwe iridi nkan,
iwe aṣẹ.

Dodge, *v.t.* ṣe ẹ̀tan. *v.i.* yi si
apakan lojiji.

Doe, *n.* abo agbọnrin.

Doer, *n.* oluṣe.

Doff, *v.t.* ṣi, bọ́.

Dog, *n.* aja.

Dogged, *adj.* iforiti.

Dogma, *n.* ẹkọ, imọ.

Doleful, *adj.* kún fun ibanujẹ,
nikǎnu.

Doll, *n.* ọmọ-langi.

Domain, *n.* ijọba, ilẹ ọlọla.

Domestic, *adj.* ti ilé, tituloju.

Domesticate, *v.t.* tù loju, mu ki
o mọ ilé.

Domicile, *n.* ile, ibugbe.

Dominate, *v.t. and i.* ṣe oluwa,
bori.

Domineer, *v.i.* tẹmọlẹ, fi ònrórò
sin.

Dominion, *n.* ijọba, ilẹ ọba.

Donation, *n.* ẹbun, ọrẹ.

Donkey, *n.* kẹtẹkẹtẹ.

Donor, *n.* olufunni, ọlọrẹ.

Doom, *n.* idajọ, ẹbi, iparun.
v.t. ṣe idajọ.

Doomsday, *n.* ọjọ idajọ.
Door, *n.* ilẹkun, oju ọna.
Doorkeeper, *n.* oluṣọna.
Dormant, *adj.* pipamọ, sisun.
Dormitory, *n.* yara ibusun ẹnipupọ.
Dose, *n.* iwọn ōgun.
Dot, *n.* ami. *v.t.* ṣe ami si.
Dotage, *n.* aran ṣiṣe, alarán.
Dote, *v.i.* fẹ́ ni afẹju.
Double, *adj.* iṣẹpo meji.
Double-dealing, *n.* ṣiṣehinṣọhun.
Double-minded, *n.* oniyemeji.
Doubt, *n.* iyemeji, aidaju. *v.t. and i.* ṣiyemeji.
Doubtful, *adj.* aidaniloju, niyemeji.
Doubtless, *adv.* laiṣiyemeji, laiṣe aniani.
Dough, *n.* iyẹfun alaidin.
Dove, *n.* adaba, ẹiyẹle, oderekoko.
Dove-cot, *n.* ile adaba.
Dowager, *n.* opo, ọlọla.
Dower, *n.* ipin ti opo ninu ini ọkọ rẹ̀.
Down, *n.* iyẹ fulẹfulẹ, ihuhu kikuna. *prep.* nisalẹ.
Downcast, *adj.* sorikọ, rẹwẹsi.
Downfall, *n.* iṣubu, iparun.
Downhill, *n.* gẹrẹgẹrẹ òke, isọkalẹ.
Downright, *adv.* ti o han gbangba.
Downward, *adv.* siha isalẹ.
Doxology, *n.* orin iyin Ọlọrun.
Doze, *v.i.* togbe, sùn fẹ̀rẹ.
Dozen, *n.* mejila.
Drag, *v.t. and i.* wọ, fà.
Draggle, *v.t. and i.* fa ninu ẹrẹ.
Drag-net, *n.* àwọn nla.
Dragoon, *n.* ẹgbẹ ologun kan.
Drain, *v.t. and i.* fa omi kuro. *n.* iho omi.
Drake, *n.* akọ pẹpẹiyẹ.
Draper, *n.* oluta aṣọ.
Drapery, *n.* aṣọ.
Drastic, *adj.* ti o lagbara, ti o le.

Draught, *n.* ikojọ, mimu omi; afẹfẹ.
Draw, *v.t. and i.* fa, wọ́.
Drawback, *n.* idiwọ, ifasẹhin.
Drawbridge, *n.* afara asun sihin-sọhun.
Drawer, *n.* iru apoti kan lara tabili.
Drawers, *n.* ṣokoto awotẹlẹ.
Drawing, *n.* aworan.
Drawl, *v.t. and i.* fà ọrọ.
Drawn, *adj.* ti a fà.
Dray, *n.* kẹkẹ.
Dread, *n.* ẹru, ifoiya. *v.t.* bẹru, foiya.
Dreadful, *adj.* nibẹru, nifoiya.
Dream, *n.* àlá. *v.t. and i.* la àlá.
Dreamer, *n.* àlala.
Drear, *adj.* ṣe gùdẹ, ṣekese.
Dredge, *n.* gbẹdo.
Dress, *n.* gẹdẹgẹdẹ.
Drench, *v.t.* fi omi rin.
Dress, *n.* aṣọ wiwọ, ọṣọ. *v.t. and i.* wọ aṣọ, ṣe lọṣọ.
Dressmaker, *n.* oluran aṣọ obinrin.
Drift, *n.* èro, ete.
Drill, *n.* ohun èlo lati fi wa okuta.
Drink, *v.t. and i.* mu. *n.* ohun mimu.
Drip, *v.t.* kán. *n.* ohun ti o nkán.
Dripping, *n.* ọra ti a din.
Drive, *v.t. and i.* le, dari, fi agbara ran lọ.
Driver, *n.* aleni; ōlú, olutọju ẹṣin.
Drizzle, *v.i.* rọ ojo, fún winni-winni.
Droll, *n.* ọ̀fẹ̀, ipanilẹrin.
Dromedary, *n.* ibakasiẹ.
Drone, *n.* akọ oyín; ọlẹ.
Droop, *v.t. and i.* sorikọ, rẹ silẹ, rọdẹdẹ.
Drop, *n.* riro, kikán. *v.t. and i.* kán bọ, rẹ̀.
Dropsy, *n.* asúnkun.
Dross, *n.* idàrọ́.

Drought, n. ọdá.

Drove, n. ọwọ ẹran.

Drover, n. darandaran.

Drown, v.t. and i. rì sinu omi, ku somi.

Drowsy, adj. nitõgbe, lọra, fà.

Drug, n. õgùn, egbogi.

Drum, n. ilu, eti. v.t. and i. lu ilu.

Drummer, n. onilù.

Drumstick, n. ọpa ilu.

Drunk, adj. mọtipara.

Drunkard, n. omuti.

Dry, adj. gbẹ, pọngbẹ.

Dual, n. meji.

Dubious, adj. ni aidaju.

Duck, n. pẹpẹiyẹ. v.t. and i. ri sinu omi.

Duckling, n. ọmọ-pẹpẹiyẹ.

Ductile, adj. o rọrun lati fà.

Dudgeon, n. arankan.

Due, adj. jẹ, yẹ, dede. n. gbese.

Duel, n. ija larin enia meji.

Duke, n. oye kan ti o tẹle ọba.

Dull, adj. gọ, kunu, ṣe sũ.

Duly, adv. niyiyẹ.

Dumb, adj. yadi.

Dumbfound, v.t. dalamu.

Dumpish, adj. rẹwẹsi.

Dumpy, adj. kukuru.

Dunce, n. ọngọ, ọdọgọ.

Dung, n. igbẹ, imí, iyagbẹ.

Dungeon, n. tubu, iho nisalẹ ilẹ.

Dunghill, n. ãtan.

Dupe, n. ẹniti ko ṣoro tanjẹ. v.t. ṣe ẹtan.

Duplicate, n. ṣẹpo ni meji. v.t. ṣe iru meji bakanna.

Duplication, n. iṣẹpo meji.

Duplicity, n. ẹtan, iṣehinṣohun.

Durability, n. agbara ipẹtiti, ko ni tete bajẹ.

Durable, adj. le, ti o pẹ.

Durance, n. itimọle.

During, prep. nigba, latigba.

Dusk, adj. wiriwiri alẹ. n. iṣuwiri

Dust, n. ẽkuru, erupẹ. v.t. and i. nù ẽkuru kuro.

Duster, n. aṣọ ninu ẽkuru.

Dutiful, adj. ṣegbọran, ni itẹriba.

Duty, n. iṣẹ isin ; owo-bode.

Dwarf, n. áràrá, ràrá.

Dwell, v.i. gbé, joko, wà, tẹdosi.

Dwelling, n. ibugbe.

Dwindle, v.i. sọki.

Dye, v.t. and i. rẹ láro. n. aró.

Dying, adj. ti nkú lọ.

Dyke, Dike, n. ihò, bèbe.

Dynamite, n. ẹtu alagbara ti a fi nlà okuta.

Dynasty, n. ila ọba kan.

Dysentery, n. ọrin, ṣiṣu ẹjẹ.

Dyspepsia, n. àrun apoluku ; aida onjẹ ninu apoluku.

E.

Each, pron. olukuluku, ọkọkan.

Eager, adj. niwára, nitara.

Eagerly, adv. pẹlu iwara, pẹlu itara.

Eagle, n. idì (ẹiyẹ).

Eaglet, n. ọmọ idì.

Ear, n. etì, ṣiri ọka.

Earache, n. irora etì.

Earl, n. oye nla kan.

Early, adj. tete, ni kutukutu, ni ibẹrẹ.

Earn, v.t. jẹ, pa owo ni iṣẹ tabi li ọja.

Earnest, adj. nitara, nigbona, nifọkansi. n. owo itẹlẹ, akọso.

Earnestly, adv. pẹlu itara.

Earnings, n. owo iṣẹ.

Ear-ring, n. oruka etì.

Earth, n. aiye, ilẹ, erupẹ.

Earthenware, n. ohun elo ti a fi amọ ṣe.

Earthly, adj. ti aiye, ti ilẹ, ti erupẹ.

Earthquake, n. isẹlẹ.

Earwig, *n.* kokoro kekere.
Ease, *n.* irọra, ainira, idẹra.
   v.t. and i. gbà lọwọ irora tabi
   iṣoro, fun ni alafia.
Easel, *n.* igi ti a ngbe aworan le.
Easily, *adv.* nirọra, lainira.
East, *n.* ìla õrùn, gabasi.
Easter, *n.* ọjọ ajinde Kristi.
Easterly, *adj.* niha ìla õrùn.
Eastward, *adv.* siha ìla õrùn.
Easy, *adj.* laiṣoro, ni rọrun.
Eat, *v.t. and i.* jẹ.
Eatable, *n.* ohun jijẹ.
Eater, *n.* ọjeun, ọjẹ.
Eaves, *n.* gbàgbarọ, ẹnu ọṣọrọ
   ile.
Eavesdropper, *n.* afeti gbegìri.
Ebb, *v.i.* fà, gbẹ, ṣa. *n.* fìfà,
   gbigbẹ, ṣiṣa.
Ebony, *n.* igi dudu.
Eccentric, *adj.* tase, yatọ.
Ecclesiastic, *n.* alufa.
Ecclesiastical, *adj.* ohun ti iṣe ti
   ajọ.
Echo, *n.* gbohungbohun.
Eclipse, *n.* iṣijibo, imuṣokunkun.
Economical, *adj.* ṣiṣunna,
   ṣiṣunlọ.
Economy, *n.* iṣunna, iṣunlò;
   itọju owo.
Ecstacy, *n.* ayọ ayọju.
Eczema, *n.* àrun awọ ara, ekuru.
Eddy, *n.* aṣanpada omi, aṣan-
   yika.
Edge, *n.* oju ohun elo, eti ohun,
   oju ọbẹ. *v.t. and i.* lẹba, leti,
   sunmọ.
Edible, *adj.* yẹ ni jijẹ.
Edict, *n.* ikede, iṣofin.
Edification, *n.* ifẹṣẹmulẹ, ẹkọ́,
   idagbasoke.
Edifice, *n.* ilé kikọ.
Edify, *v.t.* kọ; kọle; mu
   dagbasoke.
Edition, *n.* ẹda iwe.
Editor, *n.* alakoso iwe titẹ.
Educate, *v.t.* tọ, kọ́, kọ li ẹkọ.

Education, *n.* ẹkọ, itọ ọmọde.
Educe, Deduce, *v.t.* fa-jade, yọ-
   jade.
Eel, *n.* ẹja ejo, idagba ijẹ̀ omi.
Efface, *v.t.* pa oju run, parẹ.
Effect, *n.* ère, eso iṣẹ. *v.t.* mu
   ṣe.
Effectual, *adj.* lagbara, laṣẹ.
Efficacy, *n.* agbara, aṣẹ.
Efficiency, *n.* agbara lati ṣiṣẹ,
   agbara imu aṣẹ wa.
Effigy, *n.* aworan ẹnikan.
Effort, *n.* iyanju, irọju, ifi
   agbara ṣe.
Effrontery, *n.* afojudi.
Effuse, *v.t.* tu jade.
Effusion, *n.* itujade.
Egg, *n.* ẹyin.
Egress, *n.* ijadelọ.
Egret, *n.* akọ.
Eight, *adj.* ẹjọ.
Eighteen, *adj.* ẹjidilogun.
Eighty, *adj.* ọgọrin.
Either, *pron.* eyi tabi eyini,
   ọkan ninu mejeji.
Ejaculate, *v.t.* ke soke, wi li
   ojiji.
Ejaculation, *n.* adura kukuru,
   ọrọ lati inu wa.
Eject, *v.t.* le jade, ti sode, ta-nu;
   bì jade.
Ejection, *n.* itanu, imukuro;
   ibì.
Eke, *v.t.* ṣunna.
Elaborate, *v.t.* ṣe. *adj.* dara
   pupọ.
Elapse, *v.i.* kọja.
Elastic, *adj.* lò, lilò.
Elate, *adj.* igberaga. *v.t.* ṣe
   igberaga.
Elbow, *n.* ìgbọnwọ.
Elder, *n.* ẹgbọ́n, àgba.
Elders, *n.* àgbàgbà.
Eldest, *adj.* akọbi, ẹgbọ́n.
Elect, *v.t.* yàn, ṣà. *adj.* aṣayan,
   ayanfẹ́.
Election, *n.* ìyan, iṣayan, iyanfẹ́.

Elector, n. alaṣayan, alayanfẹ́.

Elegance, n. idara, ẹwa.

Elegant, adj. dara, dùn.

Element, n. ẹ̀ya mẹrin aiye, ẹfufu, iná ati omi, ipilẹṣẹ ohun kan.

Elementary, adj. ibẹrẹ, ipilẹṣẹ.

Elephant, n. erin, ajanaku.

Elephantiasis, n. àrun iwu ara, jakutẹ̀.

Elevate, v.t. gbeleke, gbesoke, gbe ga.

Elevation, n. igbeleke.

Elevator, n. ohun elo igbe nkan soke.

Eleven, adj. ōkanla.

Eleventh, adj. ikọkanla.

Elicit, v.t. yọ jade.

Elicitation, n. iyọ ifẹ́ jade.

Eligible, adj. yẹ ni yiyàn.

Eliminate, v.t. le jade, mu kuro.

Elk, n. agbọrin nla.

Elocution, n. ọrọ siṣọ, imọ isọrọ nigbangba.

Elocutionist, n. olukọ ọrọ siṣọ.

Elongate, v.t. and i. fa-gùn.

Elongation, n. ifagùn.

Elope, v.i. salọ nikọkọ.

Eloquence, n. isọrọ wūru, isọrọ didùn.

Eloquent, adj. li asọdun, ni ẹbun ọrọ siṣọ.

Else, pron. omī, omiran, bibẹkọ.

Elsewhere, adv. nibomī.

Elucidate, v.t. ladi, tumọ.

Elucidation, n. iladi, itumọ.

Elude, v.t. fi èrú tàn silẹ.

Emaciate, v.t. rù, joro.

Emaciation, n. rírù.

Emanate, v.i. ṣan jade.

Emanation, n. iṣanjade lati inu ibi kan.

Emancipate, v.t. da kuro loko ẹru, tu-silẹ.

Emancipation, n. iyọ kuro loko ẹru, idasilẹ.

Emasculate, v.t. tẹ̀ li ọda, tẹ̀ li ogufe ; tẹ̀ ni bāfin.

Embalm, v.t. fi ọṣẹ wẹ̀ oku.

Embank, v.t. fi bebe yi i ka.

Embankment, n. eti bebe.

Embark, v.t. and i. fi sinu ọkọ̀, wọkọ̀.

Embarkation, n. ibọsọkọ̀, iwọkọ̀.

Embarrass, v.t. gọ, su, damu.

Embarrassment, n. gigọ, sisu, iṣoro.

Embellish, v.t. ṣe li ọṣọ.

Embellishment, n. ohun ọṣọ.

Embers, n. oguna ṣùṣu.

Embezzle, v.t. jale li aṣiri.

Embezzlement, n. ilo ohun ti afi ṣọni sipa mī.

Embitter, v.t. mu koro.

Emblem, n. apẹ̄rẹ.

Embody, v.t. fikun, fisi.

Emboss, v.t. ré, ré ni ila.

Embrace, v.t. fi apa gbamọra. n. igbamọra.

Embrocation, n. egbogi pipa ibiti ndun ni.

Embroider, v.t. gun ọnà, ṣiṣẹ abẹrẹ.

Embroiderer, n. oniṣona abẹrẹ.

Embroidery, n. iṣẹ abẹrẹ.

Embryo, n. ọ̄lẹ̀, oyun.

Emerald, n. iru okuta iyebiye kan.

Emerge, v.i. ru-jade, ti inu nkan jade.

Emergency, n. ti inu jade, li ojiji.

Emetic, n. ōgun imunibì.

Emigrate, v.t. and i. ṣi lati ibi de ibi.

Emigration, n. iṣi ipo kiri.

Eminence, n. oke giga, giga, riru soke.

Eminent, adj. giga, hihàn.

Emissary, n. ami, aṣohun, ikọ.

Emission, n. itujade, ifunjade.

Emit, v.t. tu, fun, fo.

Emmanuel, n. orukọ Measiah.

Emmet, n. ẹ̀rún.
Emolument, n. erè, anfani.
Emotion, n. irú inu, idide ọkan.
Emperor, n. ọba nla kan.
Emphasis, n. itẹnumọ.
Empire, n. agbara ọba, ilẹ ọba.
Employ, v.t. fi iṣẹ fun.
Employer, n. afunniniṣẹṣe, ọga.
Employment, n. iṣẹ.
Emporium, n. ọja nla, ibi òwò.
Empoverish, v.t. sọ di talaka.
Empower, v.t. fi aṣẹ fun.
Empress, n. aÿa ọba nla.
Emptiness, n. ofo, iṣofo.
Empty, adj. ofo, asan.
Emulate, v.t. dù, ṣe lara si.
Emulation, n. ibadù, iṣelaraai.
Enable, v.t. fi agbara fun, muṣe.
Enact, v.t. fi-lelẹ, pa li aṣẹ, ṣe.
Encamp, v.t. and i. pagọ, ṣe
    budo.
Encampment, n. ibudo, agọ.
Enchain, v.t. de li ẹwọn.
Enchant, v.t. ṣe ifaiya si, fẹ gidi-
    gidi.
Enchanter, n. oṣo.
Enchantment, n. ifaiya, iṣoṣo.
Enclosure, n. ilẹ ti a sọgba yika.
Encompass, v.t. yika.
Encounter, n. ija, ogun. v.t. ja,
    kọlu.
Encourage, v.t. gba niyanju ; mu
    lọkan le.
Encouragement, n. iyanju, imu-
    lọkanle.
Encroach, v.i. finràn.
Encroachment, n. ifinran.
Encumber, v.t. hà li áye ; di li
    ọwọ.
Encumbrance, n. ihalàye, idi-
    lọwọ.
End, n. opin, idi, itori.
Endanger, v.t. wu lewu.
Endeavour, n. iṣe iyanju. v.t.
    and i. gbiyanju.
Endless, adj. lailopin, laini-
    pẹkun.

Endorse, v.t. kọ akọle si iwe, fi
    ọwọ si iwe.
Endorsement, n. ifọwọ si iwe.
Endow, v.t. fifun, fi itori fun aya
    ni isoyigi.
Endowment, n. ohun ini, ẹbun
    ti a bi ni bi.
Endue, v.t. fi-wọ, fi-fun.
Endurance, n. irọju, ifọkanran,
    iforiti.
Endure, v.t. and i. foriti, rọju.
Enemy, n. ọta, onikupani.
Energy, n. agbara lati ṣiṣe.
Enervate, v.t. mu-lailagbara.
Enervation, n. alailagbara, ala-
    inokun.
Enfeeble, v.t. rọ-lọwọ, rọ-lapa.
Enfetter, v.t. da li ẹwọn.
Enfold, v.t. fi-we, fi-di.
Enforce, v.t. fi agbara ṣe.
Enfranchise, v.t. sọ di omnira.
Enfranchisement, n. isọdomnira.
Engage, v.t. and i. gba-niṣẹ ;
    ṣadehun igbeyawo.
Engagement, n. iṣẹ, ileri, ade-
    hun igbayawo
Engaging, adj. ifani, iwùni.
Engender, v.t. bi, hu.
Engine, n. ohun ẹrọ.
Engineer, n. ẹlẹrọ.
Engirdle, v.t. yi-ka.
Engraft, Ingraft, v.t. lọ-mọ.
Engrave, v.t. fin, ṣọna fifin si,
    gbẹ́.
Engraver, n. agbẹnna.
Engross, v.t. gbà-kadọ, gba
    gbogbo.
Engulf, v.t. gbe mi patapata.
Enhance, v.t. lewo si, pọ si.
Enigma, n. alọ́.
Enjoin, v.t. fi aṣẹ fun.
Enjoy, v.t. fi adùn mọ, jẹ aiye.
Enjoyment, n. adùn, ijẹ aiye.
Enkindle, v.t. tinabọ̀.
Enlarge, v.t. and i. fẹ̀, mu-tobi.
Enlargement, n. ifẹ̀, imutobi.

E

Enlighten, *v.t.* foye hàn, la-loye, fun ni imọlẹ.

Enlightenment, *n.* ifoyehàn, ifunni ni imọlẹ.

Enlist, *v.t. and i.* fi ṣe ọmọ-ogun.

Enliven, *v.t.* mu-laraya, sọ-dàye.

Enmity, *n.* arankan, ọta.

Ennoble, *v.t.* bọla fun, buyin fun.

Enormity, *n.* ẹṣẹ nlà, nkan buburu.

Enormous, *adj.* tobiju, buruju.

Enough, *adj.* to.

Enquire, Inquire, *v.t. and i.* bère, tọsẹ, wadi.

Enrage, *v.t.* mu-binu, tọ́.

Enrapture, *v.t.* fi ayọ kun.

Enrich, *v.t.* sọ di ọlọrọ.

Enroll, *v.t.* fi sinu iwe.

Enrolment, *n.* ifi sinu iwe.

Ensample, *n.* apẹrẹ.

Ensign, *n.* asia, ọpagun.

Enslave, *v.t.* sìn li ẹrú.

Ensue, *v.i.* tẹle, lepa.

Ensure, *v.t.* ṣe-daju.

Entangle, *v.t.* fi lọlu, fi wepọ.

Entanglement, *n.* ifilọlu, ifiwepọ.

Enter, *v.t. and i.* wọ, wọle, wọnu ; kọ sinu iwe.

Enterprise, *n.* idawọle ti o li ewu.

Entertain, *v.t.* ṣe li alejo, ba-sọrọ.

Entertainment, *n.* àse apejẹ ibi ere.

Enthrone, *v.t.* mu gori itẹ.

Enthronement, *n.* imu gori itẹ.

Enthusiasm, *n.* itara, igbona ọkan.

Enthusiast, *n.* onitara.

Entice, *v.t.* tàn, rélọ, dan-wo.

Enticement, *n.* ẹtan, irélọ, idan-wo.

Entire, *adj.* gbogbo.

Entirely, *adv.* patapata.

Entitle, *v.t.* fi orukọ fun.

Entomb, *v.t.* tẹ sinu iboji.

Entrails, *n.pl.* ifun, inu.

Entrance, *n.* ọna, oju ọna.

Entrap, *v.t.* dẹ, dẹkun mu.

Entreat, *v.t.* bẹ̀, tọrọ.

Entreaty, *n.* ẹbẹ, adura.

Entrust, *v.t.* fi le lọwọ.

Entry, *n.* ọna, iwọlu.

Enumerate, *v.t.* kà, da orukọ.

Enumeration, *n.* itunkà ṣaṣa.

Enunciate, *v.t.* sọ, wi.

Enunciation, *n.* sisọ, wiwi.

Envelop, *v.t.* bò, pa-mọ.

Envelope, *n.* ibowe, apo iwe.

Envelopment, *n.* ibò patapata.

Enviable, *adj.* nilara.

Envious, *adj.* kun fun ilara.

Environ, *v.t.* yi-ka, fi yika.

Environment, *n.* eyiti o yi i ka adugbo.

Environs, *n.pl.* ayika ẹhin ilu, agbegbe ilu.

Envoy, *n.* onisẹ ọba, ikọ̀.

Envy, *n.* ilara. *v.t.* ṣe ilara.

Ephod, *n.* ohun ọṣọ alufa awọn Jũ.

Epicure, *n.* ọjẹdidùn, ajadùn.

Epidemic, *adj.* rìranni, titanka.

Epilepsy, *n.* ipá, iwárapa.

Epileptic, *n.* ni warapa.

Epiphany, *n.* Ifihàn.

Episcopacy, *n.* iṣẹ oye awọn biṣopu.

Episode, *n.* itan.

Epistle, *n.* iwe kikọ.

Epitaph, *n.* akọle.

Epitome, *n.* ikekuro.

Epitomise, *v.t.* ke-kuru, fa-kuru.

Epoch, *n.* igba ibẹrẹ si ika akoko.

Equable, *adj.* bakanna, ṣedẽdẽ.

Equal, *n.* egbẹ, ọgba, *adj.* jọra.

Equalise, *v.t.* sọ di ọgbọgba.

Equality, *n.* idọgba.

Equally, *adv.* bakanna.

Equanimity, *n.* ibalẹ ọkan.

Equator, *n.* ila ayika ti o da aıye si meji lọgbọgba.

Equestrian, *adj.* ti ẹsin. *n.* ẹlẹsin.

Equine, *adj.* ti ẹsin.

Equip, *v.t.* pese, ṣe lọṣọ.
Equipment, *n.* ipese, imura, iṣelọṣọ.
Equity, *n.* iṣedẹ̄dẹ̄, iṣotitọ.
Equivalent, *n.* iri kanna.
Era, *n.* ibẹrẹ si ika ọjọ.
Eradicate, *v.t.* fatu ni gbongbo, parẹ.
Erase, *v.t.* pa-rẹ, pa-run.
Ere, *adv.* ki-to.
Erect, *v.t.* gbe dide, kọlé. *adj.* nàró, duro gan.
Erection, *n.* iro, ikọlé, igbero.
Err, *v.i.* ṣina, ṣiṣe.
Errand, *n.* iṣẹ.
Erratic, *adj.* rederede.
Erroneous, *adj.* kún fun iṣiṣe.
Error, *n.* ẹ̀ṣi, iṣiṣe.
Eruption, *n.* ibẹ, itujade.
Escape, *v.t. and i.* bọ lọwọ, yẹ-kuro. *n.* isalọ kuro ninu ewu.
Eschew, *v.t.* yẹ-kuro korira.
Escort, *n.* onitọju lọna, ẹniti nsln ni lọna.
Especial, *adj.* pataki, olori.
Espousal, *n.* ti igbeyawo, adehun igbeyawo.
Espouse, *v.t.* fifunni ni iyawo.
Espy, *v.t.* ri li okere.
Esquire, *n.* oyè iyin.
Essay, *v.t. and i.* danwo, gbiyanju. *n.* idanwo, igbiyanju.
Essence, *n.* ẹda, ọrọ agbara.
Essential, *adj.* kò le ṣe alaini.
Establish, *v.t.* pinnu, fi-kalẹ.
Establishment, *n.* ipinnu, ifikalẹ, ilé.
Estate, *n.* ipo, ohun iní.
Esteem, *v.t.* yìn, ka-si, bu iyin fun.
Estimate, *v.t.* kà iye rẹ̀, ṣiro, diyele.
Estimation, *n.* idiyele, iyin.
Estrange, *v.t.* takete si, ya, ṣajeji si.

Estrangement, *n.* itakete si, iṣajeji si.
Estuary, *n.* ẹnu ija omi.
Eternal, *adj.* lailai, aiyeraiye.
Eternity, *n.* ailopin, aiyeraiye.
Ethics, *n.* ti iwa.
Eucharist, *n.* idupẹ, Sakramenti onjẹ alẹ Oluwa.
Eulogy, *n.* iyin.
Eunuch, *n.* iwẹfa, bàfin, akura.
Evacuate, *v.t.* jade kuro, sọ di ofo.
Evacuation, *n.* isọ di ofo, ijade kuro.
Evade, *v.t.* yẹ-silẹ, yẹra fun.
Evangel, *n.* ihin rere.
Evangelist, *n.* onihinrere.
Evangelize, *n.* wasu ihin rere fun.
Evaporate, *v.t. and i.* gbẹ, fà, di afẹfẹ.
Evaporation, *n.* igbẹ, idi afẹfẹ.
Evasion, *n.* awawi.
Eve, *n.* aṣálẹ, ikasẹ ọjọ.
Even, *adv. or adj.* dọgba, tẹju, papa.
Evening, *n.* aṣálẹ.
Event, *n.* opin, eso.
Ever, *adv.* nigbagbogbo, lai.
Everlasting, *adj.* titi aiye.
Evermore, *adv.* titi lai.
Every, *adj.* olukuluku.
Everybody, *pron.* olukuluku enia.
Everyday, *adj.* lojojumọ.
Everything, *pron.* ohun gbogbo.
Everywhere, *adv.* nibigbogbo.
Evict, *v.t.* mu kuro, le-jade.
Eviction, *n.* ilejade, imukuro.
Evidence, *n.* ẹri.
Evident, *adj.* hàn, nigbangba, riri.
Evil, *n.* buburu, jamba; bilisi. *adj.* buburu, nikà.
Evil-doer, *n.* ẹlẹṣẹ, oluṣebuburu.
Evil-minded, *adj.* ọninu buburu.
Evil-speaking, *n.* isọrọ buburu si, isọrọ ibi.
Evince, *v.t.* fi-han, ladi.

Evoke, *v.t.* pè jado.

Evolve, *v.t. and i.* tu-silẹ, fi-han.

Ewe, *n.* abo agutàn.

Ewer, *n.* ago nla, ladugbo.

Exact, *adj.* akiyesi, gan. *v.t.* fi agbara gbà.

Exaction, *n.* ifagbara bère ; ilọlọwọgbà.

Exactness, *n.* iṣedẹ̄dẹ̄.

Exaggerate, *v.t.* bukún ọrọ, sasọdùn, ṣenisi.

Exaggeration, *n.* ibukún ọrọ, iṣenisi.

Exalt, *v.t.* gbe-ga, gbe-leke, yìn.

Exaltation, *n.* igbega, igbesoke, ilọlọwọgbà.

Examination, *n.* iwadi nipa ibẹ̄re, idanwo.

Examine, *v.t. and i.* fi ibẹ̄re wadi, danwo.

Examiner, *n.* oludanwo, oluwadi.

Example, *n.* apẹ̀rẹ, awoṣe.

Exasperate, *v.t.* tọ́, mu-binu, ru-soke.

Exasperation, *n.* itọni, imunibinu.

Excavate, *v.t.* wà ihò.

Excavation, *n.* iwà ihò, koto.

Exceed, *v.t. and i.* re-kọja, ṣe-ju, ta-yọ.

Exceedingly, *adj.* re-kọja.

Excel, *v.t. and i.* ta-yọ.

Excellence, *n.* itayọ, irekọja, itobi.

Excellent, *adj.* daraju, titayọ.

Except, *prep.* bikoṣepe, afi. *v.t. and i.* mu-kuro.

Exception, *n.* imukuro, iṣati.

Excess, *n.* aṣeju.

Excessive, *adj.* rekọja àla.

Exchange, *v.t. and i.* ṣe paṣiparọ. *n.* ibi iṣepaṣiparọ.

Excite, *v.t.* ru-soke, tọ.

Excitement, *n.* irusoke, iré.

Exclaim, *v.t. and i.* kigbe soke.

Exclamation, *n.* igbe.

Exclude, *v.t.* semọle, ṣatì, ti-sode.

Exclusion, *n.* isemọle, iṣati, iti sode.

Excommunicate, *v.t.* yọ kuro nijọ, ba-wi.

Excommunication, *n.* iyọ kuro nijọ, ibawi.

Excrement, *n.* igbẹ enia, imi.

Excruciate, *v.t.* da-loro.

Excruciating, *adj.* nirora, loró.

Exculpate, *v.t.* fi-ji, wẹ̀-mọ.

Excursion, *n.* ijadelọ.

Excusable, *adj.* yẹ fun idalare.

Excuse, *v.t.* ṣe gafara fun, dariji. *n.* awawi, gafara.

Execrate, *v.t. and i.* fi-bu, fi-re, fi-gegun.

Execration, *n.* ifibu, ifire, egun.

Execute, *v.t.* ṣe, pa-ku, pa.

Execution, *n.* iṣe, ipaku, ipa.

Executioner, *n.* tẹtu, alunipa.

Executor, Executrix, *n.* alaṣẹ-hinde okú, olutọju ohun ini oku.

Exemplar, *n.* aworan, apẹ̀rẹ.

Exempt, *v.t.* da-si, tu-silẹ.

Exemption, *n.* idasi, itusilẹ.

Exercise, *n.* ṣe idaraya. *v.* iṣẹ iwe.

Exert, *v.t.* lò-agbara, gbiyanju.

Exertion, *n.* ilò agbara, iyara, igbiyanju.

Exhaust, *v.t.* rẹ̀, ṣarẹ, dálagã.

Exhaustion, *n.* ãrẹ, igbẹ.

Exhibit, *v.t.* fi-han, muwa si igbangba.

Exhibition, *n.* ifihan ni gbangba.

Exhilarate, *v.t.* mu-daraya, fun ni inudidùn.

Exhort, *v.t.* gbaniyanju, fi ìmọ-ran fun.

Exhortation, *n.* ọrọ iyanju, iwa-su.

Exigence, *n.* aini.

Exile, *v.t.* le kuro nilu. *n.* isansa.

Exist, *v.i.* wà, ni ìwa.

Existence, *n.* ìwa.

Exit, *n.* ijadelọ.

Exodus, *n.* iwe keji ti Mose, ijadelọ.

Exonerate, *v.t.* mu kuro lọrun, mu ẹbi kuro.

Exorbitant, *adj.* tobi rekọja, rekọja àla.

Exorcise, *v.t.* le ẹmi buburu jade.

Expand, *v.t. and i.* tẹ, tu-silẹ, nà.

Expanse, *n.* titẹju.

Expansion, *n.* itẹlọ, inàlọ.

Expatiate, *v.t.* fa-gun.

Expect, *v.t.* duro de, reti, fi oju sọna.

Expectation, *n.* ireti.

Expectorate, *v.t.* tu tọ jade.

Expectoration, *n.* ito ẹnu.

Expediency, *n.* ẹyẹ, ọtọ́.

Expedient, *adj.* yiyẹ titọ.

Expedite, *v.t.* ran-lọwọ, mu-yara, mu idina kuro.

Expedition, *n.* irin ajo, iyara.

Expeditious, *adj.* niyarayara, kankan.

Expel, *v.t.* le-jade.

Expend, *v.t.* nawo, ṣe inawo.

Expense, *n.* inawo.

Expensive, *adj.* li owo lori.

Experience, *n.* idanwo, imọ, ọgbọn.

Experiment, *n.* idanwo.

Expert, *adj.* gbọn, amọye.

Expiate, *v.t.* ṣe etutu fun, san pada.

Expiation, *n.* etutu.

Expiration, *n.* mimi, opin, ikú.

Expire, *v.t. and i.* kú, dakẹ, pari, tán.

Explain, *v.t.* tumọ.

Explanation, *n.* itumọ, iladi.

Explicit, *adj.* daju, gbangba.

Explode, *v.t. and i.* bẹ́.

Explore, *v.t.* wa-kiri.

Explosion, *n.* ibẹ́, ariwo nla.

Export, *v.t.* ranlọ si ilẹ miran fun tità lọja.

Exportation, *n.* iran ọja lọ si ilẹ miran.

Expose, *v.t.* fihan ni gbangba.

Exposition, *n.* itumọ, ifihàn.

Expositor, *n.* alasọye.

Expostulate, *v.i.* jiyàn, ṣaroye, tẹnumọ.

Expostulation, *n.* iyàn, aroye.

Expound, *v.t.* ladi sọ asọye.

Express, *v.t.* sọrọ, wi, fun-jade.

Expression, *n.* isọrọ ; iwo.

Expulsion, *n.* ilejade.

Expunge, *v.t.* pa-rẹ̀, mu-kuro.

Exquisite, *adj.* didara.

Extempore, *adv.* lairo tẹlẹ : lọwọlọwọ.

Extend, *v.t. and i.* lọ titi, fa-gun.

Extension, *n.* itanka ilọsiwaju, itẹsiwaju.

Extenuate, *v.t.* fa-kere, bu-kuro.

Exterior, *n.* ode, iwo ode. *adj.* lode, lẹhin ode.

Exterminate, *v.t.* pa-run pata-pata.

Extermination, *n.* iparun.

External, *adj.* lẹhin ode lode.

Extinct, *adj.* run, alaisi.

Extinction, *n.* iparun, rirun.

Extinguish, *v.t.* pa.

Extirpate, *v.t.* fatu kuro.

Extol, *v.t.* pokiki, yìn.

Extort, *v.t.* fi agbara gba.

Extortion, *n.* ilọnilọwọgba, irẹje.

Extortioner, *n.* alọnilọwọgba.

Extract, *v.t.* fa-jade. *n.* nkan ti a fà jade.

Extraction, *n.* ifa-jade.

Extraordinary, *adj.* iyanilẹnu, kikunni loju.

Extravagance, *n.* inawo rekọja, ifiṣofo, inakuna.

Extravagant, *adj.* lofò, nidànu, ni inakuna.

Extreme, *adj.* de opin. *n.* opin.

Extremity, *n.* ṣonṣo ori, opinlẹ.

Extricate, *v.t.* da-silẹ, mu idiwọ kuro.

Extrication, *n.* idasilẹ, itusilẹ.

Exuberate, *adj.* lọpọlọpọ, akún-
wọsilẹ.

Exude, *v.t. and i.* lāgun.

Exult, *v.i.* yọ ayọ nla, ṣogo.

Exultation, *n.* ayọ, ogo.

Eye, *n.* ojú.

Eyeball, *n.* ẹyin ojú.

Eyebrow, *n.* igbengbereju.

Eyeglass, *n.* digi iriran ojú.

Eyelash, *n.* irun ipenpeju.

Eyelid, *n.* ipenpeju.

Eyesight, *n.* iriran oju.

Eye-service, *n.* arojuṣe.

Eye-witness, *n.* ẹlẹri.

F.

Fable, *n.* itan asan, àlọ́.

Fabric, *n.* aṣọ, ilé, iṣe.

Fabricate, *v.t.* fi iṣẹ ṣe, kọ́ ; ṣeké.

Fabrication, *n.* ikọle.

Face, *n.* oju, iwaju. *v.t. and i.*
dojukọ, gboju si.

Faceache, *n.* àrun oju.

Facile, *adj.* rọrun, titẹ.

Facilitate, *v.t.* mu rọrun.

Facility, *n.* irọrun.

Fact, *n.* otitọ iṣe, nkan ti o
daju.

Faction, *n.* ẹgbẹ iyapa, ọta.

Factor, *n.* aṣojuẹni, oloju ẹni.

Factory, *n.* ẹgbẹ awọn oniṣowo
ile iṣẹ.

Faculty, *n.* iyè, ọgbọn ori, imọ.

Fade, *v.t. and i.* rẹ̀-silẹ, tí, fò.

Fæces, Feces, *n.* igbẹ.

Fag, *v.t. and i.* rẹ̀, sú, da lagara.

Faggot, Fagot, *n.* ẹrù igi, idi igi.

Fail, *v.t. and i.* di abukùn si,
ba-jẹ, kùna, yẹ̀.

Failure, Failing, *n.* abukùn,
ibajẹ.

Fain, *adv.* tayọ-tayọ, pẹlu inu-
didùn.

Faint, *v.i.* da-ku, ṣàrẹ̀, ṣojo.
adj. aihàn rere.

Faint-hearted, *adj.* lojo, folya,
jàiya.

Fainting, *n.* ndaku.

Faintness, *n.* ijàiya, ikuna oju,
alailagbara.

Fair, *adj.* dara, lẹwa. *n.* ọja.

Fairness, *n.* idara, ẹwa ; iṣotitọ.

Fairy, *n.* arọni.

Faith, *n.* igbagbọ, igbẹkẹle.

Faithful, *adj.* olõtọ, olododo.

Faithfully, *adv.* li otitọ.

Faithfulness, *n.* iṣotitọ.

Faithless, *adj.* alaigbagbọ, ala-
iṣõtọ.

Falcon, *n.* aṣá.

Fall, *v.i.* ṣubu, bẹ silẹ. *n.* iṣubu.

Fallacious, *adj.* lẹtan, lẽrú.

Fallacy, *n.* ẹtan, idarú.

Fallen, *adj.* dibajẹ, di ẹlẹṣẹ.

Fallibility, *n.* erú ; aṣiṣe.

Fallible, *adj.* lẹtan, lerá.

Falling-sickness, *n.* warapa, ipa.

Fallow, *adj.* ilẹ ti a kò ro.

False, *adj.* laiṣõtọ.

False-hearted, *adj.* larekereke.

Falsehood, *n.* eké.

Falsely, *adv.* lẹtan.

Falsify, *v.t.* ṣe iwe eké.

Falter, *v.t. and i.* tase, kọsẹ,
kololo.

Fame, *n.* okiki.

Familiar, *adj.* mimọ̀, faramọ́.

Familiarity, *n.* imọ̀.

Family, *n.* idile.

Famine, *n.* ìyan.

Famish, *v.t. and i.* fi ebi paku.

Famous, *adj.* lokiki.

Fan, *n.* abẹbẹ, atẹ. *v.t. and i.*
fẹ.

Fanatic, *n.* onirokuro.

Fancy, *n.* iṣebi. *v.t.* ṣebi, rò.

Fang, *n.* ehin ṣiṣanni, ẽkanna.

Fantastic, *adj.* nirokuro.

Far, *adv.* jina, jijina.

Fare, *n.* owo iṣẹ ; onjẹ. *v.i.* ri.

Farewell, *inter.* gbere ! alafia !

Farina, *n.* gari, elubọ.

Farm, n. oko.
Farmer, n. agbẹ̀, oloko.
Farrier, n. onibata ẹṣin, oniṣegun ẹṣin.
Farther, adj. siwaju. v.t. sun siwaju.
Farthest, adj. siwaju julọ.
Farthing, n. ida mẹrin owo bàba kan.
Fascinate, v.t. fanimọra si, wù.
Fascinating, adj. nifanimọra, ni iwu, didùn.
Fashion, n. àwọ, iṣe. v.t. ṣe, yẹ.
Fast, n. āwẹ, yárá. v.i. gbàwẹ.
Fasten, v.t. and i. so, dì.
Fastidious, adj. ṣoro lati wù.
Fat, n. ọra. adj. sanra.
Fatten, v.t. mu-sanra.
Fatal, adj. tikú, tiparun.
Fate, n. lpin, opin, idarisi ; iku.
Father, n. baba.
Fatherhood, n. iwa ti baba.
Father-in-law, n. ana, baba aya tabi baba ọkọ.
Father-land, n. ilẹ awọn baba wa ; ilu ẹni.
Fatherless, adj. alaini baba.
Fatherly, adj. bi ti baba.
Fathom, n. iwọn ọ̀ṣuwọn ẹsẹ mẹfa. v.t. wọn jinjin.
Fathomless, adj. lainisalẹ.
Fatigue, n. ārẹ, agara.
Fatling, n. ẹgbọrọ ẹran abọpa.
Fatness, n. isanra, ilọra.
Fatten, v.t. and i. mu sanra, bọ sanra.
Fault, n. ẹṣẹ, àbukùn.
Faultless, adj. ailàbukun, pe.
Faulty, adj. lẹṣẹ, làbukun.
Favour, n. oju-rere, iṣeun. v.t. ṣe ojurere si.
Favourable, adj. loju rere, niti-lẹhin.
Favourite, n. ayanfẹ́.
Fawn, n. ọmọ agbọnrin. v.t. and i. pọ́n.
Fealty, n. ileri iwa olõtọ.

Fear, n. ẹ̀ru, ifoiya. v.t. and i. bẹru, foiya.
Fearful, adj. nibẹru, nifoiya.
Fearfulness, n. ibẹru.
Fearless, adj. laifoiya, lainibẹru.
Feasible, adj. ṣiṣe.
Feast, n. ase, ajọ. v.t. and i. se asẹ.
Feasted, v.i. ba-jẹun jẹ onjẹ ase.
Feat, n. iṣe agbara.
Feather, n. iyẹ ẹiyẹ.
Feature, n. iwo oju.
February, n. oṣu keji li ọdun.
Feces, Fæces, n. igbẹ.
Federal, adj. ni adehun, ti ẹgbẹ.
Federation, n. iṣọkan, idapọ.
Fee, n. ọya, ẹsan, ibulé.
Feeble, adj. lailera, lailagbara.
Feebleness, n. ailera, ailagbara.
Feed, v.t. and i. bọ́, fun li onjẹ.
Feel, Felt, v.t. and i. mọ̀, fọwọbà, fọwọkan.
Feeling, n. imọ̀, ifọwọbà.
Feet, n. ẹsẹ.
Feign, v.t. and i. ṣe afarawe, ṣe-bi, fi-pè.
Feignedly, adv. pẹlu agabagebe, fi ẹtan ṣe.
Feint, n. itanjẹ.
Felicitate, v.t. ng-yọ, ba-yọ̀.
Felicity, n. ayọ, irọra, inu-didun.
Fell, v.t. ke-lulẹ̀, wo.
Fellow, n. ẹgbẹ, ọgba, ẹnikeji.
Fellowship, n. idapọ, ikẹgbẹ.
Felon, n. adaràn nla.
Felony, n. ẹṣẹ nlà, ẹṣẹ ikú.
Female, adj. obirin, abo.
Feminine, adj. iwa ti obinrin, ti abo.
Fen, n. ẹrẹ̀, irà, pọtọpọtọ.
Fence, n. ọgba, ogiri. v.t. and i. ṣe ọgba.
Ferment, v.t. and i. ru, dide, da, hó, ṣẹ́.
Fermentation, n. ihó, ida, iṣẹ́.
Ferocious, adj. nirorò, kan loju, nikà.

Ferocity, *n.* iròrò, ikà.

Ferry, *v.t.* wa ọkọ sọda, tukọ. *n.* ọkọ̀ asọda.

Ferry-man, *n.* ọlọkọ awasọda.

Fertile, *adj.* leso ; lẹtu loju.

Fervency, *n.* igboná ọkan.

Fervent, *adj.* gboná.

Fervour, *n.* igboná, itara.

Festal, *adj.* ti ase, ti ayọ, ninu-didùn.

Fester, *v.t. and i or n.* egbo kikẹ, egbo rira.

Festival, *n.* igba ase.

Fetch, *v.t. and i.* mu-wa, gbe-wa.

Fetid, *adj.* rùn, mẹsẹ̀ri.

Fetish, Fetich, *n.* orìṣha.

Fetter, *v.t.* de ni ṣẹkẹṣẹkẹ.

Fetters, *n.* ṣẹkẹṣẹkẹ, ẹwọn.

Feud, *n.* ìja, asọ̀.

Fever, *n.* ibà, otutu, igbona ara.

Feverish, *adj.* nigbona ara, nibà.

Few, *adj.* diẹ.

Fewness, *n.* iye diẹ.

Fez, *n.* fila dàra.

Fibre, *n.* okùn igi, okùn eweko.

Fickle, *adj.* niyemeji.

Fickleness, *n.* aiduro si ọkan.

Fiction, *n.* ijarọ, ọrọ asan.

Fiddle, *n.* dùru.

Fiddler, *n.* aluduru, onifère.

Fiddle-string, *n.* okùn dùru.

Fidelity, *n.* olõtọ, ifaramọ.

Fidget, *n.* ṣaifara-balẹ, aisimi.

Field, *n.* igbẹ, papa.

Fiend, *n.* eṣu, ọta.

Fierce, *adj.* rorò, muna, gbona.

Fierceness, *n.* iroro, ibinu, imuna.

Fiery, *adj.* amubìna.

Fife, *n.* fère.

Fifteen, *adj.* ẽdogun, mẹ̃dogun.

Fifteenth, *adj.* ikẹ̃dogun.

Fifth, *adj.* ẹkarun.

Fiftieth, *adj.* ādọta, ikādọta.

Fifty, *adj.* ādọta.

Fig, *n.* ọpọtọ́.

Fight, *v.t. and i.* jà, jagun. *n.* ìjà, ogun.

Fighter, *n.* onija, jagunjagun.

Figurative, *adj.* ni apẹrẹ.

Figure, *n.* apẹrẹ, aworan.

Filament, *n.* okùn tìnrin.

Filch, *v.t.* jale, ji, ṣafọwọra.

File, *n.* ayùn onipin. *v.t. and i.* fi ayun yin.

Filial, *adj.* ti ọmọ.

Filings, *n.* ìyẹ, ẹha.

Fill, *v.t. and i.* kún, tẹ-lọrun. *n.* ikún.

Film, *n.* atafo oju.

Filter, *n.* asẹ. *v.t. and i.* sẹ, ro.

Filth, *n.* ẽri, ẹgbin, ọbun.

Filthy, *adj.* lẽri, lẹgbin, niriṣa.

Filtrate, *v.t. and i.* ro.

Fin, *n.* lẹbẹ ẹja.

Final, *adj.* ti igbẹhin, ti ipari.

Finally, *adv.* lakotan, nipari, lopin.

Finance, *n.* owo, inawo.

Financier, *n.* olutọju owo.

Find, *v.t.* ri, bá.

Fine, *adj.* dara, dùn. *n.* ibulé, ẹsan itanràn. *v.t. and i.* buleni.

Finely, *adv.* didaradara.

Finger, *n.* ika ọwọ. *v.t.* fi ika tọ́.

Finish, *v.t. and i.* pari, ṣe-tan.

Finite, *adj.* ni opin, nipinnu.

Fire, *n.* iná. *v.i.* gbiná. *v.t.* tinabọ, yinbọn.

Fire-arms, *n.* ibọn.

Firebrand, *n.* igi iná.

Firefly, *n.* kokoro tanna tanna.

Fireside, *n.* ẹba iná.

Firing, *n.* igi idaná ẽdu.

Firm, *adj.* lagbara, le, duro ṣinṣin.

Firmament, *n.* ofurufu.

Firmly, *adv.* niduroṣinṣin.

First, *adj.* ekini, niṣaju.

First-born, *n.* akọbi.

First-fruits, *n.* akọso.

Firstling, *n.* akọbi ẹran.

First-rate, *adj.* daraju.
Fish, *n.* ẹja. *v.t. and i.* pẹja.
Fisher, Fisherman, *n.* apẹja.
Fishmonger, *n.* ẹlẹja.
Fissure, *n.* ìla, isàn.
Fist, *n.* ikùkù, èṣẹ́.
Fit, *adj.* yẹ, tọ. *n.* imugìrì.
Fitly, *adv.* niyiye, nitotọ.
Fitness, *n.* yiyẹ, titọ.
Five, *adj.* arún, marún.
Fix, *v.t. and i.* fà-so, muduro.
Fixed, *adj.* mura, pipẹ.
Flabby, *adj.* rọ̀, aimura giri.
Flag, *n.* asia, ọpagun ; koriko odo.
Flagrant, *adj.* rekọja àla.
Flail, *n.* ipakà.
Flake, *n.* majala, iforifo iná.
Flame, *n.* ọwọ iná, igbona ọkan. *v.i.* jo, tan bi iná.
Flamingo, *n.* ẹiyẹ akọ.
Flank, *n.* ìha.
Flannel, *n.* aṣọ kubusu kikuna.
Flap, *n.* ìlugba. *v.t. and i.* lugba.
Flare, *v.t. and i.* jo.
Flash, *n.* ikọ-sān. *v.t. and i.* kọ-sān.
Flask, *n.* ṣago kekere.
Flat, *adj.* tẹ, tẹju, ṣẹpẹtẹ.
Flatness, *n.* itẹju, iṣẹpẹtẹ.
Flatten, *v.t. and i.* tẹbẹrẹ́.
Flatter, *v.t.* pọn, tàn.
Flatterer, *n.* ẹlẹtan, ipọnni.
Flattery, *n.* ìpọnni, iyin eké.
Flatulence, *n.* igùfẹ.
Flavour, *n.* adùn, itọwo, õrùn.
Flaw, *n.* àbukun, isán, ìla.
Flax, *n.* ọgbọ̀.
Flay, *v.t.* bo li awọ.
Flea, *n.* idun ẽgbọn.
Fledge, *v.t.* gun iyẹ, hùyẹ.
Flee, Fled, *v.t. and i.* sa, sa lọ.
Fleece, *n.* irun agutàn. *v.t.* rẹjẹ.
Fleet, *n.* ẹgbẹ-ọkọ̀, ọwọ́-ọkọ̀. *adj.* yara.
Fleetness, *n.* iyara.

Flesh, *n.* ẹran ara.
Fleshy, *adj.* kiki ẹran.
Flexibility, *n.* ilọ̀.
Flexible, *adj.* rọrun lati tẹ, lọ̀.
Flicker, *v.i.* jo baibai.
Flight, *n.* isa kuro ninu ewu.
Flimsy, *adj.* fẹlẹfẹlẹ.
Flinch, *v.i.* sunki ninu irora.
Fling, *v.t. and i.* sọ.
Flint, *n.* okuta ibọn.
Flippant, *adj.* laironu.
Flirt, *v.t. and i.* ṣire ifẹ ; ba obirin ta.
Flit, *v.i.* fo-lọ.
Float, *v.t. and i.* fo loju omi.
Flock, *n.* ọwọ ẹran tabi ẹiyẹ. *v.i.* tọwọ.
Flog, *v.t.* nà, jan li ọrẹ́.
Flood, *n.* ikún omi, iṣan omi.
Flood-tide, *n.* akunbo omi.
Floor, *ŋ.* ilẹ ilé.
Flop, *v.t. and i.* ṣubu lulẹ.
Florin, *n.* owo fadaka 2/-
Flounce, *v.i.* yi ara kiri.
Flounder, *v.i.* kọṣẹ.
Flour, *n.* iyọ̀fun.
Flourish, *v.t. and i.* ruwe, lawe, rú, gbilẹ.
Flow, *v.i.* ṣan. *n.* iṣan omi.
Flower, *n.* itanna eweko. *v.t. and i.* tanna bi eweko.
Flown, *v.i.* ti fo lọ.
Fluctuate, *v.i.* yi sihin sọhun.
Fluctuation, *n.* irú soke ru sodo.
Fluency, *n.* ṣiṣan, idawùru.
Fluent, *adj.* nisọrọ jọjọ.
Fluid, *adj.* mimu, ṣiṣan.
Fluidity, *n.* iṣan.
Flush, *v.t. and i.* wá ni ikanju.
Fluster, *n.* igbona, iyara.
Flute, *n.* fere.
Flutter, *v.t. and i.* fo nibambalẹ.
Flux, *n.* iṣan.
Fly, *n.* eṣinṣin. *v.t. and i.* fo, folọ.
Foal, *n.* ọmọ ẹṣin.
Foam, *n.* ifofo.

Fodder, *n.* ohun jijẹ ti ẹran.
Foe, *n.* ọta.
Fog, *n.* ikūkū.
Foggy, *adj.* kiki ikūkū.
Foil, *v.t. and i.* ṣẹ, tẹ. *n.* iṣẹgun, itẹni.
Fold, *n.* agbo, agbo ẹran. *v.t. and i.* ka, di.
Foliage, *n.* ewe.
Folio, *n.* iwe nla.
Folk, *n.* awọn enia.
Folk-lore, *n.* alọ irintan.
Follow, *v.t. and i.* tẹle, tọ-lẹhin.
Follower, *n.* ọmọ-ẹhin.
Folly, *n.* aimoye, iwere.
Foment, *v.t.* fi omi gbigbona wẹ.
Fond, *adj.* nikẹ, nifẹ́.
Fondle, *v.t. and i.* kẹ́.
Fondness, *n.* ikẹ́, ifẹ́.
Font, *n.* awo omi lati fi baptisi.
Food, *n.* onjẹ.
Foodless, *adj.* laini onjẹ.
Fool, *n.* aṣiwere. *v.t. and i.* ṣi were.
Foolish, *adj.* gọ̀, ṣiwere.
Foolishness, *n.* iwere.
Foot, Feet, *n.* ẹsẹ̀.
Foot-bridge, *n.* afara kekere.
Foot-hold, *n.* ipo ẹsẹ̀.
Footing, *n.* ibiti ẹsẹ̀ tẹ.
Footless, *adj.* lainiẹsẹ̀.
Footman, *n.* iranṣekọnri.
Footpath, *n.* ipa ọna.
Footsore, *adj.* riro ẹsẹ̀.
Footstep, *n.* ipa ẹsẹ̀.
Footstool, *n.* apoti itisẹ.
Fop, *n.* oge.
For, *prep.* fun, nitori.
Forage, *v.i.* ko-ẹrù, jale, piyẹ. *n.* ipiyẹ ogun.
Forasmuch, *conj.* niwọnbi.
Forbear, *v.i.* dawọ duro; pamọra.
Forbearance, *n.* idawọduro, suru, ipamọra.
Forbid, *v.t.* da-lẹkun.
Forbidding, *adj.* didalẹkun.

Force, *n.* ipa, agbara. *v.t.* fi ipa ṣe, fi agbara ṣe.
Forcible, *adj.* lagbara.
Forcibly, *adv.* pẹlu agbara.
Ford, *n.* odo afẹsẹlaja. *v.t. and i.* wọdo.
Fordable, *adj.* lilaja.
Fore, *adj.* niwaju.
Forebode, *v.t.* wi tẹlẹ.
Forecast, *v.t.* gbimọ tẹlẹ, gbiro-tẹlẹ. *n.* igbimọtẹlẹ.
Forecastle, *n.* iwaju ọkọ̀.
Forefather, *n.* baba nla.
Forefront, *n.* iwaju.
Forego, *v.t. and i.* jọ-lọwọ, fi-silẹ.
Foreground, *n.* ilẹ iwaju.
Forehead, *n.* iwaju.
Foreign, *adj.* ti ilu miran.
Foreigner, *n.* ajeji, alejo, ara ilu mī.
Forejudge, *v.t.* ṣe idajọ ṣaju.
Foreknow, *v.t.* mọ tẹlẹ.
Foreknowledge, *n.* imọtẹlẹ.
Foreman, *n.* iṣaju, ọga.
Foremost, *n.* iwaju patapata.
Forenoon, *n.* igba ikanri ọjọ.
Foreordain, *v.t.* pinnu tẹlẹ.
Forerunner, *n.* aṣaju ẹni.
Foresee, *v.t.* ri tẹlẹ.
Foresight, *n.* imọtẹlẹ.
Foreskin, *n.* atọtọ.
Forest, *n.* igbo.
Forestall, *v.* ṣaju.
Foretaste, *n.* itọwo tẹlẹ.
Foretell, *v.t.* sọ tẹlẹ.
Forethought, *n.* iro tẹlẹ, ipese silẹ.
Forever, *adv.* titi lai.
Forewarn, *v.t.* kilọ fun tẹlẹ.
Forfeit, *v.t.* bule, padanu. *n.* ibule.
Forgave, *v.t.* dariji.
Forge, *n.* agbẹdẹ irin. *v.t. and i.* rọ, lù, fi eke kọwe.
Forgery, *n.* akọle eke.
Forget, Forgot, *v.t.* gbagbe.

Forgetful, *adj.* ṣigbagbe, ni-
gbagbe.
Forgetfulness, *n.* igbagbe.
Forgive, *v.t.* dariji.
Forgiveness, *n.* idariji, ifiji.
Forgiving, *adj.* mura lati dariji.
Fork, *n.* amuga ijẹun, agunjẹ.
Forlorn, *adj.* kikọsilẹ.
Form, *n.* iṣe, iwo, aworan;
ijoko. *v.t. and i.* mọ, fun
ni iwa.
Formal, *adj.* bi iṣe, bi iwa.
Formality, *n.* iṣe idasilẹ, apẹrẹ
iṣe.
Formation, *n.* iṣe, ida, ibi.
Former, *adj.* tiṣaju.
Formerly, *adv.* igba iṣaju.
Formidable, *adj.* nibẹru, lera.
Formulary, *n.* iwe iṣe idasilẹ.
Fornicate, *v.i.* ṣe panṣaga, ṣe
àgbere.
Fornication, *n.* iṣe panṣaga, iṣe
àgbere.
Fornicator, *n.* panṣaga, àgbere.
Forsake, *v.t.* kọ̀ silẹ.
Forsaken, *adj.* kikọsilẹ.
Forsooth, *adv.* nitotọ.
Forswear, *v.t.* fi ibura ṣe ileri.
Fort, *n.* odi.
Forth, *adv.* jade, jadewa.
Forthcoming, *adj.* ijadewa.
Forthwith, *adv.* nisisiyi, lọgan.
Fortification, *n.* odi, àbo.
Fortify, *v.t. and i.* dabobo,
mọdisi.
Fortitude, *n.* igboiya, ilaiya.
Fortnight, *n.* igbà ọṣe meji.
Fortress, *n.* odi alagbara.
Fortunate, *adj.* bọ sakokò, ṣa-
gbakò.
Fortune, *n.* alabapade, ohun ini.
Fortune-teller, *n.* awomi.
Forty, Fortieth, *adj.* ogoji, oji.
Forum, *n.* ibi ọja, ibi ipejọ.
Forward, *adj.* ran siwaju, imu-
ra; yaju.

Forwardness, *n.* imura tẹlẹ;
iyaju.
Foster, *v.t.* bọ, tọ, ṣe itọju.
Foster-child, *n.* ọmọ agbabọ.
Foster-mother, *n.* alagbabọ.
Fought, *v.t. and i.* ja.
Foul, *adj.* aimọ, ẹ̀ri, ẹgbin.
Foul-mouthed, *adj.* ẹlẹnu bu-
buru.
Foul-play, *n.* iwa ẹtan, ôgun
buburu.
Found, *v.t.* ri; fi ipilẹ lelẹ.
Foundation, *n.* ipilẹ ilé, isọlẹ.
Foundation-stone, *n.* okuta ipilẹ.
Founder, *v.t. and i.* ri sinu omi.
Fountain, *n.* isun, orisun.
Four, *adj.* ẹ̀rin, mẹrin.
Fourfold, *adj.* mẹrin-mẹrin.
Fourfooted, *adj.* ẹlẹsẹ mẹrin.
Fourteen, *adj.* mẹrinla.
Fourteenth, *adj.* ẹkẹrinla.
Fourth, *adj.* ẹkẹrin.
Fourthly, *adv.* lọna kẹrin.
Fowl, *n.* adiẹ, ẹiyẹ.
Fowler, *n.* pẹiyẹ-pẹiyẹ, apẹiyẹ.
Fox, *n.* kọ̀lọkọlọ.
Fraction, *n.* ibu ni ara ọtọtọ;
ìpín, ìdá.
Fractional, *adj.* ti ibu ni ara
ọtọtọ.
Fracture, *v.t. and i.* ṣẹ egungun.
Fragile, *adj.* fifọ́.
Fragment, *n.* ìbu, ajẹkù.
Fragrant, *adj.* lõrùn didùn.
Frail, *adj.* lailera, lailagbara.
Frailty, *n.* ailera, ailagbara.
Frame, *v.t. and i.* ṣe, mọ, kọ;
làna. *n.* iṣelana.
Franchise, *n.* omnira, ibọkuro
lọwọ isin. *v.t.* sọ di omnira.
Frank, *adj.* tuwọ ka, ṣe ọṣọnu.
Frankincense, *n.* turare.
Frankly, *adv.* ni tuwọka; ni
finuhan.
Frankness, *n.* iṣe otitọ gbangba.
Frantic, *adj.* bibajẹ ori, aituloju.

Fraternal, adj. ti árá ; ti ara-
konrin.
Fraternally, adv. gẹgẹ bi ara.
Fraternity, n. ẹgbẹ.
Fratricide, n. ẹniti o pa arakọnri
ẹni.
Fraud, n. ẹtan, erú.
Fraudulence, n. itanjẹ, iṣeru.
Fray, n. ija, ogun.
Freckle, n. ami tótòtó.
Freckled, adj. tótòtó.
Free, adj. di omnira, tunuka si.
Freeborn, n. bi li omnira, ọmọ
omnira.
Freedman, n. ẹrú ti a fi ṣe ọmọ,
omnira.
Freedom, n. omnira.
Freewill, n. ifẹ́ atinuwa.
Freeze, v.t. and i. dì.
Freight, n. ẹrù ọkọ̀.
Frenzy, n. isinwin, iṣiwere.
Frequency, n. igbakugba.
Frequent, adj. nigbagbogbo,
nigbakugba.
Fresh, adj. tutù, titun.
Freshen, v.t. and i. sọ di titun,
sọ di tutù.
Fresh-water, n. omi ti kò ni iyọ
ninu rẹ̀ ; omi-mimu.
Fret, v.t. and i. bo li ẹ̃po ara ;
fajuro kanra.
Fretful, adj. nifajuro, nikanra.
Fretfulness, n. ikanra.
Friction, n. ira, ira ohun meji
pọ mọ ra wọn.
Friday, n. ijọ kẹfa lọsẹ.
Friend, n. ọrẹ́, ẹgbẹ, ẹnikeji.
Friendless, adj. laini ọrẹ́.
Friendship, n. ifẹ́, ìrẹ, irẹpọ.
Frigate, n. ọkọ̀ ogun.
Fright, n. ẹrù, ifoiya.
Frighten, v.t. dẹruba, daiya fo.
Frigid, adj. tutu.
Frill, v. ka.
Fringe, n. waja-waja, igbati aṣọ.
Frisk, v.i. fò, bẹ́. n. iṣire.
Frivolous, adj. kikini, ainilari.

Frock, n. ẹwu ilekè.
Frog, n. ọpọlọ.
Frolic, n. iṣire.
From, prep. lọwọ, kuro, ninu.
Front, n. iwaju. v.t. and i.
dojukọ, kọju si.
Frontier, n. ateteba, iwaju.
Frontlet, n. ọja igba iwaju.
Frost, n. otutu nini.
Froth, n. ifofo ; ọrọ asan.
Froward, adj. nikanra.
Frown, v.t. and i. bojujẹ si.
Fructify, v.t. and i. mu so eso.
Frugal, adj. tuwọka, nitọju.
Fruit, n. eso, ọmọ.
Fruitful, adj. leso, pupọ.
Fruition, n. anfani, ere.
Fruitless, adj. laileso, yagàn.
Fruit-tree, n. igi eso.
Frustrate, v.t. ba-jẹ, yi-po.
Frustration, n. ibajẹ.
Fry, v.t. and i. yan ninu ọra,
din.
Fuel, n. ohun idana, igi, ẹyín.
Fugitive, n. isansa. adj. lai-
duro nibikan.
Fulfil, v.t. mu-ṣẹ.
Fulfilment, n. imuṣẹ.
Full, adj. kun.
Fully, adv. ni kikun.
Fulness, n. ẹ̀kún, kíkun.
Fumble, v.t. and i. ṣe nkan
rudurudu.
Fume, n. ẽfin, ŏru. v.t. and i.
binu.
Fumigate, v.t. fin li ẽfin.
Fumigation, n. oru ti o ti inu
ina jade.
Fun, n. ire, iṣire, ẹ̀fẹ.
Function, n. oye, agbara.
Fund, n. owo ilelẹ, ikojọpọ owo.
Fundament, n. ìdi, ẹhin.
Fundamental, n. ti ipilẹ̀ṣẹ, pa-
taki.
Funeral, n. isinku.
Fungus, n. olu, olu ẽhu igi.
Funnel, n. irọmi, irọti.

Fur, n. irun mulọmulọ.
Furious, adj. runu, ṣe ikannu, kun fun ibinu.
Furnace, n. ileru.
Furnish, v.t. pese fun.
Furniture, n. ohun elo ilé.
Furrow, n. aporo.
Further, adv. siwaju, lokere.
v.t. ran-lọwọ, sun siwaju.
Furthermore, adv. pẹlu-pẹlu.
Furtive, adj. yọ-wò.
Fury, n. ikannu, ibinu.
Fuse, v.t. yọ, dà; rẹ́ nkan meji pọ.
Fusion, n. iyọlu, idalu.
Fuss, n. irọkẹkẹ, aisimi.
Futile, adj. lasan, laiwulo.
Future, n. igba ti mbọ.

G.

Gabble, n. ibẹrẹ orule ile.
Gable, n. ikù ile.
Gad, v.i. rin kiri laisimi.
Gadfly, n. eṣinṣin nla.
Gag, v.t. and i. há li ẹnu. n. ihanu.
Gaiety, n. inudidun, ayọ̀.
Gain, n. ère, anfani. v.t. and i. jère, ri gba.
Gainer, n. eierè, alanfani.
Gainsay, v.t. riwisi, sọrọ odi si.
Gait, n. ìrin.
Gaiter, n. aṣọ iwesẹ.
Gala, n. idaraya.
Gale, n. afẹfẹ lile atẹgun.
Gall, n. orõro. v.t. and i. fi ara bó.
Gallant, adj. nigboiya, lọla. n. olufẹ́, ọga.
Gallantry, n. igboiya, ifẹ́, ikiyesi.
Gallery, n. ọdẹdẹ loke.
Gallon, n. iru oṣuwọn kan.
Gallop, v.t. and i. dogìri. n. ogìri isare ẹṣin.
Gallows, n. igi isonipa.

Gamble, v.t. and i. ta tẹtọ.
Gambler, n. atatẹtẹ.
Gambol, v.i. fò, bẹ́.
Game, n. ire, iṣire; ọdẹ ẹran tabi ẹiyẹ.
Gamekeeper, n. olutọju ohun ọdẹ.
Gander, n. akọ pẹpẹiyẹ odo.
Gang, n. awọn ti o sowọ pọ lati ṣe nkan.
Gangrene, n. àrun, idibajẹ ni ẹran ara, ìra.
Gaol, Jail, n. ile ẹwọn, ile tubu.
Gaoler, Jailer, n. onitubu.
Gap, n. iho, ẹlà, isan.
Gape, v.i. yán, yanu gboro.
Garb, n. aṣọ, ẹwu.
Garden, n. ọgbà.
Gardener, n. olusọgba, asọgba.
Gargle, n. egbogi ọfun. v.t. and i. wẹ ọna ọfun.
Garland, n. màriwo, ìdi ewe tabi itanna.
Garment, n. ẹwu, aṣọ ibora.
Garner, n. aká, abà.
Garnish, v.t. ṣe li ọṣọ. n. ohun ọṣọ.
Garrison, n. ẹgbẹ ologun ni ilu olodi. v.t. mọdi si.
Garrulous, adj. alaroye.
Garter, n. okun iso ibọsẹ.
Gash, n. ọgbẹ nla.
Gasp, v.t. and i. yanu silẹ gba afẹfẹ.
Gastric, adj. ti apoluku, ti ikùn.
Gate, n. ẹnu ọna ode, ilẹkun.
Gate-keeper, n. olutọju ẹnu ọna.
Gather, v.t. and i. kojọ, kopọ si ibikan.
Gatherer, n. alakojọ.
Gathering, n. ikojọpọ.
Gauge, v.t. diwòn. n. ọpa idiwọn.
Gaunt, adj. rù.
Gauntlet, n. ibọwọ irin, ibọwọ aṣọ.
Gauze, n. aṣọ fẹlẹfẹlẹ.
Gay, adj. darayá, inudidùn.

Gaze, *v.i.* tẹjumọwo.

Gazette, *n.* iwe irohin ijọba.

Gazing-stock, *n.* ẹni ifiṣẹlẹya.

Gear, *n.* ohun elo, ohun ọṣọ.

Gem, *n.* okuta iyebiye.

Gender, *n.* akọ tabi abo.

Genealogy, *n.* ìtan atẹle idile.

General, *adj.* wọpọ̀, ti gbogbo enia. *n.* olori ogun.

Generally, *adv.* nigbakugba.

Generate, *v.t.* bi.

Generation, *n.* iran.

Generosity, *n.* iwa inu rere.

Generous, *adj.* ni inu rere.

Genesis, *n.* iwe ekinni ti Mose.

Genial, *adj.* ni ayayà.

Genius, *n.* oloye, amoye.

Genteel, *adj.* pẹlẹ, oloju-saju.

Gentile, *n.* keferi.

Gentle, *adj.* ni iwa pẹlẹ, ṣe jẹjẹ.

Gentleman, *n.* oniwa rere, ẹniti a bi rere.

Gentleness, *n.* iwa tutu, iwa jẹjẹ, iwa pẹlẹ.

Gentry, *n.* awọn ti a bi rere, awọn bọ̄kini.

Genuine, *adj.* lotitọ, laiṣẹtan.

Geography, *n.* imọ apẹrẹ ilẹ aiye.

Geology, *n.* imọ nkan ti inu ilẹ nisalẹ.

Germ, *n.* èhu.

Germinate, *v.t. and i.* hù, là, sọ jade.

Gesticulate, *v.t. and i.* ṣẹ̀fẹ.

Gesticulation, *n.* ire ọ̀fẹ.

Gesture, *n.* iyi ara.

Get, *v.t. and i.* ni, rigba.

Gewgaw, *n.* ohun iṣire, nkan asan.

Ghastly, *adj.* lẹrù, bi oku, bi iwin.

Ghost, *n.* ẹmi, iwin, oku.

Giant, *n.* omìran, aṣigbọnlẹ.

Gibbet, *n.* igi isonirọ.

Gibe, *v.t. and i.* sọ isọkusọ, ṣe ẹlẹya.

Giddiness, *n.* õyi oju.

Giddy, *adj.* laiduro nibikan, ni õyi loju.

Gift, *n.* ẹbùn.

Gigantic, *adj.* tobi.

Gild, *v.t.* bo ni wura tabi fadaka.

Gilding, *n.* wura tabi fadaka ti a ṣe ni sisu.

Gilt, *n.* ẹrẹkẹ ẹja.

Gimlet, *n.* olu, irin ti a fi nda oju igi lu fun iṣo.

Gin, *n.* okùn didẹ́, ẹgẹ́ ; ọti.

Ginger, *n.* atalẹ.

Gingerly, *adj.* lẹsọ̀-lẹsọ̀, finifini.

Giraffe, *n.* agunfọn.

Gird, *v.t.* sán, di amure.

Girder, *n.* iti igi ni itẹ apako ile.

Girdle, *n.* ohun sisán, amure.

Girl, *n.* ọmọbirin.

Girth, *n.* ọja gãri ẹṣin.

Gist, *n.* koko ọ̀rọ.

Give, *v.t. and i.* fi fun, fi-bùn.

Giver, *n.* olufunni.

Gizzard, *n.* iwe ẹiyẹ.

Glad, *adj.* yọ̀, ṣe inudidun.

Gladden, *v.t.* mu yọ, mu ni inu dùn.

Gladly, *adv.* tayọtayọ.

Gladness, *n.* ayọ inudidun.

Glamour, *n.* isujú.

Glance, *n.* iwo firi.

Glare, *n.* dan ṣãnṣán.

Glass, *n.* awojiji, digi.

Glaze, *v.t. and i.* fi digi si.

Glazier, *n.* oniṣẹ fifi digi sì ferese.

Gleam, *n.* itanṣan imọlẹ.

Glean, *v.t. and i.* peṣẹ, ṣà.

Gleaner, *n.* apeṣẹ.

Glee, *n.* ayọ, inudidun.

Glib, *adj.* didun.

Glide, *v.t. and i.* yọ́ pẹlẹ.

Glimmer, *v.i.* mọlẹ baibai.

Glimpse, *n.* imọlẹ firi.

Glisten, *v.i.* tan imọlẹ.

Glitter, *n.* ìtanṣan.

Gloat, *v.i.* tẹjumọ wò fun ibi.

Globe, n. ìṣu apẹrẹ aiye.

Gloom, n. iṣokunkun, idagùdẹ ;
itẹba ati iwuwo ọkan.

Gloomy, adj. ṣokunkun ; bibi-
nujẹ, kikănu.

Glorify, v.t. yìn-logo.

Glorious, adj. lọla, logo.

Glory, n. ogo, iyin, ọla. v.i.
ṣogo, ṣefefe.

Gloss, n. idan; itumọ, aṣọye.

Glossary, n. iwe itumọ ọrọ.

Glossy, adj. didan.

Glove, n. ibọwọ.

Glow, n. igbona ara, igbona
ọkan. v.i. janjan, gbona.

Glow-worm, n. imunmuna.

Glue, n. àte.

Glum, adj. fajuro, ṣe oju ibinu.

Glut, v.t. jẹ ajẹkì.

Glutton, n. ojẹun, alajẹki.

Gluttony, n. ajẹki.

Gnarl, n. kóko igi.

Gnash, v.t. and i. pahin keke.

Gnat, n. kantikanti.

Gnaw, v.t. and i. girin jẹ.

Go, v.i. rìn, lọ, nṣo.

Goad, n. ọpa mimu, ẹgun. v.t.
tì.

Goal, n. opin isure ije.

Goat, n. ewurẹ.

Goatherd, n. olutọju awọn ewu-
rẹ.

Gobble, v.t. and i. sọpaka-gbemi.

God, n. Ọlọrun.

Godchild, n. ọmọ nipa ti Ọlọrun.

Goddess, n. abo oriṣa.

Godfather, n. baba nipa ti
Ọlọrun.

Godless, adj. laini Ọlọrun, laigba
Ọlọrun gbọ.

Godlike, adj. niwa-bi-Ọlọrun.

Godliness, n. ifọkansin Ọlọrun.

Godmother, n. iya nipa ti Ọlọrun.

Godsend, n. ohunrere lati ọdọ
Ọlọrun.

Going, n. ilọ, ìrin.

Goitre, n. gẹgẹ.

Gold, n. wura.

Golden, adj. tị

Goldsmith,

Gone, adj. tì ..

Gonorrhea, n. àrun ...

Good, adj. ire, rere.

Good-bye, inter. ikini ipinya,
Odabọ ! Ọna re o ! Odigbo
ṣe o !

Good-evening, inter. Oku alẹ !
" kălẹ o."

Good-humour, n. inu didin, inu
rere.

Goodly, adj. didara.

Good-morning, inter. Oku arọ !
" kărọ o ! "

Goodness, n. iwa rere, ore.

Good-night, inter. Odarọ ! Odi
ojumọ !

Goods, n. ẹrù, ohun inì.

Good-will, n. ifẹ inu rere.

Goose, n. pẹpẹiyẹ odò.

Gore, n. ẹjẹ didi. v.t. gun li
ọkọ, fi iwo kàn.

Gorge, n. ọfun. v.t. and i.
fi iwara gbemi.

Gorgeous, adj. didara, hihàn.

Gorilla, n. inọki, inaki.

Gosling, n. ọmọ pẹpẹiyẹ odò.

Gospel, n. ihin rere, itan igbe
aiye Jesu.

Gossip, n. isọrọ asan.

Gourd, n. igbá, itakùn.

Govern, v.t. and i. ṣakoso, ṣolori,
ṣetọju.

Governess, n. olukọni obirin.

Government, n. ijọba, akoso ilu.

Governor, n. alakoso ilu, ajẹlẹ.

Gown, n. aṣọ ileke gigun.

Grab, v. ja lọwọ.

Grace, n. ore-ọfẹ, oju rere,
anfani. v.t. ṣe lọṣọ, mu
niyin.

Graceful, adj. didara, lẹwa.

Gracious, adj. ọlore-ọfẹ, alănu.

Gradation, n. ìto lẹsẹsẹ, itẹ
siwaju.

Glade, n. ipò.

Gradual, adj. lẹsẹsẹ.

Graduate, v.t. and i. gbà ere li ilé ẹkọ giga.

Graft, n. ọka alọmọ́ si igi keji.

Grain, n. woro irugbin kan, ọka, agbado.

Grammar, n. imọ ilo ọrọ daju-daju.

Grammar-school, n. ilé ẹkọ giga.

Granary, n. aká, abà.

Grand, adj. tobi, niyin, lọla.

Grandchild, n. ọmọloju, ọmọ-ọmọ.

Grandee, n. ẹni ọlọla.

Grandeur, n. didara ni irí.

Grandfather, n. baba nla.

Grandmother, n. iya nla.

Grandstand, n. ibi giga fun iwòran.

Granite, n. okuta akọ dudu.

Grant, v.t. gbà, fi-fun. n. ohun ti a fifunni.

Grape, n. eso ajara.

Graphic, adj. juwe finifini.

Grapple, v.t. and i. fi agbara dimu.

Grasp, v.t. and i. fi ọwọ gba mu, dimu.

Grasping, adj. ni ojukokoro, lọkanjuwa.

Grass, n. koriko igbẹ.

Grasshopper, n. ẹlẹngà.

Grate, n. irin ikele. v.t. and i. ha, lọ kuna.

Grateful, adj. more, dupẹ.

Grater, n. ifilọ̀.

Gratification, n. itẹnilọrun, iwù.

Gratify, v.t. ké, tẹ lọrùn.

Gratis, adv. lọfẹ́.

Gratitude, n. ọpẹ, idupẹ.

Gratuity, n. ẹbùn ọfẹ.

Grave, v.t. gbẹ́, fín, ṣọnà finfin si. adj. nronu. n. isà okú.

Grave-clothes, n. aṣọ oku.

Grave-digger, n. agbẹlẹ̀ okú.

Gravel, n. okuta wẹwẹ yanrin, tārá.

Gravitate, v.t. and i. fa mọ.

Gravitation, n. ifamọ ara kan si ekeji.

Gravity, n. iwa agba, nironu.

Gravy, n. omi ẹran.

Gray, Grey, n. adalu awọ dudu ati funfun, hewú.

Graze, v.t. and i. jẹ koriko igbẹ, fi bo.

Grease, n. ọra, epo. v.t. fi ọra pa.

Greasy, adj. ilọra, ilepo.

Great, adj. tobi, nlà, pọ.

Greatness, n. itobi.

Greed, n. iwọra ojukokoro.

Greedy, adj. niwọra, lojukokoro.

Green, adj. dudu ; aipọn, aidẹ, tutu aligà.

Greengrocer, n. oluta ewebẹ.

Greenhorn, n. ẹniti ko ṣoro tanjẹ.

Greet, v.t. kí, yọ̀.

Greeting, n. ikini.

Grief, n. ibanujẹ, ikanu, ẹdun.

Grievance, n. ohun ibanujẹ.

Grieve, v.t. and i. mu ni kẹdun, baninujẹ.

Grievous, adj. ni ibanujẹ nipọnju.

Grim, adj. korò, rorò.

Grimace, n. ibojujẹ ṣùṣù.

Grime, n. ẽri. v.t. sọ di ẽri.

Grin, v.t. and i. rẹrin akọ, rẹrin ẹgan.

Grind, v.t. and i. lọ̀, pón.

Grinder, n. õlọ̀.

Grindstone, n. okuta ipọnrin.

Grip, n. igbọwọ́. v.t. and i. dimu ṣinṣin.

Gripe, n. inurirun ; dimu ṣinṣin.

Gristle, n. okerekere.

Grizzle, n. awọ ọlọyẹ, adalu dudu ati funfun.

Groan, v.t. and i. kerora. n. ikerora.

Groin, n. itan.

Groom, n. apoko ẹṣin.

Groove, *n.* ihò itẹbọ.

Grope, *v.i.* fi ọwọ wá ọna li okunkun.

Gross, *adj.* ṣaikuna, ṣakiṣaki. *n.* gbogbo, ọtọtọ ejila mejila; ohun mẹrinlelọgoje.

Grossness, *n.* aikuna, itobi.

Grotesque, *adj.* pagun-pagun.

Ground, *n.* ilẹ.

Groundless, *adj.* lainidi.

Ground-nut, *n.* ẹpa.

Groundwork, *n.* ipilẹṣẹ.

Group, *n.* akojọpọ, ìdipọ.

Grove, *n.* igbo kekere.

Grovel, *v.i.* rako, rẹ ara silẹ.

Grow, *v.t. and i.* hù, sọ, dagba.

Growth, *n.* idagba, ìhu.

Grub, *n.* kokoro, ìdin.

Grudge, *v.t.* kùn si, ṣe arankan si. *n.* odi, ija.

Gruesome, *adj.* dẹruba.

Gruff, *adj.* kanra.

Grumble, *v.t. and i.* kùn, kùn sinu.

Grumbler, *n.* akùnsinu.

Grunt, *n.* kùn bi ẹlẹdẹ.

Guarantee, *n.* onigbọwọ.

Guard, *n.* abo, iṣọra. *v.t. and i.* ṣọ, dabòbo.

Guardian, *n.* oluṣọ, olutoju.

Guess, *v.t. and i.* làmọ, ro sọ. *n.* alamọ.

Guest, *n.* alejo, ẹniti a nṣe alejo fun.

Guidance, *n.* itọna, ifọnahan.

Guide, *v.t.* fi ọna han, tọ si ọna. *n.* amọna.

Guide-post, *n.* apako loju ọna lati fi ọna han ero.

Guild, *n.* ẹgbẹ, parakoyi.

Guile, *n.* arekereke, ọtan.

Guileless, *adj.* laisiarekereke, laiṣẹtan.

Guilt, *n.* ẹṣẹ, ẹbi ẹṣẹ.

Guiltless, *adj.* laijẹbi, lailẹṣẹ.

Guilty, *adj.* jẹbi, ẹlẹṣẹ.

Guinea, *n.* ṣile mọkanlelogun.

Guinea-corn, *n.* ọkà bàba.

Guinea-fowl, *n.* ẹtù, ẹiyẹ áwó.

Guinea-pig, *n.* ẹmọ́ (eku).

Guinea-worm, *n.* sobia.

Guise, *n.* iri ode, ìwa.

Guitar, *n.* ohun ọna orin olokun tita.

Gulf, *n.* ẹya omi okun sinu ilẹ.

Gull, *v.t.* tàn; rẹjẹ.

Gullet, *n.* ọna ọfun.

Gulp, *v.t. and i.* sọpaka-gbemi.

Gum, *n.* oje igi.

Gums, *n.* erìgi.

Gun, *n.* ibọn.

Gunner, *n.* ayinbọn.

Gunpowder, *n.* ẹtu ibọn.

Gunshot, *n.* yiyìn ibọn.

Gurgle, *v.t. and i.* tu pūpū.

Gush, *v.t. and i.* tu-jade. *n.* itujade.

Gusset, *n.* idasa-aṣọ.

Gust, *n.* afẹfẹ ojiji.

Gut, *n.* ifun ẹran. *v.t. and i.* fun ifun.

Gutter, *n.* oju àgbàra.

Gymnastic, *adj.* ti ijakadi; ti idaraya.

H.

Ha, *inter.* ọrọ ikigbe iyanu.

Haberdasher, *n.* oluta aṣọ, ati wosiwosi.

Habit, *n.* ìwa, iṣẹ, iwọsọ.

Habitable, *adj.* gbigbé.

Habitant, *n.* olugbé.

Habitation, *n.* ibugbé, ilé.

Habitual, *adj.* iwa, iṣẹ.

Hack, *v.t. and i.* ke ṣakaṣaka.

Hades, *n.* isa oku, ibugbe awọn oku.

Haft, *n.* ẽkù ọbẹ tabi ida.

Hag, *n.* ajẹ.

Haggard, *adj.* rù, joro.

Haggle, *v.i.* yọwo ọjà.

Hail, v.t. pè, ki lokere. inter.
    alafia. n. yĩnyĩn. v.t. and i.
    wọ yĩnyĩn.
Hail-stone, n. okuta yĩnyĩn.
Hair, n. irun.
Hairdresser, n. onidiri onigba-
    jamọ.
Hairpin, n. ikoti.
Hairy, adj. onirun.
Hale, adj. lera, dida ara. v.t. fà.
Half, n. àbọ, idameji.
Half-dozen, n. mẹfa.
Half a rod, adj. ni ilọwọwọ
    ọkan.
Half g ny, n. owo bàba, idaji
    kọbọ.
Half-way, adv. agbede meji ọna.
Hall, n. gbàngan idajọ́, yará nla.
Hallelujah ! inter. ẹ yin Oluwa !
Hallow, v.t. ya si mimọ́.
Hallucination, n. itanjẹ.
Halo, n. imọlẹ ti nyi ŏrun ka.
Halt, v.t. and i. dẹsẹ duro ;
    mukun.
Halter, n. okun ọrun ẹran fun
    fifà.
Halve, v.t. pin ni meji.
Ham, n. itan ẹran ẹlẹdẹ ti a fi
    iyọ si.
Hamlet, n. abule, ileto.
Hammer, n. ŏlù. v.t. and i.
    fi kàn, ŏlu lu.
Hammock, n. ibusun asorọ̀.
Hamper, n. agbọn nla. v.t.
    and i. di lọna.
Hand, n. ọwọ. v.t. nawọ si.
Handbell, n. agogo kekere ifọwọ
    lu.
Handbreath, n. ibu atẹlẹwọ.
Handful, n. ikunwọ.
Handicraft, Handiwork, n. iṣẹ
    ọwọ́.
Handkerchief, n. aṣọ inuju, gèle.
Handle, n. ŏkù, ẹrú. v.t. dimu,
    lo.
Handmaid, n. ọmọdọ obirin.
Handsome, adj. dara, lẹwa.

Hand-writing, n. ikọwe.
Handy, adj. mura, rọrun, nitoai.
Hang, v.t. and i. fi-kọ, so-rọ,
    so li ọrun pa.
Hangings, n. aṣọ ferese tabi
    ibusun.
Hanker, v.i. ṣaferi gidigidi.
Haphazard, n. ĕṣì.
Haply, adv. boya, lalabapade.
Happen, v.i. ṣẹ, jade, hù.
Happiness, n. alafia, irọra, rere.
Happy, adj. lalafia, nirọra.
Harass, v.t. da li agara, yọ-lẹnu.
Harbinger, n. aṣaju.
Harbour, n. ebute ọkọ̀. v.t.
    and i. dabobo.
Hard, adj. le, ṣoro, nikà. adv.
    sunmọ toai.
Harden, v.t. and i. mu-le, mu-
    ṣoro.
Hard-hearted, adj. alailãnu.
Hardness, n. iṣoro.
Hardship, n. inira, wahala.
Hardware, n. ohun elo amọ.
Hardy, adj. laiya, ṣakọni, le.
Hare, n. ehoro.
Hark, inter. gbọ ! fetisilẹ !
Harlot, n. panṣaga obirin.
Harm, n. ibajẹ, ipalara, ibi.
Harmful, adj. nipalara.
Harmless, adj. lainipalara,
    lailewu.
Harmattan, n. ọyẹ.
Harmonium, n. dùru.
Harmony, n. ibarẹ, iṣọdede.
Harness, n. ìdi ẹṣin kẹkẹ.
Harp, n. duru.
Harper, n. aluduru.
Harpoon, n. ọkọ irin fun pipa
    erinmi.
Harry, v.t. ja lole, kó lẹru.
Harsh, adj. rorò, ṣónú.
Harshness, n. irorò iṣonu.
Hart, n. akọ agbọnrin.
Harvest, n. ikorè.
Harvester, n. olukorè.
Hash, v.t. ke wẹwẹ.

Hasp, n. iha ikọ.

Hassock, n. timtim ikunlẹ.

Haste, n. iyara, ikanju.

Hasten, v.t. and i. mu yara, gbesẹ̀.

Hastily, adv. nikanju, nibinu.

Hasty, adj. kanju, yara.

Hat, n. akẹtẹ̀, ate.

Hatch, v.t. and i. pa ọmọ ninu ẹyin.

Hatchet, n. ada.

Hate, v.t. korira. n. irira.

Hateful, adj. kun fun irira.

Hatred, n. irira, aifẹ.

Haughtiness, Hauteur, n. igberaga, irera.

Haughty, adj. gberaga, rera.

Haul, v.t. and i. fà, wọ́.

Haunch, n. itan.

Haunt, v.t. and i. pằrà, dẹ. n. ibi ằrà.

Have, Had, v.t. ni.

Haven, n. ibi igunlẹ ọkọ̀, ibi abò.

Havoc, n. òfo, ibajẹ. v.t. parun, bajẹ.

Hawk, n. awodi. v.t. and i. polowo ọja.

Hawker, n. onikiri ọja.

Hay, n. ijẹ̀ apasá, koriko gbigbẹ.

Hazard, n. ewu. v.t. fi wewu.

Hazardous, adj. lewu.

Haze, n. ikuku.

He, pron. on.

Head, n. ori, oke, olori. v.t. and i. ṣe olori, ṣe alakoso.

Headache, n. ifọri, ori fifọ.

Head-dress, n. idiri ifarun.

Headland, n. iyọri ilẹ.

Headlong, adv. ogedengbe.

Headmaster, n. olori ilé ẹkọ.

Headquarters, n. ilé olori ẹgbẹ.

Headstone, n. okuta pataki ti igun ilé ; okuta iboji.

Headstrong, adj. laigbọran, agidi.

Headway, n. ilọsiwaju.

Heal, v.t. and i. mu-lara-da, wo-san, mu-jina.

Healer, n. oniwosàn, oniṣegùn.

Healing, n. iwosan.

Health, n. ilera, dida ara.

Healthy, adj. nilera.

Heap, n. òkiti, ebè, ikojọpọ.

Hear, v.t. and i. fi eti gbọ́, tẹtisi.

Hearer, n. olugbọ́.

Hearing, n. igbọ́, igburo.

Hearken, v.i. fetisilẹ.

Hearsay, n. ihin, iró.

Hearse, n. kẹkẹ oku.

Heart, n. ọkan.

Heart-ache, n. ibanuje, irora ọkan.

Hearth, n. ibi idaná, àro.

Heartily, adv. tọkan-tọkan, tinutinu, nitòtọ.

Heartless, adj. laini-anu.

Hearty, adj. nilera, nitòtọ.

Heat, n. oru, igboná. v.t. and i. fi gboná.

Heathen, n. keferi, aboriṣa.

Heathenism, n. iwa keferi.

Heave, v.t. and i. gbe soke.

Heaven, n. ọrun alafia, oke ọrun.

Heavenly, adj. bi ti ọrun.

Heaviness, n. iwuwo, ibinujẹ.

Heavy, adj. wuwo.

Hedge, n. ọgbà, ọgba tuttì.

Hedgehog, n. ọya.

Heed, v.t. ṣọra, kiyesi. n. iṣọra, ikiyesi.

Heedful, adj. niṣọra.

Heedless, adj. laibikita, lainani.

Heel, n. gigisẹ.

Heifer, n. ẹgbọrọ abo malu.

Height, n. giga, ibi giga.

Heighten, v.t. and i. gbe-ga.

Heinous, adj. buru rekọja.

Heir, Heiress, n. arole, ajogun nipa ofin.

Heirloom, n. ajogunba.

Hell, n. ọrun apadi.

Helm, n. itọkọ̀.

Helmet, n. ihamọra aṣibori, aḳẹtẹ ọrun.

Help, v.t. ran-lọwọ. n. iranlọwọ.

Helper, n. oluranlọwọ.

Helpless, adj. laini irànwọ́.

Helpmeet, Helpmate, n. oluran-lọwọ.

Helter-skelter, adv. rudurudu, nikanju.

Hem, n. iṣẹti aṣọ, igbati aṣọ. v.t. ṣeti aṣọ.

Hemisphere, n. ãbọ iṣu aiye.

Hemorrhage, n. ẹjẹ, isun ẹjẹ.

Hemp, n. igi ọgbọ́.

Hen, n. abo adiẹ.

Hence, adv. lati ihin lọ.

Henceforth, adv. lati isisiyi lọ.

Hencoop, n. àgo adiẹ.

Her, pron. on.

Herald, n. akede.

Herb, n. ewebẹ.

Herbalist, n. adahunṣe.

Herd, n. ọwọ ẹran. v.t. and i. tò li ọwọ.

Herdsman, n. darandaran.

Here, adv. nihinyi.

Hereafter, adv. lẹhin eyi.

Hereby, adv. nipa eyi.

Hereditary, adv. atọwọ-dọwọ́ jogún.

Heredity, n. ijogún iwa lati ọwọ́ õbi.

Herein, adv. ninu eyi.

Hereof, adv. ti inu eyi.

Heresy, n. adamọ̀.

Heretic, n. aladamọ.

Heretofore, adv. nigba atijọ́.

Herewith, adv. pẹlu eyi.

Heritage, n. ogún, ijogún.

Hermit, n. aladagbe, olufọkanṣin.

Hermitage, n. ibujoko anikangbe.

Hernia, n. iyọ ifun.

Hero, n. akọni, alagbara, ọgá.

Heroism, n. ìwa akọni.

Heron, n. àkọ (ẹiyẹ).

Herring, n. ẹja kekere.

Hers, pron. ti rẹ̀.

Herself, pron. ontikararẹ̀.

Hesitate, v.i. woye, ṣiyemeji.

Hesitation, n. iyemeji, iduro woye.

Hew, v.t. and i. fi ãkẹ́ kẹ́.

Hiccup, Hiccough, n. sukẹsuke.

Hide, v.t. pa-mọ. v.i. fi ara pamọ. n. awọ ẹran.

Hideous, adj. ni bẹru, buru.

Hiding-place, n. ibi isapamọ si.

Hierarch, n. olori ni nkan mimọ́.

Hierarchy, n. akoso ninu ohun mimọ́.

High, adj. ga, soke.

Highland, n. ilẹ òke.

Highminded, adj. gberaga.

Highpriest, n. olori alufa.

Highspirited, adj. múna, laiyà.

High water, n. akúntan omi.

Highway, n. ọna opopo, ọna gbangba.

Highwayman, n. igara, danadana, ole.

Hilarious, adj. nidarayá.

Hilarity, n. ariyá, ayọ.

Hill, n. oke kekere, ilẹ giga.

Hillock, n. ebè, òkiti.

Hilly, adj. kiki òke.

Hilt, n. èku.

Him, pron. on.

Hind, n. abo agbọnrin. adj. lẹhin, ti ẹhin.

Hinder, v.t. da-duro, di li ọna.

Hinderance, n. idina, idaduro.

Hindermost, adj. lẹhin patapata.

Hinge, n. agbekọ, iwakun.

Hint, n. ifẹnule. v.t. and i. fẹnule, dasọ.

Hinterland, n. loke, ilẹ ti o jina si okun.

Hip, n. igbaròkó, itan, ibadi.

Hippopotamus, n. esẹ, erinmi.

Hire, v.t. gba ọya iṣẹ. n. ọya iṣẹ.

Hireling, n. alagbaṣe.

His, pron. ti rẹ̀.

Hiss, *v.t. and i.* pa òṣé; dún
bi ejò ; " poṣe."

Historian, *n.* akọwe itan ijọba
tabi ti enia.

Historical, *adj.* ti iwe itan.

History, *n.* iwe itan.

Hit, *v.t. and i.* lù, fi nkan lù.

Hitch, *v.t. and i.* kọ́. *n.* ikọsẹ,
idaduro.

Hither, *adv.* de ihin.

Hitherto, *adv.* titi di isisiyi, de
ihin latẹhinwa.

Hive, *n.* ile oyin.

Hoar, *adj.* lewú, fún bi ewú.

Hoar-frost, *n.* ìri didi.

Hoard, *n.* iṣura ti a kojọ pamọ
nikọkọ̀. *v.t.* kojọ pamọ
nikọkọ̀.

Hoarse, *adj.* kẹhùn.

Hoary, *adj.* arugbó.

Hoax, *n.* itanjẹ iṣiré.

Hobble, *v.t. and i.* wọ́sẹ-nlẹ.

Hobby, *n.* iṣẹ ti o wu ni ju.

Hoe, *n.* ọkọ́ iroko. *v.t. and i.*
roko, rolẹ.

Hog, *n.* ẹlẹdẹ̀.

Hoist, *v.t.* gbe soke, fa soke.

Hold, *v.t. and i.* dimu, pamọ.
n. idaduro, idimu.

Hole, *n.* ihò, koto.

Holiday, Holyday, *n.* ọjọ ajọ,
ọjọ eré.

Holiness, *n.* ìwa mimọ.

Hollow, *adj.* lẹtan, ṣofo tẹ̀kòtò.

Holy, *adj.* mimọ, lailẹsẹ.

Holy Ghost, Holy Spirit, *n.* Ẹmi
Mimọ.

Holy-week, *n.* ọṣẹ ti o ṣaju
Ajinde.

Homage, *n.* isin, itẹriba, ifori-
balẹ.

Home, *n.* ilé, ibugbe.

Homeless, *adj.* ṣainile.

Home-made, *adj.* eyiti a ṣe nílé.

Homesick, *adj.* ọkan fà si ilé,
ifà ọkan-si-ile ẹni.

Homeward, *adj.* siha ilé.

Homicide, *n.* apania.

Homily, *n.* iwe iyanju fun ijọ.

Honest, *adj.* sõtọ, duro ṣinṣin.

Honesty, *n.* iṣedede, otitọ.

Honey, *n.* oyin.

Honeycomb, *n.* afara oyin.

Honeymoon, *n.* oṣu kini lẹhin
igbeyawo.

Honorary, *adj.* lọfẹ.

Honour, *n.* ọla, ọ̀wọ́. *v.t.* bu
ọla fun, bọwọ́.

Honourable, *adj.* lọla, niyin.

Hood, *n.* ibori, idiri.

Hoodwink, *v.t.* boloju, rẹjẹ.

Hoof, *n.* bata ẹsẹ ẹṣin tabi mãlu.

Hook, *n.* ìwọ̀. *v.t. and i.* fi
ìwọ̀ mu.

Hooked, *adj.* ni gọ̀gọ, tẹ̀.

Hoop, *n.* ọja agbá. *v.t.* gba li
ọja.

Hooping-cough, Whooping-
cough, *n.* ikọ ipa ; ikọ fére.

Hoot, *v.t. and i.* hó.

Hop, *v.t. and i.* ṣe lakalaka, fi
ẹsẹ fò.

Hope, *n.* ireti. *v.t. and i.* ṣe
reti, dabá.

Hopeful, *adj.* nireti.

Hopeless, *adj.* lainireti, laini
abá.

Horizon, *n.* ipade ilẹ on ọrun.

Horn, *n.* iwo.

Horned, *adj.* oniwo, abiwo.

Hornet, *n.* agbọ́n nla titani.

Horrible, Horrid, *adj.* buruju,
banilẹru.

Horror, *n.* ibẹru, ipaiyà.

Horse, *n.* ẹṣin.

Horseback, *n.* ẹhin ẹṣin.

Horsedealer, *n.* oluta ẹṣin.

Horsehair, *n.* irun ẹṣin.

Horseman, *n.* ẹlẹṣin.

Horsewhip, *n.* ẹgba ẹṣin.

Hosanna, *n.* ọ̀rọ iyin Ọlọrun.

Hose, *n.* ṣokoto, ibọsẹ́.

Hospitable, *adj.* inu rere ni ṣiṣẹ
alejo.

Hospital, n. ilé itọju awọn alaisan ; ile alárùn.

Hospitality, n. iwa inu rere si alejo.

Host, n. bale ilé ero ; ẹgbẹ ogun.

Hostage, n. idogo, ẹ̀yá.

Hostel, n. ile èro.

Hostess, n. ìyá ilé èro.

Hostile, adj. ṣodi si, ba ja.

Hostility, n. ija gbangba.

Hostler, n. olutoju ẹṣin.

Hot, adj. gbóna, múna.

Hotheaded, adj. oṣonu.

Hotel, n. ile ero.

Hound, n. aja idọdẹ.

Hour, n. wakati.

Hourglass, n. digi ti a fi yanrin si fun idiwọn akoko.

Hourly, adj. ni wakati-wakati.

House, n. ilé.

Housebreaker, n. ọlọ́ṣa, kólekole.

Household, n. agbole, idile.

Householder, n. bale ile.

House-keeper, n. olutọju ilé.

Housemaid, n. iranṣẹbirin ni ilé.

Housewife, n. iyale, aya bale.

Hovel, n. agọ, ilé talaka.

Hover, v.i. ràbaba yi ka nibi kanna.

How, adv. bawo, li ọna wo.

Howbeit, conj. ṣugbọn.

However, adv. bi o ti wu ki o ri, sibẹ.

Howl, v.t. and i. ké, wu bi aja.

Hubbub, n. ariwo irukerudo.

Huddle, v.t. and i. ifunpọ wuru-wuru.

Hue, n. awọ, irè ; ariwo.

Hug, v.t. fi ọwọ gbamọra. n. ifamọra.

Huge, adj. titobi, nla.

Hulk, n. inu ọkọ̀ ; ẹgbẹ ọkọ.

Hum, v.t. and i. kùn, kùn bi oyin.

Human, adj. ti enia.

Humane, adj. ṣeun, ni inu rere.

Humanity, n. iwa enia ; inurere.

Humble, adj. nirẹlẹ. v.t. rẹ-silẹ, tẹ.

Humbly, adv. tirẹlẹ-tirẹlẹ.

Humbug, n. erú, itanjẹ, apara.

Humdrum, adj. agara.

Humid, adj. tutu, rin.

Humidity, n. itutu ọrinrin.

Humiliate, v.t. rẹ-silẹ, tẹ lori-ba.

Humiliation, n. irẹnisilẹ.

Humour, n. omi, ọ̀fẹ, inu didun. v.t. ṣe ifẹ ọkàn, tẹ lọrun.

Humorous, adj. panilẹrin.

Hump, n. iké.

Humpback, Hunchback, n. abuké.

Hundred, adj. ọgọrun.

Hundredfold, n. ọgọgọrun.

Hunger, n. ebi. v.t. and i. ebi npa.

Hungry, adj. ti ebi npa.

Hunt, v.t. and i. dẹ, le, ṣọdẹ. n. idẹ.

Hunter, n. ọdẹ.

Hurl, v.t. fi sọkọ kikan.

Hurricane, n. iji lile.

Hurry, v.t. and i. yara, ṣira. n. ikanju.

Hurt, v.t. and i. pa-lara. n. ipalara.

Hurtful, adj. nipalara, nikà.

Husband, n. ọkọ́, ọkọlobirin. v.t. ṣe itọju.

Husbandman, n. àgbẹ, olutọju oko.

Husbandry, n. iroko.

Hush, inter. dakẹ ! panumọ !

Hush-money, n. owo abẹtẹlẹ.

Husk, n. ẹpo ara eso igi.

Hustle, v.t. and i. ti sihin ti sọhun, funlù.

Hut, n. ile kekere.

Hybrid, n. adamọdi.

Hydrophobia, n. dugbolugi.

Hyena, Hyæna, n. ikòkò, pẹlẹpẹ.

Hygiene, n. ẹkọ nipa ara lile.

Hymn, n. orin mimọ.

Hymn-book, *n.* iwe orin mimọ.
Hyperbole, *n.* asọdùn.
Hypocrisy, *n.* aiṣõtọ, iṣe aga-
  bagebe.
Hypocrite, *n.* agabagebe.

I.

I, *pron.* emi, mo, ng.
Ice, *n.* omi didi.
Idea, *n.* iye inu, iro.
Ideal, *n.* apẹrẹ ti o darajulọ.
Identical, *adj.* ohun kanna, ko
  si iyatọ.
Identify, *v.t.* mimọ daju.
Idiom, *n.* isọ ọrọ, ilohun ọrọ.
Idiot, *n.* aṣiwere.
Idle, *adj.* lẹ, aiṣiṣẹ.
Idleness, *n.* ainiṣẹ, ọlẹ.
Idler, *n.* ọlẹ, alainiṣẹ.
Idol, *n.* ere, oriṣa.
Idolater, *n.* abọriṣa.
Idolatry, *n.* ibọriṣa, isin ere.
Idolize, *v.t. and i.* kẹ, fẹ rekọja.
If, *conj.* bi.
Ignite, *v.t. and i.* tinabọ, kun.
Ignition, *n.* itinabọ, kikun.
Ignoble, *adj.* lẹgàn, ailọla.
Ignominious, *adj.* lẹgàn, làbukun.
Ignominy, *n.* ẹgan, itiju.
Ignoramus, *n.* òpe enia, aṣiwere.
Ignorance, *n.* aimọ, ailoye.
Ignorant, *adj.* laimọ, lope, lai-
  moye.
Ignore, *v.t.* aikaai, aifiyesi.
Ill, *adj.* aisan, buru, ofo, jamba.
Illegal, *adj.* lòdi si ofin.
Illegible, *adj.* ṣoro lati kà.
Illegitimate, *adj.* laibi ni igbe-
  yawo; ọmọ ale, ọna aitọ.
Ill-favoured, *adj.* labukùn.
Illiberal, *adj.* lainawo, laidẹwọ.
Illicit, *adj.* ilodi si ofin, aitọ si
  ofin.
Illimitable, *adj.* lailála, lainiála.

Illiterate, *adj.* laikọwe, alaimọ
  iwe.
Ill-nature, *n.* iṣonu, iwa buburu.
Illness, *n.* àrun, aisan.
Illuminate, *v.t.* tàn imọle, ṣe li
  ọṣọ.
Illumination, *n.* ifuni ni imọlẹ.
Illuminator, *n.* ẹniti nfun ni
  ni imọlẹ.
Illusion, *n.* iṣina, ẹtan.
Illustrate, *v.t.* ladi, ṣe aworan.
Illustration, *n.* iladi, ifihan,
  aworan.
Illustrious, *adj.* nọlá, lorukọ,
  lokiki.
Ill-will, *n.* irira, ifẹ buburu.
Image, *n.* aworan, ere.
Imagery, *n.* apẹrẹ, ifihan.
Imagination, *n.* ìrò, oye.
Imagine, *v.t.* ro, woye.
Imbecile, *adj.* lailera, lailagbara.
Imbibe, *v.t.* mu sinu.
Imitate, *v.t.* tẹle, fi ṣe apẹrẹ, ṣe
  afarawe.
Imitation, *n.* apẹrẹ, ifarawe,
  itẹle.
Imitator, *n.* ọmọ-ẹhin, alafarawe.
Immaculate, *adj.* ni iwa funfun.
Immaterial, *adj.* lainilari.
Immature, *adj.* aipọn, aigbo.
Immeasurable, *adj.* lainiwọn.
Immediate, *adj.* lọgan, loju-
  kanna.
Immediately, *adv.* lọgan, niaisiyi.
Immense, *adj.* tobi pupọ, lai-
  niwọn.
Immerge, *v.t.* tẹrì ninu omi.
Immersion, *n.* itẹrì ninu omi.
Immigrate, *v.t. and i.* ṣiṣilọ si ilu
  mĩ.
Immigration, *n.* iṣilọ si ilu mĩ.
Imminent, *adj.* sunmọ itosi,
  lewu lori.
Immoderate, *adj.* laimọniwọn.
Immodest, *adj.* lainitiju.
Immoral, *adj.* lainiwa rere, buru,
  iwà agbere.

Immortal, *adj.* laikú, laidíbajẹ.
Immortality, *v.t.* aidibajẹ, aikú.
Immortalize, *v.t.* sọ di alaiká.
Immovable, *adj.* duro ṣinṣin.
Immunity, *n.* anfani, ere.
Immutable, *adj.* aiyipada.
Impair, *v.t.* ba-jẹ, fasẹhin.
Impale, *v.t.* sọgba yi i ka.
Impart, *v.t.* fi-fun, fi-ràn.
Impartial, *adj.* lotitọ, laini oju-saju enia.
Impassable, *adj.* lailekọja.
Impatience, *n.* aimusuru, iwara, aisimi.
Impatient, *adj.* niwara, laiduro.
Impeach, *v.t.* fi-sun.
Impede, *v.t.* da-duro, di-lọwọ.
Impediment, *n.* idilọwọ, idina.
Impel, *v.t.* tì siwaju.
Impend, *v.i.* kilọ, so-rọ.
Impenetrable, *adj.* lailelaja, lai-leṣidi.
Impenitance, *n.* aironupiwada ẹṣẹ, aikãnu ẹṣẹ.
Impenitent, *adj.* aironupiwada.
Imperative, *adj.* pipaṣẹ taṣẹtaṣẹ.
Imperceptible, *adj.* àirí, aimọ.
Imperfect, *adj.* laipe, làbukun.
Imperfection, *n.* aipe, àbukun.
Imperial, *adj.* ti ijọba, ti ọba.
Imperil, *v.t.* lati fi sinu ewu.
Imperious, *adj.* lafojudi, agidi.
Imperishable, *adj.* aidibajẹ.
Impertinence, *n.* iwere.
Impetuosity, *n.* irọlu, ikọlu.
Impetuous, *adj.* lagbara, nigìri.
Impetus, *n.* iyanju ikọlu lagbara, ifunlokun.
Impiety, *n.* iwabuburu, aibọwọ fun Ọlọrun.
Implacable, *adj.* lailà, lọta.
Implant, *v.t.* gbin sinu.
Implement, *n.* ohun ọnà.
Implicate, *v.t.* fi-lọlu, wẹlọwọ.
Implication, *n.* ilọwọ ninu nkan.
Implore, *v.t.* bẹ, bẹbẹ.

Impolite, *adj.* laimoye laini warere.
Impolitic, *adj.* lailọgbọn.
Import, *v.t.* mu lati okere wọ ilu, iwà.
Importance, *n.* iwuwo, inidi ; ohun pataki.
Important, *adj.* wuwo, pataki, nidi.
Importation, *n.* imu ọja okere wọ ilu.
Importer, *n.* ẹniti o mu ọja lati okere wọ ilu.
Importunity, *n.* awiyannu.
Impose, *v.t. and i.* ka si lọrun, bù-fun.
Imposition, *n.* ifi ọwọ le, iṣẹ lain, irẹjẹ.
Impossible, *adj.* ṣoro, laileṣe.
Impossibility, *n.* iṣoro, aileṣe.
Impostor, *n.* ẹlẹtàn, aladawọle.
Imposture, *n.* ẹtàn, idawọle.
Impotance, *n.* ailagbara, ailera.
Impoverish, *v.t.* sọ di talaka.
Impracticable, *adj.* laileṣe.
Imprecate, *v.t.* fi-bu, fi-gegún.
Imprecation, *n.* ifìbu, egún.
Impregnable, *adj.* laileṣinidi.
Impregnate, *v.t.* dapọ̀, sopọ̀.
Impress, *v.t.* tẹ-mọ, fi ami si.
Imprint, *v.t.* tẹ-mọ, fi si iranti.
Imprison, *v.t.* ha-mọ, se-mọ inu tubu.
Imprisonment, *n.* ihamọ inu tubu.
Improbable, *adj.* laileribẹ̃.
Improper, *adj.* laitọ, laiyẹ.
Improve, *v.t. and i.* mu-san, tun-ṣe.
Improvement, *n.* imusan, itunṣe.
Improvident, *adj.* lainirotẹlẹ.
Imprudent, *adj.* laimoye, laigbọn.
Impudence, *n.* ailojuti.
Impudent, *adj.* lailojuti, alafọjudi.
Impugn, *v.t.* kọlu, ko tì.
Impulse, *n.* agbara irọlu.
Impulsive, *adj.* lagbara irọlu.

Impunity, n. aijiya, ibọ lọwọ ìya
jijẹ.
Impure, adj. laimọ́, lẽri.
Impurity, n. iwa aimọ, ẽri.
Imputation, n. ẹsùn, ifi ọran sùn.
Impute, v.t. ka si li ọrùn, ka si.
In, prep. ni, ninu.
Inability, n. ainipa, ailagbara.
Inaccessible, adj. lailesunmọ.
Inaccuracy, n. aipe, iṣiṣe.
Inaccurate, adj. laipe, niṣiṣe.
Inaction, n. ọlẹ, imẹlẹ.
Inadequate, adj. laito.
Inadmissible, adj. lailẽgba.
Inadvertence, n. laifiyesi, ni-
gbagbe.
Inane, adj. lofo, lainilari.
Inanimate, adj. lailẹmi, lọra,
kura.
Inapplicable, adj. laibamu, laile-
fiwe.
Inapprehensible, adj. laiyẹni,
lailedimu.
Inapproachable, adj. lailesunmọ.
Inappropriate, adj. laiyẹ
laibamu.
Inapt, adj. laitọ, laiyẹ, laibamu.
Inarticulate, adj. lailesọrọ dara-
dara.
Inasmuch, adv. niwọnbi.
Inattentive, adj. laifojusi, laifi-
yesi.
Inaudible, adj. lailegbọ́.
Inaugurate, v.t. lati kọ bẹ̀rẹ,
pilẹṣẹ.
Inauspicious, adj. lailorire.
Inborn, Inbred, adj. bibinini.
Incalculable, adj. lailesiro, lai-
leka.
Incantation, n. orin afọṣẹ, iṣe-
faiya, iṣẹdi.
Incapable, adj. lailẹṣe.
Incapacitate, v.t. gba li agbara.
Incapacity, n. ailagbara, ailọ-
gbọn.
Incarcerate, v.t. hamọ inu tubu.
Incarnate, v.t. fifi ẹran ara bò.

Incarnation, n. imu ẹran ara wọ.
Incautious, adj. laisọra, laiwoye.
Incendiary, n. kunle-kunle, ati-
nabọle.
Incense, v.t. mu-binu. n. õrun
turari.
Incentive, adj. niru ọkan soke.
Inception, n. ibẹrẹ, ipilẹṣẹ.
Incessant, adj. laisimi, laiduro.
Inch, n. idamejila oṣuwọn ẹsẹ
kan.
Incident, n. alabapade, ẽṣi.
Incise, v.t. ke, ṣa.
Incite, v.t. ru ọkan soke, gbe-
dide.
Incivility, n. alaimọyi.
Inclement, adj. lailãnu, nika,
tutu.
Inclination, n. ifa ọkan si, itẹsi.
Incline, v.t. and i. tẹ-si, ni ifẹ si.
Include, v.t. fi-pẹlu, ka-kun.
Incoherent, adj. laifaramọra.
Income, n. owo-ọdun, ere, elé.
Incommodious, adj. lairọrun.
Incomparable, adj. lailẹgbẹra.
Incompatible, adj. lailebarajọ.
Incompetent, adj. laitọ, lailagbara.
Incomplete, adj. laipe.
Incomprehensible, adj. lailemọ̀.
Inconceivable, adj. laitonkan.
Inconsiderate, adj. laironu, lai-
fiyesi.
Inconsistent, adj. laiṣedede.
Inconsolable, adj. ti a kò le tù
ninu.
Inconspicuous, ti o kere pupọju.
Inconstant, adj. laiduro.
Incontestable, adj. lailejiyan.
Incontinence, n. aimaraduro,
aimọ́.
Incontinent, adj. laimaraduro,
laimọ́.
Inconvenient, adj. lairọrun, laiyẹ.
Incorporate, v.t. dapọ sọkan,
kẹgbẹ, isopọ.
Incorporeal, adj. laini ara.
Incorrect, adj. laipe.

Incorrigible, *adj.* buru rekọja.
Incorrupt, *adj.* laidibajẹ.
Increase, *v.t. and i.* pọsi, dagba, wú. *n.* ibisi, asunkún.
Incredible, *adj.* ti ko ṣe gbagbọ.
Incredulous, *adj.* ṣoro lati gbagbọ.
Increment, *n.* ifikun owo-iṣẹ.
Incriminate, *v.t.* fi-sùn.
Incubate, *v.t. and i.* pa ẹyin, saba lori ẹyin.
Incubation, *n.* isaba lori ẹyin.
Inculcate, *v.t.* tẹnumọ.
Incumbent, *adj.* kàn. *n.* ẹniti o ni oye ni ijọ.
Incur, *v.t.* jigbese.
Incurable, *adj.* laiwotan, laiwosan.
Indebted, *adj.* jẹ-nigbese.
Indecent, *adj.* aiyẹ, aitọ.
Indecision, *n.* iyemeji, aipinnu.
Indecorous, *adj.* lainiwa rere.
Indeed, *adv.* nitõtọ.
Indefatigable, *adj.* laisimi, lailãre.
Indefinite, *adj.* lailopin, kò daju.
Indelible, *adj.* lailepaṛẹ.
Indemnity, *n.* igbọwọ nitori ibajẹ.
Indent, *v.t. and i.* tẹ sinu wọgọ-wọgọ. *n.* iwe iṣowo.
Independent, *adj.* laigbarale, lai-farakọ, laini alakoso.
Indescribable, *adj.* laileṣapejuwe.
Indestructible, *adj.* laileparun.
Index, *n.* ifihan, itọkasi.
Indicate, *v.t.* fi-han, tọka si.
Indication, *n.* ifihan, apẹrẹ.
Indict, *v.t.* fi-sùn, ka ẹṣẹ si lọrùn.
Indictment, *n.* iwe ẹsun.
Indifferent, *adj.* laiṣusi, lainani.
Indigenous, *adj.* ti ilẹ, ti ilu.
Indigent, *adj.* laini, talaka.
Indigestible, *adj.* ailedà ninu.
Indigestion, *n.* aidà onjẹ ni inu.
Indignant, *adj.* binu, runu.
Indignation, *n.* ibinu, irunu.
Indignity, *n.* ẹgan, àbukun.
Indigo, *n.* ẹlu.
Indirect, *adj.* laiṣetara, laitọ.

Indiscernible, *adj.* laihàn.
Indiscreet, *adj.* laigbọn.
Indiscretion, *n.* aigbọn; aimoye.
Indiscriminate, *adj.* nidarudapọ.
Indispensable, *adj.* laiṣe aini.
Indisposed, *adj.* ni ailẹra.
Indisposition, *n.* ai-ya-ara, aisan kekere.
Indisputable, *adj.* laisi aniani, nitõtọ.
Indissoluble, *adj.* laile ya kuro, lailetu.
Indistinct, *adj.* laihàn, bal-bal.
Indite, *v.t.* humọ, kọwe.
Individual, *n. or adj.* ẹni kọkan, olukuluku.
Individuality, *n.* iṣọkọkan; olu-kuluku.
Indivisible, *adj.* lailepin.
Indolence, *n.* ọlẹ; imẹlẹ.
Indolent, *adj.* lọlẹ, lailãpọn.
Indomitable, *adj.* lailebori.
Indoor, *adj.* Indoors, *adv.* ninu ile.
Induce, *v.t.* rọ, yi li ọkan pada.
Inducement, *n.* iyilọkan pada.
Induct, *v.t.* fi-han, fi si oye.
Indulge, *v.t. and i.* kẹ.
Indulgence, *n.* ikẹ, abá.
Industrious, *adj.* lãpọn, laisimi.
Industry, *n.* ãpọn, iṣe oniṣowo.
Indwell, *v.t. and i.* gbe inu.
Inebriate, *v.t.* muti para.
Inebriation, *n.* imuti para.
Ineffective, *adj.* laini aṣẹ.
Ineffectual, *adj.* laileso, lailaṣẹ, lailagbara.
Inelegance, *n.* aidara.
Ineligible, *adj.* laitọ ni yiyan.
Inequality, *n.* aidọgba.
Inequitable, *adj.* laiṣõtọ.
Inert, *adj.* lọra, lailọgbọn.
Inestimable, *adj.* ainiye, aile-diyele.
Inevitable, *adj.* laile bọlọwọ, laileyẹsilẹ.
Inexcusable, *adj.* lairiwisi.

Inexhaustible, *adj.* lailelotan.

Inexorable, *adj.* laigbẹbẹ.

Inexpedient, *adj.* laiyẹ, lairọrun.

Inexpensive, *adj.* lainawo pupọ.

Inexperience, *n.* aimoye.

Inexplicable, *adj.* lailetumọ.

Inexpressible, *adj.* lailesọ.

Inextinguishable, *adj.* lailepa.

Infallible, *adj.* lailesina, daju-daju.

Infamous, *adj.* buru rekọja, lẹgan.

Infamy, *n.* ẹgan, ìwa buburu.

Infancy, *n.* igba iwa ọmọde.

Infant, *n.* ọmọ ọwọ.

Infanticide, *n.* pipa ọmọ ọwọ.

Infantry, *n.* ọmọ-ogun ẹlẹsẹ.

Infatuate, *v.t.* sọ di iwere, ra niye, fẹ la fẹ ju.

Infatuation, *n.* fifẹ la fẹ ju.

Infect, *v.t.* ran mọ.

Infection, *n.* iranmọ.

Infer, *v.t.* mu ero jade.

Inferior, *adj.* rẹhin ju, rẹlẹ ju, ọmọ-ẹhin.

Inferiority, *n.* ki kere ju.

Infernal, *adj.* ti ọrun apadi, ti esu.

Infest, *v.t.* yọ-lẹnu.

Infidel, *adj.* alaigbagbọ.

Infidelity, *n.* aigbagbọ.

Infinite, *adj.* làilopin, lainipẹkun.

Infirm, *adj.* lailera, lailagbara.

Infirmary, *n.* ile awọn alaisan.

Infirmity, *n.* ailera.

Inflame, *v.t. and i.* tinabọ, mu-gbona.

Inflammation, *n.* ijoni, igbina.

Inflate, *v.t.* fi afẹfẹ kun, fẹ soke.

Inflect, *v.t.* tẹ sinu, ya kuro lọna.

Inflexible, *adj.* ailẹtẹ.

Inflict, *v.t.* fi le lara, jẹ-niya.

Infliction, *n.* ìya, ijẹniya.

Influence, *n.* ipa lori ẹni, agbara.

Influential, *adj.* lagbara.

Influenza, *n.* arun otutu.

Influx, *n.* isan sinu, ifikun.

Infold, *v.t.* yi-ka, dì-sinu.

Inform, *v.t. and i.* wi-fun, kọ lẹkọ, mu-mọ, fi-sun.

Informant, *n.* ẹniti nsọ fun ni.

Information, *n.* iwifun, ẹkọ, ifisun.

Infrequent, *adj.* laiwọpọ.

Infringe, *v.t.* ru, sàigbọran.

Infuriate, *v.t.* mu-binu, ru ibinu soke.

Infuse, *v.t.* da-sinu.

Infusion, *n.* ida omi sori nkan lati fa adùn rẹ̀ jade.

Ingathering, *n.* ikore oko.

Ingenious, *adj.* lọgbọn, nihumọ̀.

Ingenuity, *n.* ọgbọn, ihumọ̀.

Inglorious, *adj.* lailogo.

Ingraft, *v.t.* lọ́-mọ.

Ingratiate, *v.t.* sе oju rere si.

Ingratitude, *n.* ailọpẹ, aimore.

Ingredient, *n.* ohun elo.

Inhabit, *v.t.* gbe inu.

Inhabitable, *adj.* eyiti a le gbe inu.

Inhabitant, *n.* olugbe.

Inhale, *v.t.* mi jinlẹ, mi sinu.

Inherit, *v.t.* jogún ini.

Inheritance, *n.* ogún, ini.

Inheritor, *n.* ajogún, arole.

Inhospitable, *adj.* alaifẹ alejò sìsе.

Inhuman, *adj.* nikà, aisеnia.

Inimical, *adj.* bi ọta.

Inimitable, *adj.* ailefarawe.

Iniquity, *n.* aisеdede, ẹsẹ, aisо-dodo.

Initial, *n.* ti ipilẹsẹ, ibẹrẹ orukọ.

Initiate, *v.t.* mu bẹrẹ, kọ ni ipilẹsẹ gbà sẹgbẹ.

Inject, *v.t.* fi sinu.

Injudicious, *adj.* lailọgbọn.

Injunction, *n.* asе, iyanju.

Injure, *v.t.* pa-lara, ba-jẹ.

Injurious, *adj.* lewu, laisõtọ, nikà.

Injury, *n.* ibajẹ, ipalara, ikà.

Injustice, *n.* aisotitọ.

Ink, *n.* tadawa.

Ink-bottle, *n.* igo-tadawa.

Inkling, *n.* finfin.

Inland, *adj.* lokè ilẹ, jinà si okun.

Inmate, *n.* olugbele.

Inn, *n.* ile èro.

Innate, *adj.* bibinibi.

Innermost, *adj.* ti inu lọhun.

Innervate, *v.t.* mu laraya, fi agbara fun.

Innkeeper, *n.* olutọju ile-èro.

Innocence, *n.* iwa mimọ, ailẹsẹ.

Innocent, *adj.* alaiṣẹ.

Innovation, *n.* ayidà, mu ohun titun wa.

Innumerable, *adj.* lainiye.

Inobservant, *adj.* laifiyesi.

Inoculate, *v.t.* lọ-mọ.

Inoffensive, *adj.* lainipanilara, laibà ninu jẹ.

Inopportune, *adj.* li akoko ti kò yẹ.

Inordinate, *adj.* nifẹkufẹ, laini-wọn.

Inorganic, *adj.* lailẹmi, lainiyè.

In-patient, *n.* ẹniti a gbà sinu ilé awọn alaisan.

Inquest, *n.* iwadi iku ẹni, itọsẹ.

Inquietude, *n.* aibalẹ ọkan.

Inquire, Enquire, *v.t. and i.* bère, tọsẹ, wadi.

Inquiry, *n.* ibère, itọsẹ, iwadi.

Inquisition, *n.* itọsẹ nipa ilana ofin.

Inquisitive, *adj.* wiwadi, titọsẹ.

Inroad, *n.* igbogun si, idoti.

Insane, *adj.* ṣiwere, sinwin.

Insanitary, *adj.* ọbun, aimọ, ẹ̀ri.

Insatiable, *adj.* lanitẹlọrun.

Inscribe, *v.t.* kọ sori, fin.

Inscription, *n.* akọle.

Inscrutable, *adj.* lailẹ̄wari.

Insect, *n.* kokoro.

Insecure, *adj.* lewu, aidaniloju.

Insensibility, *n.* aimọ̀, ikura.

Insensible, *adj.* laimọ̀, nikura, gò̀.

Inseparable, *adj.* laile ya kuro.

Insert, *v.t.* fi-sinu, fi-kun.

Inside, *adv.* ninu.

Insidious, *adj.* lẹtan.

Insight, *n.* imọ, ibojuwo.

Insignia, *n.pl.* ami oye.

Insignificance, *n.* aito nkan.

Insignificant, *adj.* laini lari, laito nkan.

Insincere, *adj.* laiṣòtọ.

Insincerity, *n.* aiṣòtọ, ẹtan.

Insinuate, *v.t.* fi ẹtan wá oju rere.

Insipid, *adj.* laini adun.

Insist, *v.t. and i.* tẹnumọ, fi jaguda ṣe.

Insobriety, *n.* imuti para.

Insolence, *n.* afojudi.

Insolent, *adj.* lafojudi.

Insolvent, *adj.* laile san gbese.

Insomnia, *n.* laile sun.

Insomuch, *adv.* niwọn bi, tobẹ.

Inspect, *v.t.* bojuwo, dan-wo, fi oju si.

Inspection, *n.* ibojuwo, ifojusi.

Inspector, *n.* alabojuwo, alabẹwo.

Inspiration, *n.* imisi.

Inspire, *v.t.* mi-sinu, fa-sinu.

Instability, *n.* aiduro nibikan.

Instal, Install, *v.t.* fi si ipo oye.

Instalment, *n.* adasan, ẹ̀dá, adawin.

Instance, *n.* aperẹ, ẹbẹ, ami.

Instant, *adj.* lojukanna, laiduro.

Instantaneous, *adj.* lẹsẹkanna, lojukanna.

Instantly, *adv.* ni iṣẹju kan, lojukanna.

Instead, *adv.* nipo.

Instigate, *v.t.* tẹ si, dẹ-si, rọ-si.

Instil, *v.t.* ro, kan.

Instinct, *n.* imọ inu.

Institute, *v.t.* fi-lelẹ, gbe-kalẹ, pinnu.

Institution, *n.* igbekalẹ, ilasilẹ.

Instruct, *v.t.* kọ li ẹkọ, fi aṣẹ fun.

Instruction, *n.* ẹkọ, imọ, aṣẹ.

Instructor, *n.* olukọni.

Instrument, *n.* ohun ẹlo ọnà, ẹrọ.

Insubordinate, *adj.* laitẹriba, lai-gbọran.

Insufficient, *adj.* laito, laiyẹ.

Insult, *v.t.* ṣe afojudisi. *n.* afojudi.

Insuperable, *adj.* lailebori, laile-kọja.

Insure, *v.t.* mu-daju.

Insurgent, *adj.* dide si, sọtẹ si.

Insurmountable, *adj.* lailebori.

Insurrection, *n.* isọtẹ si, idide si.

Intact, *adj.* laifọwọkan, nipipe.

Integrity, *n.* otitọ inu, iwa titọ.

Intellect, *n.* oye.

Intelligence, *n.* oye, irohin, isọ-fun.

Intelligent, *adj.* loye, ni imọ.

Intelligible, *adj.* eyiti a le mọ, ti oye rẹ si le yè wa.

Intemperance, *n.* aṣeju, aṣeleke.

Intend, *v.t.* gbiro, pinnu.

Intended, *n.* afẹsọna.

Intense, *adj.* kikankikan, jọjọ.

Intent, *adj.* idi, nitori ki.

Intention, *n.* èro, ètè.

Inter, *v.t.* sin.

Intercede, *v.i.* bẹbẹ, ṣipẹ.

Intercept, *v.t.* da duro, di lọwọ.

Intercession, *n.* ẹbẹ.

Intercessor, *n.* onipẹ, alagbawi, onilaja.

Interchange, *v.t.* ṣe paṣiparọ.

Intercourse, *n.* ibalò, ibapade.

Interdict, *v.t.* da li ẹkun. *n.* idalẹkun.

Interest, *n.* anfani, kikàn; owo elé. *v.t.* kàn, nisi.

Interfere, *v.i.* bọ si arin, ṣúsi.

Interior, *adj.* ti inu lọhun, loke, jinà si eti okun.

Interject, *v.t.* sọ-sarin, fi-si.

Interjection, *n.* igbe ojiji.

Intermarriage, *n.* igbeyawo ninu idile meji.

Intermarry, *v.i.* igbe ẹni idile kan ni iyawo fun idile keji.

Intermediate, *adj.* larin, lagbe-demeji.

Interment, *n.* isinku.

Interminable, *adj.* lailopin.

Intermingle, *v.t. and i.* dapọmọ.

Intermission, *n.* idawọ duro.

Intermittent, *adj.* igbẹda-gbẹda.

Internal, *adj.* ti inu.

International, *adj.* ti ibalo larin awọn orile ede.

Interpose, *v.t. and i.* bọ sarin, ṣe ilaja.

Interpret, *v.t. and i.* tumọ, ṣe gbedegbẹyọ.

Interpretation, *n.* itumọ, iladi.

Interpreter, *n.* ogbifọ, gbede-gbeyọ, onitumọ.

Interregnum, *n.* igba larin akoko ti ọba kan jẹ tẹle ekeji.

Interrogate, *v.t.* bi-lère, bère.

Interrogation, *n.* ibilere, ibère.

Interrupt, *v.t.* da-duro, di-lọwọ.

Interruption, *n.* idaduro, idiwọ.

Intersect, *v.t. and i.* ke nibu, pin niyà.

Intersperse, *v.t.* tu kakiri.

Intertribal, *adj.* larin ẹya enia.

Intertwine, *v.t. and i.* lọpọ, wamọ.

Interval, *n.* àye arin; akoko inàhin.

Intervene, *v.i.* bọ sarin, kọja larin.

Intervention, *n.* ilaja, ibọ sarin.

Interview, *n.* ifojukoju, ojukanra.

Intestate, *adj.* laifohunsilẹ.

Intestines, *n.* ifun inu.

Intimacy, *n.* ibarẹ.

Intimate, *adj.* ifaramọ. *v.t.* fi ẹnu le diẹ.

Intimation, *n.* ifi ẹnu le diẹ.

Intimidate, *v.t.* daiyafò, dẹrubà.

Into, *prep.* ninu, sinu.

Intolerable, *adj.* laiṣe ifi ọkanran, laile rọju.

Intoxicate, *v.t.* pa li ọti.

Intoxication, *n.* ipa li ọti.
Intractable, *adj.* agidi.
Intransitive, *adj.* lairekọja.
Intrepid, *adj.* laifoya, ni igboiya.
Intrepidity, *n.* igboiya.
Intricate, *adj.* diju, lọlù.
Intrigue, *n.* rikiṣi.
Intrinsic, *adj.* ojulowo.
Introduce, *v.t.* fi-han, mu-mọ̀.
Introduction, *n.* ifihan, idimimọ̀ fun.
Introspect, *v.i.* wo awọsinu.
Introvert, *v.t.* yi si inu.
Intrude, *v.t. and i.* wá laipè, yọju si.
Intrusion, *n.* iyọju si laipe.
Intuition, *n.* ọgbọn inu.
Inundate, *v.t.* fi omi bo.
Inure, *v.t. and i.* mọ lara.
Invade, *v.t.* gbogun si.
Invalid, *n.* alailera, olokunrun. *adj.* lailagbara.
Invaluable, *adj.* lailediyele, iye-biye.
Invariable, *adj.* diduro ṣinṣin.
Invasion, *n.* igbogun ti.
Invent, *v.t.* humọ̀.
Invention, *n.* iwari, ọgbọn titun.
Inversion, *n.* iyipada, idorikodo.
Invert, *v.t.* yi-pada, dorikodo.
Invest, *v.t. and i.* wọ li aṣọ, ṣe li ọṣọ, fi owo pamọ.
Investigate, *v.t.* wadi, tọsẹ.
Investment, *n.* ọṣọ, ifiowopamọ.
Inveterate, *adj.* jingiri.
Invigorate, *v.t.* fun li agbara, mu-le.
Invincible, *adj.* ti a kò le bori, lailẹṣẹ.
Inviolable, *adj.* lailebajẹ.
Invisible, *adj.* lairi, laihan.
Invitation, *n.* ipè, irọ̀.
Invite, *v.t.* pè, rọ̀.
Invocate, *v.t.* ke pe ninu adura.
Invocation, *n.* ikepè ninu adura.
Invoice, *n.* iwe owo ọ́jà.
Invoke, *v.t.* gbadura si.

Involuntary, *adj.* laiṣe tinutinu, laifi ifẹ inu ṣe.
Involve, *v.t.* wemọ, káwe.
Invulnerable, *adj.* laile ṣalọgbẹ.
Inward, *adv.* ninu.
Ire, *n.* ibinu, irunu.
Irksome, *adj.* da lagara, yọ-lẹnu.
Iron, *n.* irin.
Ironmonger, *n.* oniṣẹ irin.
Irony, *n.* iranpọ̀ apara.
Irradiate, *v.t.* tan imọlẹ si, dan.
Irreconcilable, *adj.* laile la nija.
Irrecoverable, *adj.* laile gbà pada.
Irregular, *adj.* laiṣedede, laitò lẹṣẹṣẹ.
Irreligious, *adj.* laini iwa bi Ọlọrun.
Irreparable, *adj.* laile tunṣe, lailatunṣe.
Irreproachable, *adj.* lailẹgan, lailẹṣẹ.
Irresistible, *adj.* laile kọju ija si.
Irresolute, *adj.* laini ipinnu, iyemeji.
Irrespective, *adj.* laiṣe akiyesi.
Irretrievable, *adj.* laile gba pada.
Irreverent, *adj.* laibọwọ fun, alailọ́wọ̀.
Irrevocable, *adj.* laile pe pada.
Irrigate, *v.t.* bomi rin.
Irritate, *v.t.* tọ, mu-binu.
Is, *n.* wà.
Islam, *n.* isin awọn Imale; ifisilẹ lagbara.
Island, Isle, *n.* erekuṣu.
Islander, *n.* ara erekuṣu.
Isolate, *v.t.* le sọnu ṣe ki o nikangbe dadó.
Issue, *n.* ọmọ, eso, opin. *v.t. and i.* ṣan jade.
Isthmus, *n.* ilẹ toro ti nso ilẹ meji pọ; ọrùn ilẹ.
It, *pron.* on.
Itch, *n.* ihunra, ẽyi ara.
Item, *adv.* bẹ gẹgẹ, pẹlu; ọkọ̃kan.
Iterate, *v.t.* tun-ṣe, tun-wi.

Itinerate, v.i. irin lati ilu de ilu.
Its, poss. pron. tirè.
Itself, pron. on tikalarè.
Ivory, n. ehin erin.
Ivy, n. itakun eweko.

J.

Jabber, v.t. and i. sisọrọ laiyanju.
Jacket, n. ẹwu awọleka.
Jagged, adj. pagunpagun.
Jail, n. ile tubu, ile ẹwọn.
Jailer, n. olori tubu.
Jam, n. eso igi ti a ti se. v.t. and i. tì, fún-pọ.
Jangle, v.t. and i. pariwo, sọ.
Janitor, n. olutọju ẹnu ọna.
January, n. oṣu kini ọdun.
Jar, v.t. and i. ba-sọ, pariwo. n. igo, idè.
Jaundice, n. àrun ẹdọ.
Jaunt, v.i. lọ lati ibi kan si ekeji.
Javelin, n. ọkọ, ẹṣin.
Jaw, n. egungun pari ẹrẹkẹ.
Jealous, adj. owú, ijowú.
Jealousy, n. owú.
Jeer, v.t. and i. fi-ṣẹfẹ.
Jehovah, n. Ọlọrun Olodumare.
Jelly, n. omi eso ti a fi iyọ Oyinbo se.
Jeopardy, n. ewu.
Jerk, v.t. and i. sọ ni kiakia. n. ijapati.
Jerked-beef, n. eran jabajaba.
Jersey, n. ẹwu awọtẹlẹ.
Jest, n. ẹfẹ, apara. v.i. ṣẹfẹ, dapara.
Jesus, n. Olugbala araiye ; Jesu.
Jet, n. iṣan.
Jew, n. olugbe Judea, ara Hebrew, ọmọ Israel.
Jewel, n. okuta iyebiye, alumani.
Jeweller, n. oluta okuta iyebiye.
Jewry, n. ilẹ Judea.

Jig, n. ijo.
Jigger, n. jiga, kokoro ti o nwọ labẹ ẽkanna.
Jingle, n. iró nkan bi ṣaworo.
Jinrikisha, n. kẹkẹ ti enia nfa kiri.
Job, n. iṣẹ kekere kan.
Jockey, n. alagbata ẹṣin, ẹniti ngun ẹṣin sare ije.
Jocular, Jocose, adj. lèfẹ, ipanilẹrin.
Jog, v.t. and i. fi ejika gbun ni, mì, gbọn.
Join, v.t. and i. so-mọ, fi-kun.
Joiner, n. oniṣọna igi, gbẹnagbẹna.
Joint, n. orike.
Jointly, adv. ajumọṣepọ.
Joist, n. igi àja.
Joke, n. ẹfẹ, ọrọ ẹrin. v.t. and i. fi-ṣẹfẹ, fi ọrọ pa lẹrin.
Jolly, adj. ni inudidun.
Jolt, v.t. and i. gbọn jigìjigì.
Jostle, v.t. and i. fún pọ.
Jot, n. kikini ọrọ, nkan kikini.
Journal, n. iwe irohin.
Journalist, n. akọwe irohin.
Journey, n. irin ajo.
Journeyman, n. alagbaṣe.
Jovial, adj. layọ, inudidun.
Joy, n. ayọ. v.t. and i. yọ, ṣe inu didun.
Joyful, adj. kun fun ayọ.
Joyfully, adv. tayọ-tayọ.
Jubilant, adj. nkọ orin ayò, nhó fun ayò.
Jubilee, n. ọdun idasilẹ, ãdọta ọdun, akoko ti a nṣe iranti nkan pataki.
Judge, n. onidajọ. v.t. and i. ṣe idajọ.
Judgment, n. idajọ, idalẹbi.
Judgment-day, n. ọjọ idajọ.
Judgment-hall, n. gbangan idajọ.
Judgment-seat, n. ijoko-idajọ, itẹ-idajọ.
Judicial, adj. ti onidajọ, ti ile ẹjọ.

Judicious, *adj.* gbọ́n, mòyé.

Jug, *n.* ago, igo.

Juggler, *n.* onidan.

Juice, *n.* oje, omi.

Juicy, *adj.* kun fun omi.

July, *n.* oṣu keje ọdun.

Jumble, *v.t. and i.* dàlu wuru-wuru.

Jump, *v.t. and i.* fò, bẹ́.

Junction, *n.* idapọ, isolu.

Juncture, *n.* idapọ, akoko pataki.

June, *n.* oṣu kẹfa ọdun.

Jungle, *n.* igbo.

Junior, *adj.* aburo, kekere.

Jurisdiction, *n.* sakāni ilẹ oyè, ila iṣẹ.

Jury, *n.* ẹgbẹ igbimọ, enia mejila ti a yàn si ile ẹjọ.

Just, *adj.* olododo, diduro ṣin-ṣin, nitõtọ.

Just, *adv.* gẹgẹ patapata.

Justice, *n.* otitọ, ododo ; onidajọ.

Justification, *n.* idalare.

Justifier, *n.* oludare.

Justify, *v.t.* da-lare.

Jut, *v.i.* yọri ṣonṣo.

Juvenile, *adj.* ti ewe, ti ọmọde.

K.

Keel, *n.* isalẹ ọkọ̀.

Keen, *adj.* mu bi ọbẹ, nitara.

Keep, Kept, *v.t. and i.* pa-mọ, tọju, da-duro.

Keeper, *n.* olupamọ, onitọju.

Keep-sake, *n.* nkan ti a fi pamọ nitori olufunni.

Keg, *n.* àgbá igi.

Kennel, *n.* ile aja.

Kerchief, *n.* gèle.

Kernel, *n.* ọmọ inu eso, kóro ; ekurọ.

Kerosene, *n.* ororo fitila.

Kettle, *n.* ohun elo omi, ikoko sise omi.

Key, *n.* ọmọ iṣikà, kọkọrọ, ọmọ agadagodo.

Key-hole, *n.* ẹnu kọkọrọ.

Kick, *v.t. and i.* tàpá.

Kid, *n.* ọmọ ewurẹ.

Kidnap, *v.t.* ji enia gbe, sunmọmi.

Kidney, *n.* iwe inu, erõ.

Kill, *v.t. and i.* pa, gbà li ẹmi.

Kiln, *n.* ẹbu sisun ohun elo amọ̀.

Kin, *n.* àrá, ibatan.

Kind, *n.* iru, ẹgbẹ, ọwọ̃. *adj.* ṣeun, inu rere.

Kind-hearted, *adj.* ọkan rere, inu rere.

Kindle, *v.t. and i.* tina bọ̀, ru-soke.

Kindness, *n.* iṣeun, inu rere, ore.

Kindred, *n.* ibatan, ará.

Kine, *n.* abo malu.

King, *n.* ọba.

Kingdom, *n.* ijọba, ilẹ ọba.

Kingship, *n.* òye ọba.

Kinsfolk, *n.pl.* ará, ajọbi, ibatan.

Kinsman, *n.* ibatan ọkọnri.

Kinswoman, *n.* ibatan obirin.

Kiss, *n.* ifẹnukoni. *v.t.* fi ẹnu konu.

Kitchen, *n.* ile isenjẹ ; ibi idana.

Kitchen-garden, *n.* ọgba ewebẹ.

Kitchen-maid, *n.* ọmọ-ọdọ ti nse onjẹ.

Kitten, *n.* ọmọ-ologini ọmọ-ologbo.

Knack, *v.i.* ọgbọn.

Knapsack, *n.* àpo ologun.

Knave, *n.* ẹlẹtan, eniakẹnia.

Knavery, *n.* ètan.

Knead, *v.t.* pò.

Kneading-trough, *n.* ọpọ́n ìpo iyẹfun.

Knee, *n.* õkun.

Knee-cap, *n.* egungun õkun.

Kneel, *v.i.* kunlẹ.

Knell, *n.* iro agogo.

Knife, *n.* ọbẹ.

Knight, *n.* oloye kan.

Knit, *v.t. and i.* fi ọwọ wun, dapọ.

Knitting-needle, n. abẹrẹ ti a nlo
lati fi wun.
Knob, n. kóko.
Knock, v.t. and i. lù, kàn,
kànkun.
Knocker, n. òlu, ẹniti nkankùn.
Knoll, n. oke kekere.
Knot, n. kókó, idiju. v.t. diju,
so, dè.
Know, Knew, v.t. and i. mọ̀.
Knowing, adj. gbọn, moya.
Knowledge, n. ìmọ, ọgbọn, ẹkọ́.
Knuckle, n. orike ika.
Kola, n. obi, orogbo.
Koran, n. Alkurani, iwe mimọ
Imale.

L.

Label, n. iwe ti a nfi sami ẹrù.
Laboratory, n. ile oniṣegun.
Laborious, adj. ni lálá, ladagara.
Labour, n. iṣẹ, lálá, irọbi. v.t.
and i. ṣiṣẹ, ṣe lálá rọbi.
Labourer, n. aṣiṣẹ, alagbaṣe.
Labyrinth, n. iruju.
Lace, n. igbati aṣọ. v.t. and i. di.
Lacerate, v.t. ya, fà-ya, ṣa-lọgbẹ.
Lack, n. aini, aito. v.t. and i. ṣe
alaini, kù-kù.
Lackadaisical, adj. ọlẹ-darun.
Lackey, n. iranṣẹkọnrin.
Lad, n. ọmọkọnrin, ọdọmọkọnri.
Ladder, n. àkaṣọ, àtẹgun.
Lade, Laden, v.t. di ẹrù le.
Ladle, n. igbakọ, ṣibi gigun.
Lady, n. iyalode, iya-àfin.
Lady-day, n. ọjọ kẹdọgbọn oṣu
March.
Ladylike, adj. oninu rere.
Ladyship, n. oye iyalode.
Lag, v.i. ṣe ilọra, fa-sẹhin.
Lagoon, n. ọsa, adagun ibiti omi
okun nṣan si.
Lair, n. ibuba ẹran.
Laity, Laymen, n. awọn ijọ, enia
ti a kò iti gba si oye alufa.

Lake, n. adagun.
Lamb, n. ọdọ-agutan.
Lambskin, n. awọ ọdọ-agutan.
Lame, adj. amukun, arọ. v.t. sọ
di amukun.
Lameness, n. imukun, iyarọ.
Lament, v.t. and i. pohùn-rére-
ẹkún.
Lamentation, n. orin ọfọ, ohùn-
rére-ẹkún.
Lamp, n. fitila, atupa.
Lamplight, n. imọlẹ fitila.
Lamplighter, n. ẹniti ntan fitila.
Lance, n. ẹṣin, ọkọ̀. v.t. fi ọbẹ
la.
Lancet, n. abẹ kekere ti oniṣegun.
Land, n. ilẹ, agbègbe. v.t. and i.
gunlẹ.
Land-agent, n. onilẹ, onitọju ilẹ.
Landing, n. igunlẹ.
Landing-stage, n. ebute ọkọ̀.
•Landlady, n. onitọju ile-èro.
Landlord, n. bale ile-ero.
Landmark, n. àla.
Landscape, n. apa ilẹ ti a le fi
oju ri.
Landward, adv. siha ilẹ.
Lane, n. ọna tòro ; ọna hiha.
Language, n. ède.
Languid, adj. lailokun.
Languish, v.i. rù, rẹ̀, ṣe ailera.
Languor, n. ärẹ, ihura.
Lank, adj. joro.
Lantern, n. fitila.
Lap, v.t. and i. fi ahọn lá ; di,
we pọ. n. itan, ẹsẹ.
Lapse, n. iṣubu, ifasẹhin. v.i.
ṣubu, fa-sẹhin.
Larceny, n. olè jíjà.
Lard, n. ọra ẹlẹdẹ.
Larder, n. ibiti a nfi onjẹ pamọ.
Large, adj. tobi, nla, gborin.
Large-hearted, n. oninu rere.
Largely, adv. lọpọlọpọ.
Largess, n. ẹbun ; ọrẹ.
Lark, n. ire ṣiṣe ; ẹiyẹ olorin
didùn.

G

Larva, Larvæ, n. kòkòrò, idin.

Lasciviousness, n. wọbia, iwọra, ifẹ́kúfẹ́.

Lash, v. paṣan, ilágbà. v.t. and i. fi paṣan nà ; di.

Lass, Lassie, n. ọdọmọbirin.

Lassitude, n. ailera, ārẹ̀, iwuwo ara.

Last, n. ohun ọna aranbàta. v.t. and i. wa titi, foriti.

Last, Lastly, adv. ti ikẹhin, ni igbẹhin.

Last, Latest, adj. igbẹhin, ikẹhin.

Latch, n. ikẹ̄kẹ̄rẹ̄ igi tabi irin ti a fi nti ilẹ̀kun. v.t. tì, se.

Late, adj. pẹ́, lọra, ẹniti o ti kú.

Lately, adv. nilọlọyi, nijelo.

Latent, adj. pamọ́, faraasin, lairi.

Later, adv. pẹ́-jù.

Lateral, adj. ti ẹgbẹ́, ti ihà.

Lathe, n. ẹrọ oniṣọna igi.

Lather, n. ihó ọṣẹ. v.t. and i. fi ọṣẹ pa ara.

Latitude, n. ibú, ibò.

Latrine, n. ile igbọnṣẹ.

Latter, adj. ti ikẹhin.

Latter-rains, n. arọkuro.

Laud, n. iyìn. v.t. yìn, gbega ninu orin.

Laudable, adj. yẹ fun iyìn.

Laugh, v.t. and i. rẹrin.

Laughable, adj. panilẹrin.

Laughingstock, n. ẹniti a nfi rẹrin.

Laughter, n. ẹrin.

Launch, v.t. tì si omi, tì si ibú.

Laundress, n. alagbafọ.

Laundry, n. ibiti a nfọṣẹ.

Lava, n. okuta onina.

Lavatory, n. ibi aluwẹ.

Lave, v.t. wẹ, fọ̀.

Laver, n. agbada omi.

Lavish, v.t. ná inakuna, fi ṣofo, fọn kakiri.

Lavish, adj. oninakuna, onilò-kulo.

Law, n. ofin, aṣẹ, ilana.

Law-breaker, n. arufin.

Lawful, adj. yẹ, tọ si ofin.

Law-giver, n. olofin, aṣofin.

Lawless, adj. lailofin.

Lawn, n. pẹ̀tẹ́lẹ̀ ti a nfi koriko bò.

Lawsuit, n. ẹsun nipa ofin, ẹjọ.

Lawyer, n. amofin.

Lax, adj. tú, jafara, dẹra.

Laxative, n. egbogi iyàgbẹ́.

Laxity, n. ọwọ dẹngbẹrẹ.

Lay, Laid, v.t. and i. fi-le, gbe-le, dubulẹ̀ ; ye, yin.

Layer, n. ilẹ̀.

Laziness, n. ọlẹ.

Lazy, adj. ya ọlẹ, jafara.

Lead, Led, v.t. and i. tọ́, sìn, ṣe amọna.

Lead, n. ojé.

Leader, n. amọ̀nà, aṣaju.

Leaf, Leaves, n. ewé.

Leafless, adj. lailewe.

Leaflet, n. iwe kekere.

Leafy, adj. kun fun ewé.

League, n. majẹnu, adehùn.

Leak, v.i. jò.

Leakage, n. jijò, ìla.

Lean, v.t. and i. tẹ-si, fi ara ti. adj. rù, joro.

Leap, v.t. and i. fò-soke, bẹ́.

Leap-year, n. ọdun kẹ́rin-kẹ́rin akọ-ọdun.

Learn, v.t. and i. kọ́ ẹkọ, gba imọ.

Learned, adj. amoye, ọlọgbọn.

Learner, n. akẹkọ.

Learning, n. ẹkọ́, òye, imọ̀.

Lease, n. adehùn tità ilé tabi fifi ile yá ni.

Least, adj. kereju, kikini, ẹni ikẹhin.

Leather, n. awọ eran ti a ti pèse fun ilo.

Leave, n. àye, gafarà, dágbere.

Leave, Left, v.t. fi-silẹ, kọ-silẹ, lọ, kuro.

Leaven, n. iwukara.

Leavings, n.pl. ajẹkù, iṣikùn.

Lectern, n. ibi ikawe ni Ilé Ọlọrun.

Lecture, n. ẹkọ, ibawi. v.t. and i. kọ li ẹkọ, ba-wi.

Lecturer, n. olukọni.

Ledger, n. iwe iṣiro owo.

Leek, n. ewebẹ, alubọsa.

Lees, n.pl. gẹdẹgẹdẹ.

Left, adj. osì. v.t. fisilẹ.

Left-handed, n. ọlọwọ osì, alòsi.

Leg, n. ẹsẹ.

Legacy, n. ogún, ohun ini.

Legal, adj. gẹgẹ bi ofin, bi ti ofin.

Legally, adv. gẹgẹ bi ofin.

Legatee, n. ologún.

Legend, n. itan atọwọdọwọ.

Legendary, adj. arosọ.

Legible, adj. hàn ni kikà.

Legion, n. ẹgbẹ-ogun, ọpọlọpọ.

Legislate, v.i. ṣe-ofin, pa-aṣẹ.

Legislation, n. iṣofin.

Legislative, adj. ti nṣe ofin, ti npa àṣẹ.

Legislator, n. olofin, aṣofin.

Legitimate, adj. tọ si ofin, ba ofin mu, yiyẹ, bibi ni igbeyawo.

Leisure, n. ibọlọwọ iṣẹ, àye, èsọ, bọwọdilẹ.

Leisurely, adv. lẹsọ.

Lemon, n. orombo.

Lemonade, n. ohun mimu ti a fi orombo ṣe.

Land, v.t. win, ya.

Lender, n. awinni.

Length, n. gigun.

Lengthen, v.t. and i. fa-gun, nà-lọ, sun-aiwaju.

Lengthwise, adv. nigigùn.

Lenient, adj. alánu, rọ ni inu.

Lent, n. akoko àwẹ fun ogoji ọjọ ni iranti àwẹ ti Kristi. Iṣẹraẹni.

Leopard, n. ẹkùn.

Leper, n. adẹtẹ.

Leprosy, n. ẹtẹ.

Less, adj. kereju.

Lessen, v.t. and i. din-kù, busẹhin.

Lesson, n. iwe ti a nkọ si ori, ibawi ; ẹkọ.

Lest, conj. ki a máṣe, ki a má ba, asiwa-asibọ.

Let, v.t. jẹki, da-duro, fun ni àye. n. idilọna, idaduro.

Lethargy, n. itogbe, sisun.

Letter, n. iwe.

Letter-box, n. apoti iwe.

Letter-writer, n. akọwe.

Level, adj. tẹju, tẹbẹrẹ, dọgba. v.t. mu-tẹju, mu dọgba.

Lever, n. ẹrọ ti o ngbe nkan wuwo soke.

Leviathan, n. ọni nla, ẹja okun, ejò ti nfò.

Levite, n. ara Levi, alufa ni ijọ awọn Jū.

Levity, n. ifuyẹ, ifẹrẹ, alaironu.

Levy, v.t. fi aṣe ṣa ọmọ-ogun tabi owo jọ, bù iṣẹ-irú. n. alasìnrú, iṣajọ.

Lewd, adj. nifẹkufẹ, nìwakiwa.

Lewdness, n. ìwakiwa, itiju, ìwa ifẹkufẹ.

Lexicon, n. iwe aṣajọ òrọ.

Liability, n. iduro fun, idahun fun.

Liable, adj. duro fun, didè, dahun fun.

Liar, n. eleke, eké.

Libation, n. ifi ọti wain rubọ ; tita ohun mimu silẹ.

Libel, n. iwe ifisun iba orukọ ẹni jẹ.

Liberal, adj. iṣore, ọsọnú enia.

Liberality, n. ilawọ.

Liberally, adv. lọpọlọpọ, pẹlu ilawọ.

Liberate, v.t. da-silẹ, sọ di omnira.

Liberation, n. idásilẹ.

Liberator, n. adanisilẹ, oludaide.

Libertine, n. alailakoso.

Liberty, n omnira, idásilẹ, àye.

Librarian, n. olutọju akojọ iwe.

Library, n. ikojọpọ iwe.

Lice, *n.* iná ori tabi ti aṣọ.
License, Licence, *n.* àye, anfani, iwe aṣẹ. *v.t.* jẹ-fun, fun ni àye, fun ni aṣẹ.
Licentious, *adj.* lailakoso, tiwakuwa.
Lick, *v.t. and i.* fi ahọn lá, lá.
Lid, *n.* ideri.
Lie, *n.* eké, irọ́. *v.t. and i.* purọ, ṣeké, dubulẹ, fi ara ti.
Liege, *n.* olori.
Lieu, *n.* ipò, àye.
Lieutenancy, *n.* òye ogagun.
Lieutenant, *n.* adele ọba, ọgagun, ẹniti o duro dipo ẹlomiran.
Life, Lives, *n.* wiwa lãye, ìye, ẹmi.
Life-boat, *n.* ọkọ igbala.
Life-giver, *n.* olufunni ni ìye.
Life-guard, *n.* oluṣọ ara ọba, onitoju ọba.
Lifeless, *adj.* lainìye, okú.
Lifetime, *n.* igba aiye, ọjọ́ aiye.
Lift, *v.t. and i.* gbe-soké, gbé-ga. *n.* iranlọwọ.
Ligament, *n.* edìdi, eyiti o de orike egungun pọ.
Ligature, *n.* edìdi, idè.
Light, *n.* imọlẹ, imọ. *v.t.* mu-mọlẹ, tan-imọlẹ. *v.i.* gẹ̀, bà, sọ-kalẹ. *adj.* fuyẹ, fẹrẹ̀, laiwuwo, futẹ futẹ.
Lighten, *v.t. and i.* mu-fuyẹ, mu-fẹrẹ̀.
Lighter, *n.* ọkọ ẹrù.
Light-headed, *adj.* alaironu.
Light-hearted, *adj.* ni inudidun, laini aniyan.
Lighthouse, *n.* ile imọlẹ ti o ṣe ikilọ awọn atukọ.
Lightly, *adv.* jẹjẹ, laiwuwo.
Light-minded, *adj.* laiduro ṣinṣin.
Lightning, *n.* mànamána.
Lights, *n.pl.* fukufukù.
Like, *v.t. and i.* fẹ́, ni inudidun si, dunmọ. *adj.* jọ, dabi.

Like-minded, *adj.* oninu kan.
Liken, *v.t.* fi-wẹ́, fi ṣe akawe.
Likeness, *n.* awòran, iri, afarawe, jijọ.
Likewise, *adv.* bẹ̃gẹgẹ, pẹlu.
Lily, *n.* orukọ itanna kan itanna iṣumeri.
Limb, *n.* ẹya ara, ẹka igi.
Lime, *n.* ẹfun; orombo wẹwẹ.
Lime-juice, *n.* omi orombo wẹwẹ.
Limekiln, *n.* ẹbu ẹfun.
Limestone, *n.* okuta ẹfun.
Lime-wash, *n.* fi ọda kùn, fi ẹfun kùn.
Limit, *n.* ipinnu, àla, opin. *v.t.* pãlà, ṣe aropin, pinnu.
Limitation, *n.* ipãlà, ihamọ.
Limitless, *adj.* lailopin, lailàla.
Limp, *adj.* lailera, tiro. *v.i.* mukun.
Limpid, *adj.* mọ gara, didan.
Line, *n.* okùn tinrin, okùn owu, àla, ila. *v.t. and i.* fa ila si; tẹ; to.
Lineage, *n.* iran, idile.
Linen, *n.* aṣọ ọgbọ. aṣọ funfun.
Liner, *n.* ọkọ nla.
Lingual, *adj.* ti ahọn.
Linguist, *n.* amoye ède.
Liniment, *n.* ororo ipara.
Lining, *n.* itẹnu aṣọ.
Link, *n.* orike ẹwọn, idè. *v.t. and i.* so-pọ.
Linseed, *n.* iru eso ọgbọ.
Lint, *n.* aṣọ ọgbọ kikuna.
Lintel, *n.* atẹrigbà.
Lion, *n.* kiniun.
Lioness, *n.* abo-kiniun.
Lion-hearted, *adj.* nigboiya bi kiniun.
Lip, *n.* ète, ẹnu ohun elo.
Liquefy, *v.t. and i.* yọ́.
Liquid, *adj.* ṣiṣan, bi omi, dẹra.
Liquidate, *v.t. and i.* mọ; sangbèse.
Liquidation, *n.* itun ọran owo ṣe.

Liquor, *n.* nkan mimu, ọti.

Lisp, *v.t. and i.* sọrọ bi ọmọde.

List, *n.* iwe akojọ orukọ ; tẹ ; *v.t. and i.* kọ oruko si iwe, to lẹsẹsẹ ; fẹ.

Listen, List, *v.t. and i.* fi eti si, gbọ́.

Listener, *n.* olugbọ.

Listless, *adj.* laitẹtisilẹ, jafara, laibikita.

Lit, *v.t. and i.* tan ina.

Litany, *n.* adura ẹbẹ.

Literal, *adj.* gẹgẹ bi ọrọ.

Literary, *adj.* ti ẹkọ, ọlọgbọn ni iwe kika.

Literature, *n.* ọgbọn ọrọ, iwe.

Lithe, *adj.* rọrun lati tẹ̀.

Lithograph, *v.t.* gbẹ́ sori okuta.

Litigate, *v.t. and i.* ro ẹjọ, fi-sun nipa ofin.

Litter, *n.* páfa ; okiti koriko, ọmọ ẹran. *v.t. and i.* bibi ẹran ; tuka.

Little, *adj.* kekere, kere, diẹ.

Liturgy, *n.* ilana isin.

Live, *v.t. and i.* wà lãye, yè. *adj.* ãye.

Livelihood, *n.* owo lati fi jẹun, ohun ini.

Lively, *adj.* dara ya.

Liver, *n.* ẹ̀dọ·ki.

Living, *adj.* alãye, iye, ini. *n.* iṣẹ.

Lizard, *n.* alãmù. lamùrin, ọmọle.

Lo ! *inter.* kiyesi ! wo !

Load, *n.* ẹrù. *v.t. and i.* di ẹrù le, ki ibọn.

Loaf, *n.* iṣu akara. *v.t. and i.* igbanraiye.

Loan, *n.* ohun iwinni, ohun ti a fi ya ni.

Loathe, *v.t.* korira.

Loathsome, *adj.* ẹgbin, irira.

Lobe, *n.* isalẹ̀-eti.

Lobster, *n.* alakàṣa, akọ ide.

Local, *adj.* ti ibi kan.

Locality, *n.* agbegbe.

Locally, *adv.* jẹ ti ibi kan.

Locate, *v.t.* fi si ibi kan.

Location, *n.* ipò, ibi.

Lock, *n.* agadagodo ; idiri ; *v.t. and i.* ti, so-pọ.

Looker, *n.* apoti kekere.

Locket, *n.* ohun ọṣọ ti a fi kọ ọrun.

Lockjaw, *n.* didi ẹnu, aisan ipá.

Locksmith, *n.* alagbẹdẹ kọkọrọ.

Lock-up, *n.* ile tubu.

Locomotive, *n.* ẹrọ ti nfa kẹkẹ.

Locust, *n.* ẽṣú.

Lodge, *v.t. and i.* wọ si, mu-wọ. *n.* agọ, ile oniṣọna.

Lodger, *n.* ẹniti o ya ile wọ.

Lodging, *n.* ile agbawọ, ibuwọ.

Loft, *n.* iyara- òke ile.

Lofty, *adj.* giga, gbe soke, gberaga.

Log, *n.* iti igi ; omugọ, iwe irohin ilọsiwaju ọkọ̀.

Logic, *n.* ọgbọn ironu.

Logwood, *n.* igi osùn, igi ti a fi nrẹ aro.

Loin, *n.* ibadi, ẹgbẹ́, ẹhin ẹran.

Loin-cloth, *n.* aṣọ ibora, aṣọ ipèlé.

Loiter, *v.t. and i.* lọra, fa-sẹhin, duro-li-ọna.

Loiterer, *n.* onilọra.

Loll, *v.t. and i.* fi ara ti, dubulẹ lasan.

Lonely, *adj.* nikan wa.

Loneliness, *n.* idágbe, iṣe ọkan-ṣoṣo.

Long, *adj.* jinna, gun, pẹ. *v.i.* fẹ tọkantọkan.

Longer, *adj.* gun ju, pẹ si.

Longevity, *n.* ọjọ pipẹ, ẹmi gigun.

Longing, *n.* ifẹ gbigbona, ifo-jusọna.

Long-suffering, *adj.* onipamọra.

Loofah, *n.* kanrinkan-ayaba.

Look, *v.t. and i.* wò, yi oju si. *n.* ìwò, oju.

Looking-glass, *n.* dingi, awojiji.

Look-out, *v.i.* ṣọna, yan.

Loom, *n.* òfi, ẹrọ iwunṣọ. *v.i.* farahan lokere.

Loop, *n.* ojóbo ; iho koroboju.

Loophole, *n.* iho kekere ni ogiri, ọna lati fi là.

Loose, *adj.* titu, idásilẹ, nifẹkufẹ. *v.t.* tu-silẹ, da-silẹ.

Loot, *v.t. and i.* ko ikogun. *n.* ikogun.

Lop, *v.t. and i.* rẹ́.

Loquacious, *adj.* alasọju.

Lord, *n.* Oluwa, baba, ọba. *v.t. and i.* lo agbara lori.

Lord's Day, *n.* ọjọ Oluwa.

Lord's Supper, *n.* onjẹ alẹ Oluwa.

Lose, Lost, *v.t. and i.* padanu, ṣofo.

Loser, *n.* olofò.

Loss, *n.* òfo, adanu.

Lost, *adj.* nù, sọnù.

Lot, *n.* ipin, ipo ; ìbo, kèké.

Loud, *adj.* kikan, ariwo rara.

Loudly, *adv.* kikankikan.

Lounge, *v.t. and i.* rọgbọkú. *n.* irọgboku.

Louse, *n.* ina ori tabi ti aṣọ.

Lovable, *adj.* ti a le fẹran.

Love, *n.* ifẹ́. *v.t. and i.* fẹ́, fẹran.

Love-feast, *n.* ase ifẹ́.

Loveless, *adj.* lainifẹ́.

Loveliness, *n.* ẹwa.

Lovely, *adj.* dùn, daradara.

Lover, *n.* olufẹ́.

Loving, *adj.* nifẹ́, ṣeun.

Loving-kindness, *n.* iṣeun-ifẹ́.

Low, *adj.* irẹsilẹ, kẹlẹkẹlẹ, jẹjẹ.

Lower, *adj.* rẹlẹju. *v.t. and i.* rẹsilẹ.

Lowing, *n.* igbe. *v.i.* nke bi malu.

Lowliness, *n.* irẹlẹ ọkan.

Lowly, *n.* onirẹlẹ.

Low-spirited, *adj.* binujẹ, fajuro.

Loyal, *adj.* olõtọ si ọba tabi olori kan.

Loyalty, *n.* iwa olotọ.

Lubricate, *v.t.* fi ororo pa, mu di yiyọ, dan.

Lucid, *adj.* didan.

Lucifer, *n.* eṣu ; orukọ irawọ kan ; iṣana.

Luck, *n.* alabapade, orirere, agbakò.

Luckily, *adv.* lagbako.

Lucky, *adj.* ni ori rere.

Lucre, *n.* ere, anfani.

Lucrative, *adj.* li ere.

Ludicrous, *adj.* ipanilẹrin.

Lug, *v.t. and i.* fa.

Luggage, *n.* ẹrù.

Luggage-van, *n.* kẹkẹ ẹrù.

Lukewarm, *adj.* lọwọ́wọ́.

Lull, *v.t. and i.* mu-dakẹ.

Lullaby, *n.* orin ipasẹ fun ọmọde.

Lumbago, *n.* lakuregbe.

Lumber, *n.* nkan lasan, nkan ti kò nilari.

Luminary, *n.* irawọ imọlẹ.

Lumination, *n.* itanmọlẹ.

Luminous, *adj.* mọlẹ.

Lump, *n.* lṣu.

Lunacy, *n.* were.

Lunar, *adj.* ti oṣupa, ti oṣu.

Lunatic, *n.* aṣiwere.

Lunch, *n.* onjẹ ọsan.

Lunge, *n.* fifi ida ti lojiji.

Lungs, *n.* ẹdọforo, fukufuku.

Lurch, *v.i.* ta gbọngbọn lojiji.

Lure, *v.t.* tàn-jẹ, dẹ. *n.* ẹtan idẹ.

Lurid, *adj.* pokudu.

Lurk, *v.i.* lumọ́, badè, buba.

Luscious, *adj.* dùn pọ, wùnni.

Lust, *n.* ifẹkufẹ. *v.i.* ṣe ifẹkufẹ si.

Lustily, *adv.* pẹlu igboiya.

Lustre, *n.* idán, imọlẹ.

Lusty, *adv.* lagbara, lokun, si-
gbọnlẹ.
Lute, *n.* ohun ọna orin.
Luxuriant, *adj.* idagba pupọ,
lọpọlọpọ.
Luxurious, *adj.* kun fun adun,
didùndidùn.
Luxury, *n.* ijẹ adùn, ijaiye.
Lying, *n.* iṣeke ipurọ. *adj.* ni
idubulẹ.
Lymph, *n.* ọyun ti a fi nbupa.
Lynch, *v.t.* jẹniya laidalẹjọ.

M.

Mace, *n.* ọpa oyè.
Machination, *n.* arekereke.
Machine, *n.* ẹrọ.
Machine-work, *n.* iṣe ti a fi ẹrọ
ṣe.
Mackintosh, *n.* aṣọ ojo.
Mad, *adj.* ṣiwere, biba jẹ ori,
asinwin.
Madam, *n.* orukọ ọla fun agba
obirin.
Madden, *v.t. and i.* ba li ori
jẹ, mubinu.
Made, *adj.* ṣe, da.
Mad-house, *n.* ile awọn aṣiwere.
Magazine, *n.* ile ẹtu, iwe.
Maggot, *n.* idin.
Magic, *n.* idán.
Magic-lantern, *n.* atupa onidan.
Magician, *n.* alalupayida, oṣó,
alafọṣẹ.
Magistrate, *n.* onidajọ, olori.
Magnanimity, *n.* inu rere, ọlọla.
Magnanimous, *adj.* ọlọla, oni
nurere, olore.
Magnate, *n.* olori.
Magnet, *n.* ôfà.
Magnificent, *adj.* lọlanla, niyin
pupọ̀, logo ni ìwo.
Magnifier, *n.* ẹni imutobi, ẹni
igbéga.

Magnify, *v.t.* gbé-ga, yìn-logo,
mu-tobi.
Magnitude, *n.* titobi, gbigborin.
Mahdi, *n.* amọna nla ti awọn
Imale nrèti.
Mahogany, *n.* igi gẹdú, igi
ọganwo.
Maid, *n.* wundia, ọmọ-ọdọ obi-
rin.
Maidenhood, *n.* igba wundia.
Mail, *n.* ẹwu ti a fi irin adarọ
pẹlẹbẹ-pẹlẹbẹ ṣe ; apo iwe,
iwe.
Mail-boat, *n.* ọkọ̀ ti nmu iwe kiri.
Mail-coach, *n.* kẹkẹ iwe.
Maim, *v.t.* pa li ara, ṣe li abukùn.
Main, *adj.* pataki, olori. *n.*
agbára, okun, pataki.
Mainly, *adv.* pataki.
Main-sail, *n.* igbokun pataki
ninu ọkọ̀.
Main-stay, *n.* itilẹhin.
Maintain, *v.t.* ṣe itọju, mu-duro,
di-mu, tẹnumọ.
Maintenance, *n.* itọju, onjẹ.
itilẹhin.
Maize, *n.* agbado, ọka.
Majestic, *adj.* ti o ni ọla, ti o ni
ọ̀wọ̀.
Majesty, *n.* ọlá nla.
Major, *n.* òye ọgagun ; àgba.
adj. pọ-ju, tobi-ju.
Majority, *n.* akoko ọdun àgba ;
awọn ti opọju.
Make, *v.t. and i.* ṣe, dà, mọ̀.
Maker, *n.* ẹlẹda.
Malady, *n.* aisan, àrun.
Malaria, *n.* amodi, iba.
Malarial, *adj.* ti amodi, ti aisan.
Male, *adj.* ti akọ. *n.* akọ.
Male-child, *n.* ọmọkọnrin.
Malediction, *n.* isọrọ ibi, ifibu.
Malefactor, *n.* arufin, oluṣe bu-
buru.
Malevolent, *adj.* ni ifẹ́ buburu,
nijowú.
Malice, *n.* arankàn.

Malicious, *adj.* ni irira, arankàn.

Malign, *v.t.* sọ ọrọ buburu si, ṣe keta, ṣe arankàn.

Malignant, *adj.* ni ikà, ni oro ninu, ni iro buburu.

Mallet, *n.* ôlu igi.

Malpractice, *n.* iwa buburu.

Malt, *n.* irugbin ti a fi nṣe ọti.

Maltreat, *v.t.* ṣe ni ibi, ṣe iwọsi si, lò ni buburu.

Maltreatment, *n.* iwọsi, ilo buburu.

Mammalia, *n.* ẹran ti nfi ọmu bọ ọmọ wọn.

Mammon, *n.* ọrọ̀, oriṣa ọrọ̀.

Man, *n.* enia, ọkọnrin.

Manacle, *n.* pawọpẹ, ẹwọn ọwọ. *v.t.* fi pawọpe si lọwọ, dè lọwọ.

Manage, *v.t.* tọ́, ṣe itọju, ṣe abojuto, ṣe akoso.

Manageable, *adj.* rọrun lati tọ́.

Manager, *n.* alabojuto, olori.

Mandate, *n.* aṣẹ, ofin.

Mane, *n.* gògò ẹṣin.

Manfully, *adv.* ṣe bi okọnrin.

Mange, *n.* ekúru ara ẹran.

Manger, *n.* ibujẹ ẹran.

Mangle, *v.t.* fa-ya, gẹ. *n.* ẹrọ ti a fi nlọ aṣọ.

Mangler, *n.* ôlọ.

Mango, *n.* orukọ eso kan.

Mangrove, *n.* igi ẹgbà ninu irà.

Manhood, *n.* iwa ọkọnrin.

Mania, *n.* iwere.

Maniac, *n.* aṣiwere, asinwin.

Manifest, *v.t. and i.* fi-han, ṣipaya. *adj.* han.

Manifestation, *n.* ifihan, iṣipaya.

Manifesto, *n.* iwe ọran ilu.

Manifold, *adj.* pipọ, oniruru.

Manipulate, *v.t.* fi ọwọ ṣiṣẹ.

Manipulation, *n.* fifi ọwọ tọ́.

Mankind, *n.* araiye.

Manly, *adj.* laiya, nigboiya.

Manna, *n.* onjẹ ti Ọlọrun fi bọ awọn ọmọ Israel li aginju.

Manner, *n.* iwa, iṣe, iru.

Manoeuvre, *n.* ọgbọn ilo.

Manse, *n.* ile alufa.

Mansion, *n.* ile nla, ibugbe.

Manslaughter, *n.* ipania.

Manslayer, *n.* apania.

Mantle, *n.* ẹwu ileke, agbada. *v.t. and i.* bò.

Manual, *adj.* ti a fi ọwọ ṣe. *n.* iwe kekere.

Manufactory, *n.* ibiti a nṣe ohun tità.

Manufacture, *v.t.* fifi ọna ṣe nkan tita.

Manure, *n.* ãtàn, ilẹdu. *v.t.* ko ilẹdu si.

Manuscript, *adj.* iwe ti a fi ọwọ kọ. *n.* iwe a fi ọwọ kọ.

Many, *adj.* pupọ, pọ, ọpọlọpọ.

Map, *n.* aworan ilẹ aiye. *v.* la silẹ.

Mar, *v.t.* bajẹ, pa-lara.

Marabout, *n.* ẹiyẹ ako.

Maran-atha, *n.* Oluwa wa mbọ. 1 Cor. xvi. 22.

Maraud, *v.t. and i.* wá ikogun kiri.

Marauder, *n.* apiyẹ kiri.

Marble, *n.* okuta didan.

March, *n.* oṣu ẹkẹta ọdun. *v.t. and i.* nrin lẹṣẹṣẹ.

Mare, *n.* abo ẹṣin.

Margin, *n.* etí, bèbè.

Marine, *adj.* ti okun.

Mariner, *n.* atukọ okun.

Mark, *n.* àmi, apá. *v.t.* sami si, kiyesi.

Market, *n.* ọja. *v.t.* ta ọja, rà ọja.

Market-day, *n.* ọjọ ọja.

Market-place, *n.* ibi ọja.

Marriage, *n.* isoyigi, igbeyawo.

Marrow, *n.* ọrá egungun.

Marry, *v.t. and i.* gbe ni iyawo, so ni yigi.

Marsh, *n.* irà, ẹrẹ, àbàtà.

Marshal, *v.t. and i.* to lẹṣẹṣẹ.

Marshy, *adj.* kiki irà.

Mart, *n.* ọja.

Martial, *adj.* ti ogun.

Martin, *n.* alapandẹdẹ.

Martyr, *n.* ajẹriku.

Martyrdom, *n.* ikú ajẹrikú.

Marvel, *n.* ohun iyanu. *v.i.* ẹnu ya ni.

Marvellous, *adj.* iyanu.

Masculine, *adj.* akọ, ọkọnri.

Mash, *v.t.* rún, pòlu.

Mask, *n.* iboju, iparada. *v.t.* bo-oju.

Mason, *n.* amọle okuta, agbẹ́ okuta.

Masonry, *n.* iṣẹ amọle okuta.

Masquerade, *n.* ipa oju mọ, ipa ara da. *v.i.* ṣe egungun, ṣe gẹlẹdẹ.

Mass, *n.* iṣu, akopọ. *v.t. and i.* ṣupọ.

Massacre, *n.* pipa. *v.t.* pa ni ipakupa.

Massage, *n.* ipa ara fun iwosan.

Massive, *adj.* wuwo, tobi.

Mast, *n.* opó ọkọ̀.

Master, *n.* olori, alakoso, ọga.

Master-builder, *n.* olori ọmọle.

Masterful, *adj.* ọlọgbọn ni iṣẹ.

Masterpiece, *n.* olubori iṣẹ.

Mastership, *n.* òye alakoso.

Mastery, *n.* iṣẹgun, ibori.

Masticate, *v.t.* jẹ, run.

Mastication, *n.* irun onjẹ li ẹnu.

Mat, *n.* ẹni. *v.t. and i.* fi ẹni bo.

Match, *n.* iṣana; idọgba; ẹgbẹ·ra; isoyigi.

Match-box, *n.* ile iṣana.

Matchless, *adj.* lailẹgbẹra.

Mate, *n.* ẹnikeji, ẹgbẹ. *v.t. and i.* soyigi.

Material, *n.* nkan ti ara; aṣọ, ohun elo ti afi ṣe nkan. *adj.* pataki.

Maternal, *adj.* ti iyá.

Maternity, *n.* ìwa iyá.

Matricide, *n.* pipa iya ẹni.

Matrimonial, *adj.* ti igbeyawo.

Matrimony, *n.* isoyigi, igbeyawo.

Matrix, *n.* inu.

Matron, *n.* iya àgba, onitọju ilé ẹkọ.

Matted, *adj.* kiwereje.

Matter, *n.* ohunkohun ti afi oju ri, ti a si fi ọwọ kan, ọràn, nkan; ọyun egbò.

Matting, *n.* ẹni.

Mattock, *n.* ọkọ ganmugánmu.

Mattress, *n.* timtim nla ti a fi koriko tabi owu kì lati sun le.

Maturate, *v.t.* dẹ, pọn, gbó.

Mature, *v.t. and i.* ndagba. *adj.* pọn.

Maturity, *n.* didẹ, pipọn, gbigbó.

Maul, *n.* olugboro. *v.t.* lù ni llùkílù.

Mausoleum, *n.* iboji ti o dara ni wiwo.

Maw, *n.* apo onjẹ ti ẹran tabi ti ẹiyẹ.

Maxim, *n.* owe, ilana.

Maximum, *n.* eyiti o pọju.

May, *n.* oṣu karun ọdun.

May, *aux. v.* le.

May-be, *adv.* boya.

May-day, *n.* ọjọ ekini oṣu May.

Mayor, *n.* onidajọ ilu, olori ilu.

Mayoress, *n.* aya olori ilu.

Maze, *n.* ọna kọrọkọrọ ti o ṣoro mọ, iruju, igọni.

Me, *pron.* mi, emi.

Meadow, *n.* pápa.

Meagre, *adj.* rù, joro, lailagbara.

Meal, *n.* onjẹ; iyẹfun.

Mean, *adj.* enia lasan, lainiyin, laínilari. *v.t.* pete, rò, mura. *n.* agbede meji, arin.

Meaning, *n.* idi, itumọ, imọ̀.

Meaningless, *adj.* lailori, laitumọ.

Means, *n.* ọna ti a gbà lati fi ṣe nkan.

Meantime, Meanwhile, *adv.* nibayi, lakoko na.

Measles, *n.pl.* ẽyi, tabi arun ẽyi.

Measure, *n.* ìwọn, ọṣuwọn. *v.t.* wọn.

Measureless, *adj.* lainiwọn.

Measurement, *n.* wiwọn, iwọn.

Meat, *n.* onjẹ, ẹran jijẹ.

Meat-offering, *n.* ẹbọ onjẹ, ẹbọ jijẹ.

Mechanic, *n.* oniṣẹ ọnà.

Medal, *n.* ohun-àmi iyin.

Meddle, *v.i.* dási, lọwọsi, fẹnusi.

Meddler, *n.* ofinràn, aladasi.

Meddlesome, *adj.* alayọjusi.

Mediate, *v.t. and i.* ṣe ilaja.

Mediation, *n.* ilaja.

Mediator, *n.* onilaja.

Medical, *adj.* ti ògùn, ti egbõgi.

Medicine, *n.* ògùn, egbogi.

Meditate, *v.t. and i.* ṣe àṣaro, ronu, gbiro.

Meditation, *n.* iṣaro.

Medium, *n.* arin, ohun elo.

Medley, *n.* idarudapọ.

Meek, *adj.* pẹlẹ, tutù li ọkàn. *n.* ọlọkàn tutù.

Meakness, *n.* inu tutù, ọkàn tutù.

Meet, *v.t. and i.* pade, kò loju, yẹ. *adj.* yẹ, o tọ bẽ.

Meeting, *n.* ipade, apejọ.

Meeting-house, *n.* ilé ipade.

Melancholy, *n.* ibinujẹ, ifajuro, ikãnu.

Meliorate, *v.t. and i.* mu san diẹ.

Mellow, *adj.* pọ́n, dẹ, gbó. *v.t. and i.* di rirọ, di ogbó.

Melodious, *adj.* adùn li eti.

Melody, *n.* orin didun.

Melon, *n.* eso ìtakun, bàra, ẹgusi.

Melt, *v.t. and i.* yọ́.

Member, *n.* ẹya ara.

Membership, *n.* ero ijọ tabi ẹgbẹ.

Membrane, *n.* awọ fẹlẹfẹlẹ ti o bo ẹya ara.

Memento, *n.* ohun iranti.

Memoir, *n.* itan igbe aiye ẹniti o ṣe alaisi.

Memorable, *adj.* yẹ ni iranti.

Memorandum, *n.* iwe iranni leṫ, iwe iṣeranti.

Memorial, *n.* iranti, ohun iranti.

Memory, *n.* iranti.

Men, *n.* awọn ọkọnrin.

Menace, *n.* ikilọ, iyọlẹnu. *v.t.* kilọ fun, dẹruba, yọ lẹnu.

Menagerie, *n.* akojọpọ ẹranko igbẹ.

Mend, *v.t. and i.* tun-ṣe, mu-san.

Mender, *n.* alatunṣe.

Mendicant, *n.* alagbe.

Menial, *adj.* lainilari, iṣẹ-ẹrú.

Men-pleasers, *n.* alaṣewu enia.

Mental, *adj.* ti iyè.

Mention, *n.* iranti, idaruko. *v.t.* ṣe iranti, da orukọ, sọ ti.

Mercantile, *adj.* ti oniṣowo, ti owò.

Mercenary, *n.* alagbaṣe, oju-kokoro èrè.

Mercer, *n.* oluta aṣọ.

Merchandise, *n.* ọjà tità.

Merchant, *n.* oniṣowo.

Merciful, *adj.* lãnu, niyọnu.

Merciless, *adj.* laini ãnu.

Mercy, *n.* ãnu, iyọ́nu.

Mere, *adj.* ṣa, kiki.

Merge, *v.t. and i.* gbémì, bọ sinu.

Meridian, *n.* ọsan gangan.

Merit, *n.* èrè, itọsi, itoye.

Meritorious, *adj.* niyin, nitoye.

Merriment, *n.* ayọ, idaraya.

Merry, *adj.* inu didun, layọ̀.

Merry-making, *n.* ṣariya.

Mesh, *n.* alafo larin okun àwọn.

Mess, *n.* rudurudu, onjẹ ajọjẹ.

Message, *n.* iṣẹ riran, ihin, ọrọ.

Messenger, *n.* ikọ, onṣe, iranṣẹ.

Messiah, *n.* Kristi, ẹniti a fi ororo yàn.

Met, *v.t.* pade.

Metal, *n.* orukọ ti a fi npè iru nkan bi wura, fadaka, irin, idẹ, ojé, etc.

Metaphor, n. ifi ohun kan juwe
   ekeji.

Mete, v.t. wọn.

Meter, n. ọṣuwọn, ìwọn.

Methinks, v.i. mo ṣebi, mo ro pe.

Method, n. ilana, ìwa, ito lẹsẹsẹ,
   ọna lati fi ṣe nkan.

Metre, n. oṣuwọn.

Metropolis, n. olu ilu.

Mettle, n. igboiya.

Mew, n. kike ologbo.

Mice, n.pl. awọn ekute.

Mid, adj. larin, lagbedemeji.

Midday, n. ọsán gangan, idaji
   ọjọ.

Middle, n. ārin, agbedemeji.

Middle-aged, adj. abọ ọjọ.

Middle-man, n. alarobọ, alarena.

Middling, adj. ni iwọntuwọnsi.

Midge, n. kantikanti.

Midnight, n. ọganjọ.

Midshipman, n. oloye ninu ọkọ̀.

Midst, n. ārin.

Midway, n. agbedemeji ọna.

Midwife, n. olutọju awọn ti
   nrọbí ọmọ.

Midwifery, n. iṣẹ olutọju ni bibi
   ọmọ.

Mien, n. ìwo, irí.

Might, n. agbara. ipá. v.t. lè.

Mightily, adv. gidigidi, lọpọlọpọ.

Mighty, adj. alagbara.

Migrate, v.i. ṣi lati ibi kan lọ si
   ibomiran.

Migration, n. iṣipò.

Milch, adj. ẹran abiyamọ.

Mild, adj. jẹjẹ, pẹlẹ, tuju.

Mildew, n. imúwòdú, bibu.

Mile, n. oṣuwọn ọna, irin ogun
   iṣẹju.

Milestone, n. okuta isami ọna.

Militant, adj. njà, njagun.

Military, n. ti ogun, ti ọmọ-ogun.

Militate, v.i. ṣe odi si, kọjujasi.

Militia, n. ẹgbẹ ọmọ-ogun.

Milk, n. wàra. v.t. fun wara.

Milkman, n. oluta wàra, oniwara.

Mill, n. ọlọ, ẹrọ.

Millennium, n. ẹgbẹrun ọdun.

Millepede, n. ọkùn.

Miller, n. ẹniti o lọ agbado.

Millet, n. ọka baba.

Milliner, n. olutà akẹtẹ.

Million, n. adọta ọkẹ.

Millstone, n. ọlọ.

Mimic, n. asinijẹ. v.t. sọrọ tabi
   ṣe bi.

Mince, v.t. and i. ke wẹwẹ.

Mincing, adj. nyan, rera, yẹgẹ-
   ọrun, rọ́.

Mind, n. iyè, inu. v.t. and i.
   fiyẹsi, ṣe itọju.

Minded, adj. wa li ọkan.

Mindful, adj. nranti, ntọju,
   fiyẹsi.

Mine, pron. temi. n. ihọ ti a
   nwa iṣura ilẹ. v.t. and i.
   walẹ fun irin.

Mineral, n. nkan ti o wà ninu
   erupẹ ilẹ.

Mineral oil, n. ororo ti o nti inu
   ilẹ jade.

Mingle, v.t. and i. dàpọ, dàlu.

Miniature, n. aworan kekere.
   adj. kereju.

Minimum, n. eyiti o kere julọ.

Minister, n. iranṣẹ, ojiṣẹ, alufa.
   v.t. ṣe iranṣẹ.

Ministration, n. iṣẹ iranṣẹ, iṣẹ
   isin.

Ministry, n. oyè, iṣẹ iranṣẹ.

Minor, adj. kereju, lailọjọ lori.

Minority, n. akoko ewe.

Minster, n. ile Ọlọrun giga.

Minstrel, n. akọrin, afunfere.

Mint, n. efirin : ibiti a nda owo.
   v.t. da owo.

Minute, adj. kere pupọju, nfi-
   yesi nkan kekere.

Minute, n. iṣẹju, irohin ipinnu
   ajọ.

Minute book, n. iwe irohin
   ipinnu ajọ.

Miracle, n. iṣẹ iyanu.

Miraculous, *adj.* iyanu, ju ti agbara enia lati ṣe.

Mirage, *n.* iruju ti o mu ohun kan di meji, isuju.

Mire, *n.* ẹrẹ̀, pẹ̀tẹpẹ́tẹ̀, irà.

Mirror, *n.* awojiji.

Mirth, *n.* ayọ̀, inudidun, iré-ayọ.

Mirthless, *adj.* laini inudidun.

Miry, *adj.* ti o ni ẹrẹ.

Misadventure, *n.* jamba.

Misadvise, *v.t.* gbanimọran ti ko dara, tan-jẹ.

Misanthrope, *n.* ẹniti o korira ọmọ enia.

Misapply, *v.t.* lò ni ọna ti ko tọ, ṣilo.

Misappropriate, *v.t.* lò fun ohun ti akò fifunni lati lò fun, ṣilò.

Misbehave, *v.t.* huwa ti kò tọ.

Misbehaviour, *n.* iwa ti kò tọ, iwa buburu.

Misbelief, *n.* igba ẹkọ odi gbọ.

Miscalculation, *n.* iṣiro ti kò tọ, ṣi nkan ṣiro.

Miscall, *v.t.* ṣipè.

Miscarriage, *n.* iwa buburu, iṣẹ́nu.

Miscellaneous, *adj.* oniruru, nidarudapọ.

Mischance, *n.* jamba, ijábà.

Mischief, *n.* ipanilara, ibi, ika.

Mischievous, *adj.* nika.

Misconduct, *n.* iwa ti kò yẹ.

Miscreant, *n.* eniakenia, alaigbagbọ.

Misdeed, *n.* iwa buburu.

Misdemeanour, *n.* iwa buburu.

Misdirect, *v.t.* ṣi fọnahan.

Misdoubt, *v.t.* ṣe iyemeji si.

Miser, *n.* awun enia.

Miserable, *adj.* otoṣi, laini alafia.

Misery, *n.* oṣi, irora ti ara tabi ti ọkàn.

Misfit, *n.* laibamu.

Misfortune, *n.* òfò, jamba.

Misgive, *v.t.* ṣe iyemeji.

Mishap, *n.* jamba.

Misinform, *v.t.* ṣi wi fun.

Misinstruct, *v.t.* ṣi kọ, ṣi lọna.

Misinterpret, *v.t.* ṣi tumọ.

Mismanage, *v.t.* ṣi ṣe.

Misname, *v.t.* ṣi pè orukọ.

Misplace, *v.t.* fi sipo ti kò tọ.

Misprint, *v.t.* ṣi tẹ.

Mispronounce, ṣi pè.

Misrule, *n.* ṣe akoso li ọna ti kò yẹ.

Miss, *n.* apémọ ọla fun ọdọmọbirin. *v.t.* ṣi, tase, ṣe alaini, fẹ-kù.

Missile, *n.* nkan ti a fi ja bi ọkọ, ọta ibọn tabi okuta.

Missing, *adj.* nù, fẹ kù.

Mission, *n.* iṣẹ riran, iṣẹ pataki ti a ran ni si.

Missionary, *n.* iranṣẹ, oniṣẹ Ọlọrun.

Missive, *n.* iwe ti a fi ranṣẹ.

Misspend, *v.t.* na ninakuna.

Mist, *n.* ikùkù, owusuwusu.

Mistake, *n.* iṣina, èṣi. *v.t.* ṣi ro.

Mister, **Mr.**, *n.* ọgbẹni, apémọ ọla fun okọnrin.

Mistletoe, *n.* afomọ.

Mistranslate, *v.t.* ṣi yirọpada.

Mistress, **Mrs.**, *n.* iya ilé, olukọni obirin, àlè, apémọ ọla fun obirin tabi iyawo.

Mistrust, *n.* ainigbẹkẹle. *v.t.* ṣiyemeji, ṣe ainigbẹkẹle.

Misunderstanding, *n.* gbolohun-aṣọ.

Misunderstood, *v.t.* ṣi mọ̀, ṣi yé, lai-ye-ni.

Misuse, *n.* ilòkulo. *v.t.* lò nilokulo, lò sodi.

Mite, *n.* kokoro ti o kereju; ohun kikini; owo idẹ wẹ́wẹ́ ti kò ju bi ọgbọn owo ẹyọ lọ.

Mitigate, *v.t.* mu sàn, mu fúyẹ, dinkù.

Mitigation, *n.* imusàn, imufúyẹ, idinkù.

Mitre, *n.* ade awọn olori alufa.

Mittens, *n.pl.* ibọ̀wọ́.

Mix, *v.t. and i.* dàpọ, sopọ̀, pò.

Mixture, *n.* idapọ, àdalu.

Mizzle, *v.i.* rọ ojo.

Moan, *v.t. and i.* sọkun, pohunrere, kerora. *n.* ikerora.

Moat, *n.* yàra. *v.t.* wa yàra.

Mob, *n.* agbajọ awọn eniakenia. *v.t. and i.* kotì.

Mobile, *adj.* yiyipopada.

Mock, *v.t. and i.* fi ṣe ẹlẹyà, fi ṣẹsin, ti rẹrin, sinjẹ.

Mockery, *n.* ẹlẹya, ẹlẹgàn.

Mode, *n.* iṣe, iwa, aṣa.

Model, *n.* aworan, apẹrẹ, awoṣe. *v.t.* ṣe gege bi apẹrẹ.

Moderate, *adj.* niwọntunwọnsin, mọ̀ niwọn.

Moderation, *n.* iwọntunwọnsin, iwa pẹlẹ.

Modern, *adj.* ti igba isisiyi.

Modest, *adj.* niwọntunwọnsin, ni itiju, niwamimọ.

Modification, *n.* iyipada, itunṣe.

Modify, *v.t.* yipada, tunṣe.

Modulate, *v.t. and i.* yi ohun orin pada, parọ, tun orin ṣe.

Mohammedan, *n.* Imale, ọmọẹhin Mọmọdu.

Mohammedanism, *n.* isin Imale.

Moist, *adj.* tutu.

Moisten, *v.t. and i.* mu-tutu, bomi rin.

Moisture, *n.* ririn, tutu.

Molasses, *n.* oyin iyọ-oyinbo.

Mole, *n.* ẹranko kekere ti nwa iho ni ilẹ.

Molest, *v.t.* yọ-lẹnu.

Molestation, *n.* iyọlẹnu.

Mollify, *v.t.* kùn, mu-rọ, tu-ninu.

Molten, *adj.* didà, yọ́.

Moment, *n.* iṣẹju kan.

Momentous, *adj.* ni pataki.

Monarch, *n.* ọba.

Monarchy, *n.* awọn enia labẹ ọba kan.

Monday, *n.* ọjọ keji lọsẹ.

Money, *n.* owo.

Moneyless, *adj.* lainiowo.

Money-making, *n.* iko ọrọ jọ.

Money-order, *n.* iwe ifioworanṣẹ lati ibikan de ibikeji.

Monition, *n.* ikilọ, iṣinileti.

Monitor, *n.* akilọ funni, olukọ, oluranlọwọ olukọ.

Monkey, *n.* ọbọ, ãya.

Monkey-nut, *n.* ẹpa.

Monogamy, *n.* igbe obinrin kanṣoṣo ni iyawo.

Monopolise, *v.t.* gbàkàdọ, fiṣetẹni nikanṣoṣo.

Monopolist, *n.* alagbàkàdọ lṣowo, anikanṣowo.

Monotheism, *n.* igba Ọlọrun kanṣoṣo gbọ́.

Monotheist, *n.* ẹniti o gba Ọlọrun kanṣoṣo gbọ́.

Monster, *n.* ohun ibanilẹru, ilodisi iwa ẹda, nkan titobiju.

Monstrous, *adj.* lodisi iwa ẹda.

Month, *n.* oṣu.

Monthly, *adj.* loṣoṣu.

Monument, *n.* iboji, ohun iranti.

Mood, *n.* iwa, inu.

Moody, *adj.* kanra, ni ìbinu.

Moon, *n.* oṣupa, oṣú.

Moonless, *adj.* laini oṣupa.

Moonlight, *n.* imọlẹ oṣupa.

Moor, *n.* aṣálẹ̀ ; awọn larubawa. *v.t.* de ọkọ̀ mọ ilẹ.

Moot, *v.t.* jiyan.

Mope, *v.t. and i.* fajuro, gọ̀.

Moral, *adj.* ti ìwa, ti iṣẹ.

Moralise, *v.t. and i.* tumọ nipa ti ìwa.

Moralist, *n.* olukọ nipa ti ìwa.

Morality, *n.* ìwa rere, iṣẹ rere, ẹkọ iṣẹ ìwa laiye.

Moral law, *n.* ofin ìwa, ẹri ọkan.

Morass, *n.* irà, àbata.

Morbid, *adj.* lailera.

More, *adj.* si, julọ, siwaju.

Moreover, *adv.* pẹlu-pẹlu, ju bẹ
lọ.

Morn, Morning, *n.* owurọ̀, ãrọ.

Morose, *adj.* múna, ṣonu.

Morrow, *n.* ọla.

Morsel, *n.* òkele.

Mortal, *adj.* ti ikú, ara idibajẹ,
okú.

Mortality, *n.* ikú.

Mortar, *n.* odó.

Mortgage, *v.t.* fi sọ́fà, fi dogò.

Mortification, *n.* iparun, ibajẹ,
ikú, irẹsilẹ.

Mortify, *v.t. and i.* pa-run, ba-jẹ,
rẹ-silẹ.

Mortuary, *n.* ibi isinkú.

Mosaic, *adj.* ti Mose ; okuta ti a
fi ntẹlẹ ile.

Moslem, *n.* Imale.

Mosque, *n.* mọṣalaṣi.

Mosquito, *n.* yanmu-yanmu,
emurẹn.

Moss, *n.* epo elewe wẹrẹwẹrẹ,
ewedò.

Most, *adj.* julọ, rekọja.

Mote, *n.* ẽkuru, ẹrún igi.

Moth, *n.* kokoro aṣọ, õlà.

Mother, *n.* iya, abiyamọ. *v.t.*
ṣe agbatọ.

Mother-in-law, *n.* ana, iya ọkọ́
tabi iya aya.

Motherly, *adj.* iwa bi ti iya.

Motion, *n.* iṣipopada ; igbọnsẹ.
v.t. and i. juwọsi.

Motive, *adj.* mu iyipopada wa.
n. idi, èro.

Motive-power, *n.* agbara iṣipo-
pada.

Motley, *adj.* oniruru.

Motor, *n.* kẹkẹ ti nrin nipa
agbara õru.

Mottled, *adj.* abilà tótòtó.

Motto, *n.* ọrọ aṣaro.

Mould, *n.* erupẹ ilẹ ; apẹrẹ.
v.t. ṣú, po.

Moult, *v.t. and i.* re-yẹ́, tu-yẹ́.

Mound, *n.* okiti.

Mount, *n.* òke. *v.t. and i.* goke,
gori ẹṣin.

Mountain, *n.* oke giga.

Mountaineer, *n.* ẹniti ngbe ilẹ
oke, tabi ti ngun ori oke.

Mountainous, *adj.* kun fun oke
giga.

Mourn, *v.t. and i.* ṣọ̀fọ, kãnu,
binujẹ.

Mourner, *n.* ọlọfọ.

Mourning, *n.* aṣọ ọ̀fọ.

Mouse, Mice, *n.* ekute, ẹliri.

Mouse-trap, *n.* pakute.

Moustache, *n.* irun ète òke
ọkọnrin.

Mouth, *n.* ẹnu.

Mouthful, *n.* ikunnu.

Movable, *n.* ohun ti a le gbe kiri.

Move, *v.t. and i.* ṣipopadà, rin,
yi sihin yi sọhun, kọ-omnú.

Movement, *n.* iṣipopada, irin.

Mow, *v.t. and i.* ge, rẹ.

Mower, *n.* doje, arẹko, oloko
pipa.

Much, *adv.* pupọ, pipọ.

Muck, *n.* ẽri, ẹrẹ̀.

Mud, *n.* pẹtẹpẹtẹ̀, ẹrẹ̀.

Muddle, *v.t. and i.* sọ di ẽri,
ṣi-lo. *n.* rudurudu.

Muddy, *adj.* lẹrẹ̀, kiki ẹrẹ̀.

Muffle, *v.t.* fi ọja di, fi nkan bo.

Muffler, *n.* iborun.

Mug, *n.* ago imumi.

Mulatto, *n.* ọmọ ti enia dudu
ati funfun jọ bi.

Mule, *n.* ibaka.

Muleteer, *n.* ẹniti ndà ibaka.

Multifarious, *adj.* oniruru.

Multiplication, *n.* ibisi, imupọsi.

Multiply, *v.t. and i* ṣe ni ilọpo
ilọpo, sọ di pupọ, rẹ̀, mu-
bisi.

Multitude, *n.* ọpọ enia, ọ̀pọlọpọ.

Multitudinous, *adj.* ọpọlọpọ.

Mumble, *v.t. and i.* kùn sinu.

Mummy, *n.* oku ti awọn ara
   Egipti kùn lọṣẹ.
Mumps, *n.pl.* ẹ̀ṣẹ́ (arun).
Munch, *v.t.* run lẹnu.
Mundane, *adj.* ti aiye.
Municipal, *adj.* ti ilu.
Munificence, *n.* ailawọ, aiṣawun.
Munificent, *adj.* lawọ́, ninu rere.
Munition, *n.* odi agbara, ohun
   ijẹ ogun.
Murder, *n.* ipania. *v.t.* pania.
Murderer, *n.* apania.
Murky, *adj.* ṣu, ṣokunkun.
Murmur, *n.* kùn sinu.
Murmurer, *n.* alakùn sinu.
Murrain, *n.* ajakalẹ àrun ti ẹran.
Muscle, *n.* iṣan.
Muscular, *adj.* lagbara.
Muse, *v.i.* ronu, ṣe aṣaro.
Museum, *n.* ile akojọpọ ohun
   àtata ati ohun lailai.
Mushroom, *n.* olú.
Music, *n.* orin.
Musical, *adj.* ti orin.
Musician, *n.* olorin, aludùru,
   afunfèrè.
Musk, *n.* isa-ẹtà.
Musket, *n.* ibọn.
Muslin, *n.* aṣọ fẹlẹfẹlẹ.
Must, *v.a.* kò le ṣe alaiṣe, kò
   gbọdọ ṣe alaiṣe.
Mustard, *n.* eweko.
Muster, *n.* agbajọ, akojọpọ. *v.t.*
   and i. tò, pe-jọ, kó-jọ.
Musty, *adj.* didikasi, bibajẹ.
Mutable, *adj.* ti a le yipada.
Mute, *adj.* yadi, dakẹ. *n.* odi.
Mutilate, *v.t.* ge apakan junu.
Mutiny, *n.* ọ̀tẹ̀.
Mutter, *v.t. and i.* kùn.
Mutton, *n.* ẹran agutan.
Mutual, *adj.* ti a ṣe ipaṣiparọ,
   wọpọ, alabapin nipa gbigbà
   ati fifunni.
Muzzle, *v.t.* di li ẹnu.
My, *pron.* temi.
Myriad, *n.* aimoye, ọpọlọpọ.

Myrrh, *n.* ojia.
Myself, *pron.* tìkarami.
Mysterious, *adj.* ti o jinlẹ, ti o
   ju imọ lọ.
Mystery, *n.* ohun ijinlẹ, ju imọ
   lọ.
Mystic, *adj.* ti ohun ijinlẹ, ni
   aṣiri.
Mystify, *v.t.* ṣe okunkun, lumọ.
Myth, *n.* alọ, itan lasan.
Mythology, *n.* ijarọ, imọ̀ itan
   lasan ti enia kan.

N.

Nag, *n.* ẹṣin kekere. *v.t. and i.* yọ-
   lẹnu, mu-binu.
Nail, *n.* ōkanna ; iṣo. *v.t.* kàn
   ni iṣo.
Naked, *adj.* nihoho.
Nakedness, *n.* ihoho.
Name, *n.* orukọ. *v.t.* pè li
   orukọ.
Nameless, *adj.* laini orukọ.
Namely, *adv.* eyini ni pe.
Namesake, *n.* olorukọ ẹni, nitori
   orukọ.
Nap, *n.* ōgbe, orun. *v.i.* tōgbe,
   sùn.
Nape, *n.* ẹka ọrùn.
Napkin, *n.* gèlè, ọja, aṣọ inuwọ.
Narcotic, *n.* ōgun imu enia sùn.
Narrate, *v.t.* sọ, rò.
Narration, Narrative, *n.* ìhin,
   ìrohin, itan.
Narrator, *n.* arohin.
Narrow, *adj.* tōro, hihá, há.
Narrowly, *adv.* fẹrẹ, kun diẹ
   kiun.
Narrowness, *n.* ainibò.
Nasal, *adj.* ti imú.
Nasty, *adj.* léri, lẹgbin.
Natal, *adj.* ti ibi.
Nation, *n.* orilẹ-ède.
National, *adj.* ti orilẹ-ède, ti ilẹ.
Nationality, *n.* ara ilú.

Native, *n.* ibilẹ. *adj.* ti ibi, ti ẹda.

Nativity, *n.* ibi.

Natural, *adj.* adanida, ti iwa ẹda.

Naturally, *adv.* nipa ẹda, tinu-tinu.

Nature, *n.* ìwa, ẹda ohun-kohun.

Naught, Nought, *n.* asan. *adj.* lainilari.

Naughtiness, *n.* ìwabuburu, iṣe-kuṣe.

Naughty, *adj.* buburu, nìka.

Nausea, *n.* ēbì, isu.

Nauseate, *v.t. and i.* bì, su.

Naval, *adj.* tì ọkọ̀.

Nave, *n.* ibi arin ilé Ọlọrun.

Navel, *n.* iwọ́.

Navigate, *v.t. and i.* tukọ̀.

Navigation, *n.* itukọ̀ loju omi.

Navigator, *n.* atukọ̀.

Navvy, *n.* alagbaṣe.

Navy, *n.* ọ̀wọ-ọkọ.

Nay, *adv.* bẹkọ, ndao, agbẹdọ.

Near, *adj.* nitosi, sunmọra.

Nearly, *adv.* fẹrẹ, kù diẹ.

Nearness, *n.* itosi isunmọra.

Neat, *adj.* fifinju.

Neatness, *n.* afinju.

Necessary, *n.* nkan ti a kò le ṣe alaiṣe. *adj.* laiṣe aini.

Necessitate, *v.t.* kò gbọdọ ṣe alai, ko le ṣe aisi.

Necessity, *n.* aini, aigbọdọ máṣe.

Neck, *n.* ọrùn.

Necklace, *n.* ilẹkẹ ikárùn.

Necktie, *n.* aṣọ ọrùn.

Necromancer, *n.* alalupayida, oṣó.

Necromancy, *n.* alupayida, oṣó.

Need, *n.* aini.

Needful, *adj.* koleṣaini.

Needle, *n.* abẹ́rẹ.

Needless, *adj.* lainilari, laì.

Needle-woman, *n.* obinrin ti nranṣọ.

Needle-work, *n.* iṣẹ abẹ́rẹ.

Needy, *adj.* alaini, oṣi, talaka.

Nefarious, *adj.* buru ju.

Negation, *n.* isẹ, iyàn.

Negative, *n.* ọ̀rọ sisẹ, ọ̀rọ iyàn.

Neglect, *n.* aifiyesi, igbagbé. *v.t.* ṣe igbagbé ṣe aifiyesi, ṣe aibikita.

Negligence, *n.* ìwa aifiyesi, ija-fara.

Negligent, *adj.* nigbagbé.

Negotiate, *v.t. and i.* ṣe adehùn, sọ ti iṣowo.

Negotiation, *n.* adehùn, iṣowo.

Negotiator, *n.* agbiro ọ̀rọ iṣowo.

Negro, Negress, *n.* enia dudu.

Neigh, *v.i.* yán bi ẹṣin. *n.* yiyán.

Neighbour, *n.* aladugbo.

Neighbourhood, *n.* adugbo, ilu.

Neighbourly, *adj.* bi aladugbo, ṣe ọrẹ́.

Neither, *conj.* bẹni kì.

Nephew, *n.* ọmọ arakọnri tabi arabinrin.

Nerve, *n.* agbara ọgbọn, agbara imọ̀.

Nerveless, *adj.* laimokun, laila-gbara.

Nervousness, *n.* àida-ara, gbi-gbọn-rìrì.

Nest, *n.* itẹ ẹiyẹ.

Nestle, *v.t. and i.* kẹ bi ẹiyẹ ama ṣe si awọn ọmọ rẹ̀, bà ninu itẹ.

Nestling, *n.* ọmọ ẹiyẹ ti a ṣẹṣẹ pa ninu ẹyin.

Net, *n.* àwọn.

Net, Nett, *adj.* ojuowo, laidin-laile.

Nether, *adj.* iha isalẹ, ti isalẹ.

Nettle, *n.* werepe.

Nettle-rash, *n.* àrun awọ ara ; ina ọrun.

Network, *n.* iṣẹ àwọn.

Neuralgia, *n.* iro ti oju tabi ori ; tùlu, akọ ẹfọri.

Neuter, *adj.* ki iṣe akọ ki iṣe abo, aiṣe ninu ọkan.

Neutrality, n. ìwa aiṣe ninu ọkan.

Never, Ne'er, adv. bẹkọ lai.

Nevertheless, adv. ṣugbon, bio-tilẹribẹ.

New, adj. titun.

New-born, n. ọmọ-ọwọ titun.

Newly, adv. ni titun.

Newness, n. ọtun.

News, n. ihin, irohin.

Newspaper, n. iwe irohin.

Next, adj. ti itosi, ekeji.

Nib, n. ẹnu kalamu.

Nibble, v.t. and i. bu-jẹ.

Nice, adj. dara, dùn.

Nicely, adv. daradara.

Niceness, n. adùn.

Nicknack, n. nkan kekere; wosiwosi.

Nickname, n. orukọ ọfẹ.

Niece, n. ọmọ arakọnri tabi arabirin ẹni.

Niggard, n. awùn enia.

Nigh, adj. sunmọ.

Night, n. oru.

Night-cap, n. fila ti adesan.

Night-dress, n. ẹwu awọsun.

Nightingale, n. ẹiyẹ olorin didun.

Nightly, adv. lororu.

Nightmare, n. alé buburu, ihan-run.

Night-watch, n. iṣọ oru.

Nimble, adj. yara, kankan.

Nine, adj. ẹsan.

Nineteen, adj. ōkan-di-logun.

Nineteenth, adj. ikọkan-di-logun.

Ninety, adj. ādọrun.

Ninth, adj. ẹkẹsan.

Nip, v.t. and i. ja, rẹ, tọ.

Nipple, n. ọmú; ṣonṣo ori ọmu.

Nit, n. ẹyin iná.

No, adv. bẹkọ, ndao, agbẹdọ.

Nobility, n. ìwa ọla.

Noble, n. ẹni ọla, ẹniti a bi re.

Nobleman, n. ọlọtọ, ọlọla.

Nobody, n. kò si ẹnikan, enia lasan.

Nocturnal, adj. ti oru.

Nod, n. imi ori si.

Noise, n. ariwo, iro.

Noiseless, adj. laisi ariwo.

Noisome, adj. buburu.

Noisy, adj. lariwo, niro.

Nominal, adj. ti o ni orukọ.

Nominate, v.t. pè li orukọ, yàn.

Nomination, n. agbara ipèni, agbara iyanni.

Nominee, n. ẹniti a pè, ẹniti a yàn.

Nonconformist, n. ẹniti kò tẹriba fun ìlana.

Non-contagious, adj. ti ki iràn ni.

None, pron. kò si nkan, kò si ẹnikan.

Nonentity, n. ainiwà, aisi.

Nonsense, n. ọrọ ainimọ, isọkusọ.

Nook, n. ibi ikọkọ.

Noon, n. ọsan-gangan, agbede-meji ọjọ.

Noonday, Noontide, n. arin ọjọ, ọsan-gangan.

Noose, n. ojóbo, àwọn. v.t. pojóbo, dẹ.

Nor, conj. tabi.

Normal, adj. gẹgẹ bi ìlana.

North, n. ariwa, iha oke.

Northward, adv. si iha ariwa.

Nose, n. imu.

Nosegay, n. ìdi itana.

Nostril, n. iho imu.

Not, adv. kò, kì.

Notable, adj. niyin, lokiki, afi-yesi.

Notch, v.t. rẹ.

Note, n. ami, apẹrẹ, iwe kukuru. v.t. fiyesi, sami si.

Note-book, n. iwe ifiyesi, iwe iranti.

Noted, adj. niyin, lokiki.

Nothing, n. aisinkan, aisi, aiwà, ainilari.

Notice, n. afiyesi, ikilọ, irohin. v.t. ṣe akiyesi.

Notice-board, n. igi apako ikilọ.

Notification, n. ikilọ, ifihan.

H

Notify, v.t. sọ di mimọ̀, wi-fun, kilọ-fun.

Notion, n. imọ̀, iro.

Notoriety, n. imọ̀ gbangba.

Notorious, adj. mimọ̀ ni gbangba.

Notwithstanding, conj. bi o tilẹ ri bẹ, ṣugbọn.

Nought, Naught, n. asan. adj. lainilari.

Noun, n. orukọ ti enia tabi ti ohunkohun.

Nourish, v.t. bọ́, fi onjẹ fun, tọ́-dàgba, kẹ.

Nourishment, n. bibọ́, onjẹ.

Novel, adj. titun.

Novelty, n. ọtun, iṣẹ titun.

November, n. oṣu kọkanla ọdun.

Novice, n. enia titun, ope.

Now, adv. igba isisiyi.

Nowadays, adv. ọjọ isisiyi.

Nowhere, adv. laiainibikan.

Nowise, adv. bi o ti wu ki o ri.

Noxious, adj. nipara, noró, buru.

Nozzle, n. imu, ẹnu.

Nucleus, n. ikorijọsi, iwọjọsi.

Nude, adj. nihoho.

Nudge, v.t. ti jẹjẹ.

Nudity, n. ihoho ara.

Nugget, n. iṣu.

Nuisance, n. iyọnu, irira, ipani-lara.

Null, adj. lainipa, lailagbara.

Nullify, v.t. sọ di ofo, sọ dasan.

Numb, adj. laini ịmọ̀.

Number, n. iye. v.t. ka-ye.

Numberless, adj. lainiye.

Numerable, adj. ti a le ka.

Numeration, n. ikaye.

Numerous, adj. pọ̀, lọpọlọpọ.

Nuptial, adj. ti igbeyawo.

Nurse, n. olutọ́. v.t. and i. kẹ, tọju, tọ́.

Nurture, n. onjẹ, ẹkọ.

Nut, n. koro eso igi.

Nutriment, Nutrition, n. onjẹ, bibọ.

O.

Oakum, n. fikifiki, ètútu ọkọ̀.

Oar, n. àjẹ̀.

Oasis, n. ilẹ ẹlẹ́tu loju larin àṣálẹ.

Oath, n. ibura, èpe.

Obdurate, adj. alaiya lile.

Obedience, n. igbọran, iforibalẹ.

Obedient, adj. nigbọran.

Obeisance, n. itẹriba, ibu ọla fun.

Obelisk, n. ọwọn giga ti a fi okuta kọ.

Obesity, n. isanra.

Obey, v.t. and i. gba-gbọ, gbọran, tẹriba.

Object, n. ohun ti a ri, ohun ti a gbe ka iwaju. v.t. and i. ja-nikoro, ṣòdi si.

Objection, n. iṣodi si, ikọ.

Objector, n. olùkọ̀, oluṣe odi si.

Objurgation, n. ibawị.

Oblation, n. ọrẹ-ẹbọ.

Obligation, n. ọre, igbese ọre, idè.

Obligatory, adj. didè.

Oblige, v.t. dè, rọ, ṣe ọre.

Obliging, adj. ninurere, ni oju rere.

Oblique, v.i. tẹ si apakan.

Obliterate, v.t. pa-rẹ, pa-run.

Obliteration, n. iparẹ, iparun.

Oblivion, n. igbagbe.

Oblivious, adj. kun fun igbagbe.

Oblong, adj. ti gigun ju idabu lọ.

Obloquy, n. pẹgan, dulumọ̀.

Obnoxious, adj. lewu, jẹbi.

Obscene, adj. lainitiju, nirira.

Obscure, adj. ṣokunkun, farasin.

Obscurity, n. iṣokukun, ifaraṣin.

Obsequies, n.pl. iṣe ilana isinkú ; isinku yide.

Observance, n. ikiyesi, igbọran.

Observation, n. ikiyesi, gbolohun ọrọ.

Observe, v.t. and i. ṣe akiyesi, ṣọ́ ; sọ òrọ.

Observer, *n.* olukiyesi, oluṣọ.

Obsolete, *adj.* ti atijọ.

Obstacle, *n.* ohun idinà, idiwọ.

Obstinacy, *n.* aigbọran, agidi, olori lile.

Obstinate, *adj.* ṣe agidi, ṣe aigbọran.

Obstruct, *v.t. and i.* di li ọnà.

Obstruction, *n.* idilọnà, idiwọ.

Obtain, *v.t. and i.* ri-gbà, ni, gbà.

Obtainable, *adj.* gbigbà, riri.

Obtrude, *v.t.* lakàka wọ̀.

Obtrusion, *n.* ìlakàka wọ̀.

Obviate, *v.t.* yè kuro, mu kuro lọna.

Obvious, *adj.* laiṣoro ri, hihàn gbangba.

Occasion, *n.* àye, ọ̀na. idi.

Occasional, *adj.* lẹ̀kọkan.

Occasionally, *adv.* lẹ̀kọkan.

Occident, *n.* iha iwọ õrun.

Occidental, *adj.* ti iwọ-õrun. *n.* ara iwọ-õrun.

Occult, *adj.* eyiti o farasin.

Occupant, *n.* olugbe, ẹniti o ni ini, ẹniti mbẹ nipọ.

Occupation, *n.* iṣẹ, ini.

Occupier, *n.* olugbe.

Occupy, *v.t.* ṣòwo, ṣiṣẹ, gba ipò.

Occur, *v.i.* ṣẹ̀, hàn.

Occurrence, *n.* ohun ti o ṣẹ̀, ohun àlabapade.

Ocean, *n.* okun nla, agbami okun.

Oohre, *n.* ẹfun pupa rusurusu, ila.

Octagon, *n.* onigun mẹjọ.

Octave, *n.* mẹjọ, ijọ kẹjọ, ikẹjọ.

October, *n.* oṣu kẹwa ọdun.

Ocular, *adj.* ti oju.

Oculist, *n.* ẹniti nwo àrun oju.

Odd, *adj.* laigun gẹgẹ, laibamu.

Odds, *n.pl.* aiṣedede, anfani, ijà.

Ode, *n.* orin.

Odious, *adj.* ni irira.

Odium, *n.* irira.

Odoriferous, *adj.* ti o ni õrùn.

Odour, *n.* õrùn, òkiki.

Of, *prep.* ti, niti.

Off, *adv.* kuro.

Offal, *n.* igbẹ, ifun ẹran, iwọdanù.

Offence, *n.* ẹṣẹ, ikọsẹ̀, ohun idugbolù, ohun ibaninujẹ

Offend, *v.t. and i.* ba-ninu-jẹ, ṣẹ̀, mu kọsẹ̀.

Offender, *n.* ẹlẹṣẹ̀.

Offensive, *adj.* kun fun õrùn, mu ibajẹ wa. *n.* igbeja.

Offer, *v.t. and i.* ru-ẹbọ; fi-lọ, fi-fun.

Offerer, *n.* ẹniti o rubọ.

Offering, *n.* ẹbọ, ọrẹ.

Offertory, *n.* ohun itọrẹ, idawo.

Offhand, *adv. or adj.* laimuratẹlẹ.

Office, *n.* iṣẹ, ipo iṣẹ, oyè.

Officer, *n.* ijoye, onṣẹ, olori, tẹtu.

Official, *adj.* labẹ aṣẹ, nipa agbara oye.

Officiate, *v.i.* ṣe iṣẹ oye.

Officious, *adj.* ṣadasi, ṣofofo bẹ.

Offshoot, *n.* ẽhu eweko.

Offspring, *n.* ọmọ, iran.

Oft, Often, Oftentimes, *adv.* nigba-kugba, nigba pupọ.

Oh, *inter.* Yẽ! Aa!

Oil, *n.* ororo, epo, ọrà.

Oily, *adj.* li epo.

Oil-palm, *n.* ọpẹ.

Ointment, *n.* ohun ikunra.

Old, Olden, *adj.* darugbo, gbó.

Old-times, *adv.* igba atijọ, ti lailai.

Olive, *n.* igi ororo ni ilẹ awọn Jũ.

Omega, *n.* opin.

Omen, *n.* àmi nkan ti mbọ.

Ominous, *n.* àmi ti buburu ti mbọ.

Omission, *n.* ìfokọja, igbagbe, ifisilẹ.

Omit, *v.t.* fo-kọja, gbagbe, fi-silẹ.

Omnipotence, *n.* agbara aïlopin, iwa ti Olodumare.

Omnipotent, *adj.* Olodumare, ni agbara aïlopin.

Omnipresent, *adj.* ìwa ni ibi gbogbo ni akoko kanna.

Omniscient, *adj.* ọlọgbọn julọ, olumọ̀ ohun gbogbo, ti o si le rí ohun gbogbo.

Omnivorous, *adj.* jijẹ ohun gbogbo.

On, *prep.* lori.

Once, *adv.* lẹ́kan, nigba kan.

One, *adj.* ọkan, eni.

Oneness, *n.* iṣọkan.

Onerous, *adj.* lile, inira.

Oneself, *pron.* on tikararẹ.

One-sided, *adj.* li ẹgbẹ kan, li apa kan.

Onion, *n.* alubọsa.

Onlooker, *n.* oluworan.

Only, *adv.* ọkanṣoṣo, pere.

Onset, *n.* ikọlu; ipari.

Onslaught, *n.* ikọlu, ipakupa.

Onus, *n.* ẹru, inira.

Onward, *adv.* siwaju.

Onyx, *n.* okuta oniyebiye kan.

Ooze, *v.t. and i.* sun-jade, tujade. *n.* ẹ̀rẹ̀, pẹtẹpẹtẹ.

Opaque, *adj.* ṣú, ti kò mọ gára.

Open, *v.t.* ṣi-silẹ, yà; tumọ̀. *adj.* ṣíṣí; nigbangba; yiyà.

Open-handed, *adj.* lawọ́, tuwọka.

Open-hearted, *adj.* tunuka, lailẹtan.

Opening, *n.* iṣinu, iṣisilẹ̀.

Openly, *adv.* nigbangba.

Operate, *v.t. and i.* ṣe, fi agbara ṣe.

Operation, *n.* iṣẹ, iṣẹ lara enia.

Operator, *n.* oṣiṣẹ.

Ophthalmia, *n.* àrun oju.

Opiate, *n.* ōgun imu ni sùn.

Opine, *v.t.* ṣebi, gbiro.

Opinion, *n.* ìrò, imọ̀.

Opponent, *n.* ọta, aṣodi, atinilaiya. *adj.* kikọjusi.

Opportune, *adj.* akoko ti o wọ̀.

Opportunity, *n.* àye, ọna, ìgba.

Oppose, *v.t.* ṣe odi si, ṣe ìdena, tì laiya.

Opposite, *adj.* kọjusi, tirisi.

Opposition, *n.* ikọjusi, ijiyan, iṣọtasi.

Oppress, *v.t.* wahala, ni-lara, pọn-loju, rẹ-jẹ.

Oppression, *n.* inilara.

Oppressive, *adj.* nilara, pọnloju.

Oppressor, *n.* aninilara.

Opprobrium, *n.* ẹgan, ēbu.

Optic, *adj.* ti oju.

Optimism, *n.* igbagbọ pe gbogbo nkan nṣiṣẹ fun rere.

Option, *n.* ìyan, ìwu, ifẹ́.

Opulence, *n.* ọrọ̀, ọlà.

Opulent, *adj.* lọrọ̀, lọlà, là.

Or, *conj.* tabi.

Oracle, *n.* ibi idahun, ọrọ ìye, ọrọ ijinlẹ.

Oral, *adj.* fifẹnusọ.

Orally, *adv.* nipa ọrọ-ẹnu.

Orange, *n.* ọsan, orombo.

Orange-blossom, *n.* itana igi orombo.

Orang-outang, *n.* inaki.

Oration, *n.* isọrọ gbangba.

Orator, *n.* alagbasọ, alasọdùn.

Orb, *n.* ayika, kẹkẹ.

Orchard, *n.* ọgba igi eleso.

Ordain, *v.t.* yàn, ṣe ilana, fi jẹ oye.

Ordeal, *n.* idanwo lile, ifimuaje.

Order, *n.* aṣẹ, ẹsẹ, ìto. *v.t.* to lẹsẹsẹ, pa-laṣẹ, fi aṣẹ fun.

Orderly, *adv.* lẹsẹsẹ.

Ordinal, *n.* aṣẹ, iwe ofin.

Ordinance, *n.* ilana, aṣẹ.

Ordinary, *adj.* nipa ilana, ki iṣe pataki.

Ordinate, *adj.* iṣedede.

Ordination, *n.* ilana ifi enia jẹ oye alufa.

Ordnance, *n.* ibọn tabi agba nla.

Ore, *n.* irin aipo tutu.

Organ, *n.* dùru, ohun elo, etò ara enia.

Organization, *n.* ikojọ, ìto lẹsẹsẹ.

Organize, *v.t. and i.* tò lẹsẹsẹ.

Orient, *n.* iha ila ŏrun.

Oriental, *adj.* ti ila-ŏrun. *n.* ara ila-ŏrun.

Orifice, *n.* ẹnu, oju, iṣiṣilẹ.

Origin, *n.* ipilẹṣẹ, ibẹrẹ, aṣeṣẹ-iwa.

Original, *adj.* ti atetekọṣe, àdaṣe.

Originally, *adv.* nipilẹṣẹ.

Originate, *v.t. and i.* pilẹṣẹ, bẹrẹ, da-silẹ.

Ornament, *n.* ohun ọṣọ. *v.t.* ṣe lọṣọ.

Orphan, *n.* alailŏbi.

Orphanage, *n.* ibiti a ṣe itọju awọn alailŏbi.

Orthodox, *adj.* yè li ẹkọ.

Oscillate, *v.t. and i.* tì siwa tì sẹhin.

Osprey, *n.* idì ŏkun.

Ostensible, *adj.* ti ohàn nigba-ngba.

Ostensibly, *adv.* nigbangba.

Ostentation, *n.* iṣefefe, ihan sode.

Ostentatious, *adj.* nṣefefe, nihalẹ.

Ostler, Hostler, *n.* olutọju ẹṣin.

Ostrich, *n.* ògongo (ẹiyẹ).

Other, *adj.* omiran.

Otherwise, *adv.* bikoṣe bẽ, bi bẹkọ.

Ought, *n.* ohunkohun. *v.a.* yẹ, ibá.

Ounce, *n.* ida mejila iwọn kan.

Our, Ours, *pron.* ti wa.

Ourselves, *pron.* awa tikarawa.

Out, *adv.* lode.

Outbreak, Outburst, *n.* ijà, aṣọ, ariwo.

Outcast, *n.* ifunkalẹ, aṣátì, isá-nsa.

Outcome, *n.* ipari si, iyọri si.

Outcry, *n.* igbe.

Outdistance, *v.t.* yasilẹ pupọ.

Outdo, *v.t.* ṣe-rekọja, tayọ.

Outdoor, *adj.* lode.

Outer, *adj.* ode.

Outermost, *adj.* ode lọhun lọhun.

Outfit, *v.t.* pese fun.

Outgoing, *n.* ijade lọ.

Outgrow, *v.t.* dagbaju.

Outlaw, *n.* igara, alailắbo ofin, ole.

Outlay, *n.* inawo.

Outlet, *n.* oju iṣàn jade.

Outlive, *v.t.* wa lắye lẹhin iku ẹlomiran.

Outlook, *n.* iṣọna, iwo iwaju.

Outlying, *adj.* niwaju.

Outpour, *v.t.* tu-jade, ṣan-jade.

Outrage, *n.* ika rekọja, ìlokulo.

Outrageous, *adj.* buru rekọja.

Outright, *adv.* lẹsẹkanna, pata-pata.

Outrun, *v.t.* sare yà kọja.

Outset, *n.* ijadelọ, ibẹrẹ.

Outshine, *v.t.* ràn-jade, ràn-rekọja.

Outside, *n.* iha ode.

Outsider, *n.* ara ode.

Outspoken, *adj.* laiya, sọrọ lai-bẹru.

Outspread, *v.t.* nà-jade, tàn kalẹ.

Outstretch, *v.t.* nà.

Outward, *adj.* siha ode.

Outwardly, *adv.* nigbangba.

Outwear, *v.t.* lò gbó.

Outwork, *n.* iṣẹ ode. *v.t.* ṣiṣẹ rekọja.

Oval, *adj.* pọgbun, pòkọ, bi ti ẹyin.

Ovation, *n.* iyin.

Oven, *n.* ầro, idana.

Over, O'er, *prep.* lori, rekọja.

Overanxious, *adj.* ni aniyan rekọja.

Overawe, *v.t.* tẹ-ba, dẹruba.

Overbear, *v.t.* bori.

Overboard, *adv.* ṣubu somi lati inu ọkọ.

Overburden, *v.t.* dẹrù pa.

Overcast, *v.t.* ṣu bo.

Overcharge, *v.t.* bu owo le ju.

Overcloud, *v.t.* ikuku bo.

Overcome, *v.t.* bori, ṣẹgun.

Overcrowd, *v.t.* fun-pọ, kun-pọ.

Overdo, *v.t.* ṣe aṣeju.

Overdue, *adj.* kọja akoko.

Overexert, *v.t.* lò agbara jù.

Overflow, *v.t. and i.* ṣàn jade bo mọlẹ.

Overhang, *v.t. and i.* yọri jade.

Overhead, *adv.* lori, loke.

Overhear, *v.t.* gbọ finrin.

Overjoy, *v.t.* yọ̀ rekọja.

Overland, *adj.* ọna ilẹ.

Overlay, *v.t.* fi-bo.

Overlook, *v.t.* fojufoda.

Overmuch, *adv.* pọju.

Overnight, *n.* alẹ ànà.

Overplus, *n.* elé.

Overpower, *v.t.* bori, fi agbara tẹ̀.

Overrule, *v.t.* paṣẹ.

Oversee, *v.t.* bojuto.

Overseer, *n.* alabojuto.

Overshadow, *v.t.* ṣiji bo.

Oversight, *n.* eṣì ; ibojuto.

Oversleep, *v.t. and i.* asunju.

Overspread, *v.t.* tànka.

Overtake, *v.t.* bá, le-bá.

Overthrow, *v.t.* bì-ṣubu. *n.* ibì-ṣubu.

Overturn, *v.t. and i.* yipada.

Overweight, *n.* iwuwo jù.

Overwhelm, *v.t.* bò-mọlẹ, tẹ-mọlẹ.

Overwork, *v.t. and i.* ṣiṣẹ rekọja.

Owe, *v.t.* jẹ ni gbese.

Owl, *n.* owiwi.

Own, *adj.* temi. *v.t.* jẹwọ, ni.

Owner, *n.* oluwa, olohun.

Ownership, *n.* oninkan, olohun.

Ox, Oxen, *n.* malu.

Oyster, *n.* isàn.

P.

Pace, *n.* ìrìn, iṣiṣẹ. *v.t. and i.* rin gbére.

Pacific, *adj.* tutu, pẹlẹ, parọrọ.

Pacification, *n.* ilaja.

Pacifier, *n.* onilaja.

Pacify, *v.t.* tù, rọ̀.

Pack, *n.* ẹrù, òkétè. *v.t.* di ẹrù.

Package, *n.* ẹrù, èdidi.

Packer, *n.* ẹniti o di ẹrù.

Packet, *n.* èdidi kekere.

Packing, *n.* palẹmọ, di-ẹru.

Pad, *n.* irọri kekere, oṣuka.

Paddle, *n.* ìwalẹ, àjẹ. *v.t. and i.* wa jẹ̀, ṣire ninu omi.

Paddock, *n.* ọgba awọn ẹṣin.

Padlock, *n.* agadagodo.

Paean, *n.* orin ayọ iṣẹgun.

Pagan, *n.* keferi, abọrisa.

Paganism, *n.* ìwa awọn keferi.

Page, *n.* ewe iwé ; iranṣẹkọnri.

Pageant, *n.* ifihàn, aworan, iṣire.

Pail, *n.* koroba, ọpọ́n.

Pain, *n.* irora, ẹdun, riro. *v.t.* dùn, ro.

Painful, *adj.* didun ni.

Painless, *adj.* ailẹdun, airo.

Painstaker, *n.* aṣiṣẹ, alapọn.

Painstaking, *adj.* niṣẹninu, lapọn.

Paint, *n.* tirõ, ajẹ̀, ọda, èse. *v.t.* kùn, fi tirõ kùn.

Painter, *n.* a fi ọda tabi ese kun nkan.

Pair, *n.* awẹ meji, ohun meji ti o ba ara wọn mu. *v.t. and i.* pin ni meji, so nkan meji pọ.

Palace, *n.* àfin, ile ọba.

Palatable, *adj.* ladùn.

Palate, *n.* imọ itọwo.

Palatial, *adj.* bi ti àfin.

Palaver, *n.* apejọ, apero.

Pale, *adj.* jijoro, fuwọfuwọ, rọndọnrọndọn.

Paleness, Pallor, *n.* iṣe fuwọ-fuwọ.

Palisade, *n.* igi ọgbà.

Pall, *n.* aṣọ ileke igunwa, aṣọ bibo posi.

Pallet, *n.* ibusun ti a fi koriko ṣe.

Palliate, *v.t.* fi awawi bò, mu san diẹ, din irora kù.

Palm, *n.* ọpẹ; atẹlẹwọ.
Palm-oil, *n.* epo.
Palm-wine, *n.* ẹmu.
Palmy, *adj.* nisẹgun.
Palpable, *adj.* laisoro iri, nigba-
ngba.
Palpitate, *v.i.* mi hẹlẹ.
Palpitation, *n.* imihẹlẹ.
Palsy, *n.* àrun ẹgba.
Paltry, *adj.* lainiye, lainilari.
Pamper, *v.t.* fi onjẹ didun bọ,
jẹ ajẹkì.
Pamphlet, *n.* iwe kekere alaidilù.
Pan, *n.* awopẹtẹ, ìkoko.
Pandemonium, *n.* rudurudu.
Pander, *v.t. and i.* ranlọwọ.
Panegyric, *n.* iyin ẹni logo.
Pang, *n.* irora, irora obirin ti
nrọbi.
Panic, *n.* ipaiya.
Pannier, *n.* gări fun ẹru.
Panoply, *n.* ihamọra ogun ni pipe.
Pant, *v.t. and i.* mi hẹlẹ.
Panther, *n.* amọtẹkun, akata.
Pantry, *n.* ile awo onjẹ.
Pap, *n.* onjẹ awọn ọmọ-ọwọ.
Papa, *n.* baba.
Papaw, *n.* ibẹpẹ, ẹigu.
Paper, *n.* iwe, takada.
Par, *n.* isẹdede, isọgbọgba.
Parable, *n.* owe, àkàwé.
Parabolical, *adj.* nipa owe, nipa
àkàwé.
Parade, *n.* itolẹsẹ ọmọ-ogun,
ifihan.
Paradise, *n.* ọrun rere; ọgba
daradara ti o ni itura.
Paradox, *n.* ọrọ meji ti o ẹe
biẹnipe nwọn yatọ si ara
wọn.
Paraffin-oil, *n.* ororo fitila.
Paragon, *n.* apẹrẹ.
Paragraph, *n.* gbolohun ọrọ, ori
ọtọ.
Parallel, *n.* ijọra, ifarawe, isẹ-
dede.
Paralysis, *n.* ainiagbara, ẹgba.

Paralyze, *v.t.* sọ-di okú, pasara.
Paramount, *adj.* ni patàki, leke,
titayọ. *n.* olori, patàki.
Paramour, *n.* olufẹ́, àle.
Parapet, *n.* odi, abo fun awọn
ologun.
Paraphernalia, *n.pl.* ohun ọṣọ.
Paraphrase, *n.* iladi, itumọ ọrọ.
Parasite, *n.* apọnni, onirara,
afõmọ.
Parasol, *n.* igbõrun.
Parcel, *n.* èdidi, ẹrù kekere;
egbìnrin. *v.t.* pin si kekere,
dá.
Parch, *v.t. and i.* gbẹ, yan.
Parched, *adj.* iyangbẹ.
Parchment, *n.* awọ ikọwe si.
Pardon, *n.* idariji, ifiji. *v.t.*
dariji.
Pardonable, *adj.* didariji, fifiji.
Pare, *v.t.* rẹ́-leti, rẹ́-lori, kekù.
Paregoric, *n.* õgun itunilara.
Parent, *n.* õbi.
Parentage, *n.* ìsẹlẹ.
Parenthesis, *n.* ami kan ninu iwe,
bayi ( ).
Paring, *n.* epo eso.
Parish, *n.* eakani itọju alufa kan.
Parity, *n.* isẹdede, ijọra, idọgba.
Park, *n.* ọgba nla.
Parley, *n.* ọrọ aisọ. *v.t. and i.*
ba-sọrọ.
Parliament, *n.* ajọ ọba, igbimọ
ọba.
Parliamentary, *adj.* ti ilana
igbimọ ọba.
Parlour, *n.* gbàngàn.
Parole, *n.* ọrọ ẹnu, ọrọ ọla.
Paroxysm, *n.* òjojo, gìri.
Parricide, *n.* pipa baba tabi iya
ẹni.
Parrot, *n.* odidẹ, " aiyekõtọ."
Parry, *v.t.* yi si apakan, gbòn
kuro, yẹ̀-kuro.
Parsimonious, *adj.* lọkanjuà,
lojukokoro.
Parsimony, *n.* ihawọ, ọkanjuà.

Parson, n. alufa.

Parsonage, n. ile alufa.

Part, n. apakan, ipa, ipin. v.t. and i. pin, ya.

Partake, v.t. and i. ba-pin.

Partaker, n. alabapin.

Partial, adj. ti apakan, ni ojusaju.

Partiality, n. iṣojusaju.

Participate, v.t. and i. ba-pin.

Participation, n. ibapin.

Particle, n. kiun, gingin.

Particular, adj. pàtaki, yẹ fun afiyesi, idi.

Particularise, v.t. tọ́ pinpin.

Particularly, adv. sãn, pàpa, pẹlupẹlu, ni pataki.

Parting, n. ipinya.

Partisan, n. ẹniti o dawọpọ bani ṣe nkan.

Partition, n. ikele, ipin.

Partly, adv. ni apakan.

Partner, n. alabapin, ẹgbẹ, alabaṣiṣẹ, ẹnikeji.

Partnership, n. ajọṣe, ajumọṣepọ.

Partridge, n. aparo.

Party, n. ẹgbẹ́, ọwọkan, apakan.

Pass, n. ọna larin oke meji; iwe igbà sinu. v.t. and i. kọja.

Passable, adj. gbigbà, jijẹ fun, ti a le kọja.

Passage, n. ọna, ajo loju omi.

Passenger, n. èro.

Passing, adj. nkọja lọ.

Passion, n. iwa, itara, ibinu; ijiya.

Passionate, adj. ṣonu, runu.

Passive, adj. nirẹlẹ, laiṣiṣẹ.

Passover, n. Ajọ irekọja.

Passport, n. iwe ifunilãye lati kọja tabi lati wọlé.

Past, adj. eyiti o kọja.

Paste, n. iyẹfun, iṣu, àte, ogi. v.t. fi atè mu.

Pastime, n. idaraya, iṣire.

Pastor, n. oluṣọ-agutan, alufa.

Pastoral, adj. ti oluṣọ agutan, ti iṣẹ alufa.

Pastorate, n. ẹgbẹ alufa, oye alufa.

Pastry, n. akara.

Pasture, n. papa oko tutù, koriko, ijẹ fun ẹran.

Pat, v.t. and i. fi ọwọ lu jẹjẹ.

Patch, v.t. fi aṣọ tun ṣe, èlẹ. n. ẹlẹ.

Patchwork, n. aṣọ irépe ti a lẹ lu.

Pate, n. awujẹ.

Patent, adj. ẹi silẹ nigbangba. n. aṣẹ itọ́si nikan.

Paternal, adj. ti baba.

Path, n. ọna, ipa ọna.

Pathetic, adj. inu yiyọ, ni ikanu, ni ibanujẹ.

Pathless, adj. laini ọna.

Pathos, n. ifẹ́ inu, iradọ inu.

Pathway, n. oju ọna.

Patience, n. sũru, ipamọra.

Patient, n. onisuru, ẹniti o nrọju, alaisan. adj. nisuru, laikanju.

Patriarch, n. baba nla.

Patrimony, n. ogún.

Patriot, n. olufẹ́ ilẹ rẹ̀ nitọ̃tọ́.

Patriotism, n. ifẹ́ ilu ẹni.

Patrol, v.t. and i. ṣọ ibudo, yi ilu ka lati dabobo. n. oluṣọ.

Patron, n. alãbo, alafẹhinti.

Patronage, n. itilẹhin, iranlọwọ, abo, oju rere.

Patronise, v.t. ti-lẹhin, ṣe oju rere si.

Pattern, n. apẹrẹ, awoṣe, aworan.

Paucity, n. kere, diẹ kiun.

Pauper, n. talaka, alaini.

Pause, v.i. duro, simi. n. iduro, idakẹ, isimi.

Pave, v.t. fi okuta tẹ́.

Pavement, n. titẹ́ okuta.

Pavilion, n. agọ.

Paw, n. ẽkanna ẹranko. v.t. and i. halẹ, ya li ẽkanna.

Pawn, v.t. fi ṣọfa, fi dogo. n. iwọfa.

Pawnbroker, n. ọlọfa.

Pay, *v.t.* san owo.
Payable, *adj.* sisan.
Payment, *n.* isanwo.
Pea, Pease, *n.* popondo.
Peace, *n.* alafia.
Peaceable, *adj.* lalafia.
Peacemaker, *n.* onilaja.
Peaceoffering, *n.* ebo-alafia.
Peacock, *n.* eiye ologe.
Peak, *n.* ori oke, songo.
Peal, *n.* iro agogo, iro ara.
Pearl, *n.* okuta oniyebiye.
Peasant, *n.* agbe, aroko.
Peat, *n.* koriko gbigbe ti a lo lati
ti dana.
Pebble, *n.* okuta wewe.
Peck, *v.t.* je, fi agogo mu bi eiye.
Peculiar, *adj.* oto.
Peculiarity, *n.* iwa oto.
Pecuniary, *adj.* ti owo.
Pecunious, *adj.* li oro.
Pedagogue, *n.* oluko.
Pedal, *adj.* ti ese.
Pedant, *n.* asefefe ninu eko.
Pedantry, *n.* isefefe ni fifi eko
han.
Peddle, *v.t. and i.* kiri oja, sajapa
oja.
Pedestal, *n.* ipile, ese.
Pedestrian, *n.* irinkiri li ese.
Pedigree, *n.* iran, itan.
Pedlar, *n.* alarinkiri oja tita.
Peel, *v.t. and i.* bo li epo, bo
li awo. *n.* epo.
Peep, *v.i.* be-wo. *n.* ibewo,
iyojusi.
Peer, *n.* ijoye, olori, olola.
Peevish, *adj.* sonu, roro.
Peevishness, *n.* isonu, iroro.
Peg, *n.* ekan. *v.t. and i.* kan li
ekan.
Pelican, *n.* eiye ofu.
Pellet, *n.* isu kekere.
Pell-mell, *adv.* nirudurudu.
Pellucid, *adj.* mo gara.
Pelt, *v.t. and i.* so-lu. *n.* awo.

Pen, *n.* kalamu, agbo eran. *v.t.*
se-mo; kowe.
Penal, *adj.* ye ni ijeniya.
Penalty, *n.* ijiya, isenise.
Penance, *n.* ise ironupiwada,
etutu.
Pence, *n.* owo baba.
Pencil, *n.* ohun elo ikowe.
Pendant, *n.* dogbo-dogbo, ohun
oso.
Pendent, *adj.* sisoro, ro.
Pendulum, *n.* fifi-agogo, isoro.
Penetrate, *v.t. and i.* lu-aluja,
da-lu.
Penetration, *n.* ilaluja; ogbon,
oye.
Peninsular, *n.* ile ti omi fere yika.
Penitence, *n.* ironupiwada, ikanu
ese.
Penitent, *n.* onironupiwada, akanu
ese.
Penknife, *n.* obe kekere.
Penman, *n.* akowe.
Penmanship, *n.* ona ikowe, ilo
kalamu.
Pennant, *n.* asia tere gigun.
Penniless, *adj.* laini owo.
Penny, *n.* owo baba.
Pension, *n.* owo isimi lenu ise.
Pensioner, *n.* eniti o gba owo
isimi.
Pensive, *adj.*
Pensiveness, *n.* ikanu, ironu.
Penury, *n.* aini, talaka.
People, *n.* orile ede, enia. *v.t.*
tedosi, fi enia si.
Pepper, *n.* ata.
Peppermint, *n.* efinrin ata.
Peradventure, *adv.* boya, alaba-
pade. *n.* iyemeji, aidaju.
Perambulate, *v.t.* rin la ja.
Perambulation, *n.* irin laja.
Perceive, *v.t.* kiyesi, ri.
Perception, *n.* ikiyesi, iro, ogbon,
imo.
Perch, *n.* ibuwo eiye. *v.t. and i.*
wo bi eiye.

Perchance, adv. bọya, ni ala-
bapade.
Percussion, n. ilumọra.
Perdition, n. iparun, iṣegbe.
Peremptory, adj. pẹlu agbara.
Perennial, adj. niduro pẹ titi,
tito.
Perfect, adj. pe, pipe. v.t. ṣe li
aṣepe, mu-pe, ṣe-tan.
Perfection, n. pipe, iṣepe.
Perfectly, adv. dajudaju, ṣáṣá,
pipe.
Perfidious, adj. laisõtọ, li ẹtan.
Perfidy, n. ẹtan, aisõtọ.
Perforate, v.t. and i. lu-ja, dá lu.
Perforation, n. iluja, didálu.
Perforce, adv. nipa agbara.
Perform, v.t. and i. ṣe, mu-ṣe.
Performance, n. iṣe, imuṣe.
Performer, n. oluṣe, aṣiṣẹ.
Performing, adj. nṣe nkan.
Perfume, n. õrun didun. v.t.
fi õrun didun kun.
Perfumer, n. ọlọja õrun didun.
Perfunctory, adj. laikasi, lai-
bikita.
Perhaps, adv. boya.
Peril, n. ewu.
Perilous, adj. lewu.
Period, n. akokò, igba; opin.
Periodical, adj. lakoko, nigbàgba.
Perish, v.i. gbé, ṣegbe.
Perishable, adj. ṣiṣegbe.
Perjure, v.refl. bura eke.
Perjurer, n. abura eke.
Perjury, n. ibura eke.
Permanence, n. iduro, ipẹ titi.
Permanent, n. duro pẹ titi,
laiyẹsẹ.
Permeate, v.t. and i. wọ lara.
Permissible, adj. funlãye.
Permission, n. ibùnlãye, ijẹwọ
fun.
Permit, v.t. and i. bùn lãye, jẹ.
n. iwe ifãyefun.
Pernicious, adj. niparun, nipa-
lara.

Perpendicular, adj. niduro ṣan-
ṣan.
Perpetrate, v.t. ṣe, da ẹṣẹ.
Perpetration, n. idẹṣẹ.
Perpetual, adj. lailai, titi lọ́.
Perpetually, adv. titi lọ́.
Perpetuate, v.t. mu pẹ titi.
Perpetuity, n. iduro lailai, ati-
randiran.
Perplex, v.t. dãmu, ṣe rọunrọun.
Perplexity, n. idamu, ipaiya.
Perquisite, n. itọsi ipin, èrè owo
lẹnu iṣẹ.
Persecute, v.t. ṣe inunibini si.
Persecution, n. inunibini.
Persecutor, n. oninunibini.
Perseverance, n. iduro ṣinṣin,
iforiti.
Persevere, v.i. foriti, duro ṣiṣin.
Persist, v.i. tẹramọṣe, foriti,
dimu ṣinṣin.
Persistence, n. itẹramọṣẹ, iforiti,
idimu ṣinṣin.
Persistently, adv. ni tẹramọ.
Person, n. enia, ẹni kan, oluwarẹ̀,
alamọrin.
Personage, n. enia nla kan.
Personal, adj. ti enia.
Personify, v.t. fi ohun ṣe akawe
enia.
Perspiration, n. ilagun, õgun.
Perspire, v.t. and i. lãgun.
Persuade, v.t. yi-lọkan pada, tàn.
Persuasion, n. iyipada ọkan,
paleròda.
Persuasive, adj. ti a le yipada.
Pert, adj. lafojudi.
Pertain, v.i. ṣe ti.
Pertinacity, n. agidi, idimu-
ṣinṣin.
Pertinacious, adj. ṣagidi.
Pertness, n. iyaju si, afojudi.
Perturb, v.t. ru-soke.
Perusal, n. ikàwe.
Peruse, v.t. fi akiyesi kàwe.
Pervade, v.t. la jalẹ.
Pervasion, n. ilakọja.

Perverse, *adj.* ṣaigbọran, lodi si.

Perverseness, *n.* agidi, ayidayida, iyapa.

Pervert, *v.t.* yi-po, yi-pada, ba-jẹ. *n.* akọ-igbagbọ silẹ.

Pervious, *adj.* lafo, niluja.

Pessimist, *n.* ẹniti ohun kan kò dara loju rẹ̀.

Pest, *n.* àrun, iyọnu.

Pester, *v.t.* yọ-lẹnu.

Pestilence, *n.* ajakalẹ àrun.

Pestle, *n.* ọmọri-odó.

Pet, *n.* ọ̀rọ ikẹ, ayanfẹ́; ibinu. *v.t.* kẹ.

Petition, *n.* ẹ̀bẹ, ibèrе, adura. *v.t. and i.* bẹbẹ, tọrọ.

Petitioner, *n.* ẹlẹbẹ, ẹniti ntọrọ.

Petrify, *v.t. and i.* sọ di okuta.

Petroleum, *n.* ororo ti a fa jade lati inu ilẹ.

Petted, *adj.* kikẹ.

Petticoat, *n.* ẹwu obirin.

Petty, *adj.* kere, lainilari.

Petulance, *n.* afojudi, ainisuru.

Petulant, *adj.* lafojudi, niwara.

Pew, *n.* ibujoko ni ile Ọlọrun.

Pewter, *n.* awo ojé, tasa.

Phantasm, Phantom, *n.* iwin.

Phase, *n.* hihan oju oṣupa, iri, ifarahan.

Pheasant, *n.* ẹiyẹ iru agbe ati àluko.

Phenomenon, *n.* ifarahan.

Phial, *n.* igo kekere.

Philanthropist, *n.* oninurere si enia.

Philanthropy, *n.* ifẹ́ araiye, inu- rere si enia.

Philosopher, *n.* ọlọgbọn, olumọ̀, amọ̀ye, olumọran.

Philosophy, *n.* imọ̀, ọgbọn.

Phlegm, *n.* itọ ọfun.

Phosphorus, *n.* iru ìda kan ti o molẹ ninu okunkun.

Phrase, *n.* gbolohun ọrọ kan.

Phthisis, *n.* ikọ fè.

Phylactery, *n.* ọja, igbati aṣọ.

Physic, *n.* imọ ōgun.

Physician, *n.* oniṣẹgun.

Piano, Pianoforte, *n.* duru apata.

Pianist, *n.* ẹniti o tẹ duru, aludùru.

Piazza, *n.* ọ̀dẹdẹ.

Pick, *v.t. and i.* ṣa, ṣajọ, yọ-jade, yan; ji, jale.

Pickaxe, *n.* ọkọ itulẹ.

Picked, *adj.* yiyan.

Picnic, *n.* irin ẹgbẹ kan lati gba afẹfẹ.

Picture, *n.* aworan, apẹrẹ.

Picturesque, *adj.* o yẹ aworan.

Piebald, *adj.* lawọ pupọ, adikala.

Piece, *n.* ẹ̀la, idàsa, apa, irepe, ẹ̀bu. *v.t.* tunṣe.

Pier, *n.* afarà ti o yọ sinu omi.

Pierce, *v.t. and i.* wọnu, gún, la-lọ.

Piety, *n.* ibọwọ fun Ọlọrun, ibu ọla fun, ifọkansin.

Pig, *n.* ẹlẹdẹ.

Pigeon, *n.* ẹiyẹle.

Pigmy, Pygmy, *n.* enia kukuru ràrá.

Pike, *n.* ọ̀kọ̀.

Pile, *n.* ebè, okiti. *v.t.* ko-jọ, ko ohun le ohun.

Piles, *n.pl.* jẹdijẹdi.

Pilfer, *v.t.* ṣe afọwọra, jale.

Pilferer, *n.* alafọwọra, ole.

Pilgrim, *n.* èrò, alarinkiri, olubẹ ibi mimọ wo.

Pilgrimage, *n.* ibẹ ibi mimọ wo, irin ajo li aiye, atipo, ìrin èro.

Pill, *n.* iṣu ōgun.

Pillage, *n.* ikó, ikogun. *v.t.* kó, jale.

Pillar, *n.* ọwọ̀n, ọ̀pó.

Pillow, *n.* irọri, tìmtim.

Pillow-case, Pillow-slip, *n.* apo irọri.

Pilot, *n.* atukọ̀, afọnahan. *v.t.* amọna.

Pimple, *n.* esusu ara, rorẹ.

Pin, *n.* ēkàn.

Pincers, n.pl. ẹmú.

Pinch, v.t. and i. ja-lẹ́kanna.

Pine, n. orukọ igi kan. v.i. rù, gbẹ, joro.

Pineapple, n. ọpẹ oyinbo.

Pinion, n. ìyẹ́ apa; idẹ̀. v.t. di li apa.

Pinnacle, n. ṣonṣo ori, tente.

Pint, n. oṣuwọn oninu kekere.

Pioneer, n. aṣaju, alàna silẹ.

Pious, adj. buyin fun, nifọkansin.

Pip, Pippin, n. irugbin eso.

Pipe, n. ifẹ̀re, apò; ikoko tabà.

Piper, n. afunfẹ̀re.

Pique, n. ilara. v.t. ṣe lara si, mu-binu.

Piracy, n. olè li oju omi okun.

Pirate, n. olè li oju okun.

Pistol, n. ibọn ilewọ.

Pit, n. ihò, isà okú. v.t. ṣàṣá.

Pitch, n. iwọn; ọda. v.t. and i. tẹ-si, do-si.

Pitcher, n. ladugbo, ìkoko ipọnmi.

Piteous, adj. kun fun iyọ́nu.

Pitfall, n. ewuru, ọfin.

Pith, n. agbara, ohun pataki; ifun ọpa.

Pithy, adj. lagbara.

Pitiful, adj. lānu, kun fun iyọ́nu.

Pittance, n. owo onjẹ kikini.

Pity, n. ānu, iyọ́nu. v.t. ṣe ānu, ṣe iyọ́nu.

Placable, adj. tituloju, mura lati dariji, lilanija.

Placability, n. ifẹ́ ilaja.

Placard, n. iwe afiyesi ni gbangba.

Place, n. ibi, ipò, āye, oye. v.t. fi sibi kan; fi-silẹ.

Placid, adj. lalafia, pẹlẹ, jẹ́.

Plague, n. iyọnu, ajakalẹ arun. v.t. yọ-lẹnu, tọ́.

Plain, adj. ọbọrọ́, tẹju; mọju. n. pẹtẹlẹ, ọdan gbangba.

Plainly, adv. nigbangba, nitõtọ, kerekere.

Plain-speaking, n. ọrọ aisi erú, ọrọ igboiya.

Plaint, n. aroye.

Plaintiff, n. olùfisin.

Plaintive, adj. tanu, kun fun iyọ́nu.

Plait, n. ilọlù, iwun. v.t. lọ-lù, wun, di.

Plan, n. èro, apẹrẹ.

Plane, n. ohun elo ifá. v.t. fa, la.

Planet, n. irawọ ti nyika õrun.

Plank, n. apako.

Plant, n. eweko, ewabẹ̀, ohun elewe tutu. v.t. gbin, lọ́.

Plantain, n. ọgẹdẹ agbagbà.

Plantation, n. oko gbingbìn.

Planter, n. ọgbin, afunrugbin.

Plaster, n. ẹfun, erupẹ iṣanle, aṣọ õgun fun egbò. v.t. ṣanle, rẹ́le.

Plasterer, n. ẹniti nrẹ́le.

Plastic, adj. ṣiṣù.

Plat, n. ilẹ biri, oko kekere.

Plate, n. awo pẹrẹṣẹ.

Platform, n. pẹpẹ.

Platter, n. awo nla.

Plaudit, n. iyìn.

Plausible, adj. ni iwu li oju li ode, o ṣe biẹnipe o yẹ fun iyin.

Play, n. ire ṣiṣe. v.t. and i. ṣire.

Player, n. ẹniti o ṣire.

Playfellow, n. ẹgbẹ alabaṣire.

Playful, adj. kun fun ire ṣiṣe.

Playground, n. ibi iṣire.

Playtime, n. igba iṣire.

Plea, n. ẹbẹ, awawi.

Plead, v.t. and i. bẹ̀-fun, ṣìpẹ.

Pleader, n. elẹ̀gbe, alatilẹhin, alabawi.

Pleasant, adj. dùn, wù, āyo.

Pleasantness, n. didùn.

Please, v.t. wù, ṣe inudidùn si, dunmọ.

Pleasure, n. inu didun.

Pledge, n. ògo, ohun ẹ̀ri, ọfà.

Plenary, adj. kun; pé.

Plenitude, n. ẹ̀kun.

Plenteous, adj. pọ pupọ.

Plentiful, adj. ọ̀pọlọpọ.

Plenty, n. pupọ, ọ̀pọlọpọ.

Pliable, adj. titẹ̀, aiṣoro tẹ̀.

Pliers, n.pl. ẹmú kekere.

Plight, n. iwa, ipọ̀.

Plod, v.t. and i. rin pẹlẹ.

Plot, n. ẹrọ, ìmọ buburu; ilẹ biri. v.t. di rikiṣi si, gbimọ buburu.

Plotter, n. onigbimọ buburu.

Plough, n. ohun elo itulẹ. v.t. and i. tulẹ.

Ploughshare, n. irin ọkọ itulẹ.

Pluck, n. igboiya, ilaiya; ìfatu. v.t. and i. fà-tu, já, fà-yọ.

Plucky, adj. laiya, nigboiya.

Plug, n. edidi, idẹnu.

Plum, n. eso igi kan.

Plumage, n. iyẹ́ ẹiyẹ.

Plumb, n. ọ̀jé imunàró, ọ̀jé idiwọ̀n.

Plumbline, n. okùn-iwọ̀n.

Plume, n. iyẹ ẹiyẹ. v.t. tun iyẹ ṣe.

Plump, adj. sanra.

Plunder, n. ikogun. v.t. ko, jale, ṣe igara.

Plunderer, n. ole, igara.

Plunge, v.t. and i. gbe-bọ̀, rì sinu nkan.

Plural, n. ju ọkan lọ.

Plus, n. ifikun, ami kan bayi +, pẹlu +.

Ply, v.t. and i. ṣiṣẹ laisimi, ṣe àpọn, wakọ̀.

Poach, v.t. and i. wọ si oko ẹnikan lati ji ẹran.

Poacher, n. ẹniti o ji ẹran.

Pocket, n. apo ẹwu. v.t. fi sinu apo.

Pocket handkerchief, n. gele inuju.

Pocket money, n. owo-na.

Pod, n. pódi eso igi.

Poem, n. iwe akewì orin.

Poet, n. akewi, onirara.

Poetry, n. iwe oloṣuwọn, iwe ẹlẹsẹsẹ.

Poignancy, n. mimu, titá, liloro.

Poignant, adj. mímu, titá, didunni.

Point, n. ami, oju, nkan afiyesi. v.t. and i. sami, tọka si, fọnahan.

Pointer, n. ohun ti nfọnahan.

Poise, v.t. and i. iṣe dede, iṣọgbọgba.

Poison, n. oró, iwọ. v.t. fi oró pa, ba-jẹ.

Poisonous, adj. loró, niwọ, nipani.

Poke, v.t. and i. bì, ti.

Pole, n. ọpá.

Police, n. awọn ọlopa.

Police-court, n. ilé ẹjọ.

Policy, n. oye iṣẹ itọju ilu, akoso.

Polish, v.t. and i. dan, lọ. n. didan, lilọ.

Polite, adj. niwa rere.

Politely, adv. tọ̀wọ̀tọ̀wọ̀.

Politeness, n. iwa rere.

Politic, adj. moye, gbọn.

Politics, n. ọyé iṣiṣẹ akoso ilu.

Poll, n. ori, iwe orukọ awọn ara ilu. v.t. and i. rẹ lori, kọ orukọ si iwe.

Pollute, v.t. bà jẹ́, sọ di aimọ́.

Pollution, n. ibàjẹ́, aimọ́, ẹ̀ri.

Polygamist, n. ẹniti o ko obirin jọ, olobirinpupọ.

Polygamy, n. ilobirin pupọ̀, ikobirinjọ.

Pomade, n. ohun ipara ti a fi ọra ṣe.

Pomegranate, n. orukọ eso igi kan.

Pomp, n. ogo, ọṣọ́ pipọ.

Pompous, adj. lọṣọ pupọ; ogo aṣehan.

Pond, n. omi ikudu.

Ponder, v.t. and i. rò, wadi.

Ponderous, adj. wuwo.

Pony, n. ęsin kekere, kŭrù.

Pool, n. ikudu, adagun.

Poop, n. iha idi ǫkǫ̀.

Poor, adj. talaka, alaini.

Pop, n. irǫ́pǫ; isunnigiri. v.t. and i. yǫ foti.

Populace, n. awǫn ara ilu.

Popular, adj. ninudidun awǫn enia, lokiki, yiyę fun awǫn enia.

Popularity, n. ifę́ enia, okiki ode.

Populate, v.t. mu ęnia rę̀ si i.

Population, n. iye enia ilu kan.

Populous, adj. kun fun enia.

Porch, n. iloro.

Porcupine, n. ȫrę.

Pores, n.pl. oju ilāgun ara, iho kékèké li àwǫ ara.

Pork, n. ęran ęlędę.

Porous, adj. kun fun iho.

Porpoise, n. ęran ese.

Porridge, n. aṣàró, ękǫ afala.

Port, n. ebute, ibi igunlę si.

Portable, adj. riru, gbigbe.

Portal, n. ęnu ǫna kekere.

Portend, v.t. fi ami sǫ nkan ti mbǫ tęlę.

Porter, n. onibodè, oluṣǫna; alārù.

Porterage, n. owo alārù.

Porthole, n. oju ferese ǫkǫ̀.

Portion, n. apakan, ipin, itori.

Portly, adj. sigbǫnlę.

Portmanteau, n. apo ifi aṣǫ si.

Portrait, n. aworán.

Portray, v.t. fihan nipa aworan.

Pose, v.t. and i. duro-niwaju nkan.

Position, n. ipò.

Positive, adj. ṣalaiyihun pada.

Positively, adv. dajudaju, nitȫtǫ.

Possess, v.t. ni ni ini, gbà, jogun.

Possession, n. ini.

Possessor, n. oluwa, ęniti o ni ini.

Possibility, n. lileṣe, lile ri bę̀.

Possible, adj. ni ṣiṣę, o le ṣe, lagbara ṣiṣe.

Post, n. onṣę ibode iwe; opo ile; ibi iṣę. v.t. and i. fi iyara rin.

Postage, n. owo ifiwe ranṣę.

Posterior, adj. ti ęhin.

Posterity, n. iran atęle ęni, iru ǫmǫ.

Posthumous, adj. bibi lęhin ikú baba.

Postman, n. apinwe kiri.

Postmaster, n. olori ibode iwe.

Postmeridian, P.M., lęhin ǫjǫ kanri.

Post-office, n. ile ifiwe ranṣę; ibode iwe.

Postpone, v.t. and i. da-duro, fa-ṣęhin, yę̀.

Postscript, n. ǫrǫ ifikun iwe.

Posture, n. ipò, ìwa, àye, iduro.

Pot, n. ikokò.

Potash, n. ȇru igi sisun.

Potato, n. kúkúndùkú.

Potency, n. agbara, ipa.

Potent, adj. lagbara, naṣę.

Potentate, n. alagbara, ǫba.

Potential, adj. lagbara, le.

Potsherd, n. apadì.

Pottage, n. ìpętę.

Potter, n. amǫkòkò.

Pottery, n. ibi amǫkoko, awo.

Pouch, n. apo, asunwǫn.

Poulterer, n. aladię, oluta adię.

Poultry, n. awǫn adię ti a nsin.

Pounce, v.t. and i. fo mǫ lojiji.

Pound, n. oṣuwǫn kan; owo wura; agbo ęran ti o ti ṣako. v.t. and i. gun si węwę.

Pour, v.t. and i. tú, dà jade.

Pout, v.t. and i. yǫ ṣuti ète si.

Poverty, n. aini, oṣi, talaka.

Powder, n. ętu; ętu ibǫn.

Power, n. agbara, ipa, aṣę.

Powerful, adj. lagbara, nipa, naṣę.

Powerless, adj. lailagbara, lainipa.

Practicable, adj. ṣiṣę, wulo.

Practical, *adj.* wulo.
Practice, *n.* işe, ilo, iwa.
Practise, *v.t. and i.* şe, lo, huwa.
Practitioner, *n.* alagbọwọle şe, oluşe.
Praise, *n.* iyin. *v.t.* yin.
Praiseworthy, *adv.* niyin, yẹ lati yin.
Prance, *v.i.* fo kokata.
Prancing, *n.* ire-aisá, fifo ẹşin.
Prank, *n.* erekere.
Prattle, *v.t. and i.* sọrọ bokiboki.
Prattler, *n.* ẹniti nsọrọ bokiboki.
Prawn, *n.* ede, alakàşa.
Pray, *v.t. and i.* gbadura, bẹbẹ, tọrọ.
Prayer, *n.* adura, ẹbẹ, itọrọ.
Prayer-book, *n.* iwe adura.
Prayerful, *adj.* ni ẹmi adura.
Prayerless, *adj.* laì gbadura.
Preach, *v.t. and i.* wasu.
Preacher, *n.* oniwasu.
Preamble, *n.* ifihan iwe, ọrọ asọşaju.
Precarious, *adj.* laidaniloju.
Precaution, *n.* ifabamọ şaju, oye tẹlẹ.
Precede, *v.t.* şaju nipa oye tabi igba.
Precedence, *n.* işaju.
Precedent, *adj.* ti işaju. *n.* apẹrọ, işe bẹ ri.
Precept, *n.* ẹkọ, ilana, aşẹ.
Preceptor, *n.* olukọ, alaşẹ.
Precession, *n.* işaju lọ.
Precinct, *n.* âla, ipinlẹ.
Precious, *adj.* niyebiye, niyelori.
Precipice, *n.* bebe ọgbun, bebe oke.
Precipitate, *v.t.* tari li ogedengbe, bi şubu li ogedengbe.
Precipitation, *n.* iwara, ikanju.
Precipitous, *adj.* logedengbe.
Precise, *adj.* lakoko gan.
Precision, *n.* déde, gégẹ, ìgba gan.
Preclude, *v.t.* se mọ 'de, di lọna.

Precocious, *adj.* ni ọgbọn ju, iyajù.
Preconceive, *v.t.* rotẹlẹ.
Preconceive, *v.t.* rotẹlẹ.
Precursor, *n.* aşaju.
Predecessor, *n.* ẹniti o şaju ẹni ninu oye.
Predestinate, *v.t.* yan tẹlẹ.
Predestination, *n.* iyantẹlẹ.
Predicament, *n.* ipò ti o şoro.
Predicate, *v.t.* tẹnumọ.
Predict, *v.t.* sọtẹlẹ.
Prediction, *n.* isọtẹlẹ.
Predictor, *n.* alasọtẹlẹ.
Predispose, *v.t.* mura tẹlẹ.
Predominant, *adj.* wọpọ, tayọ, bori.
Predominate, *v.t.* jọba, bori, tayọ.
Pre-eminence, *n.* ìpo giga ju, olori, ileke.
Pre-eminent, *adj.* ga julọ, titayọ.
Preface, *n.* ọrọ itumọ ifişaju iwe.
Prefect, *n.* olori, alaşẹ.
Prefer, *v.t.* fi-şaju, bu iyin fun, yan.
Preferable, *adj.* yiyan, dara ju.
Preferment, *n.* ìgbeleke.
Prefix, *v.t.* fì şaju.
Pregnancy, *n.* iloyun, oyun.
Pregnant, *adj.* loyun ; ni ọgbọn ; kun-fun.
Prejudice, *n.* ojusaju, idajọ tẹlẹ.
Prelate, *n.* olori ninu ijọ.
Preliminary, *adj.* ti işaju, ti ipilẹşẹ.
Prelude, *n.* ifişaju.
Premature, *adj.* şaju akoko.
Premeditate, *v.t.* rò tẹlẹ, gbimọ tẹlẹ.
Premeditation, *n.* irò tẹlẹ, işaro tẹlẹ.
Premier, *n.* olori, aşaju. *adj.* ti işaju, pataki.
Premise, *n.* atete ro tẹlẹ.
Premises, *n.pl.* ilé.
Premium, *n.* ère.
Premonish, *v.t.* kilọ fun tẹlẹ.

Premonition, n. ikilọ tabi ami nkan ti mbọ.

Preoccupied, adj. tete de bẹ nṣiṣẹ miran lọwọ.

Preparation, n. imuraailẹ, ipèse-ailẹ, ipalẹmọ.

Preparatory, adj. palemọ-silẹ.

Prepare, v.t. and i. pèse, mura tẹlẹ, palẹmọ.

Prepossess, v.t. gbà ini tẹlẹ.

Preposterous, adj. laitọ ; laisi loju ọna.

Prerogative, n. ohun ti iṣe ti ẹni.

Presbyter, n. alagba ninu ijọ, alufa.

Prescience, n. imọtẹlẹ.

Prescribe, v.t. and i. fi aṣẹ fun, làna.

Prescription, n. iwe ilana.

Presence, n. oju ẹni, ìwa nibikan.

Present, adj. nisisiyi, lọwọlọwọ, lojukoju.   n. ọrẹ, ẹbun. v.t. and i. fi-fun, gbe kalẹ niwaju, ta-lọrẹ.

Presentiment, n. imọtẹlẹ.

Presently, adv. nisisiyi, lojukanna, laipẹ.

Preservation, n. ipamọ, itọju.

Preserve, v.t. pa-mọ, ṣe itọju.

Preserver, n. olupamọ, olutọju.

Preside, v.i. ṣe akoso, ṣe olori.

President, n. alakoso, olori.

Press, n. ìbilu, ọpọ enia, ohun elo itẹwe. v.t. and i. tẹ, rọlù, hà li àye, ṣù mọ́, fún.

Pressure, n. ikimọle, titẹ, fifún.

Prestige, n. agbara iwa.

Presume, v.t. and i. kùgbu, dawọle e gba ṣe bẹ, gbagbọ laiwadi.

Presumption, n. ikùgbu, igbẹkẹle nkan aidaniloju.

Presumptuously, adv. fi ikùgbu ṣe.

Presuppose, v.t. ro tẹlẹ.

Pretence, n. aṣehàn, ifarahàn bi otitọ.

Pretend, v.t. and i. ṣe bi ẹnipe, ṣe aṣehàn.

Pretension, n. ifarahan bi otitọ.

Pretext, n. idi aisõtọ, aṣehàn.

Pretty, adj. lẹwa, dara.

Prevail, v.i. bori, ṣẹgun.

Prevalent, adj. bibori-tankalẹ.

Prevaricate, v.i. yapa, purọ, tanjẹ.

Prevarication, n. iyapa, ọrọ itanjẹ.

Prevent, v.t. ṣaju ; di-lọwọ.

Prevention, n. idaduro, idilọwọ.

Preventive, adj. ni agbara ida-duro.

Previous, adj. ti ṣaju.

Prey, n. ikógun, ohun ọdẹ. v.i. kó ikógun, jẹ.

Price, n. iye, owo-ọya. v.t. yọwó, diyele.

Priceless, adj. lailediyele, laini-yelori.

Prick, n. ẹgún. v.t. and i. fi-gún.

Prickly, adj. gigun, godogodo.

Pride, n. irera, igberaga.

Priest, n. alufa.

Priesthood, n. oriṣẹ-alufa, oyè-alufa.

Prig, n. ọyaju, ole, aṣa enia.

Prim, adj. niṣedede, ṣe gẹ.

Primal, adj. ṣe pataki, wa ni ipo kina.

Primary, adj. nipo ekini, olori, pataki.

Primate, n. olori ju ni ijọ.

Prime, adj. dara pupọ, pataki ; li kutukutu.

Primer, n. iwe kika ekini.

Primeval, adj. ti atetekọ bẹrẹ.

Primitive, adj. ti ibẹrẹ, ti igba atijọ, ti atetekọṣe.

Prince, n. ọmọ-ọba, ọmọ-alade.

Princess, n. ọmọ birin ọba, ọmọ-alade-obirin.

Principal, n. olori. adj. ni pataki, li olori.

Principalities, n.pl. awọn ijoye, ilẹ ọmọ ọba, agbara ọba.

Principally, adv. nipataki.

Principle, n. ipilęsę ękǫ, òfin, ipilę.

Print, n. ami, iwe titę. v.t. tę, sami si.

Printer, n. atęwe.

Printing, n. iwe titę.

Prior, adj. ṣaju, ti ṣaju.

Priority, n. iṣaju, itęlę.

Prison, n. ile ęwǫn, tubu.

Prisoner, n. ęlęwǫn, aratubu, onde.

Privacy, n. ibi ìkǫkǫ, ibi ipamǫ.

Private, adj. ìkǫkǫ, ifarapamǫ.

Privately, adv. nikǫkǫ.

Privation, n. aini.

Privilege, n. anfani. v.t. fun li anfani.

Privy, adj. ti ikǫkǫ, ti ęnikan-ṣoṣo, ba a ṣe imùlę.

Prize, n. èrẹ. v.t. diyele, ka si ohun iyebiye.

Probability, n. boya, jijǫ bi ęnipe.

Probable, adj. ti a le danwo, ti a le ridi.

Probably, adv. boya.

Probate, n. iwe ifihan dajudaju.

Probation, n. idanwo.

Probationer, n. ęniti a ndanwo.

Probe, n. ohun elo oniṣegun.

Probity, n. olõtǫ, otitǫ.

Problem, n. ǫran ti o ṣoro.

Procedure, n. itatęsiwaju, irin.

Proceed, v.i. tę siwaju.

Proceeds, n.pl. ikojǫ owo.

Process, n. ilǫsiwaju.

Procession, n. irin ǫpǫ enia lęṣęṣę.

Proclaim, v.t. kede, ṣǫ nigbangba.

Proclamation, n. ikede.

Procrastinate, v.t. and i. da-duro, faṣehin, mu-pę.

Procrastination, n. iduro, ifa-ṣehin, imupę.

Procure, v.t. and i. ri-gbà.

Prod, n. õlu; ohun ti ori rę mu ṣoṣoro. v.t. gun ?

Prodigal, n. oninakuna.

Prodigality, n. inakuna, ifi ohun ṣòfo ; ilawǫ.

Prodigious, adj. tobi, pǫ̀ niyanu.

Prodigy, n. ohun iyanu, ęni-iyanu.

Produce, v.t. mu-jade, bi, so, hu.

Product, n. nkan ti nhu jade, eso, imuwa, iyǫrisi.

Productive, adj. eleso, iblsi, agbara imuwa.

Profanation, n. ibàjé, isǫdi aimǫ́.

Profane, adj. lasan, aimǫ́. v.t. bà-jé, ṣǫ-di-aimǫ́.

Profanity, n. ibaje, ailǫwǫ̀.

Profess, v.t. and i. jęwǫ, ṣǫ nigbangba.

Profession, n. ijęwǫ, ipè, iṣę.

Professor, n. olukǫ, onijęwǫ.

Proffer, v.t. fi-bun, fi-tǫrę́.

Proficiency, n. ilǫsiwaju, imupe.

Proficient, adj. yiyę, titǫ́, pipé.

Profile, n. aworan ori tabi oju.

Profit, n. èrẹ, anfani. v.t. and i. jèrẹ.

Profitable, adj. li èrẹ.

Profligate, adj. ninakuna, nifę-kufę, niwa buburu. n. oniwa buburu, onifękufę.

Profound, adj. jinlę, jinlę ni imǫ̀.

Profoundness, Profundity, n. ijinlę, imǫ ijinlę, jijinlę.

Profuse, adj. pǫ rekǫja.

Progenitor, n. baba nla.

Progeny, n. irandiran, ǫmǫ.

Prognosis, n. imǫtęlę, isǫtęlę.

Programme, n. iwe ohun ti a o ṣe ni ipade.

Progress, n. ilǫsiwaju, imusan. v.i. lǫ siwaju, mu-san.

Progression, n. ilǫsiwaju, ipǫsi.

Progressive, adj. nlǫ siwaju.

Prohibit, v.t. kǫ̀-fun, da-duro, di-lǫna.

Prohibition, n. ikǫfun, idaduro, idina.

Prohibitive, adj. idaduro, kikǫ-fun.

Project, n. ìro, ìgbero. v.t. and i. yọri jade, gbìro.

Prolific, adj. ni ibisi, ni irè, híhu.

Prologue, n. ọrọ iṣaju.

Prolong, v.t. fà-gùn, mu-pẹ, duro titi.

Promenade, n. igbafẹfẹ, ọna irin ni gbangba. v.t. and i. rin, gba-afẹfẹ.

Prominence, n. iyọri; ihan ketekete.

Prominent, adj. yọri; han ketekete, lokiki.

Promiscuous, adj. dàpọ, daru-dapọ.

Promise, n. ileri. v.t. and i. ṣe ileri.

Promising, adj. ni ireti pe yio dara.

Promontory, n. iyọri ilẹ sinu okun, ṣonṣo-ilẹ.

Promote, v.t. gbe-ga, gbe-leke, sun-siwaju.

Promoter, n. agbenileke.

Promotion, n. igbeleke, isun-siwaju.

Prompt, adj. mura, kankan, ṣe-tan. v.t. sun-ṣe, mu ọrọ si iranti, ṣi-leti.

Prompter, n. aṣinileti.

Promptitude, n. imura, iṣetan.

Promptness, n. kiakia nikankanṣi.

Promulgate, v.t. kede, tàn-kalẹ, wi-kiri.

Promulgation, n. itankalẹ, ikede.

Promulgator, n. alatankalẹ, akede.

Prone, adj. ogedengbe, fa-si, tẹ-si.

Proneness, n. itẹsi, ifasi.

Prong, n. ẹgún, ohun elo bi amuga. v.t. fi-gún.

Pronoun, n. ọrọ ti a lo dipo orukọ nkan.

Pronounce, v.t. and i. pè, sọrọ.

Pronunciation, n. ipè, isọrọ.

Proof, n. ami, ẹri.

Prop, n. itilẹhin.

Propaganda, n. ọna itankalẹ.

Propagate, v.t. mu bi si i, pọ si.

Propagation, n. idagba, iwú, ipọsi, itankalẹ.

Propel, v.t. tì siwaju, le siwaju.

Propeller, n. ajẹ-ọkọ.

Propensity, n. itẹsi, ifasi.

Proper, adj. yẹ, tọ́.

Properly, adv. ni-yiyẹ, ni titọ́.

Property, n. ohun ini, itọsi.

Prophecy, n. isọtẹlẹ.

Prophesy, v.t. and i. sọ-tẹlẹ.

Prophet, n. alasọtẹlẹ, woli.

Prophetess, n. woli obirin.

Propitiate, v.t. la-nija, ṣe-etutu.

Propitiation, n. etutu.

Proportion, n. ipo onirūru nkan si ara wọn, osuwọn.

Propose, v.t. da-imọran, muwa fun ifiyesi.

Proposition, n. imuwa fun ifiyesi, imọran.

Propound, v.t. gbìmọ, gbìro.

Proprietor, n. oluwa, olohun.

Propriety, n. iṣedede, ibamu.

Prose, n. iwe kikọ.

Prosecute, v.t. lepa, fi-sùn.

Prosecution, n. ifisùn.

Prosecutor, n. olufisùn.

Proselyte, n. alawọṣe.

Prospect, n. ifi oju si ọna, hihàn, lwo, iri.

Prosper, v.t. and i. ṣe rere, ṣe āsiki.

Prosperity, n. alafia, āsiki.

Prostitute, n. panṣaga obirin, àgbere. v.t. tà fun iwa buburu, lo ni ifẹkufẹ.

Prostitution, n. iṣagbere, iṣe panṣaga.

Prostrate, adj. ni idọbalẹ. v.t. dabulẹ dọbalẹ.

Prostration, n. idabulẹ, laini agbara.

Protect, v.t. dàbobo.

Protection, n. ābo.

Protector, n. ālabo.

Protégé, *n.* ẹniti o wà labẹ itọju
ẹlomiran.

Protest, *v.t. and i.* tẹnumọ́, kilọ.
n. ikede, ikilọ.

Protract, *v.t.* fà-gun, mu-pẹ.

Protraction, *n.* ifàgun, imupẹ.

Protrude, *v.t. and i.* ti siwaju.

Protuberance, *n.* iwú.

Proud, *adj.* ìgberaga.

Prove, *v.t. and i.* dan-wò, ridi.

Provender, *n.* sakasáka, koriko
gbigbẹ.

Proverb, *n.* owe.

Proverbial, *adj.* di owe, lo bi owe.

Provide, *v.t. and i.* pese-silẹ, pese.

Providence, *n.* ipese-silẹ Ọlọrun
fun awọn ẹda Rẹ̀.

Provident, *adj.* ni ipese tẹlẹ,
niwoye.

Provider, *n.* apèse.

Province, *n.* igberiko.

Provincial, *adj.* ti agbegbe ilu.

Provision, *n.* onjẹ, ipese tẹlẹ.

Provocation, *n.* imubinu, irú-
soke, itọ́.

Provoke, *v.t.* mu-binu, rú-soke,
tọ́.

Prow, *n.* iwáju ọkọ̀.

Prowess, *n.* igboiya, ilaiya.

Prowl, *v.t. and i.* rin kiri wa
ohun ọdẹ.

Proximate, *adj.* sunmọ, nitosi,
leti.

Proximity, *n.* itosi, eti.

Proxy, *n.* irọpo, iduro fun.

Prudence, *n.* oye, ọgbọn.

Prudent, *adj.* amoye, ọlọgbọn.

Prune, *v.t.* rẹ́-lọwọ, rẹwọ, ke
kuro, wọ́n kuro.

Pry, *v.i.* bojuwo, wadi.

Psalm, *n.* orin mimọ.

Psalmist, *n.* akọwe orin mimọ.

Pshaw, *inter.* ṣiọ !

Puberty, *n.* akoko ti ọkọnrin
tabi obirin ti dagba tan.

Public, *adj.* ti gbogbo enia,
mimọ fun gbogbo enia.

Publican, *n.* agbowode.

Publication, *n.* ikede, itẹwe.

Publicly, *adv.* ni gbangba.

Publish, *v.t.* sọ di mimọ̀, kede,
tẹ iwe fun tità.

Publisher, *n.* ẹniti ntẹ iwe tità.

Pucker, *v.t. and i.* ki-iweje, ká.

Puddle, *n.* ọgọdọ kekere, koto
kekere.

Puff, *n.* fifẹ̀, afẹfẹ kan. *v.t.
and i.* fẹ̀-soke.

Pugilist, *n.* ẹniti nfi ikuku ja.

Pugnacious, *adj.* onija.

Pugnacity, *n.* iwa onija.

Pull, *v.t. and i.* fà.

Pullet, *n.* ọmọ adiẹ.

Pulley, *n.* ohun ẹrọ lati fi gbe
nkan ti o wuwo soke.

Pulpit, *n.* aga iduro wasu.

Pulsate, *v.t. and i.* lu kiki.

Pulse, *n.* ilu kiki ti ọkan ; ẹ̀wa.

Pulverize, *v.t. and i.* gun kunna,
lọ.

Pump, *n.* ẹrọ ifà omi lati inu
kanga. *v.t. and i.* fa-soke.

Pumpkin, *n.* ẹlegede.

Punch, *n.* lilu iho si. *v.t.* lu iho ;
lu, na.

Punctilious, *adj.* kiyesi nkan
kinikini.

Punctual, *adj.* ṣe li akoko, ṣe gẹ́.

Punctuate, *v.t.* fi ami si iwe kika.

Puncture, *n.* iho kekere. *v.t.
and i.* gún.

Pungent, *adj.* mú, tani.

Punish, *v.t.* jẹ-niya.

Punishment, *n.* ìya, ijiya.

Punt, *n.* ọkọ̀ kekere.

Puny, *adj.* kekere, alailera.

Pupil, *n.* ọmọ ile iwe, akẹkọ.

Puppy, Pup, *n.* ọmọ aja.

Purchase, *v.t.* ra. *n.* ohun ti a
rà.

Purchaser, *n.* olurà.

Pure, *adj.* mọ́, dá ṣaka, funfun
ni iwa.

Purge, *v.t.* wẹ̀-mọ́, wẹ̀.

Purification, *n.* iwẹnumọ́.

Purifier, *n.* alawẹmọ́.

Purify, *v.t.* wẹ̀-mọ́, sọ di mimọ́.

Purity, *n.* mimọ́, iwa mimọ.

Purloin, *v.t.* ji, jale.

Purloiner, *n.* olè.

Purple, *adj.* elese aluko, awọ àluko.

Purport, *n.* itumọ.

Purpose, *n.* ete, ero, ohun ti a nlepa.

Purr, *v.t. and i.* kun bi ologini.

Purse, *n.* apo owo.

Purser, *n.* onitọju owo ninu ọkọ.

Pursue, *v.t. and i.* lepa, tẹle.

Pursuit, *n.* ilepa, itẹle.

Purtenance, *n.* ikopọ inu ẹran.

Purvey, *v.t. and i.* ra onjẹ silẹ, pese silẹ fun.

Purveyor, *n.* oluta ohun jijẹ.

Pus, *n.* ọyun.

Push, *v.t. and i.* tì bì, rọ́.

Puss, Pussy, *n.* ologbò, ologini.

Put, *v.t. and i.* fi-si.

Putrefy, *v.t. and i.* ba-jẹ, rà.

Putrid, *adj.* rirà, bibajẹ.

Putty, *n.* ẹmọ, àtè.

Puzzle, *n.* iṣoro, gọ́, isuju.

Pygmy, *n.* arǎrè.

Pyjamas, *n.pl.* ṣokoto durukè.

Pyramid, *n.* ibi isinku awọn Pharoah.

Pyre, *n.* ikojọ igi lati fi sun okú.

Python, *n.* ojola.

Q.

Quack, *v.t. and i.* ke bi pẹpẹiyẹ; adahunṣe.

Quack-doctor, *n.* adahunṣe.

Quackery, *n.* ifújà oniṣegun ti kò ni imọ̀.

Quadrangle, *n.* onigun mẹrin.

Quadruped, *n.* ẹranko ẹlẹsẹ mẹrin.

Quadruple, *adj.* ni ilọpo mẹrin.

Quaff, *v.t. and i.* mu ìgbun.

Quagmire, *n.* irà.

Quail, *n.* aparò. *v.t. and i.* ṣojo, bẹru, damu.

Quaint, *adj.* ajeji.

Quake, *v.i.* gbọn, wariri. mi.

Qualification, *n.* imuyé.

Qualify, *v.t. and i.* mu-yé.

Quality, *n.* iwa, agbara.

Qualm, *n.* aibalẹ ẹri ọkan.

Quandary, *n.* hiha sarin meji.

Quantity, *n.* titobi, iwọn, iye.

Quarantine, *n.* dida ọkọ duro nitori aisan.

Quarrel, *n.* ija, asọ̀. *v.i.* ja, sọ̀.

Quarrelsome, *adj.* nija.

Quarry, *n.* iho nibiti a nfọ́ okuta.

Quart, *n.* idamẹrin oṣuwọn.

Quarter, *n.* idamẹrin ohunkohun.

Quarterly, *adj.* ni idamẹrin-mẹrin, li oṣu mẹtamẹta.

Quarter-master, *n.* olubojuto ibugbe ati onjẹ ti awọn ọmọ-ogun.

Quartette, Quartet, *n.* ẹni mẹrin.

Quash, *v.t.* tẹ-mọlẹ, ṣẹgun.

Quaver, *v.t. and i.* wahùn li orin.

Quay, *n.* ebute, ibi igunlẹ si.

Queen, *n.* ayaba, ọba obirin.

Queenly, *adv. or adj.* bi ayaba.

Queer, *adj.* yatọ, ṣodi.

Quell, *v.t.* mu-dakẹ, pa-rẹ, tẹ-mọlẹ, ṣẹgun.

Quench, *v.t.* pa-kú, pané, parun.

Querulous, *adj.* ainitẹlọrun, ra-hùn.

Query, *n.* ibere, ère.

Quest, *n.* wakiri.

Question, *n.* ìbere. *v.t.* bi i lẽre.

Questionable, *adj.* nìruju, aida-niloju.

Quibble, *n.* ja lori nkan kékèré.

Quick, *adj.* yara, lãye. *n.* alãye.

Quicken, *v.t. and i.* sọ di ãye, sọ-ji.

Quickener, *n.* ẹniti o sọ di ãye.

Quicklime, *n.* ẽru ti a kò bu omi pa.

Quickly, *adv.* yarayara, kánkán, niaisiyi, kiakia, ṣiraṣira.

Quickness, *n.* iyara.

Quicksand, *n.* iyanrìn didè.

Quicksighted, *adj.* oloju mimu.

Quiescence, *n.* isimi, idakẹ.

Quiescent, *adj.* simi, dakẹ.

Quiet, *adj.* dakẹ, pẹlẹ, idakẹjẹ. *v.t. and i.* mu-simi, mu-parọrọ, mu-dakẹ.

Quietly, *adv.* ni idakẹjẹ.

Quietness, *n.* iwa pẹlẹ, idakẹjẹ.

Quill, *n.* iyẹ́ apa ẹiyẹ ti a lo lati fi kọwe.

Quilt, *n.* aṣọ ibori akete.

Quinine, *n.* egbogi iba.

Quira, *n.* ewe-iwe mẹrin-le-logun.

Quit, *v.t.* fi-silẹ, kọ̀-silẹ.

Quite, *adv.* patapata.

Quiver, *n.* āpó-ọfa. *v.t. and i.* gbọ̀n.

Quorum, *n.* iye ẹgbẹ ti o to lati ṣe ipade.

Quota, *n.* ipin.

Quotation, *n.* ọ̀rọ agbasọ, iye ti a ntà ohunkohun.

Quote, *v.t.* tun ọ̀rọ ẹlomi wi, sọ iye owo ohun tità.

Quoth, *v.t.* wipe.

Quotient, *n.* iye ti o yọri jade nipa ipin.

R.

Rabbi, *n.* Olukọni, ọrukọ ti awọn Jū fi pè awọn ti o nkọ ofin.

Rabbit, *n.* ehoro onirun.

Rabble, *n.* ọpọ enia alainilari ; awọn " ọmọ ita."

Rabid, *adj.* ṣiwere.

Race, *n.* iran, idile, iru ; ije.

Race-course, *n.* ibi isure ije.

Racial, *adj.* ti iran, ti idile.

Rack, *n.* ori-ikọ.

Racket, *n.* ariwo.

Radiance, *n.* ìtanmọlẹ, idan maran.

Radiant, *adj.* titanṣan.

Radiate, *v.t. and i.* tàn, ràn bi ōrun.

Radical, *adj.* ti ipilẹṣẹ, ti gbon-gbo.

Radically, *adv.* tegbo-tigàgá.

Raft, *n.* adilu igi ti o fo loju omi.

Rafter, *n.* ẹkẹ ilẹ, iti igi ile.

Rag, *n.* akisa.

Rage, *n.* irunu, ibinu. *v.i.* binu fufu, ru.

Ragged, *adj.* alakisa, palapala.

Raid, *n.* igboguntì. *v.t. and i.* gbogun si, rọlu.

Rail, *n.* ọgba irin tabi ti igi, irin lori eyiti ọkọ̀ ilẹ nrìn. *v.t. and i.* sọrọ ēbu, sọrọ ẹgan.

Railway, *n.* ọna ọkọ̀ ilẹ.

Raiment, *n.* aṣọ.

Rain, *n.* òjò. *v.t. and i.* rọ-jò, rọ̀.

Rainbow, *n.* oṣumare.

Raincloud, *n.* ikuku ojo.

Raindrops, *n.* ọ̀ẹọrọ ojo.

Rainy, *adj.* ọjọ ojo.

Raise, *v.t.* gbe-soke. gbeleke, gbe-duro.

Raisin, *n.* eso ajara.

Rake, *n.* ohun elo ti a fi nko nkan jọ. *v.t. and i.* ko-jọ.

Rally, *v.t. and i.* ṣa ogun jọ, gbà agbara titun.

Ram, *n.* àgbo. *v.t.* fi agbara le.

Ramadan, *n.* oṣu āwẹ Imale.

Ramble, *n.* irin kakiri. *v.i.* rin kakiri.

Rampant, *adj.* fo soke gija.

Rampart, *n.* odi ilu.

Ramrod, *n.* ọpa ibọn.

Rancid, *adj.* kan, muṣẹri.

Rancour, *n.* irira, kēta, arankan.

Random, *adj.* alabapade, lairo-tẹlẹ.

Range, *v.t. and i.* tò lẹsẹsẹ ; rin kakiri.

Ranger, n. alarinkiri ; alabojuto igbo.

Rank, n. egbe, ọgba, ipo, oye, ọna, ite-ogun. v.t. and i. tọ lesese. adj. run, ṣun, bàjé.

Rankle, v.i. gbinikun.

Ransack, v.t. wá kiri, ja li olè.

Ransom, n. iràpadà, owo idasile. v.t. rà-padà, da-sile.

Ransomer; n. oluràpadà.

Rap, n. ilù. v.t. and i. lu, kankun.

Rapacious, adj. ni ojukokoro, fi agbara dimu.

Rapid, adj. yara, kánkán.

Rapidity, n. iyára.

Rapine, n. fifi agbara ko lọ.

Rapt, adj. fetisile pelu iparọrọ.

Rapture, n. ayọ̀ nla.

Rare, adj. ṣọwọ́n, aìpọ.

Rarely, adv. laiwọpọ.

Rascal, n. eniakenia, enia lasan, " ọmọ ita."

Rase, Raze, v.t. wó-pale, re-lori, pare, parun.

Rash, adj. ikùgbù, laifarabale, sure. n. ẹ̀yi, ẹ̀su.

Rashly, adv. laironu.

Rasp, n. ohun ọna kan, áyùn.

Rat, n. ekute.

Rate, n. iye, oṣuwọn. v.t. and i. ṣiro, sọ iye ; ba-wi.

Rather, adv. kuku, sanju.

Ratify, v.t. pinnu, fi ohùn si.

Ration, n. onje ọjọ ti awọn ọmọ-ogun.

Rational, adj. ni iye ninu.

Rattle, v.t. and i. pariwo, mi pekepeke, kigbe.

Ravage, v.t. and i. sọ di ahoro, parun.

Rave, v.t. and i. ṣiwere, sọ̀rọ lairou bi aṣiwere.

Ravel, v.t. and i. dijupọ, di rudurudu.

Raven, n. eiye lwo.

Ravening, n. apanije.

Ravenous, adj. ọ̀yánnu, oniwọra onje.

Ravin, v.t. ṣe iwọra.

Ravine, n. afonifoji nla.

Ravish, v.t. tẹ́ li ogo, fi agbara mu.

Raw, adj. tutù, aisè.

Ray, n. itanṣan imọle.

Rase, v.t. pa-re, wó-pale.

Razor, n. abe.

Reach, v.t. and i. nà, de.

Read, v.t. and i. kawe, kà.

Reader, n. akawe.

Readily, adv. lọwọlọwọ, lọgan.

Readiness, n. imura tan, imura sile.

Reading, v. nkawe.

Ready, adj. mura, ṣe tan.

Real, adj. totọ, daju, lododo.

Reality, n. otitọ, ododo.

Realisation, n. imuṣe.

Realize, v.t. mu-ṣe, mu ṣe otitọ.

Really, adv. dajudaju, nitotọ, li ododo.

Realm, n. ile-ọba.

Ream, n. ewe tákàdá. (480 ewe).

Reap, v.t. and i. kore, ká, ṣá.

Reaper, n. olukore.

Reappear, v.i. fi ara han lẹrin keji.

Reappoint, v.t. tun yàn lẹkeji.

Rear, n. ẹhin. v.t. and i. tọ-dagba, kọ li ẹkọ.

Rearrange, v.t. tun to lesese.

Reason, n. idi, itori, nipa. v.t. and i. ba-ṣe aroye, sọ asọye fun.

Reasonable, adj. ti o tọ.

Reasoner, n. alaroye.

Reassure, v.t. mu ki o daniloju.

Reattempt, v.t. tun gbidanwo lẹkeji.

Rebel, n. ọlọtẹ̀, áṣàgùn. v.i. ṣotẹ si.

Rebellion, n. ọ̀tẹ, iṣotẹ, tẹmbẹ-lẹkun.

Rebellious, adj. ọlọ̀tẹ.

Rebound, *v.i.* tun pada sẹhin ;
tundi.

Rebuff, *n.* ikọ̀, da-duro.

Rebuild, *v.t.* tun kọ́ lẹkeji.

Rebuke, *v.t.* ba-wi, ba-sọ̀. *n.*
ibawi.

Recall, *v.t.* pe-pada ; mu wa si
iranti.

Recant, *v.t. and i.* yi ọrọ pada,
yi iye pada.

Recantation, *n.* iyi ọrọ pada.

Recapitulate, *v.t.* tun ọrọ sọ.

Recapitulation, *n.* itun ọrọ sọ.

Recapture, *v.t.* tun mu-lẹru.

Recede, *v.i.* fà-sẹhin, pada sẹhin.

Receipt, *n.* igbà nkan lọwọ ẹni,
iwe ijẹwọ gbigba nkan.

Receive, *v.t.* gbà, ri-gbà.

Recent, *adj.* ni titun, ni lọ́lọ́yi.

Recently, *adv.* ni lọ́lọ́yi.

Receptacle, *n.* ibi igba ohun-
kohun si.

Reception, *n.* ìgba.

Receptive, *adj.* gbigba-sinu.

Recess, *n.* ipada sẹhin, ibi ikọkọ̀.

Recipe, *n.* apejuwe.

Recipient, *n.* olùgbà, ẹniti o gba
nkan lọwọ ẹni.

Reciprocal, *adj.* ṣe pada, paṣi-
pàrọ̀.

Reciprocate, *v.t. and i* ṣe paṣi-
parọ, " bunmi mbun ọ."

Reciprocation, *n.* aṣegba, iṣe
ipaṣiparọ.

Recitation, *n.* kika ohun ti a
kọ sori.

Recite, *v.t. and i.* ka iwe ni gban-
gba, kika eyiti a ti kọ sori.

Reckless, *adj.* laibikita, aila-
niyan, àiwoye.

Reckon, *v.t. and i.* kà, ṣirò.

Reckoning, *n.* iṣirò, ikaye.

Reclaim, *v.t. and i.* gbà-padà,
mu-padà.

Reclamation, *n.* itun-mu-bọ-sipo.

Recline, *v.t. and i.* fi ara tì.

Recluse, *n.* ẹniti a semọ.

Recognition, *n.* imọ, ijẹwọ,
iranti.

Recognize, *v.t.* mọ, jẹwọ, ranti.

Recoil, *v.i.* padà-sẹhin, fa-sẹhin.

Recollect, *v.t.* ranti, ṣanú.

Recollection, *n.* iranti, iṣanú.

Recommence, *v.t.* tun bẹrẹ
lẹkeji

Recommend, *v.t.* yin, sọrọ ẹni-
kan ni rere, fi-le.

Recommendation, *n.* iyin, isọrọ
ẹni ni rere.

Recompense, *v.t.* san-pada, san
ẹsan.   *n.* isanpada, ẹsan
ère.

Reconcile, *v.t.* ṣe ilaja, ba-laja.

Reconciliation, *n.* ilaja.

Reconsider, *v.t.* tun-ro, tun-
wadi lẹkeji.

Reconstruct, *v.t.* tun kọ lẹkeji.

Record, *v.t.* kọ sinu iwe iranti,
jẹri. *n.* iwe iranti.

Recorder, *n.* akọwe iranti.

Recount, *v.t.* tun-ṣirò, tun-sọ
lẹkeji.

Recourse, *n.* asala si.

Recover, *v.t. and i.* gbà-padà, tun
ri gbà ; ṣe dida ara kuro
ninu àrun.

Recovery, *n.* igbà-padà, iwosan
ninu àrun, imularada.

Recreant, *adj.* ni ilojo, laisòtọ.

Recreate, *v.t. and i.* sọ-ji, daraya,
tù-lara.

Recreation, *n.* idaraya, isọji, iré.

Recruit, *v.t. and i.* tun ilera ṣe,
gba ọmọ-ogun sinu ẹgbẹ.

Rectify, *v.t.* tun-ṣe, mu bọ sipò.

Rectitude, *n.* iwa otitọ, iwa
ododo.

Rector, *n.* alakoso ijọ, alufa.

Rectory, *n.* ibugbe alufa.

Recumbent, *adj.* rọgbọku, fi ara
tì.

Recuperate, *v.t. and i.* sọji.

Recur, *v.i.* padà, ṣalù.

Recurrency, *n.* ipadà.

Red, n. pọ́n, pupa.

Redden, v.t. and i. sọ di pupa.

Redeem, v.t. da-silẹ, ra-padà.

Redeemer, n. Olurapadà.

Redemption, n. irapadà, idasilẹ.

Redness, n. pipọ́n, iṣepupa.

Redolent, adj. kun fun ōrun didun.

Redouble, v.t. and i. ṣẹpo lẹkeji.

Redound, v.i. ran-padà.

Redress, v.t. tun ṣe. n. itunṣe.

Reduce, v.t. din-kù, bu-kù.

Reduction, n. idinkù, ibukù.

Reduplicate, v.t. ṣẹpo lẹkeji.

Reed, n. ìye, ifefe, ọpa-ìye.

Reef, n. okuta nisalẹ okun.

Reel, n. igi ti a ka owu we, kẹkẹ owu. v.t. and i. ta gbọ̀ngbọ́n bi ọmuti ; ka-we.

Re-enter, v.t. and i. tun wọlé lẹkeji.

Refer, v.t. and i. fi-lọ, gbe-padà.

Referee, n. ẹniti a fi ọran lọ.

Reference, n. ifìlọ.

Refill, v.t. tun fi kun.

Refine, v.t. and i. yọ ēri kuro, ṣelé, yọ́, dan-wo, dà.

Refinement, n. iwa mimọ́, ilẹwa, inu rere.

Refiner, n. ẹniti ndà, ẹniti nyọ́.

Refit, v.t. tunṣe.

Reflect, v.t. and i. tan imọlẹ si ; ronu jinlẹ.

Reflection, n. ifìyesi, ìro.

Reflective, adj. leronu, nironu.

Reform, v.t. and i. tun-ṣe, sọdi ẹni rere.

Reformation, n. atún-padà-ṣe, isọdi rere.

Reformer, n. alatunṣe.

Refractory, adj. riru ofin, agidi.

Refrain, n. orin. v.t. and i. fà-sẹhin, da-ara-duro, pamọra.

Refresh, v.t. and i. tù-lara, tù-ninu, sọ-ji.

Refreshment, n. itura ; onjẹ, isimi.

Refuge, n. àbo, ibi isadi, ibi isaasi.

Refugee, n. ẹniti o salọ si ilẹ miran fun àbo.

Refund, v.t. and i. san-padà.

Refusal, n. ikọ̀.

Refuse, v.t. and i. kọ̀, du. n. ēri, ohun ẹgbin.

Refute, v.t. ti-laiya, bi-ṣubu, mu li eké, pa li ẹnu mọ.

Refutation, n. ibiṣubu, ipalẹ-numọ.

Regain, v.t. jère-padà, ri gba padà.

Regal, adj. ti ọba.

Regale, v.t. and i. ṣe ase fun, mu li ara ya, fun ni inu didun.

Regalia, n.pl. aṣọ-oye.

Regard, v.t. and i. kiyesi, bu iyin fun, ka-si. n. ìwo, ikiyesi, ibuyìnfun.

Regarding, prep. nipa ti.

Regardless, adj. and adv. aifiyesi, aikasi, aìbuyinfun.

Regatta, n. fìfi ọkọ̀ sure ije.

Regenerate, v.t. and i. sọ di ọtun, tun-bi.

Regeneration, n. atunbi, atunda.

Regent, n. ajẹlẹ, adele ọba.

Régime, n. akoko ijọba, igba.

Regiment, n. ẹgbẹ ogun kan.

Region, n. ẹkùn ilu, àgbegbe.

Register, n. iwe iranti.

Registration, n. ikọ orukọ sinu iwe iranti.

Regret, n. ibinujẹ, iranti pẹlu ẹdùn. v.t. ba ninu jẹ, fi ẹdùn ranti.

Regular, adj. dẹ̃de.

Regularity, n. iṣedede, ilọdẹ̃de.

Regulate, v.t. mu wa sabẹ ofin, tò lẹsẹsẹ.

Regulation, n. ofin, ilana.

Rehearsal, n. idanrawo silẹ.

Rehearse, v.t. ròhin, tun kà, sọ.

Reign, n. ijọba. v.i. jọba.

Rein, n. okun ijanu ẹṣin.

Reinforce, *v.t.* fi agbara kun, fi ogun kun ogun.

Reinforcement, *n.* iranlọwọ.

Reins, *n.pl.* inu, iwe inu.

Reinstate, *v.t.* fi si ipo rẹ padà.

Reiterate, *v.t.* tun wi.

Reject, *v.t.* kọ̀-silẹ, ṣa-tì.

Rejection, *n.* ikọsilẹ, iṣatì.

Rejoice, *v.t. and i.* yọ̀, ṣe inu didùn si.

Rejoicing, *n.* ayọ̀.

Rejoin, *v.t. and i.* tun dara pọmọ.

Rejoinder, *n.* èsì.

Relapse, *v.i.* tun padà sẹhin, fasẹhin. *n.* ipadà àrun, ifasẹhin.

Relate, *v.t. and i.* wi, sọ; ba-tan.

Relation, *n.* ará, ibatan; isọtan.

Relative, *n.* ará, ibatan; ti ẹlomiran, nipa ti.

Relax, *v.t. and i.* dẹwọ, mu fuyẹ diẹ.

Relaxation, *n.* idẹwọ, idẹra, isimi.

Release, *n.* idaailẹ, ijọlọwọ. *v.t.* da-ailẹ, jọ-lọwọ lọ, tu-silẹ.

Relent, *v.i.* kànu, ṣànu.

Relentless, *adj.* lailànu.

Reliable, *adj.* yiyẹ fun igbẹkẹle.

Reliance, *n.* igbẹkẹle, isimile.

Reliant, *adj.* ṣegbẹkẹle.

Relic, *n.* ohun iranti; okú enia.

Relict, *n.* òpó.

Relief, *n.* iranlọwọ, isọji, itilẹhin.

Relieve, *v.t.* ran-lọwọ, ti-lẹhin.

Religion, *n.* isìn.

Religious, *adj.* olufọkànsin, ni ṣiṣe isin Ọlọrun.

Relinquish, *v.t.* fi-silẹ, kọ-silẹ.

Relish, *n.* itọwo didùn, adùn. *v.t. and i.* fi adùnmọ, gbadùn.

Reluctance, *n.* aifẹ́.

Reluctant, *adj.* ṣe aifẹ́.

Reluctantly, *adv.* pẹlu ilọra.

Rely, *v.i.* simi le, gbẹkẹle.

Remain, *v.i.* kù, duro.

Remainder, *n.* iyokù, iṣikù.

Remains, *n.pl.* okú enia.

Remake, *v.t.* tunṣe.

Remark, *n.* ifiyesi, isọ̀rọ̀si. *v.t. and i.* fiyesi, wipe, sọrọ.

Remarkable, *adj.* iyanu, lokiki.

Remarkably, *adv.* pẹlu iyanu.

Remedy, *n.* ògùn, atunṣe.

Remember, *v.t.* ranti.

Remembrance, *n.* iranti.

Remind, *v.t.* ran li eti, ṣi li eti.

Reminder, *n.* ẹniti o ran ni leti, ohun iran ni leti.

Reminiscence, *n.* iranti ohun ti o ti kọja.

Remiss, *adj.* fà, lọra, jafara.

Remission, *n.* idariji, ifiji; ifasẹhin, ijafara.

Remit, *v.t. and i.* dariji, san-pada, fi-ji.

Remittance, *n.* owo ti a ran lọ si okere.

Remittent, *adj.* igbẹda-gbẹda.

Remnant, *n.* iyokù; irepe aṣọ.

Remonstrance, *n.* iyàn, isọrọ odi si.

Remonstrate, *v.t. and i.* sọrọ odi si, ba-jiyàn.

Remorse, *n.* abamọ, ẹdùn ẹṣ .

Remorseless, *adj.* lai-kabamọ.

Remote, *adj.* jina si.

Removal, *n.* iṣipo-pada, imukuro.

Remove, *v.t. and i.* ṣi-ipo padà, mukuro.

Remunerate, *v.t.* san owo ọyà, san ère iṣẹ.

Remuneration, *n.* ere iṣẹ, owoọyà.

Remunerative, *adj.* eyiti o mu owo wa.

Rend, *v.t. and i.* fà-ya. ,

Render, *v.t.* fi-fun, san-fun; sọ-di.

Rendezvous, *n.* àjọ́, ibi-ipade, ibi-àbo.

Renegade, *n.* alaisòtọ, akọ-ẹgbẹ rẹ̀ silẹ.

Renew, v.t. and i. sọ di ọtun, tún-ṣe.

Renewal, n. isọdi-titun, itúnṣe.

Renounce, v.t. and i. kọ̀-silẹ, ṣẹ.

Renovate, v.t. sọ di ọtun.

Renovation, n. itunṣe.

Renown, n. okiki, iyin.

Renowned, adj. lokiki.

Rent, n. ifàya ; owó-ilé. v.t. and i. fa-ya.

Renunciation, n. ikọsilẹ, iṣẹ.

Reopen, v.t. and i. tun ṣi lẹ̀keji.

Reorganize, v.t. tun-tò.

Repair, v.t. and i. lọ si ; tun-ṣe, tun fi si ipo. n. itunṣe.

Repairer, n. alatunṣe.

Repast, n. onjẹ.

Repay, v.t. and i. san-padà.

Repeal, v.t. mu-padà, pe-padà, pa-rẹ.

Repeat, v.t. and i. tun-ṣe, tun-sọ, tun wi, kà.

Repeatedly, adv. nigbákugba.

Repel, v.t. le padà sẹhin.

Repent, v.t. and i. ronupiwada, kánu nitọ́tọ.

Repentance, n. ironupiwada.

Repetition, n. atunwi.

Repine, v.i. kanra, kùn.

Replace, v.t. mu padà sipo, san-pada, dipo.

Replant, v.t. tun gbin.

Replenish, v.t. fi-kun, rẹ̀ si i, gbilẹ.

Replete, adj. kún patapata.

Reply, n. idahùn, èsi. v.t and i. dalohùn.

Report, n. irohin, ihìn. v.t. and i. ròhin.

Reporter, n. onirohin.

Repose, v.t. and i. dubulẹ sun, simi ; fi-ṣura. n. isimi, ọ̄run, sisun.

Reprehend, v.t. ba-wi.

Reprehension, n. ibawi.

Represent, v.t. fi-han, duro nipo ẹlomĩ.

Representation, n. aworan, apẹrẹ, ere.

Representative, n. a ṣe oju ẹni, aduro nipo ẹni.

Repress, v.t. kì-wọ̀, kì-mọlẹ. ṣẹgun.

Repression, n. ikiwọ, ikimolẹ, iṣẹgun.

Reprieve, v.t. tu-silẹ, jọlọwọ, da-silẹ.

Reprimand, n. ibawi. v.t. ba-wi pupọ.

Reprint, v.t. tun tẹ iwe.

Reprisal, n. igbẹsan, imusán.

Reproach, n. ẹgan. v.t. gàn.

Reproachful, adj. ti o lẹ̀gan, ti a-le bawi.

Reprobate, n. ẹni-lẹ́ati, ẹni-ẹbi, aṣìka. adj. idalẹbi, rìrà, alainilari.

Reprobation, n. idalẹbi, ikọsilẹ, ifìfun iparun.

Reproduce, v.t. tun mu wa, tun bi jade.

Reproduction, n. ibi si i.

Reproof, n. ibawi.

Reprovable, adj. yẹ fun ibawi.

Reprove, v.t. ba-wi, ba-sọ, bani wi.

Reprover, n. olubaniwi.

Reptile, n. ohun ti nrakọ̀.

Republic, n. ilu ti kò nfi ọba jẹ.

Republish, v.t. tun tẹ iwe tità.

Repudiate, v.t. and i. kọ̀-silẹ.

Repudiation, n. ikọsilẹ.

Repugnant, adj. aibarade, lodì.

Repulse, v.t. le padà sẹhin.

Repulsion, n. ilepadà.

Repulsive, adj. ilepadà, talaiya.

Reputation, n. okiki, iyin.

Repute, v.t. kà-si.

Request, n. ọ̀bẹ̀, ibẹ̀rẹ̀, ifẹ́. v.t. bẹ̀, bère.

Require, v.t. and i. bère, fẹ́.

Requirement, n. ohun ti afẹ.

Requisite, adj. laiṣaini, tọ.

Requisition, n. ibère.

Requital, *n.* ẹsan, ère.

Requite, *v.t.* san ẹsan, san-fun.

Rescind, *v.t.* ke-kuro, parẹ.

Rescue, *n.* igbala, iyọ ninu ewu, igbàsilẹ. *v.t.* yọ ninu ewu, gbà-silẹ.

Research, *n.* iwá li awari, iwadì.

Resemblance, *n.* ijọra, aworan.

Resemble, *v.t.* jọ, dabi, fi-we.

Resent, *v.t.* fi ibinu han si, gbà ṣe ibi.

Resentful, *adj.* kun fun ibinu.

Resentment, *n.* ibinu, irunu.

Reservation, *n.* ifipamọ, ifiṣura.

Reserve, *v.t.* fi-pamọ, fi-ṣura.

Reserved, *adj.* tiju, laiṣisilẹ.

Reservoir, *n.* ibi ipamọ omi tabi nkan miran.

Reside, *v.i.* gbe ibi kan, joko.

Residence, *n.* ibugbe, ilé.

Residency, *n.* ibugbe ajẹlẹ̀.

Resident, *n.* olugbe.

Residential, *adj.* ibi-gbibe.

Residue, *n.* iyokù, iṣikù.

Resign, *v.t. and i.* fi-silẹ.

Resignation, *n.* ifiailẹ, ijọ lọwọ; sùrù.

Resin, *n.* oje igi.

Resist, *v.t. and i.* kọjù ija si, tapá si, ta-laiya.

Resistance, *n.* ikọjujasi, italaiya.

Resolute, *adj.* ni ipinnu.

Resolution, *n.* ipinnu, idaniloju.

Resolve, *v.t. and i.* pinnu, mọ̀.

Resort, *v.t. and i.* tọ-lọ, lọ-sọdọ, pejọ.

Resound, *v.t. and i.* tun dun pada.

Resource, *n.* ọna iranlọwọ, ohun igbẹkẹle, itilẹhin.

Respect, *n.* ojurere, ọ̀wọ́, iyin. *v.t.* bọ̀wọ́ fun, buyin fun, bu ọlá fun.

Respectable, *adj.* yẹ fun iyin, yẹ fun ọla.

Respectful, *adj.* kun fun ọwọ, tọwọtọwọ.

Respiration, *n.* imisinu misode.

Respire, *v.i. and i.* mi.

Respite, *n.* afo, àye, isimi.

Resplendent, *adj.* didàn, dara pupọ.

Respond, *v.i.* dahun, gbè.

Respondent, *n.* ẹni idahun.

Response, *n.* idahun, ègbe.

Responsibility, *n.* igbẹkẹle, ọ̀kẹ̀.

Responsible, *adj.* didalohun, nini ẹru iṣẹ.

Rest, *n.* isimi, ōrun, idakẹ, iṣikù. *v.t. and i.* simi, sùn, dakẹ, kú.

Restful, *adj.* fifi isimi fun.

Restfully, *adv.* pẹlu isimi.

Rest-house, *n.* ilé èro.

Restitution, *n.* imupadà.

Restive, *adj.* aifarabalẹ, aijokojẹ.

Restless, *adj.* laisimi, laisùn.

Restoration, *n.* imupadà sipò.

Restore, *v.t.* mu padà sipò, mu bọ̀ sipò.

Restrain, *v.t.* da-lẹkun, di li ọna, da-duro.

Restraint, *n.* idiwọ, idaduro, iko ni ijanu.

Restrict, *v.t.* pālà fun, ha-mọ.

Restriction, *n.* ipālà, ihamọ.

Result, *n.* ipari, yọri si.

Resume, *v.t. and i.* tun bẹ̀rẹ.

Resumption, *n.* atun bẹ̀rẹ.

Resurrection, *n.* ajinde.

Resuscitate, *v.t. and i.* mu sọji.

Retail, *v.t. and i.* ta nkan wẹwọ, su-tà, le-tà.

Retailer, *n.* alaletà, alasutà.

Retain, *v.t.* da-duro.

Retainer, *n.* ọmọ-ọdọ, iranṣẹ.

Retake, *v.t.* tun-mu, tun-gbà.

Retaliate, *v.t. and i.* san ẹsan, gbẹsan.

Retaliation, *n.* igbesan.

Retard, *v.t. and i.* di-lọwọ, da-duro.

Retention, *n.* idaduro, idilọwọ, ipamọ.

Retentive, *adj*. ti a le fi pamọ.

Reticence, *n*. ipa ẹnu mọ, idakẹjẹ.

Retinue, *n*. ọmọ-ẹhin.

Retire, *v.t. and i*. fa-sẹhin, pẹhinda, lọ simi.

Retirement, *n*. ifasẹhin, isimi, ibi ikọkọ.

Retiring, *adj*. ni itiju, yiyè-kuro.

Retort, *n*. ọrọ kikoro, ọrọ ikanju.

Retrace, *v.t*. ba ọna kanna padà.

Retract, *v.t. and i*. yi ọrọ padà.

Retreat, *n*. ibi isimi, ibi ikọkọ, ifasẹhin, iyi ara sọtọ.

Retrench, *v.t. and i*. gé owo kuro, idinku owo.

Retribution, *n*. isãnpadà, ẹsan.

Retrieve, *v.t. and i*. gbà padà, mu padà sipo.

Retrograde, *adj*. ifasẹhin iṣe odi si.

Retrospect, *n*. ibojuwẹhin, ironu ohun ti o ti kọja.

Retrospection, *n*. ipadawẹhin.

Return, *v.t. and i*. padà, mu-padà. *n*. ipadà, itunde.

Reunion, *n*. iṣọkan lẹhin iyanipa.

Reunite, *v.t*. tun so pọ lẹhin iyanipa, la-ja.

Reveal, *v.t*. ṣipaya, fi-han, ṣi-silẹ.

Revel, *v.t. and i*. ṣe ariya, ṣe ajọ alariwo.

Revelation, *n*. ifihan, iṣipaya.

Revelry, *n*. ariya-alariwo.

Revenge, *v.t. and i*. gbẹsan, jẹ niyà padà. *n*. igbẹsan.

Revengeful, *adj*. ti ima gbẹsan, ni arankan.

Revengefully, *adv*. kun-fun-ẹsan.

Revenger, *n*. olugbẹsan.

Revenue, *n*. akojọpọ owo ilu, owo ti a ri gbà.

Revere, *v.t*. bọwọ fun, bọla fun.

Reverance, *n*. ibọwọ, iberu, ọlá, ibuyin.

Reverent, *adj*. li ọwọ, li ọla, ni iyin.

Reverie, *n*. minu lọkan, ri ronu jina.

Reverse, *v.t*. yi-padà, parọ. *n*. jamba, òfo, ìparọ.

Reversible, *adj*. ti a le yi-po.

Revert, *v.t. and i*. padà si, le-padà.

Review, *v.t. and i*. tun-wo, bẹwo. *n*. ibẹwo, idanwo, fi ẹsọ wò.

Revile, *v.t. and i*. kẹgan, fi ṣe ẹlẹyà.

Revise, *v.t*. wò fun atunṣe.

Revision, *n*. itunwo, itunṣe.

Revival, *n*. isọji, ijidide.

Revive, *v.t. and i*. mu-sọji, mu-yè, ji-dide.

Revoke, *v.t. and i*. pè-padà, mu-kuro.

Revolt, *n*. ọtẹ. *v.t. and i*. ṣọtẹ, kọ isin ọba.

Revolution, *n*. iyika.

Revolve, *v.t. and i*. yi-ka.

Revolver, *n*. ibọn ilọwọ.

Reward, *n*. ère, ẹbun, ẹsan. *v.t*. san ẹsan, ta li ọrẹ, fi ẹbun fun.

Rewarder, *n*. olusẹsan.

Rheumatism, *n*. lakuegbe, ari-nka.

Rhinoceros, *n*. ẹranko bi-imado nla aɡbanrere.

Rib, *n*. egungun iha.

Ribbon, *n*. ọja tẹrẹ.

Rice, *n*. ẹinkafa irẹ̃ṣi.

Rich, *adj*. li ọrọ, li owo lori, ọlọra, ọlọrọ.

Riches, *n*. ọrọ, owó.

Richly, *adv*. lọpọlọpọ, pupọ.

Rid, *v.t*. gba-kuro, bọ-lọwọ, le-lọ.

Riddance, *n*. igbakuro, ibọlọwọ.

Riddle, *n*. àlọ, owe. *v.t. and i*. pa-lọ.

Ride, *v.t. and i*. gun ẹṣin.

Rider, *n*. ẹniti ngun ẹṣin.

Ridge, *n*. oke ilé.

Ridicule, *n.* irẹrin, iyọṣuti si. *v.t.* fi-rẹrin, fi-ṣẹsin, fi ṣe ẹlẹya.

Ridiculous, *adj.* rirẹrin, pipanilẹrin.

Rife, *pred. adj.* pọ̀, wọ́pọ̀.

Rifle, *n.* iru ibọn kan. *v.t. and i.* ji, fi agbara mu, jale.

Right, *adj.* tọ, yẹ, dara. *n.* otitọ, ododo, anfani ; ọtun.

Righteous, *n.* olododo. *adj.* lododo, lotitọ.

Righteousness, *n.* ododo, iwa-ododo.

Rightful, *adj.* tọ-si.

Rightly, *adv.* lōtọ, rere.

Rigid, *adj.* le, ṣoro lati tẹ, lailánu.

Rigidly, *adv.* pẹlu iṣoro, lile.

Rigor, *n.* iwariri otutu, gbigbọ̀n.

Rigour, *n.* iṣoro, ìmúnā, ìróró.

Rill, *n.* odo ṣiṣan kekere.

Rim, *n.* eti, bẹbe.

Rind, *n.* ẹpo.

Ring, *n.* oruka. *v.t. and i.* lù bi agogo, ro bi agogo.

Ringleader, *n.* olori ẹgbẹ.

Ringworm, *n.* lapalapa.

Rinse, *v.t.* fi omi ṣàn.

Riot, *n.* irukerudo, ariwo ; jẹ adùn aiye.

Riotous, *adj.* inakuna, jẹguduragudu, oniwọbia.

Rip, *v.t. and i.* là.

Ripe, *adj.* pọn, dẹ, gbó.

Ripen, *v.t. and i.* dagba tan, mu pọn, mu dẹ̀.

Ripple, *n.* ṣẹ-wẹlẹwẹlẹ.

Rise, Rose, *v.t. and i.* dide, goke ; jinde ; là.

Rising, *n.* idide, iṣọtẹ ; ajinde ; ìlà.

Risk, *n.* ewu, idawọle. *v.t.* fi we'wu.

Rite, *n.* ìlana isin.

Ritual, *n.* ti ìlana isin, ọna isin ti o han lode.

Rival, *n.* abanidije, alafarawe, orogun.

Rivalry, *n.* idije, ibadu, iṣelara si.

River, *n.* odo.

Rivet, *n.* ẽkan irin.

Rivulet, *n.* odo kekere.

Road, *n.* ọna.

Roam, *v.t. and i.* rin kakiri.

Roar, *v.t. and i.* bu ramùrámù, ke, ho, kerora. *n.* igbe, ohun bibu, ike ; hiho okun.

Roast, *v.t. and i.* sun, yan, ho.

Rob, *v.t.* jale, jà li olè.

Robber, *n.* ọlọṣa, olè.

Robbery, *n.* olè jìjà.

Robe, *n.* ẹwu, aṣọ igunwa, agbáda.

Robust, *adj.* li agbara, niṣan.

Rock, *n.* apata, okuta nla. *v.t. and i.* tì siwa tì sẹhin, mì.

Rocky, *adj.* kun fun okuta.

Rocksalt, *n.* kanwun.

Rod, *n.* ọpa, paṣan, ẹgba.

Roe, *n.* abo agburin ; ẹyin ẹja.

Rogation, *n.* ìbère, ẹbẹ.

Rogue, *n.* alarekereke, enia buburu, eniakenia.

Roguery, *n.* iwa aiṣōtọ, arekereke.

Roguish, *adj.* kun fun aiṣōtọ.

Roll, *n.* iká-iwé. *v.t. and i.* yi, ká.

Roll-call, *n.* ipè awọn enia li orukọ.

Roller, *n.* ōbọ, ayika.

Romance, *n.* Romantic, *adj.* ijarọ̀, itan lasan, ahuṣọ.

Romp, *n.* ire ariwo.

Rood, *n.* oṣuwọn ilẹ.

Roof, *n.* òrùle ; oke-ẹnu.

Rook, *n.* kannakanna.

Room, *n.* yara, ipo, āyè.

Roost, *n.* ìbuwọ ẹiyẹ. *v.t. and i.* wọ̀ bi ẹiyẹ.

Rooster, *n.* akọ-adiẹ.

Root, *n.* gbongbo, ipilẹṣẹ. *v.t. and i.* fa-tu.

Rooted, *adj.* ifi-ẹsẹ-mulẹ.

Rope, *n.* okùn.

Rosary, *n.* tẹsuba, ilẹkẹ adura.

Rose, Rise, *v.t. and i.* dide, goke ; jinde ; là.

Rot, *n.* ibajẹ, rirà. *v.t. and i.* bajẹ, rà.

Rotation, *n.* iyi bi kẹkẹ.

Rotten, *adj.* dibajẹ, rà.

Rottenness, *n.* idibajẹ.

Rough, *adj.* lile, pàlapala, ṣáki-ṣàki.

Roughly, *adv.* akọ, fi agbara ṣe.

Round, *adj.* yika, roboto.

Roundabout, *adj.* yi ka kiri.

Rouse, *v.t. and i.* ji li oju orun, mu-dide.

Rout, *n.* lile ogun, idaru. *v.t.* le ogun, da-ru.

Route, *n.* ipa ọna.

Routine, *n.* ipa ọna iṣẹ, iṣẹ ti ojojumọ.

Rove, *v.t. and i.* rìn ka kiri.

Rover, *n.* alarinka kiri.

Row, *n.* llà, ọwọ́, ẹsẹ́. *v.t. and i.* wà.

Rowdy, *adj.* lariwo.

Rower, *n.* atukọ, awakọ.

Royal, *adj.* ti ọba, bi ọba.

Royalty, *n.* ipo ọba, iwa ọba, oyè ọba.

Rub, *v.t. and i.* kùn, gbõ, pa.

Rubbish, *n.* alapa, ohun alainilari

Rubric, *n.* ọrọ ninu iwe adura ti o fihan bi a o ti ṣe isin si.

Ruby, *adj.* pupa.

Rudder, *n.* itọkọ.

Ruddy, *adj.* pọn.

Rude, *adj.* òpe, laimoye, ala-imọwahu.

Rudely, *adv.* lainilari bi ara-oko.

Rudeness, *n.* ãimoye, iwakuwa.

Rudiment, *n.* ipilẹṣẹ.

Rue, *v.t.* kanu fun, ṣe ẹdùn fun.

Ruffian, *n.* igara, enia gaungaun.

Rug, *n.* aṣọ ibusun.

Rugged, *adj.* palapala, laitẹju, ṣakiṣaki

Ruin, *n.* iparun, iwolulẹ, ahoro.

Ruinous, *adj.* lebanijẹ, buruju.

Rule, *n.* ijọba, akoso. *v.t. and i.* jọba, ṣe akoso ; fa ila.

Ruler, *n.* alakoso, ọba.

Rum, *n.* ọti ireke.

Rumble, *n.* ariwo.

Rummage, *v.t. and i.* wá li awasá.

Rumour, *n.* ihin, iró.

Rump, *n.* ibadi, idí.

Run, *v.t. and i.* súre, sare.

Rupture, *n.* ifọ́, iyapa, iba alafia jẹ.

Rural, *adj.* ti oko, ti igbo.

Ruse, *n.* ere-ẹtan, isuju.

Rush, *n.* eweko odo, koriko odo. *v.t. and i.* sure siwaju, rọ́ lù.

Rust, *n.* idipara, idogun, ipara irin. *v.t. and i.* dipara, dogun.

Rustic, *n.* ara oko.

Rustle, *v.t. and i.* iro mimi ewe, iro afẹfẹ ninu koriko.

Rusty, *adj.* kidanpapa didogun.

Rut, *n.* ami kẹkẹ ninu ẹrẹ.

Ruthless, *adj.* lailãnu, nikà.

S.

Sabbath, *n.* ọjọ ekini ọsẹ ti a ya si mimọ́ fun isin Ọlọrun, ọjọ isimi.

Sack, *n.* apo nla. *v.t.* jale, fọle, parun.

Sackcloth, *n.* aṣọ ọfọ̀.

Sacrament, *n.* ami majẹmu, imulẹ, ibura.

Sacred, *adj.* mimọ, yiyasọtọ.

Sacrifice, *n.* ẹbọ ; ifisilẹ. *v.t. and i.* rubọ, ṣẹbọ ; fi-silẹ.

Sacrilege, *n.* ija ibi mimọ lolè, iṣọ ohun mimọ di ailọ̀wọ, lilo ohun elo ilé Ọlọrun ni ilokulo.

Sad, *adj.* binujẹ, fajuro.

Sadden, *v.t. and i.* ba ninu jẹ.

Saddle, *n.* gǎrì, asá. *v.t.* di ni gǎrì.

Saddler, *n.* alasá, onişọna gǎrì.

Sadly, *adv.* pẹlu ibinujẹ.

Sadness, *n.* ibinujẹ, ifajuro.

Safe, *adj.* lailewu, lalafia. *n.* apoti ifi owo pamọ si.

Safeguard, *n.* ǎbo, alǎbo.

Safety, *n.* ibi ailewu, ailewu.

Sag, *v.t. and i.* yẹ gẹrẹ.

Sagacious, *adj.* lọgbọn, moye, mimú.

Sagacity, *n.* ọgbọn, oye, imú.

Sage, *n.* ọlọgbọn, amoye.

Said, *v.t.* wi, sọ.

Sail, *n.* igbokun ọkọ̀. *v.t. and i.* tagbokun, şikọ̀.

Sailor, *n.* atukọ̀.

Saint, *n.* enia mimọ.

Saintliness, *n.* iwa mimọ́.

Saintly, *adj.* da bi enia mimọ́.

Sake, *n.* itori.

Salary, *n.* owo ọ̀yà, owo işẹ.

Sale, *n.* ita-ọja.

Saleable, *adj.* tita.

Salesman, *n.* ọlọja tita.

Salient, *adj.* pataki.

Saline, *adj.* ni iyọ̀.

Saliva, *n.* itọ́ ẹnu.

Sallow, *adj.* pipada awọ oju nitori aisan, di funfun rù.

Salt, *n.* iyọ̀. *v.t.* fi iyọ̀ po.

Salt-cellar, *n.* awo iyọ̀.

Saltish, *adj.* niyọ diẹ, niyọ ninu.

Salubrious, *adj.* nitura, nilera.

Salutation, *n.* iki, ikini.

Salute, *v.t. and i.* ki.

Salvation, *n.* igbala kuro ninu iku ainipẹkun, igbala.

Salve, *n.* ohun ikunra, ipara.

Same, *adj.* ọkanna.

Sameness, *n.* iru kanna titi.

Sample, *n.* apẹrẹ, apejuwe.

Sampler, *n.* apẹrẹ aşọ riran.

Sanatorium, *n.* ibugbe awọn alaisan ibiti nwọn le gbà afẹfẹ ti o dara.

Sanctification, *n.* isọdimimọ, iyasimimọ.

Sanctifier, *n.* ẹniti o sọ ni di mimọ.

Sanctify, *v.t.* ya si mimọ, sọ di mimọ.

Sanction, *n.* ilohunsi, ijẹwọsi, iyọda. *v.t.* lohunsi, jẹwọ.

Sanctity, *n.* iwamimọ.

Sanctuary, *n.* ile ti a ya si mimọ fun Ọlọrun.

Sand, *n.* iyanrin, yanrin.

Sandal, *n.* salubata.

Sandbank, *n.* bèbe eti odo.

Sandstone, *n.* yangi.

Sandy, *adj.* kiki iyanrin, ni iyanrin.

Sane, *adj.* yè, lera, da lara.

Saneness, *n.* inu yiyè.

Sanguinary, *adj.* ti o loro; kun fun ireti.

Sanguine, *adj.* loro; ni ireti, ni igbẹkẹle.

Sanhedrim, *n.* ajọ igbimọ awọn Jŭ.

Sanitary, *adj.* ti işẹ itọju ilera agbalu.

Sanitation, *n.* imọ itọju ilera agbalu.

Sanity, *n.* iyè ninu korokoro.

Sank, *v.t.* ri.

Santonin, *n.* ǎgbogi ejo inu; ǒgun aràn.

Sap, *n.* oje igi. *v.t. and i.* fun mu, fun gbẹ.

Sapling, *n.* igi ti o şẹşẹ hu.

Sapphire, *n.* okuta oniyebiye.

Sarcasm, *n.* ẹgàn, abukun.

Sarcastic, *adj.* pẹlu ẹgàn.

Sardine, *n.* ẹga kekere.

Sash, *n.* ọja, lawani; igi oju ferese.

Satan, *n.* eşu, olori ọrun apadi.

Satanic, *adj.* ti eşu, bi eşu.

Satchel, n. apo.
Sate, v.t te-lorun, je ajekl.
Satiate, v.t. kún, te-lorun.
Satin, n. seda bi baranje.
Satisfaction, n. itelorun.
Satisfactory, adj. niterun, nikun loju.
Satisfy, v.t. and i. te-lorun, kun-loju.
Saturate, v.t. kun, rin, ringbindin.
Saturday, n. ijo ikehin ose.
Sauce, n. obe.
Saucepan, n. ikoko, isasun.
Saucer, n. áwo itele ago.
Sauciness, n. afojudi.
Saucy, adj. lafojudi, niyaju si.
Saunter, v.i. rin ka kiri pelepele.
Savage, n. alaigbede, onrorò, enia-kenia, ara oko. adj. nika, rorò.
Save, v.t. and i. gba-la kuro ninu ewu, da-si, gbà lowo ese ; fipamo. prep. hikose, afi.
Saving, adj. gbigba-la ; eisunna, fifi owo pamo. adv. biko-sepe ; ayasebi.
Savings-bank, n. ibi ifiowo pamo si.
Saviour, n. Olugbala araiye.
Savour, n. örùn, adùn, itowo. v.t. and i. gbörùn, to-wo.
Savoury, adj. didùn.
Saw, n. ayùn. v.t. and i. re-igi, yùn ; ri.
Sawdust, n. iye iregi ayùn.
Sawpit, n. ebiti igi alayùn.
Sawyer, n. alayùn igi ; regiregi.
Say, Said, v.t. and i. wi, so.
Saying, n. wiwi, siso, oro siso.
Scab, n. epà, epo.
Scabbard, n. ako ida.
Scaffold, n. àkaso, àtegun, pepe.
Scald, v.t. bu omi gbigbona jo.
Scale, n. ipe. v.t. and i. goke.
Scales, n.pl. osuwon ; ipé.
Scalp, n. agbari.
Scamp, n. enia lasan, eniakenia.

Scamper, v.i. sure kikan.
Scan, v.t. and i. wò, wadi.
Scandal, n. ohun ikosè, ègan, àbukun.
Scandalize, v.t. mu-kosè, kegàn, se àbukun si.
Scandalous, adj. imunikosè, là-bukun, legàn.
Scant, adj. aikún, aito.
Scanty, adj. há.
Scapegoat, n. ewure idasilelo.
Scar, n. apa öju. apa egbo.
Scarce, adj. sowon, saipo.
Scarcely, adv. agbara káka, fere.
Scarcity, n. àipo, owón.
Scare, v.t. deruba.
Scarecrow, n. ohun ideruba eiye.
Scarf, n. aso iborùn.
Scarlet, n. òdòdó.
Scarred, adj. ni ami egbo, ni ibaje.
Scatter, v.t. and i. tuka, fúnka.
Scattering, n. ituka, ifúnka.
Scavenge, v.t. and i. palemo ni ita, tun ilu se.
Scavenger, n. agbale ita, gbale-gbale.
Scene, n. iwò, iri, aworan ibi kan.
Scenery, n. iwo ile, iri ile yika.
Scent, n. örùn.
Scentless, adj. laini örùn.
Sceptic, n. alaigba otito gbo, oniyemeji.
Sceptical, adj. oniyemeji.
Scepticism, n. iyemeji, aigba Olorun tabi otito ifihan Rè gbó.
Sceptre, n. opa oba, opa alade.
Scheme, n. ero, ilana, imo.
Schism, n. iyapa.
Scholar, n. akeko, ologbon.
Scholarship, n. ogbon iwe ; an-fani lati kowe lofe.
School, n. ile-iwe, ajo ikowe, ile-eko.
School-board, n. awon igbimo fun ile-iwe.

School-fellow, n. ęlęgbę ni ile
iwe.

School-master, n. olukọ ọkọnrin,
alakoso ilé iwe.

School-mistress, n. olukọ obirin.

Schooner, n. ọkọ̀ igbokun.

Science, n. ìmọ, ọgbọn, oye, ękọ̀
ijinlę.

Scientific, adj. ti ọgbọn, ti imọ.

Scion, n. ọwọ́-igi, atęle, ọmọ.

Scissors, n.pl. alumọgaji.

Scoff, v.t. kęgàn, fi rẹrin ęlęya,
fi-ṣẹsin.

Scoffers, n.pl. awọn ęlęgàn.

Scold, v.t. and i. ba-sọ, ba-wi,
sasọ̀.

Scoop, v.t. wọ jade. n. ohun ti
a wọ jade.

Scope, n. ete, anfani, ayè ; ọna.

Scorch, v.t. and i. fi-jóna (ọrun
li a nlo ede yi fun).

Score, n. iṣiro, igbese ; ogún.

Scorn, n. ègàn, abùkùn. v.t. fi-
ṣẹsin, fi ṣe ęlęya, kęgan.

Scorners, n.pl. awọn ęlęgàn.

Scorpion, n. akẽkẽ, akerekere,
òjògán.

Scoundrel, n. aṣèrú, eniakenia.

Scour, v.t. fọ̀, pa, gbo, wa kiri.

Scourge, n. ọrẹ́, pàṣán. v.t. nà
ni ọrẹ́, fi paṣan nà.

Scout, n. ami.

Scowl, v.t. and i. fajuromọ, ṣũṣũ
oju.

Scrag, n. rù joro.

Scramble, v.t. and i. jijadu, dù.
n. ljadu.

Scrap, n. ibu kekere.

Scrape, v.t. and i. ha, hán.

Scratch, v.t. and i. ya lēkanna.

Scrawl, n. saini si, fi ikanju kọwe.

Scream, v.t. and i. kigbe, ke, han
goro.

Screech, v.t. and i. dún bi owiwi.

Screen, n. ãbò, iboju. v.t. dãbò-
bò, taboju.

Screw, n. ìde. v.t. and i. de.

Scribble, n. ikọkukọ.

Scribe, n. akọwe.

Scrip, n. ápo, birigami.

Script, n. iwe afọwọkọ.

Scriptural, adj. ti Bibeli Mimọ́,
t.i Iwe Mimọ́.

Scripture, n. Bibeli Mimọ, Iwe
Mimọ́, Ọrọ Ọlọrun.

Scroll, n. iwe kiká.

Scrub, v.t. and i. fọ̀, gbo.

Scruple, n. iye meji ; oṣuwọn
(20 grains).

Scrupulous, adj. niyemeji, woye,
rọra.

Scrutinise, v.t. wadi, ṣetọsẹ,
wafìn.

Scrutiny, n. iwadi, itọsẹ, ibere,
awafìn.

Scuffle, n. ija rudurudu.

Sculptor, n. afinà, ẹniti o ngbẹ
ere okuta.

Sculpture, n. ọnà fìfín.

Scum, n. ifõfò.

Scurf, n. ẽpa awọ ara.

Scurvy, n. elekuru, ekuru.

Scythe, n. doje.

Sea, n. okun, omi-iyọ̀.

Seacoast, n. agbègbe okun.

Seaman, n. atukọ okun.

Seaport, n. ebute okun, ibi igunlẹ
ọkọ̀, ilu ti o wa leti okun.

Seashore, n. ẹba okun, ilẹ eti
okun.

Seasick, adj. ni iruya õbi ninu
ọkọ̀ okun.

Seal, n. edidi iwe.

Sealing-wax, n. ida ti a fi ndi iwe.

Seam, n. iran aṣọ, ikó, ojuran.
v.t. ranpọ̀, kó.

Seamless, adj. laini iran, laini
ojuran.

Seamstress, n. oluranṣọta obi-
rin.

Sear, adj. gbigbẹ. v.t. fi-jona,
fi-mọ́.

Search, n. àwari, iwádi. v.t.
and i. wadi, wakiri.

J

Season, n. akokò kan li ọdún.

Seasonable, adj. lakokò, nigba ti o yẹ.

Seasoning, n. adùn ti a fi si onjẹ.

Seat, n. ijoko, aga. v.t. gbe-joko.

Secede, v.i. fa-sẹhin, ya kuro ninu ẹgbẹ.

Seceders, n.pl. ayẹra kuro ninu ẹgbẹ.

Secession, n. iyẹra kuro ninu ẹgbẹ.

Seclude, v.t. ha-mọ, si ibi kan, ya-sọtọ, yọ-kuro.

Seclusion, n. iyasọtọ, iyọkuro.

Second, adj. ekeji. n. ẹnikeji, ọmọ-ẹhin isẹju. v.t. tọ-lẹhin, ti-lẹhin.

Secondhand, n. tita lẹrin keji, atọwọ kejiwa.

Secondly, adv. li ọna keji.

Secrecy, n. ìkọkọ.

Secret, n. ohun ìkọkọ. adj. nìkọkọ.

Secretary, n. akọwe.

Secretaryship, n. oye akọwe.

Secrete, v.t. fi-pamọ, nu-pamọ.

Secretion, n. ifipamọ, iyasapakan omi ara.

Secretly, adv. nikọkọ.

Sect, n. ẹgbẹ, iyapa isin, aladamọ.

Section, n. iyapa, ipin, apakan ninu iwe.

Secular, adj. ti aiye.

Secularize, v t. yi ìlo ohun ti ẹmi pada si ilokulo.

Secure, adj. laifoya, lailewu, laibẹru. v.t. di-mu, dabobo, fi-pamọ.

Securely, adv. dajudaju.

Security, n. âbò, ibọlọwọ ewu, onigbọwọ.

Sedate, adj. pẹlẹ, dakẹ, bibalẹ, tutu.

Sedentary, adj. nijokojẹ.

Sediment, n. gẹdẹgẹdẹ.

Sedition, n. isọtẹ, irukerudo.

Seduce, v.t. tan-jẹ, ba-jẹ, dẹwò.

Seducer, n. ẹlẹtan, abanijẹ.

Seduction, n. ìwa ẹtan, iyi kuro lọna rere.

Sedulous, adj. lăpọn, laisimi.

Sea, n. sakani ilẹ abojuto bisọpu.

See, Saw, Seen, v.t. and i. ri, riran.

Seed, n. irugbin ; irú-ọmọ.

Seedling, n. èhù.

Seedtime, n. ìgba ifunrungbin.

Seeing, n. iri, riri. conj. nitori, nitorina.

Seek, Sought, v.t. and i. wá-kiri, bère.

Seem, v.i. ṣe biẹnipe, ṣe afìhan, dabi.

Seemly, adj. yẹ, tọ, dara.

Seer, n. ariran, woli.

Seethe, v.t. and i. bọ.

Segment, n. ikekuro, irepe.

Segregate, v.t. and i. ya-nipa.

Segregation, n. iyapa, ifiàlàsi.

Seize, v.t. and i. fi agbara gbà.

Seisure, n. ifi agbara mu, imu lojiji.

Seldom, adv. ni daindain.

Select, v.t. ṣàyàn. adj. àṣàyàn.

Selection, n. iṣàyàn.

Self, pron. ẹnitikararẹ.

Selfish, adj. fifẹ ara ẹni.

Selfishness, n. ifẹ ara ẹni.

Self-restraint, Self-control, n. iko ara ẹni ni ijanu.

Self-righteousness, n. iṣododo loju ara ẹni.

Self-same, adj. ọkanna, eyina.

Self-will, n. gírimakayi.

Sell, v.t. and i. tà, fi-gbowo. n. ẹtan.

Seller, n. olutà.

Selvage, n. eti aṣọ.

Semblance, n. ijọra, akawe.

Seminary, n. ibi ikọni, ile iwe.

Senate, n. ajọ igbimọ.

Senator, n. ara igbimọ.

Send, v.t. and i. ran-lọ, ran-niṣẹ.

Senior, n. ẹgbọ́n, àgba, aṣáju.

Seniority, n. akọbi, ipo tabi oye iṣáju.

Sensation, n. imọ̀, aibalẹ ọkan.

Sense, n. imọ̀, oye, ọghọn.

Senseless, adj. lainimọ̀, lainoye.

Sensible, adj. loye, gbọn, ni imọ.

Sensitive, adj. iyara ni imọ̀.

Sensual, adj. ti ẹda, ti ara, ti ifẹkufẹ.

Sensualist, n. agbọtara, onifẹkufẹ.

Sensuality, n. iwa ifẹkufẹ.

Sentence, n. idalẹbi, ọrọ idajọ, gbolohun ọrọ. v.t. da-lẹbi, sọrọ idajọ si.

Sentiment, n. irò, imọ̀, idajọ.

Sentimental, adj. ti irò, ti imọ̀, ti idajọ.

Sentinel, Sentry, n. ologun ti nṣọ ode.

Separate, v.t. and i. ya-nipa, ya-sọtọ.

Separation, n. yiyanipa, ìyasapakan, iyasọtọ.

September, n. oṣu kẹsan ọdun.

Sepulchre, n. isa-oku, iboji.

Sequel, n. asinwa-asinbọ, igbẹhin, ipari.

Seraph, n. ọkan ninu awọn ẹgbẹ angeli.

Seraphim, n. awọn angẹli ti o nyi itẹ Ọlọrun ka.

Serene, adj. dakẹ rọrọ, rọlẹ̀, dẹjú.

Serenity, n. idakẹrọrọ, idẹjú.

Serf, n. ẹrú.

Sergeant, n. oye ninu ogun, oye ninu awọn ọlọpa.

Serial, adj. atẹlera.

Series, n. itẹle lẹsẹsẹ.

Serious, adj. ni ironu, ni ọwọ.

Seriously, adv. pẹlu ironu, pẹlu ọwọ.

Seriousness, n. idakẹjẹ, ironujinlẹ.

Sermon, n. iwasu, ikilọ, ọrọ iyanju.

Serpent, n. ejo.

Servant, n. iranṣẹ, ọmọ-ọdọ.

Serve, v.t. and i. ṣe iranṣẹ, sin, ṣe iṣẹ.

Service, n. ìsin, iṣẹ.

Servile, adj. bi ẹrú, ni itẹriba.

Servility, n. iwa ẹrú, isin inira, isin ẹrú.

Session, n. ijoko awọn onidajọ.

Set, v.t. mu-joko, fi-si, fi-le, gbekalẹ ; gbin. adj. ki, le, fẹsẹmulẹ.

Settle, n. ijoko, aga ; ipinnu. v.t. and i. pinnu, san igbese, tunṣe, fi idi kalẹ.

Settlement, n. ifi idi kalẹ, ituṇṣe, isanwo ; ilutitẹdo.

Settler, n. atipo.

Seven, adj. meje.

Sevenfold, adj. nigba meje.

Seventeen, adj. mẹtadilogun.

Seventh, adj. ekeje.

Seventieth, adj. ẹkadọrin.

Seventy, adj. adọrin.

Sever, v.t. and i. ya-sọtọ, ya-kuro.

Several, adj. ọpọlọpọ, oniruru.

Severe, adj. muna, rorò.

Severely, adv. kikankikan ; patapata ; tagbaratagbara.

Severity, n. imuna, irorò.

Sew, v.t. and i. rán, kò, sọ.

Sewer, n. ọna omi riri ati ẹri.

Sex, n. èyà abo ati akọ, èyà obirin ati ọkọnrin.

Sexton, n. alabojuto ile Ọlọrun ati ọgba rẹ̀.

Shabby, adj. niaṣọ gbigbo, niwakiwa, niṣekuṣe.

Shackle, n. ṣẹkẹṣẹkẹ. v.t. dè ni ṣẹkẹṣẹkẹ.

Shade, n. ibõji, ojiji. v.t. ṣijibo.

Shadow, n. ojiji.

Shady, adj. abo kuro ninu imọlẹ õrun.

Shaft, n. ọpá, ọfà ; iho jinjin.

Shaggy, adj. ṣakiṣaki, kángun-kàngun.

Shake, n. miini rirú. v.t. and i. mi, rá, gbọn.

Shaky, adj. ailagbara, niyemeji.

Shall, v.t. yio.

Shallow, adj. ṣaijinlẹ, ṣaijido.

Sham, n. ẹtan, ifarawe.

Shambles, n.pl. ọjà alapata.

Shame, n. itiju, àbukun, ẹgan.

Shamefaced, adj. ni itìju.

Shameful, adj. kun fun itìju, lẹgan.

Shameless, adj. lainitìju, gboju.

Shank, n. igun ẹsẹ.

Shape, n. aworan, apẹrẹ, iwọ.

Shapeless, adj. laini apẹrẹ.

Share, n. ipin ; doje. v.t. and i. pin.

Sharer, n. alahapin.

Shark, n. ekura.

Sharp, adj. mimú, yara, kan ni iwa.

Sharpen, v.t. and i. pọn, lọ, pọnrin, mu.

Sharply, adv. tagbaratagbara.

Sharpness, n. ikannú, imú, iyara.

Shatter, v.t. and i. fọ, fọ tutu.

Shave, v.t. and i. fá-irún.

Shavings, n.pl. ẹfáigi, ẹfá tinrin.

Shawl, n. aṣọ ejika ; iborun.

She, pers. pron. on (obirin).

Sheaf, n. iti ọka, iti ọfà.

Shear, v.t. and i. rẹ, rẹ kuru.

Shearer, n. olurẹrun.

Shears, n.pl. alumọgaji.

Sheath, n. àkọ idà.

Sheathe, v.t. fi bọ àkọ.

Shed, n. àgọ, bukà. v.t. ta-silẹ, da-silẹ, tàn-ká.

Sheen, n. didán, imọlẹ.

Sheep, n. àgutan.

Sheepfold, n. agbo àgutan.

Sheepskin, n. awọ àgutan.

Sheer, adj. lasan ; gangan.

Sheet, n. aṣọ ibora, aṣọ akete, aṣọ igbokun, ewe tákàdá, gọgọwu.

Shelf, n. apako ti a fi si ogiri lati to nkan si ; pẹpẹ.

Shell, n. igbá, epo, karawun.

Shelter, n. àbò. v.t. and i. dàbobo.

Shelve, v.t. and i. mu kuro ni ẹnu iṣẹ, fi si apakan, yẹ si apakan.

Shepherd, n. oluṣọ-àgutan.

Sheriff, n. ijoye ilu.

Shield, n. apata, asa, àbò. v.t. dàbobo, bò li asà.

Shift, v.t. and i. yipadà, ṣipopadà.

Shilling, n. owo fadaka kan 1/- ; ṣile kan.

Shin, n. egungun ẹsẹ.

Shine, v.t. and i. mọlẹ, mọ, dàn, ràn, tàn.

Shining, adj. didàn, titan, riràn, itanṣan.

Ship, n. ọkọ. v.t. and i. ṣi-ọkọ, wọ-ọkọ, fi si ọkọ.

Ship-master, n. olori ọkọ.

Shipping, n. owò ọkọ titu.

Shipwreck, n. fifọ ọkọ, rirì ọkọ.

Shirk, v.t. yẹ-kuro, yẹ-silẹ.

Shirt, n. ẹwu awọtẹlẹ.

Shirting, n. aṣọ ẹwu.

Shiver, v.t. and i. warìri ; fọ-tútu. n. iwarìri, ifọtútu.

Shoal, n. ọwọ-ẹjà, bèbe ninu omi.

Shock, n. ikọlu, idugbolu, igbọntiti. v.t. and i. gbọntiti, mu-kọsẹ, kọ-lu.

Shoe, n. bata. v.t. bọ-bata.

Shoeblack, n. ẹniti o dan bata, adanbata.

Shoelace, n. okun bata.

Shoeless, adj. laini bata.

Shoemaker, n. onibata, aranbata.

Shoot, Shot, v.t. and i. ta, sọ ; hu-jade, yọ-jade

Shooters, *n.pl.* awọn tafàtafa.

Shop, *n.* ile-ọja.

Shopkeeper, *n.* oluṣọ ọja tita, oluta.

Shopping, *n.* rira li ọja.

Shore, *n.* eti-okun, eti odo, ebute, ilẹ ẹba omi.

Short, *adj.* kúru, kukuru.

Shortage, *n.* àbukun, aipé.

Shorten, *v.t. and i.* ke-kuru, mu-kuru, sọ di kukuru.

Shorter, *adj.* kuru ju.

Short-lived, *adj.* laìwa pẹ.

Shortly, *adv.* nisiaiyi.

Short-sighted, *adj.* laile riran jina.

Short-tempered, *adj.* tete binu.

Shot, *n.* ọta ibọn.

Should, *aux. v.* iba.

Shoulder, *n.* ejika. *v.t. and i.* fi-lejika.

Shout, *n.* ihó. *v.t. and i.* hó yè.

Shove, *v.t.* bì, ti-siwaju. *n.* iti-siwaju.

Shovel, *n.* ọkọ́.

Show, *v.t. and i.* fi-hàn. *n.* ifihàn.

Shower, *n.* òjo, ọwara-òjo. *v.t. and i.* fun-wàrá, rọ-ojo.

Showy, *adj.* aṣehan.

Shred, *v.t.* rẹ́ ọ wẹwẹ.

Shrewd, *adj.* gbọn, larekereke.

Shriek, *n.* ihangoro. *v.t. and i.* hangoro.

Shrill, *adj.* híhan.

Shrimp, *n.* edé, idé.

Shrine, *n.* ojubọ oriṣa, ilé-oriṣa.

Shrink, *v.t. and i.* sunkì, wakì.

Shrivel, *v.t. and i.* kakò, kiweje.

Shroud, *n.* aṣọ-ọkú, aṣọ-isinkú.

Shrub, *n.* igi kekere.

Shrug, *v.t. and i.* kakò, kasokè. *n.* isọjikasokè.

Shudder, *v.i.* fi ẹru wariri. *n.* iwariri.

Shuffle, *v.t. and i.* ẹẹru, ṣe are-kereke.

Shun, *v.t.* yẹra, yè-silẹ.

Shunt, *v.t. and i.* kuro lọna.

Shut, *v.t. and i.* se, ti, di.

Shutter, *n.* ilẹkun ferese.

Shuttle, *n.* ọkọ̀ iwunṣọ.

Shy, *adj.* ni tiju ; jù.

Sick, *n.* alarun, alaisan, oloku nrun. *adj.* li arun, laila-gbara, laisan.

Sicken, *v.t. and i.* mu-ṣaisan.

Sickle, *n.* doje.

Sickness, *n.* arun, aisan.

Side, *n.* ìha, ẹgbẹ. *v.i.* tẹ-si, ti-lẹhin, dapọ-mọ.

Sidesman, *n.* oloye ninu ijọ ; ojiṣẹ ijọ.

Sideways, *adv.* lapakan.

Siege, *n.* idótì, ido, isagati *v.t.* dótì.

Sieve, *n.* kọnkọsọ, aṣẹ.

Sift, *v.t. and i.* kù ni kọnkọsọ, yè wo kinikini.

Sigh, *n.* imi-ẹdun. *v.t. and i.* kẹdùn.

Sight, *n.* iri-oju, iwo, aworan.

Sightless, *adj.* lairiran.

Sign, *n.* àmì, apẹrẹ, apejuwe. *v.t. and i.* ṣe-apẹrẹ, samisi, fọwọ-kọwe si, fi orukọ si.

Signal, *n.* apẹrẹ ifiyesi. *adj.* abàmì, iyanu, nla.

Signally, *adv.* nlanla, pẹlu iyanu.

Signature, *n.* ami orukọ kikọ sinu iwe lati fi ṣe ẹri.

Signet, *n.* edidi, ami ọba.

Significant, *adj.* ti o ni apẹrẹ, ami nkan pataki.

Signify, *v.t. and i.* ṣe apẹrẹ, fi ami sọ, fi-han.

Silence, *n.* idakẹ rọrọ, idakẹ, ipanumọ. *v.t.* mu-dakẹ, pa ẹnu mọ. *interj.* ẹ dakẹ !

Silent, *adj.* lailohun, dakẹ, yadi, da.

Silk, *n.* aṣọ ṣẹda.

Silken, *adj.* fifi ṣẹda ṣe.

Silk-worm, *n.* kokoro ṣẹda.

Silly, adj. ǫ̀pe, aṣiwèe.

Silver, n. fadaka.

Silversmith, n. alagbẹdẹ fadaka.

Similar, adj. irukanna, jijǫra.

Similarity, n. iribakanna, · ijǫra.

Similitude, n. akawe, apẹrẹ, àworan, afarawe.

Simmer, v.t. and i. ho kinikini, hiho omi lori ina diẹdiẹ.

Simple, adj. ò̩pe, lailarekereke, lainiàbùlà, nigbangba, laini ẹ̃ru, laimọkan.

Simplicity, n. aimọkan, inu kan, otitọ, ailẹ̃ru.

Simplify, v.t. ṣe irọra, mu iṣoro kuro, fihan gbangba.

Simply, adv. kiki, nikanṣoṣo.

Simulate, v.t. tẹle, fi ṣe apẹrẹ, fi ṣe afarawe.

Simultaneous, adj. ǫ̀ṣepò̩, ajumọṣe nigbakanna.

Sin, n. ẹ̀ṣẹ̀, iru ofin Ọlọrun. v.i. ṣẹ si ofin Ọlọrun, dẹ̀ṣẹ̀, ṣè̩.

Since, adv. lati akoko. prep. lẹ́hin, nigbati.

Sincere, adj. ṣotọ, niwa funfun, pipé lailabùlà lododo.

Sincerity, n. iwa funfun, inu funfun, otitọ-inu.

Sinew, n. iṣan.

Sinful, adj. kun fun ẹ̀ṣẹ̀, kiki ẹ̀ṣẹ̀.

Sing, v.t. and i. kọrin.

Singe, v.t. and i. jona fẹ̃rẹ́, súnki.

Singer, n. olorin, akọrin.

Single, adj. ọkan ; àpón.

Singleness, n. iṣotito, iṣenukan, ọkàn kan.

Singular, adj. ti ọkán, pataki, iyanu, ṣàrà.

Singularity, n. ohun àrá, iṣàrà.

Sinister, adj. lọwọ oṣi, buru, li ẹtan.

Sink, v.t. and i. rì, mù, wọ̀.

Sinless, adj. lailẹ̀ṣẹ̀.

Sinner, n. ẹlẹ̀ṣẹ̀.

Sin-offering, n. ẹbọ-ẹ̀ṣẹ̀, ẹbọ etutu.

Sip, v.t. and i. mu diẹdiẹ, tọwo.

Sir, n. ālàgbà.

Sire, n. baba, ẹgbọn.

Sirname, n. orukọ apele.

Sister, n. arabirin.

Sisterhood, n. iwa arabirin, ẹgbẹ awọn obirin.

Sister-in-law, n. arabirin ọkọ tabi aya, ana.

Sit, v.t. and i. joko, ba, simi, kalẹ̀.

Site, n. ilẹ̀, ipò, ayè, ilẹ ilé.

Sitter, n. ajokò.

Sitting, n. ijokò.

Situate, adj. sọlọjọ, nipo, tẹ̀do.

Situation, n. ipo, aye, itẹ̀do.

Six, adj. ẹ̀fa, mẹfa.

Sixfold, adj. lọna, mẹfa.

Sixpence, n. owo fadaka, penny mẹfa, sisi.

Sixteen, adj. ẹrindilogun, mẹrindilogun.

Sixth, adj. ẹkẹfa.

Sixtieth, adj. ọgọta, iṣọgọta.

Sixty, adj. ọgọta.

Size, n. itobi, iwọn.

Skein, n. ikọ owu.

Skeleton, n. egungun ara.

Sketch, n. aworan, apẹrẹ. v.t. and i. ṣe apẹrẹ, ṣo aworan.

Skewer, n. ekàn igi lati fi so ẹran.

Skilful, adj. lọgbọn, nimò̩, oloye.

Skill, n. ọgbọn, imò̩, oye.

Skim, v.t. and i. re ifofo kuro.

Skimp, v.t. and i. fi oṣuwọn aikún wọn.

Skin, n. awọ ara, epo. v.t. and i. ha-lawọ, bo-lawọ, họ-lepo.

Skip, v.t. and i. fò, rekọja, bẹ́. ṣl. n. ifò.

Skipper, n. olori ọkò̩.

Skirmish, n. ija fẹ̃rẹ.

Skirt, n. aṣọ, ẹwu obirin, opin. v.t. and i. fi ṣe eti, kọja lẹba.

Skulk, v.i. sapamọ, farapamọ.

Skull, n. agbari.

Sky, n. oju ọrun, ọrun.

Skylight, n. oju ferese lori orule.

Slab, n. okuta pẹlẹbẹ.

Slack, adj. jafara, lọra, dẹwo, fasẹhin. v.t. and i. tu.

Slackness, n. ijafara, idẹwọ́, ifasẹhin.

Slain, n. ẹni pipa.

Slake, v.t. bomi wọ́n ẽru gbi-gbona, pa ongbẹ.

Slam, v.t. and i. fi agbara ti.

Slander, n. ìhin buburu, ọrọ-ibajẹ, isọrọ si. v.t. sọrọ ibajẹ si, gbadulumọ̀.

Slanderer, n. agbadulumọ̀.

Slanderous, adj. ni dulumọ̀.

Slanting, adj. yọ́gẹ̀rẹ́.

Slap, n. àbàrá. v.t. gba lábàrá.

Slash, v.t. and i. fi agbara lu, ke, ṣa.

Slate, n. walã, ohun ikọwe, okuta ibolé.

Slaughter, n. ipakupa, ìpa. v.t. pa-run, pa.

Slaughter-house, n. ilé ipa ẹran.

Slave, n. ẹrú.

Slavery, n. ìwa ẹrú, oko ẹrú.

Slavish, adj. bi ẹrú, ainiyin.

Slay, Slew, Slain, v.t. pa, lu-pa, gbà li ẹmi.

Sleep, n. orun, sisun. v.t. and i. sùn, simi.

Sleeper, n. olõrun, sunrunsunrun.

Sleepless, adj. laisun.

Sleepy, adj. tõgbe, wiwo fun õrun.

Sleeve, n. apa ẹwu.

Sleeveless, adj. lailapa ẹwu.

Sleight, n. ọgbọn arekereke.

Slender, adj. tinrin, tẹ̀rẹ, lẹgẹ-lẹgẹ, aito.

Slice, n. èbẹ̃. v.t. and i. bẹ̃ pẹlẹbẹ.

Slide, v.t. and i. yọ, yọtẹ̀rẹ̀.

Slight, adj. fẹrẹ̀, lainíyin, laini-lari, diẹ. v.t. ṣaikiyesi, ṣainani. n. igbagbe, aikasi.

Slightly, adv. diẹ diẹ.

Slim, adj. tẹ̃rẹ́, bi ọṣan.

Slime, n. òda ilẹ, yiyọ́.

Sling, n. kànnakànna. v.t. and i. gbọn kànnakànna.

Slingers, n.pl. onikànnakànna.

Slink, v.t. and i. yẹra kuro, yọ farapamọ.

Slip, v.t. and i. yọ, bọ́, tu-kuro.

Slip-knot, n. ojóbo.

Slipper, n. bata ti ko ni awọ lẹhin.

Slippery, adj. yiyọ.

Slit, v.t. and i. là tẹrẹ, sán. n. ẹsán, ẹlà.

Slope, n. gẹrẹgẹrẹ òke.

Sloppy, adj. lẹrẹ̀, tutu.

Slot, n. ihò.

Sloth, n. imẹlẹ, ọlẹ.

Slothful, adj. imẹlẹ, lẹ, lọra, fà.

Slothfulness, n. ilọra.

Slough, n. ira, ẹrẹ jijin, àfọ̀; awọ ejo ti o bọlẹ.

Sloven, n. alaimura giri, iwa aibikita.

Slow, adj. lọra, fà, pẹ.

Slowly, adv. pẹlẹ-pẹlẹ, jẹ́jẹ.

Sluggard, n. ọlẹ enia.

Sluggish, adj. lọlẹ, nilọra.

Sluice, n. oju yiya omi. v.t. and i. tu omi jade si, fi omi ṣan.

Slumber, n. õgbé. v.t. and i. tõgbé.

Slumberer, n. olõrun.

Slur, v.t. and i. gàn, ṣàbùkùn, ibajẹ. n. àbùkùn.

Slut, n. elẽri obirin.

Sly, adj. larekerekè gbọ́n, yọ́-mínrin.

Smack, v.t. and i. lù, fẹnukonu. n. adùn, ifẹnukonu.

Small, adj. kekere, diẹ, tinrin.

Smallness, n. ikere aitobi.

Smallpox, n. ṣọpanna, ilẹ-gbona.

Smart, adj. yara mu, ta, mu, wiwọṣọ daradara. v.i. ta bi ata, jiyà.

Smash, v.t. and i. fọ́ rũrũ.

Smatter, v.i. ẹkọ aikọtan, àmọ̃-mọtan.

Smear, v.t. and i. rẹ, ṣan.

Smell, n. õrun. v.t. and i. gbõrun.

Smelt, v.t. yọ-irin, po-irin.

Smelter, n. ayọrin, aporin.

Smile, v.t. and i. rẹrin wẹsi, ṣe
ojurere.

Smite, Smitten, v.t. and i. lù,
kọlù, pa, fi ikũkù lù.

Smiter, n. aluni.

Smith, n. alagbẹdẹ.

Smithy, Smithery, n. agbẹdẹ, ilé
árọ́.

Smock, n. ẹwu àwọ̀tẹ́lẹ̀.

Smoke, n. ẽfín. v.i. fin, ẽfín.
ru ẽfín. v.t. mu koko taba.

Smoke-dry, v.t. yangbẹ lẽfín, yan
lori atàn.

Smoker, n. amukoko taba.

Smoky, adj. kún fun ẽfín.

Smooth, adj. tẹju, tẹbẹrẹ. v.t.
tẹju, tẹ́, dán.

Smoothness, n. itẹju, didan.

Smooth-tongued, adj. ahọn ipọ́n-
ni ; ẹlẹnu didun.

Smother, v.t. and i. fi ẽfín pa,
fun-pa.

Smoulder, v.i. jo-sẹhin, jo diẹ
diẹ.

Smudge, n. àbukun, abawọn.

Smuggle, v.t. mọja wọlu laisan
owo bode.

Smuggler, n. amọja wọlu laisan
owo bode.

Smut, n. iwodu.

Snag, n. ehin tita jade, igi ti o
yọ ninu omi.

Snail, n. igbin, okoto.

Snake, n. ejo.

Snap, v.t. and i. da gbànhun.

Snappishness, n. iṣonu, ikanra.

Snare, n. okùn didẹ, ẹgẹ́, idẹkun.

Snarl, v.t. and i. kùn bi aja ;
dalamu.

Snatch, v.t. and i. já, ja-lọwọ,
ja-pàti, jajẹ.

Sneak, n. olè, eniakenia. v.t.
and i. yọ mìnrin.

Sneer, n. ìwo ẹgan, ẹgan, àbu-
kùn. v.t. and i. fi ìwò kẹgan.

Sneeze, n. sisín. v.i. sín.

Sniff, v.t. and i. fi imu fà.

Snip, v.t. and i. repe bi alumọ
gaji.

Snivel, v.i. wa ikun di imú.

Snob, n. enia lasan.

Snore, n. ihanrun. v.t. and i.
hanrun.

Snort, v.t. and i. fon bi ẹṣin.

Snout, n. igi-imu ẹranko.

Snow, n. ìrì didì.

Snub, n. apara, ifipe-okan. v.t.
gàn, ṣaikaai, fojutinrin.

Snuff, n. aṣãra lilọ. v.t. and i. rẹ́
fitila ; fọn imu, ṣitìmú.

Snuff-box, n. apoti aṣãra.

Snug, adj. nirọra, nitunu.

So, adv. bẹni, nitorina, bayi.

Soak, v.t. and i. tẹ bọ omi, rẹ
li omi.

Soap, n. ọṣẹ, àwẹnu.

Soar, v.i. fò fiofio, fò àfòga.

Sob, v.t. and i. sọpáka ẹkun.

Sober, adj. airekọja, iwọntun-
wọnsi.

Soberness, Sobriety, n. ìwa
airekọja, ìwa iwọntunwọnsi.

Sociable, adj. fifanimọra, abani-
kọgbẹ.

Social, adj. kikẹgbẹ, didapọ.

Society, n. ẹgbẹ, idapọ, ajumọṣe.

Sock, n. aṣọ ibọsẹ.

Socket, n. ihò-ìtẹbọ, ihò.

Sod, n. idi erupẹ, ogulutu.

Sodden, adj. bọ̀.

Sofa, n. ibujoko, aga iyará.

Soft, adj. dẹ̀, dẹra, rọ̀, dẹju,
pẹlẹ́.

Soften, v.t. and i. mu-dẹ, mu-rọ̀.

Soft-hearted, adj. ninurere, ninu
titẹ.

Softly, adv. pẹlẹ́, jẹjẹ.

Soil, n. ilẹ, ilẹdu, erupẹ. v.t.
and i. fi ẽri bajẹ.

Sojourn, v.i. ṣe atipo, ṣe alejò.

Sojourner, *n.* alejò, atìpo.

Sojourning, *n.* igba atìpo.

Solace, *n.* itunu, irọra.

Solar, *adj.* ti õrun.

Solder, *n.* imọ́, imọlù. *v.t.* mọ́, lẹmọ́, mọlù.

Soldier, *n.* olõgun. jagunjagun.

Soldierly, *adj.* bi ọmọ-ogun, laiya, gboju.

Sole, *n.* àtẹlẹsẹ. *v.t.* fi atẹsẹ si. *adj.* nikanṣoṣo.

Solely, *adv.* kiki, nikanṣoṣo.

Solemn, *adj.* nirònu, ọ̀wọ̀.

Solemnity, *n.* iṣe irònu, ifìyesi.

Solemnization, *n.* iṣe ilana ti o ni irònu.

Solicit, *v.t. and i.* bẹ̀, tọrọ, ṣe ajò.

Solicitation, *n.* ẹ̀bẹ, ajò, iṣajò.

Solicitor, *n.* ẹlẹbẹ fun ẹnikejì, alagbawi ẹjọ funni ni ilé ẹjọ.

Solicitude, *n.* ajò, aniyan.

Solid, *adj.* murale, le, yè, ṣõtọ, lagbara.

Solidity, *n.* iye, imurale, iduro-ṣanṣan, agbara.

Soliloquise, *v.i.* ba ara ẹni sọrọ.

Soliloquy, *n.* ibara ẹni sọ.

Solitary, *adj.* nikanṣoṣo, li ẹni ofo.

Solitude, *n.* idágbé anikangbe.

Solo, *n.* orin anikankọ.

Soluble, *adj.* yiya sipa, yiyọ ninu omi.

Solution, *n.* ìyasọtọ̀, ilàdi.

Solve, *v.t.* ladi, tumọ, sàsõyé.

Sombre, *adj.* ṣokunkun, riroju.

Some, *adj.* diẹ, kan, awọn kan.

Somebody, *n.* ẹnikan, enia kan.

Somehow, *adv.* li ọna kan.

Something, *n.* nkan, ohun kan.

Sometimes, *adv.* nigba kan, nigbamiran.

Somewhat, *adv.* diẹ, ohun kan, nkankan.

Somewhere, *adv.* nibi kan.

Son, *n.* ọmọkọnrin, ọmọ-ile.

Song, *n.* orin.

Songster, *n.* akọrin, olorin, ẹiyẹ olorin.

Songtress, *n.* akọrin obirin.

Son-in-law, *n.* ọkọ́ ọmọbirin ẹni, ana.

Sonnet, *n.* orin kekere.

Sonorous, *adj.* ni hihan goro ; ohun oke.

Sonship, *n.* iwa ọmọ.

Soon, *adv.* nisisiyi, laipẹ, laiduro.

Soot, *n.* majala dudu jankāwọ.

Sooth, *n.* otitọ, ododo.

Soothe, *v.t.* tù, tàn, pọ́n.

Soothsayer, *n.* alafọsẹ.

Sooty, *adj.* dudu, nijankāwọ.

Sop, *n.* okele onjẹ. *v.t. and i.* bòkele.

Sorcerer, *n.* oṣo.

Sorceress, *n.* ajẹ.

Sorcery, *n.* iṣoṣo, iṣàjẹ.

Sordid, *adj.* ainiyin, lẹgàn, loju-kokoro.

Sore, *n.* oju egbò, õjū.

Sorely, *adv.* kikan, pẹlu ẹdun.

Sorrel, *n.* ámūkán.

Sorrow, *n.* ibanujẹ, ikūnu, irora.

Sorrowful, *adj.* kun fun ibanujẹ tabi irora.

Sorry, *adj.* binujẹ ; lainilari.

Sort, *n.* iru, ẹgbẹ. *v.t.* yà li ẹgbẹ, to lẹsẹ̀sẹ.

Sortment, *n.* iyalọtọ̀tọ.

Sot, *n.* ongọ̀, ọmuti.

Sottish, *adj.* gọ̀, lọra, lòpe.

Sought, Seek, *v.t. and i.* wá-kiri, bère.

Soul, *n.* ọkan, ẹmi.

Sound, *n.* ìró. *adj.* yè, lẹra, lagbara, pé. *v.t. and i.* diwọ̀n jinjin omi, fun, dún.

Soundness, *n.* yiye, ilera, ipé.

Soup, *n.* ọ̀bẹ, omi ẹran.

Sour, *adj.* kan, kikan, kanra, rorò, aipọn.

Source, *n.* orisun, isun, ibi pataki.

South, *n.* gusù, iha isalẹ.

Southward, Southerly, *adj.* niha gusù.

Souvenir, *n.* ohun iranti.

Sovereign, *n.* ọba, aláyé ; owo wura (20/- shillings).

Sovereignty, *n.* agbara nla, ijọba.

Sow, *n.* abo ẹlẹdẹ.

Sow, *v.t.* fun irugbin, fun kalẹ, gbin.

Sower, *n.* afunrugbin.

Space, *n.* ãyè, igbà, akoko.

Spacious, *adj.* layè, fẹju, gboro.

Spade, *n.* ọkọ ibulẹ.

Span, *n.* ibu atẹlẹwọ. *v.t. and i.* fi ika wọn, sọda.

Spangle, *n.* awo titanṣãn.

Spank, *v.t. and i.* fi ikũkù lu.

Spare, *v.t. and i.* da-si, ṣun-lò, dari-ji.

Sparing, *adj.* ni didasi.

Spark, *n.* ẹta-ina, ọwọ́-ina, ìpẹpẹ ina.

Sparkle, *n.* ẹta ina, itanṣãn, didan. *v.i.* tàn, dan.

Sparrow, *n.* ologoṣẹ.

Spasm, *n.* igiri, giri.

Spasmodic, *adj.* di gìri, wùrù-wùrù.

Spatter, *v.t. and i.* fun si.

Spawn, *n.* ẹyin ẹja.

Speak, Spoke, *v.t. and i.* wi, sọ, sọrọ, fọhun.

Speaker, *n.* ọlọrọ, asọrọ.

Speaking, *n.* isọ̀rọ.

Spear, *n.* ọkọ̀, ẹ̀ṣin.

Special, *adj.* akanṣe, pataki.

Specie, *n.* owo.

Species, *n.* iru, ẹgbẹ.

Specific, *adj.* nipa ti, iru kan, ọkan, ogun kan ti o ba arun kan mu.

Specify, *v.t.* pe lorukọ kan.

Specimen, *n.* apẹrẹ, ifihan.

Specious, *adj.* hihan, yiyin, fara-han rere.

Speck, *n.* abawọn, ami.

Speckle, *v.t.* bà tótòtó.

Spectacle, *n.* iworan, iran.

Spectacles, *n.pl.* digi iriran ojú.

Spectator, *n.* ãwòrãn.

Spectre, *n.* iji, iwin, iran.

Speculate, *v.i.* gbiro, gbimọ, daba.

Speculation, *n.* igbiro, ìgbimọ, idaba.

Speculator, *n.* agbiro, adaba.

Speech, *n.* ọrọ, ede, ohùn.

Speechless, *adj.* laifọhun, lailo-hun.

Speed, *n.* iyara. *v.t. and i.* yára.

Speedy, *adj.* kankan, niyarayara.

Spell, *n.* õgùn, õdì, ọfọ̀.

Spell, Spelt, *v.t.* ka ãmi iwe lọkọ-kan.

Spend, *v.t. and i.* náwo, lò tan, run.

Spendthrift, *n.* oninakuna, ãmù-ṣùwà, alanabajẹ.

Sperm, *n.* ipilẹ iru.

Spew, Spue, *v.t. and i.* bì, pọ jade.

Sphere, *n.* ayika, obirikiti, sa-kãni.

Spice, *n.* turari.

Spider, *n.* alantakun.

Spider-web, *n.* okun alantakun.

Spike, *n.* ipẹ agbado, iṣo nla.

Spikenard, *n.* turari tutu.

Spill, *v.t. and i.* danu, tasilẹ, ta, tasi.

Spin, *v.t. and i.* ran, ranwu, fagun.

Spindle, *n.* kẹkẹ owu.

Spine, *n.* egungun ẹhin.

Spinner, *n.* aranwu, olowu.

Spinster, *n.* wundia, ọmọbirin.

Spiral, *adj.* ikanrun, kikanrun.

Spire, *n.* ile agogo, ipa ọna titẹ.

Spirit, *n.* ẹmi, ọkan ; iwin, ọrọ ; ọti.

Spirited, *adj.* kun fun ẹmi, yiyara.

Spiritless, *adj.* lailẹmi alaidaraya, kura.

Spiritual, *adj.* ti ẹmi.

Spirituality, n. iwa ti ẹmi.

Spirituous, adj. ti oti.

Spit, Spat, v.i. tutọ. n. irin iyanran.

Spite, n. irira, aikasi, iwọsi, arankan. v.t. korira, bininu, fi arankan lo.

Spiteful, adj. nirira, laikasi, ni arankan.

Spittle, n. itọ ẹnu.

Splash, v.t. and i. fẹrẹkùn ṣabaṣaba, fi ẹrẹ yi.

Spleen, n. ọlọ inu, osi.

Splendid, adj. dara, yanjú.

Splendour, n. hihan, idara, idan.

Splice, v.t. ran-okun.

Splint, n. igi pẹlẹbẹ lati fi di egungun ti o fọ.

Splinter, n. ẹrun igi pẹlẹbẹ.

Split, v.t. and i. là, pin, la wẹwẹ.

Spoil, v.t. and i. bajẹ, ja-lole, ko. n. ijalole, ikogun, ibajẹ.

Spokesman, n. alagbasọ fun ni, ogbifọ.

Sponge, n. kanrinkan oyinbo.

Sponsor, n. onigbọwọ.

Spontaneous, adj. lairọ, fun ara ẹni, ti ifẹ ara ẹni.

Spoon, n. ṣibi, igbakọ.

Sport, n. ire, ire-ṣiṣe. v.t. ṣire, ṣọdẹ.

Sportsman, n. ọdẹ.

Spot, n. abawọn, àbukùn, ẹgan, ami. v.t. ṣabukun si.

Spotless, adj. lailabukun, lailabawọn, lailẹgan.

Spotted, adj. alainì, abawọn.

Spouse, n. iyawo, ọkọ-iyawo, afẹsọnà.

Spout, n. ihó ti nsun omi, ẹnu ọṣọrọ. v.t. and i. da ọṣọrọ.

Sprain, n. rirọ, ifirọ, ifararọ. v.t. fi-rọ.

Sprawl, v.t. and i. dura, dura ni ṣubu.

Spray, n. ẹka-igi, ifofo omi.

Spread, v.t. and i. nà, tàn, bomọlẹ, tẹ-si. n. itankalẹ, inà, iborí.

Spreading, adj. riràn, ninà, ngbilẹ, nwú si i.

Spree, n. bafẹfẹ.

Sprig, n. ẹka igi.

Sprightly, adj. mura, nididaraya.

Spring, n. fifo ; orisun omi ; igba rirú ewe. v.t. and i. fo, fo-soke ; sun jade ; hu jade, rú-jade.

Springing, n. hihu, rirú, sisun.

Sprinkle, v.t. and i. bù, wọn, fun.

Sprinkling, n. ibuwọn.

Sprite, n. ijl, idiji.

Sprout, n. ehu titun. v.t. and i. làhù, lanu hù.

Spruce, adj. fifinju, didara, muragìri, ṣekán.

Spur, n. igun esin, kẹsẹ ẹṣin. v.t. and i. gun ẹṣin, tisiwaju.

Spurious, adj. aiṣotọ, lẹtan, ọmọ-ale, ifarawe.

Spurn, v.t. and i. tapa si, gàn.

Spurt, v.i. sun-jade.

Spy, n. ami, aṣamí. v.t. and i. ṣe amí ṣọ, wò.

Squabble, n. asọ.

Squabbler, n. alásọ.

Squadron, n. ẹgbẹ ologun.

Squall, n. ẹfūfù ojiji. v.t. and i. ke lojiji.

Squalid, adj. ẹlẹgbin, lẹ̄ri.

Squander, v.t. ná ni inakuná, na-bajẹ.

Square, n. igun mẹrin lọgbọgba. v.t. and i. ṣe dẹ̄dẹ̄, mu bade, ba-mu.

Squash, n. iṣubu ojiji. v.t. and i. bi ṣubu.

Squat, v.t. and i. loṣo ṣatipo.

Squeak, n. kike, didun. v.t. and i. ke, dun.

Squeal, v.t. and i. han.

Squeeze, n. ifunpọ. v.t. and i.
fun pọ.

Squint, v.t.and.i. ifojuwo lapakan,
dà oju wo.

Squire, n. iranṣẹ, ọlọtọ, ọgbẹni.

Squirm, v.i. tagiri.

Squirrel, n. ọkẹrẹ, oforo.

Stab, v.t. and i. fi ohun mímú
gun.

Stability, n. iduroṣinṣin.

Stable, v.t. and i. diduroṣinṣin,
fifẹsẹ-mulẹ. n. ibuso.ẹran.

Stack, n. abà agbado tabi koriko
ẹṣin. v.t. ko koriko fi ṣe
abà.

Staff, n. ọpa, igi, ami oye, awọn
alabaṣiṣẹpọ.

Stag, n. akọ agbọnrin.

Stage, n. ibi iduro, ibusọ.

Stagger, v.t. and i. ta gbọngbọn,
tase irin ; ṣe iyemeji.

Stagnant, adj. alairu, nlaiṣan,
didurojẹ.

Stagnation, n. idurojẹ, lailoju
iṣan.

Stain, n. abawọ́n, àbùkùn, ẹgan.
v.t. and i. ṣe abawọ́n si.

Stair, Staircase, n. àkasọ, atẹgun
ile.

Stake, n. ẹ̀kàn, opó, ijiyan. v.t.
fi ẹ̀kàn tì.

Stale, adj. gbó, pẹ́, di ikasi.

Stalk, n. igi ehu, poroporo, ọpa.
v.t. and i. yọ́dẹ.

Stall, n. ilé ẹṣin tabi malu ; ibi
ọja.

Stallion, n. akọ ẹṣin ti a ko tẹ̀.

Stalwart, adj. alagbara.

Stamina, n. okun, ọṣan ara.

Stammer, v.t. and i. kólòlò.

Stammerer, n. ãkólòlò.

Stamp, n. ohun aml ifiweranṣe.
v.t. and i. sami si, fi ẹsẹ
lulẹ, tẹ̀-mọlẹ.

Stampede, n. isare-girigiri.

Stand, n. ibi iduro, iduro. v.t.
and i. dẹsẹ duro, duro,
dide, naró.

Standard, n. ọpagun, asia,
oṣuwọn idasilẹ.

Standard-bearer, n. ọlọpagun.

Standing, n. iduro, ipò. adj.
diduro, naró.

Standpoint, n. ibi ti a gbe ti nwo
nkan.

Standstill, n. iduro jẹ.

Staple, n. ipinnu owo ọja. adj.
pakaki.

Star, n. irawọ.

Starch, n. ogi gbaguda.

Stare, v.t. and i. wò-ṣun, fiyanu
wo.

Stark, adj. patapata, nihoho.

Starlight, n. imọlẹ irawọ.

Start, v.t. and i. dide kán. dide
lọ́gán.

Starting-point, n. ibi idide.

Startle, v.t. dẹruba, ba-lẹru.

Starvation, n. ipalebi.

Starve, v.t. and i. fi ebi pa.

State, n. iwa, sakani ilu. v.t. sọ,
là lẹsẹsẹ.

Statement, n. ọ̀rọ, ila ọ̀rọ silẹ.

Station, n. iduro, ipò, ibusọ,
ibujoko. v.t. fi si ipo.

Stationary, adj. diduro nibikan,
lailọsiwaju.

Stationer, n. atawe, oniwe.

Stationery, n. ohun ikọwe.

Station-master, n. alabojuto
ibode ọkọ-ilẹ.

Statue, n. èré, àwòrán.

Stature, n. giga, idàgbà, ina soke
enia.

Statute, n. ofin.

Staunch, Stanch, adj. diduro-
ṣinṣin, lotitọ, nitara. v.t.
daduro, (dida ẹjẹ duro).

Staves, n.pl. ọpa, ọgọ.

Stay, n. alafẹhinti, idaduro. v.t.
and i. duro nibikan, da-duro.

Stead, n. ipo, aye, ilo, iranlọwọ.

Steadfast, adj. duroṣinṣin.

Steadfastly, adv. niduroṣinṣin, ni
tẹjumọ, ipinnu tan gangan.

Steady, *adj.* ṣinṣin, pipinnu, diduro.

Steal, *v.t. and i.* jale.

Stealth, *n.* ìwa ole, ìwa ikọkọ.

Steam, *n.* ōru.

Steamboat, *n.* ọkọ̀ elēfin.

Steed, *n.* ẹṣin.

Steel, *n.* irin, idẹ.

Steep, *adj.* gẹ̀rẹgẹ̀rẹ oke. *v.t.* tẹ bọ omi.

Steeple, *n.* ile iṣọ ṣonṣo.

Steer, *n.* ẹgbọrọ akọ malu. *v.t. and i.* tu ọkọ.

Steerage, *n.* itọkọ̀, isalẹ ọkọ̀.

Stem, *n.* ẹka, ọpá, ẹ́bi. *v.t.* da-duro.

Stench, *n.* ōrùn buburu.

Step, *n.* iṣiṣẹ, irìn ẹsẹ; àkàsọ̀, atẹgun. *v.t. and i.* ṣiṣẹ, rin.

Sterling, *adj.* mọ́, dara, nitotọ.

Stern, *adj.* korò, rorò, ṣonu. *n.* ẹ̀hin idi ọkọ̀.

Stew, *n.* ọbẹ alata. *v.t. and i.* yan layansè, bọ pẹlẹpẹlẹ.

Steward, *n.* iriju, iranṣe, olutọju ile tabi oko.

Stewardship, *n.* iṣẹ olutọju, iṣe iriju.

Stick, *n.* igi. *v.t. and i.* tẹ-bọ, lẹmọ́, fimọ, kàn-mọ́.

Sticky, *adj.* lilẹmọ́, fà mọtimọti.

Stiff, *adj.* lile, le, lafojudi.

Stiff-necked, *adj.* ọlọrùn lile.

Stifle, *v.t. and i.* kìwọ̀, funki; fin.

Stigma, *n.* ami ẹgàn.

Stigmatise, *v.t.* ṣe ami ẹgàn si.

Still, *v.t. and i.* mu dakẹ, pa-lẹnu mọ́, mù-pa rọrọ. *adj.* dakẹ, duro jẹ, didakẹ rọrọ. *adv.* sibẹsibẹ.

Still-born, *adj.* abikú; bibi oku ọmọ.

Stillness, *n.* idakẹ, idakẹ rọrọ.

Stilts, *n.pl.* agere, màmápàrá.

Stimulate, *v.t.* rú, fi nkan gun, gbaniyanju.

Stimulation, *n.* irúsoke, igbaniyanju.

Sting, *n.* itani, orò. *v.t. and i.* ta, bù-ṣán.

Stingless, *adj.* ainita, ailorò.

Stingy, *adj.* hawọ, awun enia.

Stink, *n.* ōrun buburu. *v.t. and i.* rùn, dibajẹ.

Stint, *n.* ālà. *v.t.* da-duro, fi ālà si.

Stipend, *n.* owo iṣẹ.

Stipulate, *v.t. and i.* ṣe ipinnu, ṣe adehun, ṣajọmọ.

Stipulation, *n.* ipinnu, adehun, ajọmọ.

Stir, *n.* irusoke, ariwo. *v.t. and i.* rú, dide, mú, gbe dide.

Stirrup, *n.* ọkọ asa lati fi gun ẹṣin, ìdásẹ̀lẹ́ gari ẹṣin.

Stitch, *n.* ipa abẹrẹ́. *v.t. and i.* ran, ko, sopọ̀, dapọ̀.

Stock, *n.* eyiti a fi pamọ, iti, iṣura ọja; kukuté; omi-ẹran. *v.t. and i.* fi-pamọ, fi-kun, ko-jọ.

Stockade, *n.* ode.

Stocking, *n.* ibọsẹ.

Stocks, *n.pl.* àbà ti a fi nkan ni mọlẹ.

Stock-taking, *n.* iṣiro ohun ọja.

Stoke, *v.t. and i.* ko ina.

Stomach, *n.* inu, ikun.

Stone, *n.* okuta. *v.t.* sọ li okuta.

Stonework, *n.* iṣẹ okuta.

Stony, *adj.* ibi okuta, lile bi okuta.

Stool, *n.* apoti ijoko, apoti ẹsẹ.

Stoop, *v.t. and i.* bẹrẹ, tẹriba, tẹba.

Stop, *n.* idaduro. ise. *v.t. and i.* daduro, se.

Stoppage, *n.* idaduro.

Stopper, *n.* adikò, idẹnu.

Store, *n.* ọpọlọpọ, iṣura, àba. *v.t.* fi-pamọ, fi-ṣura, ko-jọ.

Storehouse, *n.* ile iṣura.

Storekeeper, *n.* olutọju ile ipalẹ-mọsi.

Storm, *n.* iji, ẹfufu lile, ikọlu. *v.t. and i.* kọ-lù.

Story, *n.* itan, irohin, ihin.

Storyteller, *n.* arohin, asọtan.

Stout, *adj.* le, lagbara, lọra; sanra.

Stouthearted, *adj.* laiya.

Stoutly, *adv.* ṣagidi.

Stove, *n.* ohun idana, ilé gbigbona.

Stow, *v.t.* to lẹsẹsẹ.

Straddle, *v.t. and i.* yakata ẹsẹ rin.

Straggle, *v.i.* ṣina, rin kakiri.

Straggler, *n.* aṣina, arinranhun-ranhun.

Straight, *adj.* tàra, tọ, laiwọ, ganran.

Straighten, *v.t. and i.* mu-tọ.

Straightway, *adv.* lojukanna, lọgan.

Strain, *v.t. and i.* sẹ́, gbà, yọ́.

Strainer, *n.* asẹ.

Strait, *n.* iye-meji, ihágaga. *adj.* há, hihá.

Strand, *n.* eti-okun.

Strange, *adj.* àjeji, ṣàrà.

Strangely, *adv.* li ọna ajeji.

Stranger, *n.* alejo, ajeji.

Strangle, *v.t.* fún-pa, lọlọrùn.

Strap, *n.* awọ tẹrẹ idẹru. *v.t.* dì, somọ.

Stratagem, *n.* arekereke, ẹtan, ọgbọn ọrọ.

Strategy, *n.* ẹtan.

Straw, *n.* igi agbado tabi bàbà.

Stray, *v.i.* yapa, sọnu, ṣina kiri.

Streak, *n.* àwọ tẹtẹtẹ oniruru.

Stream, *n.* odo ṣiṣan. *v.t. and i.* ṣan jade.

Street, *n.* ọna igboro ilu, ita.

Strength, *n.* agbara, ipa.

Strengthen, *v.t. and i.* fun li agbara, fi ipá fun, mu lọkan le.

Strenuous, *adj.* lagbara, yara, mura, nitara.

Stress, *n.* itẹnumọ, ikiyesi, agbara.

Stretch, *v.t. and i.* nà, fagùn. *n.* inà, ifagun.

Stretcher, *n.* ohun inara le, ibusun ẹlẹgbẹ kan.

Strew, *v.t.* tan ka kiri.

Strict, *adj.* mu ògiri.

Stricture, *n.* ikakò, ọrọ fẹ́rẹ́, ifunpọ.

Stride, *n.* inaga ẹsẹ. *v.t. and i.* naga ẹsẹ rin.

Strife, *n.* ìja, asọ̀, gbolohun asọ̀.

Strike, *n.* so ipànpá, ikọ iṣẹ silẹ. *v.t. and i.* lù.

Striker, *n.* alùni.

Striking, *adj.* iyanu.

String, *n.* okun tinrin. *v.t. and i.* sin, fun lókùn.

Stringent, *adj.* le, ṣoro.

Strip, *n.* nkan tòró. *v.t. and i.* bọ-silẹ, bọ-laṣọ, bọ-nihoho; kó.

Stripes, *n.pl.* inà, oniruru ila, paṣan.

Stripling, *n.* ọdọmọdekọnrin.

Strive, *v.i.* ba-ja, làkaka, kọju ija si, fi agbara ṣiṣẹ, ba-gbiyanju.

Stroke, *n.* ìlù, ìna, ila tinrin. *v.t.* fi ọwọ pa jẹjẹ.

Stroll, *n.* irinkiri. *v.t. and i.* rin kakiri.

Strong, *adj.* le, lagbara, nipa, lera.

Stronghold, *n.* ibi giga, ilu-odi.

Strongly, *adv.* ṣinṣin.

Structure, *n.* ikọlé, ọnà.

Struggle, *n.* igbiyanju. *v.i.* jàgudu, ba-gbiyanju, ṣagbara, ṣerọju.

Strut, *v.i.* fi igberaga rin.

Stubble, *n.* idi poroporo agbado tabi ọka aṣakun li oko, idi koriko, akekù koriko.

Stubborn, *adj.* agidi, aigboran, lile.

Stud, *n.* onini ewu.

Student, *n.* akowe, eni ile iwe.

Studious, *adj.* lapon iwe, nironu, nifojusi.

Study, *n.* ibi iwe, ibi ikawe ; ifiyesi. *v.t. and i.* ko, ka, se-asaro, fiyesi.

Stuff, *n.* ohun-elo, eru ; aso. *v.t. and i.* fi-kun, ki, je ajeki.

Stumble, *v.t. and i.* kose, kose polu dura.

Stumbling-block, *n.* ohun ikose, idugbolu.

Stump, *n.* kukute, idi igi akeku, gbongbo.

Stun, *v.t.* fi pará ya lenu, ti lati payera.

Stunt, *v.t.* mú rán lati dàgbà.

Stupefy, *v.t.* mu-gò, so di ongò, gba ni ye.

Stupendous, *adj.* niyanu, nisise-ninihà.

Stupid, *adj.* gò, fà, wuwo. lora, siwere.

Stupidity, *n.* igò, ongò, ifà, ilora, iwere.

Stupor, *n.* igba ni iyè, iraniyè.

Sturdy, *adj.* lile, nila, jara.

Stutter, *v.t. and i.* kololo.

Stutterer, *n.* akololo.

Sty, Stye, *n.* iwú li oju ; ilé elede.

Style, *n.* owo ikowe, asà. *v.t.* pè-loruko.

Suave, *adj.* niwa, senia, fanimora.

Subdivide, *v.t.* tun ipa pin nipa.

Subdue, *v.t.* sé, segun, bori.

Subject, *n.* omo-ehin eniti nsin, enia labe ijoba ; oro ti a wí ni. *v.t.* teba, te-loriba, fi ori bale.

Subjection, *n.* iforibale, iteriba.

Subjugate, *v.t.* segun, te loriba.

Subjugation, *n.* isegun, ite-loriba.

Sublime, *adj.* giga, ni olá.

Sublimely, *adv.* ni igbeleke.

Submarine, *adj.* nisale okun.

Submerge, Submerse, *v.t.* ri ninu omi, san bo mole.

Submersion, *n.* iri ninu omi.

Submission, *n.* iteriba, iforibale, iresile.

Submit, *v.t. and i.* farabale, teriba, foribale.

Subordinate, *adj.* li omo-ehin, ijoye ehin.

Subordination, *n.* iwa omo-ehin, iwalabe.

Suborn, *v.t.* be abetele, bèwe se nkan buburu.

Subscribe, *v.t. and i.* ko oruko si se eleri, da owo si.

Subscriber, *n.* eniti o ko oruko si se eri, eniti o dawo si.

Subscription, *n.* ikowe si isale, owo dida.

Subsequent, *adj.* titolehin, titele.

Subside, *v.i.* rele, rì, kú, dá.

Subsidy, *n.* iranlowo, owo-ode.

Subsist, *v.t. and i.* wà, je.

Subsistence, *n.* ohun jije, iwa làyò.

Substance, *n.* iwa, eda ara, orò, ohun ini aiye.

Substantial, *adj.* diduro, lile, lagbara, lorò.

Substantiate, *v.t.* mu-duro, mu-le, ti-lehin.

Substitute, *n.* agbipò eni, aropò eni. *v.t.* fi sipò eni, dipò.

Substitution, *n.* iropò, igbipo eni.

Subterfuge, *n.* etan, mòkùn logbele.

Subterranean, *adj.* ti isale ilè.

Subtile, *adj.* larekereke, gbon.

Subtlety, *n.* arikereke.

Subtly, *adv.* arikereke.

Subtract, *v.t.* mu-kuro, yo-kuro ninu òtòtò ohun.

Subtraction, *n.* imukuro ninu òtòtò.

Suburbs, n.pl. agbegbe ẹhìn ode
ilu, ẹbẹba-ilu.

Subversion, n. iyipadà, iyipo,
ibajẹ, ibiṣubu.

Subvert, v.t. yi-padà, yi-po, ba-jẹ,
bi-ṣubu.

Subway, n. ọna isalẹ ilẹ.

Succeed, v.t. and i. rọpò, gbipò,
tẹle, ṣe ọna rere, bori.

Success, n. ọna rere, alafia,
àsiki ; aṣeyọri.

Successful, adj. ṣerere, ṣe alafia,
ṣe yọri.

Succession, n. itẹle lẹsẹsẹ.

Successor, n. arọpò, agbipò ẹni.

Succour, n. irànlọwọ, itilẹhin.
v.t. ràn-lọwọ, ti-lẹhin, gbè.

Succourer, n. olurànlọwọ.

Succulent, adj. kun fun oje.

Succumb, v.i. yẹra, ṣubu labẹ,
jọwọ ara fun.

Such, pron. irú, eyi nà.

Suck, n. ọmú. v.t. and i. mú,
jomu, fi ẹnu fàmu.

Suckle, v.t. fi ọmú fun.

Suckling, n. ọmọ ẹnu ọmu.

Suction, n. ifàmu.

Sudden, adj. lojiji.

Suddenly, adv. lọgan, lairotẹlẹ
lojiji.

Suds, n.pl. ēri-ọṣẹ.

Sue, v.t. and i. fi-sùn, pè lẹjọ,
bẹbẹ̀.

Suet, n. ọra.

Suffer, v.t. and i. jiyà, je, gbà.

Sufferable, adj. gbigbà, jijẹwọ.

Sufferance, n. ighà, ijẹ, iforiti,
ijẹwọ.

Sufferer, n. ẹniti o jiyà, alaisan.

Suffering, n. irora, ijiyà.

Suffice, v.t. and i. tó.

Sufficiency, n. titó.

Sufficient, adj. tó fun.

Suffocate, v.t. and i. fún, fin.

Suffocation, n. ifún, ifin.

Suffrage, n. ilohùnsi, ifohùnsi.

Suffuse, v.t. dà si, fi bo.

Sugar, n. iyọ ireke, iyọ oyinbo.

Sugar-cane, n. ireke.

Suggest, v.t. ṣi-niyè, fi ero nkan
si ẹni ninu.

Suggestion, n. iṣiniye, ifisiẹni-
ninu.

Suggestive, adj. ferosi ninu.

Suicide, n. ẹniti o pa ara rẹ̀.

Suit, n. ẹbẹ, ipè lẹjọ. ẹjọ, iparọ
aṣọ, ifẹ́. v.t. and i. yẹ,
bámu.

Suitable, adj. yiyẹ, bibamu,
nibadede.

Suite, n. awọn ọmọ-ẹhin, atẹleni.

Suitor, n. asunni, afẹni, ẹlẹjọ
ẹni.

Sulk, v.i. fajuro, rọju.

Sulky, adj. fajuro, roju.

Sullen, adj. wu, binu, dakẹ.

Sulphur, n. imi ōrùn.

Sultry, adj. moru, gbona.

Sum, n. iye owo, iye ohunkohun,
akopọ. v.t. and i. ṣiro, kaye,
ròpò̀.

Summary, n. akopọ, akotan.
adj. kukuru, laifagun titi.

Summer, n. igba ẹ̀run.

Summit, n. gongo òke, ori òke.

Summon, v.t. fi aṣẹ pè, paṣẹ, pè.

Summons, n. ipè ọlá.

Sumptuous, adj. niyelori, didun
didun, dara.

Sun, n. ōrùn.

Sunbeam, n. riran ōrùn.

Sunburnt, adj. fifi ōrùn jo.

Sunday, n. ọjọ kini ọṣẹ ti iṣe
ọjọ isimi.

Sunder, v.t. and i. yà nipa.

Sundial, n. ohun ọna ti a fi imọ
wakati nipa hihan ojiji
ōrùn lara rẹ̀.

Sundown, n. iwọ ōrùn.

Sundry, adj. oniruru, ọpọlọpọ.

Sunless, adj. lailōrùn.

Sunlight, n. imọlẹ ōrùn.

Sunrise, n. ila ōrùn, owurọ,
kutukutu.

Sunset, *n.* aṣálẹ́, aṣewalẹ, iwọ
òrùn.

Sunshade, *n.* agbŏrun.

Sunshine, *n.* riran òrùn.

Sup, *v.t. and i.* gbe jẹ, gbemì,
jẹ, jẹun.

Superable, *adj.* ṣiṣẹgun, ṣiṣẹni.

Superabundance, *n.* pipọ rekọja.

Superabundant, *adj.* pọ rekọja.

Superannuate, *v.t.* yọ kuro lẹnu
iṣẹ nitori ogbo, sisan owo
nitori iṣẹ ti o ti ṣe ri.

Superannuation, *n.* iyọkuro lẹnu
iṣẹ nipa ogbo, owo ti a san
bi ere iṣẹ.

Superb, *adj.* dara rekọja, dara
leke.

Supererogation, *n.* iṣẹ irekọja,
iṣẹ ti o leke, iṣẹ aṣele.

Superficial, *adj.* lode, loke, laiji-
nlẹ.

Superfine, *adj.* didara leke, dara
rekọja.

Superfluity, *n.* aṣeleke.

Superfluous, *adj.* ohun ileke.

Superhuman, *adj.* ju ti ẹda lọ.

Superintend, *v.t. and i.* ṣe olori,
ṣe abojuto, ṣe alakoso.

Superintendence, *n.* ibojuto,
iṣetọju.

Superintendent, *n.* alabojuto.

Superior, *adj.* daraju, gaju.

Superiority, *n.* ọlaju, ipò giga
julọ.

Superlative, *adj.* gígajulọ.

Supernatural, *adj.* ju ti ẹda lọ.

Superscribe, *v.i.* kọwe leke, kọwe
lòke.

Superscription, *n.* akọle.

Supersede, *v.t.* ya-sapakan, ṣa-
tì, fi agbara gba ipo ẹlo-
miran.

Superstition, *n.* igba ohun asan
gbọ́, ọran isìn eké, isìn-
kusin.

Superstitious, *adj.* tẹramọ́ isìn-
kusin, aṣeju.

Supervene, *v.i.* wa lì ẹkún ṣẹ́lẹ̀

Supervention, *n.* iṣẹ́lẹ̀.

Supervise, *v.t.* bojuto, bojuwo.

Supervision, *n.* ibojuto.

Supper, *n.* onjẹ alẹ.

Supplant, *v.t.* fi arekereke ṣẹtan,
ji-lẹsẹ̀.

Supplanter, *n.* ajinilẹsẹ̀, ẹlẹtan,
eleru.

Supple, *adj.* aiṣoro tẹ, rọ̀, dẹra.

Supplement, *n.* ifikún, ẹkún.
v.t. fi-kún, fi-pẹlu.

Supplementary, *adj.* fifikun, fifi-
pẹlu.

Suppliant, *n.* ẹlẹbẹ, abẹni.

Supplicate, *v.t. and i.* bẹ̀, tọrọ.

Supplication, *n.* ẹbẹ, itọrọ.

Supply, *n.* ẹkún, ifikún. *v.t.*
mu-kún, fi-kún.

Support, *n.* itilẹhin, iranlọwọ.
v.t. tì-lẹhin, ran-lọwọ, gbè.

Supporter, *n.* alatilẹhin, oluran-
lọwọ.

Suppose, *v.t.* ṣebi, gbimọ̀, rò.

Supposition, *n.* iṣebi, igbimọ̀, irò.

Suppress, *v.t.* tẹri, kiwọ̀, fi-pamọ.

Suppression, *n.* itẹri, ikiwọ̀,
ifipamọ.

Suppressor, *n.* alatẹri, alakiwọ̀.

Suppurate, *v.i.* ṣọyún.

Suppuration, *n.* iṣọyún.

Supremacy, *n.* ibori gbogbo.

Supreme, *adj.* bori gbogbo, ga
ju lọ, lọla ju lọ.

Surcharge, *n.* owo asanle, abulè.
v.t. bu owo lelori ju bi
otiyẹ.

Sure, *adj.* daju, lagbara, nigbẹ-
kẹle.

Surefooted, *n.* itẹlẹ ṣanṣan.

Surely, *adv.* lailewu, nitòtọ,
niduroṣinṣin.

Surety, *n.* onigbọwọ, idaju.

Surf, *n.* igbi okun.

Surface, *n.* oju-ode, oju oke.

Surfeit, *v.t. and i.* mu jẹ ajẹkì.
n. àrun ajẹki, wobia.

K

Surge, *n.* riru omi okun.

Surgeon, *n.* oniwọra, oniṣegun.

Surgery, *n.* ile oniṣegun.

Surly, *adj.* ṣonu, tete binu.

Surmise, *n.* irò, ifura. *v.t. and i.* rò, ṣe fura.

Surmount, *v.t.* ṣẹgun, bori, ṣe akója.

Surname, *n.* orukọ apele, orukọ idile.

Surpass, *v.t.* re-kọja, ta-yọ.

Surpassing, *adj.* pọju rekọja.

Surplice, *n.* ẹwu funfun ti alufa.

Surplus, *n.* iyokun, èlé.

Surprise, *n.* iyanu, ojiji. *v.t.* balojiji, ba lairotẹlẹ.

Surprising, *adj.* niyanu, ṣenihà.

Surrender, *n.* ituba, itẹriba, ijọsin. *v.t. and i.* tuba, tẹriba, jọsin.

Surround, *v.t.* yi kakiri.

Surroundings, *n.pl.* agbegbe, adugbo.

Survey, *n.* lwo, ìwo kakiri. *v t.* bojuwò kakiri, wọn, diwọn.

Surveying, *n.* wiwọn ilẹ.

Surveyor, *n.* awọnlẹ, alafojuto.

Survival, *n.* wiwa laye.

Survive, *v.t. and i.* pẹ, wiwa làye.

Survivor, *n.* ọlọjọgigun lori ju ẹnikẹji lọ.

Susceptible, *adj.* gbigba sinu.

Suspect, *v.t.* ṣe ifura si, rò si laini ẹrí.

Suspend, *v.t.* so, sorọ̀, fikọ, yẹ kuro nipo.

Suspense, *n.* iṣiyemeji, iwa aiṣedaju.

Suspension, *n.* isorọ̀, idawọduro, iyọkuro ninu iṣẹ.

Suspicion, *n.* ifura.

Suspicious, *adj.* nifura.

Sustain, *v.t.* rù, gbà, bọ́, mu-duro, faiyàrán.

Sustenance, *n.* onjẹ, ohun jijẹ, itilẹhin.

Sustentation, *n.* igbalọwọ iṣubu, ibọni, onjẹ.

Swaddle, *v.t.* gba li ọja.

Swagger, *v.t. and i.* iyiara kiri, fúnnu, ṣe ẹnu.

Swallow, *n.* ẹiyẹ alapandẹdẹ, ọna-ọfun. *v.t. and i.* gbémi, dámi.

Swamp, *n.* ẹrẹ̀, ira pẹtẹpẹtẹ́.

Swampy, *adj.* lẹrẹ̀, nira.

Sward, *n.* okotutu.

Swarm, *n.* ọpọlọpọ, iṣu-ọ̀pọ, ọwọ́. *v.t. and i.* gbá yìn.

Swarthy, *adj.* rusurusu.

Swathe, *v.t.* fi ọja gba ọmọ agbo ninu.

Sway, *n.* idari, itọ́, iṣe akoso. *v.t. and i.* dari tọ́, ṣe-akoso.

Swear, Sworn, *v.t. and i.* bura, fi epe bura, ṣepe.

Swearer, *n.* ahura, aṣepe.

Swearing, *n.* ibura, iṣepe.

Sweat, *n.* ògùn. *v.t. and i.* làgùn, gun.

Sweep, *v.t. and i.* fi ọwọ̀ gbalẹ̀.

Sweepings, *n.pl.* ilẹ gbigba, ẹri ilẹ ti a gbà jọ.

Sweet, *n.* onjẹ didun. *adj.* didun ni itọwò, ni rirun li eti, tabi ni iwò, dun.

Sweeten, *v.t. and i.* mu-dun.

Sweetener, *n.* alasọdun.

Sweetheart, *n.* olufẹ, ayanfẹ.

Sweetly, *adv.* didundidun, pẹlu adun.

Swell, *n.* wiwú. *v.t. and i.* wú.

Swelling, *n.* wiwú ara, ẹkún odo.

Swelter, *v.i.* fi ògun bo.

Swerve, *v.t. and i.* ya kuro loju ọna.

Swift, *adj.* yara, yaṣẹ kánkán.

Swiftly, *adv.* kiakia, yarayara.

Swiftness, *n.* iyara, iṣekánkán.

Swim, *v.t. and i.* fo loju omi jijin, lúwẹ̀, wẹ̀.

Swimmer, *n.* omuwẹ̀, ẹniti nlú wẹ̀.

Swindle, *n.* irẹjẹ. *v.t. and i.* ṣe
rẹjẹ, rẹjẹ.

Swindler, *n.* arẹnijẹ.

Swine, *n.* ẹlẹdẹ.

Swineherd, *n.* olutọju ẹlẹdẹ.

Swing, *n.* ohun iṣire ọmọde.
v.t. and i. fì, rọ̀ li ofurufu.

Switch, *n.* igi kekere. *v.t. and i.*
fì igi lu.

Swivel, *n.* ẹ̀kàn ti nkan nyi lori
rẹ̀.

Swollen, *adj.* wu.

Swoon, *n.* idaku, oyi. *v.i.* daku.

Swoop, *v.t. and i.* sọkalẹ le lori,
ınú gìrl.

Sword, *n.* idà.

Swordfish, *n.* ẹja onida.

Swordsman, *n.* ologun.

Sworn, *adj.* timọtimọ.

Syllable, *n.* ọ̀rọ kan, gbolohun
ọrọ.

Syllabus, *n.* iwe ilana ẹkọ.

Symbol, *n.* ami, apẹrẹ.

Symbolical, *adj.* apẹrẹ.

Symbolise, *v.t.* fi ṣe apẹrẹ, fi ṣe
ami.

Symmetry, *n.* iwọntun-wọnsin.

Sympathetic, *adj.* bibakẹdun,
abanidaro.

Sympathize, *v.i.* ba ṣe daro.

Sympathy, *n.* ibaṣedaro; iba-
kẹdun.

Symphony, *n.* irẹpọ iro ohun
pupọ.

Symptom, *n.* àmi àrun, apẹrẹ.

Synod, *n.* ajọ igbimọ iṣẹ Ọlọrun.

Synonym, *n.* ọrọ meji tabi mẹta
ti o ni itumọ kanna.

Synonymous, *adj.* jẹ bakanna
pẹlu.

Synopsis, *n.* akopọ, akori.

Syrup, *n.* omi iyọ oyinbo.

System, *n.* èro, ẹrọ, imọ, ìgbiro,
ilana.

Systematic, *adj.* gẹgẹ bi ti ilana,
lẹsẹlẹsẹ.

T.

Tabernacle, *n.* àgọ́, ibiti awọn
ọmọ Israel gbe npade sin
Ọlọrun li aginju.

Table, *n.* aga tabili, nkan ti ode
rẹ̀ tẹju.

Table-cloth, *n.* aṣọ itẹlori tabili.

Tablet, *n.* ọpọn ikọwe si.

Tacit, *adj.* nidakẹ, laifọhùn,
laisọ imọ jade.

Tack, *n.* iṣo kekere. *v.t. and i.*
so-mọ̀, di mọ̀.

Tackle, *n.* okùn ọkọ̀.

Tackling, *n.* òlo ọkọ̀.

Tact, *n.* ọgbọn, oye, imọ̀.

Tactful, *adj.* lọgbọn ẹ̀wẹ́.

Tactics, *n.* imọ ijagun ni ilẹ tabi
lori okun.

Tactless, *adj.* ailọgbọn ẹ̀wẹ́.

Tadpole, *n.* ọmọ ọpọlọ, ilènlégbẽ.

Tag, *n.* ohun ti a so mọ́ idi.

Tail, *n.* ìru, apa ẹhin ohun-
kohun, ipari.

Tailor, *n.* oniṣọna aṣọ wiwọ,
oniranṣọ.

Taint, *n.* ibajẹ, abawọn, àbukun.
v.t. and i. ba-jẹ, ṣe abawọn
si.

Take, Took, Taken, *v.t. and i.*
gbà, mu, gbé.

Tale, *n.* itan, alá ; iye.

Talebearer, Taleteller, *n.* olofófo.

Talent, *n.* iye oṣuwọn kan,
ẹ̀bùn Ọlọrun.

Talented, *adj.* lẹbùn.

Talisman, *n.* ìdán, õgùn iṣọra.

Talk, *n.* ọ̀rọ sisọ. *v.t. and i.*
sọ, sọrọ, wi.

Talkative, *adj.* kun fun isọ-
botiboti alaroye.

Talker, *n.* osọ̀rọ, asọbotiboti.

Tall, *adj.* gùn, gìga, ṣigbọnlẹ.

Tallow, *n.* ọra ẹran ti a ti yọ́.

Tally, *v.t. and i.* ṣedẽdẽ, yẹ,
bamu.

Talmud, *n.* iwe ofin ti awọn Jũ.

Talons, *n.pl.* ĕkánná ẹiyẹ ọdẹ.

Tame, *adj.* tuju, moju. *v.t.* tù-loju.

Tamper, *v.i.* tọwọbọ laiyẹ, dasi, lọwọsi.

Tan, *v.t. and i.* run awọ, ṣe awọ; fi ŏrùn jo.

Tangible, *adj.* mimọ nipa ifọ-wọba.

Tangle, *n.* koko, idiju, idamu, idaru.

Tank, *n.* ìkoko, odu nla igbomi si, ibiti a fi omi pamọ si.

Tanner, *n.* alawọ, oniṣẹ awọ.

Tantalize, *v.t.* yọ-lẹnu, danilara, fi nkan dani loju.

Tantrum, *n.* ibinu lainidi, irunú.

Tap, *n.* ìlù, igunlọbẹ, ifa-omi. *v.t.* ta, gun lọbẹ, dalu, lu jẹjẹ.

Tape, *n.* ọjabulẹ tinrin, okun isoṣọ.

Taper, *n.* itanna kekere. *adj.* tinrin li ipari.

Tapestry, *n.* aṣọ titẹ́.

Tape-worm, *n.* ejo inu.

Tapioca, *n.* gbaguda gbigbẹ.

Tapping, *n.* ifa omi ti inu jade.

Tar, *n.* ọda, atukọ́. *v.t.* fi ọda ṣan, fi ọda kùn.

Tardy, *adj.* fa, lọra, pẹ.

Tares, *n.* epo buburu.

Target, *n.* apata, aṣa; ami fun ibọn tita.

Tariff, *n.* owo-ọja rira.

Tarnish, *n.* ibajẹ, abawọn. *v.t. and i.* ba-jẹ, ṣe abawọn si.

Tarpaulin, *n.* aṣọ ti a fi ọda kùn.

Tarry, *v.t. and i.* pẹ́, duropẹ́, duro-lẹhin.

Tart, *adj.* mú, ta, kan, kikan.

Task, *n.* iṣẹ.

Tassel, *n.* onirù waja, ìrukẹ, fina.

Taste, *n.* itọwò. *v.t. and i.* tọ-wò.

Tasteless, *adj.* làiladun.

Tasty, *adj.* adidùn.

Tatter, *n.* aṣọ fìfàya, akisa.

Tattle, *n.* ọrọ lasan, isọkuṣọ. *v.t. and i.* sọ isọkuṣọ, ṣofofo.

Tattler, *n.* onisọkuṣọ, olofofo.

Tattoo, *n.* ipè ilu. *v.t.* ṣe ami si ara, bu-ila sara.

Taunt, *n.* ọrọ ẹgàn, ifibu, igunloju. *v.t.* kẹgàn, ṣe afojudi si, bú, fi gun loju.

Taut, *adj.* pinpin, kankan.

Tautology, *n.* atunwi asan, isọ ọrọ kanna nigbagbogbo.

Tavern, *n.* ile ọja ọti, ile ero.

Tawdry, *adj.* aworan asan, aṣehan, ọṣọ́-asan.

Tawny, *adj.* pupa lawọ.

Tax, *n.* owo-ode, owo-ilu. *v.t.* dawo-ode, dawo-ilu.

Taxation, *n.* idawo-ode-le.

Tea, *n.* ewe olōrun didùn ti a fi ṣe nkan mimu, tĭ.

Teach, *v.t.* kọ li ẹkọ, ṣi-niye.

Teacher, *n.* olukọ, olukọni, akọnilẹkọ.

Teak, *n.* igi lile kan.

Team, *n.* ẹran ajumọ ṣiṣẹ.

Tear, *n.* omije.

Tear, Tore, Torn, *v.t.* fàya, ya.

Tearful, *adj.* kun fun omije, kun fun ẹkun.

Tease, *v.t.* tọ, yọ-lẹnu.

Teat, *n.* ọmú.

Technical, *adj.* ti iṣẹ ọna.

Tedious, *adj.* ifàgunlọ titi, pẹ, niròju, danilagara.

Tediousness, *n.* ìfa, idanilagara.

Teem, *v.t. and i.* bimọ, bisi, rẹ̀.

Teeth, *n.pl.* awọn ehin.

Teetotaler, *n.* ẹniti o tí ṣe ileri lati fa sẹhin kuro ninu ọti mimu.

Telegram, *n.* iṣẹ ti a ran lati ọkèrè wa nipa ẹrọ irin.

Telegraph, *n.* okun ẹrọ ijiṣẹ li ọkèrè.

Telephone, *n.* ohun ẹrọ isọrọ li 'ōkèrè.

Telescope, *n.* digi ifi wo ohun ọna jinjin.

Tell, Told, *v.t. and i.* wi-fun, sọ-fun.

Tell-tale, *n.* olofofo enia, ofofo.

Temerity, *n.* aimewu, ilaiya, werè.

Temper, *n.* ipò, iinuyẹ, igbà ; ibinu. *v.t. and i.* pò, mu-yẹ, gbà.

Temperament, *n.* ìwa inu.

Temperance, *n.* airekọja, aiṣeju, iwọn.

Temperate, *adj.* niwọntun-wọnsin, alairekọja.

Temperature, *n.* iwọn otutu tabi oru, igbona ara, iwà afẹfẹ aiye.

Tempest, *n.* ẹfūfùlile, ìji, ẹfūfù nla.

Tempestuous, *adj.* ni ẹfūfù lile, ni irukerudò.

Temple, *n.* ile ti a kọ fun isin Ọlọrun tabi ti oriṣa ; apa ọtun ati osi ni iwaju ori lori pari ẹrẹkẹ.

Temporal, *adj.* ti igba isisiyi, ti aiye yi, ti ẹda.

Temporary, *adj.* wiwa fun igba diẹ.

Temporize, *v.i.* tẹ-si, jẹwọ si igba ìwa na.

Tempt, *v.t.* dan-wò, tàn ṣe buburu.

Temptation, *n.* idanwò, ẹtàn.

Tempter, *n.* oludanwò, olutan, atanni.

Tempting, *adj.* titan ni, wiwu ni.

Ten, *adj.* ẹwa, mẹwa.

Tenable, *adj.* gbigbà, didimu.

Tenacious, *adj.* rirọ, fifà, titẹnumọ.

Tenacity, *n.* ìrọ, ifà, itẹnumọ.

Tenancy, *n.* gbigbà ile fun akoko kan, iyafà ile.

Tenant, *n.* ayafa ilé lọwọ ẹlomī.

Tend, *v.t.* ṣọ, ṣetọju. *v.i.* dari si apakan, tẹ si, tọka si.

Tendency, *n.* idarisi, itẹsi, ipa, ọna, itọka si.

Tender, *v.t. and i.* nawọ si, fi-fun. *n.* idiyele, wiwá-aye. *adj.* rọ̀, tunu, rọnú, kikẹ́, lailera.

Tender-hearted, *adj.* iyọ́nu, ni rirọ inu, ṣeun.

Tenderly, *adv.* pẹlẹpẹlẹ. jẹjẹ.

Tenderness, *n.* ikẹra.

Tendon, *n.* iṣan ara.

Tendril, *n.* itakun, ọwọ okùn ifamọ.

Tenement, *n.* ibugbe, apakan ilé.

Tenet, *n.* ìro, idurosi, itẹle, ẹkọ ti a gbagbọ pe otitọ ni.

Tenon, *n.* ìtẹbọ, ṣonṣo igi kan ti o wọ inu ekeji.

Tenor, *n.* ìmọ, ilọtiti.

Tense, *n.* igba, akoko ti a ṣe nkan. *adj.* lile lati tẹba.

Tension, *n.* ninà, lile, ifale, ifagun.

Tent, *n.* agọ.

Tentative, *adj.* gbiyanju, didanwo.

Tenth, *adj.* ẹkẹwa, kẹwa.

Tenure, *n.* nini ilẹ tabi nkan labẹ itọju ẹni.

Tepid, *adj.* lọwọrọwọrọ, lọwọwọ.

Term, *n.* àla, ipinlẹ, ipinnu; igba, akoko, ọrọ. *v.t.* pè ni orukọ, sọ lorukọ.

Terminable, *adj.* lopin, ni àlà.

Terminate, *v.t. and i.* pinnu, pala, pin, pari, ṣetan.

Termination, *n.* ipinnu, ìpala, opin.

Terminus, *n.* opin ti ọna ọkọ̀.

Termite, *n.* ikan.

Terrace, *n.* ibi itẹju ilẹ, àtẹgun.

Terrestrial, *adj.* ti ilẹ aiye.

Terrible, *adj.* ni ibẹru, lẹrù.

Terrific, *adj.* ni ibẹru, lékè.

Terrify, v.t. dẹrùbà, pa-laiya, daiya fò.

Territory, n. ilẹ, agbegbe ilu.

Terror, n. ọru, ipaiya.

Terse, adj. kuru, imọpọ.

Tertian, adj. pipadawa nijọ kẹtakẹta.

Test, n. idanwo. v.t. dan-wo.

Testament, n. iwe majẹmu, iwe ifẹ́.

Testator, n. akọwe ifẹ́ silẹ funni lógun, oni-majẹmu.

Tested, adj. didanwo.

Testicle, n. ẹpọ̀n, koro ẹpọn.

Testify, v.t. and i. ṣe ijẹri, jẹri.

Testimonial, n. iwe ijẹri.

Testimony, n. ẹri, ijẹri.

Tetanus, n. arun ipa.

Tether, n. okun tabi ẹwọn ifi di ẹran. v.t. ha-mọ, ti-mọ.

Text, n. ọ̀rọ iwe, ipilẹsọ ọ̀rọ.

Text-book, n. iwe lilo fun ẹkọ.

Texture, n. iwọn.

Than, conj. jù.

Thank, v.t. dupẹ, ṣọpẹ́.

Thankful, adj. kun fun ọpẹ́, pọ li ọpẹ́.

Thankless, adj. lailọpẹ́, laimore.

Thank-offering, n. ẹbọ-ọpẹ, ẹbọ idupẹ.

Thanks, n. idupẹ, ọpẹ́.

Thanksgiving, n. ifi ọpẹ́ fun, iṣọpẹ́ ore tabi ānu.

That, pron. eyi, eyiti, ohun ti, ti.

Thatch, n. bẹ̌rẹ, ẹ̀kan, ibole, koriko ibole.

Thaw, n. yiyọ́ omi didi. v.t. and i. yọ́ bi omi didi.

The, adj. nā.

Theatre, n. ibi iṣire.

Thee, pron. ọ, iwọ.

Theft, n. olè.

Their, pron. ti wọn.

Them, pron. wọn.

Theme, n. ọ̀rọ ipilẹ, gbongbo ọ̀rọ sisọ.

Themselves, pron. awọn tika-lawọn, awọn na.

Then, adv. nigbana, li akoko na.

Thence, adv. lati ibẹ̀ lọ, lati ibẹ̀ wá.

Thenceforth, Thenceforward, adv. lati igba na lọ.

Theologian, n. akawe mimọ, ọlọgbọn ninu kika Ọrọ Ọlọrun.

Theology, n. imọ Ọlọrun, imọ iṣẹ enia si Ọlọrun.

Theory, n. idamọran ohun, ero.

There, adv. nibẹ nā, lọhun.

Thereby, adv. nipa eyi na.

Therefore, adv. nitorina, nitori eyi na.

Therein, adv. ninu eyina.

Thereof, adv. ti inu eyina.

Thereon, adv. lori eyina.

Thereupon, adv. lori eyina.

Thermometer, n. ohun ọna idi-wọn oru.

These, pron. iwọnyi.

They, pron. awọn, nwọn.

Thick, adj. nipọn, ki, dilu.

Thicken, v.t. and i. mu-ki.

Thicket, n. igbòrò ilẹ, igbo.

Thickness, n. kiki, ninipọn.

Thief, n. olè, ajinilohun.

Thieve, v.t. and i. jale, ji nkan.

Thigh, n. itan.

Thimble, n. kẹ̀bẹku, ibo ika ọwọ.

Thin, adj. rù, tinrin.

Thine, pron. tirẹ.

Thing, n. ohun, nkan.

Think, v.t. and i. rò, ronu, woye.

Third, adj. ẹkẹta, kẹta.

Thirdly, adv. lọna kẹta.

Thirst, n. ongbẹ, ọhàhà.

Thirsty, adj. pongbẹ.

Thirteen, adj. ẹtala, mẹtala.

Thirteenth, adj. ẹkẹtala.

Thirty, Thirtieth, adj. ọgbọ̀n.

This, pron. eyini, eyi.

Thistle, n. oṣuṣu, ẹgún.

Thither, *adv.* sibẹ na.

Thong, *n.* ọṣán tẹrẹ.

Thorn, *n.* ẹgun.

Thorny, *adj.* kiki ẹgun.

Thorough, *adj.* jalẹ, jalẹ ganran, patapata, toto.

Thoroughfare, *n.* ọna, opopo.

Thoroughly, *adj.* ni pipepipe, patapata.

Thou, *pron.* iwọ, o.

Though, *conj.* bi, biotilẹjẹpe.

Thought, *n.* ìro, iṣebi, aniyan, ájò.

Thoughtful, *adj.* laniyan, lajò, ni ero.

Thoughtless, *adj.* lainironu laìlàjo.

Thoughtlessness, *n.* ainironu.

Thousand, *adj.* ẹgbẹrun.

Thousands, *adj.pl.* ẹgbẹgbẹrun.

Thrall, *n.* ẹrú, iwa ẹrú.

Thrash, *v.t.* na ; pakà.

Thread, *n.* okùn tinrin, owu. *v.t.* fi okùn bọ̀.

Threadbare, *adj.* alogbo, ṣakùn.

Threadworm, *n.* ejo inu.

Threat, *n.* ìlọ, ìkilọ, idẹruba.

Threaten, *v.t. and i.* kilọ, dẹruba.

Three, *adj.* ẹta, mẹta.

Threefold, *adj.* onikọ mẹta, ilọpo mẹta.

Thresh, *v.t.* pakà.

Threshold, *n.* iloro ile, iloro ẹnu ọna.

Thrice, *adv.* lẹmẹta, nigba mẹta.

Thrift, *n.* ɛ̃rè, ijèrè.

Thriftless, *adj.* lailere.

Thrifty, *adj.* lere.

Thrill, *v.t.* gún, han si goro.

Thrive, *v.i.* ṣe rere, gbilẹ, ru, gberu.

Throat, *n.* ọfun, ọna ọfun.

Throb, *v.i.* lù, mi hẹlẹ.

Throe, *n.* irora, irọbi.

Throne, *n.* itẹ ọba.

Throng, *n.* awujọ, apejọ, ọpọ enia, ibìlù enia, iwọjọpọ. *v.t. and i.* bi-lù, há-làye, ti.

Throttle, *v.t.* funlọfun, funlọrun.

Through, *prep.* ja, lati iha kan de ekeji, nipa.

Throughout, *prep.* jalẹjalẹ, yi ká.

Throw, *v.t. and i.* sọ, jù, fi sọ̀ko.

Thrush, *n.* arùn ti ẹnu ati ọfun, efù.

Thrust, *n.* igun, ikọlu. *v.t. and i.* bì, ti, gún.

Thud, *n.* ariwo nla, gbì.

Thumb, *n.* atampako.

Thump, *n.* ilù wuwo, iro iṣubu nkan ti o wuwo. *v.t. and i.* lù, mu-ṣubu.

Thunder, *n.* àrá. *v.t. and i.* sán àrá.

Thunderbolt, *n.* mànàmáná.

Thunderstruck, *v.t.* kọ mànàmáná, lù, ya-lẹnu.

Thursday, *n.* ijọ karun ọsẹ.

Thus, *adv.* bayi, bi iru eyi.

Thwart, *v.t.* ke ni igberi, bu li abiya, tì-laiya.

Thy, *pron.* rẹ.

Thyself, *pron.* iwọ tikalarẹ.

Tick, *n.* ẹgbọn.

Ticket, *n.* iwe ijẹwọ, iwe àmi.

Tickle, *v.t. and i.* rin ni ẽgìnrin, rin.

Tide, *n.* iṣan silẹ, iṣan okun.

Tidiness, *n.* imọtoto, iṣegiri, itunṣe.

Tidings, *n.pl.* ihìn.

Tidy, *adj.* ni imọtoto, mura giri, lẹsẹsẹ.

Tie, *n.* kóko, ìde, ìdi. *v.t. and i.* dì, so, ṣe kóko.

Tier, *n.* ẹsẹ, itolẹsẹsẹ.

Tiger, *n.* ẹran abɛ̃kanná kan.

Tight, *adj.* há, fún, le, mọ́.

Tighten, *v.t. and i.* fàle, múle.

Tightly, *adv.* ni lilelile.

Tightness, *n.* lile, ìhá, ìfún.

Tile, *n.* awo ibole.

Till, *n.* apoti owo. *v.t.* roko, ro ilẹ. *conj.* titidi, di, digba.

Tillage, *n.* aroko, iroko, irolẹ, iṣagbẹ.

Tiller, *n.* alaroko, agbẹ.

Timber, *n.* igi rirẹ fun ikọlé.

Time, *n.* igba, akoko. *v.t. and i.* wọn, diwọn, da igba, da akoko.

Time-keeper, *n.* agogo, ẹniti nbojuto akoko awọn oniṣẹ.

Timely, *adj.* li akoko wiwọ, yẹ lakoko.

Time-server, *n.* aribanijẹ.

Timid, *adj.* nìbẹru, lojo.

Timidly, *adv.* tẹrutẹru, tojotojo.

Timidity, *n.* ìbẹru, ojo.

Tin, *n.* tanganran.

Tincture, *n.* àwọ, adun. *v.t.* rẹ lawọ.

Tinder, *n.* lẹwu.

Tingle, *v.i.* ho, ro goro.

Tinker, *n.* oniṣọna idẹ, alatunṣe ikoko idẹ, alabulẹ di. *v.t. and i.* tun-ṣe.

Tinkle, *v.t. and i.* han goro, ro woro.

Tinman, *n.* oniṣọna tanganran.

Tinsel, *n.* ohun didán.

Tint, *n.* àwọ, irẹ li àwọ.

Tiny, *adj.* kere.

Tip, *n.* ṣonṣo, agogoro, opin, orika. *v.t. and i.* fi ẹbun fun ; yi si apakan.

Tipsy, *adj.* mọtiyo, mọtipara.

Tiptoe, *n.* orika ẹsẹ.

Tiptop, *n.* ori oke ; tiro. *adj.* titayọ, daraju.

Tire, *n.* aṣọ wiwọ, ideri, iweri, ohun ọṣọ. *v.t. and i.* dá lagá, ṣárẹ, rẹ ; we-ori, ta ori.

Tiredness, *n.* arẹ, agara.

Tiresome, *adj.* didalaga, munilarẹ.

Tithe, *n.* idamẹwa. *v.t.* dá idamẹwa.

Title, *n.* oyè, orukọ.

Title-deed, *n.* iwe adehùn.

Title-page, *n.* ewe kini ninu iwé.

Titter, *v.i.* rẹrin jẹjẹ.

Tittle, *n.* ṣonṣo, kikini.

Titular, *adj.* ti orukọ nikan.

To, *prep.* si, sọdọ.

Toad, *n.* ọpọlọ.

Toast, *n.* akara ti a yan loju ina, iyin.

Tobacco, *n.* àṣara, áṣá, ewe tábà.

Tobacconist, *n.* aláṣarà, elewetaba.

To-day, *n.* loni, ọjọ oni.

Toe, *n.* ọmọ-ẹsè, ẹya ẹsè.

Together, *adv.* jùmọ, lakopọ, li ẹgbẹ.

Toil, *n.* iṣẹ, lálá. *v.i.* ṣiṣẹ, ṣe lálá.

Toiler, *n.* oniṣẹ.

Toilet, *n.* iṣọṣọ.

Toilsome, *adj.* niṣẹ, nilálá.

Token, *n.* àmi, ẹri.

Told, *v.t. and i.* wi, sọ, rò.

Tolerable, *adj.* gbigba, fifarada, jijẹ fun.

Tolerate, *v.t.* gbà, jẹ fun, farada.

Toleration, *n.* igbà fún, ijẹ fún.

Toll, *n.* owo ibode ; ibode ; iro agogo. *v.t. and i.* lu agogo ni ida kọkan.

Tomb, *n.* iboji, ibi isinkú.

Tombstone, *n.* okuta ti o sami iboji.

To-morrow, *n.* lọla, òla.

Tom-tom, *n.* ilu.

Ton, *n.* oṣuwọn, 20 cwt.

Tone, *n.* ohùn, ìró.

Tongs, *n.pl.* èmú alagbẹdẹ.

Tongue, *n.* ahọn, ède.

Tongue-tied, *adj.* alahọn wuwo, akolòlo, odi.

Tonic, *n.* ògùn atun agbara ṣe.

To-night, *n.* li oru yi, loru oni.

Tonnage, *n.* owo ẹrù ọkọ, oṣuwọn ẹrù ọkọ.

Tonsil, *n.* kókó okùn ahọn.

Too, *adv.* pọju, pẹlu.

Took, *v.t. and i.* gbà, mu, gbé.

Tool, *n.* ohun ọna, ohun elo, ẹniti o ba jọwọ ara rẹ lọwọ bi ohun elo lati ṣe nkan.

Tooth, *n.* ehin.

Toothache, *n.* riro ehin, ehin didùn ni.

Toothless, *adj.* lailehin.

Toothpick, *n.* itahin.

Toothsome, *adj.* ladùn, dùn.

Top, *n.* okè, gongo-okè ; ogo ti ọmọde fi nṣire. *v.t.* bo mọlẹ lokè.

Topheavy, *adj.* fì lokè, wuwoju lokè.

Topic, *n.* ori ọrọ.

Topography, *n.* iṣapẹrẹ ibi kan, apẹrẹ ilu.

Topple, *v.t. and i.* ṣubu lulẹ.

Topsyturvy, *adj.* yiyi isalẹ sokè, ni rudurudu.

Torch, *n.* ètufu iná, iná igi atẹbọpo.

Torment, *n.* idáloro, oró, iyọlẹnu. *v.t.* dá-loró, yọ-lẹnu.

Tormentor, *n.* adaniloró, ayọnilẹnu.

Tornado, *n.* ẹfufu nla, iji.

Torpedo, *n.* ẹja ojiji, ẹrọ ibọn ti nfọ ọkọ ninu omi.

Torpid, *adj.* kura, keti.

Torpor, *n.* ikura, iketi.

Torrent, *n.* agbara ojo.

Torrid, *adj.* gbẹ, gbona.

Tortoise, *n.* awun, ijapa.

Tortuous, *adj.* ni ilọpọ, larekereke.

Torture, *n.* oró, irora, idaloró. *v.t.* da-loró.

Toss, *v.t. and i.* fi-sọko, bisiwabisẹhin.

Tot, *n.* nkan kekere, ẹni kekere.

Total, *n.* apapọ, àrọlù. *adj.* gbogbo.

Totally, *adv.* lọtọtọ, patapata, lakotan.

Totter, *v.i.* fidùgbẹ, tagbọngbọn, mi.

Touch, *n.* ifọwọkan, imọ, ifọwọba. *v.t. and i.* kan, tọ, fọwọkan, fọwọba.

Touchable, *adj.* fifikan, fifiba, ti a le fọwọba.

Touch-hole, *n.* ojuku ibọn.

Touching, *prep.* niti, nitori, nipa ti. *adj.* fifa li ọkàn.

Touchy, *adj.* kikanra, kanra.

Tough, *adj.* yi, le, lagbara ; ṣagidi.

Tour, *n.* ìrin ajo, ìrinkiri.

Tourist, *n.* èro, alarinkiri.

Tournament, *n.* iru ere nla kan.

Tourniquet, *n.* ohun elo lati fi di iṣan ẹjẹ.

Tow, *n.* ètú okùn ọgbọ. *v.t.* fi okùn fa ọkọ.

Toward, Towards, *prep.* niha, siha, sọdọ.

Towel, *n.* aṣọ inura.

Tower, *n.* ile iṣọ giga, ile ẹṣọ. *v.i.* foga sokè.

Town, *n.* ilú, awọn ara ilú.

Town-crier, *n.* akede ilú.

Townsfolk, *n.* awọn ara ilú.

Township, *n.* agbegbe, sakani, ilu.

Toy, *n.* ohun iṣire ọmọde.

Trace, *n.* àmì, apẹrẹ, itọsẹ. *v.t.* tọsẹ, lepa.

Track, *n.* ipa ọna, àmì. *v.t.* tọ-lẹhin, lepa, sami si.

Trackless, *adj.* lainipa ọna.

Tract, *n.* sakani ilẹ ; iwe kekere, aṣaro kukuru.

Tractable, *adj.* kikóso, kikọni, rọrun lati kọ.

Trade, *n.* òwò, ọja tita, iṣowo, itaja. *v.t. and i.* ṣòwò, taja, raja.

Trader, Tradesman, *n.* oniṣòwò, ọlọja.

Tradition, *n.* itàn atọwọdọwọ, ofin atọwọdọwọ.

Traditional, *adj.* ti ofin atọwọdọwọ.

Traduce, *v.t.* gba-dulumǫ̀, ba lorukǫ ję, sǫrǫ odi si.

Traffic, *n.* òwò ǫja. *v.t. and i.* ṣòwo.

Tragedy, *n.* jamba, ǫran ibinuję.

Tragic, *adj.* loro.

Trail, *n.* ipa ǫna ǫdę. *v.t. and i.* fà, wǫ́ lǫ ni ilę.

Train, *n.* ǫ̀wǫ́, ęgbę; ǫkǫ̀ ilę, atǫnilęhin. *v.t. and i.* kǫ́, tǫ.

Trainer, *n.* olutǫ́, olukǫ́.

Trait, *n.* pataki.

Traitor, *n.* onikupani, aṣiniban, olofofo, ęlętan.

Traitorous, *adj.* ṣonikupani.

Tram, *n.* ǫkǫ-ilę.

Trammel, *v.t.* de ni ṣękęṣękè, di-lǫwǫ.

Tramp, *n.* irin, alarinkiri. *v.t. and i.* fi ęṣę rin.

Trample, *v.t. and i.* fi ęṣę tę mǫlę, fi irera tę mǫlę.

Trance, *n.* ojuran, iran.

Tranquil, *adj.* lalafia, didakęję, ni isimi.

Tranquility, *n.* alafia, irǫra, idakęję, isimi.

Transact, *v.t. and i.* ṣe, tǫ.

Transaction, *n.* iṣe, ętǫ.

Transcend, *v.t. and i.* tayǫ, bori, ṣe-ju, re-kǫja.

Transcendence, *n.* itayǫ, irekǫja, ijulǫ.

Transcendent, *adj.* titayǫ, rire-kǫja, jijulǫ́.

Transcribe, *v.t.* kǫ iwe lati inu ǫkan si ekeji.

Transcription, *n.* awokǫ.

Transfer, *v.t.* gbe lati ibi kan lǫ si ibi keji, gba lǫwǫ ęnikan fi le ęnikeji lǫwǫ.

Transferable, *adj.* gbigba lǫwǫ ęni file ekeji lǫwǫ.

Transfiguration, *n.* ipawǫ̀dà, iparadà.

Transfigure, Transform, *v.t.* pa-wǫ̀dà, paradà.

Transfix, *v.t.* fi gun lagun ja.

Transformation, *n.* iparadà, ipa-wǫdà.

Transgress, *v.t.* ré-kǫja, dęṣę̀, rú-ofin.

Transgression, *n.* irekǫja, irufin, ęṣę̀.

Transgressor, *n.* arufin, ęlęṣę, olurekǫja.

Tranship, *v.t.* gbe kuro ninu ǫkǫ̀ kan fi si ekeji.

Transient, *adj.* rirekǫja, ti igba dię, laipè.

Transit, *n.* irekǫja si iha miran, iwǫle lǫ.

Transition, *n.* iṣikuro, iyipada lati ibi kan si ekeji.

Transitory, *adj.* rirekǫja, laipè, ti igba dię.

Translate, *v.t.* ṣi nipo padà; ṣe gbedegbęyǫ, yi ǫrǫ padà si edè mi.

Translation, *n.* iṣipo padà, iyi-rǫpadà si edè mi.

Transmigrate, *v.i.* ṣi lati ibi kan lǫ si ekeji.

Transmigration, *n.* ikǫja lǫ lati ipo kan si ekeji.

Transmit, *v.t.* ran lati ibi kan lǫ si ekeji.

Transmute, *v.t.* pa ìwa kan dà si ìwa keji.

Transparency, *n.* imǫgàra.

Transparent, *adj.* mimǫgàra, didán.

Transpire, *v.t. and i.* ṣèęl. ru ni kuku, yǫ lǫ.

Transplant, *v.t.* ṣi lǫgbin, fatu lǫ, ṣi nipò kan lati gbin si ipò keji.

Transport, *n.* iṣikuro nilu, ile-kuro ni ilu; ǫkǫ̀ ikonilǫ si ilu miran; ayǫ nla. *v.t.* ṣi-kuro ni ilu; yǫ rekǫja, ṣe ariya.

Transportation, *n.* iṣinipò padà, ikonilǫ si ilę miran.

Transposal, *n.* iparọ.

Transpose, *v.t.* pa nipò dà, ṣiparọ ipò, ṣi nipò.

Transposition, *n.* iṣe paṣiparọ ipò, iṣinipò padà.

Transubstantiate, *v.t.* yipadà di ohun miran.

Transubstantiation, *n.* iyipadà di ohun mirain, paradà ohun iwa.

Transverse, *adj.* ni idabu.

Trap, *n.* okùn didẹ, idẹkùn. *v.t. and i.* dẹkùn, dẹ.

Trapdoor, *n.* ilẹkun ẹbiti.

Trappings, *n.pl.* ohun ọṣọ, ọṣọ ẹṣin.

Trash, *n.* ohun-lasan.

Travail, *n.* irọbi ọmọ, itẹbi; lála, irora.

Travel, *n.* irin àjo, ebi. *v.t. and i.* rin, rin irin ajo.

Traveller, *n.* èro, alarinkiri.

Traverse, *v.t. and i.* re kọja, la kọja.

Travesty, *n.* aiyedẹru.

Tray, *n.* ọpọn, atẹ.

Treacherous, *adj.* alarekereke, òdàlè.

Treachery, *n.* ọtè, iwa arekereke òdàlè.

Treacle, *n.* omi iyọ didun.

Tread, *n.* irin ẹsẹ.

Tread, Trod, Trodden, *v.t. and i.* tẹ-lẹsẹ, tẹ-mọlẹ, rin.

Treason, *n.* ọtè, ìdalẹ.

Treasonable, *adj.* lọtè.

Treasure, *n.* iṣura, ọrọ. *v.t.* fi-ṣura.

Treasurer, *n.* olutọju owo tabi iṣura ẹni.

Treasury, *n.* ilé tabi ibi apoti iṣura.

Treat, *n.* apejẹ àse. *v.t. and i.* pe si apejẹ; fi egbogi fun; ba gbirò.

Treatise, *n.* ọrọ iwe akọye nitori ohun kan, ihin.

Treatment, *n.* ilosi, ilo, ìwa.

Treaty, *n.* adehun, ipinnu.

Treble, *adj.* lọna mẹta. *v.t. and i.* ṣẹpo ni mẹta.

Tree, *n.* igi.

Tremble, *v.i* mì, warìri, wá, gbòn.

Trembling, *n.* iwarìri mimì, gbigbòn.

Tremendous, *adj.* ni yanilẹnu, ni foiya, tobi pupọ.

Tremor, *n.* iwariri.

Tremulous, *adj.* niwarìri, nibẹru.

Trench, *n.* yàrà, ihò. *v.t. and i.* wa ihò.

Trend, *v.i.* tẹ si.

Trepidation, *n.* iwariri, ibẹru.

Trespass, *n.* irekọja, ẹṣẹ. *v.i.* re-kọja, dẹṣẹ.

Trespasser, *n.* olurekọja, ẹlẹṣẹ.

Tresses, *n.pl.* ikako irun ori.

Trial, *n.* idanwo, ipelẹjọ, iwadi.

Triangle, *n.* ohun onigun mẹta.

Triangular, *adj.* ti onigun mẹta.

Tribal, *adj.* ti arailu kanna.

Tribe, *n.* ẹya, iru enia.

Tribulation, *n.* wahala, ipọnju, iṣẹ.

Tribunal, *n.* ibi idajọ.

Tributary, *adj.* jijọṣìn, sisan owo isin.

Tribute, *n.* owo-ode.

Trick, Trickery, *n.* ẹtan, erú, iwakiwa.

Trick, *v.t. and i.* tan, rẹjẹ, fuwa ẹtan si.

Trickle, *v.t. and i.* ṣàn jẹjẹ.

Trifle, *n.* ohun ti kò nilari, ohun iṣire. *v.t. and i.* fi-ṣire, sọrọ laironu.

Trifler, *n.* afohunṣire.

Trifling, *adj.* lainilari, lainiyin, kikini.

Trigger, *n.* irebọn, irin ti a fi re bọn.

Trill, *n.* iwáhùn, iwarìri ohun.

Trim, *adj.* lẹsẹsẹ, daradara. *v.t. and i.* tunṣe, gé tọ́.

Trimming, *n.* igbati aṣọ.

Trinity, *n.* Ẹni mẹta ninu Ọlọrun kanṣoṣo, Mẹtalọkan.

Trinket, *n.* ohun ọṣọ, bi wura tabi fadaka.

Trio, *n.* idapọ ẹni mẹta.

Trip, *n.* irin ajo kukuru, iṣiṣe. *v.t. and i.* kọsẹ̀, ṣina.

Tripe, *n.* ifun ẹran, apo inu ẹran.

Triple, *n.* iṣẹpo mẹta, nigba mẹta.

Triplet, *n.* nkan mẹta ti o jẹ iru kanna, ibẹta.

Tripod, *n.* apoti ẹlẹsẹ̀ mẹta.

Tripping, *n.* kikọsẹ̀.

Triumph, *n.* ayọ̀ iṣẹgun, ayọ iṣerere, ibori. *v.i.* yọ ayọ iṣẹgun, bori.

Triumphant, *adj.* yiyọ-ayọ, iṣẹgun.

Triune, *adj.* didapọ mẹtalọkan.

Trivial, *adj.* lainilari, aitonkan, lainiyin.

Trolley, *n.* kẹkẹ ẹru, kẹkẹ aṣiṣe.

Troop, *n.* ọwọ-ogun. *v.t. and i.* tọwọ́, kọwọ́.

Trooper, *n.* ologun ẹlẹṣin, ọkọ̀ ologun.

Trophy, *n.* ikogun, ohun iranti iṣẹgun.

Tropics, *n.* ipa ọ̀na ōrun.

Trot, *v.t. and i.* rin kankan, gbe ẹsẹ soke.

Troth, *n.* igbẹkẹle, otitọ.

Trouble, *n.* iṣẹ́, ipọnju, wahala, iyọnu. *v.t. and i.* yọ-lẹnu, mu iyọnu ba, pọn loju.

Troublesome, *adj.* niyọnu, niṣẹ́, nipọnju.

Trough, *n.* ọkọ́ imuni, ọpọn.

Trounce, *v.t.* ṣọ niṣẹ.

Trousers, *n.* ṣokoto.

Trout, *n.* orukọ ẹja kan.

Trow, *v.t.* gbẹkẹle, rọ.

Trowel, *n.* ohun èlo ọna imọle, ibẹ̆rú.

Truant, *n.* imẹlẹ, aṣáṣẹ́, apagunrọ̀. *adj.* lẹ, ṣìmẹ́lẹ.

Truce, *n.* idawọ lja duro fun igba kan.

Truck, *n.* kẹkẹ ẹrù.

Trudge, *v.t. and i.* fi ẹsẹ wọlẹ ninu ārẹ̀.

True, *adj.* otitọ, lōtọ, nitọ́tọ̀, nidaju.

True-hearted, *adj.* oninu otitọ, oniwa funfun.

Truly, *adv.* nitōtọ, nidajudaju.

Trumpery, *n.* ohun ainiye, ohun jatujatu.

Trumpet, *n.* ìpe-ogun, ipè fère-ogun. *v.t. and i.* kéde, pokiki.

Trumpeter, *n.* afunfère, afunpè.

Truncheon, *n.* igi, ọpa-oye.

Trunk, *n.* ìti igi; apoti; ọwọ ija ẹrin, ara ohunkohun.

Truss, *n.* edidi, ikópọ̀. *v.t.* di, so-pọ̀, kopọ̀.

Trust, *n.* ẹ̀kẹ̀, igbẹkẹle, igbagbọ, ifaratì, àwin. *v.t. and i.* gbẹkẹle, gbagbọ́, faratì.

Trustee, *n.* olutọju ohun ini ọrọ̀ tabi ilẹ.

Trustfulness, *n.* otitọ, igbẹkẹle.

Trustworthy, *adj.* yẹ ni igbẹkẹle, nitōtọ.

Truth, *n.* otitọ, ododo.

Truthful, *adj.* kun fun otitọ, ẹniti o ṣọ otitọ.

Try, Tried, *v.t.* danwò, ṣe danwò, gbidanwò.

Trying, *adj.* lile.

Tryst, *n.* ipinnu lati pade, ibi ipade. *v.t.* pinnu lati pade, ṣe adehùn.

Tub, *n.* ọpọn nla, ohun igi igbomi.

Tube, *n.* iho inu, iho apo.

Tuck, *v.t. and i.* ka aṣọ.

Tuesday, *n.* ijọ kẹta ọsẹ.

Tuft, *n.* idipọ okùn, koriko tabi irun.

Tug, *n.* ifà agbara ; ọkọ̀ ọ̀fin.

Tuition, *n.* iṣetọju, itọ, ẹkọ.

Tumble, *n.* iṣubu, ikọṣẹ. *v.t. and i.* bi-ṣubu, sébú, ṣubu.

Tumbler, *n.* atakiti, digi ifmomi ãgo omi.

Tumour, *n.* koko ọlọyún, koko àrun.

Tumult, *n.* ariwo, irọkẹ̀kẹ, iru-kerudò.

Tumultuous, *adj.* laitorò, niriru, ni rudurudu, kun fun ariwo.

Tun, *n.* agbé nla, oṣuwọn nla kan.

Tune, *n.* iṣedede ohun orin, orin. *v.t. and i.* tun duru tabi fere ṣe, fàle si ohùn orin.

Tuneful, *adj.* ṣiṣe si ohùn orin.

Tuner, *n.* atun ohùn duru tabi fere ṣe, alafale si ohun orin.

Tunic, *n.* aṣọ awọtẹlẹ.

Tunnel, *n.* oju ọ̀fin, iho ti a la nisalẹ ilẹ lati fi ṣe ọna fun ọkọ̀ lati koja.

Turban, *n.* láwàni, iweri Imale.

Turbid, *adj.* ki, lẹrẹ, lẹkẹtẹ.

Turbulence, *n.* iṣe rudurudu.

Turbulent, *adj.* ni rudurudu ; oniyọnu.

Turf, *n.* papa oko tutu, ilẹ ti o huko.

Turkey, *n.* tolotolo.

Turmoil, *n.* agara, iruṣokè, ariwo, *v.t.* da-lagara, ṣe ni lálá.

Turn, *n.* iyipadà, iyi, akoko, igba. *v.t. and i.* yi, yipadà, ̀ẹri-padà.

Turner, *n.* oniṣọna igi.

Turning, *n.* iṣẹri ọna.

Turning-point, *n.* ibi ti iyipadà, akoko pataki.

Turnkey, *n.* onikọkọrọ ile ẹwọn, onitubu.

Turnpike, *n.* ọgba idabu ọna igba owo ibode.

Turpentine, *n.* oje ᵻgi.

Turret, *n.* ile iṣọ kekere.

Turtle, *n.* iru adaba kan.

Tusk, *n.* ehin ọgan, ehin erin.

Tussle, *n.* ija-lile.

Tutelage, *n.* iṣetọju, igba iwà labẹ itọju.

Tutor, *n.* olukọ, olutọ, akọni ni iwe.

Twain, *adj.* meji.

Tweezers, *n.pl.* ẹmú.

Twelfth, *adj.* ekejila.

Twelve, *adj.* ejila, mejila.

Twenty, *adj.* ogún.

Twice, *adv.* lẹ̃meji, nigba meji.

Twig, *n.* ọwọ́ igi, ẹka igi.

Twilight, *n.* wiriwiri ọjọ, afẹmọ-jumọ.

Twin, *n.* ibeji, ejírẹ.

Twine, *n.* okùn ilọpọ̀, okùn iwenkan. *v.t. and i.* lọpọ̀.

Twinge, *n.* ifún. *v.t.* ja lekanna, mu, fún.

Twinkle, *v.t. and i.* tan ṣan.

Twinkling, *n.* iṣẹju, wiriwiri oju.

Twirl, *v.t. and i.* yi kankan.

Twist, *n.* ilọpọ̀. *v.t. and i.* lọ́-pọ̀, wépọ̀.

Twitch, *v.t. and i.* ja-pati, ja.

Twitter, *n.* ike bi ẹiyẹ.

Two, *adj.* èji, mèji.

Two-edged, *adj.* oloju mèji.

Type, *n.* apẹrẹ, aworan ; ẹ̀dà iwe kan.

Typewriter, *n.* ẹrọ ikọwe dipo fifi ọwọ kọ.

Tyrannical, *adj.* onroró, ikà, inira.

Tyrannise, *v.t. and i.* ṣe onroró si, ṣe ikà si, ni-lara.

Tyranny, *n.* iṣe onroró, iwa agbara, iwa ipa.

Tyrant, *n.* alagbara, onroro, ikà enia.

U.

Ubiquity, *n.* wiwa nibi gbogbo nigbà kanna.

Udder, *n.* ọmu ẹranko, ọmu malu.

Ugliness, *n.* ailẹwa, àbukun.

Ugly, *adj.* lailẹwa, làbukun.

Ulcer, *n.* õju, egbo, õju ti nrà.

Ulcerate, *v.t. and i.* degbo, dalegbò, ṣe oyún.

Ulterior, *adj.* lapa keji, lọhun, ligba ti mbọ̀.

Ultimate, *adj.* nigbẹ̀hin, jina julọ́, lainipin, lainiyasipa.

Ultimately, *adv.* nigbẹ̀hin, nikẹhin, lopin.

Ultimatum, *n.* ipari ipinnu.

Umbrage, *n.* ojiji igi; ẹ̀ṣẹ, ifura. *v.t.* ṣe ojiji, ṣiji.

Umbrella, *n.* agbõrùn, agbòjo.

Umpire, *n.* onidajọ, ẹnikẹta ti a yàn lati pari ọran larin ẹni meji.

Unabashed, *adj.* lainitiju, lailotiju.

Unabated, *adj.* laifàsẹhin, laiṣẹkun, laidinku.

Unable, *adj.* lailẹṣe, ti kò le.

Unaccompanied, *adj.* laini ọmọẹhin, lairi ẹni balọ, laìri ẹni sinni.

Unaccomplished, *adj.* laiṣẹtan, laiṣepari, laiṣepé.

Unaccountable, *adj.* lairidi, lailẹṣiro.

Unaccustomed, *adj.* laimọ lara, laimọ́nilara.

Unacknowledged, *adj.* laijẹwọ.

Unacquainted, *adj.* laifihan, laisọfun, laimọ̀.

Unadulterated, *adj.* lailabùla, laiṣedarudapọ.

Unadvisedly, *adv.* laiyẹ, lairọrun.

Unaffected, *adj.* laikan ni, laifa ọkàn.

Unaided, *adj.* lainiranlọwọ.

Unalloyed, *adj.* laini adalu.

Unalterable, *adj.* lainìparọ, lainipara, lainiatunṣe.

Unanimity, *n.* isọkan, aiyapa.

Unanimously, *adv.* fifohùnṣọkan, pẹlu ọkàn kan, laiyapa.

Unanswerable, *adj.* lailedalohùn, ti a kò le dalohùn.

Unapproachable, *adj.* lailesunmọ ọdọ, lailerigbà.

Unarm, *v.t.* bọ́ ni ihamọra, sọdi alailewu.

Unasked, *adj.* laibère.

Unassisted, *adj.* lainiranlọwọ.

Unattainable, *adj.* ti ọwọ kò le tẹ̀, ti a kò le jère.

Unattended, *adj.* laini ẹni balọ, laini ọmọ-ẹhin.

Unauthorized, *adj.* laini aṣẹ.

Unavenged, *adj.* laigbẹsan, laijẹ niyà.

Unavoidable, *adj.* laileyẹkuro, laileyẹṣilẹ.

Unawares, *adv.* lairotẹlẹ, lojiji, laimọ̀.

Unbaptised, *adj.* ti a kò baptisi rẹ̀, laisami fun.

Unbearable, *adj.* ti a kò le gbà tabi ki a faradà.

Unbecoming, *adj.* laiyẹ, laitọsi.

Unbelief, *n.* aigbagbọ.

Unbeliever, *n.* alaigbagbọ.

Unbend, *v.t.* mu-tọ́, nà, tu-silẹ.

Unbind, *v.t.* tú-silẹ, jọ-lọwọ.

Unblameable, *adj.* lainibawi, lainilẹgàn.

Unbolt, *v.t.* ṣi lẹkun.

Unbound, *adj.* ni titú.

Unbroken, *adj.* laifọ́, laiṣẹ, ti a kò fọ́.

Unburden, *v.t.* sọ ẹrù kalẹ, mu ẹrù kuro.

Unceasing, *adj.* laisimi, laiduro.

Uncertain, *adj.* laidaniloju, lailegbẹkẹle, niyemeji.

Uncertainty, *n.* aidaniloju, aniani.

Unchangeable, *adj.* lairọ́ nipò, ti kò ṣe yipadà, ti kò ṣe pãrọ.
Uncharitable, *adj.* lainifẹ́.
Unchaste, *adj.* nifẹkufẹ, laimọ́.
Unchecked, *adj.* laini idiwọ, laisi idina.
Unchristian, *adj.* laitọ́ si onî- gbagbọ, ti kò jẹ ti oni- gbagbọ.
Uncircumcised, *adj.* alalkọla.
Uncivil, *adj.* laimoyo, òpe.
Uncivilized, *adj.* laikọ loye, alaimọkan, opè.
Uncle, *n.* arakọnrin baba tabi iya.
Unclean, *adj.* alalmọ́, aimọ́.
Uncleanness, *n.* ìwa ẽri, iwa aimọ́.
Unclothed, *adj.* laiwọ̀ẹọ, ni ihoho.
Uncomely, *adj.* lailẹwa, lailọlá, laiyẹ.
Uncomfortable, *adj.* lairọrun.
Uncommon, *adj.* laiwọpọ, laiṣọpọ, laiṣegbakugba.
Uncomplaining, *adj.* laikùn sinu, laiṣaroye.
Unconcern, *n.* aiṣusi, ainãni, aibikita.
Uncondemned, *adj.* laijẹbi.
Unconnected, *adj.* laibatan, yiyà nipa, yiya sọtọ.
Unconquerable, *adj.* ti a kò le ṣẹgun, ti a kò le bori.
Unconscious, *adj.* laimọ̀ ninu lailero.
Unconsecrated, *adj.* ti a kò ya si mimọ.
Uncontrollable, *adj.* ti a kò le ko nijanu.
Unconverted, *adj.* ti a kò yi lọkàn padà.
Uncovered, *adj.* lainibora, laini abo.
Unction, *n.* itorórosi, oróro, ipara.
Uncultivated, *adj.* lairo, laitọ́.

Uncut, *adj.* laike, laiṣa.
Undaunted, *adj.* laibẹru, laifoìya.
Undecided, *adj.* lainipinnu.
Undefiled, *adj.* lailabawọn, lai- lẽri, lailẹṣẹ.
Undeniable, *adj.* ti a kò le ṣẹ́.
Under, *prep.* labẹ, nisàlẹ.
Underclothing, *n.* aṣọ awọtẹlẹ.
Underdone, *adj.* laiṣetò.
Undergird, *v.t.* dì nisalẹ.
Undergo, *v.t.* farada, fọkànran.
Undergraduate, *n.* akẹkọ ti kò iti gbà òye ni ile ẹkọ giga.
Underground, *n.* isàlẹ ilẹ.
Undergrowth, *n.* ẽhu-abẹlẹ.
Underhand, *adj.* ni arekereke, ni ikọkọ.
Underline, *v.t.* fa ila si labẹ.
Underman, *v.t.* aini enia to lẹnu iṣẹ kan.
Undermine, *v.t.* wà nisàlẹ, pa ipilẹ run.
Undermost, *adj.* ti isalẹ lọhun, ti isalẹ, patapata.
Underneath, *adv.* nisalẹ, labẹ.
Underpay, *v.t.* laisan owo to.
Underrate, *v.t.* diyele rẹlẹ ju bi o ti yẹ.
Undersign, *v.t.* kọ orukọ ẹni si isàlẹ iwe.
Understand, *v.t. and i.* mọ̀, yé.
Understanding, *n.* imọ̀, oyé.
Undertake, *v.t. and i.* dawọle, gbidanwo, ṣe onigbọwọ fun.
Undertaker, *n.* oludawọle, onigbọwọ, ẹniti o sinkú.
Undertaking, *n.* ohun ti a dawọle.
Undervalue, *v.t.* dọpọle.
Underwood, *n.* igi tẹ́rẹ igbo.
Undeserved, *adj.* laitọ́ si ni, laiyẹ si ni.
Undesirable, *adj.* ti a kò fẹ́ ni.
Undetermined, *adj.* laini ipinnu.
Undignified, *adj.* laini ọlá, lainiyin.
Undiluted, *adj.* lailàbula.

Undisciplined, *adj.* laitọ́, laikọ́, ti a kò mu si abẹ itẹriba.

Undismayed, *adj.* laifolya, laiberu.

Undissolved, *adj.* laiyọ́, laituka.

Undisturbed, *adj.* laitọ, lairusoke.

Undivided, *adj.* laipin, laiyanipa.

Undo, *v.t.* tú-silẹ, ṣi, sọ di asan.

Undoubtedly, *adj.* laiṣiyemeji, laisi aniani, dajudaju.

Undress, *v.t. and i.* bọ ṣọ, bọ-laṣọ.

Undulate, *v.i.* bì siwa bì sẹhin, jù sọtun sosin.

Unduly, *adj.* laiyẹ, laitọ.

Undutiful, *adj.* laigbọran, laijọsin.

Undying, *adj.* lainikú.

Unearth, *v.t.* wà jade.

Uneasy, *adj.* lairọrùn, laifọkàn balẹ.

Uneducated, *adj.* laikẹkọ́.

Unemployed, *adj.* lainiṣẹ lọwọ.

Unending, *adj.* lailopin.

Unenlightened, *adj.* laifoye han, laini imọlẹ, laini imọ.

Unenviable, *adj.* lainilara, ti a kò ṣojukokoro.

Unequal, *adj.* laidọgba.

Unerring, *adj.* laiṣìna, laiṣìṣe.

Uneven, *adj.* laitẹju, laidọgba.

Unevenness, *n.* aitẹju, aidọgba.

Unexpected, *adj.* lairòtẹlẹ̀, lojìji, laireti.

Unexplored, *adj.* laiwakiri.

Unexposed, *adj.* laifihan ni gbangba.

Unfading, *adj.* laiṣá, lairẹ̀.

Unfailing, *adj.* laifisilẹ, laikọsilẹ.

Unfair, *adj.* laitọ́, laiṣọ̀tọ́, laiṣe tàra.

Unfaithful, *adj.* laisõtọ, laiṣododo.

Unfaithfulness, *n.* ìwa aiṣọ̀tọ.

Unfaltering, *adj.* laitasehùn, laiyẹsẹ.

Unfamiliar, *adj.* laifaramọ́, laimọ̀.

Unfasten, *v.t.* tú, ṣi.

Unfathomable, *adj.* laileınọ ijinlẹ rẹ̀, laileri isalẹ rẹ̀.

Unfavourable, *adj.* lairi oju rere, laiṣe oju rere.

Unfed, *adj.* laibọ, laifun ni onjẹ.

Unfeigned, *adj.* laiṣẹtan, laiṣẹrú, lododo, nitõtọ.

Unfetter, *v.t.* tú li ẹwọn, tú ni ṣẹkẹṣẹkẹ.

Unfilial, *adj.* laiyẹ ni ìwa ọmọ.

Unfinished, *adj.* laiṣetan, laipari.

Unfit, *adj.* laiyẹ, laitọ́.

Unflinching, *adj.* laifasẹhin, niduro ṣinṣin, laifoiya.

Unfold, *v.t.* ṣi-silẹ, ṣipaya.

Unforeseen, *adj.* lairi tẹlẹ.

Unforetold, *adj.* laisọtẹlẹ.

Unforgiven, *adj.* lairi idariji, laini ifìji.

Unforgiving, *adj.* laidariji, lailãnu.

Unforgotten, *adj.* laigbagbe, ti a kò ṣaịnani.

Unfortunate, *adj.* laiṣagbakò, lailorire, laibọairere.

Unfriendly, *adj.* laiṣọrẹ́, laiṣeun, laiṣoju rere.

Unfruitful, *adj.* laileso.

Unfulfilled, *adj.* laimuṣẹ.

Unfurnished, *adj.* laipese, laiṣe lọṣọ.

Ungodliness, *n.* aìwa-bi-Ọlọrun.

Ungovernable, *adj.* laiṣe-iṣakoso, laiṣe-itẹloriba.

Ungracious, *adj.* laitanu, laiṣe ore ọfẹ.

Ungrateful, *adj.* laimore, lailọpẹ.

Ungratified, *adj.* lainitẹlọrun.

Ungrounded, *adj.* lainidi, lainipilẹ.

Ungrudgingly, *adj.* laikùnsinu.

Unguarded, *adj.* lailabo, lailẹṣọ.

Unguided, *adj.* laisi amọna, laitọna.

Unhallowed, *adj.* ti a kò ya si

Unhappy, *adj.* laini alafia, laini inudidun.

Unharmed, *adj.* lailewu.

Unhealthy, *adj.* lailera, lailagbara.

Unheard, *adj.* laigbó.

Unheeded, *adj.* laibikita, lainani.

Unhesitating, *adj.* laisi-ilọra, laisiyemeji.

Unholy, *adj.* laimọ́.

Unhook, *v.t.* tu silẹ, tu.

Unhurt, *adj.* laini ipalara.

Uniform, *n.* aṣọ ẹgbẹ kan. *adj.* riri bakannã, ti o ba ara wọn mu.

Uniformity, *n.* iṣe bakannã, idọgba.

Unify, *v.t.* sọ di ọkan, ṣe-ṣọkan.

Unimportant, *adj.* laiwiwo, ki iṣe pataki.

Uninjured, *adj.* laini-ipalara.

Unintentional, *adj.* laimọ́mọṣe, laifimọṣe.

Uninteresting, *adj.* laikàn, laikun loju, lailadùn.

Uninvited, *adj.* laipè.

Union, *n.* idapọ, iṣọkan.

Unique, *adj.* lailẹgbẹ, lailekeji.

Unison, *n.* irẹpọ, iro ti o dọgba, idapọ-ṣọkan.

Unit, *n.* ọkan, ẹnikan.

Unite, *v.t. and i.* so-pọ̀, dapọ ṣọkan.

Unity, *n.* idapọ, iṣọkan.

Universal, *adj.* ti o wọpọ̀, ti gbo gbo enia, ti ilẹ gbogbo.

Universe, *n.* aiye, gbogbo ẹda agbaiye.

University, *n.* ilé ẹkọ giga ibiti awọn akẹkọ le gbà oyè.

Unjust, *adj.* laisòtọ.

Unjustifiable, *adj.* ti a kò le dalare.

Unkind, *adj.* laininũre, laiṣeun, ni ika, laiṣojurere.

Unknown, *adj.* laimọ̀.

Unlace, *v.t.* tu-okun.

Unlamented, *adj.* ti a kò kẹdun, ti a kò sọkun rẹ̀.

Unlawful, *adj.* lodi si ofin.

Unlearned, *adj.* laikọ́, òpe.

Unleavened, *adj.* laiwú.

Unless, *conj.* bikoṇepe, ayaṣebi, afibi.

Unlike, *adj.* laijọ, ti kò dabi.

Unlimited, *adj.* lainiwọn, lailopin, laini àla.

Unload, *v.t.* sọ ẹrù, tú ẹrù.

Unlock, *v.t.* fi kọkọrọ ṣi.

Unloose, Unloosen, *v.t.* tú.

Unloving, *adj.* laini ifẹ́.

Unlucky, *adj.* lailorire.

Unmanageable, *adj.* laileko ni ijanu.

Unmarked, *adj.* lailami.

Unmarried, *adj.* lailọkọ.

Unmeaning, *adj.* laini itumọ.

Unmerciful, *adj.* lailãnu, lainiyọnu.

Unmerited, *adj.* laini itoyo, lailare, laitọ si ni.

Unmindful, *adj.* laini irnnti.

Unmixed, *adj.* laidapọ, laisopọ, lailadalu.

Unmolested, *adj.* laitọ, laiyọlẹnu.

Unmoveable, *adj.* laiyẹsẹ, lailẹṣi nipò.

Unnatural, *adj.* lodi si iwa ẹda, laiba iwa ẹda mu.

Unnecessary, *adj.* laiyẹ, ti a le ṣe alaini.

Unnoticed, *adj.* ti a kò ṣe afiyesi.

Unnumbered, *adj.* ainiye, ti a kò le kàye.

Unobservant, *adj.* laiṣe akiyesi.

Unoccupied, *adj.* lailọ, lainiṣe lọwọ.

Unopposed, *adj.* laidojuja kọ.

Unordained, *adj.* laijẹ oye alufa, laiyan si.

Unorganized, *adj.* laitọ lẹsẹsẹ.

Unowned, *adj.* laini-oluwa.

Unpack, *v.t.* tu ẹrù.

Unpaid, *adj.* laisan.

Unpalatable, *adj.* lailadun lẹnu.

Unpardonable, *adj.* ti a kò le dariji, ti a kò le fiji.

Unpardoned, *adj.* laini idariji, laini ifiji.

Unpick, *v.t.* tú.

Unpleasant, *adj.* lailadun, laiwu ni.

Unpolluted, *adj.* laini ibajẹ, lailabukùn.

Unpopular, *adj.* lailokiki, laini ifẹ́ enia.

Unpremeditated, *adj.* laironu tẹlẹ.

Unprepared, *adj.* laimura, laiṣetan.

Unpretending, *adj.* laidawọle, laiṣefuja.

Unprevailing, *adj.* lailagbara, laini ipa.

Unprofitable, *adj.* lailere.

Unprotected, *adj.* lailabo.

Unproved, *adj.* lairidi, lai-danwo.

Unpunctual, *adj.* laiwá li akoko, laiṣe li akoko.

Unqualified, *adj.* lailoye, laini imọ̀.

Unquenchable, *adj.* ajóku, aile fomi pa.

Unquestionably, *adv.* dajudaju, laiṣiyemeji.

Unreal, *adj.* ti ki iṣe otitọ.

Unreasonable, *adj.* lodi si ironu, ti ko wọ̀ loju.

Unreconciled, *adj.* lailà ni ija, laiṣe ilaja.

Unredeemed, *adj.* ti a kò rapadà, laimuṣe.

Unregenerate, *adj.* laitunbi, laitunda.

Unrelenting, *adj.* lailánu, ika.

Unreliable, *adj.* lailegbẹkẹle, kò to gbẹkẹle.

Unrenewed, *adj.* laisọ di ọtun, laidi atunbi.

Unrepentant, *adj.* laini ironupiwadà.

Unreprovable, *adj.* lainibuwi.

Unresisting, *adj.* laidoju ìja kọ.

Unrest, *n.* aisimi.

Unrestrained, *adj.* laidaduro, laiko ni ijanu.

Unrevealed, *adj.* laifihan, laiṣiailẹ.

Unrevenged, *adj.* laigbẹsan.

Unrewarded, *adj.* laini ère, laifi ère fun.

Unrighteous, *adj.* laiṣòtọ, lai-ṣododo.

Unrighteousness, *n.* ìwa aiṣòtọ, aiṣododo, ìwa buburu.

Unripe, *adj.* laipọ́n, laigbo, laidẹ.

Unroll, *v.t. and i.* ṣi.

Unruly, *adj.* laini itẹriba, alagidi, laigbọran.

Unsafe, *adj.* lewu, ni jàmbá.

Unsanctified, *adj.* laimọ́, laiya si mimọ́.

Unsatisfied, *adj.* laini itẹlọrun.

Unsavoury, *adj.* lailadùn lẹnu.

Unscathed, *adj.* laifarapa, lailọgbẹ.

Unscriptural, *adj.* lodi si Ọrọ Ọlọrun.

Unsearchable, *adj.* lailèṣe awári, awamáridi.

Unseasonable, *adj.* laiba okoko mu.

Unseemly, *adj.* laiyẹ, laitọ́.

Unseen, *adj.* lairi.

Unselfish, *adj.* laifẹ ti ara ẹni laigbọ́ ti ara ẹni.

Unsettled, *adj.* laiduro nibi kan.

Unshaken, *adj.* laimì, lairú.

Unsheath, *v.t.* fayọ kuro ninu àkọ.

Unship, *v.t.* ko silẹ ninu ọkọ.

Unshod, *adj.* laini bata.

Unshrinking, *adj.* ti kò sunkì, ti ko wàki.

Unskilful, *adj.* lailọgbọn, lainimọ̀.

Unsociable, *adj.* laikẹgbẹ, aṣọ́.

Unsought, *adj.* laiwákiri.

Unsound, *adj.* laipé, laiṣõtọ, ti o ni abukùn.

Unspeakable, *adj.* laileṣọ, ti a kò le ṣọ.

Unspiritual, *adj.* laiṣe ti ẹmi, ti ara.

Unspoken, *adj.* laiṣọ, laiwi.

Unspotted, *adj.* lailabawọn, lailabukùn.

Unstable, *adj.* laifi ẹṣẹ mulẹ, nirírú, laimu-ara duro.

Unsteady, *adj.* laiduro ṣinṣin.

Unstop, *v.t.* ṣi, mu idina kuro.

Unsubdued, *adj.* laiṣẹgun, laibori.

Unsubmissive, *adj.* laiforibalẹ, laijọsìn, laisìn.

Unsuitable, *adj.* laiyẹ, laibamu.

Unsupported, *adj.* laini itilẹhin, laini iranlọwọ.

Unsurrendered, *adj.* laitába, laiteríba.

Unsuspicious, *adj.* laini fura.

Unswept, *adj.* laigbalẹ.

Unsystematic, *adj.* lailọ dẽdẽ.

Untainted, *adj.* laiṣabawọn, lailàbukun.

Untamed, *adj.* laituloju.

Untasted, *adj.* laitọwò.

Untaught, *adj.* laikọ́ lẹkọ.

Untenanted, *adj.* laini olugbé.

Unthankful, *adj.* laimõre, lailọpẹ.

Untidy, *adj.* wuru-wuru.

Untie, *v.t.* tú.

Until, *prep.* titi digba; *conj.* titi.

Untimely, *adj.* laiṣakoko, laibọsakoko.

Unto, *prep.* si, si ọdọ.

Untold, *adj.* laiṣọ.

Untouched, *adj.* laifọwọ ba, ti a kò fọwọ kan.

Untoward, *adj.* lairọrun, laiyẹ, lagidi, larekereke.

Untranslated, *adj.* laiyipadà si ede mĩ.

Untried, *adj.* lai-dan-wo.

Untrodden, *adj.* laifi ẹsẹ tẹ.

Untrue, *adj.* laiṣõtọ.

Untrustworthy, *adj.* laito gbẹkẹle laiṣe gbẹkẹle.

Untruth, *n.* irọ́, eké.

Unused, *adj.* lailo, ti a kò iti lo.

Unusual, *adj.* laiṣe nigbakugba.

Unvaccinated, *adj.* laibupá.

Unveil, *v.t. and i.* ka iboju kuro, ṣi niboju.

Unwarned, *adj.* laikìlọ fun, laigba ikilọ.

Unwary, *adj.* laikiyesara, laibikita.

Unwashed, *adj.* laifọ̀, laiwẹ̀.

Unwatchful, *adj.* laileṣọ, laiṣọra.

Unwearied, *adj.* laiṣãrẹ̀.

Unweighed, *adj.* laiwọ̀n.

Unwelcome, *adj.* laifi ayọ gba.

Unwell, *adj.* ṣaisan.

Unwholesome, *adj.* laiyẹ fun ilera.

Unwieldly, *adj.* polemọ̀, pambo.

Unwilling, *adj.* laini ifẹ́.

Unwind, *v.t. and i.* tu.

Unwise, *adj.* laigbọ́n, laimoye.

Unwittingly, *adj.* laimọ̀, laifi imọ ṣe.

Unworldly, *adj.* alaifẹ-nkan tara.

Unworthy, *adj.* laiyẹ.

Unwrap, *v.t.* tu.

Unwritten, *adj.* laikọwe.

Unyielding, *adj.* ti kò jọwọ ara rẹ̀ lọwọ, laidẹra.

Up, *adv.* soke, loke. *prep.* lori.

Upbraid, *v.t.* ba-wi, gàn, ka ẹṣẹ si lọrùn.

Uphill, *adj.* ti o ṣoro, riru oke.

Uphold, *v.t.* gbe-soke, ti-lẹhin, di-mu.

Upholder, *n.* alatilẹhin, olu gbesoke.

Upholstery, *n.* irọri, timtim.

Upkeep, *n.* itọju, inawo.

Uplift, *v.t.* gbe-soke.

Upon, *prep.* lori, sori.

Upper, *adj.* loke, leke, gaju ni ipo tabi ni ọla.

Uppermost, Upmost, *adj.* lòke lọhunlọhun, gaju lọ.

Upright, *adj.* olõtọ, olododo, ti o duro ṣinṣin.

Uproar, *n.* irukerudo, ariwo.

Uproot, *v.t.* fatu lati gbòngbo wa.

Upset, *v.t. and i.* dàrú, bi-ṣubu.

Upshot, *n.* opin, ipari.

Upside down, *adv.* dorikodo, yi-po.

Upstairs, *n.* ile oke, pẹtẹsi.

Upward, *adj.* lòke, ti o dojukọ oke.

Urchin, *n.* ọmọ-ita.

Urge, *v.t.* rọ̀, bẹ̀, tẹnumọ.

Urgent, *adj.* le, rirọ̀.

Us, *pron.* wa.

Usage, *n.* llo, iwa, àṣa.

Use, *n.* llo, ihusi. *v.t. and i.* lọ, hù-si, mu-ṣiṣẹ.

Useful, *adj.* wulò, ṣanfani, lerò.

Useless, *adj.* laiwulò, lainilari.

Usual, *adj.* bi atẹhinwa.

Usurp, *v.t. and i.* fi ipa gba, gba laitọai.

Usurpation, *n.* ifipagba laitọai.

Usurper, *n.* ẹniti nfi ipa gba ohun laitọai.

Usury, *n.* ẹdà, èlé.

Utensil, *n.* ohun elo.

Utility, *n.* llo ; ire.

Utilize, *v.t.* mu wulò.

Utmost, *adj.* titi fi di opin, ipẹkun, ipari.

Utter, *v.t.* sọ, wi jade.

Utterance, *n.* eyiti a sọ jade, ohùn, ọrọ-sisọ.

Utterly, *adv.* patapata, rawu-rawu.

Uttermost, *adj.* lopin, nipari.

V.

Vacancy, *n.* ãye, afo, ofurufu

Vacant, *adj.* lofo, l'asan.

Vacate, *v.t.* parẹ, fi àye silẹ, sọ di asan, ṣe ofo.

Vacation, *n.* ãye, idẹwọ iṣẹ.

Vaccinate, *v.t.* bupá.

Vaccination, *n.* ibupá.

Vaccinator, *n.* abupá, bupabupa.

Vacillate, *v.i.* mi sihin sọhun, ṣe iyemeji.

Vacuum, *n.* ofo, alafo.

Vagabond, *n.* isansa, alarinkiri, alainipò.

Vagrant, *adj.* ririnkiri laini ibu-gbe.

Vague, *adj.* lailẹṣẹnilẹ, laiduro nibikan, ṣikiri.

Vain, *adj.* lasán, lofo, lainilari, lainidi, ni igberaga.

Vainglory, *n.* ogo-asán.

Vale, *n.* afonifoji òke nlá.

Valediction, *n.* igbere, idagbere.

Valet, *n.* ọmọ-ọdọ ti nduro ti oluwa rẹ̀.

Valiant, *adj.* akọni, nigboiyà, lagbara.

Valid, *adj.* nipa, ti a fi idi rẹ̀ kalẹ ninu otitọ nipa ofin.

Validity, *n.* agbara, ipa, agbara ofin.

Valley, *n.* afonifoji, ilẹ larin òko meji.

Valorous, *adj.* nigboiyà, laibẹru, alagbara.

Valour, *n.* igboiyà, iwa akọni.

Valuable, *adj.* onïyelori, ni ère lori, oniyebiye.

Valuation, *n.* idiyelé, ifowole.

Value, *n.* iye, iye owo, rìrì. *v.t.* diyelé.

Valueless, *adj.* lainiyelori, laini-lari.

Valve, *n.* lẹbẹ ẹnu ohun elo, awẹ kan ninu ilẹ̀kun kika.

Van, *n.* iwaju ogun, kękę ęrù, atę lati fi fę alikama.

Vane, *n.* ohun ǫna imoye afęfę, asia, ǫpagun.

Vanguard, *n.* ęgbę ti o şaju ogun.

Vanish, *v.i.* yǫ salǫ, fo-lǫ, fę-lǫ, di ofo, di asan.

Vanity, *n.* ofo, asan, aileso, ojiji, igberaga.

Vanquish, *v.t.* şęgun, bori.

Vanquisher, *n.* aşęgun.

Vantage, *n.* anfani, ãye, ere, irǫrun.

Vapid, *adj.* laini ęmi, sisǫ ęmi nu.

Vapour, *n.* õru, ikũku.

Variable, *adj.* yiyipadà.

Variableness, *n.* onirũru iwa, iyipadà, ayidà.

Variance, *n.* airé, iyapa, airépǫ̀.

Variation, *n.* iyipada.

Variegate, *v.t.* se li onirũru àwǫ.

Variety, *n.* onirũru, íyatǫ.

Various, *adj.* onirũru, ǫpǫlǫpǫ, laidaju.

Varnish, *n.* ohun ti a fi ndán nkan, didán nkan. *v.t.* fi ororo dán.

Vary, *v.t. and i.* yi-padà, mu-yatǫ, parǫ.

Vassal, *n.* ęrù, agbękęleni, ęni imusin.

Vast, *adj.* ti o tohi, ti o gbilę, pǫ, nila, gbòro.

Vat, *n.* ǫpǫn nla ifi nkan mimu si.

Vault, *n.* iboji, isa-oku, iyara abę ilę. *v.t.* fò.

Vaunt, *v.t. and i.* halę, şefefe, şogo asan, fun-nu.

Veal, *n.* ęran ǫmǫ malu.

Veer, *v.t. and i.* yipadà, yi ǫkǫ̀ padà.

Vegetable, *n.* eweko, ewebę, ohun ǫ̃gbin.

Vegetarian, *n.* ęniti o fi ęran silę ti o si ję ewebę.

Vegetate, *v.i.* hù, dagba; lati wà li aiye bi ǫlę tabi alaironu.

Vegetation, *n.* hìhu, idagba eweko.

Vehemence, *n.* agbara, igbona ifę, itęnumǫ.

Vehement, *adj.* lagbara, gbigbona

Vehicle, *n.* kękę.

Veil, *n.* ibojú, ikele. *v.t.* fi aşǫ bo, fi-pamǫ.

Vein, *n.* işan ęję.

Velocity, *n.* iyara.

Velvet, *n.* aşǫ arán.

Vend, *v.t.* tà.

Vendor, *n.* olutà, ǫlǫja.

Veneer, *n.* ǫşǫ ode, iparada.

Venerable, *adj.* yę, ni iyìn, tǫ́ sí ǫlá, agbalagba.

Venerate, *v.t.* buyìn fun, bǫla fun, bǫwǫ fun.

Veneration, *n.* iyìn, ǫla pęlu ęru, ibǫwǫ fun.

Vengeance, *n.* ęsan, igbęsan, ijęniya.

Venison, *n.* ohun ǫdę, ęran agbǫnrin.

Venom, *n.* oró, iwǫ́ ti ipani.

Venomous, *adj.* olóro.

Vent, *n.* ihò, oju ǫna afęfę, ǫna isalǫ. *v.t.* sǫ-jade, ro ka-kiri, bǫ lǫwǫ.

Ventilate, *v.t.* fę́ li afęfę, ję ki afęfę fę́ si; şi silę fun idanwo, kede rè mi gbangba.

Ventilation, *n.* ifélafęfę, igbà afęfę rere; ikede ǫ̀rǫ ni gbangba.

Ventilator, *n.* ęnu ǫna afęfę.

Ventriloquist, *n.* ǫlǫsanyin.

Venture, *n.* idawǫle, idaşa si ewu. *v.t. and i.* daba, dawǫle, da-laşa, şe laipete.

Venturesome, *adj.* laiya, ogboju, laibęru.

Veracious, *adj.* nikiyesi otitǫ, olõtǫ.

Veracity, *n.* otitọ, lwa akiyesi otitọ.

Verandah, Veranda, *n.* ọ̀dẹ̀dẹ̀.

Verb, *n.* ọ̀rọ ti o sọ ti wiwà tabi ṣiṣe.

Verbal, *adj.* fifẹnusọ, ti ọ̀rọ sisọ.

Verbatim, *adj.* niṣaṣa ọ̀rọ, iròbẹrẹ, ọ̀rọ ti a wi gan.

Verbose, *adj.* pọ̀ li ọ̀rọ, ọlọ́rọ̀.

Verdant, *adj.* tutù, riruwe, lawe; yiyope si ọ̀na aiye.

Verdict, *n.* ipinnu awọn adajọ ni ilé-ẹjọ, idajọ.

Verdigris, *n.* ẽri ara idẹ.

Verdure, *n.* àwọ tutù.

Verge, *n.* eti, bèbe, opin; ẹka tutù, ọpa ọye.

Verger, *n.* olutọju ile Ọlọrun.

Verification, *n.* ifohun si, ijẹrisi otitọ.

Verify, *v.t.* fohun si, jẹri si otitọ.

Verily, *adv.* lõtọ, nitõtọ.

Veritable, *adj.* lotitọ, lododo, dajudaju.

Verity, *n.* otitọ.

Vermilion, *n.* àwọ pupa, òdòdó.

Vermin, *n.* kòkoro, ohun irako irira.

Vernacular, *n.* ède ilu ẹni. *adj.* lède ti a bi ẹni, lède onilẹ.

Vernal, *adj.* ti igba iruwe, ti igba ewe.

Versatile, *adj.* ṣiṣipòpadà, yiyipadà, laiduro-nibikan.

Verse, *n.* ẹsẹ, iwọn ti a pin ori iwe si.

Versed, *adj.* mimọ̀ daju, gbọ́n, moye.

Versify, *v.t. and i.* sọ di ẹsẹ, yi si ẹsẹ.

Version, *n.* iyipadà li ède kan si ekeji.

Vertex, *n.* ẹonṣo ori òke.

Very, *adj.* gãn, pãpa. *adv.* pupọ.

Vesper, *n.* ìrawọ alẹ, alẹ, iain alẹ.

Vessel, *n.* ohun èlo; ọkọ̀ omi.

Vest, *n.* ẹwu ileke, ẹwu penpe.

Vestibule, *n.* ẹnu ọna ilé.

Vestige, *n.* ipasẹ̀, àmi.

Vestment, *n.* aṣọ, ẹwu, agbada.

Vestry, *n.* iyàrá ile Ọlọrun ibiti a nṣe ipade ti a si fi aṣọ alufa pamọ.

Vesture, *n.* aṣọ. *v.t.* wọ li aṣọ.

Veteran, *n.* ògbó jagunjagun, ògbó ni iṣẹ.

Veterinary, *adj.* ti wiwo àrun ẹran.

Veto, *n.* agbara kikọ̀.

Vex, *v.t.* tọ́, yọ-lẹnu, bà-ninujẹ.

Vexation, *n.* itọ, iyọlẹnu, ibinujẹ, imulẹmofo.

Vexatious, *adj.* bibaninujẹ, yiyọ lẹnu.

Viaduct, *n.* ọnà lati fi kọja odo tabi afonifoji.

Vial, *n.* ìgo kekere.

Viand, *n.* ohun jijẹ.

Vibrate, *v.t. and i.* gbọn, wariri, jù sọtun sosi.

Vibration, *n.* igbọn, iwariri, ijù ẹotun sosi.

Vicar, *n.* ẹniti a yan lati ṣe agbipò ẹni, ọye alufa kan.

Vicarage, *n.* ile alufa, ibugbe alufa.

Vicarious, *adj.* gbigba iyà elomiran si ara ẹni, bibọ́ sipo ẹlomiran.

Vice, *n.* ohun elo ọna ti a lo lati fi di nkan mu, ẹmu kekere; ẹṣẹ, ìwa buburu, ìwa alẽbù.

Vice-principal, *n.* oluranlọwọ olori, igbakeji alaṣẹ ile-ẹkọ.

Viceroy, *n.* arọpò tabi adele ọba ti o ni ọla ati agbara ọba.

Vicinity, *n.* agbègbe ilu, itosi.

Vicious, *adj.* niwa alẽbù, nibuburu, ti kò ṣe ikonijanu.

Vicissitude, *n.* iyipadà, ayida.

Victim, *n.* ohun ẹbọ, ohun alãye ti a fi rubọ, ẹniti o farapa; ẹniti njiyà ipalara.

Victimise, *v.t.* fi ṣe ohun ẹbọ, tan-jẹ.

Victor, *n.* aṣẹgun.

Victorious, *adj.* niṣẹgun, ibori ọta.

Victoriously, *adv.* pẹlu iṣẹgun.

Victory, *n.* iṣẹgun, ibori.

Victualler, *n.* apèse onjẹ.

Victuals, *n.pl.* ohun jijẹ.

Vie; Vied, *v.i.* ba dije, jija lati bori.

View, *v.t.* ṣijuwò, bojuwò, gba-rò. *n.* aworan, iwò, iri.

Vigil, *n.* aisun, aṣalẹ ti ọ ṣaju ọjọ afiyesi.

Vigilance, *n.* iṣọra, iṣọna, iwoye.

Vigilant, *adj.* oluṣọra, kun fun iṣọra, niwoye.

Vigorous, *adj.* lagbara, nipá.

Vigour, *n.* agbara, ipá.

Vile, *adj.* buru, lainilari, laimọ́, oṣi.

Vilify, *v.t.* gàn, ba lorukọ jẹ.

Villa, *n.* ilé ti a kọ lẹhin odi.

Village, *n.* iletò, abule.

Villager, *n.* ara ileto.

Villain, *n.* eniakenia, enia buburu.

Villainy, *n.* iwa buburu, ẹṣẹ.

Vim, *n.* agbara.

Vindicate, *v.t.* da-lare, wẹ-mọ, dabobo.

Vindication, *n.* idalare, àbo, itilẹhin.

Vindicator, *n.* adanilare, alabo.

Vindictive, *adj.* gbigbẹsan.

Vindictiveness, *n.* iwa ẹsan.

Vine, *n.* ajara, itakùn.

Vinegar, *n.* ọti kikan.

Vineyard, *n.* ọgba ajara.

Vintage, *n.* igba ikore ajara, akeso ajara.

Violable, *adj.* ti a le bajẹ.

Violate, *v.t.* ba-jẹ, pa-lara, ru, ṣẹ si.

Violation, *n.* ibaje, ipalara, èṣẹ.

Violence, *n.* iwa-agbara, iwa-ipá, ija-agbara.

Violent, *adj.* alagbara, ikà.

Violin, *n.* ohun elo orin olokùn mẹrin.

Viper, *n.* ejò oloro kan, pamọlẹ.

Virgin, *n.* wundia.

Virginity, *n.* iwa wundia.

Virtual, *adj.* ti o ni aṣẹ tahi agbara.

Virtue, *n.* iwa-ọrun, aṣẹ, agbara.

Virtuous, *adj.* oniwa-rere, oniwa-ọrun, lagbara.

Virulence, *n.* oró, arankan, ọta kikoro, irunu.

Virulent, *adj.* loró, nipalara, rirunu gbigbona.

Visage, *n.* oju, iwo-oju.

Visible, *adj.* hihàn, riri, ṣisilẹ.

Vision, *n.* iran, alá, ojuran, iṣi-paya.

Visionary, *adj.* laiduro lọkàn, ti ero lasan, ti ki iṣe ododo.

Visit, *n.* ibẹwo, ikini. *v.t.* bẹ-wo, ki.

Visitation, *n.* ibẹwo, iwo, iki.

Visitor, *n.* abèniwo, alejo, awoni, akini.

Vital, *adj.* ti ẹmi, ti iwa lãyè, yiye, ti iṣe ohun daindain.

Vitality, *n.* agbara iwa lãyè.

Vitalise, *v.t.* sọ di ãye, fi iye fun.

Vitiate, *v.t.* ba-jẹ, sọ di aimọ́.

Vituperate, *v.t.* bu, ba-wi.

Vivacious, *adj.* ni daraya, ti o yara, ni gigun ẹmi.

Vivacity, *n.* iye, idaraya, iyara.

Vivid, *adj.* daraya, ti o jọ ohun alãyè, ti o dabi ẹnipe o ni ẹmi.

Vivify, *v.t.* fun ni iye, sọ di ãyè.

Vixen, *n.* abo kọlọkọlọ; obirin oninu fùfu.

Vocable, *n.* ifọhun, ọrọ, orukọ.

Vocabulary, *n.* iwe ikojọ ọrọ ti a to lẹsẹẹ, ti a si sọ itumọ wọn, iwe gbedegbẹyọ.

Vocal, *adj.* ti o li ohùn, ti a fi ohùn sọ.

Vocalist, *n.* akọrin.

Vocation, *n.* ipè, iṣẹ.

Vociferate, *v.t.* wi li ohùn rara, ho iho, ṣọ gburu.

Vociferation, *n.* asọ̀-gburu, igbe nlanla, ẹkún nla.

Vociferous, *adj.* alasọ̀, onigbe.

Vogue, *n.* àṣa, àra.

Voice, *n.* ohùn.

Voiceless, *n.* laini ohùn.

Void, *adj.* ofo, asan. *v.t.* sọ-dasan, sọ-di-ofo.

Volatile, *adj.* sisé, fifò, gbigbẹ.

Volcano, *n.* òke onina ti ima ru ẹ̀fin.

Volley, *n.* ajọyin ibọn, àyinpọ ibọn.

Voluble, *adj.* ti a le fi irọrun yi, ọlọrọ li ẹnu.

Volume, *n.* àpo-iwé, iwe.

Voluntary, *adj.* atinuwá, tinu-tinu, tifẹ́tifẹ́. *n.* orin ẹniti ntẹ duru.

Volunteer, *n.* fifi ara ẹni si ẹgbe ologun lati inu wa, tabi si iṣẹ isin kan. *v.t. and i.* fi ara tọrẹ fun iṣẹ isin kan.

Voluptuous, *adj.* gbigbadùn ara rẹ̀, gbigbọtara, ni ifẹkufẹ.

Vomit, *v.t. and i.* bi, pọ̀-jade. *n.* ẹ̀bì.

Voracious, *adj.* niwọra, ọjẹun.

Votary, *n.* ẹniti o ya ara rẹ̀ sọtọ nipa èjẹ́.

Vote, *n.* ohùn, ilohùnsai, yiyàn. *v.t. and i.* lohùnsi, yàn.

Voter, *n.* ayànni, alohùn si.

Vouch, *v.t. and i.* pè ṣe ẹlẹri, jẹri si.

Voucher, *n.* ẹlẹri, iwe ẹri.

Vouchsafe, *v.t.* fiyesini, fifun ni.

Vow, *n.* ẹjẹ́, ileri ifẹ́. *v.t.* jẹ ẹjẹ́, ṣe ileri ifẹ́.

Voyage, *n.* irin-àjo loju omi, iṣikọ̀.

Voyager, *n.* èro loju omi.

Vulgar, *adj.* ti iṣe ti gbogbo enia, enia lasan.

Vulgarity, *n.* ìwa enia lasan.

Vulgate, *n.* ọrọ Ọlọrun ni ede Latin.

Vulnerable, *adj.* ti a le ṣa-lọgbẹ, ti a le pa lara.

Vulture, *n.* gúnugú.

Vying, *v.i.* dije.

W.

Wad, *n.* idi koriko, ajẹ ibọn.

Waddle, *v.i.* rin irin pẹpẹiyẹ, rin hẹbẹhẹbẹ.

Wade, *v.t. and i.* là omi ja, fi iṣoro rin.

Wafer, *n.* àkara fẹlẹfẹlẹ, aiwu-kara fẹlẹfẹlẹ.

Waft, *v.t.* gbe fó loju omi tabi ninu afẹfẹ, juwọsi.

Wag, *v.t. and i.* miri, mì sọtun sosi, mì siwa mì sẹhin.

Wage, *v.t.* ṣe adehun, jiyan, fi ijiyan lelẹ, gbogun, fi-dogo.

Wager, *n.* ògo, ọfa, ijiyan.

Wages, *n.pl.* owo iṣẹ, owo ọya.

Waggle, *v.t. and i.* mì, ju sihin sọhun.

Waggon, Wagon, *n.* kẹkẹ ẹrù.

Waif, *n.* ohun ti a sọnu, isansa.

Wail, *v.t. and i.* pohùnrere ẹkun.

Wainscot, *n.* patako isalẹ ogiri, itẹ inu ile.

Waist, *n.* ibadi ; idabu igbaroko, idi.

Waistband, *n.* ọja ibadi.

Waistcoat, *n.* ẹwu kukuru ti o bo ibadi.

Wait, *v.t. and i.* duro, duro de, duro tì, reti ; ba dè.

Waiter, *n.* aduro tini, agbawo onjẹ.

Waive, *v.t.* kọ-silẹ, yẹ̀-kuro.

Wake, *v.t. and i.* jì, ṣe aisun. *n.* jiji iṣẹ aisun.

Wale, *n.* ami ìnà, rire-ẹgba.

Walk, *v.t. and i.* rin, fi ẹsẹ rìn. *n.* ìrin.

Walker, *n.* arinna, ẹniti o le rin.

Walking stick, *n.* ọpa itẹlẹ.

Wall, *n.* ogiri, iganá.

Wallet, *n.* apo onjẹ.

Wallow, *v.i.* pàfọ ninu ẹrẹ.

Wan, *adj.* joro, ṣokunrun.

Wand, *n.* ọpa tinrin ti awọn oṣo ma nlo.

Wander, *v.t. and i.* rìn kiri, ṣina kiri.

Wanderer, *n.* alarìnkiri, aṣako, aṣina.

Wane, *v.i.* dinku, yẹ diẹ diẹ, bujẹkùn, girijẹ.

Want, *n.* aini, àbukùn, ofo, aito. *v.t. and i.* ṣe aini, fẹ́, fẹ́-kù.

Wanton, *adj.* lailakoso, ni ifẹ-kufẹ, ni wọra. *v.i.* ṣe ifẹ-kufẹ, ṣe wọra.

Wantonness, *n.* aṣeju, ifẹ ara, ifẹkufẹ, iwọra.

War, *n.* ogun, ìja. *v.t. and i.* jagun, bá-jà, ba-jagun.

Warble, *v.t. and i.* kọrin bi ẹiyẹ.

Warbler, *n.* olorin, akọrin.

War-cry, *n.* ipè ogun.

Ward, *n.* ẹṣọ, àbo, odi, agbàra. *v.t.* ṣọ, tọju, dabobo ; gbà kuro.

Warden, *n.* oluṣọ, olutọju, alàbo, olori ile-ẹkọ giga, olori tubu, olutọju-ile Ọlọrun.

Warder, *n.* olupamọ, olutọju.

Wardrobe, *n.* ibi ipa aṣọ mọ ṣi ; aṣọ wiwọ̀.

Ware, *n.* ohun tita, ọjà. *adv.* ni reti, ni ipese, ni iṣọra.

Warehouse, *n.* ile ipalẹ ọjà mọ ṣi. *v.t.* fi ọjà pamọ, ko ṣi ilẹ́ iṣura.

Warehouseman, *n.* olori ilé iṣura.

Warfare, *n* ijagun, ìja, ogun jijà.

Warily, *adv.* niṣọra, niwoye.

Wariness, *n.* iṣọra, iwoye.

Warlike, *adj.* bi ologun.

Warm, *adj.* gbona, gbigbona, lilọ wọ́wọ́. *v.t. and i.* yáná, mu-gbona, fi-gbona fi lọna wọrọwọrọ.

Warm-hearted, *adj.* ọlọkan gbigbona, onitara enia.

Warmth, *n.* igbona, itara, ifẹ́.

Warn, *v.t.* kilọ fun, ṣi-leti.

Warning, *n.* ikilọ, iṣileti.

Warp, *n.* tita okùn iwunṣọ, ìrọ́ aṣọ. *v.t. and i.* yi si apakan, tẹ.

Warrant, *n.* aṣẹ ifi muni, ìti-lẹhin, idaniloju. *v.t.* fi aṣẹ si, ti-lẹhin, ṣe ki o daju.

Warrior, *n.* ologun, ọgagun.

Wart, *n.* wọnwọn.

Wary, *adj.* niṣọra, niṣọna. niwoye.

Was, *v.i.* wà, jẹ, ni.

Wash, *n.* iwẹ, fìfọ̀. *v.t. and i.* wẹ, fọ̀.

Washerwoman, *n.* afọṣọ, alagbàfọ̀ obirin.

Washhouse, *n.* ile ifọṣọ.

Washtub, *n.* ọpọn ifọṣọ.

Wasp, *n.* ọdẹ, agbọn, akọ oyin.

Waste, *n.* ahoro, idahoro, iparun, inádànu. *v.t. and i.* parun, fi-ṣọfo, ná-dànu, ná-ni inákuna, ṣan-dànu. *adj.* ni ahoro, aṣalẹ̀, lofo.

Wasteful, *adj.* nidànu, ni inákuna.

Waster, *n.* oninákuna.

Wasting, *adj.* nibajẹ, ni iparun.

Watch, *n.* ẹṣọ, iṣọ, agogo. *v.t. and i.* ṣọ.

Watchful, *adj.* niṣọra, ṣiṣọ, wiwoye.

Watchmaker, *n.* oniṣọna agogo, alagogo.

Watchman, *n.* oluṣọ, ẹṣọ.

Watohnight, *n.* aisun ǫdun titun.

Watohtower, *n.* ilé-iṣọ.

Watohword, *n.* ọrọ ami.

Water, *n.* omi. *v.t. and i.* fun li omi, bù omi wọ́n, bù omi rin.

Water-barrel, *n.* agba omi.

Water-bottle, *n.* igo omi.

Waterfall, *n.* ọ̀ṣọrọ ojo, ìtakiti omi.

Watermark, *n.* oju àmi ikun omi.

Water-pot, *n.* ikoko omi, ladugbo.

Water-snake, *n.* jomijoke.

Water-spring, *n.* orisun omi.

Wattle, *n.* ẹka igi, ọpa ti o lẹ̀. *v.t.* ha ile, fi ẹka igi ha, wọn.

Wave, *n.* iru omi, ìgbi omi, ibilu omi. *v.t. and i.* fì, ru, bilu, juwọ si ; kọ-silẹ.

Waver, *v.i.* ṣiyemeji, ṣaiduro nibi kan, ti siwa ti sẹhin, mi.

Waverer, *n.* oniyemeji.

Wavy, *adj.* nibibile, ṣiṣẹle.

Wax, *n.* ida, ida eti, ida oyin. *v.t.* di, dagba, wú, pọsi.

Way, *n.* ọ̀na, oju ọ̀na, iwa enia, aṣa.

Wayfarer, *n.* èro, alejo, arina ajọ.

Waylay, *v.t.* dè ọna de, badè.

Wayside, *n.* ẹba-ọna.

Wayward, *adj.* niwàkuwa, ṣaigbọran, ṣagidi.

We, *pron.* awa, a.

Weak, *adj.* lailagbara, dẹra, lailera, laile.

Weaken, *v.t.* mu-rọ, sọ di ailera, sọ di alailagbara, rẹ̀ agbara silẹ, mu-dẹra.

Weak-hearted, *adj.* alaile àiya.

Weakly, *adv.* lalailera.

Weakness, *n.* ailera, ailagbara.

Weal, *n.* alafia, iwa irọrun ; ami inà.

Wealth, *n.* ọrọ̀, owo, ọlà.

Wealthy, *adj.* lọrọ̀, lowo, ọlọrọ̀.

Wean, *v.t.* we, ja-lẹnu-ọmú, gbà-lẹnu-ọmú.

Weapon, *n.* ohun-ìja, ohun-ogun, ohun-ilo.

Wear, Worn, *v.t. and i.* wọ̀, lo, lògbó, bajẹ, ṣa, da-lagara.

Wearable, *adj.* wiwọ̀.

Wearer, *n.* oluwọ̀.

Weariness, *n.* ãrẹ̀, agara.

Wearisome, *adv.* idanilagã, larẹ̀.

Weary, *v.t. and i.* rẹ̀, ṣe-ãrẹ̀, mularẹ̀, dá-lagara.

Weather, *n.* oju ọjọ, oju ọrun, afẹfẹ. *v.t. and i.* farada, foriti.

Weather-beaten, *adj.* fi ijì gbá-kiri.

Weather-glass, *n.* ẹrọ dingi ti o sọ bi ọjọ ti ri.

Weave, *v.t. and i.* wun, wunṣọ, wun-okùn.

Weaver, *n.* awunṣọ.

Web, *n.* iwunṣọ, okùn alantakùn.

Web-footed, *adj.* ẹsẹ ti o lẹpọ bi ti pẹpẹiyẹ.

Wed, *v.t. and i.* gbe-niyawo, gbeyawo, so-pọ.

Wedding, *n.* igbeyawo, isoyigi.

Wedding-day, *n.* ọjọ-igbeyawo.

Wedding-feast, *n.* ase-igbeyawo.

Wedding-ring, *n.* oruka igbeyawo.

Wedge, *n.* ōkàn, ōlà, ipanran, dindi.

Wedlock, *n.* igbeyawo.

Wednesday, *n.* ọjọ kẹrin ọsẹ.

Wee, *adj.* kekere.

Weed, *n.* èpo, wepe, èhu koriko. *v.t. and i.* tu epo, tu koriko.

Weedy, *adj.* kun fun èpo.

Week, *n.* ọsẹ kan, ọjọ meje.

Weekday, *n.* ọjọ lasan, ọjọkọjọ ti ki iṣẹ ọjọ iaimi.

Weekly, *adv.* lọsọsẹ, lẹ̃kan lọsọsẹ.

Weep, *v.t. and i.* sọkun, damijé.

Weeper, *n.* ọlẹkún, olomijẹ́.

Weeping, *adj.* ẹkún.

Weigh, *v.t. and i.* wọ̀n, gbe-wọ̀, fi oṣuwọn wọn, dìwọn, sọ-wọ̀.

Weight, *n.* iwuwo, òṣuwọ̀n.

Weighty, *adj.* wuwo, lagbara, tobi

Welcome, *n.* ikini, iki ayọ̀ fun alejo, ariyọ. *v.t.* ki, fi ayọ̀ gbà. *adj.* fifayọ̀ gbà.

Weld, *v.t. and i.* lurinpọ̀, lu irin mọ irin, so-pọ.

Welfare, *n.* alafia, ire.

Well, *n.* kanga, orisun omi. *adv.* lalafia, ni dida ara, daradara, rere.

Well-behaved, *adj.* ni iwà rere, lilo si daradara.

Well-being, *n.* alafia, ire, iwà irọrun.

Well-beloved, *adj.* olufẹ ọwọn, ayanfẹ gidigidi.

Well-bred, *adj.* ni kikọ rere, ni iwà rere.

Well-done, *inter.* oku, gbere, o ṣeun.

Welt, *n.* eti, igbati.

Welter, *v.i.* ra pàla ninu ẹjẹ tabi ẹrẹ̀, yi-kiri.

Wen, *n.* iwú, gẹ̀gẹ, koko, maluke.

Wench, *n.* ọmọdebirin.

Wend, *v.t. and i.* lọ, kọja.

Went, *v.i.* ti lọ.

West, *n.* iwọ õrùn, iha yanma.

Westerly, Western, Westward, *adv.* sihà iwọ õrùn.

Wet, *adj.* tutù, rin, lomi, ni òjo. *n.* itutù, ilomi.

Wether, *n.* ogufe, ẹran ti a tẹ lọda.

Whack, *n.* ìlu, ìna. *v.t. and i.* fi agbara lù.

Whale, *n.* erinmi, ẹja nlanlà.

Whalebone, *n.* egungun pari ẹrẹkẹ erinmi.

Wharf, *n.* ebute.

What, *pron.* kini, kinla, ohun ti, eyiti.

Whatever, Whatsoever, *pron.* ohunkohun, eyikeyi.

Wheal, *n.* iwú.

Wheat, *n.* alikama, ọkà.

Wheedle, *v.t.* fi ọrọ didun tàn, pọ́n.

Wheel, *n.* kẹkẹ. *v.t. and i.* yi kẹkẹ.

Wheelbarrow, *n.* kẹkẹ ikẹrù.

Wheelwright, *n.* akankẹkẹ.

Wheeze, *v.i.* mi kakan.

Whelp, *n.* ọmọ aja, ọmọ ẹran abekanna.

When, *adv.* nigbati, nigbawo.

Whence, *adv.* lati ibẹ wa, lati ibo.

Whenever, Whensoever, *adv.* nigbakũgba, nigba ti o wu ki o ṣe.

Where, *adv.* ibo, nibo, nibiti.

Whereabouts, *n.* apa ibiti enia wa.

Whereas, *conj.* nigbati o jẹ pe, niwọn bi o ti ṣe pe.

Whereat, Whereby, *adv.* nipa eyiti.

Wherefore, *adv.* nitorina, nitorikini.

Wherein, *adv.* ninu eyiti.

Whereof, *adv.* ti inu eyiti.

Whereon, *adv.* lori eyiti.

Wheresoever, *adv.* nibikibi ti owu ki o ṣe.

Whereunto, *adv.* sipa ewo.

Whereupon, *adv.* sori ewo, nitorina ni.

Wherever, *adv.* nibikibi.

Wherewithal, *adv.* nipa ewo.

Whet, *v.t.* pọn, pọn ida, pọn ọbẹ.

Whether, *pron.* ewo, ewo ninu mejeji.

Whetstone, *n.* okuta ipọnrin.

Whey, *n.* omi rirogun inu wara.

Which, *pron.* ewo, eyiti.

Whiff, *n.* efin ti a tu jade lojiji.

While, *adv.* niwọn bi, nigbati, li
akoko.

Whim, *n.* ìrokìro, iṣebi.

Whine, *v.t. and i.* hu, ke.

Whip, *n.* ọrẹ, paṣan, ẹgba. *v.t.
and i.* nà.

Whipcord, *n.* okun paṣan.

Whirl, *n.* ipoyi kikan, ifìyika
kánkan.

Whirlwind, *n.* iji, āja, afẹfẹ
afẹyika.

Whisker, *n.* kànàngó, irun ẹrẹkẹ,
irun ète.

Whisky, *n.* ọti.

Whisper, *n.* ọ̀rọ jẹjẹ, ọ̀rọ .kẹlẹ-
kẹlẹ. *v.t. and i.* sọ̀rọ jẹjẹ,
sọrọ kẹlẹkẹlẹ li eti.

Whisperer, *n.* asọ̀rọ jẹjẹ ; olofofo.

Whistle, *n.* isufe, òfé. *v.t. and i.*
sufe.

Whit, *n.* ohun ti o kere julọ.

White, *adj.* funfun.

White ant, *n.* ikan.

Whiten, *v.t. and i.* sọ di funfun.

Whither, *adv.* nibo, si ibo.

Whitlow, *n.* àkandun, atafo.

Whiz, *v.i.* kùn.

Who, *pron.* tani, ẹniti.

Whoever, *pron.* ẹnikẹni.

Whole, *n.* gbogbo, ọtọtọ. *adj.*
ni dida ara, li odidi.

Wholehearted, *adj.* tọkan-tọkan,
tinu-tinu.

Wholesale, *adj.* itaja li odidi,
ìtakiṣi.

Wholesome, *adj.* dara, dara ni
jijẹ.

Wholly, *adv.* patapata, lọtọtọ,
lodidi.

Whom, *pron.* ẹniti.

Whomsoever, *pron.* ẹnikẹni.

Whoop, *n.* iho, ikọ, igbe ojiji.

Whooping-cough, *n.* ikọ fā.

Whore, *n.* àgbere.

Whoredom, *n.* iwa àgbere.

Whose, *pron.* ti tani.

Whosoever, *pron.* ẹnikẹni, ẹniti
o wu ki o jẹ.

Why, *adv.* ẽṣe, etiṣe, nitori kini,
kiloṣe, kini idirẹ̀, etiri, eha-
tiṣe.

Wick, *n.* owu itanna, owu fitilà.

Wicked, *adj.* buburu, buru.

Wickedness, *n.* ìwa buburu.

Wicket, *n.* ẹnu ọna kekere.

Wide, *adj.* gbòro, nibò, jina.

Wide-awake, *adj.* lajusilẹ, mura
silẹ.

Widen, *v.t. and i.* fẹ̀, fẹ̀ nibu, ṣi
silẹ.

Widespread, *adj.* itankalẹ.

Widow, *n.* opó.

Widower, *n.* ẹniti obirin rẹ̀ kú.

Widowhood, *n.* iwa opo.

Width, *n.* ibu, ibo.

Wield, *v.t.* fi aṣẹ lo, fi agbara lo.

Wife, Wives, *n.* aya, obirin,
abilekọ́.

Wig, *n.* irun ti a ṣe fun apari,
ami oye onidajọ.

Wild, *adj.* aituloju, ṣara igbo,
huko loju, asọsigbo, ti igbẹ́.

Wild-animal, *n.* ẹranko igbẹ́.

Wilderness, *n.* aginju, igbẹ́, ijù.

Wiles, *n.* ètan, arekereke.

Wilful, *adj.* agidi, aṣetinuẹni,
mọmọṣe.

Wilily, *adv.* ni ètan, li arekereke.

Will, *n.* ifẹ, aṣẹ. *v.t.* fẹ, pa laṣẹ.

Willing, *adj.* ni ifẹ si, fifẹ.

Willingly, *adv.* tifẹ́tifẹ́, tinu-
tinu.

Willingness, *n.* ifẹ́, ifẹ́ inu.

Win, Won, *v.t. and i.* ṣegun,
bori, jẹ, gbà.

Wince, *v.i.* karaba.

Wind, *n.* afẹfẹ, ẹfufù.

Wind, Wound, *v.t. and i.* yika,
ka, káwe.

Windfall, *n.* ohun ti afẹfẹ fẹ bọ
silẹ, eso igbọnsilẹ.

Winding, *n.* iyikakiri.

Winding-sheet, *n.* aṣọ iweku.

Windlass, n. ohun ọnà ifà ẹrù wuwo sokè.

Window, n. ferese, oju afẹfẹ.

Window-blind, Window-curtain, n. aṣọ ferese.

Window-shutter, n. ilẹkun ferese.

Windpipe, n. ọna ọfun.

Windward, adv. siha afẹfẹ.

Windy, adj. ri afẹfẹ, kiki afẹfẹ.

Wine, n. wain, ọti eso ajara.

Wine-press, n. ifúnti.

Wing, n. iyẹ apá; apakan ti o yọ sode. v.t. and i. fun niyẹ.

Winged, adj. abiyẹ, oniyẹ.

Wingless, adj. alainiyẹ.

Wink, v.t. and i. ṣẹju, diju baibal.

Winner, n. ajẹni, aṣẹgun.

Winning, adj. nifaiya, nìwu.

Winnow, v.t. fẹ, fẹ ìyangbo danu.

Winsome, adj. didaraya, lẹwu.

Winter, n. ìgba otutù. v.t and i. potutù.

Wipe, v.t. and i. nù, nùkuro, parẹ.

Wire, n. okùn irin. v.t. and i. fi okùn irin di.

Wisdom, n. ọgbọn, imọ, oye.

Wise, adj. gbọn, moye, mọ̀.

Wisely, adv. pẹlu ọgbọn.

Wish, n. ifẹ. v.t. and i. fẹ́.

Wisp, n. ọwọ̀, alẹ̀, igbalẹ.

Wistful, adj. ni iflyesi, ni tẹjumọ.

Wit, n. oye, ọgbọ́n, iyè.

Witch, n. ajẹ́.

Witchcraft, n. iṣe-ajẹ́, ọṣó.

With, prep. pẹlu.

Withal, adv. bẹ gẹgẹ, pẹlu eyi ti o kù.

Withdraw, v.t. and i. fà-padà, gbapadà, yọ-kuro, dawọ-duro, yà-kuro, fà-sẹhin.

Withdrawal, n. ifàsẹhin, iyakuro, igbapadà.

Wither, v.t. and i. rẹ̀, ṣá, tí, gbẹ.

Withhold, v.t. da-duro, fà-sẹhin, hawọ.

Within, prep. ninu, ti inu.

Without, prep. lode, lẹhinode, laisi.

Withstand, v.t. and i. durotì, durosi, kọjujasi, di-lọna, koju ọdi si.

Witness, n. ẹri, ẹlẹri. v.t. and i. jẹri sẹlẹri.

Wittingly, adv. nimimọ̀, lamọ̃-mọ̀ṣe.

Wizard, n. ajẹ́, ọṣó, alafọṣẹ.

Wizen, adj. rirẹ̀, rù.

Wobble, Wabble, v.t. ta-gbọn-gbọn.

Woe, n. ibanujẹ, ọṣi, ọfo, ikànu; egbé.

Woeful, Woful, adj. kún fun iba-nujẹ, kiki ọṣi.

Wolf, n. ikorikò.

Woman, n. obirin.

Womanhood, n. iwa obirin.

Womankind, n. ẹda obirin, ẹya obirin.

Womanly, adj. yiyẹ fun obirin.

Womb, n. inu, ile ọlẹ̀.

Wonder, n. iyanu, iṣẹ-iyanu. v.t. and i. ẹnu yà, hà ṣe.

Wonderful, adj. niyanu, nihà, kún fun iyanu.

Wonderfully, adv. tiyanutiyanu.

Wont, adj. atimaṣe, bi iṣe ẹni. n. ìwa, aṣa, iṣe.

Woo, v.t. fẹ́, ṣe ifẹ́.

Wood, n. igbó, igi.

Wood-ash, n. ẽru igi.

Woodcock, n. agbe (ẹiyẹ).

Wooded, adj. ni igi, lọpọ igi.

Woodland, n. ilẹ onigi.

Woodman, n. onigi, ọdẹ, onitọju igbó.

Woodwork, n. iṣẹ igi.

Wooer, n. olufẹ́.

Woof, n. ita aṣọ.

Wool, n. irun agutan, owu.

Woollen, *adj.* ti afi irun agutan ṣe, kubusu, ti owù.

Word, *n.* ọ̀rọ, gbolohun kan. *v.t.* sọ li ọrọ.

Work, *n.* iṣẹ, ìrú. *v.t.* ṣiṣẹ.

Worker, *n.* oniṣẹ.

Work-fellow, *n.* ẹgbẹ alagbaṣe, alabaṣiṣẹ.

Workman, *n.* oniṣẹ.

Workmanship, *n.* iṣẹ, ọgbọn iṣẹ.

Workshop, *n.* ilé iṣọna.

Workshop, *n.* ilé iṣọna.

World, *n.* aiye, araiye.

Worldliness, *n.* iwa ti aiye yi, ifẹ aiye.

Worldly, *adj.* ti aiye, nifẹ́ aiye, igbọkanle ohun aiye, ifọkansi ohun aiye.

World-wide, *adj.* gbogbo aiye, agbaiye.

Worm, *n.* kòkoro.

Worm-eaten, *adj.* jijẹ kòkoro.

Wormwood, *n.* igi kikorò, iwọ.

Worry, *n.* wahala, ãjò, aniyan. *v.t. and i.* tọ́, da li aga.

Worse, *adj.* buruju, buru siwaju.

Worship, *n.* isin, iyin, oyé, ọlá. *v.t. and i.* sin, bu ọla fun, foribalẹ.

Worshipper, *n.* olusin.

Worst, *adj.* burujulọ.

Worth, *n.* iye, iyi idiyele, itọ si, itoye.

Worthily, *adv.* nititoye, niyiyẹ.

Worthiness, *n.* itoye, ẹ̀yẹ.

Worthless, *adj.* laiyẹ, laitoye, lainiye lori, lainilari.

Worthy, *adj.* yẹ, nitoye, tọ. *n.* olokiki.

Would, *v.* yio, fẹ́.

Wound, *n.* ọgbẹ, ipalara, ifarapa. *v.t.* ṣa lọgbẹ, pa-lara.

Wrangle, *n.* aroye, ijiyan, aṣọ. *v.i.* jiyan.

Wrangler, *n.* alaroye, onijiyan, aṣòdi.

Wrap, *v.t. and i.* di, bo, fi-we, fi-di, gba, ró.

Wrapper, *n.* aṣọ ibora, apo iwe ; ohun ti a fi di nkan.

Wrath, *n.* ibinu, irunu, ikannu.

Wrathful, *adj.* abinu, kun fun irunu.

Wrathfully, *adv.* tibinutibinu.

Wreak, *v.t.* gbẹsan, fi ibinu le.

Wreath, *n.* màriwo, itana eweko ti a fi ṣe ọṣọ fun oku.

Wreathe, *v.t. and i.* kako mọra, lọpọ, yi i ka.

Wreck, *n.* ibajẹ ọkọ̀, ifọkọ̀ ; riri ọkọ. *v.t. and i.* ba-jẹ, fọ́, pa-run, rì.

Wrench, *n.* rirọ̀, iré. *v.t.* fi agbara lọ pọ, rọ́, fà, fi agbara gbà.

Wrest, *v.t.* fi agbara yi po, lọ́.

Wrestle, *v.t. and i.* jijakadi, jagidigbo.

Wrestler, *n.* onijakadi, alọnilọwọgbà.

Wretch, *n.* ọṣi enia, aboṣi, eniakenia.

Wretchedness, *n.* iwa ọṣi.

Wriggle, *v.t. and i.* kù siwa kù sẹhin, yi ara kiri.

Wright, *n.* oniṣọna, ọlọna.

Wring, *v.t.* lọ, fun, lọnilọwọgba.

Wringer, *n.* alọnilọwọgba, ẹrọ lati fi fun aṣọ.

Wrinkle, *n.* ikiweje, ikati iwaju, *v.t. and i.* fun pọ̀, runlu.

Wrist, *n.* ọrun ọwọ.

Wristband, *n.* aṣọ ọrun ọwọ.

Writ, *n.* iwe ofin.

Write, *v.t. and i.* kọ, kọwé.

Writer, *n.* akọwe.

Writhe, *v.t. and i.* fi agbara yi, yi sihin yi sọhun.

Writing, *n.* ikọwe, iwe.

Writing-paper, *n.* iwe kikọ.

Wrong, *n.* iṣina, iṣiṣe, iṣẹni, ipanilara, ẹbi. *v.t.* fi ibi ṣe, ṣẹ̀.

Wrong-doer, *n.* oluṣe buburu, aṣeninibi.

Wrongfully, *adv.* laṣanlaṣan, lainidi, laijẹbi, laiṣeṣi.

Wroth, *pred. adj.* ibinu.

Wrought, *v.i.* ti ṣe, pari, ṣe tan.

Wry, *adj.* ilọpọ ; ilọpo sapakan.

Y.

Yacht, *n.* ọkọ̀ kekere iṣafẹ́.

Yachting, *n.* tukọ afẹ́ kiri.

Yam, *n.* iṣu.

Yam-flour, *n.* èlùbọ́.

Yard, *n.* agbalá, ọpa iwọn ẹlẹsẹ̀ mẹta, ọpa idabu itagbokun.

Yarn, *n.* owu riran ; itan.

Yawn, *n.* yiyan. *v.t. and i.* yan.

Yaws, *n.pl.* àrun ni awọ ara ; ogodo.

Ye, *pron.* ẹ, ẹnyin.

Yea, *adv.* bẹni.

Year, *n.* ọdun, oṣu mejila.

Yearly, *adv.* lọdọdun, ti ọdọdun kan.

Yearn, *v.t. and i.* ṣe ìyọ́nú si.

Yearning, *n.* ifẹ gbigbona, iyọ́nú, ikanu.

Yeast, *n.* iwukara.

Yell, *v.t. and i.* ke ramuramu, bú, kọ. *n.* bìbú, kìkọ.

Yellow, *n.* pupa rusurusu, iyèyè, ṣafa.

Yelp, *v.i.* ke han-un-han-un, ·gbo bi aja.

Yeoman, *n.* agbẹ, ọmọ-ogun ti nbojuto ile iṣura.

Yes, *adv.* ẹ̃n, bẹni, ōtọ.

Yesterday, *n.* aná, laná.

Yesternight, *n.* oru aná, loru aná.

Yet, *conj.* sibẹ, sibẹsibẹ, bi o tilẹ ri bẹ̃. *adj.* pẹlu-pẹlu, ju bẹ lọ.

Yield, *v.t.* fi-padà, san, mu-wá. *v.i.* bi, so, ta, jọwọ lọwọ, dẹra. *n.* ère, ẹsan-iṣẹ, iye eso ti a so.

Yoke, *n.* ajàgà ọrùn, ami ìsin ẹrú, ìdi, ami ẹwọn. *v.t. and i.* dipọ lajàgà, so ẹran meji pọ, fi ajàgà kọrun, dapọ.

Yolk, Yelk, *n.* pupa ẹyin.

Yonder, Yon. *adj.* lọhun, nibayi, lokere ọhún.

Yore, *adv.* nigbani, nilailai, nigbatijọ.

You, *pron.* ẹnyin, ẹ, iwọ, ọ, nyin.

Young, *adj.* ṣọmọde, ṣọtun, ṣọmọdan. *n.* ọmọ, ewe.

Your, *pron.* tirẹ, tiyin, tiwọ, tẹnyin.

Yourself, Yourselves, *pron.* iwọ tikararẹ, ẹnyin tikara-nyin, ti kararẹ, tikaranyin.

Youth, *n.* ọdọmọdo.

Youthful, *adj.* ti ọdọmọde.

Youthfulness, *n.* ìwa ọdọmọde.

Z.

Zeal, *n.* itara, ina ara, ãjò, owere.

Zealot, *n.* onitara, alãjò.

Zealous, *adj.* nini-tara ninu ohun gbogbo.

Zealously, *adv.* pẹlu itara.

Zealousness, *n.* initara, iwa nini-tara.

Zebra, *n.* kẹtakẹta abila.

Zenith, *n.* ṣonṣo awọn ọrun, ogido, idẹsẹkẹsẹ.

Zero, *n.* ōfó.

Zest, *n.* adùn, abukun adùn, gbigbadùn.

Zigzag, *adj.* ti o ṣe segesege, ti o lọ wọrọ-wọrọ.

Zinc, *n.* irin bi tanganrin.

Zodiac, *n.* ipa ọna ōrun nipa apẹrẹ ìlana mejila.

Zone, *n.* ipa kan ninu ọna nla marun ti a pin ilẹ aíye si, amure, ọja.

PART II.

YORUBA-ENGLISH.

PART II.

YORUBA-ENGLISH.

A, *pro.* him, her, it.—*e.g.*, Mo fa a, " I draw him or her."

A, *pro.* contraction of 'awa' we.—*e.g.*, A nlọ lọla. " We are leaving to-morrow."

A, *pro.* contraction of ' awọn,' they : used in the formation of the Passive Voice. —*e.g.*, A sọ fun mi, " I am told " ; Emi li a ri, " I am seen."

A, a *prefix*, used with a verb to form a noun.—*e.g.*, lọ, to go, àlọ, a going out ; pẹja, to fish, apẹja, a fisherman.

Aa´l *inter.* word of exclamation.

Àbá, *n.* attempt, endeavour, motion, proposal, suggestion.

Àbā or Abàrá, *n.* a slap with the palm of the hand.—*e.g.*, O gbá mi li àbā, " He slaps me with the palm of his hand."

Abá, *n.* a kind of mat.—*e.g.*, Ẹni abá kò tọ́ bi ọ̃ré, " An abá mat is not as durable as an ọ̃ré mat.'

Abà, *n.* barn, granary, store, garner.

Abà, *n.* a staple ; stocks ; a kind of banyan tree planted in the street to afford shade.

Aba, *n.* incubation.—*e.g.*, Adiẹ mi nsaba, " My fowl is sitting."

Abádà, *adv.* (Hausa) for ever.— *e.g.*, Emi ko ṣe bẹ̃ mọ lai àbàdà, " I shall do so no more for ever."

Abadeni, *n.* a waylayer, one in ambush.

Abafu, *n.* luck, fortune, fate.— *e.g.*, Abafu mi ni, " It is my fate."

Abaiyéjé, *n.* a busy-body, a meddling person. — *e.g.*, Abaiyẹjẹ ko ṣe fi idi ọran han, " Secrets should never be told to a busy-body."

Àbàjà, *n.* certain facial marks among the Yoruba people.

Àbàjẹ, *n.* a kind of yam.

Àbájẹ, *n.* the act of eating together ; mess (*cf.* ajọjẹ).

Àbàlá, *n.* a Yoruba pudding made with rice.

Abálé, *n.* frequent occurrences.

Àbámọ̀, *n.* mortification, painful reflection, remorse.

Abamọ̀, *n.* a potter. *adj.* clay, clayish.

Abandan, *n.* one portion of anything which is divided into parts (as cloth, paper, iron).

Abánidijẹ, *n.* a rival ; a competitor.

M

Abánidù, *n.* an emulator; a competitor.

Abánigbélé, *n.* an inmate; a lodger.

Abanijé, *n.* a slanderer, a calumniator, a despiser.

Abánijẹun, *n.* one who partakes of the same dish.

Abanikú-ọrẹ, *n.* a faithful friend.

Abánisẹ, abanisisẹ, *n.* coadjutor, co-worker, helper.

Abániwí, *n.* reprover; rebuker; admonisher.

Abá-owu, *n.* ginned cotton.

Àbápàdé, *n.* a casual occurrence; an accidental coming into contact; by chance.

Abapin, *n.* the act of sharing together.

Àbàpò, *n.* a hammock.

Abarapárá, *n.* a strong healthy person.

Abàsílẹ̀, *n.* one who forestalls, one who bespeaks.

Àbàtà, *n.* pond, pool, marsh.

Àbàtì, *n.* a failure in an attempt, insecure holding, anything one fails to avoid.

Abatilọ, *n.* a coming and going.

Abawin-gbimọ, *n.* a spiritualist medium; diviner.

Àbàwọ́n, *n.* a stain; a blot; a blemish; a speck; a spot; a taint.

Abekanna, *n.* one having claws.

Abẹ̀rẹ̀, *n.* an enquirer; questioner; querist.

Abẹ̀rẹ̀, *n.* a bitter drug used in weaning children.

Abẹso, *adj.* fruitful; fruit-bearing.

Abẹsa, *n.* a good-for-nothing person. A word of abuse for inferiors.—*e.g.,* Iwọ abẹsa yi, "You good-for-nothing fellow."

Abẹ, *n.* the lower part: bottom. *prep.* under; beneath.

Abẹ, *n.* razor; lancet; penknife.

Abẹ̀bẹ̀, *n.* a fan; an advocate; a pleader.

Abẹdẹ, *n.* a stroke which sunders; clean cut with one blow.

Abẹiyannu, *n.* importunity.

Abẹkanna, *n.* one having claws.

Àbẹ́là, *n.* a candle.

Abẹlẹ̀, *adj.* private; secret. *adv.* privately; secretly.—*e.g.,* O nsẹ e li abẹlẹ̀, "He is doing it privately."

Abẹnílorí, *n.* executioner.

Abẹnugbagba, *n.* a kind of loose, baggy trousers.

Abẹrẹ́, *n.* needle.

Abẹrẹ̀, *n.* the sword of state used only by kings of certain tribes.

Abẹrẹ-àlugbe, *n.* a pin.

Abẹ̀rín, *n.* a ridiculer; one who laughs when others are censured.

Abẹrọ, *n.* a trowel (a tool used in plastering).

Abẹsẹ, *n.* a title of honour; a messenger.

Àbẹ̀tẹ́lẹ̀, *n.* a bribe.—*e.g.,* Abẹtẹlẹ ni ifọju onidajọ. "A bribe blinds the judge's eyes."

Àbẹ̀tu, *n.* a rivulet, brook, running water.

Abẹ̀wẹ̀-búra-eke, *n.* a suborner.

Àbí, *conj.* or (contraction of tabi).—*e.g.* Emi abi iwọ, "You or I."

Abi, *prefix,* that which possesses; one possessing.—*e.g.,* Abiyẹ, "Winged"; Abila, "Striped."

Abia, *n.* armpit.

Abiamọ, Abiyamọ, *n.* a mother with a baby; a parent.

Abikẹhin, *n. adj.* last born, younger.

Abiku, n. children who die in infancy.

Abilá, n. or adj. having marks, striped, checkered.

Abiléko, n. a married woman; one living with a husband.

Abinilére, n. questioner; interrogator.

Abinúkú-eni, Abinúkú-enia, n. a spiteful man, malicious person, persecutor, calumniator.—e.g., Eniti kò fe óran eni ni ise abinuku eni, "He who does not love us is sure to hate us."

Ahiràn, n. a sick or infirm person.

Abiwo, adj. having horns.

Abiye, adj. winged.

Abó, n. sole (fish).

Abo, adj. female of beasts, also applied to infants but never to grown-up persons.—e.g., Ako mbi abo, "Male or female?" Abo-gala, "A doe."

Àbò, n. refuge, shelter, covert, safeguard,protection,screen, security, shield, defence.

Àbódo, n. a pudding made with ground corn.

Abojuto, n. superintendence, supervision, care.

Aboleta, n. a thatcher.

Abó-oka, n. a bundle of Guineacorn.

Aborí, n. a kind of fish used in idol worship.

Abóse, n. a mat screen over a canoe for shade.

Abòsí, n. deception, fraud, forgery, dishonesty.

Abòsì, n. a wretched being. adj. poor; ragged; miserable. v. to uncover.

Abóya, n. exposition, revelation, disclosure.

Aboyun, n. a pregnant woman.

Àbò, n. a coming back, arrival, cessation, returning.—e.g., Oku abo, a salutation on one's returning.

Àbò, n. half, moiety.

Abó, n. one who is free.—e.g., Abó lowo iku, "One who is free from death."

Abógan, n. a mosquito.

Abogibope, n. a worshipper of wood and palm; an idolater.

Abògún, n. a worshipper of the god of iron and war.

Abola-funni, n. a respectful person, venerator.

Àbólù, n. the act of feeding together (as cattle).

Abómáfo, n. hardware.

Aboni, n. an adorer, worshipper.

Abopa, adj. fatted, fed for slaughter.

Abórè, n. a chief priest of the grove, idol priest.

Aborisa, n. a worshipper of false gods, an idolator.

Abosèjé, n. a Sabbath breaker.

Abosé, n. work done by a person after his master's work is done; job work.—e.g., Abose ki ise ise ójó, ise baba ni igba ojo eni; "Job work is not the servant's chief business, the master's work has the first claim on his time."

Àbùbùtán, n. a descriptive name for whale.

Àbùjá, n. a short cut to a place; anticipation of another's words.—e.g., Eniti o ba mo idi óran tele ni ibu abuja eke, "He who knows the matter beforehand confounds the liar."

Àbùje, n. a shark.

Àbùká, *n.* the act of encom-
passing.—*e.g.*, Bi a ba bù
àbùká igbẹ, a o ri ẹranko
inu re pa, " If a bush is
surrounded for hunting, the
animals in it are easily
killed."

Abuke, *n,* a hunchback.

Àbùkù, *n.* a remainder, deficiency,
disgrace, fault, contempt,
spot, blemish, deformity,
slur, fragment, discredit.

Àbùkún, *n.* an addition to,
increment, supplement,
blessing, zest.

Àbùlà, *n.* adulteration, dilution.

Abùlé, *n.* a village, a hamlet.

Àbùlé, *n.* act of imposing a fine.

Àbùlè, *n.* a patch, a piece sewn
on to cover a defect.

Abùmọ́, *n.* addition, exaggera-
tion.

Abùni, *n.* reprover, scolder, one
who reprimands or chides.

Abònni, *n.* giver, donor, bene-
factor.

Abupa, *n.* a vaccinator.

Abùra, *n.* a swearer, an oath
taker.—*e.g.*, Abura eke, " A
perjurer."

Aburan-owu, *n.* cotton carded
and prepared for spinning.

Aburò, *n.* a younger relative;
cadet.

Abusọ, *n.* falsehood of one's own
invention, rumour.

Abùta, *n.* a species of butterfly.

Àbùwè, *n.* soap.

Àdá, *n.* a cutlass, a bill-hook
with wooden handle mostly
used by farmers.

Adàbà, *n.* a dove.

Adàba, *n.* proposer, mover,
suggester, one who attempts.

Abàbòboni, *n.* defender, suc-
courer, protector, guardian.

Adáboní, Adabọwọ, *n.* self-
assumption, the taking of
responsibility upon oneself.

Àdàdé, *n.* result, consequence.

Adádé, *n.* a crown-wearer, a
king.

Adádó, *n.* isolation.

Adága, *n.* nothing.—*e.g.*, Ko si
adága lọwọ rẹ̀, " He has
nothing left."

Adagogo, *n.* a bell founder.

Adagun, *n.* lake, pond, pool.

Adajọ, *n.* judge, umpire, arbi-
trator.

Adaju, *n.* a pitiless person; a
forward person.

Adakadeke, *n.* a lie; treachery.

Àdálé, *n.* an accumulation.

Adalu, *n.* an amalgamation, a
mixture, an alloy.

Adámálẹ̀ṣe, *n.* a braggart, one
unable to perform his boast.

Adamí, *n.* a gasp.

Àdàmọ̀, *n.* a mistaken view,
heresy.

Adàmọ̀-di, *adj.* tending to be.—
e.g., Adamọ di pupọ,
" Tending to be plentiful."

Adámọ̀ràn, *n.* counsellor, sug-
gester, adviser.

Adan, *n.* a bat.

Adaníduro, *n.* a detainer; one
who checks or hinders.

Adanilagara, *n.* an importunate
person.

Adanilara, *n.* vexatious one,
one who disappoints or
mortifies.

Adáníláraýá, *n.* one who en-
livens or cheers up another.

Adánilẹkun, *n.* a prohibiter, one
who forbids.

Adanilohun, *n.* one who answers.

Adaniloro, *n.* a tormentor, one
who afflicts.

Adaniniji, *n.* one who alarms,
frightens or terrifies.

Adanirú, n. one who puzzles or confounds.

Adánrin, n. a furbisher, a polisher of metal.

Àdánú, n. a loss.

Àdàpè, n. a nickname ; an alias ; a contraction.

Àdàpọ̀, n. a mixture; union, alliance.

Adaran-jóko, n. a grazier; a shepherd.

Adáràn-nla, n. felon ; criminal.

Adaraya, n. a lively person.

Adarijini, n. one who forgives, a pardoner.

Adaripọn, n. a male lizard.

Adarudapọ, n. adj. indiscriminate ; topsy-turvy.

Adarudurudusilẹ, n. an anarchist, one who causes discord.

Àdásan, n. instalment ; an old debt incurred by some relative.

Àdásí, n. a thing spared from the rest, a gleaning.

Àdàsí, n. an accumulation.

Adáwétà, n. a dealer in leaves used to wrap food in.

Adàwé, n. transcriber, printer.

Àdáwín, n. payment by instalments.

Adáwọlé, n. undertaker; adventure, adventurer.

Adayànfẹ́, n. one who chooses a husband or wife without the parents' consent.

Adé, n. a crown.

Adebipani, n. starvation ; a starveling.

Adédé, n. unsettled.

Adehun, n. agreement, bargain, treaty, stipulation.

Adèlé, n, one who acts for a person, a deputy.

Adélébọ, n. a married woman ; an old woman.

Adèlé-ọba, n. regent, acting-governor ; lieutenant.

Ademu, n. a calabash with cover used for drinking.

Adena, n. one who watches on the road, a sentinel, sentry ; hinderer, impediment, waylayer.

Ade-ọba, n. diadem, crown.

Àdèrègbè, n. a fish whose eyes are peculiarly and irregularly placed.

Adébọ, n. an idol-worshipper.

Adèdà, n. a maker of counterfeit coins.

Adèdò, n. a fisherman.

Adègba, n. a shrimp catcher.

Adègún, n. a fisherman who catches lobsters with ọ̀gún, a kind of basket.

Adeja, n. a fisherman.

Adèmù, n. a diving fisherman.

Adepa o, n. an appropriate salutation to one going out hunting.·

Adèrasilẹ, n. a yielder, one who surrenders.

Adesẹ, n. a sinner.

Adetẹ, n. a leper.

Adétisilẹ, n. a listener, an eavesdropper.

Àdín, n. oil made from palm kernels.

Àdí, conj. after all, notwithstanding, nevertheless.

Adìbò, n. one who casts lots.

Adídagiri, n. an alarmist.

Adídùn, n. sweet-meats, confectionery, prepared parched corn for warriors.

Adìẹ, n. a fowl.

Adífá, n. a consulter of Ifá.

Adigbaró, n. a waiter, one who remains standing.

Adíjàsílẹ̀, n. one who creates strife.

Adíràlà, n. a piebald.

Adíkò, *n.* a boat caulker.

Adímọ́, *n.* shut in, closed up.

Adímú, *n.* one who holds fast.

Adímú, *n.* a kind of masquerade in Lagos during the obsequies of a great man; the Chief of Adamoriṣa, of ugly appearance, who must never be laughed at.

Adímúlà, *n.* an attribute of God; a name sometimes given to kings.

Adína, *n.* one who impedes, a hinderer; a barricade.

Adinpamọ, Adinsin, *n.* a conserve, something preserved.

Adìrẹ, *n.* calico dyed in patterns by West African dyers.

Adiríta, *n.* one who plaits or braids human hair; a hairdresser.

Adìrò, *n.* a hearth.

Adiro, *n.* a vessel with the bottom pierced, used for straining, a strainer.

Adisisilẹ, *n.* author; inventor; originator.

Aditẹ̀, *n.* a peculiar method of plaiting the hair.

Adití, *n.* a deaf person.

Adítù, *n.* a surprise packet.

Adíyelé, *n.* an appraiser, a valuer.

Adó, *n.* a calabash used for preserving powder and medicine.

Adógán, *n.* a Yoruba stove.

Adógunadè, *n.* one who creates war, disturbance or revolution.

Adóje, *adj.* one hundred and thirty.

Adótini, *n.* a besieger.

Adótà, *adj.* one hundred and ten.

Adórin, *adj.* seventy.

Adórun, *adj.* ninety.

Adósan, *adj.* one hundred and seventy.

Adóta, *adj.* fifty.

Adotesilẹ, *n.* agitator.

Adotọta, *n.* by fifties.

Adú, *n.* one who is very black, jet black.

Adubu ọran, *n.* an arbitrator.

Adugbo, *n.* neighbourhood, surrounding country.

Adugbolu, *n.* a stumbling block.

Adùn, *n.* parched ground corn mixed with sugar or oil.

Adùn, *n.* sweetness, flavour, fragrance, savoury relish; grace, beauty, sonorous.

Adupẹ, *n.* thank you.

Adúrà, *n.* prayer, supplication, entreaty, petition.

Adúrà alẹ, *n.* evening prayer, evensong.

Adúrà ẹbẹ, *n.* rogation, petition.

Adúrà kukuru, *n.* a short prayer.

Adúrà owúrọ, *n.* morning prayer, matins.

Aduró, *n.* one who stands, one who maintains his ground.

Aduró fúnni, *n.* bail, surety.

Adúro-gbèrò, *n.* an observer, one who pauses.

Adurotini, *n.* a waiter, a support, a prop.

Afá, *n.* bridge, wooden culvert.

Afagbaragbà, *n.* usurper; wrestler; extortioner.

Afagbáramu, *n.* one who constrains or enforces.

Afagbaraṣe, *n.* one who compels or forces.

Afági, *n.* a carpenter.

Afahọnlá, *n.* one who laps with the tongue.

Afaimọ, *adj.* not unlikely, probable.

Afaiya, *n.* a charmer; charm.

Afani, *n.* one who pulls, plucks, draws or attracts.

Afani-ni-irun-tu, *n.* one who plucks hair.

Àfara, *n.* slowness, sluggishness.

Afárá, *n.* two sticks rubbed together, from which fire is produced by friction.

Afaramoni, *n.* an adherent.

Afara oyin, *n.* honeycomb.

Afarapamọ, Afarasin, *n.* one who absconds or hides.

Afarasọfa, *n.* one who pawns himself.

Afarawé, *n.* resemblance, imitation.

Afaraweni, *n.* one who copies or imitates.

Afasẹhin, *n.* one who flinches or retreats.

Àfè, *n.* a white-bellied rat.

Àfe, *n.* a small buoy attached to the middle of a fishing line; a fishing float.

Àfèimòjò, *n.* an animal of the rat tribe, the tail of which is used by the King of Yoruba as a sign of royalty; he generally holds the tail against his mouth when he walks abroad.—*e.g.,* Oba ṣi irukẹ, "The king removes the tail (from his mouth)." Eniti o pa afeimojo ki o mu u re Ọyọ, ẹdá li ara oko ijẹ, "Whoever kills àfèimòjò must take it to Ọyọ; ẹdá is only due to the people of the province to eat."

Afètigbègiri, *n.* an eavesdropper.

Afé, *n.* pleasure, pride; state of loving.

Afèhirin, *n.* wooer, courtier, suitor.

Afẹfẹ, *n.* breeze; wind; gale; climate; atmosphere.

Afẹfẹ-afẹyikn, *n.* whirlwind.

Afẹfẹ ojiji, *n.* a sudden gust of wind.

Afẹfẹ-pẹlẹ, *n.* a soft blowing wind, a breeze.

Afẹfẹ sanma, Afẹfẹ sanma mimọ, *n.* ether, air of the pure upper region.

Afẹhinti, *n.* a support, a prop.

Afẹjú, *n.* one who distorts his face, especially when working.

Àfèmójúmọ́, *n.* twilight; dawn; morning.

Afẹni, *n.* lover, suitor.

Àfẹnù, *n.* chaff.

Afẹreraini, *n.* a well-wisher.

Àfẹrẹ̀, *n.* a very light wood, similar to cork.

Afẹri, *n.* a charm used by runaways to enable them to elude their pursuers.

Àfẹsọnà, *n.* a betrothed person, fiancée.

Àfẹtán, *n.* perfect love; sincerity.

Afẹ́wọ́, *n.* a pickpocket.

Afi or Afibi, *conj.* unless, except. *e.g.*—Emi ki yio lọ afi bi o bukun mi, "I will not go unless he bless me."

Afibi-san-ore, *n.* an ungrateful person; one who returns evil for good.

Afifunni, *n.* a giver, one who assigns.

Àfihàn, *n.* the act of shewing; an exhibition; pretext.

Àfín, *n.* an albino.

Àfin, *n.* the king's palace; court. From this is derived Alawọfin, contracted into Aláfin, the owner of the palace.

Afingbá, *n.* a calabash carver.

Afinihan, *n.* one who betrays or exposes.

Afinju, *n.* a decent, clean person; cleanliness. neatness. Sometimes used for cleverness.—

e.g., Ole afinju, " A clever rogue."

Afìnna, *n.* engraver, sculptor, carver.

Afìnná, *n.* a blower of smith's bellows.

Afìnú-ṣe-ajere, *n.* an unfaithful, treacherous person.

Afìráṣe, *n.* an act of wantonness or irreverence.

Afìyanjuṣe, *n.* a shy act ; reluctance.

Afìyesi, *n.* attention, observation, charge ; a thing to be noticed or superintended.

Àfo, *n.* space, room, vacancy, opportunity, dale, valley.

Afòforo, *n.* the cork wood.

Afojudi, *n.* insolence, obstinacy, petulance, audacity, effrontery, hardihood, loftiness. *adj.* saucy.

Afojupamó, *n.* one who masks or covers his face.

Afojuṣónà, *n.* an earnest expectation.

Afokuta-bole, *n.* a slater.

Afomiṣebugbe, *n. or adj.* an inhabitant of the water, aquatic.

Àfòmó, *n.* a parasite ; mistletoe. *adj.* contagious.

Afoniṣoji, *n.* valley, dale, vale.

Afoniléiye, *n.* one who challenges or defies.

Àfòpiná, *n.* a flying insect ; a moth.

Àfòta, *n.* defective vision, half blind.

Àfò, *n.* mire in which a pig wallows.

Àfòbàjé, *n.* utter destruction, annihilation ; an overthrow.

Afògbo, *n.* disobedience, petulance.

Afoju, *n.* a blind person.

Afòn, *n.* the baobab tree.

Afonahan, *n.* pilot, leader, guide, director, conductor.

Afóranlo, *n.* one who consults another or seeks advice.

Afóranmoni, *n.* one who suspects, suspicion.

Afoṣe, *n.* soothsaying.

Afoṣo, *n.* a washerman or washerwoman

Afowobò, *n.* a secret, something concealed from the public.

Afowókó, *n.* the act of stealing cunningly ; purloining.

Afowótá, *n.* a careless handling, groping.

Afowowí, *n.* the act of talking with the hand to a deaf person.

Afowope, *n.* one who beckons.

Afowowun, *n.* hand sewn ; weaving by hand.

Afunni, *n.* a giver, donor.

Afunniniṣe, *n.* an employer.

Afunpè, *n.* a trumpeter.

Afunti, *n.* one who uses the wine press.

Afura, *n.* a suspicious person.

Àga, *n.* a chair, a stool.

Agabagebe, *n.* dissembler, hypocrite.

Agada, *n.* a short sword, scimitar.

Àgádà, *n.* a hovel.

Agadagodo, *n.* a padlock.

Aga-inaraya, *n.* a sofa.

Aga-itiṣe, *n.* footstool.

Aga-iwàsu, *n.* a pulpit.

Agalamaṣa, *n.* a double-dealer ; deception, trick, device.

Agan, *n.* a barren woman.

Agandan, *n.* a brown yam, also called àlò.

Agangan, *n.* a small stone on which beads are ground ; rack ; suspenders.

Aganjù, *n.* wilderness, forest.

Aganjù-igbó, *n.* a thick forest.

Aganni, *n.* backbiter, contemner, despiser.

Agan-nigàn, *n.* a warlike person, plunderer, marauder.

Aganwó, *n.* mahogany tree.

Aga-pósí, *n.* a bier.

Agara, *n.* weariness, fatigue, turmoil.

Agàrọ, *n.* after-pains.

Agàṣa, *n.* a kind of fish.

Agàṣù, *adj.* copious, bulky, huge.

Agbà, *n.* manhood, adult.

Agbá, *n.* a great gun or cannon ; barrel, cask.

Agbä, *n.* a smooth, hard, flat fruit used for medicine.

Agbàbọ̀, *n.* a foster child ; a boarder.

Agbádá, *n.* gown, garment, robe.

Agbada, *n.* a coverless earthenware vessel used for cooking and washing ; trough ; font.

Agbáde, *n.* scavenger, street sweeper.

Agbàdo, *n.* Indian corn, maize.

Agbädú, *n.* a species of snake, black with a red stripe on the neck ; boa-constrictor.

Agbadulumọ, *n.* slanderer, defamer.

Agbàfàfù, *n.* the rattlesnake ; a snake that springs on its prey ; the boa-constrictor.

Agbàgbà, *n.* elders, ancients ; assembly of elders.

Agbagbà, *n.* plantain.

Agbagba ẹiyẹlẹ, *n.* a spotted pigeon.

Agbágbọ̀, *n.* desertion, rejection ; being discarded.

Agbagunjọ, *n.* one who incites to war.

Agbaíyé, *n.* the whole world, the universe.

Agbàjá, *n.* one who girds himself.

Agbajọ, *n.* congregation, assembly, mass, crowd.

Agbákò, *n.* accident ; misfortune.

Agbàkú, Agbàlà, *n.* a frame for carrying a load, usually of bamboo.

Agbàlá, *n.* a courtyard, a walled garden.

Agbalagba, *n.* an aged person.

Agbálaja, *n.* a small shirt, formerly much used.

Agbalẹ, *n.* a kind of insect ; a sweeper.

Agbálu, *n.* the whole city.

Agbálù, *n.* see Agbako.

Agbami, *n.* the midst of the ocean.

Agbani, *n.* helper, deliverer, reliever.

Agbanla, *n.* a large cask or barrel.

Agbanréré, *n.* rhinoceros ; unicorn.

Agbà-ọjọ, *n.* ancient of days.

Agbàpè, *n.* reverberation, a reechoing sound ; one who repeats a call.

Agbara, *n.* power, authority, strength, ability, force ; gift ; essence ; vehemence ; pressure ; prevalence ; vigour ; violence ; means ; ascendency ; efficiency.

Agbàrá, *n.* a torrent.

Agbàrà, *n.* barricade, bulwark, wooden fortifications, stockade, wooden fence.

Agbari, *n.* skull, crown of the head, scalp.

Agbàrigbà, *n.* an animal with long horns, and two white streaks on each side.

Agbàrin, *n.* a hard fruit, not edible, used by children playing (as the marble is used). It is called Egé by the Egbas. and Iṣọ́ by the Lagosians.

Agbasà, n. a solid mass of rock. —e.g., Agbasà baba okuta, " A rock is the father of stone."

Agbàsan, n. the act of paying for another ; atonement.

Agbási, n. accumulation, addition.

Agbàsin, n. female cattle entrusted to the care of one who receives a portion of the offspring as his reward.

Agbàṣe, n. the work of a labourer.

Agbàṣọmọ, n. the act of adoption.

Agbàtà, n. the work of an agent or of a broker.

Agbatan, n. entire help, complete assistance or deliverance.—e.g., Agbatan li à gba ọlẹ, " You must help an idle man thoroughly."

Agbàtọ́jú, n. guardianship ; work of a nurse.

Agbàwẹ̀, n. one who fasts.

Agbàwí, n. advocacy.

Agbawo, n. attending a sick person (as a doctor).

Agbáyun, n. a berry.

Agbè, n. a gourd, a calabash pierced at the top and used as a pitcher.

Agbé, n. forgetfulness, lapse of memory.

Agbe, n. a kind of woodcock ; alms.—e.g., Iwọ nṣe agbe, " You ask alms."

Agbébọ̀, n. an old hen.

Agbébọn, n. a soldier ; a sentry.

Agbédè, n. a wise and clever person.

Agbedemeji, n. middle ; centre.

Agbègbè, n. neighbourhood, vicinity, region, coast.

Agbégbin, n. a dead weight ; that which is removed with difficulty.

Agbèji, n. a hat.

Agbe-jọlọ, n. a long-necked calabash.

Agbéki, n. a suitable word or action.

Agbékàn, n. sailing with the wind in one's favour.

Agbékútà, n. one who acts regardless of consequences ; an undaunted person.

Agbeiebu, n. a cross.

Agbélẹ̀gbundà, n. a half-educated person ; that which is not straight.

Agbélẹ̀gbómi, n. an amphibious animal.

Agbèná-igi, n. a torch-bearer.

Agbeni, n. one who helps or advocates.

Agbeniga, Agbeniléke, n. promoter, exalter.

Agbèrè, n. a harlot, whore, prostitute.

Agbéré, n. too much of a thing ; superabundance.

Agbèrò, n. a thinker.

Agbero, n. a charm used by a wrestler to keep him in an upright position and to prevent him being thrown.

Agbárù, Agbésóké, n. borne ; taken up ; one who bears up.

Agbésọ, n. that which is to be lifted up.

Agbéwò, n. that which is to be tried.

Agbẹ̀, n. farmer, agriculturist, yeoman.

Agbẹ́, n. a short sword.

Agbẹ̀bi, n. an accoucheur.

Agbẹ̀dẹ, n. a smith's workshop ; smithy.

Agbẹ́dọ̀, adv. no, never.

Agbẹ́gi, n. a wood-carver ; carpenter.

Agbẹjẹ, n. an early pumpkin, much eaten before other vegetables are in season; when overripe it becomes bitter.

Agbẹjọrọ, n. solicitor, advocate.

Agbẹkẹleni, n. vassal, dependent.

Agbẹkọ́, n. one who receives instructions; one who acts on good or bad advice.

Agbẹkọ̀, n. shipwright, canoe builder.

Agbẹkuta, n. stone-cutter; sculptor.

Agbẹmáye, n. a cackling hen which does not lay.

Agbẹnà, n. an engraver, a carpenter.

Agbẹsan, n. an avenger.

Agbigbò, n. a forest bird of the duck tribe.

Agbipo, Agbira, n. a successor, a substitute.

Agbiro, n. a speculator; a negotiator.

Agbiyelaní, n. see Agbẹkẹleni.

Agbò, n a ram.

Agbo, n. a vegetable decoction used for washing; also given to babies to drink.

Agbo, n. a ring of dancers; a flock, fold, throng.

Agbo-agbàdo, n. sheaves of corn piled up in a conical shape.

Agbo-agutan, n. a sheep-fold.

Agbódegbà, n. the one of a gang of thieves who is stationed outside the house to watch and to receive the plunder as it is passed out to him by the others.

Agbódó, n. a kind of yam.

Agboilé, n. quadrangle, court-yard.

Agbojulogún, n. a lazy man; a fortune-hunter; one who waits to step into another's fortune.—e.g., Agbojulogun nfi ara fun oṣi ta pa, "A fortune hunter is risking an impoverished life."

Agbòkègbodò, n. one who goes up and down; one who is constantly and actively employed.

Agbólógun, n. a military man; an old warrior.

Agbomigbélè, n. an amphibious animal.

Agbowode, n. collector of customs; toll gatherer; tax gatherer.

Agbọ́, n. one who hears.

Agbọ̀n, n. basket, hamper.

Agbón, n. a wasp.

Agbọ̀n, n. the chin.

Agbọnbéré, n. a children's game of snatching eatables from one another.—e.g., Agbọnbéré pete igara, "Agbọnbéré is next to stealing."

Agbọ̀n-kekere, n. a hand basket.

Agbọ̀n-nla, n. a hamper.

Agbótararè, n. a selfish person; a sensualist.

Agbọ́tí, n. butler, cup-bearer.

Agboya, n. pretended deafness. —e.g., Ẹniti npe ọ ko dakẹ iwọ li o ngbọ agboya, "He who is calling you is importunate, and you pretend to be deaf."

Agàgè, n. a Yoruba hatchet.

Agégun, n. one who curses.

Agera, n. a bowl in which Ifa (god of palm nuts) is placed.

Agéré, n. a stilt-dancer; a very tall man.

Agè, n. a Yoruba drum made with small calabashes played by farmers or villagers.

Agẹdẹmgbẹ, n. a broad-bladed sword, sabre.

Agẹmọ, *n.* the chameleon; an idol, during the worship of which the men only are allowed to remain standing, while the women kneel with their heads bowed.

Agẹrẹ, *n.*

Agidá, *n.* a silly person; a simpleton.

Agidì, *n.* Yoruba canvas cloth. —*e.g.,* Agidì li aṣọ ọlẹ, "Canvas is the cloth for the lazy."

Agidí, *n. or adj.* an implacable person; obstinacy, perverseness; self-will; headstrong; intractable.

Agidi, *n.* prepared meal of Indian corn, a staple food.

Agiliti, *n.* an animal of the iguana tribe.

Aginjù, *n.* desert; uninhabited land; wilderness.

Aginipá, *n.* an ancient velvet cap; a kind of yam.

Aginiṣọ, *n.* a snail. The Ọṣun worshippers are forbidden to use the word Igbin for snail, so they use " aginiṣọ."

Agirà, *n.* a wooden hook attached to the end of a bamboo, used for pulling a canoe along in a deep creek or one with a soft muddy bottom.

Agiraṣe, *n.* see Afiyanjuṣe.

Ago, *n.* cup; mug; jug; can; clock; bell; watch.

Agó, *n.* a striped rat, remarkable for craftiness and swiftness, and the care it takes of its young.—*e.g.,* Agó ti o gbọn ṣaṣa ẹbiti pa a ámbọtóri malãju, " The (clever) agó is caught in a trap, how much more the (stupid) malãju."

Agò, *n.* a coop, hamper; first salutation on approaching a house, indicating that the inmates should keep themselves tidy, so that they may not be taken by surprise; also used when riding or driving furiously, or in carrying a load needing care in a public street—contraction of yago—" give space."

Agódo, *n.* the mat screen generally constructed at a short distance from the palace during the adamoriṣa play in Lagos, where every adamoriṣa enters and dances. A non-efficient adamoriṣa dare not enter the Agódo, for if he fail to give the password or to answer all the tests his hat and ọpabata will be seized, and will not he restored to him until he has paid certain fines.

Agódóngbó, *n.* a colt; a young horse as yet unfit for riding.

Agogo, *n.* bell; clock; o'clock. —*e.g.,* Agogo apo, " A watch."

Agogo, *n.* name of a tree loftier than the rest; tallness; height.

Agógó ẹiyẹ, *n.* the beak of a bird.

Agógó igún, *n.* a medicinal shrub.

Agógó ori, *n.* a point; nib, pinnacle (also ṣónṣó ori).

Agoke, *n.* a climber.

Agò-nla, *n.* a hamper.

Ago-nla-ẹlẹnu, *n.* a ewer.

Agòrò, *n.* a title of honour, a grade below Aṣipa.

Agoro, *n.* the hare.

Agọ, n. a shroud, a winding sheet; a fish.—e.g., Agọ olu ẹja, "Agọ is the prince of fishes."

Agọ, n. a tent; shed; tabernacle; pavilion; hovel; encampment.

Agọ, n. stupidity, foolishness.

Agọ búkà, n. a booth, a shed.

Agọni, n. a weak disciplinarian.

Agọpẹ, n. one who climbs a palm tree.

Aguàlà, n. the planet Venus; a dogstar; Sirius.— e.g., Aguàlà mbá oṣu rin, nwọn ṣebi aja rẹ ni iṣe, "Venus travels with the moon, it is supposed to be her dog."

Agùfọn, n. a long-necked, crested bird. There is a superstition that its bones must not and cannot be broken.

Agùnbánirọ, n. a full-grown lad. —e.g., Agùnbánirọ le fojudi ni, "A full-grown lad always acts insolently."

Aguna, n. tailor.

Agunla, n. bad feeling toward another.

Agunmu, n. a pounded medicine.

Agùnmọnà, n. a running plant.

Agutan, n. a sheep.—adj. e.g., Agutan emia, "A simple person."

Ahá, n. a small calabash used for giving children water or pap.

Ahá, n. one who shares; one who uncovers a house.

Ahágún, · n. one who shares a legacy; an administrator.

Ahálé, n. one who unroofs a house; a desolater; a house plunderer.

Ahalẹ, n. a braggart, a boaster.

Ahámọ, n. confinement; strait; difficulty.

Aliámọra, n. an armed man; one who entangles himself in many things.

Ahan ẹkun, n. a hairy plant, to touch which causes severe itching, so called from its likeness to a leopard's tongue; a plant, very full of sap, much used by hunters when thirsty.

Ahánhán, n. a kind of iguana.

Ahànnà, n. a ruffian; a wild and obstinate person.

Ahàyà, n. gun shots.

Ahéré, n. a farmhouse.—e.g., Ahéré ni yio kẹhin, oko ata ni yio kẹhin ile, "The farmhouse remains to the last, and the ridge of the roof completes the building."

Ahẹsọ, n. a babbler; babbling; a prater.

Aho, inter. a contemptuous expression—"I do not care."

Ahoro, n. ruins; desolation; deserted houses.

Ahoto, n. small tight trousers, or drawers.

Ahọn, n. a tongue.—e.g., Ahọn ni ipinlẹ ẹnu, "The tongue is the end of the mouth."

Ahọnina, n. flame, fire.

Ahọn-ina, n. a flame of fire.

Ahùmọ, n. inventor, contriver, framer.

Ahun, n. a miser; avarice. adj. avaricious, greedy.

Ahun, n. a tortoise; see Awun.

Ahùsá, n. a fruit resembling a walnut.

Ahuso, n. tale, fable, romance, fiction.

Ahuso ọrọ, n. falsehood, invented story.

Ahútu-ìkọ, n. expectoration; spitting.

Ai, a negative particle used as the prefix un or in in English.

Aibàlẹ, n. uneasiness, unstability, state of being unsettled. adj. uneasy, unstable, unsettled.

Àibẹ̀re, adj. unquestioned.

Àibẹ̀rù, adj. undaunted, fearless.

Àibí, adj. unbegotten.

Àibíkítà, adj. uncared for.

Aibìlà fun, adj. unavoided.

Aìbímọ, adj. childless.

Aibò, adj. unconcealed, unscreened.

Àibòdí, n. adj. indecency.

Àibojúwò, adj. unnoticed.

Aibora, n. naked, uncovering the body.

Aiborí, n. uncovering the head.

Aibòjú, adj. unwashed, dirty faced.

Aibọlà, adj. dishonoured.

Àibòwọ̀ fun, adj. unhallowed.

Àibòwọ̀ fun Ọlọrun, n. impiety.

Aibu, adj. unbroken, entire.

Àibùwò, adj. unnoticed; spiteful; contemptuous.

Aidá, adj. uncreated, unmade, unceasing.—e.g., Aidá ojo ni, " It rains incessantly."

Aida ara, n. indisposition, ailment, sickness, infirmity, unsound state of health.

Aidába, adj. unattempted.

Àidàbì, adj. unlike.

Aidabọ, adj. unceasing.

Aidaju, adj. uncertain.

Aidakẹ, adj. unceasing; not intermittent.

Àidàlù, adj. unmixed, unjoined.

Àidànù, adj. not thrown away.

Aidapọ, adj. unmingled.

Aidara, adj. unpleasant; deformed, unfit.

Aidáṣe, n. that which is not done alone. adj. also.

Aidawa, n. dependence, subjection.

Aidawo, n. a non-subscriber.

Aidawọduro, adj. unceasing.

Aidè, adj. untied, unshackled, unbound.

Aideba, adj. not found (or met) on arrival.

Aidebẹ, adj. not touching the place or part.

Aidégbò, adj. not getting sore.

Àidélé, adj. not arriving home. n. non-arrival.

Aidẹlẹ, adj. not touching the ground.

Aidènà, adj. unhindered, unimpeded.

Aidepo, adj. improper.

Aidè, n. or adj. hard; crude; green; unripe.

Aidẹ, adj. unwatched.

Aidẹbifun, adj. uncondemned.

Aidẹhùn, adj. not subduing the voice.

Aidẹjọ, adj. not becoming a case, or crime.

Aidẹra, adj. not growing slack, not negligent.

Aidẹṣẹ̀, n. innocency. adj. sinless; innocent.

Aidẹwọ, n. not slackening the hand; illiberality.

Àidì, adj. untied; unfrozen.

Àidíbàjé, n. incorruption. adj. uncorrupt.

Aidide, adj. the act of remaining in a sitting position or in bed; unstirred; unleavened.

Aidilẹ, adj. employed; not at leisure.

Aidìlọna, adj. unobstructed; unimpeded.

Aidin, adj. not roasted.

Aidinu, adj. good-tempered.

Aidira, *adj.* unarmed; not equipped.

Àiditi, *adj.* attentive.

Aidíyelé, *adj.* without price.

Àidógun, *adj.* not rusty.

Aidoju, *adj.* seamless; unimpaired; wholesome.

Aidọgba, *n.* inequality, unevenness.

Aidubu, *adj.* unopposed, not thwarted.

Aidùn, *n.* inelegance; coarseness. *adj.* unsavoury, insipid.

Aidún, *adj.* noiseless, silent.

Aidùn inu, *n.* sullenness, dejection of mind, anguish.

Aidupẹ, *n.* thanklessness; thankless. *adj.* unthankful, ungrateful.

Aiduro, Aiduro nibikan, *n.* instability; fickleness. *adj.* unstable; fickle.

Aifaramọ, *n.* disunity. *adj.* unconnected.

Aifaramọra, *n.* incoherence; separation; disjunction.

Àifárí, *adj.* unshaven.

Aifèsì, *n.* muteness; speechless; silence. *adj.* mute; silent.

Aifetisile, *n.* inattention. *adj.* inattentive.

Aifẹ, *n.* unwillingness; reluctance; disagreeableness; disapprobation; disgust; aversion; shyness.

Aifẹni, Aifẹran, *n.* uncharitableness; ill-will.

Aifidu, *n.* that which is not denied.

Aififalẹ, *adj.* unremitting, zealous

Aififẹse, *n.* unwillingness.

Aifigbe, *adj.* impartial; just.

Aifijì, *adj.* unpardonable.

Aifin, *adj.* uncarved; unengraved; not speckled.

Aifipé nkan, *n.* making light of a thing; levity.

Aifisùn, *n.* without making a complaint; without accusation.

Aifiṣaré, *n.* seriousness; importance.

Aifiyesi, *n.* inattention, carelessness.

Àifó, *adj.* sinking.

Àifò, *n.* something not omitted: a sickness too far advanced for treatment; unable to fly.

Aifojúfún, *n.* discouragement; disapprobation.

Aifóró, *adj.* unmolested.

Àifòyà, *n.* boldness: fearlessness. *adj.* bold; fierce.

Aifọ, *adj.* unbroken; sound; whole.

Aifọ, *adj.* unwashed.

Aifọhùn, *adj.* not speaking; dumb.

Àifójú, *adj.* not blind; seeing.

Aifọn, *adj.* unabated; unreduced.

Aigbá, *adj.* unswept.

Aigbà, *n. or adj.* disapprobation; unowned; intolerable.

Aigbagbe, *n. or adj.* unforgetfulness; unforgotten.

Aigbàgbọ, *n.* unbelief; disobedience; infidelity.

Àigbàlà, *adj.* unsaved.

Aigbàwà-Ọlọrun-gbọ, *n.* atheism.

Aigbàwé, *adj.* unlicensed; ticketless.

Àigbedè, *n.* want of understanding or knowledge of a language.

Aigbega, *adj.* unraised; not promoted.

Aigbejì, *n.* unquietness. *adj.* troublesome; restless.

Aigbépọ, *n.* separation; a recluse.

Aigbaraga, *n.* humiliation; humility.

Àigbẹ, adj. moist; damp; humid.

Aigbẹsẹ, adj. narrow; incapacious.

Aigbẹsẹ, adj. innocent; blameless.

Àigbò-àiyẹ, n. a motionless state; unwillingness to move.

Àigbó, adj. unripe.

Aigbófo, adj. not without occupation.—e.g., Ikoko aigbófo, " A pot which is in use."

Aigbógi, adj. unlearned, ignorant.

Aigboju, n. coward, cowardice. adj. cowardly.

Aigbona, adj. cold, void of heat.

Aigbóná aitutu, n. lukewarmness.

Aigbónu, n. obedience.

Aigbòrò, adj. incapacious, narrow.

Àigbóyà, n. cowardice.

Àigboyè, adj. unordained.

Àigbọ, adj. unheard.

Aigbọdọ, n. cannot but . . ., must, shall.

Aigbọ́n, n. or adj. unwise; foolish; stupidity.

Aigbọ̀n, adj. not trembling; unshaken; firm; steady.

Aigbọ́ràn, n. disobedience; obstinacy; obduracy.—e.g. Aigboran baba afojudi, " Disobedience is the father of insolence."

Aigbúro, n. ignorance of current events.

Aigùn, n. or adj. shortness, brevity.

Aigún, n. or adj. faulty; inaccuracy; not anchored.

Aiha, adj. unscratched; unscoured; not erased.

Aihalẹ, adj. without bragging.

Aihàn, n. or adj. invisibility; obscurity.

Aihán, n. or adj. cheap.

Aijánà, n. error; absurdity.

Aijẹ or Aijẹun, n. fasting.—e.g., Aijẹ aimu, " Neither eating nor drinking."

Aijẹ́, adj. not answering; ineffectual.

Aijẹbi, n. or adj. uncondemned; guiltless.

Aijẹ́wọ́, n. non-confession; reluctance to yield.

Aijẹwọ ọkan, n. neutrality.

Aijiná, adj. underdone; not healed.

Aijinnà, adj. not far behind; short.

Aijinnú, adj. flat; not hollow.

Àijíroro, n. thoughtless, not taking counsel.

Aijiya, n. impunity. adj. unpunished; not suffering punishment.

Aijiyàn, adj. without denying; undeniable.

Aikà, adj. without counting; unnumbered.

Aiká, adj. unbent; not wound; not plucked.

Àikánjú, n. slothfulness. adj. slothful.

Aikánu, n. impenitence; unfeelingness.

Aikapa or Aikáwọ́, n. incapability.

Aikàsí, n. despite; insult; contempt.

Aikásà, n. out of fashion.

Aikẹ́, adj. uncut.

Aikéde, adj. unannounced, unproclaimed.

Aikékúrú, adj. unabbreviated.

Aikéré, adj. plenty.

Àikèrí, adj. unenviable.

Aikẹ́, adj. unindulged.

Aikẹ̀, adj. not worse or spreading (as a sore).

Aikò ẹnu, n. disagreement, difference of opinion.

Aìkọ́, *adj*. not refusing ; yielding.

Aìkọ́, *adj*. unlearned ; untaught ;
unbuilt.

Aìkọlà, *adj*. not tattooed, un-
circumcised.

Aìkọ́lé, *adj*. not building a house.

Aìkọ́mnú, *n*. not counting the
cost.

Aìkọ̀sẹ̀, *adj*. not tripping or
stumbling ; without offence.

Aìkọ́ṣẹ́, *n*. an untrained work-
man.

Aìkọ́we, *adj*. illiterate ; not
taught book learning.

Aìkú, *adj*. not liable to die ;
alive for evermore ; eternal.

Aìkù, *adj*. not remaining ;
finished.

Aìkúgbé, *adj*. imperishable.

Aìkúkú, a prefix signifying " to
be without."

Aìkùn, *adj*. without grumbling ;
without murmuring.

Aìkùnà, *n*. persistence.

Aìkunná, *n*. roughness ; coarse-
ness ; grossness ; lack of
polish.

Aìlà, *adj*. unadulterated ; un-
split ; unsaved.

Àìlàba, *adj*. despairing, hopeless.

Aìlabawọn, *adj*. undefiled, having
no stain, spot, or blemish.

Aìlàbò-ofin, *n*. outlawry.

Aìlàbù, *adj*. undeveloped ; not
attaining the age of puberty.

Aìlábùkùn, *adj*. faultless.

Aìlábùkún, *adj*. fruitless ; futile.

Aìlàdùn, *adj*. tasteless ; insipid.
n. insipidity.

Aìláfẹ́fẹ́, *adj*. airless ; close.

Aìlagbara, *n*. feebleness ; in-
ability ; inefficacy ; in-
validity. *adj*. feeble ; un-
able.

Aìlàgùn, *adj*. not perspiring.

Aìlahùn, *n*. or *adj*. dumb ; mute.

Aìlàjò, *adj*. careless ; thought-
less ; void of anxiety. *n*.
indifference.

Aìláìa, *n*. boundlessness ; limit-
less. *adj*. boundless.

Aìlanfàní, *n*. disadvantage.

Aìlaniyan, see Aìlàjò.

Aìlànu, *n*. inclemency.

Aìlárá, *n*. having no relatives.

Aìlàra, *n*. slenderness. *adj*.
slender

Aìláre, *n*. guiltiness. *adj*. guilty.

Àìlarekereke, *n*. artlessness.

Aìláyà, *n*. cowardice ; fearful-
ness. *adj*. cowardly ; fear-
ful.

Aìlaya, *adj*. bachelor ; wifeless.

Aìle, *adj*. soft ; not hard ; not
difficult ; easy.

Àìlé, *adj*. not superfluous ; not
excessive.

Àìlèbàjé, *adj*. incorruptible.

Aìlèdíyelé, *adj*. inestimable, in-
valuable.

Aìlèjà, *n*. not able to struggle
or combat. *adj*. weak.

Aìlalara, *n*. imbecility.

Aìlèmọ, *n*. *adj*. incomprehensi-
bility.

Aìlera, *n*. infirmity ; bodily weak-
ness ; feebleness ; frailty.

Aìlerè, *n*. *adj*. unprofitable.

Aìlèrí, *adj*. pure ; clean. *n*.
freedom from filth ; sanctity.

Aìlèríbé, *n*. or *adj*. improba-
bility.

Aìléru, *n*. simplicity ; artlessness.

Aìleso, *n*. unfruitfulness. *adj*.
unfruitful ; barren (of trees).

Aìleṣe, *n*. insufficiency ; im-
possibility.

Àìlesinà, *n*. infallibility.

Aìlétí, *n*. deafness, disobedience.
adj. deaf ; disobedient.

Aìléwé, *adj*. leafless.

Àìléwu, *adj*. having no danger ;
safe ; secure.

Ailẹbi, n. guiltlessness; freedom from sin or crime. adj. guiltless.

Ailẹbùn, adj. ungifted.

Ailẹgàn, n. or adj. blameless.

Ailẹgbẹ́, n. or adj. incomparable.

Ailẹ̀jẹ̀, n. or adj. bloodless; anæmia.

Ailẹka, adj. branchless.

Ailẹ́mi, n. or adj. lifeless, dead.

Ailẹri, adj. without a witness.

Ailẹsẹ̀, n. disinterestedness.

Ailẹ̀sẹ̀, n. or adj. freedom from sin, innocency.

Ailẹ́wà, n. or adj. ugliness, uncomeliness.

Ailò, adj. unused; inflexible.

Ailófin, n. or adj. lawlessness.

Ailójú, n. or adj. confusion; entanglement.

Ailojuti, n. or adj. shamelessness, impudence, immodesty.

Ailokiki, adj. fameless.

Ailókun, n. or adj. impotent, helpless, bodily weakness.

Ailómi, adj. dry; not watery.

Ailopin, n. or adj. endless, infinite, eternity.

Ailori, n. or adj. inability to learn; unsuccessful in obtaining situation; groundless; futile.

Ailórúkọ, adj. anonymous; without name; unrenowned.

Àilówò, adj. not wealthy, poor.

Ailóye, adj. without understanding.

Ailóyè, adj. without title or degree.

Ailóyún, adj. not pregnant.

Ailọ, adj. unground.

Ailọ́ba, n. anarchy.

Ailọmọ, n. or adj. childless, barren.

Ailọ́ra, n. or adj. not slothful, smartness.

Ailọra, adj. not fat, thin.

Ailọ́rọ̀, see Ailọ́wọ́.

Ailọ́wọ́, adj. without a hand; unconcerned.

Ailọ́wọ̀, adj. not respectful, dishonoured, unhallowed.

Ailu, n. or adj. a shrub; unpierced, unperforated.

Ailùgbé, n. retaliation.

Aima, two negatives making an affirmative.—e.g., Emi ko le ṣe aima gbagbọ, "I cannot disbelieve, i.e., I must believe."

Aimaraduro, n. incontinency; restlessness.

Aimẹ̀rọ̀, n. or adj. unwise; foolishness, stupidity.

Aimòfin, n. ignorance of the law.

Aimọye, n. or adj. ignorance; folly; unwise; imprudent.

Aimọ̀, n. lack of knowledge, ignorance, unknown.

Aimọ́, n. or adj. unclean, impure, filthy, dirty.

Aimọ-meji, n. silliness, witlessness.

Aimọníwọ̀n, n. or adj. immoderation, intemperance.

Aimọra, n. or adj. impudence, immodesty.

Aimọ̀wé, adj. unlettered.

Aimọye, adj. innumerable.

Aimú, n. or adj. bluntness; dull; not catching.

Aimu, adj. not drinking.

Aimúra, Aimùragíri, n. or adj. flabby, lax, tardy.

Ainà, adj. unwhipped, unpunished, not stretched.

Ainá, adj. unspent.

Ainàni, adj. not cared for.

Aini, n. or adj. need, necessity, destitution, want, poverty.

Ainibaba, adj. fatherless.

Ainibata, adj. barefooted.

Ainibẹru, adj. fearless, intrepid.

Ainíbò, *n. or adj.* narrowness; incapacity.

Ainibugbe, *n.* non-residence; want of settled abode.

Ainidaju, *n.* diffidence, modesty.

Ainídè, *n.* liberty, freedom.

Ainídi, *n. or adj.* uselessness, fruitlessness.

Ainídimú, *n.* vanity, having no hold.

Ainidunran, *n.* impassibility, insensibility of feelings.

Ainífẹ, *n.* destitute of affection, disinclination.

Ainífẹ ìtẹriba, *n.* disaffection.

Ainígbẹkẹlẹ, *n.* distrust; discountenance.

Ainígboná, *n.* deadness; coldness.

Ainíyidò, *n.* shallowness.

Ainíflárí, *n.* uselessness; having no proper head.

Ainími, *n.* see Ailókun.

Ainípá, *n.* weakness; inability.

Ainípara, *adj.* innocent; rustless; pure; clean.

Ainíparamó, *n.* indecency; exposure.

Ainípẹ, *adj.* without fins, finless.

Ainípẹkun, *adj.* without end; everlasting.

Ainípin, *adj.* dowerless; lack of dowry or share.

Ainira, *n. or adj.* ease, comfort.

Ainireti, *n. or adj.* despair, desperation, hopeless.

Ainírotẹlẹ, *n.* improvidence.

Ainirọra, *n.* uneasiness.

Ainirun, *n.* baldness

Ainírùngbòn, *n.* beardless.

Ainísûrù, *n.* impatience; hastiness.

Ainísẹ, *n.* idleness, laziness.

Ainítìjú, *n.* immodesty, shamelessness.

Ainítùnú, Ainítura, *n.* comfortless, void of ease.

Ainíwà, *n.* nonentity.

Ainíwàmímó, Ainíwàrara, *n.* immorality, indecency.

Ainíya, *adj.* motherless.

Ainíyẹ, *adj.* innumerable, countless, myriads.

Ainíyẹlórí, *n.* worthlessness; free of cost.

Ainíyẹnfnú, *n.* lack of understanding; dullness of apprehension.

Ainíyìn, *adj.* dishonourable, disreputable, sordid, slavish.

Aipadà, *adj.* not returning.

Aiparí, *adj.* unfinished, not concluded.

Aipé, *n.* imperfection, incompleteness, deficiency.

Aipè, *adj.* uncalled, uninvited.

Aipeniyè, *n.* delirium, insanity.

Aiparí, *n.* tetanus.

Aipèsè, *adj.* unprovided, unsupplied.

Aipeta, *n. or adj.* not on purpose, unintentional.

Aipẹ, *adv.* not long.

Aipẹgbàgbọ, *n.* credulity.

Aipín, *adj.* unshared; also contraction of Ainípẹkun.

Aipinnu, *n. or adj.* indecision; unresolved.

Aipiwàdà, *n.* steadiness, consistent conduct.

Aipò, *adj.* uncompounded, unmixed.

Aipọ, *adj.* rare, scarceness.

Aipọn, *n. or adj.* green; crudeness; unripe.

Aipònspkan, *n.* neutrality; indifference.

Airàn, *n. or adj.* not shining, not resplendent; failure in cutting; invulnerability, not infectious.

Airán, *adj.* unsent; not sewn.

Airákojá, *n.* soberness, temperance, self-control.

Aìrelè, *n.* inquietude, uneasiness.

Aìreti, *n. or adj.* unexpected.

Aìré, *n.* disagreeableness, variance, dissension; unplastered.

Aìré, *adj.* not cutting, not shearing, not shaving.

Aìrelè, *n.* lack of humility.

Aìrépò, *n.* disagreeableness, variance, dissension.

Aìrérun, *adj.* not trimming the hair.

Aìrèwèsì, *n. or adj.* not dejected.

Aìrí, *n. or adj.* invisibility.

Aìríran, *n.* dimness of sight; blindness.

Aìríri, *adj.* unexperienced; not dirty.

Aìrìso, *adj.* inexcusable; speechless.

Aìríse, *n.* idleness, lack of employment.

Aìrò, *adj.* without consideration; thoughtless.

Aìró, *adj.* mute; soundless.

Aìròhìn, *adj.*

Aìròjú, *n. or adj.* pressure of business; too busy.

Aìronú, *n.* thoughtlessness.

Aìronúpìwàdà, *n.* impenitence.

Aìrorí, *n.* thoughtlessness.

Aìrorò, *adj.* good-tempered.

Aìrò, *n. or adj.* not softened; lack of mildness; unchangeable.

Aìrójú, *n. or adj.* not enduring; lack of endurance.

Aìrópò, *n.* a vacant position.— *e.g.,* Ibè wa aìrópò, " The place is vacant."

Aìrora, Aìrorun, *n.* carelessness; discomfort; negligence; uneasiness; lack of peace.

Aìrosè, *n. or adj.* unsettled.

Aìsàmì, *n. or adj.* unbaptised; unmarked.

Aìsàn, *n.* sickness; disease; illness; ailment.

Aìsan, *n.* want of payment.

Aìsanra, *n.* leanness, slenderness, thinness.

Aìsanwo, *n.* non-payment of money.

Aìsàré, *n.* see Aìkánjú.

Aìsè, *n. or adj.* raw, uncooked.

Aìsèso, *n.* fruitlessness, barrenness (of a tree). *

Aìse, *n.* a large door; gate.

Aìsè, *n.* unchallenged.

Aìsí, *n. or adj.* not being; not present; nonentity; absence; death.

Aìsìàn, *n. or adj.* bad; ill-conditioned.

Aìsí-àláfìà, *n.* misery; lack of peace or comfort.

Aìsí-aniani, *n.* without doubt; credulity.

Aìsí-àtìléhìn, *n.* want of support.

Aìsìjà, *n.* without war; peace.

Aìsìlà, *n.* lack of stripes or marks; plainness.

Aìsìlé, *n.* homelessness.

Aìsìmi, *n.* indefatigableness; perseverance; diligence; industry; restlessness.

Aìsìn, *n.* independence; insubordination.

Aìsìnkan, *n.* nothing; nought; nothing of importance.

Aìsínfkawó, *n.* independence; beyond one's control.

Aìsírànlówó, *n.* without aid; helplessness.

Aìsísé, *n.* want of employment.

Aìsìwà, *n.* lack of manners.

Aìsìya, *n.* motherless.

Aìsolá, *n.* lack of influence or authority.

Aìsolà, *n.* poverty; lack of riches.

Aìsonù, *n.* not lost.

Aìṣọraki, n. unshrunk; care-
lessness; inconsideration;
incautiousness.

Aìṣọrọ, n. mute.

Aìṣú, n. unweariness; in-
defatigability; unperplexed.

Aìsùn, adj. not asleep; awake.

Àìṣà, adj. not picked up;
scattered.

Àìṣàn, n. stagnation; stillness.

Aìṣán, adj. unpoulticed; un-
bitten; without mud.—e.g.,
A fi aja na ṣilẹ li aìṣán,
"The ceiling (of bamboos)
is left without being
plastered with mud."

Aìṣànú, n. mercilessness, lack of
compassion.

Aìṣàrẹ̀, n. ceaselessness, not
weary.

Aìṣàtá, n. void of calumny.

Aìṣe, n. inaction.

Aìṣehìkan, adj. universal; not
limited to one locality.

Aìṣedẹ̀dẹ́, n. odd; inequality;
iniquity.

Aìṣefefe, n. void of boasting.

Aìṣegbàgbọ́, n. incredulity.

Aìṣègbè, n. equity; impartiality;
equality; justice.

Aìṣejù, Aìṣelakẹ, n. temperance;
moderation.

Aìṣemẹlẹ, n. diligence; activity.

Aìṣènia, n. or adj. cruelty;
inhumanity.

Aìṣàrú, n. inactivity; honesty.

Aìṣọtara, n. sluggishness; in-
difference; tardiness; with-
out anxiety.

Aìṣetara, n. spirituality; void
of material body.

Aìṣetìrà, n. not straightforward,
crookedness.

Aìṣẹtọnílọ́run, n. discontent-
ment.

Aìṣẹ, adj. not coming to pass,
unfulfilled.

Aìṣẹ́, adj. unbroken.

Aìṣẹ̀, adj. not sinning, in-
offensive; having no
beginning.

Aìṣèfẹ̀, n. seriousness, not in a
playful manner.

Aìṣètàn, n. or adj. simplicity,
openness; unfeignedly;
sincerity.

Aìṣi, n. correctness.

Aìṣiṣẹ, n. indolence, idleness.

Aìṣiyèméjì, n. or adj. certainty;
doubtless.

Aìṣọ̀, n. or adj. not slackening.

Aìṣododo, n. or adj. injustice;
unrighteousness.

Aìṣogo, n. without boasting.

Aìṣojúsajú, n. or adj. without
respect; impartiality.

Aìṣòre, n. unkindness.

Aìṣòtọ́, n. or adj. injustice;
hypocrisy; impropriety;
untrue.

Aìṣọ̀kan, n. incongruity; discord.

Aìṣọkankan, n. indecision. adj.
sinister.

Aìṣọpẹ́, n. ingratitude.

Aìṣọra, n. watchful.

Aìṣọsọ̀nú, n. meanness; illiber-
ality.

Aìṣù, adj. not round; not
thick; not gloomy.

Aìṣu, n. or adj. costiveness;
constipation.

Aìṣubu, n. uprightness.

Aìṣújá, Aìṣúsí, n. indifference;
disinterestedness.

Aìta, adj. undergrown tubers as
yam or potato.

Aìtà, n. or adj. dullness of
market; not selling.

Aìtako, adj. unopposed.

Aìtán, n. ceaselessness.

Aìtanjẹ, adj. undeceived.

Aìtan-ọta, n. implacability.

Aìtara, n. inactivity; indiffer-
ence.

Aitarayọ, *n. or adj.* equality; equal—*e.g.,* Awọn ẹṣin meji sare li aitara wọn yọ, " Two horses ran equally, *i.e.,* neck to neck."

Aitàsé, *adj.* without missing the mark; a straight aim.

Aitayọ, *adj.* not surpassing or going beyond.

Aitete, *n.* slowness, inactivity.

Aitẹ̀, *n. or adj.* without pliability; unbent.

Aitéjú, *n.* lack of smoothness or levelness.

Aitélọ́rùn, *n.* dissatisfaction; discontent.

Aiterìba, *n.* insubordination; lack of humility.

Aitérùn, *n.* see Aitélọ́rùn.

Aitẹtìsílẹ, *n.* inattention.

Àitó, *n.* insufficiency; incompetency.

Aitobi, *n.* smallness, littleness.

Aitonkan, Aitòtun, *n. or adj.* pettiness, triviality.

Aitọ́, *n. or adj.* absurdity; crookedness, wrong, amiss.

Aitọ̀, *n.* one who cannot pass urine.

Aitọ́sófin, *adj.* illicit, illegal.

Aitu, *adj.* untamed; not soothing.

Aitujú, Aituloju, *n.* wildness, inclemency.

Aitumọ, *n.* inexplicable.

Aituninu, Aitunu, *n.* discomfort; passionateness.

Aitura, *n.* that which is uncomfortable, uneasy.

Aitúrakà, *n.* sadness.

Aitutu, *n.* warmth.

Aitúwọ́ká, *n.* illiberality, not generous.

Aiwà, *n.* see Aisí.

Aiwà, *adj.* not digging; not pulling or propelling a canoe.

Aiwà-bì-Olọrun, *n.* ungodliness.

Aiwadì, *n.* without investigation.

Aiwára, *n. or adj.* unconcern; not greedy; not anxious.

Aiwé, *n.* that which is untwisted, an unweaned child.

Aiwẹ̀, *n. or adj.* unwashed, unclean.

Aiwò, *n.* lack of inspection, notice, or speculation; want of care.

Aiwolẹ̀, Aiwoye, *n. or adj.* carelessness; non-observant.

Aiwọ́, *n. or adj.* straight-forwardness; not crooked.

Aiwọ́pọ̀, *n.* scarcity.

Aiwú, *n.* that which is unleavened; unpraised.

Aiwù, *n.* unpleasantness; undesirability.

Aiwúkàrà, *n.* unleavened bread.

Aiyà, *n.* breast; bosom; heart; chest; courage; influence.

Aiya-fo, *v.t.* to fear; to be discouraged; faint-hearted or afraid.

Aiya-ja, *v.i.* to be panic-stricken.

Àiya-là, *v.t.* to be fearful or dismayed.

Àiyà-lile, *n.* hard-heartedness; obduracy.

Aiyapa, *n.* unanimity; oneness; not deviating from the right way.

Aiya-pá, *v.i.* to be terrified, frightened or fainthearted.

Ài-yára, *n.* slowness.

Aiyàtọ̀, *n. or adj.* integrity; unseparated; undivided.

Aiyè, *adj.* lifeless.

Aiyé, *n.* world; earth; globe; condition; state; time of life; time; reign.

Aiyé, *adj.* not understood; unintelligible; unceasing; not stopping; not laying (eggs).

Aiyedaru, *n.* fraud ; forgery ; dishonesty ; adulteration.

Aiyé-jíjẹ, *n.* pleasure ; worldly enjoyment.

Aiyékòtó, *n.* a parrot.

Aiyelujara, *n.* perforated metal coins.

Aiyeraye, Aiye-titi-lai, *adv.* for ever ; world without end ; eternally

Aiyẹ, see **Àigbò-àiyẹ.**

Aiyẹ, *n.* inconvenience ; indecency ; inexperience ; impropriety ; wretchedness.

Aiyẹra, *n.* consistency ; stability ; firmness.

Aiyẹsẹ, *n. or adj.* immovable ; steadfastness.

Aiyípadà, *n.* immutability ; unchangeability.

Aja, *n.* a dog.

Àjà, *n.* attic, uppermost floor, ceiling.

Àjà, *n.* a fairy, said to carry persons into the wilderness for from three to nine years to instruct them in magic and all kinds of medicines ; said also to travel in a whirlwind.

Àja, *n.* a creeping plant, resembling the wild vine. It is rubbed on the walls of houses newly plastered with mud, to give the walls a polish ; also called Ajara, Ọgbọ́ló.

Àjàbọ́, *n.* a narrow escape.

Ajadẹ, *n.* title of honour among the hunters ; fourth in rank to the Olori-ọdẹ (Chief of the hunters).

Ajádi, *adj.* having the bottom broken off ; sometimes used in conversation for betrayal. —*e.g.,* Ajádi agbọ̀n li o nsọrọ si, "You are betraying yourself."

Ajadùn, *n.* an epicure, voluptuary, sensualist.

Ajafẹ, *n.* voluptuary.

Ajara, *n.* a neck-shackle, yoke.

Ajagajígi, *adj.* firm as a rock or tree trunk.

Ajágbọ́n, *n.* one who discovers or detects another's cunning.

Ajagun, *n.* soldier ; warrior.

Ajagun-ohirin, *n.* an amazon ; a female soldier.

Ajá igbégiré, *n.* lap dog, pet dog.

Àjà-ìgbúlà, *n.* persistent struggling.—*e.g.,* Àjà-ìgbúlà ni pẹpẹiyẹ fi nṣẹgun adiẹ, " Persistent struggling makes the duck conquer the fowl."

Ajaiye, *n.* voluptuary, sensualist.

Ajajẹ, *n.* a lewd fellow.

Ajakalẹ, *adj.* spreading ; worldwide.

Ajakalẹ-àrùn, *n.* an epidemic ; infectious disease.

Ajako, *n.* a jackal, also called Ìjàkùmọ̀.—*e.g.,* Ogbogbo Awun ni bi ajako, " Surely he who kills Ajako will suffer for it."

Àjàkú, *n.* a dead-set, persistence, stubbornness. .

Ajakùbọ̀, *n.* that which is cut and spoiled (as string).

Àjàlà, *n.* escape after much fighting

Ajalèlókun, *n.* sea robber, pirate.

Àjàlù, *n.* a mishap.

Àjàmbàkù, *n.* insufficiency ; deficiency.

Ajan, *n.* meat cut into small pieces for sale.—*e.g.,* Bi alapata ba pa ẹran, awọn alagbata a bù ú li ajan, " When the butcher kills the animal the retailers cut it in pieces."

Àjànàkú, *n.* elephant.

Ajanapá, n. a bird-snare made of cloth.—e.g., Aparo jare ajanapá kili o mu iṣọ wa iṣe li oko. Ajare aparo li oko li a gbe imu aṣọ lọ, " The partridge says, ' What business has the farmer to bring his cloth here ? ' The farmer says, ' How could I come to my farm without cloth ? ' " (i.e., there are two sides to a question).

Ajànọ, n. the chief of the Oro worshippers.

Ajao, n. a nocturnal mammal like the mouse, with large wings.—e.g., Ko ṣe eku, ko ṣe eiyẹ, ajao, " The ajao is neither rat nor bird." (Applied to one who is neither friend nor foe).

Aja-ọdẹ, n. a hound, a hunting dog.

Ajapa, n. a petty wholesale trade ; a nickname given to the tortoise.

Ajara, n. a medicinal plant used for curing sore breasts ; it is also edible, and is used in rubbing houses to give the walls a gloss ; wild vine.

Ajaṣọ, n. hearsay ; false report ; romance.

Ajàṣẹ, n. victory after much difficulty ; the native name for Porto-Novo.

Ajé, n. money ; the goddess of money.

Aje, n. a trial by ordeal.

Àjèjé, n. in the obsequies of a hunter, all the deceased's hunting materials are packed up and carried on the head by his child, or by a fellow-hunter, who parades and dances about. This packet, called Àjèjé, is deposited in the bush by the road outside the town as the closing ceremony of the funeral.—e.g., Ẹni ru àjèjé ọdẹ ko nla, " Whoever carries the àjèjé will not prosper." It is a superstition that if the child of the deceased does not give presents to the mourners and others before carrying the àjèjé he will die in misfortune.

Ajeji, n. or adj. a stranger, a foreigner.

Ajere, n. a pot with many holes in it like a sieve, used to dry meat in over the fire ; a calabash bored with many holes like a colander, used in washing away the sediment of the locust fruit, and ẹgusi seed.

Ajèrè, n. one who makes profit ; a winner.

Àjé, n. a sorcerer, a witch.

Àjè, n. oar, paddle, propeller.

Ajẹ, n. red earth used as paint or pigment for the wall ; tinder (for loading a gun).

Àjẹbí, n. that which is inherited (as manners, disease) from parents or ancestors.

Àjẹbọ̀, n. effacement (as a wound or cut which disappears when healed).

Ajẹ̀fọ́, n. a vegetarian.

Ajẹfọwo, n. a garden herb so called for its sweetness.

Àjẹgbà, n. the rude and disorderly rejoinders of a multitude of people.—e.g., Àjẹgbà ni ti kọnkọ̀, " Frogs are always rude and disorderly."

Ajẹgbé, n. the act of eating another's meal without suffering the consequences.

—*e.g.*, Ajẹgbé ni igun njẹ ẹbọ, " The vulture consumes the idol's sacrifices placed in the public streets without suffering."

Àjẹkẹhin, *n.* the last course of a meal.

Àjẹkì, *n.* gluttony.

Àjẹkùn, *n.* food left on the plate for the person serving.

Ajẹ́lẹ̀, *n.* agent, consul, deputy.

Ajẹnia, *n.* cannibal, man-cater.

Ajẹ́nilẹ́rẹ, *n.* testifier, witness.

Ajẹ́miníya, *n.* oppressor, tyrant.

Ajẹpa, *n.* swindling. knavery.

Ajẹpọ, *n.* the ejection of what has been taken (as poison); an emetic. *v.* to chew the cud.

Ajẹrá, *n.* an antidote.

Ajẹran, *n.* a flesh eater; carnivorous animals.

Ajẹrun, *n.* the act of squandering.

Ajẹsí, *n.* see Ìjẹrí.

Ajẹsẹ, *n.* ungratefulness, ingratitude.

Ajẹṣin, *n.* a horse eater.

Ajẹtì, *n.* remnants after eating to the full.

Ajẹwọ, *n.* a confessor.

Ajẹwọ imọ Iwe Mimọ, *n.* a theologian.

Ajẹwọro-gbado, *adj.* granivorous, one that eats grain or seed.

Ajẹyó, *adj.* having eaten to the full; satisfied.

Ajibẹtẹ, *n.* a kite-like fish with poisonous prickles.

Ajibọwaba, *adj.* existing.

Ajidèwe, *n.* renewed youth.

Ajifa, *n.* one who trusts in Providence.

Ajigba, *n.* the act of being employed daily in sweeping.

Ajigbèsè, *n.* debtor, bankrupt.

Ajijàdú, *n.* a scrambler, a competitor.

Ajilẹ̀, *n.* one who eats the dust (humble pie).

Àjìn, *n.* profound silence; darkness; depth of night.— *e.g.*, Ájìn jìn, " There is profound silence," or " It is midnight."

Àjínà, *n.* the act of spending; daily expenditure; shopping; marketing.

Àjínde, *n.* resurrection; act of rising from sleep.—*e.g.*, Ki àjínde ọla ki o jẹ, " May the rising to-morrow be possible."—A prayer used in bidding good-night.—*e.g.* Li ọjọ àjínde igi á dá, " There will be many wonders on the Resurrection Day."

Ajínia, Ajínita, *n.* kidnapper.

Ajíni lohun, *n.* thief, robber.

Ajiri, *n.* morning.—*e.g.*, O di ajiri o, " Until the morning "; an evening salutation. Ẹ ku ajiri, " Good morning."

Ajiroro, Ajiṣroro, *n.* a man of leisure.

Àjísà, *n.* that which is put on (as charms) every morning for protection.—*e.g.*, Ọlọrun li olori àjísà, " God is the source of protection."

Ajisinsin, *n.* a concealed matter; concealment.

Ajiṣe, *n.* routine of daily business.

Àjò, *n.* journey; foreign land.

Àjò, *n.* anxiety; solicitude; carefulness; zeal.

Ajogun, *n.* heir; inheritor.

Ajoko, *n.* one who sits; a grass-eater.

Àjòkú, *n.* unquenchable.

Àjókù, *n.* that which escapes burning; remnant left after a conflagration.

Ajonírun, *n.* that which consumes by burning.

Ajoniparun, *n.* consumer.

Àjōpa, *n.* kola of superior quality that cannot be peeled while fresh, much used in paying dowries.

Àjóparun, see Ajoniparun.

Àjóràn, *n.* the act of catching fire.—*e.g.,* Bi ile ko ba kan ile ki ijó àjóràn, "Houses not contiguous do not easily catch fire."

Àjọ, *n.* assembly; meeting.

Àjọ-aiyesi, *n.* feast; festival.

Àjọ-alade-ade, *n.* an assembly of princes and delegates; diet.

Ajọbí, *n.* correlation; akin; blood-relationship; consanguinity.

Àjọ egbẹ́, *n.* company; meeting.

Àjọhùn, *n.* unanimity.

Àjọ-igbimọ, *n.* senate; council; committee.

Àjọ-ilu, *n.* corporation; congress.

Àjọ-ipejọ, *n.* congress; convocation.

Àjọ-irékọjá, *n.* feast of the passover.

Àjọjẹ, *n.* act of eating together; mess; banquet.

Àjọjo, *n.* act of dancing together.

Àjọmọ̀, *n.* stipulation.

Àjọmu, *n.* drinking together.

Àjọpin, *n.* a convention.

Àjọrin, *n.* companionship on a journey.

Àjọrò, *n.* a mutual combination; bargain; agreement.

Àjọsọ, *n.* a mutual conversation or consultation.

Àjọsa, *n.* partnership, joint labour.

Àjówọ̀-pani, *n.* a hired assassin.

Àjọyin-ìbọn, *n.* a volley of musketry.

Àjọyọ̀, *n.* participation in joy.

Àjubà, *n.* a newly-cultivated grass field.

Àjúfú, *n.* pocket.

Ajulọ, *n.* that which makes mine better than yours.

Ajumọ, *n.* combination, co-operation.

Ajumọdapọ, *n.* a mixture (of persons and things).

Ajumọjogun, *n.* fellow-heir.

Ajumọlurapọ, *n.* retaliation (in fighting)

Ajumọsarola, *n.* co-heir; co-eternal.

Ajumọsa, Ajumọsepọ, *n.* co-operation; conjoint action; simultaneous action; partnership.

Ajùsí, *n.* thrower; spendthrift; that which is thrown.

Àka, *n.* the hedgehog; said to be very timid, for if sand or dust is thrown on it, when it is found in the bush, it will simply couch until it is killed or picked up.—*e.g.,* O tiju bi àka, "He is as shy as a hedgehog."

Àka, *n.* the name of a tree.

Àká, *n.* a storehouse built in the shape of a V, supported by four sticks, containing three or four apartments for stores; a garner; granary.

Àkàbà, *n.* ladder; steps; stairs; staircase; scaffold.

Akabẹ aṣọ, *n.* the pole on which cloth is wound while weaving.

Àkàkà, *n.* the posture of squatting, or sitting crosslegged.—e.g., Iwọ dakaka yékẹtẹ bi agbalagba, " You squat like an elder." A ki igba àkàkà lọwọ akiti, a ki igba ile baba ẹni lọwọ ẹni, " No one can cure a monkey of squatting ; and no one can deprive a man of his father's house."

Àkàkin, n. addition.

Akàlà, n. a carnivorous bird ; vulture.—e.g., Bi oku ba ku laiye àkàla ã mọ li ọrun (àkàla ã gbe ọrun mọ), " The vulture smells the carcase however high in the air he may be."

Akalambì, n. a bag ; sack.— e.g., Akalambì li ã fi ipiyẹ li ogun, " A sack is used for booty in war."

Akámọ́, n. the act of encompassing, enclosing or surrounding.

Akàn, n. a crab ; a word much used in conversation for " good," as " fish " is used for " bad."—e.g., Ẹja mbi akàn ? " Is it bad or good? " Akàn ni, " It is good " ; also an epaulet.

Akan, n. nimbleness ; smartness ; activity ; quicksightedness. —e.g., Ojo li akan lojupupọ, " Ojo is very quicksighted."

Àkàndùn, n. a whitlow.

Akàngbá, n. a cooper.

Akankẹkẹ́, n. a wheelwright.

Akankòtà, n. a shipwright.

Akanrun, n. a fletcher, a maker of bows and arrows.

Àkànṣa, adj. special ; made to order ; uncommon.

Akànṣẹ́, n. a boxer.

Akànti, n. an unavoidable or unexpected occurrence.

Akánú-ẹṣẹ, n. a penitent.

Akápò, n. a treasurer.

Àkàrà, n. bread, cake.

Àkàrá, n. wood used for rafters.

Àkàrà àdidùn, n. a sweet cake.

Àkàrà àwọn, n. a fancy cake made to imitate a net.

Akárábá, n. a charm, a round flat fish.

Akara fẹlẹfẹlẹ, n. a wafer.

Àkàrà fúlẹ́, n. a soft cake made of white beans and okra, also called ọjọjọ.

Àkàràgba, n. a broken calabash, or bowl ; potsherd.

Akàràkú, n. a hard bean cake used by warriors for provisions on war expeditions. —e.g., Bi ọn ba gburo ogun mi ki iduro din àkàràkú, " Whenever he hears of my war he never waits to make provision," (said of a busybody who rejoices at another's troubles).

Àkàrà lápàtá, n. cake made of maize.

Akási, n. a harpoon.

Akaso ẹwu, n. a short garment from the neck to the waist worn either loose or tight.

Akaṣọ, n. a ladder.

Akaṣe, adv. rather than that ; not otherwise ; only ; also written Lakiṣe (Ẹgba).—e.g., Ko gbọdọ nà mi, akaṣe ko ni jẹ ki nṣiṣẹ fun on mọ, " He dare not flog me, only he will not let me work for him any longer."

Àkàṣù, n. a large loaf ; a lump of agidi for family use.— e.g., Àkàṣù baba ẹkọ, " The àkàṣù is the father of all other loaves."

Akátá, n. see Ajáko.

Àkàtà, *n.* a broad-brimmed straw hat used as an umbrella; in ancient times a commoner might not use it without special permission.

Àkàtàmpó, *n.* a catapult.

Àkàtò, *n.* a creeping animal.— *e.g.*, Ọmọde nra bĩ ti àkatò ko, " However well a child may crawl the àkatò will out-crawl it.'·

Àkàwé, *n.* a reader.

Àkáwé, *n.* a reel of cotton or thread.

Àkàwé, *n.* similitude; comparison of matter or words; signification; analogy; parable; metaphor.

Àkáyín, *n.* one who loses his teeth.—*e.g.*, Akáyín ko mọ efùrù ipe, " A toothless man cannot pronounce ' efùrù ' well."

Àke, *n.* axe, hatchet. adze.

Àkéde, *n.* a public crier; proclaimer; herald.—*e.g.*, Akéde ko jiyán gbigbona, " The public crier does not eat warm food " (because of his liability to be called away from his food).

Àke itulẹ, *n.* pickaxe.

Àke-ja-ọna, *n.* a cross street, a lane, a bypath.

Àkéké, *n.* see Àke.

Àke-kun-ọkọ, *n.* an old hoe.

Àkùrú, *n.* an abbreviator; contraction; abbreviation.

Àképa, *n.* the act of cutting too short.

Àkèré, *n.* a striped frog with smooth skin.

Àkérekere, *n.* the scorpion; also called Òjògán.—*e.g.*, Àkérekere ojogan fi idi ja; àkérekere ko ṣe idi ni ìbò,

" The scorpion fights with its tail; one cannot hide a scorpion in the hand."

Àkéri, *n.* a plant used for washing; also for sauce; a hater; a spiteful man.

Àkerò, *n.* the leader of a trading caravan.

Àkesi, *n.* the act of calling upon or visiting.—*e.g.*, Ẹ ku akesì mi ana, " Thank you for calling on me yesterday."

Àkeso ajara, *n.* vintage.

Àkete, *n.* bed, bedstead.—*e.g.*, Akete kekere ko gba enia meji, " A small bed will not hold two persons."

Àkete inarasi, *n.* a sofa.

Àkétí, *n.* that which is cut on the ear or edge.

Àkétì, *n.* uncut.

Àkéwì, *n.* a bard.

Àkè, *n.* a sea-gull; bush rope used for tying rafters together; a large she-goat.—*e.g.*, O fun mi li àkè ewurẹ kan, " He gave me a large she-goat."

Àkẹhinda, *n. or adj.* turning the back; back to; a falling off; backsliding; a backslider.

Àkéjù, *n.* too much indulgence.—*e.g.*, Àkéjù ba ọmọ rere jẹ, " Too much indulgence spoils a good child."

Àkékọ, *n.* a learner, a pupil, a student.

Àkẹrù, *n.* a transporter, a carrier of loads.

Àkẹṣẹ, *n.* a kind of raw cotton.

Àkẹtẹ̀, *n.* a hat.

Àkẹtun, *n.* a new hoe; bough; branch of a tree.

Àki, *n.* bravery; a brave person.

Àkílọ, *n.* parting salutation; farewell.

Akìlộ, Akìlộ fún mi, n. one who denounces, threatens, menaces, admonishes or warns; a monitor.

Àkìmộlẹ̀, n. the act of pressing down, of seizing with the claws

Akini, n. one who salutes or welcomes, a visitor.

Akiri, n. a wanderer, a rover.

Akiri ojà, Akiri polówó, n. a hawker, a pedlar, an advertiser of goods.

Akiritì, n. a pedlar.

Àkisà, n. rags.—e.g., Àkisà ba enia rere jẹ́, " Rags disgrace a handsome man."

Akisalẹ, n. a creeping plant with a pod like a pea.—e.g., A kì iti ẹhin akisalẹ wure, " One cannot bless the gods without using the word Akisalẹ."

Akiti, n. monkey, ape.

Àkiyèsí, n. the act of observation or discernment.

Akiyèsígbà, n. an observer of the time.

Akiyesi iràwọ̀, n. an astronomer, a star gazer.

Ako, n. a branch of the palm tree.

Akó, n. reality, genuineness, authenticity.

Ako, n. a strumpet.

Àkóbá, n. undeserved punishment.

Akòbí, n. a fishing basket used to catch shrimps.

Akobia, n. a barren mare.

Àkòdì, n. room; chamber; also called Ìkòdì.

Àkódì, n. the act of gathering and tying up; rough sewing.

Àkódilọ, n. a transporter.

Akófá, n. one who meets with unexpected fortune.

Akógún, n. an inheritor.

Akói, n. fog; thick mist.

Akoja, n. completing; bringing to a point; termination.

Àkójọ, n. accumulation; piling up.

Àkójọpọ̀, n. collector; collection.

Àkókò, n. time; season; exact time.—e.g., Àkókò ti mo ṣetan gẹ̃ ni iwọ de, " You came just as I was ready."

Akoko, n. a tree, the flower of which is sucked for the juice. Its leaf is placed on the head of a new king or chief as anointment. The tree is so sacred that it is never used for fire, or touched with an axe.—e.g., O ṣe po, a ki ifi ẹdun kan igi akoko, " Henceforward, the akoko tree must never be tried with an axe."

Àkókó, n. a woodpecker.

Àkókù, n. the remnant after a large quantity has been taken.

Àkólé, n. that which has been taken over and above; surplus.

Àkólé, n. a house robber.

Akololo, n. a stammerer, a stutterer.

Akoniṣiṣẹ, n. an overseer, a task-master.

Àkópọ̀, n. a draught; gathering together.

Àkópọ̀, n. summary; mass; generality.

Akórà, n. a wholesale purchase.

Akóràn, n. infection.

Akurira enia, n. a man hater.

Akoso, n. restraint; control; government; rule; continence.

Akótà, *n.* see Àkórà.

Akótán, *n.* completion; entire removal; totality; in conclusion.

Akótini, *n.* an assailant.

Akoto, *n.* a broken calabash or gourd; without virginity.

Akoto adiẹ, *n.* a fowl coop.

Akowaba, *n.* see Àkóbá.

Àkọ̀, *n.* a swan; a sheath, scabbard.—*e.g.,* Àkọ̀ ọlọ́rùn ejò, "The swan with a snake-like neck."—*e.g.,* O nsá fun iku, o bọ si àkọ̀ ida, "He runs away from the sword and hides himself in the scabbard." (*cf.* Out of the frying pan into the fire.)

Akọ, *n.* male (applied to creatures and infants). (See Abo).—*e.g.,* Akọ ẹlẹdẹ, "A boar." Akọ malū, "A bull."

Akọ́, *adj.* a particle denoting first, beginning.

Àkọ́bí, *n.* the first-born.—*e.g.,* Àkọ́bí ni ti ẹlẹran, "The first-born is due to the owner."

Akọde, *n.* first arrival.

Àkọgbó, *n.* first ripe fruits.

Akọgi oniti, *n.* a timber tree.

Akọgun, *n.* combatant; contender.

Akọjẹwọsilẹ, *n.* an apostate.

Àkọ́jù, *n.* the act of imparting too much knowledge.

Àkọ́kà, *n.* the first reaped fruits.

Àkọ́kà, *n.* the first counted or numerated.

Àkọ́kàn, *n.* the first; the foremost.

Akọlé, *n.* superscription; direction; address on letter.

Akọ́lé, *n.* builder; constructor.

Akọluni, *n.* invader; attacker.

Àkọ́mú, *n.* that which is taken first.

Akọni (-lẹ́kọ), *n.* a teacher; instructor; tutor.

Àkọ́ní, *n.* first possessed.

Akọni, *n.* a brave, bold, strong person.—*e.g.,* Iwọ iba, iwọ ko gbọdọ wi, ni iye iku pa akọni, "You may see, you dare not speak, it is that which is the death of the strong man." (The strong man often perishes for want of warning.)

Akọrin, *n.* a singer; warbler; minstrel; songster.—*e.g.,* Akọrin laini elegbe o dabi ẹni lu àsánkan agogo, "A singer without an accompanist is like the tinkling of half a pair of cymbals."

Akọ ojọ́, *n.* every fifth day (a day previous to Ọsẹ Ifa) superstitiously supposed to be a bad day.

Àkọ́rà, *n.* first bought; first owned.

Àkọ́rẹ́, *n.* first cut; first mown.

Àkọ́rọ̀, *n.* the first rain of the year, commencement of rains.

Àkọsẹ̀bá, *n.* that which is met by chance.—*e.g.,* Àkọsẹ̀bá eyiti ijẹ odun, "He who waits for chance will have to wait for years."

Àkọ́so, *n.* first fruits; first bearing.

Akọsẹ, *n.* first; first made; beginning; commencement.

Akọta, *n.* first sold.

Àkọ́tán, *n.* perfectly built, perfectly instructed.

Àkọ́tán, *n.* first sold out; out of stock.

Àkọ̀wá, *n.* first comer; first fruits.

Akọ̀wé, *n.* ascribe; writer; clerk; secretary; amanuensis.

Akọwé-ihinrere, *n.* an evangelist.
Akọwé-ijarọ, *n.* a fable writer.
Akọwé-iṣa-rọ-jọ, *n.* the author or compiler of a dictionary.
Akọwé-irohin, *n.* a journalist.
Akọwé-itan, *n.* an historian.
Akudin, *n.* the heart of a tree.—*e.g.*, Akudin aṣàpa ko kọmnu ake, "The heart of the aṣapa fears no axe."
Àkùfì, *n.* threats.—*e.g.*, Àkùfì li o ndá, nkan ko nī ṣe, "He is only giving threats, nothing will come of it."
Àkùkọ, *n.* a cock.
Akúmalapa, *n.* the young leaf of the shea butter tree.
Akún, *n.* a kind of bead made of shell.
Akúnbò, *n.* a deluge; flood.
Akunnílòrun, *adj.* narcotic, soporific, sleep-causing.
Akunrun, *n.* a closed, private room; a cell.
Àkùnsínú, *n.* murmuring; muttering; a grumbler.
Akúntán omi, *n.* high water.
Akúnwọ́ṣílẹ̀, *n.* overflowing, brimful (applied to dry measure).
Akùnyùngbà, *n.* a bard; drummer; flatterer.
Akura, *n.* an impotent man, a eunuch.
Akurẹtẹ, *n.* a sluggish, stupid person.
Àkùrọ̀, *n.* a garden by the waterside.
Akúrun, *n.* extinction; total destruction; annihilation.
Akunsa, *n.* a painter.
Al, a prefix equivalent to Oni, "One who has."
Àlà, *n.* boundary; limit; landmark; confine; term; precinct; line of demarkation.

Àlà, *n.* white cloth.—*e.g.*, Alayọ àlà ki ilọ joko ni ìsọ epo, "The wearer of a white cloth never sits in the oil market." (*cf.* You cannot touch pitch without being defiled.)
Àlá, *n.* dream; vision.
Alábagbé, Alábagbélé, *n.* an inmate.
Alábajẹ, *n.* a messmate; one who partakes of the same dish.
Alábaláṣẹ, *n.* an oracle; name given to the goddess Ọbatala, who is believed to foretell events.
Alábapa, *n.* partner in fishing or in killing.
Àlàbápàdé, *n.* chance; luck; hit; occurrence; fortune; casualty. *adv.* random.
Alabápin, *n.* a partaker; participator.
Alábarà, *n.* a customer; purchaser.
Alabarin, *n.* a fellow-traveller.
Alabasta, *n.* alabaster.
Alabaṣe (-pọ), *n.* fellow-worker; partner; yoke-fellow; colleague.
Alabẹrẹ, *n.* a dealer in needles; possessing needlework.
Alabinuku ẹni, *n.* enemy; persecutor; accuser.
Alábo, *n.* defender; succourer; warder; patron; protector; shielder; supervisor.
Alabojutó, Alabojúwò, *n.* inspector, corrector.
Alábòsí, *n.* a hypocrite; deceiver; dissembler.
Alábú, *n.* one who has come to the age of puberty.
Alábùkún (fún), *n.* one who adds to, or blesses; blessed.

Alábúkùn, *n.* a despiser; contemner.

Alábùsí, *n.* one who bestows.

Aládágbé, *n.* hermit, recluse.

Aladamọ, *n.* one who is lead away with a mistaken idea; a heretic.

Aládanù, *n.* a loser.

Aládàrú, *n.* a confounder.

Aladasi, *n.* meddler; busybody; instigator.

Aladasọ, *n.* one who speaks on his own responsibility.

Aládawọlé, *n.* pretender; undertaker.

Aladawọle-ẹlẹ́tàn, *n.* an impostor.

Aládé, *n.* king; prince; the royal family consisting of several persons who rule over different Yoruba districts, viz., Ọba Yoruba, Oníkòyí, Olugbọn, Arẹsa, Asẹ́hìn, Alaké, Aládó, Olowu, Àgùrá, Alaketu, Olu, Awùjalẹ̀.

Aladehùn, *n* one who bargains or promises.

Alàdí, *n.* commentator, expositor.

Aladi, *n.* the small black ant that builds its nest on the stem of a tree.—*e.g.,* Ti òjò ti ẹ̀run ile aladi ki idá, " The aladi's nest will never be void of inhabitants at any time of year."

Aládìmú, *n.* one who upholds or sustains.

Aládirẹ, *n.* dyer of fancy cloth.

Aládiyẹ, *n.* poulterer.

Aladugbò, *n.* a neighbour.—*e.g.,* Aladugbo ki idá ọla, " A neighbour needs not take leave until to-morrow."

Aladùn, *n. or adj.* one who prepares maize; delicately flavoured; aromatic.

Aláfàle, *n.* one who presses a point unduly.

Aláfaramọ́, *n.* adherent, conformist.

Aláfarawé, *n.* rival, imitator.

Aláfẹ́, *n.* a voluptuary.

Aláfẹhìnti, *n.* supporter; sustainer; one on whom dependence is placed; a patron.

Alafia, *n.* peace; health; weal; welfare; happiness; bliss. —*e.g.,* Alafia baba ọ̀rẹ́, " Peace is the father of friendship."

Alafihan, *n.* one who shews; a revealer; a betrayer; a traitor.

Aláfin, *n.* contraction of Alawọfin, one who owns the palace, hence a king. Title of King of Ọyọ.

Aláfiyèsí, *n.* observer.

Aláfo, *n.* an open space between groups; vacant space; a valley, ravine, crevice.

Àlàfo igun, *n.* an angle.

Aláfojudi, *n.* brazen-face.

Aláfojútó, *n.* overseer, superintendent.

Afọranmọ, *n.* accuser; persecutor.

Alafọṣẹ, *n.* a diviner; one who deals with familiar spirits.

Alafọwọ́rá, *n.* a pilferer; filcher; petty thief.

Alága, *n.* the chairman.

Alágada, *n.* one who owns or bears the sword or scimitar.

Alàgbà, *n.* an elder; a person of respect or honour; ruler; sir.

Alágbàbọ́, *n.* nurse; trainer.

Alágbádá, *n.* the tailor who makes the " agbada," or its owner.

Alágbàfọ̀, *n.* a washerwoman, a fuller.

Alágbàmọ, *n.* an architect; a mason.

Alágbàmóra, *n.* a selfish person; one who appropriates.

Alágbára, *n.* a strong able-bodied person; a mighty man; tyrant; potentate; hero.—*e.g.,* Bi aiágbára jẹ ọ ni iyà ki o fi ẹrin si, " If a powerful man illtreat you smile at him."

Alagbara gbogbo, *n.* An attribute of God; Omnipotent.

Alágbàrò, *n.* an advocate.

Alágbàro, *n.* ploughman, husbandman.

Aláɡ'bàsọ, Alábàwí, *n.* advocate; spokesman; orator; client; speaker; tale-bearer.

Alágbàṣe, *n.* hireling; labourer; mercenary; journeyman.

Alágbàtà, *n.* pedlar; hawker; petty trader; vendor.

Alágbàtà ẹṣin, *n.* a horse dealer.

Alàgbàtó, *n.* nurse; fosterparent; instructor.

Alagbe, *n.* a beggar.—*e.g.,* Alagbe kò kú li Ọyọ, " A beggar never perishes from want in Ọyọ."

Alágbẹdá, *n.* one who buys on credit and eludes his creditor; a clever rogue.

Alágbègbè, *n.* the neighbourhood; a neighbour, living on the next land or farm.

Alagbere, *n.* an immoderate fellow; one who does acts of supererogation.

Alágbẹdẹ, *n.* a smith who works in either gold, silver, lead or iron.

Alagbẹdẹ-abẹrẹ, *n.* a needle-maker.

Alagbẹdẹ-bàbà, *n.* a copper-smith.

Alagbẹdẹ-fadaka, *n.* a silver-smith.

Alagbẹdẹ-idẹ, *n.* a brazier; a brass-worker.

Alagbẹdẹ-ojẹ, *n.* a leadsmith.

Alagbẹdẹ-ọbẹ, *n.* a cutler.

Alagbẹdẹ-wúrà, *n.* a goldsmith.

Alágbo, *n.* owner of a flock.

Alagi, *n.* a wood-cutter.

Alágídí ọkan, *n.* a haughty-minded fellow.

Alágídígba, *n.* beads made from palm nut shells.

Alagò, *n.* one who owns or makes crates for fowls.

Alago, Alagogo, *n.* a watchmaker; bellfounder; one who sells bells.

Aláhaṣọ, *n.* babbler; busybody; scandal-monger.

Alahoro, *n.* a desolate person.

Alahọn wúwo, *adj.* tongue-tied, heavy tongued.

Alái, a prefix signifying " one or that which does not."

Alaibannjẹ, *adj.* not sorrowful.

Alaibẹrẹ, *adj.* not begun.

Alaibẹru, *adj.* fearless, dauntless, undismayed.

Alaibẹru Ọlọrun, *adj.* fearless of God, ungodly.

Alaidá, *adj.* unsound; unwell; unceasing; unreleased; not thrown down; unpaid; not flashing; unbroken.

Aláidá niji, *adj.* not frightened.

Alaidaraya, *n.* dullness; lack of cheerfulness.

Alaidè, *adj.* unfettered; unbound; loose.

Alaidi, *adj.* untied.

Alaidorikodò, *adj.* cheerful.

Alaidúró (-lọkan), *n.* one who is unsteady; lacking in stability; visionary.

Alaifà, *adj.* not sluggish; unslothful.

Alaifẹ, *adj.* unwilling; unloving; not winnowed.

o

Alaifè, *adj.* not expansive; confined.

Alaifiyesi, *n.* neglect in attention.

Alaifiyèsiọjọ, *adj.* dateless; undated.

Alaifó, *adj.* not floating; drowning.

Alaifò, *adj.* one unable to fly. See Àifò.

Alaifoiya, *adj.* fearless; dauntless.

Alaifó, *adj.* unbroken.

Alaigbàgbó, *n.* unbeliever; incredulous person.

Alaigbagbọ rara, *n.* a sceptic.

Alaigba-iwa-Ọlọrun gbọ, *n.* an atheist.

Alaigbede, *n.* one who does not understand another's language; a barbarian.

Alaigbo, *n.* unripe.

Alaigbojúfún, *n.* discountenance.

Alaigbọdọ, *n.* necessity; compulsion.

Alaigbọran, *n.* an inattentive, heedless, obstinate, disobedient or unbelieving person.

Alaihùyé, *adj.* callow; unfledged.

Alaijęun, *n.* lack of food.

Alaijoko, *n.* non-residence; restlessness.

Alaikiyesi, *n.* non-observance; non-observer.

Alaikó, *n.* an unlearned or uninstructed person; an unbuilt house.

Alaikọla, *adj.* untattooed; uncircumcised; unmarked.

Alaiku, *adj.* immortal; unquenchable.

Alaikùn, *adj.* unmurmuring.

Alailabawọn, Alaibùkùn, *adj.* spotless; blameless.

Alailábùkún, *adj.* unblest.

Alailádùn, *adj.* unsweetened.

Alailájò, *n.* without anxiety, solicitude, carefulness, interest, attempt or zeal.

Alailakoso, *n.* want of government.

Alailálà, *n.* lack of limit or end; boundless.

Alailánú, *adj.* hard-hearted; unfeeling; merciless.

Alaile, *n.* lack of solidity, strength or firmness.

Alailé, *n.* lack of surplus.

Alailera, *n.* an infirm, impotent person; an invalid.

AlÁilerè, *adj.* unprofitable; un worthy.

Alailàri, *adj.* sainted; spotless.

Alailéso, *adj.* fruitless; barren.

Alailęsę, *n.* a just, sinless, or righteous person.

Alailewa, *n.* uncomeliness; without beauty; ugliness.

Alailobirin, *n.* a bachelor.

Alailodi, *adj.* fortless, defenceless.

Alailòdì, *adj.* without contradiction.

Alailófin, *adj.* lawless.

Alailókọ, *n.* spinster.

Alailópin, *adj.* endless; want of limit.

Alailógbón, *n.* an unwise or ignorant person.

Alailọmọ, *adj.* childless.

Alailópé, *adj.* unthankful; ungrateful.

Alailọwọ̀, *n.* profaneness; devoid of sanctity.

Alaimọ, *n.* one who does not understand; an ignorant one.

Alaimó, *n.* that which is not clean; a filthy, polluted thing.

Alaimọ-Ọlọrun, *n.* an infidel.

Alaimọwé, *adj.* unlearned; illiterate.

Aláimoyìn, n. incivility; want of respect.

Alaimore, n. an unthankful person, one not valuing kindness.

Alaimoye, n. one who has no power of perception; a thoughtless, dull or sluggish person; a barbarian.

Alaimú, n. or adj. uncaught.

Alaimu, n. or adj. not drinking.

Alaimuragiri, n. a slovenly or slothful person.

Alaini, n. a needy, indigent person.

Alainibaba, n. or adj. an orphan; fatherless.

Alainidi, n. cavil; having no end.

Alainife enia, n. or adj. philanthropy.

Alainigbagbo, n. a faithless person.

Alainipò, n. a vagabond; wanderer; out of a situation.

Alainireti, n. one who despairs; a hopeless person.

Alainiré, n. dissenter; nonconformist; disagreement.

Alainirè, adj. unwearied; not tiresome.

Alaini roju, n. an apathetic person; lack of sympathy.

Alainise, n. an idler.

Alairise, n. one out of employment; unemployed.

Alairiwi, n. an inexcusable person.

Alairoro, n. void of austerity.

Alairu, n. or adj. stagnation; want of motion.

Alaisè, adj. uncooked; raw.

Alaisi, n. one who ceases to be; an absentee; deceased.

Alaiso, n. one who would not speak.

Alaisododo, n. an unrighteous or unjust person.

Alaisòtọ, adj. unjust; untrue; not acting uprightly.

Alaitèlówó, n. that which is not found or received.

Alaitúnbí, n. an unregenerate person.

Alaiya lile, n. a bold, daring, or hard-hearted person.

Alaiyan, n. or adj. that which is not baked; dough.

Alaiye, n. the owner of the world; king; monarch.

Alaiye, n. an unfit or unworthy person.

Alaiyó, n. one who is hungry.

Alaiwópò, adv. extraordinarily; rarely.

Alájàpá, n. a petty trader who generally purchases at one town and sells at another with small profit; a badger. —e.g., Alájàpá ko li eran li aiya, "A petty trader has no flesh on her chest" (wears herself to a skeleton).

Aláje, n. one who performs trial by ordeal.

Alaje, n. one who eats.

Àlàjé, n. a nickname given to one's self.

Alajeki, n. a glutton.

Alajerun, n. a spendthrift.

Alajesé, n. one who publicly denies the private kindness of his benefactor; an ungrateful person.

Alajeyó, n. one who eats to the full; a gourmand.

Alájò, n. an anxious or zealous person.

Alajopa, n. a partner, fellow-hunter or fisher.

Alájopín, n. sharer; participator.

Alàkàkà wegbé, n. an intruder.

Alákála, *n.* bad dreams.

Alakara, *n.* baker, confectioner.

Alakàṣà, *n.* lobster, crawfish, prawn.

Alákàtàmpó, *n.* a cross-bow man. —*e.g.*, Alákàtàmpó oju ko le pa ẹran, "He who has only his eye (brow) for a cross-bow can never kill an animal."

Alake, *n.* the king of Ake, the capital of Ẹgba land, hence the chief of the Ẹgba kings.

Alakakuru, *n.* contractor; one who shortens; abbreviator.

Alakéle, *n.* the head weaver.— *e.g.*, Pàpa li àsà awunẹo bi alakéle, "A noisy weaver who imitates Alakéle."

Alakesi, *n.* a visitor.

Alákétu, *n.* the king of Kétu.

Alakẹlẹ, *n.* a small bird which lives on figs.

Alákẹtẹ̀, *n.* a hatter.

Alákisà, *n.* a ragged person.

Alákiyèsí igbà, *n.* an observer of time.

Alakojá, *n.* an achiever.

Alakojo, Alabojoṣo, *n.* collector; gatherer; accumulator.

Alákúrè, *n.* reaper, harvester.

Alakoso, *n.* master; ruler; controller; restrainer; president; guide.

Alakoti, *n.* a disobedient person.

Alákoto, *n.* a bride who has lost her virginity.

Alakobere, *n.* a beginner.

Alákori, *n.* an unfortunate person.

Alakọrin, *n.* singer; musician.

Alakọsẹ, *n.* a kind of small snail.

Alakun, *n.* half; part of a thing added.

Aláis, *n.* a dreamer.

Aláletà, *n.* a retailer of small articles or fruit.

Alalupayida, *n.* necromancer; magician; user of sleight-of-hand.

Alámí, *n.* a spy; the anxious or secret observation.

Alámi, *n.* one having a mark.

Àlamọ, *n.* guesser, conjecturer.

Alamọ rere, *n.* owner of the best clay; a title of Ọbatala.

Àlámọ̀rí, *n.* concern; secret.— *e.g.*, Àlámọ̀rí ni ti ri? "How does that matter stand?"

Alámọrín, *n.* he whose name is not mentioned but understood; so-and-so.—*e.g.*, Alámọrín ṣẹṣẹ kuro ni ibi yi, "So-and-so has just left here."

Alamgbá, Àlàmù, *n.* a lizard.— *e.g.*, Okò nla ṣo alamgbá pènṣén; o ni bẹ̀ li ẹniti o ju ni lọ iṣe ni, "A large stone (being thrown) crushed the lizard. It said, 'So one who is stronger than another is accustomed to act towards him.'"

Àlàmù kekere, *n.* an eft; a kind of lizard.

Alanabàjẹ́, *n.* a spendthrift.

Aláníyàn, *n.* a solicitous, anxious person; one whose mind is disturbed about the issue of things.

Alansàsà, Alantakun, *n.* a spider —*e.g.*, Alantakun, bi yio ba ọ ja, a ta ka ọ, "When the spider intends to attack you, he surrounds you with his web."

Alantakùn nla, *n.* a tarantula; also called Alaworo ṣaṣa.

Alánu, *n.* a merciful or gracious person.

Àlápà, *n.* broken pieces of old mud walls; ruins; bricks; rubbish.

Àlápà, *n.* fricassee.—*e.g.*, Ta àlápà fun mi, "Prepare a fricassee for me."

Alápákó, *n.* a timber merchant.

Alapandẹdẹ, *n.* the swallow.

Alápatà, *n.* a butcher.—*e.g.*, Alápatà ko mọ iru ẹran, "The butcher pays no regard to the breed of animals."

Alápèjẹ, *n.* one who invites to a feast; the host.

Alápẹ̀rẹ, *n.* a describer.

Alápòlù, *n.* a compounder, an apothecary.

Alápọn, *n.* one who takes pains; a careful laborious person.

Alápọn iwe, *n.* a student.

Alara omnira, *n.* a free person.

Aláràbarà, *adj.* containing divers colours; variegated; multi-coloured.

Alarajẹ, *n.* a purchaser for family use; one having no farm.—*e.g.*, Alarajẹ ko mọ ọdun, a fi iṣü ta bi igi, "A man of the town knows nothing of seasons for planting, yet the yam he buys must always be large."

Alárànṣẹ, *n.* a helper.

Alarekereke, *n.* rogue; double dealer; prevaricator.

Alarekọja, *n.* a transgressor.

Aharenà, *n.* an agent employed in arranging an engagement to marriage.

Àlàrì, *n.* a dyed red cotton cloth of African manufacture.—*e.g.*, Àlàrì baba aṣọ, "Àlàrì is the prince of decorations."

Alárinjó, *n.* a dancer.

Alárinkà, Alárinkiri, *n.* rover, wanderer, vagabond, vagrant.

Alarisa, *n.* one who flinches.

Aláró, *n.* a dyer in blue; that which has blue.

Alárobọ̀, *n.* a petty trader; a middleman; commission agent.

Aláròkà, *n.* a promulgator.

Alároko, *n.* farmer; tiller; agriculturist; peasant.

Aláròyé, *n.* great talker; complainant; reasoner; alleger; bully.

Alâru, *n.* carrier, bearer of burdens, porter.

Alárùkiri ọjà títà, *n.* a pedlar.

Alarun, *n.* a sick person; an invalid.

Alasá, *n.* a saddler.

Alásà, *n.* the owner of a shield.

Alásè, *n.* cook, publican, painter.

Alásètà onjẹ, *n.* a dealer in cooked provisions, one who cooks and sells food.

Alaṣọ, *n.* a talker.

Alásọ̀, *n.* a quarrelsome person; a brawler.

Alasọdàn, *n.* an exaggerator.

Alasọtẹlẹ, *n.* a predictor, a prophet.

Alasọya, *n.* expositor; annotator; annotation; preacher.

Alásutà, *n.* a retailer of liquids.

Alaṣa, *n.* a title; captain of inferior rank in the army.—*e.g.*, Arẹ alaṣa, Ọtún alaṣa, Osi alaṣa. (Second, third and fourth chief respectively.)

Alaṣá, Alásárà, *n.* a dealer in snuff or tobacco.—*e.g.*, Ko si alásárà ti ita igboku; gbogbo nwọn ni ita oyin, "No dealer in snuff likes to confess she sells bad tobacco, but all of them profess to sell (tobacco as sweet as) honey."

Alaṣárà, *n.* thinker; one who contemplates.

Alaṣàyàn, *n.* elector; solicitor.

Alaṣeju, n. an obstinate, self-willed person.—e.g., Alaṣeju pẹrẹ ni itẹ, " An obstinate man soon falls into disgrace."

Aláṣeléké, n. one who goes to excess.

Aláṣepari, n. a finisher.

Aláṣepé, n. one who perfects a thing.

Alaṣeran, n. one who influences another for evil ; a pestilent fellow.

Alaṣetan, n. a finisher.

Alaṣe, n. officer, ruler, headman, preceptor, commander.

Aláṣẹhindé oku, n. an executor.

Alaṣika, adj. nomadic.

Aláṣiṣo, n. one who speaks amiss.

Alaṣo, n. the owner or seller of clothes ; a weaver.

Aláṣo àrántà, n. a salesman.

Alátakò, n. an opponent.

Alátàmpoko, n. a kind of grasshopper.—e.g., Eṣu yio jẹ, eṣu yio mu eṣu yio lọ ; nibo li alátàmpoko yio wọ ? " The locust will eat, drink, and go away, but where will the grasshopper conceal itself ? "

Aláte, n. a hatter.

Alátè, n. a kite-like fish whose prickles are very poisonous.

Àlàti, n. a kind of pot ; also called Agbada.

Alátilẹhin, n. helper, supporter, upholder.

Alátunṣe, n. one who puts a matter right, as an agent, mediator, umpire, reformer, repairer.

Alatunṣe ile, n. a steward.

Alawé, n. that which breaks, or can be broken, into sections (as kola, or orange).

Aláwẹ, n. mourner, one who fasts.

Aláwẹméji, n. that which divides, or is divided into halves.

Aláwẹmọ́, n. one who purifies.

Alawigbo, n. a faithless or obstinate person.

Alawika, n. wizard, sorcerer, witch, tale-bearer, busybody.

Alawin, n. a borrower.

Alawin, n. one who buys on credit.

Aláwirin, n. see Alawika.

Aláwiyé, n. one who explains a matter perfectly ; one who imparts.

Aláwiye, n. one who cannot speak intelligibly.

Alawo, n. a conjurer of spirits, a heathen priest ; also called Ọlọsanyin.—e.g., Alawo á ku, oniṣegun yio re ọrun, adahunṣe ko ni gbẹ ile, " The conjurer of spirits will die, the medicine man will leave the world, how much more will an ordinary person not be left behind " (cf., Death is common to all).

Aláwò, n. one who possesses or deals in china.

Aláwọ, n. that which has form, shape, or colour.

Aláwọ, n. a dealer in leather or hides ; tanner ; skinner ; currier.

Alawofin, n. see Aláfin.

Aláwò meji, n. having two colours.

Aláwò pupo, n. having many colours.

Alawòse, n. a convert to any religion ; a proselyte.

Alaya, n. a married man.

Alaya meji, n. a man with two wives.

Aláyan, *n.* one who takes pains, a persevering or persistent one.

Alayan, *n.* a baker.

Aláyànfọ́, *n.* elector, selector.

Aláyanjẹ, *n.* a cheat, an inferior person.

Aláyẹ, *n.* alive, living.

Aláyì, *dem. pro.* this, this one.

Ale, *n.* a plant, that which makes strong, hard or stiff.

Alè, *n.* a concubine.

Àlè, *n.* leprosy; a talisman put on goods exposed for sale, fruitful trees, etc., to prevent them from being tampered with. It is believed that the talisman will cause misfortune to befall anyone who steals goods thus marked.

Alebu, *n.* evil treatment, unjust usage, scar or blemish.

Àlétọ́, *n.* an abscess; a chilblain.

Àlógbà, *n.* an alligator.

Alejo, *n.* guest, stranger, visitor, foreigner, alien.

Àlémú, *n.* the act of chasing and capturing.

Aléni (-jadè), *n.* driver; one who gives chase, or banishes.

Alẹpa, *n.* a pursuer, one who gives chase, a prosecutor.

Aleṣujade, *n.* an exorcist.

Àlẹ, *n.* broom, besom.

Alẹ́, *n.* evening, eventide.

Aligarima, *n.* a spirited horse.

Alikama, *n.* wheat; also written Alukama.

Alkálàmù, *n.* see Kalàmu.

Al-Kurani, *n.* The Koran.

Àlmágàjí (or Alù-), *n.* scissors, nippers.

Alo, *n.* a district; flame of fire; combustion.

Àlógbé, *n.* a kind of physical exercise; somersault.

Àlogbó,*n.* that which is worn out.

Alogboṣakun, *n.* worn threadbare.

Alóhùnsí, Alóhùnsọ́rọ̀, *n.* a voter; one having a voice in a matter.

Àlòkù, *adj.* second-hand; not new; used.

Alongo, *n.* tight legged trousers.

Àlọpẹ́, *n.* that which lasts or endures.

Alore, *n.* a look-out; gibbet; spy; watch; spire; beacon.

Alòsì, *n.* a left-handed person.

Àlòya, *n.* that which is worn out; wear and tear.

Alọ́, *n.* a furbisher, polisher, grinder.

Àlọ́, *n.* a riddle; an enigma; a puzzle.

Àlọ, *n.* goings; departure.

Àlọ̀, *n.* a kind of yam; also called Àgandan.

Àlọ̀, *n.* a warning.—*e.g.,* Mo ṣe àlọ̀ ná fun u to, ṣugbọn ori kunkun ko jẹ ki o gbọ temi, " I warned him, but obstinacy would not let him hear me."

Àlọ̀gì, *n.* a miller, a corn-grinder.

Àlọlẹ̀kẹ̀, *n.* a bead-maker, a bead-grinder.

Àlọmọ́, *n.* that which is grafted into a tree.

Àlọnilọ́wọ́gbà, *n.* an extortioner, extorter, wrestler.

Alọtunlòsi, *n.* one able to use both hands equally well; ambidexter.

Àlùbárá, *n.* a beater; a bat-like cudgel used for beating and smoothing the floor of a house; a plant.

Alubàtá, *n.* a drummer who uses the drum called bata.

Alubọsa, *n.* onion; leek.

Aludùndún, n. a drummer who uses the drum called dundun.

Aluduru, n. fiddler, harpist, lyrist, organist.

Àlùfáà, n. a moulvie; a priest; ecclesiastic; clergyman; presbyter.

Alufin, n. a criminal, a prisoner.

Alugọ, n. a thief who crouches in hiding.

Àlugba, n. the frame on which the door closes.

Alugbá, n. a beater of the calabash drum.

Alugbin, n. a beater of the drum dedicated to Ọbatala.

Alujá, n. perforation.

Alukama, Alikama, n. wheat.

Àlukáwàní, n. promise, agreement, bargain.

Alukembù, n. a stirrup.—e.g., Alukembù baba asa, " The stirrup is the father of the saddle."

Aluki, n. a slender prickly plant. —e.g., Bi ina jo oko a bọwọ fun aluki, " When fire burns the bush it avoids the ' aluki.' " (A superstition.)

Àlùki, n. an unintercepted blow or knock.

Àlùkò, n. a species of woodcock.

Alukósó, n. a beater of the drum called koso.

Àlùmọ̀kọ́rọ́yí, n. cunning, craftiness, shrewdness.

Aluni, n. a smiter, a beater.

Alunipa, n. an executioner, an assassin.

Àlùpàyídà, n. sleight-of-hand, deception, necromancy; a plant.

Àlùsà, n. a spring lock or padlock.

Àlùsin, n. damage, distress, misfortune.

Alùwàlá, Alwàlá, n. the washing of the forearms, feet, face and mouth of the Mohammedans before prayer; ablution.

Amà, a particle denoting habit or custom, used with verbs. —e.g., Iwọ amà lọ, " You used to go."

Amàlá, n. an interpreter of dreams.

Amàlà, n. food made of yam flour.

Àmápè, part. being called, accustomed to be called.

Ambọsi, Ambọ̀tóri, conj. what else.

Amẹwà, n. a judge of beauty.

Àmi, n. sign; omen; token; indication; badge; impression; visage; note; mole.

Ami, n. scout; spy; emissary.

Àmi-àbùkùn, n. a brand, a disgrace.

Àmi-alore, n. a beacon, a spire.

Àmi-ẹ̀gàn, n. a stigma, a brand.

Àmi-ìbèrè, n. a note of interrogation (?).

Ami-ihi, n. a portent; an omen.

Ami iduro or isimi, n. comma (,), semi-colon (;), colon (:), full stop (.); pauses or rests in music.

Àmíkàn, n. a sigh.

Àmín, n. Amen, So be it.

Àmi oyè, n. sceptre; staff; sign of royalty.

Ami ọtọ, n. discrimination.

Àmipọ̀, n. a shaking together.

Àmísí, n. a breathing into.

Àmódi, n. fever; slight sickness; indisposition.

Amofin, n. a lawyer; one who knows and professes the law; a jurist.

Amohun gbogbo, n. adj. all-knowing.

Amohuntobi, *n.* magnifier.

Àmójúkúrò, *n.* that which is to be overlooked.

Amõkun, *n.* a diver.

Amólè, *n.* a thief-catcher.

Amõre, *n.* a grateful person; one who feels and acknowledges kindness.

Amọ, *n,* clay, argil.

Amọ, *n.* a builder.

Àmọ́, Hausa, *conj.,* but; also written àmá.

Amọ̀dí, *n.* one who knows the cause of the affair.

Àmọ́dún, *n,* next year; a return of the season.

Amọ̀já, *n.* a guess, a conjecture.

Amọ̀kòkò, *n.* a maker of earthen pots; potter.

Amọ̀mọ̀tán, *n.* imperfect knowledge.

Amọna, *n.* guide; leader; conductor.

Amọ́nà, *n.* booty; plunder. Hence jàma (je àmọ́nà), to plunder, or soldiers who plunder.

Amọpé, *conj.* although, notwithstanding, though, then.

Amọ̀ràn, *n.* a knowing person; a counsellor.—*e.g.,* Amọ̀ràn mowe ni ìlàjà ọran, "A counsellor who sets matters right."

Amọ̀ràwọ, *n.* an astronomer, an astrologer.

Amọ́ruro, *n.* a neat, tidy person.

Àmọ̀se, *n.* wilfulness; obstinacy.

Amọ̀tán, *n.* pretended knowledge.

Amọ̀tàn, *n.* an historian.

Amọ̀tẹ́kùn, *n.* species of leopard; panther.

Amọ̀tẹ́lẹ̀, *n.* foreknowledge; previous cognisance.

Amọ̀wé, *n.* a learned man; a scholar; a student.

Àmù, *n.* a large water pot set in the house to keep water cool; tank; filter; water cooler.

Àmú, *n.* confusion.—*e.g.,* Maṣe da mi li àmú rara, "Never put me to confusion."

Àmúbá, *n.* means; opportunity; that which is brought to one.

Amubìna, *n. adj.* fiery.

Àmúdá, *n.* the act of seizing one for debt incurred by the family or neighbour; a hostage for debt. (See Ẹmú.)

Àmúga, *n.* fork.

Amuje, *n.* one under trial by ordeal.

Amùjẹ̀, *n.* a medicinal plant.

Amùjẹ̀ wẹwẹ, *n.* a medicinal plant with very small leaves; used for healing swellings or tumours.

Amukan, *n.* the sorrel.

Amukoko, *n.* a smoker.

Amulẹ̀, *n.* a conspirator.

Amulẹpa, *n.* an assassin.

Àmùlùmálà, *n.* intermixture; variety.

Amúni, *n.* a captor; one who influences another.

Amunibìnu, *n.* one who provokes, vexes or teases.

Amunilẹru, *n.* kidnapper; slave raider.

Amunimúyè, *n.* mesmerism.

Amu-omi, *n.* a cistern.

Amu-ofin-ṣe ijoye, *n.* a shariff.

Àmúpadà, *n.* restoration, restitution.

Àmupara, *n.* drunkenness; drinking to stupefaction.

Amúra, *n.* one who prepares for an event or occurrence.

Àmúrán, *n.* a hook used by tailors to hold cloth when sewing.

Amure, *n.* girdle ; zone ; small kind of lizard.

Amusan, *n.* see Ọlọ́kọ̀.

Amúṣàa, *n.* a lavisher, a squanderer.

Amúwá, *n.* issue ; ultimate product.

Amúya, *n.* seizure of goods in lieu of debt.

Aná, *n.* yesterday.

Ana, *n.* parents or relatives of wife or husband, relatives by marriage.

Anàmọ́, *n.* sweet potato ; also called " òdùnkún."

Andọ́lá, *n.* a plaything ; trifling. —*e.g.,* Maṣe fi ọran yi ṣe àndọ́lá, " Do not trifle with this matter."

Anfàní, *n.* advantage ; ease ; convenience ; benefit ; gain ; fruition ; license ; liberty ; profit ; interest ; emolument.—*e.g.,* Ko ṣe ànfàní, " It is not easy."

Angẹli, *n.* angel.

Ani, *conj. or adv.* even ; in like manner.

Anfàní, *n.* doubt ; uncertainty.

Anídópin, *n.* complete possession.

Aní-ẹnyin, *pro.* you yourselves ; even you ; you (emphatic).

Anijẹ́, *n.* a flattering title ; also called " Oríkı."

Anijù or Anileke, *n.* superfluity ; superabundance.

Anikanjẹ, *n.* a recluse ; a person or beast that avoids others.

Anikànjọpọ́n, *n.* a selfish person.

Aninilára, *n.* an oppressor.

Anípé, *n.* being rich in everything.

Anítán, *n.* perfection ; completion ; full possession.

Aníyàn, *n.* carefulness ; anxiety ; care.

Aníyìn, *n.* a famous or honourable person.

Anperi, *n.* so-and-so. —*e.g.,* Ẹniti anperi nà wa, " So-and-so came here." (Used to avoid mentioning the name.)

Ànu, *n.* pity ; compassion ; clemency ; leniency ; mercy.

Antètè, *n.* a cricket.—*e.g.,* Antètè da yánpan yánrin silẹ, " The antètè causes a stir and confusion."

Apá, *n.* arm ; wing ; bough ; pinion ; department ; part ; side.

Àpà, *n.* a prodigal ; wasteful person ; pack rope ; the string of a drum ; a roll ; load.

Àpá, (-àmi), *n.* mark ; sign ; impression ; scar ; trace.

Apá aṣọ, *n.* a sleeve.

Apá ẹiyẹ, *n.* a bird's wing.

Apá odò, *n.* an estuary.

Apa ogun, *n.* wing of an army.

Àpá oju, *n.* a scar on the face after a wound.

Apa (a)ṣara, *n.* roll tobacco (uncut).

Apadaṣehin, *n.* a backslider ; an apostate.

Apàdi, *n.* a fragment, a potsherd. —*e.g.,* A ri ti ẹni mọ́ wi a fi apàdi bo tirẹ mọlẹ, " He who see another's fault knows well how to talk about it ; but he covers his own with a potsherd."— *e.g.,* Apàdi li o to ina ko loju, " Nothing but a potsherd can face the fire."

Apàgun, *n.* an antidote ; a disinfectant.

Apaka (-baba), *n.* a thresher (-of red Guinea corn).

Apakan, *n. or adv.* nook ; portion ; aside.

Apakan iwe, *n.* a side or page of a book.

Apákó, *n.* board ; plank ; floor.

Apàko, *n.* the bamboo. Also called Ọpa.

Apala, *n.* gourd ; vegetable marrow ; cucumber.

Apalára, *n.* detriment ; hurt ; injury.

Apalọ, *n.* a riddle maker ; an enigmatist.—*e.g.,* Apalọ pa tita, " He who makes a trade of telling riddles."

Apalù, *n.* a massacre.

Àpamọ́, *n. or adj.* keeping ; observing ; a small hand-bag made of grass used chiefly by women.

Apani or Apania, *n.* murderer ; executioner ; destroyer ; killer ; hunter ; assassin ; homicide.

Apanije, *n.* cannibal ; man-eater.

Apánilaíyà, *n.* a bully.

Apanilara, *n.* a mischief-maker, one who does injury.

Apanilẹ́rin, *n.* one who excites to laughter, a clown.

Apanirun, *n.* one who destroys utterly.

Apápándidi, Apàpàndodo, *n.* main force ; persevering effort.

Apa-ohun-mọ, *n.* keeper ; secreter.

Àpapọ̀, *n.* the total in reckoning ; sum total.

Apárá, *n.* barrenness.

Apárá, *n.* raillery ; lampoon ; caricature ; jest ; mockery.

Apàrà, *n.* one who frequents.

Aparẹ, *n.* defacement ; abrogation ; obliteration ; abolition.

Apárí, *n.* a bald one.—*e.g.,* Apárí fi oju di abẹ, " A bald-headed person does not care for a razor."

Aparí or Apari ẹjọ́, *n.* a settler of matters or disputes ; a decider.

Aparò, *n.* the partridge.—*e.g.,* Ẹnu li aparò fi npe ọrá, a ni kìkì ọrá, kìkì ọra, " With its mouth the partridge proclaims its fatness, it says (*i.e.,* its cry is) nothing but fat, nothing but fat."

Aparun, *n.* a cane ; hair destroyer.

Aparun, *n.* a destroyer ; one who utterly destroys or annihilates.

Àpatà, *adj.* meat offered for sale.

Apata, *n.* shield ; buckler.—*e.g.,* Apata ri ikú kẹhin si, apata ni igba 'ni logun, " When a shield sees death it (does not fly from it, but) turns its outside (*lit.* back) to meet it ; a shield is a protection in the front of the battle."

Apáta, *n.* rock.

Àpati, *n.* that which is thrown away or put aside.

Apeje ase, *n.* a feast ; banquet.

Apejẹun, *n.* a guest ; the act of eating with one another.

Apèjí, *n.* toothache ; medicine.

Àpèjọ, *n.* an assembly, a meeting, a throng, a crowd.

Apejọ ironu, *n.* a solemn assembly.

Àpèjúwe, *n.* sign ; mark ; direction ; pattern ; sample.— *e.g.,* Àpèjúwe li alagbẹdẹ irọ, *or* Àpèjúwe li ọna iṣu, " The smith or artisan always follows the pattern."

Àpèlé, *n.* that which is added ; surname.

Apẹna, *n.* the act of stretching ; pins on which spun cotton is wound for sale ; title of one who calls an assembly.

Apenilẹjọ, *n.* accuser ; plaintiff ; complainant.

Apèsè (-onjẹ), *n.* one who provides or supplies (victualler, caterer).

Apési, *n.* an assembly.

Àpèsì, *n.* a title of honour among the Ológbòni.

Apãṣẹ, *n.* a gleaner.

Apèta, *n.* carbuncle.

Apẹ, *n.* a Yoruba pot used as a saucepan.

Apẹ́, *n.* a clapping of the hands.

Apẹiyẹ, *n.* a fowler.

Apẹja, *n.* a fisherman.

Apẹ̀rẹ, *n.* a sign ; direction ; shape ; pattern ; token ; sample ; description ; specimen.—*e.g.,* Diẹ diẹ li ã mọ apẹ̀rẹ, " By degrees one understands a sign."

Apẹ̀rẹ̀, *n.* a basket ; also called agbọ̀n.

Apẹrẹ agbara, *n.* an instance ; influence.

Apẹrẹ aiye, *n.* the globe.

Apẹrẹ ifiyesi, *n.* a signal.

Apẹta, *n.* relics ; remains.

Apilẹṣẹ, *n. adj.* first production ; original ; not previously done.

Apilẹṣẹ, *n.* a beginner.

Apinti, *n.* a kind of drum.

Apinyà, *n.* a separator ; that which divides paths.

Apiwọ, *n.* an antidote.

Apirọrọ, *n.* one who pretends to be fast asleep ; one who shams.—*e.g.,* Ẹniti o sùn li ã ji, a ki iji apirọrọ, " It is easy to wake a sleeper, but one who pretends cannot easily be waked."

Apiyẹ, *n.* a plunderer of farms.

Àpò, *n.* bag ; pocket ; knapsack.—*e.g.,* Ìjàjẹ enia ko di ẹnu àpò, " A rascal never

closes the mouth of his bag."

Apó, *n.* a quiver.

Apòfìn, Apokiri, *n.* the chief of the archers.

Apohúnmọ́, *n.* keeper ; one who secretes.

Apo irori, *n.* a pillow-case.

Apo iṣana, *n.* a tinder and flint bag ; bag containing fire apparatus.

Àpò-ìtọ̀, *n.* the bladder.

Àpò iwé, *n.* a letter bag ; envelope ; paper bag.

Apoko, *n.* a mower.

Àpólà, *n.* a log ; a piece of wood.

Apolowŏgun, *n.* one who advertises medicines for sale.

Apolowo ọja, *n.* a crier of goods for sale ; an advertiser.

Àpò-luku, *n.* tripe.

Aponla, *n.* a sack.

Apópó, *n.* a piece ; pod.—*e.g.,* Apópó aran, " A piece of velvet."—*e.g.,* Apópó obi, " A pod of kola nut."

Aporin, *n.* a smelter of iron.

Aporo, *n.* a furrow ; a walk between cultivated beds in a farm or garden.

Aporó, *n.* antidote against a poisonous arrow.

Apoti, *n.* bench ; form ; stool ; box ; chair ; chest ; seat ; case.

Àpótí aṣara, *n.* a snuff box.

Àpótí awọ, *n.* portmanteau ; leather box.

Àpótí ẹri, *n.* the Ark of the Covenant.

Àpótí iṣura, *n.* treasury ; treasure box.

Àpótí itiṣẹ, *n.* a footstool.

Àpótí iwe, *n.* letter box or pillar box.

Apoti oniwe, *n.* a cardboard box.

Apowómọ́, *n.* cashier ; treasurer.

Apọ̀dà, *n.* an idiot.

Apọ̀dà, *n.* one who mixes paint.

Apọ̀jẹ̀, *n.* the cud.—*e.g.,* Jẹ apọ̀jẹ̀, "To chew the cud."

Apọ̀jù, *n.* the greater part; abundance; superabundance.

Apọ́n, *n. or adj.* a bachelor; an unmarried person.

Apọ̀n, *n.* the fruit of the wild mango tree called Òro, very slimy when ground and mixed with water; used for "palaver sauce."

Apọn, *n.* restlessness; busy here and there; assiduity; industry; diligence; persistence.

Apọ́n, *n.* a bird with a red beak.

Apọnmità, *n.* a drawer of water to sell; a water-seller.

Apọ́nni, *n.* a cajoler; a wheedler; a flatterer.

Apọnrin, *n.* one who whets or sharpens.

Ara, *n.* a body; a member; a limb; kind; kin; trunk; matter; substance; hulk. —*e.g.,* Ara rẹ̀ ni, "This is its kind, or the same kind."

Ará, *n.* relative; relation; kindred; inhabitant; brethren. —*e.g.,* Emi ko ri ará mi, "I do not see my relative." —*e.g.,* Ẹnyin ara mi, "My dear brethren."

Àrá, *n.* thunder.—*e.g.,* Àrá san lánà, "It thundered yesterday."

Arà, *n.* a bird.—*e.g.,* Ẹ mọ́ṣe pa ẹiyẹ ti ijẹ ará, "Do not kill the bird called ará."

Ara, *adv.* at all; contraction of rara.

Àrà, *n.* fashion; custom; form; repetition of journeys.—*e.g.,* Àrà kili eyi? "What

fashion is this?"—*e.g.,* Àrà mi nibẹ ko kere, "I have been going there frequently."

Aràbà, *n.* the cotton tree.—*e.g.,* Aràbà nla ọmọ a gbẹ̀rú gbãke. "A large aràbà receives the handle and the axe together."

Arabíbú, *n.* an oath.

Arábirin, *n.* a female relative; sister.

Arabirin baba, *n.* an aunt on the father's side.

Arabirin iya, *n.* an aunt on the mother's side.

Arabirin iyekan, *n.* a female relative on the mother's side.

Arabirin ọbakan, *n.* a female relative on the father's side.

Arádá, *v.t.* to be well; to recover; to be clear.—*e.g.,* Ara mi da, "I am well or I am clear (of blame, etc.)" Also used to express disappointment.—*e.g.,* Ara da ọ, "You are disappointed," or "Your expectation or hope fails."

Arada, an expression used to express approbation at another's disappointment or failure, as Ara da ọ, "It serves you right," or "You deserve it."

Arádado ilẹ, Ara erekuṣu, *n.* an islander.

Arádọ́ta, *adj.* by fifties, same as àdọ́tọ̀ta.

Ara ẹran, *n.* flesh.

Ara gbekan, *v.t.* to feel soreness or pain.—*e.g.,* Ara mi gbekan, "I feel sore."

Ara ibîkanni, *n.* a co-inhabitant.

Ara iwaju, *n.* one going before; a predecessor.

Aràjò, *n.* a traveller.

Arákọnrin, n. a male relative ; brother.

Arakọnrin àjọbí, n. a nephew. For other relatives see " Arabirin."

Arakọya, n. weariness caused by pain or suffering.

Arale, n. one belonging to house or family ; an inmate.

Arálẹtọ̀, n. a villager.

Arálẹ, n. an inhabitant of a place or country.

Arálu, n. a countryman, inhabitant of a town or country. —e.g., Arálu mi ni, " He is my fellow-countryman."

Aràlù, n. wholesale purchase.

Arálukanna, n. a townsman.

Arálumiran, n. a foreigner.

Arámáduró, n. one who is slow and sure. (Taken from Æsop's Fable of Hare and Tortoise.)

Aramímọ̀ṣẹ̀, adj. weatherbeaten.

Aramọri, n. a kind of close country cap.

Àrán, n. velvet.—e.g., Àrán ni ipari ọṣọ, " Velvet gives a finish to dress."

Arán, n. decay of mental faculties through old age ; delirium ; dotage ; a dotard. —e.g., Baba nṣe arán, " The father is a dotard."

Aràn, n. worms in man or beast.

Àran, n. a kind of fruit from a palm tree ; dates.

Aránbàtà, n. a shoemaker.

Àrándùn, n. a lie ; fiction ; tales.

Aranfu, v.i., to be uneasy under the sense of wrong doing ; to be suspicious.—e.g., Aṣe ọran ikọkọ ṣebi on li a mbawi ; aṣe buruku o ku arã ifu (or ara nfa ẹniti o ṣe buburu), " He who has

secretly committed a crime supposes others are talking of him ; a person who does wrong secretly must ever be uneasy."

Arannílọwọ, n. helper ; assistant ; contributor.

Arankan, n. malice ; malignity ; enmity.

Aranmọju ọṣu, n. full moon.

Àrànmú, n. catching ; infectious ; contagious.

Aránmú, n. one who cannot speak clearly ; having a diseased nose.

Àrànṣọ, n. communication ; help.

Aranṣọ, n. a tailor.

Aránwú, n. a spinner.

Ara-oko, n. one who lives in a country place ; farmer ; bushman ; used contemptuously ; cf. clodhopper.

Arara, adv. same as ara.

Arárá, n. a diminutive person ; dwarf ; pigmy.

Ararẹ̀, pron. himself.—e.g., On li o ṣe ararẹ̀, " It is he who injured himself."

Ararẹ, pron. thyself.—e.g., Iwọ li o ṣe ararẹ, " Thou hast undone thyself."

Árárún, adj. by fives ; five in a company.

Arawo, n. a carnivorous bird.

Aráyá, n. liveliness.

Àre, n. right in dispute.

Àrè, n. a foreigner without relatives.

Aré, n. play ; occupation or exercise of any kind to afford pleasure or diversion as distinct from work. Properly Eró, but Aré is much used in conversation though never in writing.

Arede, n. vagrancy.

Arékérekè, Arékandá, n. dishonesty; double-dealing; unfairness; perversity; roguery; cunningness; artfulness; wiliness; subtlety.

Arakunda, n. deceit.

Arére, n. perfect silence; stillness.

Arère, n. a tree, the wood of which is used for planks.

Àrę, n. contraction of Àrękakanfò, which see.

Àrę, n. eldership; the state of being older; chief; principal; first in rank.—e.g., Mo şe àrę iwọ, "I am older than you."

Àrè, n. fatigue; weakness; languor; weariness.—e.g., Àrè mu mi, "I am weary."

Arędú, n. a heavy blue-dyed cloth.

Aregilọwọ, n. one who prunes trees; gardener.

Àrękakanfò, n. a general; the commander of an army; field marshal.

Àrèmọ, n. the eldest child, male or female.

Aręni, n. one who comforts or consoles.

Aréniję, n. cheater; defrauder; swindler.

Àrénù, n. anything that is cut off and rejected.

Arèregbosun, n. a small bird with red feathers; also called Itu, and, in Ijębu, Lúkútú.

Arí, n. one who sees or finds.

Aribaniję, n. a time-server; a hireling.

Aridan, n. a tree whose fruit is much used in medicine for babies.

Arídíji, n. fright; terror; apparition.

Arifi, n. anything very hot.—e.g., Dęnge tutu lęhin o ngbona ni inu bi arifi, "Though the pap is cold on the surface, yet the inside is very hot."

Arihungbogbo, adj. all-seeing.

Arijàgbá, n. one who is fond of fighting.

Arímọ, n. that which is seen or viewed for the last time.

Árín, n. middle; centre; medium; mean.

Aríniyọ, n. one who gives a welcome.

Arinjó, n. a dance, similar to a cakewalk.

Arinjò, n. a traveller.

Àrinká, n. rheumatism.

Arinkiri, n. wandering about; roaming.

Arinkiri, n. a wanderer; one who roams.

Arinkò, n. chance; exact time.

Arinní, n. raillery; sarcasm; satire; scoff; gibe; flout.

Arinnà, n. a traveller; a pilgrim.

Árín-ọjọ, n. noon-day; noontide.

Arin ránhun ránhun, n. a straggler.

Arinyíká, n. circulation; one who circulates.

Àrirà, n. literally thunder, often used with bi, as "bi àrirà," meaning "as thunder." cf. Àrá.

Arísá, n. fright; terror; dread; apparition.

Aríwá, n. north.

Ariwo, n. noise; uproar; brawl; broil; bustle; outbreak; clamour; tumult; riot; hue; faction; disturbance.

Aríyá, n. joy; gladness; merriment.

Àríyọ̀, *n.* welcome; gladness.

Àrò, *n.* a hearth; a fire place; three lumps of clay set to support a vessel over a fire. —*e.g.*, Àrò ki irẹru ki o má sọ, "The hearth does not always bear its load, it will put it down." (*i.e.*, Sooner or later matters will mend.)

Arò, *n.* blue dye.

Aró (abà), *n.* storehouse; barn; garner; a granary built in the shape of an inverted funnel.

Àrò, *n.* the act of working for each other by term. A custom prevails among farmers that all combine for certain work, and together visit one another's farms in turn to do it.

Aro, *n.* cymbals.

Àró, *n.* a title of honour among statesmen.

Àróbọ̀, *n.* a petty tale; a go-between.

Àròfọ̀, *n.* whim; humour; satire; wit.

Aròhin, *n.* advertiser, story-teller; newsmonger; narrator.

Arojẹ, *n.* a place for refreshment; a market place on the road where travellers halt; a station.

Arójòku, *n.* a shrub, the leaf of which is much used for leprosy.

Àròki, *n.* the business of a newsmonger.

Àròkàn, *n.* reflection on painful occurrences.

Aroko, *n.* the overseer or head servant of a farm; a farmer; one who tills the ground.

Àrólé, *n.* heir; inheritor.

Aronú-rùn, *n.* one who worries himself into sickness.

Aropọ, Arolu, *n.* arithmetic.

Aropodogiri, *n.* a pillar of mud, stone or brick.

Aròsọ, *n.* a rumour; a whim; an invented tale.

Arosọ, *n.* a wrapper.

Àrótà, *n.* slaves belonging to the same master; brothers or sisters by slavery.

Àrówà, *n.* stern-board, a canoeman's term.

Aroye, *n.* explanation; complaint; excuse; debate; reasoning; plea; expostulation; advocacy; allegation, controversy; loquaciousness.

Aroye-òdi, *n.* a wrangler.

Arọ, *n.* one having a withered limb; a cripple.

Arọ̀, *n.* a kind of calabash used as a quiver by hunters.

Arọ̀, *n.* a fish much used in idol worship.

Àrọ̀, *n.* change, exchange.

Àrọ̀, *n.* contraction of owurọ; morning; daybreak.

Àrọ, *n.* a small bird with glossy blue feathers; a funnel.

Arọ́, *n.* smithy, smithery; the god of smithery.—*e.g.*, O nkọja lọ laiki arọ́, o ko bẹ̀re bi oju àdá rẹ ba ku. "You are passing without saluting the smithy, forget not that your 'ada' will one day need sharpening."

Arọ́-agbẹ̀dẹ, *n.* smithery.

Arọ́jú, *n.* strictness.—*e.g.*, Arọ́jú dù ni li àwIn ọja, san ju arọju sin ni lowo lọ, "Strictness in refusing to give out goods on credit, is far better than strictness in forcing the payment."

· **Arǫ́kin**, *n.* one who tells ancient stories as a profession.

Arǫ̀kúrò, *n.* the last rains of the season.

Arǫ̀ni, *n.* a fairy; an elf supposed to have only one leg, but very clever in the knowledge of medicine.

Arǫni, *n.* one who urges, or presses an invitation.

Arǫ́pǫ́, *n.* one who succeeds another, who takes over from another or is placed in another's position.

Àrù, *n.* the business of a carrier; luggage thus carried.

Àrúdà, *adj.* always preceded by Àrúkùn: full, acceptable, propitiatory, perfect, sufficient (in sacrifices).— *e.g.*, Ẹbọ àrúkùn àrúdà, "A perfect and sufficient sacrifice."

Arúfin, *n.* a prisoner; a law-breaker.

Arúgbó, *n.* an old person; a grey beard.

Arugborugbo, *adj.* very old; full of days; aged.

Arugi, *n.* a wood carrier.

Arukǫ, *n.* the handle of a hoe.

Àrúkùn, *n. or adj.* rising to fullness as water in a well; fullness; full; perfect. See "Àrúdà."

Arúlojú, *n.* want of clearness; foulness; mustiness; one not clear-sighted; a matter that will not bear investigation.

Arúlu, *n.* a disturber of the town.

Àrúlù, *n.* that which is disturbed and mixed together.

Àrún, *n. adj.* five.

Àrùn, *n.* disease; sickness; ailment; distemper; disorder; malady; illness; complaint; failing; failure; past.

Àrùn-adìẹ, *n.* a disease of fowls.

Arundilogun, *adj.* fifteen. See Ẹdogun.

Àrùn igbinúkùn, *n.* inflammation.

Àrùn igiri obirin, *n.* hysterics; hysteria.

Arúnisǫ́kè, *n.* one who excites or stirs up.

Arunjẹran, *n.* a shrub used as medicine for the eyes; its fruit is not edible.

Arunni, *n.* a destroyer; a waster.

Arun ojú, *n.* a disease of the eyes, ophthalmia.

Arun ọdun, *n.* the fifth month of the year.

Arungu, *n.* diarrhœa with stomach ache.

Arúntu, *n.* a charm; a stick is chewed, after which a curse is pronounced; this is believed to be the origin of insanity.

Arunwọ, *n.* a currier.

Arúwá, *adv.* just now.—*e.g.*, Àrúwá ti a nlọ niyi, "We are just going."

Asá, *n.* a saddle; a side saddle.

Asa, *n.* a weaver's instrument, the batten or lay with which to press the warp.

Àsà, *n.* celebration; memorial performance; festivity.

Asà, *n.* a shield; a defence; a buckler; a word uttered by Tetu, the officer of the peace, when he arrests a man for non-payment of the king's tax.

Àsábá, *n.* the act of placing oneself under another's protection.

Asàgùn, *n.* charmer ; doctor ; talisman ; operator.

Asaju, *n.* timidity ; cowardice ; shrinking ; pusillanimity.

Asálà, *n.* an escape ; a fruit resembling the walnut.

Asalù, *n.* having recourse to another for protection.

Asalu, *n.* a title of honour among the Ogboni people.

Asan, *n.* vain ; empty ; void ; levity.

Asanbę, *n.* one who is armed with knives.

Asándà, *n.* one girded with a sword.

Asànjù, *n.* being much better ; only used comparatively.

Asanlé, *n.* overpayment.

Asanwó, *n.* one who pays ; a pay-clerk or a paymaster.

Asanwó ọba, *n.* a purser.

Asapamọ́, *n.* an absconder, one in hiding.

Asáré, *n.* a runner ; also called "Asúré."

Asáré ije, *n.* one who runs in a race.

Asáró, *n.* stew ; pottage.

Asàsè, *n.* a cook ; one who gives a dinner.

Asásí, *n.* refuge ; shelter ; place of defence.

Asásin, *n.* an unsteady person who forsakes his father to live with, and serve another.

Asè, *n.* a feast, dinner, entertainment.

Asè, *n.* paint ; colour ; also called Èsè.

Ase, *n.* an animal like the squirrel.

Ase ale, *n.* supper ; an evening feast.

Asébú, *n.* one who stumbles.

Asèdà, *n.* the act of emptying the soup pot at once.—*e.g.,*

Asèdà ọbę li o nję, "He indulges in the habit of emptying his soup pot at once."

Asèdùn ikètę́, *n.* jelly ; solidified soup ; also called Asèki.

Aséhùn, *n.* one who disappoints, or is unreliable ; perfidious.

Asè ijọ, *n.* a feast for an assembly.

Ase ikégbé, *n.* a banquet.

Ase iyawo, *n.* a marriage feast.

Asèję, *n.* cooked medicine.

Asèjó, *n.* burnt or overdone soup.

Asèki, *n.* see Asèdùn ikètę́.

Asèkò, *n.* time ; hour.—*e.g.,* Asèkò ewo li o wi, "What time or hour would you suggest."

Asámọ́, *n.* confinement.

Asámú, *n.* that which is nearly caught and which escapes with difficulty.

Asénà, *n.* one who blocks the road.

Asénú, Asépọn, *n.* a barren woman (a term of contempt).

Asè ọsán, *n.* dinner ; a daytime feast

Asèpa, *n.* the last application of medicine to a disease.

Asèso, *n.* that which is fruitful.

Asètà, *n.* food cooked for sale ; the keeper of a restaurant.

Asetí, *n.* a listener.

Asé, *n.* a strainer for fluid ; a sifter.

Ase, *n.* see Asiye.

Asè, *n.* a large door ; entrance ; gate.

Asén, *n.* see Asin.

Aseni, *n.* one who disclaims knowledge of another.

Asíá, *n.* flag ; ensign ; banner.

Asiki, *n.* good fortune, luck, or success ; prosperity.

Asín, *n.* a rat with a very offensive odour; musk rat. Its bite is said to be poisonous; also **Asǫ́n** or **Asínrín.**

Àsínbǫ̀, *adv.* generally preceded by **Àsìnwá**; after all; in the end; in conclusion; finally; consequently.

Àsìngba, *n.* presents made to a king's messenger to be carried back to the king; custom of passing on presents from town to town.

Asíngbà,*n.* a pawn; an insolvent debtor who becomes the property of his creditor; also called Iwǫfa.

Asínnijǫ, *n.* a mimic.

Asínnilǫns, *n.* safe conduct; convoy.

Àsìnpa, *n.* the act of over-working a subordinate.

Asínrín, *n.* see Asín.

Asìnrú, *n.* same as Asingbà.

Àsìnwá, *adv.* see **Àsìnbǫ̀.**

Asìnwin, *n.* fool; idiot; madman; maniac.

Asǫdi, *n.* a wrangler.

Asǫfǫiyǫjǫ, *n.* a kind of banyan tree, the fruit of which is eaten by birds.

Asòfìn, *n.* law-giver.

Asǫgbo, *n.* ripening (applied only to fruits).

Asǫgípǫ̀, *n.* a joiner.

Asǫgunrú, *n.* one who keeps the enemy at bay.

Asǫlù or **Àsǫmǫ́,** *n.* a binding together; hyphen (-).

Asǫ̀nà, *n.* a checker; in hunting, one who keeps on the trail of the beast and thus hinders its escape.

Àsǫpa, *n.* a knot of rope, thread or cord, that cannot be unloosed.

Asǫpǫ, *n.* same as Àsǫlù.

Àsǫrǫ̀, *n.* that which is hanged.

Asǫ̀, *n.* wrangling; loquacious-ness; quarrelling; scolding; squabble; controversy; affray; brawl; altercation.

Asǫbótíbòti, *n.* a talker, a prater.

Àsǫdá, *n.* the other side of the river.

Asǫdùn, Asǫlékè, *n.* exaggeration; hyperbole.

Asǫgbà,*n.* one engaged in making a wooden fence.

Asǫjǫ, *n.* lie; tale; fable.

Àsǫká, *n.* same as Àròká.

Àsǫki, *n.* final settlement.

Àsǫlù, Asǫpǫ, *n.* discussion; deliberation; communication.

Asǫ́mǫra, *n.* adhesion of parts; agglutination.

Asǫni, a prefix signifying one who causes, or one who pushes or makes another.

Asǫnidáràn, *n.* one who causes another to offend against or to break the law.

Asǫnidáye, *n.* one who or that which quickens or makes alive.

Asǫnija, *n.* one who causes another to fight.

Asǫnilorukǫ, *n.* nomenclator; much used in a bad sense for one who gives evil nicknames to others.

Asǫrǫ̀, *n.* a speaker, a talker.

Àsǫ̀rǫ̀-ǫni-lǫ́hìn, *n.* a backbiter.

Àsǫ̀rǫ̀jǫ́jǫ́, Àsǫ̀rǫ̀kǫ́lǫ́, *n.* a whisperer; a whisper.—*e.g.,* Asǫ̀rǫ̀kǫ́lǫ́ bojuwo igbǫ́, igbǫ ki iro; ǫniti a ba sǫ ni ìsǫ iku pani, " A whisperer looks at the bush, the bush tells no tales; he, to whom the tale is told, is the betrayer."

Asọròníghangba, n. an orator ; a public speaker.

Àsọtà, n. the business of a professional speaker.—c.g., lawyer.

Asọtan, n. perfect speech.

Àsọtẹ̀lẹ̀, n. agreement ; bargain ; divination ; prophecy.

Àsọtì, n. unfinished speech.

Àsọtúnsọ, n. the repetition of words.

Asọwérewère, n. a babbler.

Àsọyé, n. a reasoning ; explanation ; annotation ; gloss.

Asúbọ̀, n. the gilding or silver-plating with which another metal is covered.

Asúfe, n. a whistler.

Asùn, n. a sleeper.

Àsùnji, n. salutation to one asleep, " May you wake."

Asunki, n. flinching.

Asunkún, n. dropsy ; an increase.

Asúnmọ́, n. nearness ; proximity.

Asunni, n. prosecutor, plaintiff.

Asùnwọn, n. a small bag closed with string, used as a purse ; a pouch ; a shrub ; also called Apamọ.

Asunwọra, n. sound sleep.

Àsùnwú, n. a salutation to a sleeping baby, " May you grow quickly and be fat."

Asúramú, n. a hard-working indefatigable person.—e.g., Asúramú kò tẹ́ bọ̀rọ̀, " A hard-working man seldom comes to disgrace (or need)."

Asúré, n. a runner or racer.

Asúrafunni, n. one who blesses.

Àṣà, n. fashion ; custom ; vogue.

Àṣá, n. a small hawk ; a falcon.— Àṣá ni Tapa ṣíyẹ, " The hawk is the swiftest bird (Tapa or Nupe people are noted for their swiftness)." —e.g., Àṣá gbe mi li adiẹ

ko duro, nitori ti o mọ ohun ti on ṣe, " The hawk having caught my chicken will not stay because it knows it has done wrong."

Aṣa (enia), n. vagabond ; mean fellow ; villain.

Àṣã, n. contraction of Àṣárà, leaf or roll tobacco.

Aṣá, n. a heavy spear or javelin used for killing elephants.

Aṣadehun, n. a bargainer ; one who promises.

Aṣàfojúdi, n. an impertinent, imperious person ; imperiousness.

Aṣagbe, n. a beggar.

Aṣàgun, n. a rebel, a revolter.

Aṣàjò, n. an anxious, over-careful person.

Àṣàjọ, n. that which is collected.

Aṣajọ onirúru, n. a miscellany ; a collection of things.

Aṣájú, n. a forerunner, a harbinger.

Aṣájú igbimọ, n. a foreman, a chief man in council, a spokesman.

Aṣájú ọna, n. a clearer of the path ; a pioneer.

Àṣà lailai, n. an old fashion.

Aṣàlàpà, n. a brickmaker.

Aṣálẹ̀, n. barren and worn out land ; desert.

Aṣálẹ́, n. evening ; dusk ; eventide ; twilight.

Àṣàlù, n. a miscellaneous collection.

Aṣami, n. a spy ; a scout.

Àṣán, n. a plain vegetable diet, without sauce or meat.— e.g., Àṣán ni mo jẹ sùn lana, " I ate only plain vegetables last night."

Aṣanpada omi, Aṣanyika, n. an eddy ; whirlpool ; vortex.

Aṣápa, n. massacre ; slaughter.

Aṣàpa, n. a hard wood tree, the leaves of which are used in curing smallpox; a canopy over a rich man's corpse.

Áṣárà, n. see Áṣá.

Àṣárà lílọ, n. snuff.

Àṣárò, n. meditation; contemplation: cogitation; rumination.

Àṣáró, n. see Àsáró.

Aṣatán, n. clear; riddance.

Aṣáti, n. that which is put aside or set at nought; a castaway; rejection.

Aṣátì agbado, n. a shock of corn.

Àṣàwí, n. a selection of words.— e.g., Àṣàwí ẹjọ ẹnikan ṣe are, " A one-sided statement of the case always appears right."

Aṣàyá, n. a jest; a joke.—e.g., Àṣàyá ki ijẹ ki ọmọ Òya ki o gbọn. " Playing with the young hedgehog throws it off its guard."

Àṣàyàn, n. that selected, picked out, chosen; a choice one; elect; select one.

Aṣebi, a prefix signifying " one or that which acts."

Aṣebíbaba, n. one who acts as a father; a guardian.

Aṣebiọba, n. one who acts as a king; a regent.

Aṣaféfé, Aṣagágú, n. a braggart; a boaster.

Àṣahàn, n. a thing done for shew; pretence; pretext.

Àṣejù, n. an extravagant action; intemperance; excess.

Aṣakàn, n. a final action; a winding up.

Aṣèké, n. a liar; also Olobó.

Aṣekẹhin, n. that which is done for the last time.

Aṣekèké, n. wheelwright.

Aṣèkòsè, n. a stumbler.

Aṣakùn, n. unfinished business; that which remains to be done.

Aṣakún, n. an addition; a supplement.

Aṣelara, n. one who envies; an envious person.

Aṣelédeni, n. deputy; agent.

Aṣeléke, n. excess; superfluity; supererogation; redundancy.

Aṣelò, n. that made for personal use.

Aṣelọ, n. a final action or engagement.

Aṣelú, n. a statesman.

Àṣelù, n. see Aṣepò.

Aṣemeji, n. ambidexter; a double dealer.

Aṣeni, n. one who ruins another; an undoer.—e.g., Ẹhinkunle li ọta wa, ile li aṣeni ngbe, "One's enemy is in the back yard, but his destroyer lives in the house. (A man's foes are they of his own household.) "

Aṣeninfbi, n. a wrong-doer.

Àṣenù, n. any unprofitable work.

Aṣenunibinu, n. a persecutor.

Aṣeohunjijẹ, n. a cook.

Àṣe pamó, n. that which is saved or reserved for future use.

Aṣépé, n. perfection.

Aṣepe, n. a swearer; one who takes an oath.

Aṣepò, n. one who acts for another.

Aṣepò, n. that which is done together; partnership.

Aṣare, n. a buffoon, one who makes sport for others.

Aṣaru, n. a juggler; a shifty person; a scoundrel; one who falsifies.

Aṣeṣé, n. a disgrace.

Àṣeṣá, n. same as Àṣejù.

Aṣeṣájú, *n.* prelude; prior; action.

Aṣeṣí, *n.* an unwilling action; accidentally done.

Aṣeṣipánia, *n.* manslaughter.

Aṣetan, *n.* completion, perfection.

Aṣetẹni, *n.* an adherent.

Aṣetẹ́, *n.* disgraceful or unsuccessful action.

Aṣetì, *n.* a thing not completed, not brought to perfection; a failure.

Aṣetinuẹni, *n.* a self-willed or obstinate person.

Aṣetoju aiye, *n.* worldling.

Aṣetoju ẹṣin, *n.* groom, horseman.

Aṣetùtù, *n.* a propitiator.

Aṣewé, *n.* an author (of books).

Àṣẹ́, *n.* menses.

Àṣẹ, *n.* a coming to pass; law; command; authority; commandment; enjoinment; imposition; power; precept; discipline; instruction; cannon; bidding; document; virtue; effect; consequence; imprecation. Much used in the construction of other words.

Àṣẹ, *n.* Amen.

Aṣẹ̀, prefix signifying " one who offends or sins against."

Aṣẹbaba, *n.* one who offends a father.

Aṣẹbọ, *n.* see Adébọ.

Aṣẹ-ẹgbẹ, *n.* one who offends society.

Aṣẹ̀fẹ̀, *n.* jester; buffoon; joker; droll.

Aṣẹ̀gàn, *n.* mocker; jeerer; giber; sneerer; scorner.

Aṣẹ̀gitì, *n.* woodseller; woodcutter.

Aṣẹ́gun, *n.* conqueror; vanquisher; victor.

Aṣẹhinde, *v.* to administer the estate of a deceased person, or to take a share in the funeral, thus showing sympathy with the bereaved.

Aṣeiyẹṣate, *n.* a dissembler, a hypocrite, a double-dealer.

Aṣẹkùngbese, *n.* arrears of debt.

Aṣẹlétà, *n.* a thatcher.

Aṣẹnu ẹni, *n.* spokesman, advocate.

Àṣẹ ọfin, *n.* mandate; doctrine.

Aṣèrọ, *n.* one who contrives or plans.

Aṣerọ, *n.* a small calabash set aside to receive the remaining palm wine after the large measure is full.

Aṣẹsẹ̀, *n.* a lame person; one with a broken leg.

Aṣẹsẹ̀kọ́ṣe, Aṣẹsẹ̀ṣe, *n.* beginning; commencement.

Aṣẹ́tẹ̀, *n.* conqueror; one who prevails against his enemy.

Aṣẹwọ́, *n.* one with a broken hand.

Aṣígbò, *n.* one who removes to another place (as a hunter, fisher, or flock of birds).

Aṣigbọnlẹ̀, *n.* a person of great stature; a giant.

Aṣikà, *n.* mischief-maker; wicked person; tyrant.

Aṣikà, Aṣikiri, *n.* act of roaming about.

Aṣilẹ́, *n.* act of transplanting.

Àṣilọ, *n.* act of removing to another place.

Àṣilù, *n.* act of beating or striking by mistake.

Aṣina, *n.* a straggler; a wanderer.

Aṣiniléti, *n.* monitor; prompter.

Aṣinilùpa, *n.* manslayer; manslaughter; accidental murder.

Àṣipa, *n.* accidental killing.

Aşipa, n. a title of honour among the Ogboni people.

Aşipada, n. a changing of place.

Àşipè, n. slip of the tongue.

Aşipà, n. petitioner; pleader; supplicant; beseecher.

Aşírí, n. a secret, private matter.

Aşìrò, n. wrong reckoning.

Aşírò, n. accountant.

Aşìsọ, n. see Àşìpè; wrong talking.

Àşìse, n. wilful, bad action; mistake.

Aşìşà, n. a labourer; painstaker; performer.

Aşìşè, n. a poor man, beggar; one in trouble or adverse circumstances.

Aşìşorí, n a pistol.—e.g., Aşìşorí ko ni íkun bi àgbá, òtòẹ̀ kò lowo bi ọlọrọ, " A pistol has not a bore like a cannon, a poor man has not money as a rich."

Aşìwèrè, n. fool; madman; ignoramus; idiot; crack-brained.

Aşìwí, n. see Àşìsọ.

Aşìyẹn, n. a spoilt child.

Aşọ n. a morose, peevish person; a sour look.

Àşọ́, n. see Ọ̀şù.

Aşọdì si Kristi, n. anti-Christ.

Aşọ ẹnia, n. a headstrong, obstinate person.

Aşọ ẹrin, n. an elephant feeding alone

Aşọ̀fìn, n. law-giver; legislator.

Aşọ̀fò, n. a loser.

Aşọ̀fòfó, n. a busybody.

Aşọga, n. blusterer, boaster; swaggerer.

Aşọgo, n. a braggart.

Aşọ̀gún, n. a worshipper of the god of iron (ògún); a wizard.

Aşọjo, n. a coward.

Aşọju. ẹni, n. one left in charge of another's affairs in his absence; a factor; agent; deputy; representative.

Aşọ̀re, n. a benefactor.

Àşọ̀rin, n.

Aşọ̀ro, n. that which is hard or difficult.—e.g., Aşòro işọ́ bi ọrọ, ọrọ balẹ di ẹyin, bi o ba balẹ ã fọ, " Words are hard to utter, spoken words are like eggs, if they fall to the ground they are broken (cannot be picked up)."

Aşọ̀rò, n. a pointed knife.

Aşọrò, n. troubler; tormentor; one who acts violently upon provocation.

Aşòsìn, n a left-handed person.

Aşọşi, n. see Abosi.

Aşòwò, n. trader; merchant; trade.

Aşowó, n. money coiner.

Aşọ, n. cloth; clothes; covering, raiment; garment; apparel.

Aşọ adirẹ, n. see Àdirẹ.

Aşọ àikúnná, n. rough, coarse cloth.

Aşọ àpò, n. sackcloth.

Aşọ dudu, n. black or blue cloth.

Aşọ èjìká, n. a scarf.

Aşọ ẹtu, n. check cloth, so called from its resemblance to a Guinea fowl's feathers.

Aşọ fẹ́lẹ́fẹ́lẹ́, n. muslin; any thin cloth.

Aşọgbìn, n. a planter.

Aşọ̀hùn, n. spy; caviller; emissary.

Aşọ-iboju, n. a veil.

Aşọ ìbora, n. a sleeping cloth; a cloth worn by men over the shoulder.

Aşọ ìborun, n. a cloth worn by women over the shoulders.

Aşọ ìdẹrù, n. cloth used to wrap goods in.

Aṣọ idi-akete, n. damask.

Aṣọ idikú, isinkú, n. winding sheet; shroud.

Aṣọ igbokun, n. sail; sheet; canvas.

Aṣọ igunwa, n. robe.

Aṣọ ikélé, n. curtain.

Aṣọ ikubusu, n. flannel; blanket.

Aṣọ ileke, n. upper garment; cloak; coat; mantle; vest.

Aṣọ ilekeposi, n. pall.

Aṣọ inùwó, n. towel.

Aṣọ irépé, n. patchwork; quilt.

Aṣọ irun, n. hair-cloth.

Aṣọ itẹlẹdi, n. cloth worn by women fastened below the arms.

Aṣọ iwọlẹ̀, n. cloths or clothes in common use.

Aṣólé, n. watchman.

Aṣólu, n. magistrate; manager of the town.

Aṣọ́nà, n. sentry; sentinel; watchman.

Aṣọnibawijọ, n. spy; emissary.

Aṣọ òjò, n. rain-cloak.

Aṣọ onila, n. cloth with corded stripe; dimity.

Aṣọ ọda, n. tarpauline; tarred cloth.

Aṣọ òfò, n. mourning-cloth.

Aṣọ ògbò, n. linen.

Aṣọ ọgbọ kíkúna, n. lint.

Aṣọ ọja, n. cloth with which a baby is fastened on a woman's back.

Aṣọ ọṣọ, n. dressing-cloth, robe.

Aṣọṣọ, n. a small bird that feeds on figs.

Aṣọ́tá, n. an enemy.

Aṣọ talà, n. muslin, calico, white cloth.

Aṣọ̀tẹ̀, n. a revolter; a revolutionist; a mutineer.

Aṣọ títa, n. hanging; curtain; web.

Aṣọ tubu, n. jailor; gaoler.

Àtà, n. the ridge at the top of a house; a palm oil drum.

Àta, n. a resinous tree, commonly split and used for torches.

Ata, n. pepper; anything pungent.

Atafà, n. an archer.

Atafo, n. a tumour on the finger nail; a whitlow.

Atafo oju, n. film; cataract.

Àtagbà, n. that which goes from hand to hand; the act of passing anything round.

Atagi, n. woodseller.

Ata ijobi, n. see Atàre.

Ataiyàwá, n. see Atọkànwá.

Àtaiyeraye, adv. everlasting.

Àtajà, n. seller of goods.

Àtajátẹran, n. cattle; beasts of every kind.

Àtàkiti, n. one who turns somersaults.

Àtakò, n. the business of public prosecutor; cross examination.

Atalẹ̀, n. ginger.

Àtàmpàkò, n. thumb or great toe.—e.g., Àtàmpàkò ko ṣe ijuwe ọkánkán, "The thumb cannot point straight forward."

Àtamọ́, n. always followed by tamọ; jargon, confused talk.—e.g., Gbogbo ọrọ rẹ̀ jẹ àtamọ́ tamọ, "All his words are meaningless."

Atamọ́ra, n. one who entangles himself with many things; a fully armed man.

Ātàn, n. contraction of Akitan, a dunghill, manure.—e.g., Àgbàsí mu àtàn gele." "Continual sweepings make a dust heap." (cf. Many a mickle makes a muckle.)

ATA   57   ÀTẸ̀

Atàn, *n.* a small wooden frame
on which fish or meat is
dried.

Atanamana, *adv.* from yesterday
until now.

Atàndí, *n.* an enquirer; a close
searcher.

Atànjẹ, *n.* a deceiver.

Àtànká, *n.* that which is spread
or propagated.

Atanlẹgbalẹgba, *n.* a tadpole.

Atanná, *n.* a kindler of fire.

Atanni, *n.* tempter; seducer;
deceiver.

Atànpa, *n.* torchlight.

Àtanù, *n. or adj.* cast off, useless.

Àtànròkò, *n.* a disease in fowls
which swells their back
part.

Àtapa, *n.* a fatal kick or sting.

Àtapòyọ, *n.* being shot through.

Atàre or Atarere, *n.* Guinea or
Maleguetta pepper; also
called Ata ijobi.—*e.g.,*
Atàre ẹ̀wọ ọbẹ, "Guinea
pepper is never used in
sauce."

Àtàrí, *n.* the crown of the head.

Ataṣọ, *n.* a cloth seller; dealer
in cotton and silk goods.

Àtàtà, *adj.* important; weighty;
good; genteel.—*e.g.,* Enia
àtàtà ni iwọ nṣe, "You are
a good man."—*e.g.,* Ọrọ
àtàtà li iwọ ṣọ, "Your
words are weighty."

Atàwé, *n.* a bookseller; a
stationer.

Atawọ, *n.* a dealer in hides or
leather.

Ate, *n.* a beaver or black hat;
any broad brimmed hat.

Àtè, *n.* birdlime; glue.—*e.g.,*
Àtè mu ẹiyẹ ku, "Bird-
lime is the death of a bird."

Àtètè, a prefix denoting that
which is first or prior.

Àtètèbá, *n.* that which is first
met; frontier; outer-court.

Àtètèbi, *n.* see Akọbi.

Àtètèdá, *n.* that which is first
created.

Àtètèdé, *n.* early arrival; early
return.

Àtètègbìn, *n.* first sown.

Àtètèjí, *n.* early rising.

Àtètàkọṣe, Àtètèṣe, *n.* beginning;
commencement; rudiment;
origin.

Àtètàkọ́ṣo, *n.* first fruits.

Àtètèkọ́ṣù, *n.* first kneaded.

Àtètèkọ́wí, *n.* forementioned.

Àtètèlà, *n.* first saved.

Àtètèmọ̀, *n.* first known.

Àtètèní, *n.* first possessed, or
owned.

Àtètèpa, *n.* first killed.

Àtètèrà, *n.* first bought.

Àtètèrí, *n.* first found.

Àtètèrótèlè, *n.* forethought.

Àtètètà, *n.* first sold.

Àtètèwi, *n.* first said; opening
remarks.

Àtẹ, *n.* fan; exposure of goods
for sale; money-tray.

Àtẹ́, *n.* flatness; insipidity;
disgrace; reproach.—*e.g.,*
Nwọn bu àtẹ́ lu mi, "They
disgrace me."—*e.g.,* Àtẹ́
ọbẹ ni mo sè, "My soup is
tasteless."

Àtẹ̀fọ́, *n.* a seller of herbs;
herbalist.

Àtẹ̀fọ́, *n.* a bursting by heavy
pressure.

Àtẹ̀gùn, *n.* see Akasọ and
Àkàbà.

Àtẹ̀gùn, *n.* breeze; pleasure
trip; enjoyment by re-
clining on a chair for breeze
or amusement.

Àtẹ̀hìnwá, *adj.* following after.
conj. since.

Atẹle, n. or adj. next in order, rank or birth; that which follows; a successor; a descendent; subsequent.

Atẹléni, n. a follower.

Atẹlẹbọsi, n. threshold; outer court.

Àtẹlẹsẹ̀, n. the sole of the foot.— e.g., Àtẹlẹsẹ̀ ni ijẹ ẹgbin ọna, "The sole of the foot is exposed to the filth of the road."

Àtẹlẹwọ́, n. the palm of the hand.—e.g., Àtẹlẹwọ́ ki itan ni jẹ, "The palm of the hand never deceives one (i.e., one's own diligence is his true helper)."

Atẹmọra, n. patience; long-suffering.

Atẹniba, Atẹnimọ́lẹ̀, n. one who causes depression; oppressor; tyrant.

Atẹnumọ, n. one who alleges or affirms.

Àtẹpa, n. that which is crushed to death; medicine which renders a poison which has been trodden on ineffective.

Àtẹpẹ̀, n. nickname; assumed name; nom-de-plume.

Àtẹpẹ́sẹ́, n. Guinea-worm, usually called Sobia.

Atẹralógo, n. an immoral woman.

Atẹramọ́sẹ́, n. a hard-worker.

Àtẹrigbà, n. lintel.

Àtẹrunmọ́lẹ̀, n. state of being crushed down.

Atẹtílélè, Atẹtísílè, n. a listener.

Àtẹwọ́gbà, adj. acceptable; propitiatory.

Àti, n. purpose; intention; conception.

Àti, adj. conj. or prep. both; and; likewise; from; on.

Atiala, n. a bird with a long beak.

Àtíbàbà, n. booth: awning; scaffold; shelf. (Applied chiefly to those on which fish and meat are dried on over the fire.)

Àtibabadébaba, n. generation of fathers; from father to father.

Àtíbà, n. blue dye usually called Aró.

Àtibọ̀, n. coming; returning.

Àtidé, n. an arrival.

Àtigbà, n. reception.

Atijà, n. engagement in fighting.

Atij . . . wa, days ago.—e.g., Atij-arunwa, "Five days ago."—e.g., Atijẹrinlawa, "Fourteen days ago."—e.g., Atij-ẹrinwa, "Four days ago."

Àtijó, n. dancing.

Àtijò, n. about leaking; burning.

Atijọ́, adv. of old time; long ago.

Atikọ́, n. the process of teaching, building or constructing.

Atikọ̀, n. refusal; rejection; act of forsaking.

Àtíkú, n. act of dying; death.

Atilà, n. salvation; the act of being saved or getting rich.

Atilẹhin, n. support; help; sustenance.

Àtilẹ̀nde, n. birth; origin; root; ancestor.

Atilẹnde ọrọ, n. etymology.

Àtilẹ̀wá, adv. at the onset, from the commencement.

Atilọ, n. departure; act of going.

Àtimọ, n. imposition.

Atin, n. one or that which is very thin, lean, or lank.

Àtin, n. a soft mat which can be folded (Ijẹsa).

Atinábọ̀, n. one who sets on fire.

Atinábọlé, n. one who is guilty of arson; incendiary.

Atìní, *n.* attainment ; possession.

Atìníláiyà, *n.* opponent ; opposer ; antagonist.

Atìnílẹ̀ṣẹ, *n.* a boxer.

Atìnuwa, *n.* freewill ; voluntary.

Àtíọrọ, *n.* tassel ; name of a bird and plant.

Àtìpa, *n.* act of barring or bolting a door, securing with lock and key.

Àtípá, *n.* a frame used for carrying corpses ; litter.

Atípálà, *n.* thin person ; lean cattle.

Atìpílẹ̀ṣẹ, *n.* beginning.

Àtìpó, *n.* resident ; sojourner.

Àtìsìsìyìlọ, *adv.* henceforth.

Àtìsùn, *n.* sleeping.

Atìṣe, *n.* action.

Àtìtàn, *n.* forcible ejection.

Àtìwá, *n.* act of coming.

Àtìwá ọjọ, *n.* sunrising ; the east.

Atìwọ òrùn, *n.* the west.

Atò, *n.* a medicinal shrub, used for dislocated joints, fatigue or weariness, physical derangement or nervous debility.

Atò, *n.* one or that which is competent, capable, sufficient or fit ; used only as a prefix.

Atóbìlere, *n.* one who is fit to be questioned

Atóhá, *n.* that which is sufficient to be distributed.

Atójà, *n.* one capable of fighting ; fit for war.

Atójẹ, *n.* that which is ripe enough for food.

Atókẹ́pè, *n.* one worthy of honour, who will help in time of need.

Atókòlójú, *n.* one who is strong enough or valiant enough to be confronted.

Atoku, *n.* one expected to die.— *e.g.,* Atoku má ku, is said of a person who is expected to die, but yet lives.

Àtònìmóní, *adv.* all day long ; since morning.

Atópa lọ́tọ̀, *n.* one who defies or challenges ; champion.— *e.g.,* Atópa lọ́tọ̀ li emi nko nṣe pampẹ̀lú, "I am a champion, I am not to be joined with others."

Atora, *n.* bonesetter.

Atori, *n.* a tree remarkable for its elasticity, used for bows, etc. See Ìṣán.

Atorórodìní, *n.* one who anoints.

Atóṣe, *n.* one who is capable of, able to be.—*e.g.* Atóṣe ìka ṣe sùrù, "He is able to be cruel, but will not."

Atoṣnmọṣu, *adv.* months ago.

Àtótó, *n.* noise.

Àtótó, *inter.* silence ! word used by public crier to enforce silence before a proclamation is read.

Atọ, *n.* that which makes straight ; a long necked calabash ; lasting in old age.

Àtọ̀, *n.* semen.

Atọdunmọdun, *adv.* years ago.

Atọjọ́mọjọ́, *adv.* a long time ago. —*e.g.,* Ọrọ atọjọ́mọjọ́ ko le dabi ọrọ titun, "An old story cannot be compared with a new."

Atọ́jú, *n.* a caretaker.

Atọ́ju ẹsin, *n.* ostler, horseman, groom.

Atọ̀ju olókùnrùn, *n.* a nurse.

Atọ̀ju owo, *n.* a treasurer.

Atọ́jú ọna, *n.* overseer of roads.

Atọ́ka, *n.* the lapwing.

Àtọkànwá, *n.* proceeding from the heart ; choice ; will.

Atọkọ, n. pilot, helmsman.

Atọ́rùn, n. leader ; guide ; page.

Atọmọdọmọ, adv. from children's children (i.e., from generation to generation).

Atọ̀nà, n. one who walks about the road ; a spy.

Atọ́ni, n. provoker ; aggressor ; instructor ; guide.

Atọpa, n. one who follows the line or mark.

Atọ̀pọ̀, n. one who sells cheaply.

Atọ̀ra, n. see Atora.

Atọ̀rá, n. a lard or grease seller.

Atọrọ, n. beggar ; borrower.

Atọrunwá, adj. heavenly ; proceeding from above ; celestial ; original ; untainted.

Atọrunwá iwà, n. virtue ; modesty.

Atọ̀sí, n. gonorrhea.

Atọṣe, n. soap seller.

Atọtọ, n. the uncircumcised foreskin.

Atọwọ́wá, n. that which originates from oneself.

Atù, Atuni, n. one who soothes, consoles or tames ; a rower.

Atúbá, n. one who surrenders.

Atúbọ̀ ṣe, n. that which brings anything to completion.

Atúbọ́tán, n. termination.—e.g., Ki Ọlọrun ki o fun ni li atúbọ́tán rere, "May God grant us a happy end."

Atúdi ìmọ̀, n. one who makes an exposure ; a revealer of secrets.

Atukakiri, n. one who spreads, or divulges.

Atukọ̀, n. sailor ; boatman ; mariner ; navigator ; ferry-man.

Atúlẹ̀, n. tiller of the ground.

Atulẹ̀jẹ, n. an impoverished fellow ; a beggar.

Atúlu, n. one who disturbs or upsets a town.

Atúmọ̀, n. commentator ; expositor.

Atunbi, n. regeneration.

Atundá, n. recreation ; act of making again.

Atúndá iwé, n. republication.

Atúnkù, n. repetition of behaviour ; a fresh shooting out.

Atunhurere iwa, n. amendment of life.

Atunraṣe, n. tonic.

Atunsọ, n. repetition of words.

Atunṣe, n. restoration ; repairs ; amendment.

Atúnwa, n. a returning.

Atùpà, n. lamp ; lantern.

Atura, n. soother ; refresher.

Atusọ, n. idle talk.

Atutà, n. a second-hand article.

Awa, pro. we.

Awàda, n. jest ; joke.

Awàdá, n. running disease in women.

Awádi, n. examiner ; enquirer ; searcher.

Awáfin, n. scrutiny ; scrutinizing ; search.

Awàgún, n. act of travelling and arriving safely.

Awakọ, n. one who rows a boat or paddles a canoe.

Awalẹ̀, n. a digger of the ground.

Awàlù ẹhin, n. tetanus ; lock-jaw.

Awamaridi, n. unsearchableness ; incomprehensibility.

Awamu, n. adherence ; attachment.

Awanù, n. waster ; waste.

Awári, n. effective search ; curiosity.

Awàro, n. wringing wet thing.

Awatikarawa, pro. we of our own selves.

Awáwí, n. excuse; apology; pretence; palliation; version.

Awáwí èkẹ́, n. cavil.

Àwàyá, n. see Àhàyá.

Awayin, n. coal digger; collier.

Àwé, n. a term used in addressing an unknown person; friend; sir; madam.—e.g., Àwé ò! " Excuse me, sir ! " —e.g., Àwé yi li o mbẹ̀re rẹ, " Is this the one who enquires for you ? "

Awere, n. see Àmure.

Awẹ, n. section in fruit or nut; width or breadth of cloth.

Àwẹ̀, n. fasting; religious abstinence from food; mourning for the dead, at which times the relatives do not wash their clothes.

Awẹdẹ, n. a herb much used in the consecration of idols and for cleaning brass.—e.g., Onibaba ni itọju orombo, onidẹ ni ìmã tọju awẹdẹ, " He who has copper ornaments looks after the limes, he who has brass, the awẹdẹ."

Awẹ̀fín, n. soap.

Awẹhìn ro, n. reflection; retrospection.

Àwẹ ironu, n. solemn fast.

Awẹ̀jà, n. person of light complexion.

Awẹ́ mẹji, n. couple; pair.

Àwẹ̀mọ́, n. clean washing.

Àwẹ̀nù, n. that which is washed off; soap.

Awí, n. utterer; talker.

Àwídákẹ́, n. perpetual talking.

Àwígbọ́, n. that which is uttered audibly; plain speech; obedience.

Àwígbọ́, adj. disobedient; obstinate.

Àwíkà, n. promulgation; publication.

Awíkiri, n. promulgator; publisher.

Àwíle, n. reiteration; repetition.

Awimayi ohun, n. a man of trust.

Awin, n. trust; credit.—e.g., Iwọ gba mi li awin, " You credited me."

Awinnflohun, n. lender.

Awínsí, n. addition; borrowing.

Awitunwi, n. circumlocution; roundabout.

Àwíyé, n. interpretation; explanation—e.g., Àwíyé ni Ifẹ̀ ifọ, gbangban li oro ipẹran, " (As) the Ifẹ people speak without disguise (so) a poisonous arrow kills an animal in the sight of all."

Awiyannu, n. importunity.

Awọ́, n. a kind of Guinea fowl.

Awo, n. plate; crockeryware.

Awo, n. device; secret bargain; superstitious mystery; initiation; a superstitious man.

Awọ̀, n. that which is looked into or through; a telescope; a fishing net.

Awọ́, n. a fish resembling a mackerel.

Àwo àiyà (or igbaiya), n. the breast-plate; cuirass.

Awodi, n. hawk.

Àwòfìn, n. a gaze; a fixed look; a stare.

Àwògbè, n. looking-glass.

Awo ìbolé, n. a roofing tile.

Awo iyọ, n. salt cellar.

Awojé, n. pewter plate.

Awojinjin, n. glass; looking-glass; mirror; speculation.

Àwòjọ, n. imitation.

Àwòká, n. inspection.

Awòkè, *n.* one who looks up.

Awŏko, Awọroko, *n.* colic; spleen.

Awòko, *n.* mocking bird; thrush.

Awòkòtò, *n.* a basin.

Awoko, *n.* a copybook; transcription.

Awomi, *n.* one who conjures spirits by water.

Awoni. *n.* a visitor.

Awonu, *n.* a hopeless look.—*e.g.,* Awonu li ẹkun nwo ẹiyẹ, " With a hopeless look the leopard gazes at the bird (because it is beyond his reach)."

Awo-oju, *n.* spectacles.

Awo ọko, *n.* dish; platter.

Awo ọlọmọri, *n.* basin with cover.

Awopa, *n.* a fatal look; an act or treatment causing death.

Awopọkọ, *n.* dish; platter.

Aworan, *n.* picture; image; form; statue; likeness; resemblance; exemplar.

Awòran, *n.* spectator; beholder; on-looker; gazer; bystander.

Awurọpa, *n.* a chief idol-priest.

Aworiwo, *n.* lizard; eft; also called Layọmbẹrẹ.

Awòròjobi, *n.* a bird about the size of a kingfisher, light under wings golden upper, blue fan-tail, sharp beak; insect catcher; apparently migatory, appearing about middle of November.

Awòsa, *n.* a pattern.

Awotan, *n.* perfect cure; entire healing.

Awo turari, *n.* censer.

Awówó, *n.* crumbs.

Awoye, *n.* a looker out, spy.

Awòyó, *n.* an epithet for the god of the river, Yemaja.

Awọ̀, *n.* colour; outward appearance; fashion; likeness; similitude; image; hue; tincture.

Awọ, *n.* hide; skin; leather; undressed hide.

Awọ̀, *n.* quarrel; misunderstanding.

Awọ alukò, *n.* purple.

Awọ ẹjo, a cast off snake skin.

Awọ ẹran, *n.* flesh coloured.

Awọfin, *n.* see Àfin.

Awọgbọn, *n.* gazer; starer; usually connected with idleness and loitering when on duty.

Awọjẹ, *n.* act of visiting from house to house for food (as an uninvited guest).

Awòjò, *n.* dancing from place to place.

Awòjọ, Awọjọpọ, accumulation; packing together; gathering; group; assemblage.

Awọ ikòwesi, *n.* parchment.

Awòkà, *n.* perambulation; walking round.

Awòkí, *n.* several visiting together (*e.g.,* to show sympathy in bereavement). Ẹ ku àwọkí, is the salutation to one thus visited.

Awòlẹ, *n.* see Iwòlẹ.

Awọlọ, *n.* assuagement; abatement; mitigation.

Awọmi, *n.* a divor.

Awọmò, *n.* one who combines with others, coalitionist.

Awòn, *n.* net; drag.

Awọn, *pro.* they.

Awòn-ẹja, *n.* a fishing net.

Awọ oju ọrun, sky colour.

Awọ oko, *n.* foreskin. See Atọtọ.

Awọ obẹdo, *n.* green colour.

Awọ ọlọyẹ, *n.* grey, misty colour.

Awọ pala, *n.* very coarse or unwrought leather.

Àwọ̀ pupa, *n.* yellow colour.

Àwọ̀ pupayọ̃, *n.* scarlet, vermilion, crimson. ·

Awọ rirun, *n.* soft, well worked leather.

Awọsánmà, *n.* the clouds.

Àwọ̀sùn, *n.* lodgings.

Àwọ̀ṣe, *n.* proselytism.

Awọ tétèté oniruru, *n.* speckled colour.

Awọtẹlẹ, *n.* any undergarment.

Awọtẹ̀rẹ́, *n.* strap.

Awọtitansan, *n.* spangle.

Awọtútù, *n.* fresh, raw hide.

Àwọ̀tútù, *n.* freshness; vigour.

Awọwilikí, *n.* leather worn about the waist.

Awọwọ-ojo, *n.* shower; drizzling rain.

Awugbọ, *n.* one who crouches.

Awújẹ, *n.* kind of edible bean.

Àwùjẹ̀, *n.* soft part of the skull.

Àwùjọ, *n.* assembly; group; convocation; company; synod; congress; council; meeting; congregation; collection.

Awūju, *n.*

Àwúlùwálà, *adv.* confusedly; rudely.

Àwùmọ̀, *adj.* senseless; unreasonable.

Awun, *n.* or *adj.* tortoise; greediness; miser; illiberality; parsimony; stinginess; avidity; niggard; niggardliness. — *e.g.,* Ẹjẹ awun kò kun ni li ọwọ́, " The blood of Awun (the anthropomorphous tortoise) is not a handful.—*i.e.,* apparently insignificant things may be of great importance."

Awun okun, *n.* sea turtle.

Awunṣọ, *n.* a weaver.·

Àwúre, *n.* good luck; luckiness; good fortune; charm for luck.

Awùsá, *n.* see Ahùsá.

Àyá, *n.* species of monkey.—*e.g.,* Àyá bẹ́ silẹ o bẹ sile, "When Àyá jumps down from the tree, he jumps into the house (and is caught)." Proverb . used to inculcate the danger of leaving one's proper station.

Aya, *n.* wife.

Ayaba, *n.* queen; king's wife.

Àyàbá, *n.* incident; anything non-essential; a casual event; piece-work.

Ayakù, *n.* that which remains of a rent or torn piece.

Àyàmọ̀, *conj.* generally followed by bi or pe; otherwise; unless. Àyàmọ̀bi is contracted in Àmbi in conversation.

Àyán, *n.* tree from which Ṣango clubs are made; on which Ṣango is said to have hanged himself. See Magba.

Àyán, *n.* cockroach.

Àyan, *n.* perseverance; persistence.

Àyán, *n.* inquisitiveness; stench; offensive smell.

Ayanbọ, *n.* a self-willed person.

Àyànfẹ́, *n.* or *adj.* friend; one selected from the rest; chosen; beloved; select.

Ayánga, *n.* a word of rebuke or threatening to an inferior.

Ayangbẹ, *n.* that which is well parched or roasted.

Ayanílẹ̀kan, *n.* one who scratches with claws.

Àyànjẹ, *n.* cheat; imposition.

Àyànmọ́, *n.* destiny; fate. See Àbáfù.

Ayannijẹ, n. a cheater, a deceitful person.

Àyànṣa, n. a thing made to order.

Ayapa, n. one who separates himself, who is perverse.

Ayara, n. one who is smart, swift or active.

Ayarọ, n. a cripple.

Àyarún, n. used in conversation only; table talk; trifle; jest; mockery.—e.g., Máṣe fi mi ṣe àyarún, "Please don't make fun of me."

Ayaṣebi, conj. unless; except; otherwise; saving.

Ayáwọ́, n. one quick handed or nimble fingered.

Àyè, n. room; space; vacancy; lieu; stead; situation; position; posture; disposition; leave; liberty; freedom; access; apprehension.

Ayé, n. breadth of cloth.

Ayè, n. living; quick; alive.

Àyè ikẹrùsí or ìtòsí, n. store.

Àyétán, n. perfect understanding; full conception.

Ayẹ, n. a small hole in a wooden vessel.

Ayẹgi, n. hangman; sheriff.

Ayégun, n. suite.

Ayẹhàn, n. one who disappoints or fails to keep a promise.

Àyẹjù, adv. too much exaltation.

Ayẹkún, n. one with a maimed foot.

Ayẹni, n. that which is befitting.

Ayẹnà, n. a road cleaner.

Àyẹsí, n.

Ayẹyà, n. an abashed, contemptible, or reproachful fellow.

Ayẹyẹ, n. pomp; ostentation; display.

Ayí, prefix, that which turns or rolls.

Ayíbò, n. a night salutation used by Lagos fishermen.

Ayíbọ̀, n. retrogression.

Ayídà, n. change; round of time; next season or year.

Ayídà, n. vanquished after many struggles.

Ayídá ọdún (or Ayika), n. round or cycle of years.

Ayídàyídà, n. much talk; chattering; changeableness; forwardness.

Ayíká, n. circle; cycle; period; halo; compass; sphere; hoop.

Ayíká ẹyinjú, n. the iris.

Ayíká kẹkẹ́, n. wheel.

Ayin, n. a very hard tree with oily sap.

Ayin, n. mats made from bamboo stalk.—e.g., Ile àyin, "Bamboo house."

Ayinlogó, adj. praiseworthy; glorious.

Ayinni, n. one who commends, admires or praises.

Ayinnitàn, n. flatterer, one who compliments.

Ayinpọ̀ ìbọn, n. a volley.

Ayinrarẹ̀, n. one given to self-praise and self-admiration; a boaster.

Ayinrin, n. light blue colour.

Ayinrin, n. a small animal like the fox which catches fowls.

Ayinṣada, n. a turning; a change.

Ayo, n. a choice person or thing; most beloved or valued.

Ayò, n. a game, also called Warry.—e.g., Ayò ki ijẹ ki a yẹ ẹ, "When the game is won, it cannot be disputed."

Ayo, n. fulness; plentitude (also used after eating).

Ayọ̀, *n.* joy; joyfulness; gladness; merriment; mirth; glee; welcome; delight; exultation; pleasure.

Ayọ̀ àyọ̀ju, *n.* ecstasy.

Ayọ́luwọ̀, *n.* spy; scout.

Ayọmirin, *n.* a sly, contemptible person.

Ay'ọmọ, *n.* son's wife; daughter-in-law; wife of a prince.

Ayọnílẹnu, *n.* one who causes trouble or distress.

Ayọ́niwọ̀, *n.* a private detective; spy; eaves-dropper.

Ayọ́ra, *n.* re-animation; enlivener; exhilarator.

Ayọ́rin, *n.* a smelter.

Àyọ́rìn, *n.* slow or stealthy walking; sluggishness.

Ayọsan, *n.* money paid for sacrifice, or in private.

Ayọsiwaju, *n.* advancer.

Àyọ́ṣe, *n.* doing by stealth.

Àyọ́tà, *n.* private sale or auction.

Àyọ́tá, *n.* selling in small quantities; retailing.

Àyọ́ta, *n.* a thing privately done or said.

Àyọ́wí, *n.* private remarks; sayings; hints.

Ayùn, *n.* saw; file; rasp.

Àyùn, *n.* goings; departure.

Àyun, *n.* longing.

Àyún-àbọ̀, *n.* going and coming.

B.

Bá, *v.t.* to meet; overtake; find at a place.—*e.g.,* Nwọn bá mi lọna, "They meet me on the way."—*e.g.,* Iwọ bá mi li ọna, "You overtook me on the road."—*e.g.,* Nwọn yio bá mi nibẹ, "They will find me there."

Q

Bá, *prep.* with, against.—*e.g.,* On yio bá ọ lọ, "He will go with you."—*e.g.,* Emi mbá wọn ja, "I am fighting against them."

Ba, *v.* to lie in ambush; hide; lurk; couch.—*e.g.,* Ole ba ninu igbẹ́, "The thief hides in the bush."—*e.g.,* Adiẹ ba le awọn ọmọ rẹ̀, "The hen broods over her young."

Bà, *v.* to be bent.—*e.g.,* Ẹhin rẹ̀ bà, "His back is bent."—*e.g.,* Igi nã bà diẹ, "The stick is bent a little."

Bá, *aux. v.* should; would; might; ought.—*e.g.,* Emi ni ibá lọ. "I ought to have gone."

Bà, *v.* to bring into contact with; perch; roost; sit; fit; to be exact; to hit the mark; to come to the point; bespeak; plait coarsely; strain through a sieve.—*e.g.,* Ẹiyẹ meji bà li ori igi, "Two birds perch on the tree."—*e.g.,* O bà a patapata, "It hits the mark exactly."—*e.g.,* Bà ẽṣú fun mi, "Plait some ẽṣú grass for me."—*e.g.,* Iya mi mbà aro, "My mother is straining potash."

Bá, *adv.* never; at all.—*e.g.,* Emi kò sọ bẹ̃ bá, "I never said so."—*e.g.,* Iwọ kò jẹ lọ bá, "You will never go at all."

Baba, *n.* father; master.

Bàbà, *n.* copper; Guinea corn.

Bábá, Bàbà, *n.* Bábá, a great thing; Bàbà, a small thing; words used in the following proverb—Bábá bo bàbà mọlẹ, "A great matter puts a small matter out of sight."

Bàbà, v. to hover like a bird.—
s.g., Awodi nrabàbà, " The
hawk is hovering."

Babalawo, n. a priest of Ifa.

Baba nla, n. grandfather.—e.g.,
Iwọ kò mọ baba nla mi,
" You do not know my
grandfather."

Baba nsinkú, n. executor ; under-
taker.

Bābo, n. a tree, the leaf of which
is used as a wrapper for
agidi and kola-nuts.

Bàbùjá, v. to cross ; to thwart.

Bádá majẹmu, v. to enter into
covenant with.

Bá-dana, v. to make a marriage
contract ; to pay a dowry ;
to betroth.

Bá-dapọ, v. to connect with ;
mingle ; know : commerce ;
cohabit.

Bá-daro, v. to sympathise with.

Bádé, v. to be exact ; suitable ;
to arrive or return with.

Badè, v. to lurk for ; waylay ;
lie in ambush.

Bádẹ, v. to hunt or fish with
another.

Bá-dije, v. to vie with, rival or
compete with.

Bá-dù, v. to cope with ; to
emulate.

Bá-fa, v. to contend with ; to
argue with.

Báfìn, n. eunuchs ; of whom six
were put in the palace of
the Alafin ; they are called
" Ìwẹ̀fà."

Bá-fọhnn, v. to talk with.

Bá-gbe, v. to stay or abide with.

Bá-gbìrò, v. to consult with.

Bai, adv. thus ; so ; only ; no
more ; very.—e.g., Emi ni
iwọ ṣe bai si ? " Do you
act thus to me ? "

Bai, adv. yonder ; somewhere ;
thereabouts.—e.g., Ile rẹ̀
mbẹ̀ nibi bai, " His house
is somewhere about here."

Bai-bai, adv. dimly.—e.g., Òrun
nràn bai-bai, " The sun
shines dimly."

Bá-ifaiyajẹ́, v. to frustrate the
influence of charms.

Bá-jà, v. to fight with ; contend
with ; be hostile to.

Bá-jẹ́, v. to corrupt ; spoil ;
defile ; destroy ; deform ;
contaminate.—e.g., O bá
ọmọ mi jẹ́, " He spoils my
child."

Bá-jẹ, v. to eat with ; associate ;
to hold intercourse.

Bá-jí, v. to wake with.

Bá-jo, v. to dance with.

Ba-jọ, v. or adj. agreeable ;
pertinent.

Bākā, n. a kind of leek, the seed
of which is used as a medi-
cine for gonorrhea.

Bakaná, adj. same ; identical ;
equal ; similar.

Bá-kẹgbẹ́, v. to associate with ;
keep company.

Bá-kú, v. to die with.

Bálá, n. a kind of trousers.

Bālá, n. a title of honour among
the Ogboni people.

Bálágà, n. one who comes to the
age of puberty.

Bà-láwọ̀jẹ́, v. to disfigure ; dis-
colour.

Bánle, v. to know ; to ravish.

Bāle, n. householder ; master
of a house.

Bà-le, v. to light upon ; to rest
on.

Bāle-èrò, n. host ; landlord.—
e.g., Bāle-èrò li o mu mi wọ̀,
" The host lodged me."

Bālẹ̀, n. governor ; president ;
chief of a town or village.

Balệ, v. to touch the ground.

Bálẹ-idile, n. head of a house or family; a patriarch.

Bà-lẹrù, v. to startle; strike with awe; dishearten; to discomfort; to fear.

Bà-lórìjệ, v. to distract; to make mad.

Bà-loruko jẹ, v. to slander; to defame.—e.g., Emi o bà oruko rẹ jẹ, " I will slander you."

Bá-lò, v. to associate with; to hold fellowship with.

Balogun, n. a war chief; captain; officer.

Balogun òrún, n. a centurion.

Bá-lọ, v. to accompany, to go with.—e.g., Má ṣe bá mi lọ, " Do not accompany me."

Bálọ, n. an abscess.

Balódẹ, n. chief hunter.

Balubalu, adv. stupidly; idiotically.

Balùwẹ, n. bath-room, or latrine.

Bambam, n. a piece of wood flattened on one side, used for beating mud floors.

Bambam, adv. wholly; entirely; altogether.—e.g., O lọ bam-bam, " He disappeared altogether."—e.g., O fi mi silẹ bambam, " He left me entirely."

Bámiràn, adj. contradictory; to the contrary; another.

Bá-mọpọ, v. to concur with; to agree.

Ba-mu, v. to befit; to suit; to drink with.

Báná, v. to spend together.

Bànínújẹ, v. to displease; to grieve.—e.g., Oran ná ba a ninujẹ, " The matter grieved him."

Bánlu, n. a flat piece of wood used to beat floors; a plant.

Bà-ohunmimọjẹ, v. to desecrate.

Ba ojú ami, v. to hit the mark.

Ba oju jẹ, v. to distort the face; to disfigure the countenance.

Bá-pín, v. to partake, share or participate.

Bàrà, n. a creeper which bears the ẹgusi oil seed.

Bara, n. god of mischief; the devil; another name for Ifa.

Bárébaré, adv. very little; the remainder.—e.g., Obẹ ná kù bárébaré ninu iṣasun, " There is very little soup left in the pot."—e.g., O sọrọ ná bárébaré, " He said very little about the matter."

Bárẹ, v. to agree with; to befriend; to ally.

Bá-rìn, v. to walk with; to accompany; to travel with.

Bá-rò, v. to advise, consider or give counsel.—e.g., Tani o ba iwọ rò iru ọran bẹ? " Who advised you in such a matter? "

Bàsá, n. parlour.

Bá-sọ, v. to quarrel with; to rebuke.—e.g., Má bá mi sọ mọ, " Do not quarrel with me any more."—e.g., Baba yio bá ọ sọ, " Father will rebuke you."

Ba-sọrọ, v. to hold conversation; to confer with.

Bá-sùn, v. to sleep with; to lie with.

Básùrú, n. a title of honour amongst the Ogbonis.

Bà sìgùn, n. chief doctor.

Bàtá, n. a drum used by Ṣango and Egungun worshippers. —e.g., Opọlọpọ alùbàtá li o jẹ aṣagbeje, " A great many drummers are beggars."

Bàtà, *n.* a small covered can or tin vessel.

Bàta, *n.* shoe; sandal; hoof.—*e.g.,* Bàta li afi işe agbara li arin ęgun, " With shoes one can get on in the midst of thorns."

Bátan, *n.* to be related to.—*e.g.,* Gbogbo araiye li o ba ara wọn tan, " All mankind are related to one another."

Bà-tan, *adj.* near shave; narrow escape.

Bàtęlù, *v.* to disgrace; to put to shame; to disqualify.

Bátì, *v.* to fail; to miss one's aim.—*e.g.,* Ọfa ti o ta bà a ti, " The arrow which he shot missed it."—*e.g.,* Okuta ti mo şọ si eiye nã bà a ti, " The stone I threw at the bird missed it."

Batì, *v.* to lurk; to crouch by one.

Bátóbàto, *adv.* imperfectly; indistinctly.

Bátòpọ, *v.* to fall in line with.

Bà-tototo, *a.* speckled.

Baun, *adv.* thus; so.—*e.g.,* Emi li o şe e baun, " I did it so."

Bá-wí, *v.* to rebuke, blame, correct, chide, punish, chasten or excommunicate.—*e.g.,* Baba ba mi wi, "My father rebukes me."—*e.g.,* Máşe ba ọmọ rẹ wi to bẹ́, " Do not punish your child so severely."

Bá-wijọ, *v.* to judge, to dispute.—*e.g.,* Ọlọrun yio ba gbogbo aiye wijọ, " God shall judge the whole world."

Bá-yọ̀, *v.* to rejoice with; to congratulate.

Bawo, Bao, *adv.* how ? in what way ?—*e.g.,* Bawo li a ti ri ? " How is it ? "—*e.g.,* Bawo li o ti fẹ́ ẹ, " How do you wish it done ? "

Bawọnni, *pro.* such, such as.—*e.g.,* Iru enia bawọnni 'li a nfẹ́, " Such persons we like."—*e.g.,* Enia bawọnni şọwọ́n, " Such people are scarce."

Bawọnyi, *pro.* like these.

Bayi, *adv.* thus. See Bai.

Bèbè, *n.* brink of a precipice or pit; verge; edge; shoal; bar; bank; mound.—*e.g.,* Máşe duro leti bèbè; " Do not stand on tho brink."—*e.g.,* Bèbè ya, " The bank has given way."

Bèbè-idì, *n.* rump.

Bebe-ojú, *n.* eyebrow.

Bebe yara, *n.* earthen mound against a fortification.

Bĕrè, Bèbì, *v.* to ask; inquire after; question; require; consult; demand.—*e.g.,* O bĕrè mi, " He inquired after me."

Bàrèbèrè, *n.* an enquirer; a querist.

Bèrèbèré, *adv.* sharply; keenly; dexterously; astutely; diplomatically.

Bèsè, *n.* saddle-cloth.

Bẹ́, *v.* to skip; to leap from a height; to leap from place to place, or tree to tree; to cut in two at a stroke; bring forth young; litter (applied to carnivorous animals and to pigeons); to burst.—*e.g.,* Mo bẹ́ igi nã meji, " I cut the stick in two."—*e.g.,* Ilu nã bẹ́, " The drum burst."—*e.g.,* Aja mi bẹ́ mẹta, " My dog has three pups."

Bẹ̀, Bẹbẹ, v. to beg, pray, beseech, supplicate or entreat; to apologise.—e.g., O bẹ̀ mi, "He begged me."—e.g., Jẹ ki a bẹ̀ Ọlọrun, "Let us beseech God."—e.g., Bẹbẹ ki o ri ọkọ̀ṣẹ, ṣagbe ki o ri awun, "Beg and you will meet with refusal, ask alms and you will meet misers."

Bẹ́, v. to peel; to slice off.

Bẹ, v. to act without permission; to presume; to be arrogant.

Bẹ̃, adv. thus; so; usually (contraction of Bẹ́hẹ̀).

Bẹ, v. to display a brilliant red colour; to be officious, impudent or forward.—e.g., Aṣọ àrán yi bẹ, "The velvet is a brilliant red."

Bẹ̀bẹ̃, adv. thus and thus; so and so.

Bẹ̃gẹ́gẹ́, adv. so; such; like; likewise.

Bẹ́hẹ̀, adv. see Bẹ̃.

Bẹ́hẹ̀kọ́, adv. see Bẹkọ.

Bẹju, n. cassava cake.

Bẹkọ, adv. no; not so.

Bẹ̀-laiyanu, v. to beg with importunity.

Bẹ́lẹ̀bẹ́lẹ́, adj. flat; elastic; pliant; thin.

Bẹ́lẹ́jẹ́, adj. beautifully yellow. —e.g., Ina pupa bẹ́lẹ́jẹ́, ojo dudu bọ̀lọjọ, "The fire is a beautiful yellow, the rain clouds are intensely black."

Bẹ̃li, adv. so it is.

Bẹ́-lori, v. to behead.—e.g., Iwọ bẹ́ ewurẹ nã lori, "You beheaded the goat."

Bẹ̀-lọ́wọ̀, v. to beg assistance; to suborn; to bribe; to use influence against.

Bẹ, Mbẹ, v. to be; to exist; to live.

Bẹ́mbẹ́, n. a Hausa drum.

Bẹ́ndẹ́, n. a blow with the fist; cuff.—e.g., Yio kì ọ ni bẹ́ndẹ́, "He will cuff you."

Bẹni, adv. so it is; yes.

Bẹ̃ni kì, conj. neither; nor.— e.g., Ki iṣe emi, bẹ̃ni kì iṣe iwọ, "It is neither I nor you."—e.g., Bẹ̃ni kì iṣe eyi tabi eyini, "It is neither this or that."

Bẹ̀rẹ̀, v. to begin; commence; stoop.

Bẹ̃rẹ́, adj. even; low; flat; level.—e.g., Orule yi bẹ̃rẹ́, "This roof is flat."—e.g., Nwọn wo ile gbogbo palẹ bẹ̃rẹ́, "They levelled the whole house to the ground."

Bẹrẹ, adj. gentle slope; slight elevation; in rows.

Bẹ̃rẹ̃, n. grass used for thatching, of which there are various kinds, viz., Bẹ̃rẹ̃ mẹnẹ, fine yellow grass; Bẹ̃rẹ̃ alolo, Bẹ̃rẹ̃ pasi, coarse plaited grass.

Bẹ̃rẹ̀, n. the first-born daughter.

Bẹri, v. to behead.—e.g., Ọba bẹri rẹ̀ li oju opopo, "The king beheaded him on the highway."

Bẹ̀rù, v. to fear; to be afraid of; to be daunted; to be modest; to startle.—e.g., Máṣe bẹ̀rù ẹnikan, "Fear no man."—e.g., Bẹ̀rù Ọlọrun, "Fear God."

Bẹ̀rù ọla, v. to awe; to reverence.

Bẹ̀rùkẹ̀rù, v. to be timid or fearful.

Bẹ̀wẹ̀, v. to beg assistance from a club or a person for gratuitous work, for remuneration, or mutual help.

Bèwò, v. to visit; to peep at.—
e.g. Awọn òrẹ́ nyin wa bẹ
nyin wo, "Your friends
come to visit you."

Bi, v. to bear, beget, breed
(applied to mammalian
animals).—e.g., Malũ mi bi
lana, "My cow calved
yesterday."

Bí, conj. according; as; if;
although; whether; just.
—e.g., Bí bẹ̃ ba ni, "If it
be so."—e.g., Bí baba ti wi
li awa o ṣe, "As father has
said, we will do."—e.g., Bí
o ti de ni yi, "He has just
come."—e.g., Bí kò tilẹ fẹ́,
awa a ṣe," Though he is not
willing, yet we will do it."

Bì, v. to push violently; vomit;
spue; shove; jostle.

Bí, v. followed by Si; to
multiply; replenish; in-
crease.—e.g., Ọla rẹ̀ mbi si
i, "His riches increase."

Bi, v. ask.

Bi-abiyamọ, adv. motherly.

Bi-àlá, adv. dreamy; as a dream.

Bi-aladugbo, adj. neighbourly.

Bi-alagbara, adj. as a strong
man; wild.

Bi-alagbe, adv. beggarly.

Bi-amọkun, adv. crippled.

Bi-ará, adv. brotherly.

Biadodo, adj. conical.

Bi-a-ti, adv. how.—e.g., Kọ mi
bi a ti iṣe, "Teach me how
to do it."

Bi-a-ti-nwi, adv. immediately;
instantly (lit.—as we were
speaking).—e.g., Bi a ti nwi
bẹ̃ li ode, "He came just
as we were talking."

Bíba, n. a meeting; that which
is to be met.

Bíbájà, adj. contestable; to be
fought for; to be contended
for.

Bíbájẹ́, adj. spoiled; perishable;
corruptible; deterioration.

Bíbalẹ̀, adj. sedate; settled;
calm.

Bíbaninujẹ, n. discomfort; vexa-
tion; vexatious.

Bíbapin, n. that which is to be
participated in; partici-
pation.

Bíbawi, n. that which is to
be blamed; blameworthy;
reprovable.

Bi-baba, adj. or adv. fatherly.

Bi-bawo, adv. how; whereby;
in what way.

Bíbèrè, adj. that which is worth
asking for.

Bíbẹ́, adj. salient; leaping;
bounding.

Bíbẹ̀-aiyannu, v. importunity.

Bi-bẹ́kọ, adv. if otherwise; for
other cause.

Bibi, n. that which is born;
begotten.

Bibimọláye, a. producing young
alive.

Bibinibi, adj. inborn; innate;
implanted by nature.

Bíbínígbeyàwó, adj. legitimate;
born in wedlock; freeborn.

Bibinújẹ́, adj. melancholy; dis-
consolate.

Bibi-omnira, adj. freeborn.

Bíbò, adj. concealable; covert.

Bíbó, adj. peeled; pared.

Bíbọ̀, adj. boiled; patching a
grass roof; threading;
coming.—e.g., Ẹran bíbọ̀,
"Boiled meat."—e.g., Bíbọ̀
Jesu, "The coming of
Jesus."—e.g., Bíbọ̀ abẹ́rẹ́,
"Threading a needle."

Bibọ, n. that which is to be
worshipped; adored.

Bíbọ́, a. supported; fed; main-
tained; that which is to be
fed; that which is to be

beaten, as a mud floor; that which drops or falls.

Bíbọ̀lọwọ, *n.* that which is to be shaken by the hand; a shaking of the hand.

Bíbọ́lọwọ-àrùn, *n.* convalescent.

Bíbọ̀rişà, *n.* the act of worshipping idols.

Bíbú, *n.* that which is to be accursed.

Bíbù, *n.* that which is taken out of a collective mass; reducible.

Bíbu, *adj.* baked by heating under hot ashes or embers.—*e.g.,* Işu bíbu, "Baked yams."

Bíbúléni, *adj.* finable; that which is to be fined.

Bíbùlè, *adj.* patched; that which is to be patched.

Bíbùmọ́, *adj.* exaggerated; falsely accused.

Bíbùn, *adj.* given; allowable; permissible.

Bíbùşán, *adj.* bitten; that which is to be bitten.

Bídángá, *adj.* instantaneously; at once; without delay.

Bi-ẹgun, *adj.* as a thorn; thorny.

Bi-ewe, *adj.* childlike; as a child.

Bí-eşu, *adj.* satanic; devilish.

Bí-ẹlẹdẹ̀, *adj.* hoggish; like a swine.

Bí-ẹni ìwà mimọ, *adj.* saintly.

Bí-ẹnìpé, *conj.* as if; as if to say.

Bí-ẹranko, *adj.* brutish; like a beast.

Bí-ẹrú, *adj.* servile; slavish.

Bí-ìkà, *adj.* tyrannical; cruel; in a cruel manner.

Bíkítà, *v.* to notice; regard; to care.—*e.g.,* Emi kò bíkítà, "I don't care."

Bíkoşe, Bíkoşepe, Bíkoşebi, *conj.* but; except; unless; if. —*e.g.,* Bikoşepe mo lọ, ki yio fi i fun ọ, "Unless I go, he will not give it to you."

Bí-ikú, *adj.* death-like; deathly.

Bìlà, *v.* to give place to; to make way (*lit.*—to push an opening)—*e.g.,* Bìlà fun mi, "Give place to me."

Bílálá, *n.* a whip made of hide with two or three thongs.

Bi-lère, *v.* ask; question.

Bí-lèjọ, *v.* to question one on a charge brought against him.

Bilìsi, *n.* evil; evil one.

Bi-lohùn, *v.* to reproach one for ingratitude.

Bi-ọmọ, *v.* to give birth to a child.

Bì-lù, *v.* to push heavily against another.

Binàbinà, *n.* abusive language.

Binu, *v.* to vex; to anger.— *e.g.,* Obinu si mi pupọ, "He is very angry with me."

Binujé, *v.* to be grieved, sorry or displeased.

Bí o ba, *conj.* if it should be; in case he should (generally followed by jẹ pe or şe pe).

Bí-obinrin, *adj.* womanly; womanlike.

Bí-ogun, *adj.* martial; warlike.

Bí-ònrurò, *adj.* churlish; fierce.

Bí-oruka, *adj.* circular; ring-like.

Bí-òşùmàrè, *adj.* like a rainbow; in a semi-circle; archlike.

Bí-o-tilẹ, *adv.* though it should; even if it should.

Bí-owe, *adj.* as a proverb; proverbially.

Bí-ọba, *adv.* royally; kingly.

Bí-ọjọ-isimi, *adj.* sabbatical.

Bí-ọlọ́run, *adj.* god-like; godly.

Bí-ọmọde, adj. childish; babyish.

Bí-ọmọdebirin, adj. girlish.

Bí-ọrẹ́, adj. friendly; friend-like.

Birí, adj. occupying a small space; within a small compass.—e.g., Ilẹ birí, " A small piece of land."

Birì, adj. occupying an extensive circular space.—e.g., Mo rà ilẹ birì, " I bought a large piece of ground."

Birí, adj. entirely; completely. —e.g., Oyipada birí, " He turned completely back." —e.g., Ọkọ nã dojude birí, " The boat entirely capsized."

Biribiri, a. very (usually followed by Ṣú, to be dark).—e.g., Ilẹ ṣú biribiri, " It is quite dark."—e.g., Igbó biribiri, okunkun biribiri, okunkun ni yio ṣẹtẹ igbó, " The forest is very dark, the night is very dark, the darkness of night is deeper than the darkness of the forest."

Birígámi, n. a square bag or wallet used by travellers.

Biríkõtó, n. a small narrow place.

Birueyi, adv. thus; in this manner.

Bisisun, adv. drowsily.

Biṣe, adv. according to custom, manner, or fashion.

Biṣubu, v. to push headlong; overthrow; defeat; refute.

Bitọrun, adj. or adv. heavenly, heavenlike.

Biwa, adv. according to fashion, like manner.

Biwamimọ, adj. saintly.

Biwèrè, adv. foolishly; like a mad person.

Biwin, adj. ghostly; ghastly.

Biwò, adv. like in form.

Biwó, v. to tumble; to break down; to push down.

Biyá, adj. motherly.

Biyẹ, adv. like a feather.

Bó, v. to peel, deprive of covering or bark; to make a noise like a he-goat.—e.g., Joseph bó ilé baba rẹ̀, " Joseph stripped his father's house." —e.g., Epo igi nã bó, " The bark of the tree peels."— e.g., Ara mi bó, " My body peels."

Bò, v. to cover; to hide; to overwhelm.

Bò, v. to be full of leaves; rich in foliage.—e.g., Ãba ode mi bò dudu, " The banyan tree in my street is full of leaves."

Bòbó, n. wild acacia or locust tree, the fruit of which is used as a cure for whitlow.

Bòdè, n. custom-house.—e.g., Ọba ni igba owo bòdè, "The king receives custom."

Bòdí, v. to conceal one's error; to shelter from disgrace.— e.g., Jọwọ bòdí mi, " Please shield me from disgrace."

Bojì, n. grave; place of interment.

Bõji, Bõjiji, n. shade.—e.g., Joko ni bõji, " Sit in the shade."

Boju, v. to veil or cover the face.

Bojujẹ, v. to make a wry face; to writhe; to look sad.

Bojuwo, Bojuto, v. to take the oversight of; to take care of; to take notice of.— e.g., Bojuto ile fun mi, " Take care of the house for me."

Bókanran, conj. otherwise; rather than.—e.g., Bókan-ran ki nlọ, ng o fi iṣẹ silẹ,

"Rather than go, I will resign the work.

Bòkèlè, v. to take a morsel; to sop.

Bọ̀kẹlẹ, adj. private, secret.

Bọkùku, v. to be hazy or foggy.

Bòlasà, v. to shield; to defend.

Bolawọ, v. to skin, flay or peel.

Bolé, v.i. to thatch; to rob a house; to confiscate.— e.g., Ọba bolé ẹniti o ṣẹ, "The king confiscates the offender's house."

Bole-bole, n. thatcher; robber; confiscator.—e.g., Ole bole-bole ejikan—a term of reproach applied to robbers.

Bolẹṣebi, Bolẹṣẹpe, adv. if possible.—e.g., Bolẹṣepe yio lọ, iba dara ju, "If he can possibly go it will be better."

Bolẹ̀, v. to cover to the ground; to cloud over.—e.g., Okunkun bolẹ̀, "Darkness covers the earth."—e.g., Òjò boIẹ̀, "It is cloudy."

Bolobolo, n. a small fly which sucks perspiration from the body; it also makes honey.

Bomi, v. to take water in a vessel.

Bomijọ́, v. to scald.

Bomirin, v. to water; to moisten.

Bomiwọn, v. to sprinkle with water.

Bomọ́, n. white-grained Guinea-corn.—e.g., Bomọ́ yọ larin bàbà, "The white-grained Guinea-corn is conspicuous among the ordinary red grains."

Bò-mọlẹ, v. to overwhelm, overflow or overspread.

Bomubómu, n. a tree, the leaf of which is pounded and used to curdle milk, as the leaf of the "ọrẹ" is to forment akara cakes.

Bora, v. to cover the body.

Bori, v. to cover the head; to overcome; to be superior; to surpass.—e.g., Ijọ kan òjo o bori ọdá, "One day's rain will make up for many day's drought;" adj. valid.

Bori-gbogbo, Bori ohun gbogbo, prep. above all, over all.

Bọ̀ró, n. a vegetable resembling a marrow.

Bòro bòro, n. nonsense; babble; adv. nonsensically.

Borukọ jẹ, v. to slander.—e.g., Ọta enia ni iba orukọ rẹ̀ jẹ, "It is an enemy who slanders one's name."

Bọṣepe, conj. if it had been.—e.g., Bọṣepe bẹ li o ri, iba buruju, "It were worse if it had been."

Bótì, v. to tear partly open.

Botiboti, adv. talkatively; pratingly.—e.g., Ọmọ yi nsọ bótiboti, "This child prates very much."—e.g., Ọrọ botiboti kò yẹ fun agbalagba, "Prating is unbecoming in an elder."

Botilẹṣẹpe, Botilẹjẹ, conj. though; nevertheless; albeit; although.

Botujẹ, n. the croton bush.

Bòyá, Bọ́yá, adv. perhaps, peradventure, likely, perchance. —e.g., Bóyá mo le ri i gbà, "Perhaps I may get it."

Boyasilẹ, v. to abdicate; to resign right or title.

Boyẹ, adv. except, unless.—e.g., Boyẹ li o gbọ temi, "Unless you hear me."

Bọ́, v. to drop, as a leaf or fruit of a tree; to fall from a loft; slip; to fail in

carrying out one's point.—
e.g., Awo bọ́ lọwọ mi,
" The plate slipped from my
hand."—e.g., Ewe bọ lori
igi, " A loaf drops from the
tree."—e.g., Ọmọ bọ si
kanga, " A child fell into
the well."—e.g., Ọran nā bọ
lọwọ mi, " I failed in the
matter." (The word is not
used for the dropping of
liquid.)

Bǫ̀, v. to feed, maintain, support,
cherish, nourish, or foster ;
to beat the mud floor of a
house ; to wash slightly.

Bǫ̀, v. to unloose ; to remove ;
to take off.—e.g., Bọ́ aṣọ
silẹ lori igangan, " Take
the clothes from the peg."
—e.g., O bọ́ aṣọ lara mi,
" He took off my clothes."

Bǫ̀, v. to worship ; to adore
false deities ; to sacrifice ;
deify.—e.g., Awọn keferi
ama bọ igi bọ okuta, " The
heathen worship wood and
stone."

Bǫ̀, v. to insert, pierce, boil,
seethe, coddle, or parboil ;
to sodden ; to put on
trousers ; to shake hands ;
to thread.—e.g., Bọ̀ gbogbo
ẹran nā, " Boil all the
meat."—e.g., Bọ̀ ṣokoto rẹ,
" Put on your trousers."—
e.g., Bọ̀ mi lọwọ, " Shake
hands."—e.g., Bọ̀ abẹrẹ yi
fun mi, " Thread my
needle."

Bǫ̀, v. to return ; to arrive ; to
travel towards ; to come.
—e.g., Awọn ero bọ̀ lana,
" The travellers returned
yesterday.

Bọ-bata, v. to put on shoes.
Bọ-laṣọ, v. to strip naked.

Bọ̀-lọwọ, v. to shake hands.
Bọ́-loyè, v. to deprive of title ;
to depose ; to dethrone.
Bọju, v. to wash the face.—e.g.,
Ọmọde yi, o ti bọju l'ŏrọ
yi bayı ? " Child, have
you washed your face this
morning ? "
Bọkini, n. a neat and tidy
person ; a gentleman.
Bọláfún, v. to respect, honour
or regard.—e.g., Bọláfún
agba, awọn ni baba wa,
" Respect elders ; they are
our fathers."
Bọ́lẹ̀, v. to plaster or beat mud
floors.
Bọlọwọ, v. to escape.—e.g., Iwọ
bọlọwọ enia buburu, " You
escaped from the hands of
the wicked."
Bọnní, n. a species of acacia
used in tanning.
Bọpelẹpẹlẹ, v. to stew.
Bọra, v. to undress.
Bọri, v.t. to worship the god of
the head.
Bọ̀rọ̀, adv. soon ; immediately.
—e.g., Kò de bọ̀rọ̀, " He
did not come immediately."
Bọrọ́, adj. plain ; unornamented.
Bọ̀rọ́, v. to indulge ; to spoil by
petting.—e.g., Mo bọ̀rọ́ rẹ
sibẹ, " I left him there after
indulging him."
Bọ̀rọ́, adv. very.—e.g., O nyọ́
bọrọ̀, " It is very slippery."
Bọrọ́ bọ̀rọ́, adj. slippery.
Bọ̀rọ̀ kònú, adj. profligate ;
wasteful ; stupid.
Bọ́ ṣàkoko, adj. fortunate ;
timely.
Bọ́ sanra, v. to fatten.
Bọ́-ṣarin, v. to interpose ; to
intervene.
Bọ́-ṣẹ́ṣẹ̀, v. to be handy.

Bọ́sẹ́, *adv.* quietly; secretly; easily; gradually. — *e.g.,* Obọ si mi lọwọ bọ́sẹ́, " It came to my hand quiotly." —*e.g.,* Mo nu u bọ́sẹ́, " I caught him easily."

Bọsi, *v.* to enter.—*e.g.,* Bọsi ilé, " Enter the house."

Bọsilẹ̀, *v.* to drop; to fail.

Bọ́ti, *n.* malt of Guinea-corn.

Bọtilẹ̀ṣẹpe, *conj.* though; even if it be so.

Bọwá, *v.* to come; to move towards.

Bọwale, *v.* to return from abroad; to enter the house.

Bọwọ́, *v.* to shake hands.

Bọ̀wọ̀, *v.* to regard; to pay respect to; to honour.— *e.g.,* Gbogbo ilu li o bọ̀wọ̀ fun wa, " All the townfolk respect us."

Bọya, *adv.* see Bóyá.

Bu, *v.* to broil; to bake under ashes; to dive; to hide in the sand as a crab.—*e.g.,* Mo bu iṣu diẹ ninu ẽru gbigbona, " I baked a few yams under hot ashes."

Bu, *v.* to mildew; to decay; to moulder.

Bú, *v.* to abuse; censure; to break into a loud cry; to yell; to explode; to send out an unpleasant savour.

Bù, *v.* to take out a portion (*e.g.,* of rice or water); to tweak; to break bread; to rupture; to lacerate.— *e.g.,* Bù omi fun mi, " Give me water to drink."—*e.g.,* Bù agbado fun ẹṣin, " Bring corn for the horse."—*e.g.,* Bù iṣu diẹ fun ọmọ yi, " Cut some yam for this child."

—*e.g.,* Ọbẹ nã bù mi lọwọ, " The knife cut my hand."

Bù, *prep.* almost; nearly.— *e.g.,* Mo bù de ibẹ tan, " I nearly reached there." —*e.g.,* Mo bù ṣe tan, " I have nearly done."

Buba, *n.* ambuscade; hiding place.—*e.g.,* A ri wọn ni buba, " We discovered them in their hiding place."

Bùbá, *n.* a short loose garment terminating at the waist.

Buburu, *adj.* wicked; evil; vile; infamous; ill.

Budo, *n.* camp.

Bùjé, *n.* a plant bearing a round fruit, the juice of which is used in tattooing.

Buje, *n.* a stable; a manger; a restaurant.

Buje, *v.* to bite, nip or gnaw.— *e.g.,* On bù mi jẹ, " He bit me."

Bùjẹkàn, *v.* to wane; to diminish.

Bujoko, *n.* abode; dwelling; seat.—*e.g.,* Ọmọde ki iwo sọsọ ni bujoko àgbà, " The younger should not intrude into the seat of the elder."

Búkà, *n.* a hovel; a stall; a market shed.

Bùkátà, *n.* liabilities; domestic responsibilities.

Bukọja, *adv.* almost gone.

Bùkún, *v.* to add to; to increase.

Bùkùn, *v.* to come short of; to be deficient; to depreciate; to scorn; to despise; to lessen; to abate; to reduce.

Bùkúrò, *v.* to take from; to diminish.

Bùlà, *v.* to dilute; to adulterate.

Bùlé, *v.* to put upon; to charge upon; to impose a fine.

Bùlẹ̀, v. to patch ; to piece.

Bùlù, v. to pour upon ; to supply largely ; to blow upon ; to press upon (as oppressive atmosphere).—e.g., Òru bù-lù mi, "The heat over-powers me."

Bùn, v. to give ; to present.

Bùn láyè, v. to give place ; to permit.

Bùn lẹ́bùn, v. to give a present to.

Bùn lomi, v. to give water to.

Bupa, v. to vaccinate ; to be vaccinated.

Bupa-bupa, n. a vaccinator.

Búra, v. to swear ; to take an oath.

Bura-eke, v. to perjure ; to swear falsely ; to forswear.

Buru, adj. wicked ; bad ; ill ; infamous ; hideous ; nox-ious.

Búrúbúrú, adv. humbly ; closely (used with "sapamọ," to hide).—e.g., Nwọn sapamọ búrúbúrú, "They hide very closely."

Burudopin, adj. worst ; as bad as can be ; wickedly atro-cious.

Buru-gidigidi, Burujulọ, adj. outrageous ; very bad ; horribly erroneous.

Burùkú, n. one of the gods supposed to accompany smallpox, and to kill per-sons so afflicted by twisting their necks.

Buru-rekọja, adj. hopelessly wicked.

Buru siwaju, adj. to wax worse and worse.

Buruwa, adj. naughty ; bad conduct.

Bùsà, v. to honour ; to respect.

Bùsí, v. to put to ; to add to ; to bestow upon ; to bless.—e.g., Ọlọrun yio bùsí i fun ọ, "May God bless you !" "God will bless you !"

Buso, n. a stall in which cattle are tied at night-time.

Busọ, n. a resting place for travellers ; an inn ; a place for refreshment ; a market stall.

Busú, n. loose sand ; loose soil.

Busúgbà, n. the soft pulp of the locust fruit.

Bùsùn, n. a sleeping place ; a bed ; a nest.

Bùsan, v. to grasp with the teeth ; to bite.

Busẹ, v. to be almost finished.

Butẹ, Butẹ butẹ, adv. easily (applied to a string or cord). —e.g., Okun nă nja butẹ butẹ, "That cord is easily broken."

Bu-wōde, v. to fine ; to impose a tax.

Buwókùn, v. to lessen the price or value ; to depreciate.

Buwólé, v. to prize ; to value ; to estimate.

Bùwọ́n, v. to besprinkle.

Buyin, v. to respect, regard, venerate or revere.—e.g., Buyin fun Ọba, "Honour the King."

D.

Dá, v. the primary idea of this verb is "to make or create," but its signification is modified by the noun with which it is used in com-bination.—e.g., O da mi ni igi, "He strikes me with a stick."—e.g., O da owo,

" He contributes (creates) money."

It is also a particle with a causative force, and when used with other words has the meaning of " to cause to have."—e.g., O da mi lare, " He acquits me," or lit. " He causes me to have the right." The object of the verb thus formed is always immediately after the particle Dá.

Dá, v. to be scarce or rare, or to be a time of dearth.— e.g., Qda dá, " There is famine ; " to be intelligent. —e.g., Oju rẹ dá, " He is intelligent ; " to be well.— e.g., Ara mi dá, " I am well ; " to cease (of rain) ; to be still or quiet.—e.g., Ile dá "The house is quiet;" to throw down in wrestling. —e.g., Mo le dá ọ, " I can throw you down ; " to break.—e.g., Igi dá, " The stick breaks " (an expression equivalent to the English " Alas ! ").

Dà, v. to cast ; fuse ; pour ; betray a trust ; to slip a child under the arm from the back.—e.g., Qrẹ mi dà mi, " My friend betrays me " (lit.—pours me out) ; to be acceptable as a sacrifice (because the blood of the sacrifice is poured on the ground) ; to become ; when used in this sense it is changed into Di for the sake of euphony before e, i, o and all consonants.— e.g., Kokoro di labalaba, " The grub becomes a butterfly."

Dabá (dá-aba), v. think ; hope ; imagine ; speculate ; conjecture.

Dabí, v. resemble ; to be like ; seem.

Dabòbo, v. protect ; defend ; shelter ; cover ; shield ; screen ; harbour.

Dabọ, v. cease.—e.g., Ko dabọ iyọ mi lẹnu, " He does not cease troubling me."

Dabu, v. lie across ; cross.

Da . . . bulẹ, v. to cause to lie down ; to confine to bed.

Daradara, dádá, adj. good ; adv. well.

Dádi, v. to cause ; bring about.— e.g., Kini dádi ija ? " What is the cause of the quarrel ? "

Dadó, v. to dwell alone ; to be isolated ; to dwell apart.

Daduro, v. to stop ; detain ; prevent ; stay ; arrest ; interrupt ; hinder ; intercept.

Dàgbà, v. to grow ; become of age ; to be old.

Dàgbalàgbà, v. to become fully developed (used of persons only) ; to be full grown.

Dágbagba ẹrin, v. to laugh loudly.

Dagbé, v. to live alone ; to be isolated.

Dagbere, v. (da, make ; gbere, by-and-by ; a term used in bidding goodbye to the dead.—e.g., O di gbẹre o, " Till by-and-by ") ; bid goodbye, partake leave of, bid farewell.

Dahun, v. reply ; answer; speak.

Dahun fun, v. to be responsible for ; represent ; answer for.

Daidagiri, v. create alarm ; raise a panic.

Daiyafò, Daiyaja, v. discourage; dishearten; dismay; alarm; frighten; intimidate.

Dájà (da-ijà), v. to create, cause, or provoke a quarrel or fight.

Dà ... jade, v. pour out; turn out; drive out.

Dájè, v. feed alone; shun company.

Daji, v. wake up suddenly; to rise very early in the morning.

Dà ... jó, v. pour hot liquid on to scald.—e.g., O da omi gbigbona jo mi lara, " He is scalding me with hot water."

Dajọ (da ẹjọ), v. to judge; settle a quarrel; adjudicate.

Dajọ (da ọjọ), v. to appoint a day; fix a definite time.

Da ... jọ, v. to contribute, collect together.—e.g., Ijọ Ọyọ da ogoji poundi jọ, "The Ọyọ Church contributed £40."

Dajú (da oju), adj. shameless; certain; plain; v. to be certain.

Dajudaju, adv. certainly; evidently; assuredly.

Dákakà, v. to sit crosslegged; to stand with open legs.

Dakele, v. to gamble with food (an Ekiti custom).

Dakelekele, v. to be in small bits; to cut into bits.— e.g., Kini ẹran na ti dakelekele yi ? " What causes the meat to be in such tiny bits ? "

Dakẹ, v. to be silent; to be still; to be dead; to be quiet.—e.g., O ti dakẹ, " He is dead."

Dakẹjẹ, v. to be perfectly still or quiet.

Dakẹrọrọ, v. to be perfectly calm or still.—e.g., Omi dakẹrọrọ, "The water is quite calm."

Dakó, Kọlà, v. to be circumcised, or to circumcise. (Dakó is to be avoided in translations and kọlà to be used instead).

Dakokò (Da-akókò), v. to specify a time; appoint a day.

Dako, v. to make farm.

Dakọ (Da-ẹkọ), v. to buy agidi (corn starch, cooked).

Dakọja, v. step across; pass over; neglect.

Dáku, v. faint; to be unconscious.

Dákun, v. " Please pardon me," " I ask your pardon." (Always used in the Imperative mood.)

Dakùn, v. to prepare spun cotton for sale by folding it into skeins.

Da ... kuro, v. release; redeem; acquit; let go.

Da ... lagara (da-ni-agara), v. to weary; exhaust the patience of.

Da ... lara, v. to serve one right; disappoint.

Da .. laraya, v. to enliven.

Da ... lare (da-ni-are), v. justify.

Da ... lasà, v.venture; attempt.

Dalè, v. to get a concubine.

Dalè (da-ilè), v. to prove faithless to an agreement; to break oath.

Da ... lẹbi (da-ni-ẹbi), v. condemn.

Da ... lẹjọ, v. judge.

Da ... lẹkun (da-ni-ẹkun), v. forbid; restrain.

Da ... lohun (da-ni-ohùn), v. answer; reply to.

Da ... loju (da-ni-oju), v. to be sure ; to be certain.—e.g., Ohun na dami loju, " I am sure of the matter ; " to disappoint.—e.g., Ọmọ yi da mi loju, " This child disappoints me (by its early death). '

Da ... lojude, v. upset ; capsize ; overset.

Da ... loko ẹru, v. emancipate ; ransom ; a slave.

Da ... lokùn ồwo, v. to give a capital to ; advance capital.—e.g., Jọ̀ da mi lokùn ồwo, " Please advance me some money to trade with."

Da ... loro (da-ni-oro), v. to torture ; torment. —e.g., Maṣe da ẹnikẹni loro, " Torment no one."

Da ... lọrun, v. to have a longing for ; to long for.—e.g., Ẹmu nda mi lọrun, " I feel a longing for palmwine."

Dálu, v. to bore ; make a hole through.

Dàlu, v. to mingle ; commingle ; mix.

Damajẹmu, v. to covenant ; make a covenant.

Da ... meji (da-meji), v. to divide into two ; halve ; bisect.—e.g., O da iṣu na si meji, " He divided the yam into two parts."

Damọran (da-imọ-ọran), v. give advice ; propose.

Da ... mọ, v. to strike or hit with.—e.g., O da igi mọ mi lori, " He hit me on the head with a stick."

Damú, v. (trans. and intrans.) confuse ; perplex ; confound ; to be confused.

Da ... lamu, v. bring confusion upon ; to upset.—e.g., Ihin na da mi lamu, " The news upset me."

Dan, adj. bright ; polished ; smooth ; v. shine, glitter ; to be smooth ; make bright ; polish ; lubricate.

Dana (da-ina), v. to make fire.

Dánà, v. commit robbery on the highway.

Danadana, n. a highwayman ; pirate ; robber.

Danasun, v. to burn with fire.

Dàndán, n. a substance resembling fish scales found in the soil of some parts of the Yoruba Country, such as Ile Ifẹ.

Dandan, adv. surely ; certainly ; by all means ; at all costs ; at all risk.—e.g., Ng o lọ dandan, " I will go at all costs."

Dandanyidan, Dandanndan, adv. after all ; by all means ; at all costs.—e.g., O sa ri bẹ dandanyidan, " Thus it happened after all."

Da ... nigi (da-ni-igi), v. beat with a stick.

Da ... nija (da-ni-ija), v. cause a quarrel or fight.—e.g., Kini da yin nija, " What caused the quarrel among you ? "

Da ... niji (da-ni-iji), v. to alarm ; terrify ; frighten greatly.—e.g., Ẹranko na da mi niji, " The beast frightened me greatly."

Daniniyemeji, adj. doubtful ; uncertain. v. to create doubt in the mind.

Da ... niyemeji, v. to cause to doubt.

Danmanran, *adj.* smooth ; neat ; clean ; glossy.

Danmanranmanran, *adj.* very smooth ; very neat.

Dan ... wò, *v.* tempt ; try ; prove.

Dánu, *adj.* fluent. *v.* to be able to speak fluently.

Dànu, *v.* to be spilt ; to be upset. —*e.g.,* Omi na dànu, " The water is overturned."

Da ... nù, *v.* cause to turn over. —*e.g.,* Qmọde na da ẹkọ rẹ nù, " The child throws away his ẹkọ (food) ; " throw out ; throw away.

Dapádapá, *adj.* freckled.

Dapará, *v.* to jest, joke.

Dapatá (da-apata), *v.* to be hard ; to be callous.

Dapò (da-apo), *v.* make a pocket; to pucker.

Dapọ, *v.* mix ; mingle ; join.

Dapọmọ, Darapọmọ, *v.* coalesce ; combine with ; join.

Dapọmọra, *v.* commingle ; mix together.

Dapọsọkan, *v.* conjoin ; unite ; incorporate.

Dara, *adj.* good ; handsome ; beautiful ; fair ; neat ; nice ; fine ; splendid ; elegant ; dainty.

Dárà (da-àra), *v.* cut capers ; display feats of skill ; make a show ; follow fashion.

Daradara, *adj.* ti o dara ; good ; nice.

Daràn (da-ọràn), *v.* offend ; commit a grievous sin ; trespass ; get into a scrape ; incur a heavy penalty ; commit sacrilege.

Daràndaràn, *n.* one who re-peatedly commits offences ; a regular evil-doer ; a criminal.

Darandaran, *n.* shepherd; herds-man ; drover.

Daraju, *adj.* better ; superior.

Daraya, *v.* to be cheerful ; play ; to be lively ; to amuse oneself ; to be gay.

Dare, *v.* to decide in favour of ; acquit.

Darí, *v.* turn ; steer ; direct the course of.

Dari ... kọ, *v.* to turn the direction of ; go towards. *adv.* never; no.

Darikọ, *adj.* crooked ; clumsy.

Dari ... si, Darisi, *v.* turn towards ; tend to ; prone to.

Dáro, *v.* to dye ; to be a dyer of arò (a blue dye).

Dárò, *v.* to lament ; wail ; think longingly of another.

Da ... rò, *v.* to keep one waiting a long time ; delay.

Da ... rú, *v.* confound ; confuse.

Darudapò, *adv.* promiscuously ; indiscriminately ; in con-fusion.

Darudaru, *adv.* completely ; entirely (applied to verbs of concealing).—*e.g.,* Ikúkú bolẹ darudaru, " The fog covers the town com-pletely."

Darukọ (da-orukọ), *v.* name ; mention by name.

Dasan (da-asan), *v.* to come to nought ; become useless ; vanish out of sight.

Dasẹ (da-ẹsẹ), *v.* to cease from going to a place ; to refrain from visiting a place ; make oneself scarce.

Da ... si, *v.* spare ; reserve ; exempt; meddle in ; intrude into.

Da ... silẹ (da-si-ilẹ) release ; acquit ; let go.

Dà ... silẹ̀ (dà-si-ilẹ), v. pour on the ground ; shed ; spill.

Da ... sọ, v. allude ; mention ; speak about.—e.g., O da ọrọ na sọ, " He alluded to the matter."

Daṣà (da-aṣà), v. to adopt a new style ; follow fashion.

Daṣaka, adj. clean ; expert ; clever.

Daṣakaṣa, v. to adopt a new fashion thoughtlessly or recklessly.

Daṣaṣa, adj. clean ; expert ; clever.

Dá wẹ̀, v. bathe alone, wash alone. Dá used in such a sense means alone, by one-self.

Dawo (da-owo), v. contribute money ; subscribe money ; put money together.

Dawo ẹ̀su, Da-ẹ̀su, v. to save one's money by joining a kind of club called Ẹsu.

Dawo-ilu, v. pay taxes ; pay rates.

Dawo-odẹ̀, Dawo-bodẹ̀, v. to pay customs ; pay duty.

Dawole (da-owo-le), Diyele, v. fix the price of ; estimate.

Dawọ, v. to be sulky ; to refuse to be appeased when angry.

Dawọ, v. to hold the hand ; to stop, cease, stay.

Dawọbò (da-ọwọ-bò), v. to cover with hands.—e.g., Ẹ dawọbò iṣẹ na, " Let your hands be fully occupied in doing the work."

Dawọdelẹ̀ (da-ọwọ-de-ilẹ), v. (lit.—to go on all fours) ; to be ruined.

Dawọduro (da-ọwọ-duro), v. to forbear ; stay ; cease ; stop.

Dawọle (da-ọwọ-le), v. venture upon ; undertake.

Dawọpọ̀ (da-ọwọ-pọ), v. join hands.

Dawú (da owú), v. prepare cotton yarn for sale by folding it into skeins.

Dayele, Diyele (da-iye-le), v. appraise ; fix a price upon ; rate ; estimate the price of. (This is done by the buyer and not by the seller.)

Dé, v. come ; arrive ; reach ; cover.—e.g., Ọran na dé oju rẹ, " The matter has reached a crisis."—e.g., Ojọ dé, " Rain is coming."

Dè, prep. in the absence of ; for.—e.g., Duro dè mi, " Wait for me."—e.g., Ma ṣe iṣẹ na dè mi, " Continue the work in my absence."

Dè, v. bind ; put in shackles ; screw together ; rivet ; tie ; put in fetters.—Nwọn dè mi mọlẹ, " I was fettered."

Debẹ (de-ibẹ), v. to arrive there ; reach the place.

Debipa (da-ebi-pa) Febipa, v. to starve.

Dẹ̃de, adj. exact ; agreeable ; suitable ; accurate. adv. well ; exactly.—e.g., O wa ni dẹ̃de akoko ti mo fẹ ẹ, " He came at the exact moment I needed him."— e.g., Iṣẹ nlọ dẹ̃de, " The work is going on well."— e.g., Ko dẹ̃de ti nwọn fẹ ri ọ, " It is no wonder they wish to see you."

De ... lade, v. to crown.

Dè ... lapa, v. to pinion.

De ... lẹwọn, v. to chain ; fetter ; handcuff.

De ... lọna, v. obstruct ; impede ; stop the progress of.

Denà, v. lie in ambush ; lay wait for ; waylay.

De-si, v. come to; befall; happen to.

Dẹ̀su, v. see Dawo ẹ̀su.

Dẹ̀, adj. loose; slack; ripe; soft.

Dẹ̀, v. to set a trap; ensnare; tempt; bait; allure; decoy; hunt.

Dẹbi (da-ẹbi), v. condemn.—e.g. Tani ndẹbi, " Who condemns."

Dẹbifun, v. condemn.

Dẹ̀dẹ̀, adv. near; at hand (used exclusively in the phrase). —e.g., Ku si dẹ̀dẹ̀, " Is at hand."—e.g., Ojọ Oluwa ku si dẹ̀dẹ̀, " The day of the Lord is at hand."

Dẹdẹ, adj. very soft. adv. deep, as applied to colours.—e.g., Eso nā pọn dẹdẹ, " The fruit is of a deep red colour."

Dẹdo (dẹ odò), v. fish.

Dẹgbẹ (dẹ igbẹ), v. hunt (in the bush).

Dẹgbo, adj. galled.

Dẹgun (di-ẹgun), v. to make a rough seat on a tree on which to lay wait for animals at night.

Dẹ̀hin, v. go back.

Dẹhin (di-ẹ̀hin), prep. till after. —e.g., O dẹhin ọla, " Till some distant date (lit.—Till after to-morrow)."

Dẹhun, v. to sink the voice.

Dẹja (dẹ-ẹja), v. to fish.

Dẹjú, v. to be mild; soft; lenient; placid.

Dẹkùn (dẹ-okùn), v. set a trap; snare.

Dẹkun, v. cease; stop.

Dẹ̀ . . . lara, v. soothe; to comfort.—e.g., O dẹ̀ mi lara, " It soothes me."

Dẹmu (da-ẹmu), v. to extract the sap of the palm-tree.

Dẹra (dẹ ara), v. to be lax; to flag; yielding.

Dẹrinpa, adj. ridiculous.

Dẹrù (di-ẹru), v. to pack; tie a load.

Dẹrù (da-ẹrù), v. to cause fear; raise alarm.

Dẹrù . . . bà, v. to frighten; affright; scare.

Dẹrule (di-ẹru-le), v. to load; lade.

Dẹrupa (da-ẹru-pa), v. to cause to feel the weight of.

Dẹsẹduro, Tẹsẹduro, v. to halt; wait; stay.

Dẹ . . . si, v. to incite against.

Dẹṣẹ̀ (da-ẹṣẹ̀), v. to sin; transgress; disobey a law.

Dẹtẹ̀ (da-ẹtẹ), v. to be leprous.

Dẹtí (dẹ-eti), v. listen; incline the ear.

Dẹtì, v. impersonal, it fails; it is impossible.

Dẹwọ́ (dẹ ọwọ), v. to ease; slacken; relax one's hold. —e.g., Jẹ ki ndẹwọ fun ọ, " Let me give you a chance."

Dẹwọ̀ (dẹ iwọ̀), v. to fish with a hook; angle.

Dẹwù (da ẹwu), v. to make or sew a garment.

Di, conj. (always found with the particle O); till or until— e.g., O di ọla, " Till to-morrow."

Di, adj. closed; thick.—e.g., Ọna na dí, " The way is overgrown." v. shut up; shut; close.—e.g., Mo di iho na, " I closed up the hole."

Dí, adj. entangled; complicated. —e.g., Ẹjọ na di patapata, " The matter becomes very much complicated."

Di, v. tie ; bind ; unite ; freeze ; congeal ; coagulate. *adj.* congealed ; frozen ; dense.

Di, v. become.—*e.g.,* Mo di ẹni nla, " I am become great."

Dibajẹ, v. to become putrid ; corrupt ; rotten ; to perish.

Dibọ̀, v. to cast lots.

Didà, *adj.* molten ; poured out.

Didá, n. the act of giving effect to any action.

Didá-ara, n. soundness of body ; health.

Didá-àrà, v. making antics ; capering.

Didabá, n. the act of imagining ; conjecturing or speculating.

Didan, *adj.* shining ; bright ; glossy ; varnished.

Didara, *adj.* good ; beautiful ; nice. n. the condition of being good.

Dìdé, v. arise ; stand up ; stir ; ferment.—*e.g.,* Dìdé naró, " Stand upright."

Dide, n. arrival.

Didà, n. the condition of being bound or chained.

Didẹ̀, a. soft ; ripe.

Didi, n. the condition of being tied.

Diẹ, *adj.* few ; some ; little ; *adv.* awhile.

Diẹdiẹ, *adv.* little by little ; a little at a time.

Difa (da-ifa), to consult the god Ifa by means of its symbols palm-nuts.

Difẹ, v. to blossom ; flower.

Digbà (da-igbà), v. to appoint a certain time ; fix a time.

Digba (di-igbà), *adv.* (used in parting), bye-and-bye.— *e.g.,* O digba o, " Good-bye."

Digbana (di-igbana), *adv.* till then.

Digbati (di-igbati), *adv.* till the time when.

Digbesè, v. to incur debt ; fall into debt.

Digboṣe (di-igbati-o-ṣe), *adv.* bye-and-bye ; till another time. —*e.g.,* O digboṣe, " Good-bye."

Digi, n. glass ; looking-glass ; mirror.

Digó, n. an article of dress, consisting of a piece of cloth tied round the waist. v. to wear a piece of cloth around the waist as above.

Dihamọra, v. to be harnessed ; to arm oneself ; to be clad in armour.

Dijà (da-ijà), v. to be the cause of a quarrel.

Dijámọra (di-ọja-mọra), v. to tie a cloth round the body.

Dije (da-ije), v. to arrange a race.

Diji, v. to be frightened out of breath ; to take fright ; to faint from the effect of fright.—*e.g.,* Ọmọde na diji nigbati o ri egungun, " The child fainted with fright when he saw the Egungun " (a masquerader).

Diju (di-oju), v. to shut the eyes ; to close a passage.

Diju, v. to be entangled ; to be knotted.—*e.g.,* Ọran yi diju, " This matter is hard to unravel."

Dikasi, v. to become stale ; become mouldy ; to be musty.

Di . . . leti, v. to prevent from hearing ; deafen ; cause to be deaf.

Dilẹ̀, v. to be disengaged ; to be unemployed.—*e.g.,* Ọwọ mi dilẹ̀ diẹ wayi, " I am now less pressed with work."

Di ... lẹnu, v. muzzle ; to shut the mouth of.

Di ... lokẹtẹ̀, v. to make into a bale.

Di ... lọna, v. to obstruct ; hinder ; prevent ; intercept.

Dilù, v. condense ; bind together.

Dimọ́, v. cling to ; grasp.

Dimọ̀lu, v. to take counsel together.

Di ... mu, v. to hold ; grasp ; grip ; wrestle ; struggle.—e.g., Dimu giri, " Hold fast."—e.g., Dimu ṣinṣin, " Grip tightly."

Din, v. to fry ; bake ; toast.

Dinà, v. to barricade ; bar.

Di ... nihamọra, v. to arm harness ; clothe in armour.

Dinú, adj. revengeful ; morose ; cantankerous.

Dipara, v. to rust ; corrode.

Dipò, v. succeed ; to be a substitute. prep. instead of ; in the place of.

Dipọ̀, a. congealed ; coagulated. v. to adhere ; congeal ; tie together ; bind.

Dirí, v. to plait the hair.

Disisiyi, adv. till now.

Diti (di-eti), adj. deaf. v. to be deaf.

Díwọ (dí-ọwọ), v. to take one's whole attention ; to engage one's time.

Diwọ́ (dì-ọwọ), v. to clasp hands ; to bend the fingers into the palm of the hand.

Díwòn, v. to measure ; gauge.

Diyale, v. see Dayele.

Dó, v. encamp ; cohabit.

Dofo (di-ofo), v. to become empty.

Dogiri (da-ogiri), v. to gallop.

Dógò, v. to dun for debt.

Dogún, v. to rust ; corrode.

Doje, n. sickle ; scythe.

Dojubolẹ (da-oju-bo-ilẹ), v. to prostrate with the face on the ground.

Dojude (da-oju-de), v. to invert. —e.g., Da oju ikoko na de ilẹ, " Invert the pot."

Dojukodo (da-oju-kọ-odò), v. to turn the face downward.

Dojukọ, v. to face ; confront.

Dojuti, v. to make ashamed.

Domi (da-omi), v. to become watery ; to become liquid.

Domnira (da-omnira), v. to free ; to emancipate.

Dopin (de-opin), v. to come to an end ; to end.

Dorikodo (da-orin-kọ-odò), v. to hang down the head.

Dorikọ, v. to turn towards ; incline one's steps.

Doti, v. to encamp against ; beset ; beleaguer.

Dọbalẹ, v. to prostrate on the ground ; to lie flat on the stomach (a form of salutation).—e.g., Dọbalẹ ki a pa igbọnwọ mọra ni ohun ti iṣe fun ni, " To prostrate oneself and keep the elbows close to the body (in the attitude of supplication) has its advantage."

Dọdẹ, v. to chase ; hunt.

Dọgba, v. to be equal ; to be on the same level.

Dọnkọ, n. an idiot ; a stupid person.

Dọpọ, v. to offer low price for goods.—e.g., O dọpọ le aṣọ ti mo nta, " He offers a low price for the cloth I have for sale."

Dọsọ̀, a. nice ; grand ; fine.

Dọwọdelẹ (da-ọwọ-de-ilẹ), v. (lit. —to go on all fours). v. to cause to fail ; to subdue.

Dọwọnle (da-ọwọn-le), v. to rate at a high price; appraise highly.

Dù, v. to scramble for; emulate; compete with; rival.

Dú, dúdú, adj. black; dark-coloured.

Dù, v. to deny a request; refuse; disallow.

Dúbu, v. to lie across or athwart.

Dubulẹ, v. to lie down.

Dudú, adj. black; sable; dark-coloured.

Dùdù, adv. thickly.—e.g., Ojo ṣu dùdù, " The rainclouds gather quickly."

Dugbolù, Kọlù, v. to stumble upon; stagger against; knock against an object.—e.g., Maṣe dugbolù mi, " Do not stagger against me."

Dulumọ, n. calumny; slander; bribe.—e.g., Maṣe gba dulumọ ẹnikan, " Do not slander anyone."

Dumbu, v. to kill by cutting the throat; decapitate.

Dùn, v. to pain; to be painful; to grieve; to cause regret.—e.g., Ọran na dùn mi pupọ, " The matter grieves me much."

Dùn, adj. sweet; pleasant; delicious; pleasing; palatable; agreeable. (Used to express any agreeable sensation.)

Dún, v. sound.

Dunmọ, v. to be pleasant; to please; to be agreeable.—e.g., Ohun ti nwọn ṣe dunmọ mi jọjọ, " That which they did pleased me very much."

Dùndú (du-ndu), n. fried yam.

Dùndún, n. a kind of drum.

Dupẹ (da-ọpẹ), v. to give thanks—e.g., Ẹniti a ṣe lore ti ko dupẹ, a ba ṣe e ni ibi ko dun u, " He who does not give thanks for kindness received, would not feel injury done to him."

Dura (du-ara), v. to make an effort to keep oneself from falling.—e.g., Mo dura nigbati ilẹ yọ mi, " I tried to keep on my legs when I slipped."

Duro, v. to stand; wait; halt; tarry.

Durode, v. to wait for.—e.g., Durode mi, "Wait for me."

Duropẹ, v. to linger; stay long.

Durosi, v. to halt suddenly.

Duroti, v. to stand by or against.

Dùru, n. harmonium, organ, harp.

Dúrú, adj. important.

E.

E, a prefix, used with a verb to form a pronoun.—e.g., lo, to use; elo, the thing used, a utensil.

Ẹbà, n. jar for holding grease, oil or ointment.

Ebẹ, n. a heap of earth made for planting; bed; hillock.

Ẹbi, n. vomit; matter thrown up from the stomach.

Ebi, n. hunger.

Ebí, n. journey; travel; a long journey.

Ebi-npa, v. (a phrase) to be hungry (lit.—hunger is killing).

Ẹbo, Àbo, Ẹdi, n. the act of binding or tying.

Ẹbú, n. abuse; bad names; attributing defect to any

part of the body.—*e.g.*, Qlori nla, " A big-headed fellow."

Èbu, *n.* a piece of anything about the size of a man's fist intended for planting ; yam seed.

Ebuta, *n.* landing place ; wharf ; harbour.

Ebútú, *n.* dust ; a heap of fine dust.

Èdè, *n.* language ; dialect ; tongue.

Èdé, *n.* crawfish ; lobster ; shrimp ; prawn.

Èdé, *n.* buffalo.

Èdì, *n.* a spell ; a charm ; an enchantment.

Èdídí, *n.* a seal ; a stamp.

Èdú, *n.* a kind of wild goat.

Èdu, *n.* coal ; cinders ; lamp-black.

Èfí, Èfín, *n.* smoke.

Efinrin, *n.* an aromatic shrub resembling mint, having medicinal properties.

Efinrin-wèwè, Efinrin-ata, *n.* another species of Efinrin, having smaller leaves ; mint.

Efinrin-odò, *n.* water mint.

Èfó, *n.* chaff ; corn chaff used for feeding cattle.

Èfó, *n.* bubbles ; froth.

Èfó, *n.* broken pieces ; fragments of earthenware.

Èfo, Òfo, *n.* cuticle ; outer skin ; cast off snake skin.—*e.g.*, Ara mi npa òfo, " My surface skin is peeling off."

Èfù, *n.* a coated tongue caused by a disordered stomach.

Ègàke, Eginni, *n.* a tickling.—*e.g.*, Iwo nrin mi li eginni, " You tickle me."

Ègbè, *n.* woe ; damnation ; perdition ; loss ; eternal punishment.

Ègbè, *n.* support ; aid ; response ; chorus.

Ègbè, *n.* a cane used in the framework of a thatched roof.

Egbeje, *a.* one thousand four hundred (1,400).

Egbere, *n.* a small animal ; an evil spirit supposed to be of very small stature. It is said to wander abroad at night and to frequent the woods.

Egbin, *n.* a kind of deer.

Egbò, *n.* a sore ; ulcer ; root of a tree.

Egbó, *n.* dry corn cooked very soft ; corn pudding.

Egbódò, *n.* new yam.

Egbogi (egbò-igi), *n.* medicine (*lit.*—root of a tree).

Egbon, *n.* flea ; tick.

Ègé, *n.* piece.

Ègè, *n.* dirge ; anthem ; response.

Egédé, *adv.* only ; simply.—*e.g.*, Mo bo ile tan egédé ki nyè e ni o kù, " I have thatched the house, the ridge only remains to be done."

Ègèdè, *n.* mystery ; a mysterious saying.

Ègun, Egungun, *n.* bone ; skeleton.

Egun-àiya, *n.* breastbone ; the ribs.

Egun-ehin, *n.* back-bone ; spinal column.

Egún, *n.* curse ; imprecation ; anathema.

Egún, Egúngún, *n.* a masquerader who is supposed to be a dead person returned to earth ; the worship of the spirits of the dead.

Egunrin, *n.* refuse ; dust.

Ehaṣe (eyi-ha-ṣe), adv. why; wherefore; how so.

Ehin, Eyin, n. tooth; tusk.

Ehin-erin, n. ivory; elephant's tusk.

Ehó, n. froth; foam.

Ehoro, n. hare; rabbit.

Ehọ-ejo, Ẹfọ-ejo, n. the cast off skin of a snake.

Ehù, n. birds like palm-birds generally found in flocks; offset; offshoot; bud; weed; seedling; sprout.

Ehú-iyan, Iyan-ihasi, n. pounded yam which has become stale.

Ejanu, n. passion; passionate feeling.

Eje, a. seven; seventh.

Eje-ọdun, n. the seventh month in the year—July.

Ejí, n. rain.

Ẹjì, a. two.

Ẹjí, n. a wedge-shaped cut in the upper frontal teeth, thought to enhance beauty.

Ẹji-ọdun, n. the second month in the year—February.

Ẹjidílogun (Ẹji-din-ni-ogun), a. eighteen.

Ẹjila, a. twelve.

Ẹjiká, n. shoulder.

Ẹjinrin, n. a creeping plant.

Ẹjirẹ, Ẹjiẹ, Ibeji, n. twins; giving birth to two at one time.

Ejò, n. serpent; snake.

Ejó, n. fried pork, bacon.

Ẹkán, Ẹkánna, n. finger-nail; claw; talon; paw.

Ẹkán-awodi, n. (lit.—eagle's claw) a prickly shrub used as medicine for destroying tape-worms

Ẹkán-ẹkun, n. (lit.—lion's paws); a prickly plant, so called from its prickles resembling lion's paws.

Ẹkàn, n. new shoots from the stem or roots of trees.

Ẹkàn, n. upright posts used in weaving; post to which to tether animals; any wooden peg, plug or wedge.

Eké, n. liar, falsehood; lie; falsity.—e.g., Pipẹ ni yio pẹ eké kò mu rá, "Though it may be a long time a lie will be detected at last."

Ekeje (ẹkan-eje), a. seventh.

Ekeji (ẹkan-eji), a. second; next; the other; the second of a pair.

Ekelenje, n. eft, a small lizard.

Ekérègbe, Ewurẹ, n. goat.

Ẹkinni, a. first, chief.

Ẹkiri, n. a kind of wild goat.

Ẹkiti, Òkiti, n. somersault; a mound of earth; hillock; the name given to the district north-east of the Yoruba Country.

Ekò, n. joint.

Ẹkòlò, n. a long worm generally found by the side of water.

Eku, Ekute, n. rat; mouse.

Ẹkù, Ẹkùn, n. handle of a knife, sword or cutlass.

Ekú, Ekukaka, n. sheer force; effort.—e.g., O ṣe ekú dide die, "He makes an effort to raise himself a little."

Ẹkúlu, n. a snare for fish.

Ẹkùlu, n. a kind of deer.

Ẹkún, n. knee.

Ekurọ, n. the kernel of a palm-nut.

Ekuru, n. meal made of ground white beans or ọorn (when made of corn it is called èkuru agbado); sometimes called kuduru.

Ẹkúrú, n. mange; itch; scabies; eczema.

Ẹkuru, n. dust; fine dust.

Ekùsá, Ekusé, *n.* ringworm on the head.

Ekutele (ekute-ile), *n.* house-rat.

Elà, *n.* wedge.

Elá, *n.* force; violence; pressure.

Elé, *n.* interest; usury; surplus; a course of mud in building mud walls.

Elè, *n.* iron; instruments made of iron; weapons; sword. The cry of " Elè " denotes " All to arms."

Eledemeji, *n.* equivocator; double-dealer.

Elegbè, *n.* seconder; supporter; chorister; one who makes responses.

Elegbò, *n.* one with sores on his body.

Elegede, *n.* pumpkin.

Elégède, *n.* a mystic.

Eleke, *n.* a liar; a talebearer.

Eleminí, *n.* a slanderer; a traitor.

Elere, see Abiku.

Elérè, *n.* one who gains or makes profit.

Elérí, *n.* an unclean person; a dirty or filthy person. *adj.* dirty; filthy.

Elérù, *n.* a cheat; a shuffler.

Elerupe, *adj.* earthy; made of dust.

Elépo, *n.* palm-oil seller.

Elésè-aluko, *adj.* purple.

Elésó, *adj.* fruit-bearing.

Eléṣù, *n.* a demoniac; one possessed with a devil.

Eléṣù, *adj.* wicked; devilish.

Eleti-aja, *n.* that which has flaps.

Elétùtù, *n.* propitiator.

Eleyi, *pro.* this one; this.

Elò, *n.* use.

Eló, Ẹló, *adv.* How much ?

Elò-ọbè, *n.* ingredients used in cooking, such as salt and pepper.

Elọ, Ọlọ, *n.* grinder; digestive organs.

Elubọ, Ọka, *n.* yam-flour; dried yam.—*e.g.*, Elubọ ṣeègbódò ri, ẹru ṣe ọmọ ni ile baba rè ri, " (As) dried yam was once fresh and soft, (so) the slave was once a child in his father's house."

Emi, Mo, Ng, *pro.* I.

Emí, *n.* breath.

Emifunrami, *refl. pro.* I myself.

Emimọ, Emọ, *n.* the seeds of a wild shrub which adhere to clothes.

Emi-nã, *refl. pro.* I also; I myself.

Eminà, *n.* a trailing plant bearing fruit on a stalk.

Emitikarami, Emitikalami *refl. pro.* I myself; myself.

Emọ, *n.* wonder; strange occurrence.—*e.g.*, Emọ de, " A strange thing happens."

Emọ or Emimọ, *n.* seeds of a plant; anything adhesive.

Emọ-agbò, *n.* a shrub whose seeds stick to the skin of cattle (agbò, ram) when grazing.

Emurẹn, Emurin, *n.* mosquito.

Enà, *n.* used only in the following proverb :—Bi iwọ ko ni owo o kò ni ẹnà, bi o kò ni ẹnà o kò ni ohùn rere lẹnu, " If you have no money (to give a person in distress) can you not pay visits, and if you cannot pay visits can you not send some kind messages ? " Hence the title " Apena," which means " One who calls together."

Eni, *n.* overweight; overmeasure.

Ení, *adj.* one; unit.

Èní, Òní, n. to-day.

Èni, Eyini, pro. that; that one; that yonder.

Èni, n. dew.

Ènia, n. a human being; person; somebody; man (in the general sense).

Ènia-dudu, n. black man; negro; coloured man.

Ènia-funfun, n. white man; European.

Èniakenia, n. villain; rascal; blackguard.

Ènialasan, n. outcast; one without character; common fellow.

Ènitere-ejitere, adv. (a phrase, lit.—one here, two there); one by one; one after another; by degrees; gradually.—e.g., Enitere-ejitere ni oja ifi ikun, "One here, two there, the market is full."

Èpá, n. crust; incrustation; scab over a sore; pounded yam baked.

Èpà! Èpàripa! inter. an exclamation of fear or terror.

Èpe, n. curse; swearing; the invoking of evil on another.

Èpè, Erupè, n. mud; earth.

Èpò, n. weed; wild grass.

Èpo, n. palm-oil; oil; grease.

Èpo, n. chaff; husk; bark; rind; skin; peel; pod; shell.

Èporà, n. the bark of a tree which contains much acid; juice; medicinal bark.

Èpo-òwèrè, n. a greenish substance which covers the surface of the lagoon, generally in the dry season (Dec. to Feb.)

Èrà, n. small black ants with poisonous stings.—e.g., Bi inu mbi ajanaku a bi èrà, "If the elephant can be angry, so can the ant."

Èran, n. grass used as food for horses and cattle in general; the leaves of a plant used as thatch.

Èràn, n. infection; pestilence.— e.g., Mase ko èràn ran mi, "Do not infect me."

Èrà, n. gain; profit; benefit; interest on money; income; advantage; premium.

Èré, n. game; play; sport.

Èré, n. image; idol; statue.

Èrè, n. a white bean with a black spot on it.

Èredi, adv. Why? What is the reason of?

Èrèkere, n. indecent game; frivolity.

Èrékere, n. image of any kind.

Èrèkó, n. dependency; the surrounding districts of a town; a village.

Èrekusu, n. island; isle; islet.

Èrí, n. filth; dirt; foulness.

Èrí, n. chaff sifted out of ground maize or Indian corn, used as food for cattle.

Èrigi, n. molar tooth.

Èrin, n. elephant.

Èrin-igbado, n. maize in cob.

Èrinmi, n. hippopotamus; whale.

Èrò, n. caravan; traveller; wayfarer; passenger; trader; pilgrim.

Èrò, n. thought; idea; consideration; pondering; plan; project; intention.

Èrò-ina, n. nits; the eggs of lice.

Èrú, n. ashes; the dust which remains after a body is burnt; cinders.

Èrú, n. deceit; double-dealing; craft; deception; fraud; adulteration.

Erùfu, n. land cleared for habitation; meadow.—*e.g.*, Ọba ọsọ ẹgan di erùfu, said in praise of a king in whose prosperous reign forest countries are converted into plains, inhabited by the increasing population.

Erukùku, n. pigeon (more frequently called ẹiyẹle).

Erùn, n. generic name for the ant tribe; emmet.—*e.g.*, Ọwọlọwọ ni ika (akandù) ọpọlọpọ ni ẽrùn, "The large black ants march in a regular order, but all other ants move in irregular swarms."

Erún, n. crumbs.

Erùn-dudu, Akandu, n. the black ant (which always moves in double file).

Erupẹ, n. dust; earth; soil; dirt.

Erùṣu, Eruiṣu, n. a piece of yam.

Esà, Ità., n. the red ant.

Esé, n. cat.

Esé, n. the river horse or hippopotamus.

Ese, n. shea-nut.

Esè, n. provision; food prepared for use in the course of a journey.

Esè, n. dye; paint; coloured liquid used by tanners.

Esè-aluko, n. purple colour or dye.

Esè-iyéyè, n. yellow colour or dye.

Esì, n. answer; reply; response (The same as Idahùn).

Esin or Esinsin, n. a creeper whose seed is covered with scales which are poisonous and cause violent itching.

Esin, n. a kind of tree.

Eṣo, n. fruit.

Esú, Esusu, n. a wild high grass not unlike the sugar-cane.

Esue, n. disordered stomach; nausea.

Esùn, n. a flying ant which appears after rain and soon drops its wings. It is a favourite food.

Esuo, n. antelope.

Esuru, n. a kind of potato or tuber of yellow colour with a bitter taste.

Esùsú, Esú, n. a wild high grass resembling the sugar-cane.

Esú, Esúsú, n. pimple; skin eruption.

Esu, n. a kind of club or savings bank, chiefly used by the Egbas.

Eṣe (eyi ti ṣe), *adv.* What is the matter? Why? What is the reason?

Eṣe ti, *adv.* Why? Wherefore?

Eṣì, n. mistake; accident; error; oversight.

Eṣí, n. last year; the past year; a year ago.

Eṣí, n. colouring matter which comes from a dyed cloth when washed; dirt.

Eṣinṣin, Eṣin, n. fly.

Eṣinṣin-efòn, n. the gadfly. Also called Ìru.

Eṣinṣin-ọdẹ, n. hornet.

Èṣù, n. devil; Satan; demon; fiend.

Eṣú, n. the locust.

Eṣuṣu, Esusu, n. leech.

Eṣùṣú, n. brier; a running prickly plant.

Eta, Èta, n. coarse flour separated by sifting; soreness in the gums.

Èté, n. intention; consideration; purpose; scope; drift; aim; tenor.

Ètè, n. lip.

Etí, *n,* ear; edge; brink; brim; skirt; border; coast.

Etidò, *n.* water-side; strand; wharf.

Etile, *n.* outskirts of a town; neighbourhood.

Eti-ọfà, *n.* barb of an arrow.

Ẹtu, *n.* an old farm nearly exhausted.

Etùtù, *n.* propitiation; atonement; expiration; penance; pacification; that which gives satisfaction.

Etútú-okùn, *n.* oakum; tow.

Etutu, *n.* the small species of white ants.

Ewé, *n.* leaf; foliage.—*e.g.,* " Ewé-eti," *n.* convolvulus, so called because its sap, mixed with nut oil, is a remedy for earache.

Ewebẹ, *n.* herb; vegetable.

Ewedo (ewe-odo), *n.* moss; the leaf of a water-plant.

Ewe-ina, *n.* a shrub with a hairy leaf, which, if touched, produces painful blisters on the skin. It is one of the ingredients used for poisoning arrows, and in the preparation of poisons.

Ewekewe, *n.* any leaf; a common leaf.

Eweko, *n.* plants in general; herb.

Ewère, *n.* a species of monkey with whiskers, called, from its nice appearance, the father of monkeys.—*e.g.,* Ewère baba ọbọ, " Ewère, the father of monkeys."

Ewo, *n.* boil, abscess.

Ewó, *inter. pro.* Which ? Whether.

Ewọ, *n.* that which is forbidden; a forbidden act.

Ewu, *n.* danger; peril; risk; narrow escape; hazard; insecurity; jeopardy.

Ewú, *n.* grey hair; white locks.

Ewú, Ewusa, *n.* a large rodent which goes about only in the night.—*e.g.,* A kò nri ewú lọsan, " The rodent ewú is never seen in daylight."

Ewùrà, *n.* water yam; a kind of soft yam.

Ewurẹ, *n.* a goat.

Ewuro, *n.* a tree with a bitter leaf; a bitter herb used for food. The root is also used as a chewing-stick.

Eyi, Eyiyi, *adj.-pro.* this.

Ẹyi, *n.* measles.

Eyín, see Ehin.

Eyinà, *adj.-pro.* this same; the same; self-same.

Eyini, *adj.-pro.* that; that one; that yonder.

Eyini-nipe, *adv.* namely; that is.

Eyití, *pro.* that which; which; what.—*e.g.,* Eyiti o ri ni ki o mu, " Take that which you find."

Eyiti-a-nwi-yi, an *adv.* phrase; just now; immediately.— *e.g.,* Eyiti-a-nwi-yi pẹ jù o ti lọ, " Faster than I speak he was gone."

Eyitowukọṣa, Eyitowukojẹ, *pro.* whatsoever; whichever.

Ẹ, Ẹnyin, *pro.* you; ye.

Ẹ, *pro. obj. case*; him; her; it.

Ẹbá, *n.* brink; edge; border; side.

Ẹba-iná, *n.* fireside.

Ẹba-okun, *n.* seaside.

Ẹbado, *n.* riverside.

Ẹbẹ, *n.* entreaty; supplication; petition; intercession; prayer; request.

Ẹbẹ, *n.* a slice; a shaving; stew.

Ẹbi, *n.* wrong; condemnation; doom; guilt.

Ẹbiti, *n.* a stone or mud snare; a trap; an insecure building or ·cliff.

Ẹbiti alayun, Ẹbiti ilagi, *n.* saw-pit.

Ẹbọ, *n.* sacrifice; offering.

Ẹbọ-akọso, *n.* offering of first-fruits.

Ẹbọ-alafia, *n.* peace offering.

Ẹbọ-ẹṣẹ, *n.* sin offering; trespass offering.

Ẹbọ-etutu-ẹṣẹ, Ẹbọ-etutu, *n.* propitiatory sacrifice; atonement.

Ẹbọ-fifi, *n.* wave-offering.

Ẹbọ-idamẹwa, *n.* offering of the tenth part.

Ẹbọ-igbeso, *n.* heave offering.

Ẹbọ-itasilẹ, *n.* libation.

Ẹbọ-ọrẹ, Ẹbọ-ọrẹ-atinuwa, *n.* freewill offering.

Ẹbọ sisun, Ẹbọ ọrẹ sisun, *n.* burnt offering.

Ẹbọ-ẹrú, lime kiln.

Ẹbùrú, ọna èbùrú, *n.* short cut; backpath; backdoor.

Ẹbùn, *n.* gift; present; donation; endowment; prize; boon.

Ẹdá, *n.* natural propensities; nature; inclination.

Ẹdá, *n.* a rat remarkable for fast breeding.

Ẹdá, *n.* nature; creature; the act of creating.

Ẹdá-ẹlẹmi, *n.* animal kingdom.

Ẹdá-eweko, *n.* vegetable kingdom.

Ẹdà-iwe, *n.* edition (of a book).

Ẹda-ọrọ, *n.* a pun upon a word.

n. Ogboni staff.

n. ripe fruit.

ẹ́, a *prefix.* used in numeration. When used for numbers between 400 and 4,000 it means minus 100, but above 4,000 it means minus 1,000. *e.g.,* 500 is ẹ́dẹ́gbẹta; *i.e.,* 600 minus 100; 5,000 is ẹ́dẹ́gbata, *i.e.,* 6,000 minus 1,000.

Ẹdẹgbeje, *adj.* one thousand seven hundred.

Ẹdẹgbejọ, *adj.* one thousand five hundred.

Ẹdẹgbẹrin, *adj.* seven hundred.

Ẹdẹgbẹrun, *adj.* nine hundred.

Ẹdẹgbẹsan, *adj.* one thousand seven hundred.

Ẹdogun, *adj.* fifteen.

Ẹdọ, *n.* liver; a feeling of affection.

Ẹdọ fọfọ, *adj.* irascible; easily provoked.

Ẹdun, *n.* twins; a name sometimes given to one or both of twins; ape; fourfingered monkey.

Ẹdun-dudu, Ẹdun Oriokun, *n.* a black and very agile monkey, generally found by the seaside, or among mangroves.

Ẹdùn, *n.* axe; hatchet.

Ẹdùn, *n.* grief; distress of mind; mortification.

Ẹdùn-aròkàn, Ẹdùn-ikẹhin, *n.* remorse; mortification.

Ẹfà, *adj.* six.

Ẹfà-igi, *n.* a shaving; a chip.

Ẹfẹ, *n.* jest; joke; mockery; game; drollery.

Ẹfẹ, *n.* fault-finding; captiousness; humour.

Ẹfin, Ẹfi, *n.* smoke; fume.

Ẹfọ, *n.* a herb used as food.

Efọ-ikoko, *n.* potsherd.

Efọkò, *n.* a wreck.

Efọn, *n.* arrow.

Efọn-iha, *n.* rib.

Efọn, *n.* buffalo.

Efùfù, *n.* breeze ; gale ; tempest ; climate.

Efùfù-ojiji, Efùfù-nla, *n.* storm ; tornado ; tempest ; wind ; squall.

Efun, *n.* chalk ; whiting.

Egà, *n.* palm bird.

Egà-àpáṣò, *n.* a species of palm bird.

Egà, Elẹ́ngà, *n.* common grasshopper.

Egà-oriṣa, *n.* a species of palm bird which has white spots on its feathers.

Egàn, *n.* a dense primitive forest, never cultivated.

Egan-oṣuṣu, *n.* prickly forest.

Egàn, *n.* back-biting ; contempt ; libel ; censure ; blame ; disgrace ; reproach ; scandal ; reflection.

Egbá, *adj.* two thousand.

Egbà, *n.* the palsy ; a disease which withers the limbs.

Egba, *n.* bracelet.

Egbá marun, *adj.* 10,000.

Egbá mẹdọgbọn ọkẹ, one million.

Egbárá, *n.* a rat remarkable for swiftness.

Egbẹ́, *n.* company ; rank ; party ; companion ; equal ; comrade.

Egbe, *n.* prepared beans.

Egbẹ́, *n.* mate ; fraternity ; guild ; estate ; class ; club ; society ; association ; category.

Egbẹ-iyawo, *n.* bridesmaid.

Egbẹ-ogba, *n.* coeval ; of the same age.

Egbẹjọ, *adj.* one thousand six hundred.

Egbẹra, *n.* match ; equal ; equivalent.

Egberin, *adj.* eight hundred.

Egbèsì, *n.* name of a tree ; heat-rash ; the mark of a whip.

Egbẹ, *n.* the side, from the armpit to the waist ; loins ; place ; *adv.* alongside.

Egbẹdọ́gbòn, *adj.* five thousand.

Egberi, *n.* one uninitiated into the secrets of the gods ; one ignorant concerning a matter.

Egberun, *adj.* one thousand.

Egbegbẹrun, *adv.* by thousands.

Egbin, *n.* filth ; dirt ; foulness.

Egbon, *adj.* elder ; eldest ; senior. *n.* an older relative.

Egbon owu, *n.* carded cotton ; cotton prepared for spinning.

Egborọ, *n.* the young of animals.

Egborọ-abọpa, *n.* fatling.

Egborọ-abomalu, *n.* heifer.

Egborọ-akọmalu, *n.* bullock.

Egẹ́, *n.* a snare : a gin ; a trap of pointed iron suspended on a tree and set by a string.

Egò, *n.* stupidity.

Egúsí, *n.* the seeds of the melon.

Egún, *n.* thorns ; prickles ; brambles ; goad.

Ehá, *n.* coat ; jacket ; waistcoat.

Eha, *n.* scrapings ; filings.

Ehẹn, *interj.* aha !

Ehin, *n.* the back ; backside. *adj.* hindermost ; last ; rear.

Ehin-ọde, *adj.* exterior ; external.

Ehọ, *n.* the burnt portion of boiled food which adheres to the cooking pot.

Ehuru, *n.* a large bird of the goose tribe.

Eiyẹ, *n.* bird.

Eiyẹko, *n.* a wild bird.

Eiyẹle, *n.* a domestic pigeon.

Ẹiyẹ-ọdẹ, *n.* a bird of prey.

Ẹiyẹ-olorin, *n.* singing bird; songster.

Ẹja, *n.* fish.

Ẹja-ejo, *n.* eel.

Ẹjẹ, *n.* blood.

Ẹjọ, *n.* matter; dispute; harm; complaint.

Ẹjọ, *adj.* eight.

Ẹka, *n.* branch of a tree.

Ẹka-ọrun, *n.* the nape of the neck.

Ẹka-alọmọ, *n.* graft; scion.

Ẹkā-dọta, *adj.* fiftieth.

Ẹkādọrín, *adj.* seventieth.

Ẹkadọrun, *adj.* ninetieth.

Ẹkan, *adv.* once.

Ẹkan, *n.* the name of a grass used for thatching.

Ẹkẹ́, *n.* rafter.

Ẹkẹ-ajà, *n.* beam; joist.

Ẹkẹ̀, *n.* trust; confidence.

Ẹkẹ́, *n.* cheek; jaw.

Ẹkẹ̄dogun, *adj.* fifteenth.

Ẹkẹfa, *adj.* sixth.

Ẹkẹjọ, *adj.* eighth.

Ẹkẹrin, *adj.* fourth.

Ẹkẹrinla, *adj.* fourteenth.

Ẹkẹsan, *adj.* ninth.

Ẹkẹta, *adj.* third.

Ẹkẹtala, *adj.* thirteenth.

Ẹkẹtadilogun, *adj.* seventeenth.

Ẹkẹwa, *adj.* tenth.

Ẹkọ, Agidi, *n.* Indian corn meal.

Ẹkọ́, *n.* teaching; lesson; instruction; education; doctrine.

Ẹkọ-aikọtan, *n.* a smattering of knowledge.

Ẹkọkandi-logun, *adj.* nineteenth.

Ẹkọkanla, *adj.* eleventh.

Ẹkun, *n.* fill; supplement; fulness; completion.

Ẹkù, *n.* a snare made of bush rope.

Ẹku, *n.* a running plant resembling Ajara.

Ẹkuku, *n.* a viscous vegetable.

Ẹkunle, *n.* back yard.

Ẹkún, *n.* cry; weeping.

Ẹkùn, *n.* leopard; region; neighbourhood; waste.

Ẹkun-oke, *n.* highlands; high parts of a country.

Ẹlà, *n.* a small piece severed from a larger; a splinter.

Ẹlẹ̀, *n.* a patch.

Ẹlẹ̀bẹ̀, *n.* advocate; intercessor; pleader; petitioner.

Ẹlẹbu, *n.* owner of a kiln.

Ẹlẹda, *n.* Creator; Supreme Being.

Ẹlẹ́dẹ̀, *n.* the domestic pig; swine.

Ẹlẹ́fī, *n.* chimney; steamship.

Ẹlẹ́fọ, *n.* one who deals in edible herbs.

Ẹlẹgàn, *n.* despiser; slanderer.

Ẹlẹ́gbà, *n.* a paralytic (*lit.*—one whose limbs have been seized).

Ẹlẹ́gbára, *n.* god of mischief; Satan.

Ẹlẹgbẹ, *n.* companion; comrade; fellow.

Ẹlẹgẹ, *adj.* delicate; tender; brittle. *n.* delicacy; tenderness; brittleness.

Ẹlẹja, *n.* fishmonger.

Ẹlẹkanna, *adj.* disagreeable.

Ẹlẹkẹrẹdẹ, *adj.* infirm; weak; delicate.

Ẹlẹkun, *n.* mourner; weeper.

Ẹlẹmi, *n.* a living person.

Ẹlẹ́mu, *n.* seller of palm wine.

Ẹlẹmọṣọ, *n.* one who has good taste for neatness; a good judge of dress and decoration.

Ẹlẹnga, *n.* grasshopper.

Ẹlẹnu buburu, *n.* foul-mouthed person.

Ẹlẹpẹ, Ẹlẹpẹrẹ, *n.* a kind of soft Indian corn.

Ẹlẹran, *n.* butcher; cattle-dealer; having flesh.

Ẹlẹri, *n.* witness; eye witness.

Ẹlẹrọ, *n.* engineer; engine-maker.

Ẹlẹru, *n.* one having fear.

Ẹlẹsẹ̀, *n.* footman; foot soldier.

Ẹlẹsẹ̀ mẹrin, *adj.* four-footed. *n.* quadruped.

Ẹlẹsẹ-nilẹ, *n.* one having a firm footing; a powerful person.

Ẹlẹsẹ, *n.* sinner; offender; evildoer; culprit; trans-gressor; trespasser.

Ẹlẹsin, *n.* rider; horseman.

Ẹlẹtan, *n.* deceiver; dissembler; seducer.

Ẹlẹ́tẹ̀, *n.* leper.

Ẹlẹ́tẹ, *n.* a noxious snail with-out shell, found in green pastures, said to be poison-ous to animals if eaten.

Ẹlẹ́yà, *n.* ridicule; contempt.

Ẹlẹyinju, *n.* a person having large eyeballs; one with prominent eyes.

Ẹlẹwa, *n.* a handsome person; one who sells a preparation of Indian corn called Ẹ̀wà.

Ẹlẹwọn, *n.* one who wears a chain; a prisoner; a jailor.

Ẹlẹ́wù, *n.* one who has a desire or a wish.

Ẹliri, *n.* a mouse.

Ẹlomiran, Ẹlomi, *pro.* another.

Ẹlú, *n.* indigo; mixture.

Ẹlúlu, *n.* a brown-feathered bird.

Ẹmeji, *adv.* twice.

Ẹmẹwa, *adv.* ten times.

Ẹmiẹ̀wà, *n.* prime minister (*lit.*—he who knows the mind).

Ẹmi, *n.* life; breath; spirit; influence.

Ẹmi, *n.* shea-butter tree and fruit.

Ẹmọ́, *n.* a brown rat.

Ẹmọ-ile, *n.* guinea-pig.

Ẹmu, *n.* palm wine.

Ẹmú, *n.* tongs; pincers; cap-ture; seizure.

Ẹn, *adv.* yes; so.

Ẹnà, *n.* an inversion of the order of letters, syllables, words or sentences under which the sense is concealed or changed.

Ẹni, *n.* mat.

Ẹni, Ẹniti, *pro.* one; he who; a person; the person which.

Ẹni ipe, *n.* a person called or summoned or invited.

Ẹni abọ̀, *n.* warder; overseer.

Ẹni ailofin, *n.* bandit; outlaw; outcast.

Ẹni Aṣati, *n.* one put aside.

Ẹni apẹrẹ, *n.* antitype.

Ẹnibawi, *n.* culprit; delinquent.

Ẹnidanwo, Ẹnititun, *n* pro-bationer.

Ẹni-egbe, *n.* reprobate.

Ẹni ẹlẹya, *n.* a gazing stock; one to be mocked or ridi-culed.

Ẹnififẹ, *n.* one beloved; a lover.

Ẹnigbàbọ́, *n.* a boarder.

Ẹnikan, *pro.* one; anyone; a certain person.

Ẹnikeji, *n.* partner; compan-ion; neighbour; assistant; friend.

Ẹnikẹni, Ẹnitowu, *pro.* who-soever; whoever; any; either.

Ẹnikokan, *adv.* individually.

Ẹnikọsilẹ, *n.* profligate; aban-doned character.

Ẹniku, *n.* a mortal creature.

Ẹniṣọ̀wọ̀, *n.* honorable person;

Ẹnirere, *n.* a good person; a

worthy person.

Eniti, *pro.* he who; the one who; the one that; the one which.

Enitikalare, *pro.* self; oneself.

Eniyawo, *n.* bride's mat.

Enu, *n.* mouth; opening; orifice.

Enu eiye, *n.* bill; beak.

Enu ilekun nla, *n.* gateway; large gate.

Enu ona, *n.* gate; doorway.

Enu oso̩ro̩, *n.* the eaves of a house.

Enu so̩ro̩, *n.* a long beak.

Enyin, e, *pro.* you; ye.

Enyintikalayin, *refl. pro.* you yourselves.

Epa, *n.* ground-nut.

Epa roro, *n.* the red ground-nut.

Epo̩n, *n.* testicle.

Epon, *n.* ripeness; flattery.

Erán, *n.* the temples (of the head).

Eran, *n.* meat; flesh; beasts; animal.

Eran agutan, *n.* mutton.

Eran elede̩, *n.* pork.

Eran gala, Eran agborin, *n.* venison.

Eran malu, *n.* beef.

Eran abekanna, *n.* carnivorous animal with claws.

Eran ebo̩, *n.* victim for sacrifice.

Eran jije, *n.* meat for food; animal food.

Erankeran, *n.* beasts in general; any beast.

Eranko, *n.* wild beasts; carrion.

Eranko alaiyase, *n.* an animal whose foot is not cloven.

Eranko elese̩merin, *n.* quadruped.

Eran nla, malu, *n.* ox; bull; cow.

Eranle, *n.* a domestic animal.

Eran omi, ekura, *n.* shark.

Eran pipa, *n.* cattle, fatling.

Ere, *n.* mud; marsh; bog; fen.

Eri, *n.* witness; testimony; earnest; evidence.

Eri eke, *n.* false witness.

Erin, *adv.* (used only in composition), "times." — *e.g.,* Erinmeji, contracted to Emeji, twice.

Erin meta, Emeta, three times.

Erin merin, Emerin, *adv.* four times.

Erin, *n.* laughter.

Erin egàn, *n.* grin; a scornful laugh.

Erindilogun, *adj.* sixteen.

Eri-okan, *n.* conscience.

Ero, *n.* skill; art; contrivance; machinery.

Ero, *n.* softness; easiness; gentleness.

Ero ogun, Ero ijagun, *n.* tactics of war.

Eru, *n.* fear; dread.

Eru ola, *n.* reverence.

Erú, *n.* the handle of an axe or hoe.

Erù, *n.* load; cargo; burden; luggage.

Erú, *n.* slave; captive.

Erubirin, *n.* a female slave.

Erukonrin, *n.* male slave.

Eru-igi, *n.* a bundle of wood; faggot.

Eru oja, *n.* package of trade goods; a bale of goods.

Eru oko, *n.* ship's load; cargo.

Erù, *n.* a kind of spice.

Erú ibile, *n.* a slave born in the master's house.

Erùn, *n.* the dry season.

Erun, *n.* chip; broken pieces; crumbs.

Erun, *n.* the name of a tree much used in making charcoal, and also as a medicine both internally and externally.

Ẹsan, *n.* payment; vengeance; revenge; retaliation; compensation.

Ẹsan, *adj.* nine. *n.* slit; crack.

Ẹsun, *n.* accusation; law-suit; impeachment; offence.

Ẹsẹ̀, *n.* foot; leg; gait; path; track.

Ẹsẹlasan, *adj.* barefoot.

Ẹsẹ wiwọ, *adj.* bandy leg; crooked leg.

Ẹsẹ, *n.* row; order.

Ẹsẹsẹ, *adv.* orderly; regularly; in rows.

Ẹsin, Ẹsi, *n.* shame; reproach; ridicule.

Ẹsọ̀, *n.* carefulness; gentleness; leisure.

Ẹsọ, *n.* glue joint; link; shoot.

Ẹsokolo, *n.* worm-casts of the worm ekòló.

Ẹsẹ́, *n.* a blow with the fist; a cuff; a broken part of anything.

Ẹsẹ̀, *n.* sin; crime; offence; iniquity.

Ẹsẹ̀ ìlu, *n.* felony.

Ẹsẹ̀ nla, *n.* capital offence.

Ẹsin, *n.* spear; lance; javelin.

Ẹsin, *n.* horse.

Ẹsọ́, *n.* guard; sentinel; watch; watchman.

Ẹta, *adj.* three. *n.* bulb or tuber.

Ẹtala, *adj.* thirteen.

Ẹtà, *n.* a kind of leopard.

Ẹta ina, *n.* a spark.

Ẹtadilẹ́dọrin, *adj.* sixty-seven.

Ẹtan, *n.* enticement; decoy; deceit; fraud.

Ẹtẹ́, *n.* disgrace; shame; reproach.

Ẹtẹ̀, *n.* leprosy.

Ẹti, *n.* difficulty; failure in performing one's wishes; a miscarriage; a standing still; that which impedes the flow of water.

Ẹtọ, *n.* the right thing.

Ẹtun, *n.* branch; bough; spray.

Ẹtù, *n.* Guinea fowl; black and white cloth.

Ẹtu, *n.* a kind of deer.

Ẹtù, *n.* gunpowder; medicinal powder; that which relieves pain.

Ẹwa, *adj.* ten.

Ẹwà, *n.* beauty; comeliness.

Ẹwa meje, *adj.* seventy.

Ẹwẹ, *n.* a sort of bean.

Ẹwẹ̀, Lẹkeji, *adv.* again; the second time.

Ẹwiri, *n.* the blacksmith's bellows.

Ẹwo, *n.* sneers.

Ẹwòn, *n.* chain; a running prickly bush.

Ẹwọn ìdákòdúró, *n.* cable; chain.

Ẹwọn, *n.* detachments.

Ẹwọn ọwọ́, *n.* manacles; handcuffs.

Ẹwù, *n.* clothes; shirt; vest; garment.

Ẹwù, *n.* amiableness; pleasure; delight; taste.

Ẹwnru, *n.* pitfall; a pit lightly covered with earth.

Ẹyà, *n.* family; gender; member; tribe; division; distinct part of a people or thing; seed; offspring.

Ẹyá, *n.* a small leopard.

Ẹyẹ, *n.* fitness; worthiness; suitableness; right.

Ẹyin, *n.* egg.

Ẹyìn, *n.* the ripe palm nut, from which the yellow palm oil is made.

Ẹyinjú, *n.* the eyeball.

Ẹyinkolo, Ẹrinkolo, *n.* the evacuations of the worm ekòló.

Ẹyin ogì, *n.* starch of Indian corn.

s

Ẹyọ, *n.* cowries.

Ẹyún, Kayun, *n.* disease under the toes, produced by walking barefoot on wet ground.

F.

Fá, *v.* to wipe ; shave ; clean ; scrape.

Fà, *v.s.* to draw ; lead ; pull ; crawl ; abate ; diminish ; drag ; drain ; lag ; lure ; attract.

Fà, *adj.* to be remiss ; drowsy ; stupid ; slothful ; slow ; tardy ; tedious ; tenacious ; meagre. *adv.* to be behind-hand.

Fà-aṣọya, *v.* to tear a garment.

Fada, *n.* a public play or show ; exhibition ; display.

Fàdákà, *n.* silver.

Fa-ẹmí, *v.* to inspire, inhale.

Fáfá, *n.* a kind of mat ; a coarse mat.

Fàfọ̀ẹ, *v.* to foretell, divine.

Fàfọ̀ẹ ṣe, *v.* to perform by magic.

Fafọn, *v.* to absorb.

Fágá, *adv.* cautiously ; with softsteps.—*e.g.,* Onyan fágá, " He steps cautiously."

Fagbáraṣe, *v.* to use main force ; to act reluctantly.

Fági, *v.* to plane wood.

Fagun, *n.* to spin out ; lengthen ; stretch.

Fagunró, *v.* to rally an army.

Fahùn ọrọ, *v.* to drawl.

Fá ile, *v.* to gather earth in small heaps for the purpose of cultivation.

Faiyà, *v.* to enchant, allure.

Fàjá, *v.* to break a thing into two pieces by a violent pull.

Fàjáde, *v.* to extract.

Fájó, *v.* to burn.

Fajuro, *v.* to look sad ; be displeased ; sulky.

Fajuro-mọ, *v.* to scowl.

Fà-kere, *v.* to extenuate, diminish

Fa-kùn, *v.* to prolong a matter ; stir up strife ; make matters worse.

Fàkúrò, *v.* to take a thing out of the way ; abridge ; detract.

Fàkúrú, *v.* to shorten ; abridge.

Fálá, *v.* to lick up ; lap.—*e.g.,* Imógunjùọ li a fi ifa ọbẹ lá, " With the forefinger one licks up palaver sauce."

Fàlaiya, *v.* to enchant ; allure ; bewitch.

Fàle, *v.* to draw tight ; to make strong.

Fàlélórí, *v.* to lap over ; to be made responsible.

Falẹ̀, *v.* to be slow ; inactive ; prolonged ; to drag.—*e.g.,* Maṣe fi ọran yi falẹ̀, " Do not let this matter be prolonged."

Fàlókàn, *v.* to affect ; pant ; long for.

Fàmọ, *v.* to cling to ; climb upon.

Fàmọ́ra, *v.* to attract ; caress ; adhere ; embrace ; hug.

Fàmu, *v.* to absorb.

Fanimọ́ra, *v.* to be sociable ; inviting ; enticing ; alluring.

Fà-nṣó, *v.* to tug ; crawl along.

Fàpadá, *v.* to withdraw.

Fàrà, *v.* to be about to do ; to be nearer.—*e.g.,* Onfàrà ile, " He nears home."

Farabalẹ̀, *v.* to be sober ; considerate.

Farafun, *adj.* indulged.

Farahàn, v. to shew oneself; to appear.

Faramó, v. to adhere; coalesce.

Fararò, Farati, v. to lean; recline.

Farasin, v. to hide oneself; abscond. adj. obscure; hidden.

Farawé, v. to resemble; compete with; cope with; copy; imitate.

Fárí, v. to shave the head.

Fárí, n. display, parade, boast, bravado.

Fàrû, v. to revive an ancient quarrel or dispute; to be provoked, enraged, angered, irritated.—e.g., I nu mi fàrû, "I am greatly irritated."

Fàsé, v. to close; shut.

Fàsęhin, v. to withdraw; draw or keep back; abstain from; be slow; withhold; retreat; retire; diminish; decrease; slacken; reduce.

Fà-so, v. to fix; tie up.

Fà-sókè, v. to hoist; lift up; shrink.

Fà-ta, v. see Fàle.

Fàti, v. to draw aside; keep aside.

Fàti, adv. freely; without restraint; leisurely.

Fa-yo, v. to draw out; abstract.

Fé, adv. for ever; for a long time.—e.g., Kanrin-kanrin fé, "A very long time."

Febina, Febinaku, v. to famish; starve to death.

Fěduyi, v. to besmut; blacken with soot.

Fété, n. boasting; bravado.

Fére, Fě, n. asthma.

Fere, v. to sip.

Fèrè, n. a wind instrument.— e.g., flute, trumpet.

Fèrèsé, Fèrèsé, n. hole for ventilation; window.

Fèsi, v. to answer; reply; give response to.

Fété, adj. insufficient; deficient; defective.

Fetisi, Fetisilę, v. to listen; listen attentively.

Fé, v. to be willing; like; love; consent; want; wish; desire; woo; approve.

Fé, v. to blow (as wind); to winnow; to fan; to blow the fire.

Fè, v. to distort the face while working; to breathe heavily; to widen; distend; enlarge. adj. wide; broad; extensive.

Fę, adv. with surprise or astonishment.—e.g., Mo wo fę, "I was taken with surprise" (I was taken aback).

Fę-àfèrèkojá, Fęju, v. to blow vehemently; with great intensity; to dote; to love excessively.

Fę-buburu-si, v. to wish evil to.

Fèté, adv. nearly; nearer (used of time).

Fété, v. to seek occasion for faultfinding; to be censorious.

Fègèfègè, adv. broad; large; wide; comprehensive.

Fèhinti, v. to recline; lean the back on.

Fèhùn, v. to raise the voice; speak out.

Fé idi, v. to investigate a secret matter.

Fèję, v. to seek for something to eat; take meals.

Fèjęfèję, n. food; provision; sustenance.

Fęjú, v. to look sternly; to distort the face.

Fẹ́jù, v. see Fẹ-àfẹ́rékọjá.

Fẹ́kùn, v. to miss or lose a thing.
—e.g., Mo fẹ́ ewurẹ́ mi kùn
ni ijẹta, " I lost my goat
three days ago."

Fẹlá, v. to act honourably.

Fẹ́ lafẹ̀fẹ̀, v. to ventilate.

Fẹ́lẹ́, Bẹlẹ, adj. thin ; soft ; of
fine or delicate texture.

Fẹlẹ̀, v. to be unemployed ; to
be vacant ; unused.

Fẹlẹfẹlẹ, Bẹlẹbẹlẹ, adj. thin ;
flat ; elastic.

Fẹ̀nẹ̀nẹ̀, adv. leisurely ; gingerly;
cautiously.

Fẹ́ni, v. to love ; cherish.

Fẹ̀-nìbu, v. to widen.

Fẹ́-niyàwó, v. to betroth.

Fẹnukonu, v. to kiss ; agree.

Fẹnusí, v. to answer ; have a
voice in the matter ; meddle
with ; interfere.

Fẹ́ra, v. to fan oneself.

Fẹran, v. to love ; prefer ; like ;
be pleased with.

Fẹrékọjá, v. see Fẹ-àfẹ́rékọjá.

Fẹrẹ̀, adj. light ; not heavy.
adv. almost ; nearly ; nar-
rowly.

Fẹ̀rẹ̀, n. early in the morning.
adj. broad ; wide ; exten-
sive.

Fẹ̀rẹ̀, adv. delightfully ; cheer-
fully ; merrily ; joyously.

Fẹ́ri, v. to be less hot ; to cool
a little ; to be almost
finished.

Fẹrọsa, v. to act with cunning ;
act slyly.

Fẹsẹ̀dúró, v. to stand on the legs.

Fẹsẹ̀lẹ́, Fẹsẹ̀tẹlẹ, v. to start on
a journey or any under-
taking.

Fẹsẹ̀lẹ́ ọnà, v. to discipline ; train.

Fẹsẹ̀lulẹ̀, v. to stamp on the
ground with the foot.

Fẹsẹ̀mulẹ̀, v. to confirm ; estab-
lish.

Fẹsẹ̀tẹlẹ, v. to follow in the
footsteps of another ; to
copy another's way or
method.

Fẹsọ́nà, v. to betroth.

Fẹwọ, v. to pilfer ; filch ; steal.

Fi, v. to swing ; wave to and
fro ; be unsteady ; incline
to one side ; toss.—e.g., Igi
ti mo rù fi siwaju sun u
sẹhin diẹ, " The wood I am
carrying is too far forward,
push it back a little."

Fi, prep. by ; to ; with.

Fi, a particle much used in
composition ; it always
follows certain words or
phrases. Ẹsẹ ti, kini ṣe ti,
títi, tobẹ̃, idi rẹ̀.—e.g., Ẹṣe
ti o fi lọ, " Why did you
go ? "—e.g., Emi o duro
titi iwo o fi pada, " I will
remain until you return."—
e.g., O korira rẹ̀ tobẹ̃ ti o fi
pa a, " He hated him so,
that he killed him." It has
no English equivalent.

Fi, v. to dry a thing by exposing
it directly to the heat, as on
a spit or in an oven.—e.g.,
Mo fẹ fi ẹja yi nitori ki o
ma ba bajẹ, " I want to
dry the fish so that it will
not putrefy."

Fi-adùnmọ́, v. to enjoy ; to
know or perceive by taste.

Fi-agbára-bẹ́re, v. to exact ;
demand ; enforce.

Fi-agbára-fa, v. to haul.

Fi-agbára-gba, v. to wrench ;
exhort ; seize ; enforce.

Fi-agbara-gbẹsan, v. to wreak
vengeance on ; avenge.

Fi-agbara-kìle, Fi-agbara-múle,
v. to press ; ram.

Fi-agbara-lọpọ̀, *v.* to twist.

Fi-agbara-pe, *v.* to summon.

Fi-ahọn-la, *v.* to lick with the tongue.

Fi-àiyà-rán, *v.* to persevere in.

Fi-ami-han, *v.* to be ominous.

Fi-ami-si, *v.* to put a mark on; to brand.

Fi-àpata-bo, *v.* to shield or protect.

Fi-apa-gbamọ, *v.* to embrace.

Fi-ara-bò, *v.* to form new flesh; to heal.

Fi-ara-bó, *v.* to gall.

Fi-ara-kọ́ra, *v.* to connect; relate to.

Fi-àre-fún, *v.* to give precedence to; to apologize.

Fi-aṣẹ-fun, *v.* to enjoin; empower; depute; bid; command; order.

Fi-aṣẹ-lélẹ̀, *v.* to put forth or enact a law.

Fi-àyè-sílẹ̀, *v.* to vacate.

Fibàkọ̀, *v.* to sheath.

Fibalẹ̀, *v.* to do away with; put away.

Fibaralẹ, *adv.* calmly; serenely; tranquilly; patiently.

Fibò, *v.* to conceal; hide; clothe; secrete; veil from view; shelter; wrap; overspread; shield.

Fibọ̀, *v.* to soak; steep; dip into.

Fibọlu, *v.* to entangle.

Fibọmi, *v.* to dip into water.

Fibú, *v.* to curse; imprecate; execrate.

Fibù, *v.* to be wounded by stumbling.

Fibùn, *v.* to give; grant; bestow; exempt; offer.

Fibúra, *v.* to swear by; adjure.

Fidabú, *v.* to cross; bar; to lay across.

Fidan, *v.* to be indicted; charged with crime.

Fidàpọmọ́, *v.* to include.

Fi-dapara, *v.* to make jest of.

Fidènà, *v.* to bar; stop the road.

Fidì, *v.* to wrap; to bind with.

Fidí, *v.* to shut; retaliate.

Fidibalẹ, Fidikalẹ, *v.* to sit down; settle; establish.

Fidímúlẹ̀, *v.* to found or rest upon.

Fidiyíká, *v.* to put on a girdle; surround; encompass.

Fidógò, *v.* to mortgage.

Fidọ́pọ̀, *v.* to make cheaper.

Fidù, *v.* to deprive of; deny.

Fidùgbẹ, *v.* to rock; totter.

Fi-ẹbẹ̀-rọ̀, *v.* to beseech; entreat; urge.

Fi-ẹgbẹ-wọ́, *v.* to sidle; enter sideways.

Fi-ẹnu-dùn, *v.* to varnish; to use sweet words; to use flowery language.

Fi-ẹnu-fà (mu), *v.* to suck; suckle.

Fi-ẹnule, *v.* to allude to.

Fi-ẹran-rubọ, *v.* to sacrifice a beast.

Fi-ẹ̀rọṣe, *v.* to act with skill or ingenuity.

Fifà, *adj.* viscous; that which may be drawn out.

Fifagbaraṣe, *adj.* compulsory; forcible.

Fifàgùn, *adj.* capable of being stretched.

Fifalẹ̀, *adj.* sluggish; slow.

Fifàlọ, *n. adj.* that which is to be dragged along.

Fifapẹ̀rẹmọ́, *adj.* imaginable by sign or representation.

Fifarabò, *n. or adj.* incarnate; that which may be healed.

Fifarahàn, *adj.* visible; perceptible.

Fìfarapamọ́, Fìfarasin, adj. hidden; invisible.

Fìfarawé, adj. comparable.

Fìfàro, adj. sad.

Fìfàṣẹfún, n. bidder.

Fìfàta, adj. tightly drawn.

Fìfàya, adj. easily torn or rent in pieces; torn.

Fìfàyọ, n. that which may be drawn out or deduced from.

Fìfayọ̀gbà, adj. welcome.

Fìfàyọkuro, n. that which may be subtracted from, or taken off.

Fìfetísí, adj. worth listening to.

Fìfẹ, n. an engagement; a thing which gives pleasure.

Fìfẹnuṣọ, adj. verbal; a spoken thing.

Fìfẹ́ra, Fìfẹ́rarẹ̀, n. self-love; selfishness.

Fìfẹ́ṣọ́nà, n. bethrothed.

Fìfì, n. that which can be waved.

Fìfì or Fì, a particle used as a prefix, giving a verbal force to the word to which it is prefixed; it usually conveys the idea of making or compelling.

Fìnfín, Fìrífírí, Fìnrínfínrín, adv. dimly; darkly. n. the dawn; twilight. adj. graven; carved.

Fìfìagbaraṣẹ, n. that which is done, or capable of being done, by force.

Fìfìbà, Fìfìkàn, adj. touchable.

Fìfìbú, Fìfìgẹ́gun, adj. accursed; that which is accursed.

Fìfìfún, adj. assignable.

Fìfìlé, adj. taxable.

Fìfìlélọ́wọ́, adj. transferable.

Fìfìpamọ́, Fìfìsinú, adj. concealable; hidden.

Fìfìsílẹ̀, adj. that which may be abandoned.

Fìfò, adj. buoyant; floating.

Fìfò, Fìfòsóke, adj. flying; leaping.

Fìfòyemọ̀, adj. imaginable.

Fìfọ́, adj. blind; broken.

Fìfọ̀, adj. washable; that which may be washed; mode of speaking.

Fìfọhùn, n. mode of speaking; utterance; pronunciation.

Fìfọkànsìn, n. or adj. devoutness; devout; pious; piety.

Fìfọwọṣe, adj. manual; handmade.

Fìfún, v. to give to; to offer; to hand.

Fìfún, Fìfúnká, n. or adj. that which is to be sown or scattered; drizzly.

Fìfun, adj. contributable; conferred; disposable.

Fìfun, Funfun, n. or adj. whiteness; white.

Fìfunni, Fìfuni, Fìfun, v. to grant; vouchsafe; give; present; render; ascribe; attribute; tender; bestow; impart.

Fìfunlaṣẹ, v. to order; to give a command.

Figbákúrọ̀, v. to ward off with.

Figbóná, v. to warm at the fire.

Figbowó, v. to sell; exchange for money.

Figégun, v. to execrate; imprecate; to curse.

Figúnlẹ̀, v. to ground; to land (a canoe or boat).

Figúnlójú, v. to taunt.

Figúnlujá, v. to transfix.

Fìhá, v. to hook on; to hang on a pin or between a forked stick; to buckle.

Fìhàn, v. to show; exhibit; reveal; discover; direct; represent; disclose; display; indicate; illuminate; expose; betray.

Fihànfún, v. to communicate to; designate.

Fihàn télè, v. to foreshow.

Fi idífkalè, v. to sit down; settle; establish; nestle.

Fi ifarabàmò, v. to feel (by touch).

Fi ijalo, v. to challenge.

Fi ijèdè, v. to bait; allure.

Fi ikató, v. to finger.

Fi- íkógun-se-lóṣo, adj. trophied; bedecked with things captured in war.

Fi-ikúnṣé, v. to sprain the thigh or hip.

Fi-ilaraṣe, v. to covet.

Fi-imoṣokan, v. to agree; concur.

Fi-imúfà, v. to sniff.

Fi-imúṣo, v. to speak through the nose.

Fi-inájó, v. to burn with fire.

Fi-ináràn, v. to kindle; to set on fire.

Fi-ináyan, v. to burn; scorch. adj. burnt up; scorched; browned.

Fi-inúfé, v. to love.

Fi-inúhàn, v. to be frank; unbosom oneself; be open.

Fi-ipáṣe, v. to force.

Fi-irádòfé, v. to love.

Fijó, Fi-irinjó, v. to cauterize.

Fi-irorosin, v. to domineer.

Fi-irùta, v. to sting.

Fi-iworaje, v. to devour; gormandise.

Fi-iyànlélè, v. to wager.

Fi-iyanu yin, v. to admire.

Fi-iyèkà, Fi-iyèpè, v. to rehearse; recite.

Fi-iyèsí, v. to attend to; mind.

Fi-iyesile, v. to be attentive; mindful.

Fijàgùdàṣe, v. to insist; persist.

Fije, v. to eat; devour; to make a king, headman or outlaw; to place in post of authority; reign; govern; to condemn to death; to deprive of the privileges of life.

Fijó, v. to scorch.

Fijóná, v. to burn; scorch; consume to ashes; sear.

Fikà, v. to place one thing upon another.

Fikalè, v. to establish; settle.

Fikànnàkànná, v. to sling a sling.

Fikó, v. to hang up; hook on; teach; train.

Fikun, v. to add to; augment; append; subjoin; supplement.

Filà, n. a cap.

Filà-abetí-ajá, n. a cap with two flaps for the ears.

Filà ade, n. tiara.

Filà-dàra, n. a fez.

Filé, v. to put; lay upon; deliver up; set on.—e.g., Fi nkan nã lé mi lowo, " Place that thing in my hand."

Filélè, v. to institute; found; lay down; enact.

Filélelaṣe, v. to lay down a law; enact; legislate.

Filélówó, v. to assign, consign, cede, commit to, deliver up.

Filókè, v. to be topheavy.

Filò, v. to ask advice, refer, announce, promulgate.

Filóná, v. to warm.

Filù, v. to strike with.

Fimó, v. to suspect, attach to.—e.g., Okọnrin na fi òràn na mó mi, " The man suspects me of that matter."

Fimó, v. to append, annex, fasten upon, impute, affix, attach.

Fìmọ, v. to stop, stay thus far.

Fín, v. to engrave, carve (e.g., calabashes or bowls); to fill a hole with smoke; smother; search out.

Fìna, n. a thin piece of leather cut lengthwise; leathern tassels.

Fìnju, v. to be decent; tidy; neat; becoming in speech, dress, behaviour, etc.

Fínná, adv. leisurely; cautiously.

Fínpa, v. to smother.

Fínràn, v. to aggress; intrude; seek occasion for dispute.

Fínrín, adv. slightly; the tiniest bit.

Fínrínfínrín, see Finfín.

Fíntífédò, adv. with freewill; willingly.

Fi òfìnjì, v. to abrogate a law; to rescind.

Fiofio, adv. used in conjunction with the adjective " Ga," high; exceedingly.—e.g., Ile giga fiofio, " An exceedingly high house."

Fì-ogunsìn, v. to guide, escort, accompanied by an army.

Fi-okùnbò, v. to thread.

Fi-okùnfà, v. to tow.

Fi-òpótì, v. to stake; to prop up.

Fi-orìnyìn, v. to sing one's praises.

Fi-òróróyan, Fi-òróróyasọtọ, v. to anoint.

Fi-òrànjó, v. to tan.

Fi-ọlápa, v. to summon.

Fi-ọnàhàn, v. to guide; lead; direct; elucidate.

Fi-ọnàṣe, v. to make by machinery.

Fi-òrànlò, v. to appeal, seek for advice or instruction.

Fi-ọranmọ́, v. to tax.

Fi-òrọsàpẹrẹ, v. to describe; give an example.

Fi-orúkọfún, v. to entitle; name.

Fi-ọwọ́gbámọ́ra, v. to hug; embrace.

Fi-ọwọ́halè, v. to scribble.

Fi-ọwọ́rán, v. to sew by hand.

Fi-ọwọtà, v. to touch carelessly; to feel (for anything).

Fi-ọwọ́wun, v. to knit.

Fìpa, v. to be wounded or bruised.—e.g., Mo fi ọwọ pa, " My hand is wounded."

Fìpamọ, v. to keep; hide; secrete; conceal; cloke; deposit.

Fìpara, v. to rub; to smear the body.—e.g., Maṣe gbagbe lati fi òrí ná para, " Do not forget to rub your body with the ointment."

Fìpata, v. to make into soup; to cook with other ingredients.

Fìpè, v. to name for special purposes or objects; to be devoted to; to regard; respect; esteem.

Fìperí, v. to impute.

Fìpẹlú, v. to adjoin; annex; add to; include.

Fìrá, v. to seize; swindle.

Fìré, v. to curse; execrate.

Fìrẹ́, v. to besmear; bedaub.

Fìri, adv. far; greatly; much; qualifies a verbal adj.—e.g., Ile yi ga ju tiwa lọ fìri, " This house is much higher than ours."

Fìri, adj. greater, older, stronger; greatest, oldest, strongest.—e.g., Agbara Aina fìri ti Ladipọ, ṣugbọn Adekunle fìri gbogbo wọn, " Aina is stronger than Ladipọ but Adekunle is the strongest."

Fírì, *adv.* at a glance; quickly; easily.

Fírìfírì, *adv.* see Finfin.

Fìrìfìrì, *adv.* much oftener, repeatedly, unceasingly, quickly.

Fìrọ́, *v.* to sprain.

Fìrọ̀, *v.* to hang; suspend.

Fìrúbọ, *v.* to offer in sacrifice.

Fìrún, *v.* to devour; masticate; chew.

Fìrùn, *v.* to dip into sauce.

Fìsan, *v.* to estimate; value.

Fìsan-ọ̀kan, *v.* to contemn; treat with contemptuous silence (*lit.*—esteem at a cowry).

Fìsápò, *v.* to bag.

Fìsárìn, *v.* to put in the middle.

Fìsì, *v.* to put; add to; set; supply.

Fìsìlẹ̀, *v.* to put down; release; leave; forsake; desert; resign; discontinue; deliver.

Fìsin, *v.* to hide so as not to be traced; to conceal.

Fìsínú, *v.* to put into; keep in mind; insert; bear in mind.—*e.g.*, Fi eyi sínú rẹ, " Bear this in mind."

Fìsínúilé-ìdè, *v.* to confine; imprison.

Fì-sòfìn, *v.* to warn with.

Fìsòfo, *v.* to leave open, expose; to disregard; slight.

Fìsọfà, *v.* to pawn, mortgage.

Fìsòkò, *v.* to throw, hurl, toss.

Fìsọ́kọ̀, *v.* to put on board a vessel.

Fìsọlẹ, *v.* to strike down; to hurl down; lay the foundation of a house.

Fìsùn, *v.* to accuse; complain of; inform against; indict; sue; point at.

Fìsàkàwé, Fìsàpèjúwe, *v.* to compare; liken.

Fìsapẹrẹ, Fìsàwòrán, Fìsàwọ̀sé, *v.* to imitate, take as example.

Fìsẹ, *v.* constitute; appoint; establish.

Fìsẹpẹ̀, *v.* to curse; to imprecate.

Fìsẹdùn, *v.* to treat seriously.

Fìsẹlẹ̀rí, *v.* to take as a witness.

Fìsẹlẹ́yà, *v.* to ridicule; mock; deride.—*e.g.*, Mạsẹ fi mi sẹlẹ́yà, " Do not mock me."

Fìsẹ̀sín, *v.* to despise; bring into public disgrace.

Fìsìrẹ́, *v.* to trifle; play with.

Fìsòfò, *v.* to waste, consume, destroy.

Fìsọ́, *v.* to place in charge of.

Fìsọrọsọ, *v.* to make anything a matter of public talk.

Fìsúra, *v.* to store, treasure up, lay by.

Fìta, *v.* to sing out; cry out; sting.

Fìtañta, *n.* efforts; energy; endeavour; attempts.

Fìtì, *v.* to lean against; suspend a matter; fix finally.

Fìtílà, *n.* a lamp.

Fìtọrẹ, *v.* to give or make a present; give or deliver up to.

Fìwé, *v.* to compare; resemble; illustrate; wrap up.

Fìwémọ, *v.* to encase.

Fìwéra, *v.* to wreathe; compare.

Fìwewu, *v.* to expose; hazard; jeopardise.

Fìwọ̀, *v.* to endue; to robe (*lit.*—invest, as with a garment).

Fìwọ́n, *v.* to sprinkle.

Fìyèdénú, *v.* to be patient under vexations or grievances.

Fìyèsí, *v.* to attend to; notice.—*e.g.*, Fiyèsi ohun ti o nṣe, " Be careful what you are doing."

Fiyèsíni, v. to vouchsafe.

Fiyíka, v. to environ.

Fiyíka kán, v. to whirl.

Fõ, adv. deep—used only with " pupa," red.—e.g., Pupa fõ, "Deep red."

Fó, v. to feel emptiness or lone-liness.—e.g., Ofo ọmọ mi fo mi, " I feel lonely on account of my child's absence ; " to be afloat.

Fò, v. to fly ; jump ; skip ; leap ; beat ; throb ; pass over or break (as clouds) ; pass by ; neglect ; evapor-ate.—e.g., Ojo nã fò, " The rain is passing over."

Fò-àfòbalè, v. to flutter.

Fò-àfògbá, v. to soar.

Fódá, adv. same as " Fínná."

Fofò, n. foam.—e.g., Fofò fó li oju omi, " Foam floats on the surface of the water."

Fòfò, adj. glittering ; dazzling.

Fòfò inú, n. rapacious appetite.

Fògasókè, v. to tower ; soar on high.

Fohùnsí, v. to ratify ; consent.

Fòiyà, v. to fear ; apprehend ; dread.

Fojisùn, v. to sue ; to accuse of adultery.

Fójúdi, v. to be saucy ; insolent.

Fojúkanwò, v. to squint.

Fojukoju, v. to be face to face ; confront.

Fojúlé, v. to browbeat.

Fojúpè, v. to wink with the eye ; beckon.

Fojútèbọ, v. to snub.

Fojútó, v. to superintend.

Fojúsí, v. tọ attend to.

Fojúwòlapakan, v. to squint.

Fòkọjá, v. to omit.

Fokunṣe, v. see Fagbáraṣe.

Folaíyà, v. to appal ; frighten ; daunt.

Fòléíyẹ, v. to defy ; challenge.

Fòlòfólò agbado lilo, n. bran. Also called Èfó.

Fòlọ, v. to flit ; fly.

Fòlù, n. brick-kiln.

Fòmọ́, v. to rush at one (as a hen with chickens).

Fónífóni, n. decency ; neatness.

Fori, v. to blast ; make abortive.

Foribalẹ, v. to worship ; adore ; submit ; bow the head.

Forífún, v. to surrender.

Forísí, v. to pay attention to.

Forísọ, v. to direct the course ; point to.

Forítì, v. to endure ; persevere in.

Fòró, v. to vex ; annoy; trouble; molest.

Fòrò, adv. see Fóti.

Fòrọfòrọ, n. garrulity ; talka-tiveness.

Fòru, v. to skip over, to escape one's memory.—e.g., O fò mi ru, " It escaped my memory."

Fòsókè, v. to jump ; skip.

Fósókè, v. to float.—e.g., Igi nã fósókè, " The log is afloat."

Fóti, adv. forcibly ; unex-pectedly ; qualifying the act of popping out, as a cork drawn out of a bottle, or the rush of a hunted creature from a concealed place.

Fòyehàn, v. to shew appearance or sign.

Fọ, v. to wash clothes ; scrub ; scour ; speak ; talk.

Fọ́, v. to break a vessel ; wreck ; destroy by war ; demolish ; reduce to a state of con-fusion ; dash ; ache ; be blind ; violate.—e.g., Mo sọrọ titi ori nfọ mi, " I talked until my head ached."

Fóbàjé, v. to ravage.

Fòbọlọ, v. to try to gain advantage by deceit.—e.g., Àlàbá fọbọlọ mi, " Àlàbá has been trying to cheat me."

Fohùn, v. to speak.

Fójú, v. to be blind; to be in the dark; to be ignorant.

Fọláfùn, v. to authorize; empower.

Fọlé, v. to break a house open; rob; sack.

Fọlefọle, n. a housebreaker; burglar; busybody.

Fọlórípa, v. to brain; to kill by a severe blow on the head.

Fọlù, v. to mash; mix together.

Fọmùdùnmúdùn, v. to craze; to break a bone and so reveal the marrow.

Fọn, v. to be meagre; slack; less.

Fọnàhàn, v. to guide; shew the way; conduct; lead.

Fọnfọn, adv. soundly (qualifies " Sun," to sleep).—e.g., Mo sun fọnfọn, " I slept soundly."

Fọnná, v. to take fire from the hearth.

Fọpétepéte, v. to destroy, make into pulp.

Fọrábàjé, v. to use too much grease.

Fọrànmọ́, v. to accuse; censure; impeach.

Fọrànwéràn, v. to allegorize.

Fọráuráu, v. to destroy entirely.

Fọráyí, v. to oil or grease.

Fọrífọrí, n. exasperation; irritation; provocation.

Fọrọbáwí, v. to threaten with empty talk.

Fọrúrú, Fọtútú, Fọlúlú, v. to destroy utterly. See Fọ́ráuráu.

Fọsọ, v. to wash clothes.

Fọtíbàjé, v. to besot; to make drunken.

Fọtípa, v. to make drunk.

Fọtúká, v. to shatter; shiver.

Fọwọbà, Fọwọ́kàn, v. to touch; feel with the hand.

Fọwọ́kọ́, v. to embrace; hook; go hand in hand.

Fọwọ́kọ̀wési, v. to sign, subscribe to by hand-writing.

Fọwọ́lé, v. to undertake, take in hand.

Fọwọ́lé-ẹràn, v. to place the hand against the temple while the elbow rests on the thigh or on the table.— e.g., Fi ija fun Ọlọrun ju fọwọ́lé-ẹràn, ' Leave the battle to God, and rest your head upon your hand."

Fọwọranu, inter.hush ! patience !

Fọwọ́sí, v. see Fọwọ́kọ̀wési.

Fóyànyàn, v. to break in pieces. —e.g., Gbogbo ikòkò ile nwọn li a fóyànyàn, " All the pots in their house were broken to pieces."

Fù, n. a narrow white cloth. adj. white.

Fù, n. the sound of the wind or breeze.

Fùfú, n. meal prepared from grated cassava.

Fújà, Fùkẹ̀, n. brag; empty; proud boasting.—e.g., Mạṣe fújà mọ, " Do not boast any more."

Fujú, Fura, v. to be suspicious.

Fukẹfukẹ, adv. pitapat (used with verb " njo," to palpitate).—e.g., Aiya mi njó fukẹfukẹ, " My heart is palpitating." n. a crumb of bread.

Fùkọ̀, adv., adj. very wet and soft; bloated; miry.

Fùkùfúkù, *n.* lights, lungs.

Fùlàní, a race of people from tho N.E.

Fúlẹ́, *adj.* soft; dry.

Fúlẹ́fúlẹ́, *adv.* softly.

Fúlọ́, *adj.* feverish; slightly indisposed.

Fùlùfúlù, *n.* the leaves which enclose a head of Indian corn (sometimes called Epo, bark; or Aṣọ, clothes); a term usually applied to it when ripe or dry.

Fún, *prep.* for; to; on behalf of.—*e.g.,* Ṣe kini yi fún mi, " Do this for me."

Fún, *v.* to strew; scatter; sew; squeeze; choke; bind tightly; crush; give; grant; compress; suffocate; exhaust; wring; strangle.

Fun, *v.* to blow; snort.

Funfun, *adj.* white; blank; hoary.

Funfun-ẹyin, *n.* the white of an egg.

Fún-itun, *v.* to cleanse and prepare entrails for food.

Fun-ipè, Fun-pe, *v.* to blow a trumpet; sound an alarm.

Fúnjade, *v.* to express; to volley; to blow out.

Fúnká, *v.* to scatter; disperse; to strew about or around.

Fúnkákiri, *v.* to bestow; diffuse; scatter.

Fúnkálẹ̀, *v.* to sow.

Fúnki, *v.* to stifle.

Funkun, *v.* to discharge mucous.

Fúnládùn, *v.* to give relish to; sweeten.

Fúnlágbára, *v.* to invigorate; strengthen.

Funlapẹ̀rẹ, *v.* to shape; give form to.

Fúnlatẹlẹsẹ, *v.* to solo.

Fúnláwòrán, *v.* see Funlapẹ̀rẹ.

Funlẹfọlọrun, *adv.* of one's own accord or choice.—*e.g.,* Mo ṣe e funlẹfọlọrun, " I did it of my own accord."

Fúnlókùn, *v.* to wind cord; to wind (as of clock).

Fúnlónjẹ, *v.* to feed; provide for.

Fúnlọ́rùn, *v.* to choke.

Fúnmọ́ra, *v.* to tweak; twitch; pull.

Fúnmu, *v.* to absorb; suck up.

Fúnnímọlẹ̀, *adj.* luciferous; light-giving.

Funniniṣẹ, *v.* to engage; employ; supply with work.

Fúnníníwà, *v.* to form.

Fúnníyẹ́, *v.* to wing; to give feather (to an arrow).

Fúnnu, *v.* to boast; brag; flourish.—*e.g.,* Ẹniti ofúnnu pọ ku le ṣe nkan, " He who boasts much can do little."

Fúnọmú, Fúnwàrà, *v.* to milk.

Fúnpa, *v.* to strangle to death.

Funpè, *v.* see Fun-ipè.

Fúnpọ, *v.* to crowd; squeeze.

Fúnrarẹ̀, *adj.* spontaneous; of itself. (Sometimes used for Tikárárẹ̀.)

Fúnrugbin, *v.* to sow or scatter seed.

Fúnsi, *v.* to scatter; sprinkle.

Fúnwàrà, *v.* to milk; to shower (as rain).

Fúnwíníwíní, *v.* to drizzle.

Fúnwutuwutu, *v.* to drizzle fast or heavily.

Fura, *v.* to be suspicious.—*e.g.,* O nfura bi ẹlẹfọ tẹtẹ, " He is as suspicious as a tẹtẹ (herb) seller."

Fúrá, *n.* a cool beverage made from Indian corn or rice mixed with honey.

Fúrú, *adv.* silently; quickly.

Fútẹ́fútẹ́, Butẹbutẹ, *adv.* easily (used with the verb Ja, to break, to describe the ease with which fragile texture is torn).—*e.g.,* Aṣọ nja fútẹ́fútẹ́. "The cloth tears very easily.

Fúyẹ́, *adj.* light; not heavy.— *e.g.,* Ẹru mi fúyẹ́, "My burden is light."

Fuyì, *adj.* pleasing, comely,— *e.g.,* Ọbirin ná tuyì, "The woman is comely."

G.

Gá, *n.* a place where cows are tied.

Ga, *v.i.* to be high; rising much above the ground; lofty; tall; elevated; exalted; excellent.

Gabasi, *n.* east (Hausa).

Gadamù, *adv.* alone; solitarily. —*e.g.,* O wa nikan gadamù ninu igbo, "He is quite alone in the wood."

Gafara, *v.i.* beware; be careful; avoid.

Gafara, *n.* excuse; plea; apology.—*e.g.,* Ṣe gafara fun mi, "Have me excused."

Gaga, *adv.* tightly; closely; with much pressure (modifying the verb Há, to press). —*e.g.,* Aye há gaga, "The room is quite full."

Gagató, *n.* stilts.

Gaùn-gaùn, *adj.* shaggy; rough; bristly.

Gajù, *adj.* higher; loftier; superior to.

Gajulọ, *adj.* highest; loftiest.

Galà, *n.* deer, stag.

Gán, *v.* to sew coarsely; to fell the trees in a forest; to strike with the point of a thing; take a little at a time. —*e.g.,* Gán aṣọ yi fun mi, "Stitch this cloth for me." —*e.g.,* Awa ngán igbo. "We are cutting trees in a forest."

Gàn, *v.* despise; disparage; censure; vilify; scorn; criticise; disdain; reproach; mock; backbite.— *e.g.,* Ẹniti a ko fẹ li a igàn, "We despise him whom we do not love."

Gan, Gangan, *adv.* uprightly; straightly; exactly. (Used with "ọsan" to denote noon).—*e.g.,* Wá sọdọ mi gan,"Come to me straight."

Gángan, *n. or adj.* small portion; (applied to soup, etc.)— *e.g.,* Bu omitoro gángan si i fun mi, "Give me a little more soup."

Gangan, *n.* drum; war drum.— *e.g.,* Gangan ko ni ṣaworo, "The gangan (drum) is destitute of ornaments."

Gananrangan, *adj.* very large; bulky and high. — *e.g.,* Akukọ ganganrangan, "A very large cock."

Ganipọ, *v. or adj.* to be sublime, above ordinary height, of high rank.

Ganmu-ganmu, *n.* a kind of axe with long pointed shafts for digging.

Ganniganni, *n.* a despiser; scorner.

Ganran, *adv.* straight; direct.— *e.g.,* Ma lọ li ọkankan ganran, "Go straight on."

Ganṣọ, *v.* to whip, baste or tack cloth.

Gara, *adv.* very (mod. mimọ; mọ).—*e.g.,* Omi mimọ gara, "Very clear water."

Gári, n. saddle.

Gasi, n. wine-glass.

Gaskia (Hausa), troth; truth.

Gé, Ké, v. to cut with a sharp instrument.

Gegún, v. to abjure; to declare by a solemn oath not to do a thing; to curse; imprecate.

Gegele, n. a protuberance; an eminence.

Gèle, n. a handkerchief; a head tie.

Gèle-inujú, n. pocket-handkerchief.

Gere, adj. straightforward; clear; transparent; straightway.

Gè, v. to sit on a tree as a bird.

Gèdegèdè, n. lees; sediment; dregs.

Gégè, Gégèbi, adv. perfectly; exactly; accordingly. prep. according to; equal.

Gègè, n. goitre; a protuberance on the neck.

Gèrè, Gèrègèrè-òke, n. a slope of a hill; descent; gradual slope.

Gegè, n. lot; casting of lots by small pieces of grass or stick representing each person.

Gendè, n. a desperate warrior.

Giga, n. height; eminence; altitude; loftiness. adj. high; tall; lofty.

Gigàn, n. blame; contempt. adj. blameworthy; disdainful; contemptible.

Gidigidi, adv. very; very much.

Gigise, n. the heel.

Gigùn, n. length; height. adj. long; tall.

Gigún, adj. beaten; pounded.

Gingin, n. a small particle; the tiniest bit.

Girin, Girinje, v. to gnaw; to eat by bits.

Giri, n. spasm; convulsion; fits; fright.

Giri, adv. at once; suddenly.

Gíri, Girigiri, adv. closely; compactly; tightly; steadfastly.

Gírimakayi, n. force.

Gòngo, Koko ofun, n. Adam's apple.

Goke, v. to scale; climb; ascend.

Góngo, n. the point; top; tip; summit.

Góngo-ilè, n. point of land; promontory; cape; apex.

Góngo-òke, n. the peak of a hill; the summit.

Gó, v. to puzzle; perplex; bewilder.—e.g., Qran na gó mi jojo, "That matter puzzles me very much."

Gò, adj. stupid, dull, foolish.

Gògo, n. horse's mane; casting of lots (a children's game played with pieces of grass, of which one is bent; the one who draws the bent one is called guilty); a hooked stick used for plucking fruit.

Gogowu, n. a large country cloth; a sheet for covering.

Goigoi, adv. untidily; sluggishly.

Gòmbò, n. facial tribal marks.

Gudè, v. to feel heavy.

Gudegude, n. cloudiness, damp atmosphere. — e.g., Gudegude ko je ki òrun ki o ran, "Clouds prevent the sun from shining."

Gùdugúdu, n. a poisonous wild yam.—e.g., Gùdugúdu kan li egbo kanrinkanrin "The root of the gùdugúdu is very acid."

Gùdugùdu, *adv.* hurriedly; in a scrambling way.

Gùfẹ, *v.* to belch.

Gún, *v.* to beat; pound; pierce; thrust; thrill; to harbour; anchor; land.—*e.g.,* Ọkọ mefi gún loni, " Two vessels have arrived to-day."

Gùn, *adj.* long; tall. *v.* to mount; ride; ascend; climb.

Gunlẹ, *v.* to land; run ashore; run aground.

Guniwo, *v.* to gore; to pierce with the horn.

Gunlọbẹ, *v.* to stab with a knife.

Gunnikẹsẹ, *v.* to spur; stir up; stimulate.

Gunte, *n.* a very poisonous small snake; adder; asp.

Gunrun, *v.* to recline on a cushion.

Gunugún, *n.* vulture.

Gunyẹ, *v.* to be fledged.—*e.g.,* Awọn ọmọ ẹiyẹ ko to ifò, ṣugbọn gbogbo wọn gunyẹ, " All the young birds are fledged, but they cannot fly yet."

Gusù, *n.* (Hausa), south.

GB.

Gbá, *v.* to sweep; cleanse; slap; strike with a stick or something flat; drift.

Gbá, *adv.* entirely; altogether.

Gbà, *adv.* (a word formed from the sound), loudly (describing the sound produced by slamming a door).

Gbàdurà, *v.* to offer prayer.

Gbà-dulumọ, *v.* to slander; accuse falsely; asperse; belie; calumniate; defame; traduce.

Gbàgbọ, *v.* to believe; obey.

Gbà-iye, Gbà-iṣiro, *v.* to take the number; to take account; take a reckoning.

Gbá-kiri, *v.* to be driven or tossed about.

Gbàlà, *v.* to save; rescue; deliver; preserve.—*e.g.,* Nigbati mo bọ sinu omi, apoti ti mo dimú li o gbà mi là, " When I fell into the water, the box which I held saved me."

Gbà-ẹjẹ, *v.* to bleed; to take blood from by opening a vein.

Gbà-lọwọ, *v.* to deliver; rescue. —*e.g.,* On ti gbà wa lọwọ iku, " He has rescued us from death."

Gbá-lọwọ, *v.* to shake hands.

Gbá-mọra, *v.* to embrace.

Gbà, *v.* to take; admit; comply; concede; accept; allow; acquiesce; consent; suffer; conform; deliver; save; receive; obtain; contain; temper mud.

Gbá-mú, *v.* to hold; grasp; seize.—*e.g.,* Maṣe gbá ẹniti oyọ ọbẹ mú, " Do not lay hold of a man who has drawn a knife."

Gbàniyanju, *v.* to encourage; exhort; inspirit; embolden; stimulate; cheer; console.

Gbàpada, *v.* to receive back.— *e.g.,* Gbà ọwọ rẹ pada," Take your money back."

Gbá-omi, *v.* to dabble in water.

Gbà-onigbọwọ, *v.* to receive bail, to bail.

Gbà-ọya-iṣẹ, *v.* to hire oneself out to any employment.

Gbà-lọya, *v.* to take on hire.

Gbàrò, v. to consider.

Gbañfun, v. to procure for ; to grant ; give.

Gbagbandidi, n. a dry uncut calabash.

Gbasan, v. to atone.

Gbagbàṣe, v. to take work on hire for wages.

Gbagbé, v. to forget ; neglect ; omit.

Gbagbogbo, v. to monopolise ; seize the whole.

Gbàì, adv. very much.

Gbajá, v. to bind oneself with a girdle.

Gbajamò, n. trade of a barber.

Gbèjẹ, v. to take blood, to bleed.

Gbajẹwọ, v. confess ; admit ; consent.

Gbajumọ, a. (applicable to persons only), neat ; decent ; clean.—e.g., On jẹ gbajumọ enia, " He is a tidy person."

Gbako, adv. exactly ; fitly ; suitably; precisely.—e.g., Mo gbe ibẹ li ọdun kan gbako, " I remained there exactly one year."

Gbakọ, v. to jar ; to crash ; to be inharmonious.

Gbakuro, v. to ward off.

Gbalabará, v. to slap with the palm of the hand.

Gbàlagbara, v. invalidate ; incapacitate.

Gbalaitọsi, v. to usurp.

Gbalaiya, v. to subdue ; to influence.

Gbalaye, v. to occupy one's room or place.

Gbale, Gbilẹ, v. to overspread ; increase ; extend.

Gbalẹru, v. to despoil ; plunder.

Gbálọ, v. to waft ; subdue ; drift.

Gbà-lọjá, v. to brace ; engirdle ; hoop.

Gbamgbam, adv. tightly ; compactly.—e.g., Di okete rẹ gbamgbam, " Tie your load together tightly.

Gbàmọ, Gbimọ, v. to learn ; receive knowledge.

Gbàmọ, v. to cleave to ; grasp ; clip.

Gbámu, v. to grasp ; hold ; apprehend.

Gbanfani, v. to receive advantage ; to avail oneself.

Gbàngàn, n. a spacious, airy room ; a hall.

Gbangba, n. a plain, open place ; demonstration. adj. plain ; open ; evident ; audible.

Gbangba-ode, n. an open place ; publicity.

Gbani, Gba-ini, v. to possess ; to receive a possession.

Gbasiṣe, v. to employ ; engage.

Gbàrá, v. to boil slightly ; parboil.

Gbaragada, adv. wide open.

Gbati, v. to crowd after ; to sweep aside in a heap.

Gbàwẹ, v. to mourn for the dead ; to fast.

Gbaṣe, v. to take in hand ; to obey.

Gbasilẹ, v. to deliver ; to rescue ; recover ; release ; ransom.

Gbasipò, Gbaṣo, v. to occupy a place or part.

Gbaṣọ, v. to cite, to speak, on behalf of.

Gbasimò, v. to admit into council or meeting.

Gbasinu, v. to admit tacitly.

Gbaṣefun, v. to procure employment for.

Gbaṣọmọ, v. to adopt a child.

Gbatẹlẹ, v. to preoccupy, to receive bribe.

Gbé, *v.* (primary idea, to lift), to carry; bring; bear; move; accomplish; be; abide; dwell; to be lost; perish.—*e.g.,* Maʈe dawọle ohun ti o kò lè gbé, " Never attempt what you cannot accomplish."—*e.g.,* Igbo li ẹranko igbé,"Beasts inhabit the forest."—*e.g.,* Ọmọ mi gbé, " My child is lost."

Gbega, *v.* to raise or lift; magnify; exalt; make much of; advance in rank; uphold.

Gbé-há, *v.* to hang or place between.

Gbe-kà, *v.* to set or place upon.—*e.g.,* Gbe apoti kà ara wọn, " Place the boxes one upon another."

Gbé-kalè, *v.* to put down; to set on the ground.—*e.g.,* Emi ko fẹ igbé agbọn mi kalè, " I do not wish to put down my basket."

Gbe-kuro, *v.* to take from; remove.—*e.g.,* Gbe okuta kuro loju ọna, "Remove the stone out of the way."

Gbemi, *v.* to swallow; absorb.—*e.g.,* Adiẹ gbe owokan,"The fowl has swallowed a cowry."

Gbé-sokè, *v.* to lift up; hoist; set up; exalt; magnify; support.

Gbe-ṣanlẹ, *v.* to dash to the ground with violence.

Gbè, *v.* to be contiguous; advantageous; helpful to; succour; serve; countenance; respond to; vindicate; justify; be partial to.

Gbe-dide, *v.* to raise; stir; excite; raise from a lying posture.

Gbé-duro, *v.* to erect; raise; make to stand upon the legs.

Gbé-fò, *v.* to make fly; waft.

Gbè-fun, *v.* be partial to; plead for.

Gbe-ibikan, *v.* to remain stationary; reside in a place.

Gbe-inu, *v.* to inhabit.

Gbé-joko, *v.* to make sit; to raise to a sitting position.

Gbé-le, *v.* to put upon; to set one thing upon another.

Gbe-lebu, *v.* to cross; place athwart.

Gbé-lekè, *v.* to exalt; promote; prefer.

Gbémi, *v.* to swallow.

Gbé naro, *v.* to set up; to erect.

Gbé-niyawo, *v.* to wed; to marry.

Gbé-ró, *v.* to set upright.

Gbé (this particle gives the force of the past tense to the verb which it precedes).—*e.g.,* Nibẹ li awa gbé lọ, " It was there that we want."

Gbedè, *v.* to understand a language; know; to be sagacious.

Gbedegbeyọ, *n.* an interpreter.

Gbâgbé, *v.* to perish; be lost; doomed.

Gbera, *v.* to lift oneself; to move; stir; be alive.

Gberakán, *v.* to be nimble; agile; active.

Gbere, *n.* leave taking; farewell; salutation.

Gberegbere, *adj.* unmeaning; vain.

Gbèro, *v.* to consider; intend; purpose; calculate; reckon.

Gbéro, *v.* to raise; erect.

Gbesa, *n.* debt; score; dues.

Gbeyawo, *v.* to marry a wife.

T

Gbẹ, *adj.* dry. *v.* to dry; to dry up.—*e.g.*, Omi ṣiṣan na gbẹ, " The running brook is becoming dry."

Gbẹ́, *v.* to sharpen; to make a noise or cackle like a hen; engrave; cut; excavate.

Gbẹdu, *n.* a drum beaten in honour of tho King or great men.

Gbẹkẹle, *v.* to trust; depend upon; confide in.

Gbẹnagbẹna, *n.* a carpenter; sawyer; a worker in wood.

Gbẹngbẹ, *adj.* large; big.

Gbẹngbẹ-gbẹngbẹ, *adj.* very large (applied to fowls or other birds).

Gbẹsan, *v.* to take vengeance; revenge; retaliate; avenge.

Gbẹṣẹ, *v.* to incur guilt; to sin.

Gbẹ, *adj.* burned; scorched; pining; languishing.

Gbẹ-jona, *adj.* burnt; burnt until brittle.

Gbẹ́-niṣ́onṣo, *v.* to sharpen to a point.

Gbẹ́rẹ, *n.* a small cut made into the skin with a lancet; a bleeding out or incision into which the native doctors insert medicine to circulate with the blood.

Gbẹrẹ, *adv.* slowly, drawlingly.

Gbẹ́rẹ-gbẹ́rẹ, *adv.* in slow paces.

Gbidanwo, *v.* to make a trial; to try.

Gbigbà, *adj.* that which is to be received, taken, accepted, allowable, tolerable, admitted.

Gbigbá, *adj.* that which is to be swept.

Gbigbasile, *n.* rescue; deliverance.

Gbigbato, *adj.* tutelar; tutelary.

Gbigbé, *adj.* dwelling (house).

Gbigbe, *adj.* that which is to be carried.

Gbigbè, *adj.* warrantable; supportable.

Gbigbalakè, *adj.* preferable; exaltable.

Gbigbesokè, *n.* that which is to be borne, lifted or carried.

Gbigbewò, *n.* that which is to be tried or weighed.

Gbigbẹ, *adj.* dry; sear; void of moisture.

Gbigbẹ́, *adj.* hewn; graven.

Gbigbekẹlé, *adj.* accredited; trustworthy.

Gbigbona, *adj.* warm; hot; fervent; zealous.

Gbigbọ, *adj.* that which may be heard. *n.* a hearing.

Gbigbọn, *adj.* wise; clever; prudent.

Gbigbun, *adj.* crooked; twisted.

Gbọhin, *v.* to hear news.

Gbeja, *v.* to defend; take one's part.

Gbimọ, *v.* propose; stipulate; offer; devise.

Gbimọ-buburu, *v.* to plot.

Gbimọran, *v.* to counsel; think; consider.

Gbimọtele, *v.* premeditate; to plan beforehand.

Gbin, *v.* to breathe with difficulty; to groan.

Gbin, *v.* to plant; sow.

Gbina, *v.* to catch fire; kindle. *adv.* on fire.

Gbingbiniki, *adj.* stout; bulky; huge. *n.* bulk.

Gbinnikún, *v.* to fester; rankle.

Gbipe, *v.* to listen to an entreaty; receive comfort.

Gbipo, *v.* to succeed; supply tho place of another.

Gbèro, *v.* to reckon; calculate; intend; deliberate; speculate.

Gbarotẹlẹ, *v.* to premeditate; forecast.

Gbaroyọjade, *v.* to devise a plan.

Gbiwọn, Gbàwọn, *v.* to take measurement; weigh.

Gbiyajẹ, *v.* to suffer passively.

Gbiyanjú, *v.* to endeavour, take courage, endure, persevere, exert oneself.

Gbiyelé, Gbẹkẹlẹ, *v.* to depend upon, rely on.—*e.g.,* Ma gbiyelé ogún, ti ọwọ ẹni ni ito ni, " Depend not on an inheritance (by bequest); what one gains (by industry) is sufficient."

Gbó, *v.* to ripen; come to maturity. *adj.* old; worn out; ancient; aged; stale.

Gbó, *v.* to bark (used of a dog).

Gbo, *v.* to scrub; rub.

Gbó-lẹnu, *v.* to contradict.

Gbodogi, *n.* the yaws.

Gbòdogi, *n.* the name of a leaf for thatching.

Gbogun, *v.* to start warfare.

Gbogunti, *v.* to invade.

Gbogbo, *adj.* all; every; the whole; general; total; entire.

Gbohùn, *v.* to hear a voice.

Gbohùngbohùn, *n.* an echo.

Gbóju, *v.* to be impudent; daring; fierce; bold-faced; impertinent; audacious.

Gbójulé, *v.* to fix the eye upon; to put confidence or trust in.

Gbójusi, *v.* to face; brow-beat.

Gbojuwo, *v.* to behold; to look.

Gbolohun, *n.* a word; a sentence.

Gbolohùn-asọ, *n.* squabble; quarrel.

Gbó-mọ, *v.* to bay; bark at.

Gbona, *v.* to be warm; hot; aglow; torrid; sultry; ardent; vigorous; fervent; fervid; fierce.

Gbòngbo, *n.* root; bottom of a matter; principle.

Gbòngbo-ọrọ, *n.* root of a matter; theme.

Gbonu, *v.* to deny; to insist on in opposition to advice.

Gbòro, *adj.* wide; broad; august; expansive.

Gbóro, *n.* a snare for beasts.

Gbòrùn, *v.* to smell; to scent.

Gbótan, *a.* be aged; old; decrepit.

Gbọ, *v.* to hear; attend; listen; hearken; observe.

Gbọ, *v.* to flourish; grow luxuriantly.

Gbọdọ, *aux. v.* dare; shall; must; often used with ko, " not."—*e.g.,* Iwọ ko gbọdọ ṣe eyi, " You must not do this."

Gbọgbẹ, *v.* to receive a wound.

Gbọn, *v.* to be wise; clever; sensible; expert; cunning; crafty; discreet; shrewd; subtle; judicious.

Gbọn, Gbọnmi, *v.* to bale out water.

Gbọnjú, *v.* to arrive at an age when the memory begins to develop itself (a term marking a particular period of childhood).

Gbọn, *v.* to shake violently; to tremble.

Gbọn-kànnakànna, *v.* to sling.

Gbọn-lọ, *v.* surpass; exceed.— *e.g.,* On gbọn mi lọ, " He is greater than I."

Gbọn-riri, *v.* to quake with cold.

Gbọn, *v.* to move to tears.— *e.g.,* Ẹkun gbọn mi, " I was moved to tears."

Gbọngbọn, adv. very (applied to depth).—e.g., Koto na jin gbọngbọn, " The pit is very deep."

Gbọngan-gbọngan, adj. clumsy in arrangement.

Gbọrọ, Iṣi, n. sprouts of the pumpkin.

Gbọrọ, adj. long and slender.—e.g., Igi gbọrọ, " A long slender stick; " prostrate; stretched at full length.

Gburó, v. to hear of.—e.g., Awa gburó wọn lana, " We heard of them yesterday."

Gbún-lẹ̀ṣẹ, v. to smite with the fist; box.

Gbun, v. to bend; twist; be out of shape.

Gburu, adv. in torrents; violently; without cessation. —e.g., Ojo nrọ̀ gburu, " The rain pours in torrents."

H.

Hà, n. amazement; astonishment.—e.g., ˙Hà ṣe mi si ọran na, " I wondered at the matter."

Hà ! interj. expression of surprise or wonder.

Há, v. to lock; get entangled between woods, or in a narrow passage; to be crowded or straitened.— e.g., Ayè há fun mi gaga, " I am much straitened."

Há, v. to cumber; be strait; to lock.

Ha, v. to bruise; scratch; scrape; crash; grate.

Ha, adv. indeed; then (used emphatically in interrogative sentence).—e.g., Nkan wọnyi ha ri bẹ́ bi ? " Are these things indeed so ? "

Há, adv. (emphatic); no indeed (always followed by Bi).— e.g., Emi há ni bi ! "Not I, no indeed."

Há-layè, v. to throng; squeeze; press for want of room.— e.g., Awọn enia há mi layè, nkò le wọ̀ ile, " I am pressed by the people, I cannot go into the house."

Ha-mọ́, v. to lock; block up; keep in; enclose.

Ha-kẹ̀lẹbẹ, v. to expectorate.

Ha-le, v. to wattle a house.

Ha-lẹ̀si, Ha-lẹ̀mọ, v. to bully; to threaten.

Há-mọ, v. to confine; restrict.

Há-mọtùbu, v. to incarcerate; imprison.

Ha-mọra ogun, v. to equip for war; arm for the battle.

Ha-nù, v. to pare; scrape off.

Halẹ̀, v. to boast; brag.

Hamọra, v. to put on armour; to be encumbered.

Hán, v. to be unfruitful; sandy; worn out; to scrape gently or slightly.

Hàn, v. to appear; be in sight; be visible; be manifest; evident; conspicuous.

Han, v. to scream.—e.g., Ọmọde yi han goro, " This child gave a shrill scream."

Han-lọkankan, adj. seen afar off.

Hàn-lẹ̀mọ (li-ẹ̀mọ), v. to treat one badly.

Hàn-gbangba, v. to be conspicuous; ostensible; to be apparent.

Han-goro, v. to scream; screech; shriek; tinkle.

Hàn-ketẹketẹ, v. to be prominent; to be conspicuous.

Hàn-lode, adj. exposed.

Hàn-lọkọkan, v. to show one after the other.

Hàn-nikika, adj. legible; readable.

Hanyin-hanyin, adj. coarse; rough; uneven.

Hantúru, v. (Hausa) to write.

Hawọ, adj. a tight hand; mean; greedy; miserly; niggardly.

He, v. to gather together things which are scattered; to pick up one by one; to reap; to gather fruit.—e.g., Awa nhe erẽ li oko, "We are gathering beans in the farm."

Heyọ, Heyi, inter. Sir; Madam; a respectful answer made by males to elders or superiors.

Hẹ! Ẹ! interj. Sir; Madam; (respectful answer made by females to elders or superiors).

Hẹn, adv. yea; aye; yes.

Hiha, adj. that which is to be scraped; scraped.

Hiha, adj. narrow; strait.

Hihàn, adj. visible; ostensible; gorgeous; splendid; august.

Hihe, adj. that which is to be picked up.

Hihọ, adj. that which is to be stripped off or peeled, as the bark of trees.

Hihù, n. conduct, behaviour.

Hó, v. to peel off (the rind of yams or fruits).

Hó, v. to boil; ferment; bubble; froth; foam; roar; hoot; make a noise; shout.—e.g., Ọsẹ nhó putu, "The soap lathers well."

Ho-kinikini, v. to simmer.

Ho-yè, v. to shout.

Hó, Há, adj. narrow, strait.—

e.g., Ọna hó, ẹsẹ kò gba eji, "The path is too narrow to admit two feet (to walk side by side)."

Họ, v. to scratch; peel off the bark; run; turn tail; flay.

Hó, adv. not (used often instead of kó).

Hộ; Hộ; Ọ! interj. a contemptuous exclamation; pugh!

Hộhộ, n. a bird similar to the crow with white streaks on the head.

Họwu! interj. a word expressing surprise.

Họnrun, v. to snore.

Hù, v. to shoot; germinate; bud; spring; vegetate; to become mouldy (as clothes); to come to notice.

Hu-wa, v. to behave; conduct oneself.

Hú, v. to pull out of the ground; dig; disinter that which was buried; detect.

Húkọ, v. to cough.

Hù-jade, v. to spring forth; beget; eject; shoot.

Hùkasi, adj. mouldy.

Huko, v. to grow grass; produce weeds.

Huko-loju, v. to be wild; to look wild; savage; raw.

Humọ, v. to think; meditate; originate a thought; devise; invent; plan; give counsel.

Hunsọ, v. to weave cloth.

Hùra, v. to be languid; to flag.

Husọnù, v. to root out; root away.

Hùwa-ika, v. brutalize; practise wickedness.

Hùwa-ara-oko, v. to be rude.

Hu-yẹ, v. to fledge.

I.

I, a prefix, giving to the verb to which it is prefixed the signification of an action still in progress.—*e.g.*, *v.* Bá, to hide. *n.* Iba, the act of hiding.

I, *pron.* (used after a verb ending with i), him ; her ; it.—*e.g.*, Mo fi igi ti i, " I pushed it with a stick."—*e.g.*, Ki i mọlẹ, " Press it down."

Ibá, *n.* a hit ; the act of meeting ; a coming in contact with ; a lucky chance.

Ibá, *defective v.* had ; would have ; ought to.—*e.g.*, On ibá de, emi alọ, " Had he come, I would have gone."

Ibá, Igbọná-ara (gbo-ina), *n.* fever.—*e.g.*, Ibà li o da mi bulẹ̀ lati ana wá," Fever has prostrated me since yesterday."

Ìba, *n.* the act of hiding ; ambuscade ; the act. of weaving or plaiting coarse grass into a mat.

Ibadapọ, *n.* cohabitation.

Ibade, *n.* accordance ; suitability ; hit.

Ibadí, *n.* hip ; joint of the thigh ; loin.

Ibadù, *n.* emulation.

Ibágbe, *n.* the act of abiding together ; abode ; fellowship ; a dwelling together.

Ibaiyejẹ (ba-aiye-jẹ), *n.* the act of spoiling the world ; a turning the world upside down.

Ibajepe, *conj.* if.—*e.g.*, Ibajẹpe o wanihin, arakọnrin mi ki ba ti ku, " If you had been here my brother would not have died."

Ibajẹ, *n.* the act of eating, associating or dealing with.

Ibajẹ́, *n.* the act of destroying, spoiling or corrupting ; evil ; decay ; degeneration ; profanation.—*e.g.*, Ibajẹ́ ọkan buru ju ti ara lọ, " The corruption of the soul is worse than that of the body."

Ibáka, *n.* mule.—*e.g.*, O ni ika ninu ibáka, " He is as stubborn as a mule."

Ibaka, *n.* canary.

Ibákásíẹ, Rakúnmi (Hausa), *n.* camel.

Ibalé, *n.* virginity.

Ibalẹ-ọkan, Ibalẹ-aiya, *n.* equanimity of mind ; quietude.

Ibalò, *n.* the act of dealing with ; intercourse.

Ibalọ́, *n.* the act of going with ; accompaniment.

Ibaluwẹ, baluwẹ, *n.* a washhouse.—*e.g.*, Ibaluwẹ gbe ile ṣe bi akurọ, " A wash-house is a part of the house, but (yet) it is (as wet as) a garden by the waterside."

Ibanapọ̀, Ibasọwopọ̀, *n.* partnership ; fellowship ; fellowtrader.

Ibanibuba, *n.* the act of lying in ambush ; ambushment.

Ibaninujẹ, *n.* aggrievance ; offence ; vexation.

Ibanijẹ (ba-ẹnia-jẹ), *n.* the act of spoiling or corrupting ; depreciating ; belittling.

Ibanujẹ, *n.* dejection ; sorrow.— *e.g.*, Ibanujẹ da ori agba ka odo, " Sorrow bends down an old man's head."

Ibantẹ́, *n.* apron worn by males.

Ibantẹ́ Alayekan, *n.* a kind of narrow apron.

Ibantẹ Etiaja, *n.* an apron made in imitation of a dog's ear.

Ibante Gambari, n. a kind of apron introduced from the Hausa country.

Ibante Salalá, n. a superior kind of apron.—e.g., Salalá baba ibante, " Salala is the chief (lit.—father) of all aprons."

Iba-ohun mimo je, n. profanation ; sacrilege.

Ibarale, n. carefulness.

Ibáre (ba-re), n. the state of being friendly with ; friendship ; agreement.

Ibáru, n. ashes of burnt grass.

Ibáse, conj. whether.—e.g., Ko gbogbo won jo, ibáse rere tabi buburu, " Gather all together whether good or bad."

Ibasedede, n. corroboration ; equality.

Ibasepe, impers. v. had it been.

Ibasepo, n. co-operation.

Ibasore, n. alliance ; ally.

Ibatan (-tan), n. a relative ; belonging to the line of a family, relation, kinsfolk.

Ibawi, Ibawijo (wi-ejo), n. the act of calling to judgment ; judgment ; reproof ; censure ; punishment.

Ibayo, n. rejoicing with ; congratulation.

Ibeji (bi-eji), n. twins.

Ibepeje (ba-epe-je), n. oath-breaking ; perjury.

Ibère (bi-ere), n. inquiry ; requisition ; petition ; question.—e.g., Ibère ki ije ki enia ki o gina : eniti ko le bere li o npon ara re loju, " Inquiry saves a man from mistakes : he who makes no inquiry gets himself into trouble."

Ibè, adv. there.

Ibebè, ebè, n. solicitation ; prayer ; supplication.

Ibepe, n. pawpaw tree and fruit. —e.g., Ó hamora bi ibepe, " He encumbers himself like the pawpaw tree " (when laden with fruit).

Ibere (be-ère), n. beginning ; commencement ; stooping.

Iberù (ba-èru), n. fear ; fearfulness ; apprehension.

Iberubojo (ba-eru-ba-ojo), n. fear ; dread ; trembling.— e.g., Iberubojo ni mo fi pe e, " With fear and trembling, I called him."

Ibewo, n. visitation ; visit ; a peeping at ; insight.

Ibewosi, n. behaviour ; manners.

Ibi, n. evil ; ill-use ; after-birth.—e.g., Eniaki ise ni ni rere, ki a fi ibi su u, " He who has done you a kindness should never be ill-used."

Ibi, n. question ; inquiry ; place.

Ibí, n. birth ; child-bearing ; generation ; genesis ; product.—e.g., Ibí ki iju ibí, hi a ti bi eru li a bi omo, " Birth is not different from birth ; as the freeman was born so was the slave."

Ibi-abò, n. a place of refuge ; asylum ; ward.

Ibi-ade, n. decoy ; trapping place.

Ibi-árà, n. haunt.

Ibi-asala, n. refuge ; asylum.

Ibi-idajo, n. place of judgment.

Ibi-idako-duro, n. haven ; anchorage ; port.

Ibi-iduro, n. a standing place ; stage.

Ibikàn, n. a place ; some place.

Ibikibí, adv. anywhere ; wherever.

Ibilàre, *n.* the act of questioning; interrogation.

Ibile (bi-ile), *n.* one home-born; a domestic.

Ibilè (bi-ile), *n.* aborigines; native.

Ibilu-omi, *n.* wave; surf.

Ibilu, *n.* scourge; thong.

Ibimbi, *adj.* naked.

Ibimo, *n.* child-bearing; child-birth.

Ibinu, *n.* wrath; anger; passion. —*e.g.*, Ibinu ko ṣe nkan fun ni; sùru taba iwa, ibinu ni iyọ ọfa li apó, ohùn rere ni iyọ obi ni apò, "Anger does no one good; patience is the best (*lit.*—father) of dispositions. Anger draws arrows from the quiver; good words draw kola nuts from the bag."

Ibinujè, *n.* sorrow; sadness; anguish.

Ibirogboku, *n.* couch; sofa.

Ibisi, *n.* increase; addition.

Ibiṣubu, *n.* overthrow; subversion; confutation.

Ibitè, Obitè, *v.* to travail.

Ibiwó, *n.* the act of overthrowing.

Ibò, *n.* breadth; width; dimension; a kind of banyan tree.

Ibó, *n.* the name of a trailing plant; and its fruits.

Ibo, *n.* a casting of lots or dice used by the priests in consulting the gods.

Ibò, *adv.* Where?

Iboji, Boji (Ibi-Oji), *n.* grave; sepulchre; cemetery.

Iboji, *n.* shadowy; shade.

Iboju (bo-oju), *n.* veil; covering for the face; cloak; dissimulation; blindfold; hangings.

Ibojuwò (bẹ-oju-wò), *n.* visit; visitation; superintendence; insight.

Ibojuwofin, *n.* close inspection.

Ibolé, *n.* roofing; confiscation.

Ibomi, Ibomiran, *n.* another place.

Ibomirin, *n.* irrigation.

Ibomọlè (bo-mọ-ilè), *n.* concealment; that which is to be concealed.

Ibora, *n.* cover; covering for the body.

Ibora-Kubusu, *n.* blanket; woollen covering.

Iborí, *n.* victory; conquest; triumph.

Ibòrí (bo-ori), *n.* cap; covering for the head; hood.

Ibosè, *n.* the hoof of an animal.

Ibò, Àbọ, *n.* the act of coming; decoction.

Ibogibonẹ, *n.* the act of serving an idol.

Iboka-abèrè, Ibowọ-abèrè, *n.* thimble.

Ibolá, *n.* the act of paying respect; urbanity.

Ibolówọ, *n.* the act of shaking the hands.

Ibólọwọ, *n.* escape from seizure; deliverance from; freedom; leisure.

Ibọn, *n.* gun, musket, fire-arms, pistol.

Ibọn-nla, *n.* ordnance; cannon.

Ibọn-alafèfẹ, *n.* air-gun.

Ibọni, *n.* support; sustentation.

Ibọpá, Ike, *n.* bracelet.

Ibọpo, *n.* hammock.

Ibọriṣa, *n.* worship of idols; idolatry.

Ibọsärin, *n.* a coming between; mediation.

Ibọsè (bọ ẹsè), *n.* socks, stockings, hose.

Ibọsọkò, Iwọkò, *n.* embarkation.

Ibọwà, n. a coming; approach.
Ibú, n. breadth; side; diam-
oter; width.
Ibú, n. fall; abuse; curse.
Ibu, n. a bleating; a loud
sudden cry.
Ibu-atẹlẹwọ, n. hand-breadth;
span.
Ibúbu, adv. crookedly.
Ibudo, Ibudo-ogun, n. camp;
encampment.
Ibugbe, n. abode; home; habi-
tation.
Ibu, n. abstraction of a part;
fragment.
Ibugbe-ẹlẹda, n. pigsty.
Ibujẹ, Ibujẹ-ẹran, n. a place of
feeding; crib; manger.
Ibujoko (Ibi-ijoko), n. a dwelling
place; abodo; settlement;
seat.
Ibuke, n. carver of posts and
doors.
Ibukún (bu-kun), n. adding to;
a blessing; benediction;
increase.
Ibukun (bù-kun), n. deficiency;
abatement; reducement.
Ibukún, Ibusi, n. adding to;
exaggeration.
Ibula, Àbula, n. dilution;
adulteration.
Ibulẹ, n. the act of lying down.
Ibulẹ-arùn, n. sickness.
Ibulẹ-iku, n. death-bed.
Ibu-omi, Ibu-odò, n. channel;
abyss.
Ibura, n. the act of swearing;
oath.
Ibúrú, Iburu-dopin, Iburu-
rekọja, n. incorrigibleness.
Ibusọ, n. a resting-place on a
journey.
Ibusùn, n. a sleeping-place;
bed; bedstead.
Ibusùn-oku, n. graveyard;
churchyard.

Ibuwọ, n. a lodging-place; a
lodge; roosting-place.
Ibuwọn (bu-wọn), n. aspersion;
sprinkling.
Ibuyín, n. compliment; honour;
respect.
Idá, n. creation; formation;
cessation; division; de-
cision; payment of taxes;
good health.
Idá, n. beeswax; tar.
Idà, n. sword.
Ida-asọ, n. remnant from the
loom; piece of cloth to
patch with.
Idà, ẹda, n. the art of fusing;
fusion.
Ida-eti, n. wax of the ear.
Ida-ẹṣẹ, Idẹṣẹ, n. the act of
sinning; perpetration.
Idá-idiwe, n. sealing-wax.
Ida-onibò, n. broad sword.
Idába, n. proposal; motion.
Idábò, Idàbobo, n. refuge; pro-
tection.
Idabu, n. breadth; latitude;
that which is placed athwart.
Idabu-ẹkun, n. cross-bar of a
door or gate.
Idabu-igbaroko, n. pelvis.
Idabulẹ, n. prostration of the
body from sickness or weak-
ness.
Idadó, Adado, n. isolation; an
island.
Idaduro, n. being stopped
or hindered; detention;
hindrance; hold.
Idagba, n. growth; increase;
maturity.
Idagbala, n. the act of pre-
suming.
Idagbe, n. the state of being
alone; solitude; isolation.
Idagbere, n. a bidding farewell;
valediction.
Idagiri, n. an alarm.

Idagùdẹ, n. cold; gloom; damp weather.

Idahọrọ, n. desolation.

Idahùn, n. answer; reply.

Idahun-adatan, n. final reply; ultimatum.

Idaiyafo, n. intimidation; dismay; discouragement.

Idàjẹ, n. double dealing; a cheat.

Idaji, Idameji (da-meji), n. half; moiety.

Idaji, n. an early rising.

Idajọ (de-ejọ), n. judgment; sentence pronounced; doom; award.

Idajọ (da-jọ), n. a collection, a putting together.

Idajọ-egbe, n. partial judgment.

Idaju, n. hard-heart-dness.

Idakasi, Idikasi, n. staleness; mustiness.

Idakẹ, Idákẹjẹ, Idakẹrọrọ, n. rest; quietness; serenity; silence; a calm.

Idakọdúro, Idakọrọ, n. the act of stopping the ship; anchor.

Idakọja (da-kọja), n. the act of passing over a thing by lifting the foot over it (as over a tree lying across the road).

Idaku, n. swoon; faint.

Idalara, n. disappointment. v. to mortify; to hurt one's feelings.

Idalara, n. justification.

Idálẹ, n. the act of being away from home.

Idàlẹ, n. faithlessness; breach of confidence; treason.

Idalẹbi, n. conviction; reprobation; condemnation.

Idalẹkun, n. the act of forbidding; prohibition; interdiction.

Idaloju, n. certainty.

Idalọrọ, n. torment; torture; oppression.

Idalù, n. the act of boring.

Idalu, n. affusion; the act of mixing together.

Idamarun, n. a fifth part.

Idamejila, n. a twelfth part.

Idamẹrin, n. a fourth part.

Idamẹsan, n. a ninth part.

Idamẹta, n. a third part.

Idamẹwa, n. a tenth part.

Idamẹwamẹwa, n. the tenth parts severally.

Idamọran (da-mọ-ran), n. a device; a plan; theory.

Idámu, n. the act of perplexing; perplexity; confusion; distraction; infatuation.

Idán, n. sleight of hand; an artful trick.

Idan, n. the bottom of native trousers.

Idana, n. dowry.

Idaná, n. a feast; the act of cooking.

Idandè (da-ni-ide), n. redemption; the state of being redeemed from bondage.

Idaniduro, n. the act of detaining; detention.

Idanílara (da-enia-li-ara), n. the act of disappointing; mortifying; annoying.

Idaniloju, n. convincement; certainty; assurance.

Ida-npapa, n. rust.

Idanrawo, n. exercise; exertion; test; proof.

Idanwò, n. attempt; trial; temptation.

Idapọ, n. a mingling; closeness; annexation; attachment.

Idapọ-Mimọ, n. Holy Communion.

Idapọṣọkan, n. union.

Idaran (da-ọran), n. transgression; offence; trespass.

Ìdaran-ǫba, *n.* treason (*lit.*—offence against the king).

Ìdariji (dà-ɔri-ji), *n.* forgiveness; pardon; remission; absolution.

Ìdarisi, *n.* tendency; disposition.

Ìdarò (-arò), *n.* anxious; concern; anxiety.

Ìdarǫsǫ, *n.* a speaking to oneself; soliloquy.

Ìdarú, *n.* refutal; confusedness.

Ìdaru-dapò, *n.* the act of mingling in a confused mass; medley; confusion.

Ìdarunṣilę, *n.* that which causes disease.

Idāsa, *n.* remnant from the loom; piece of cloth to patch with.

Ìdasi, *n.* remnants; exemption; officiousness.

Ìdasilę, *n.* beginning; invention.

Ìɔasilęlǫ, *n.* acquittal; liberation.

Idaṣà, Ìdawólè, *n.* assumption; undertaking; venture; enterprise.

Idaṣe, Adaṣe, *n.* venture; risk.

Ìdáwo, *n.* consultation of the gods or oracles.

Ìdawo, *n.* contribution.

Idawo-ode, *n.* taxation.

Idawǫ́, Ìdarǫ́, *n.* dross.

Idawǫ́-duro, Ìdawǫro, *n.* deaistance; interruption; cessation; intermission.

Ìdawǫpǫ, *n.* a joining of hands together; union.

Ìdawura, *n.* fluency; free; outlet.

Idáyi, *n.* time; interval; season; a given space; fermentation.—*e.g.*, Ni idáyi aná o ti dé, "About this time yesterday he had arrived."

Ìdè, *n.* the act of binding; bondage; screw; buckle; brace.

Ìdé, *n.* arrival.

Ìde-àjaga, *n.* bond; yoke.

Ìde-ǫwǫ, *n.* handcuffs; manacles.

Ìde-lǫna, *n.* the act of hindering; opposition.

Ìdena, *n.* hindrance; opposition; obstacle.

Idéri, Ǫmǫri (dé-ɔri), *n.* cover; lid.

Ìdeti, *n.* the face bone near the ear; tympanum; drum of the ear.

Ìdę, *n.* loosening; softening; maturity; a glass bottle holding about five gallons, called by sailors a demijohn.

Ìdę́, *n.* brass.

Ìdęgbę́ (dę-igbę́), *n.* hunting; chase.

Ìdęhun, *n.* the act of refraining from speech.

Ìdęjú, *n.* easy-going.

Ìdękùn, *n.* the act of setting a snare; ensnaring.

Ìdęra, *n.* ease; laxation.

Ìdęrin, *n.* exciting to laughter.

Ìdęruba, *n.* alarm; discouragement; terror.

Ìdęsi, *n.* instigation.

Ìdęti (dę́-ęti), *n.* inclination of the ear; listening; hearkening.

Ìdętí (di-ęti), *n.* failure; inability to accomplish.

Ìdęwo (dę́-wo), *n.* temptation; trial; snare; seducement.

Ìdęwǫ, *n.* mitigation; relaxation.

Ìdi, *n.* eagle.

Ìdi, *n.* bundle.

Ìdi, *n.* bud; blossom.

Ìdi, *n.* waist; groin; reason; sake.

Ìdi-erupę, *n.* sod.

Ìdi-ibǫn, *n.* breech of a gun.

Ìdi-irun, *n.* lock of hair.

Ìdi-ǫkun, *n.* osprey; fishing eagle.

Idibajẹ́, n. corruption; rotten-
ness.

Idide, n. the act of rising.

Idigi, Ẹru-igi, n. bundle of wood.

Ídigbaró (dá-ig'ba-ró), n. con-
tinual standing; an erect
position.

Idije, n. competition; race.

Idiji (dá-iji), n. fear; fright;
alarm.

Idíju, n. entanglement; con-
fusion; knot; intricacy.

Idiju, n. the act of shutting the
eye.

Idíju-ọna, n. blocking the road.

Idikàsí, n. a stale state; musti-
ness.

Idíle, n. family; household;
clan.

Idiloju, n. blindfold.

Idilóna, n. obstacle.

Idilọwọ, n. interruption; impedi-
ment.

Idilu, n. the act of congealing.

Idimọ, Idite, n. confederation;
league; intrigue.

Idimọra, n. the act of winding
things around the body.

Idimu, n. grasp; apprehension.

Idin, Idi, n. name of a tree, the
root of which is used as
chewing sticks.

Idin, n. maggot; grub; weevil.

Idina, n. hindrance; barricade.

Idinu, n. passion; anger.

Idinu, n. the act of shutting the
mouth.

Idipara, n. rustiness.

Idipọ, n. union; density; coher-
ence; compact.

Idirí, n. the act of tying or
binding the hair; head-
dress; act of plaiting the
hair.

Idirun, n. the act of plaiting the
hair.

Iditi, n. deafness.

Idiwọ, n. obstacle; obstruction;
encumbrance.

Idiwundia, n. the state of a girl
reaching puberty.

Idiwon, n. measurement.

Idiyele, n. the act of estimating;
valuation.

Idoti, n. invasion; encampment;
siege; blockade; coloni-
zation.

Ido, Idoro, n. the seeds of the
canna plant.

Idodo, n. navel.

Idofun, n. a kind of plum tree.

Idogo, n. the act of placing a man
in a debtor's house so as to
make him pay the money
at once; surety.

Idogun, Idipara, n. rust.

Idobalẹ, n. prostration; falling
on the face; a mark of
respect to a superior by the
male.

Idodẹ, Ide, n. hunt; chase.

Idogba, n. regularity; evenness;
equality.

Idùn, n. bug; flea.

Idun, n. a sound; cry as of a
bird.

Idun, n. sweetness; flavour.

Idunmọ, n. pleasure; enjoy-
ment.

Idu, n. a denial or refusal of a
request or petition.

Idugbolu, n. stumbling-block;
onset; shock.

Idúpẹ, n. thanks; thanksgiving;
Eucharist.

Idura, n. the act of making an
effort from falling down.

Idúro, n. pause; cessation;
integrity; staunchness; stay.

Idoro-ṣinṣin, n. a standing fast.

Ìfà, n. good luck; gain; advan-
tage.—e.g., Ìfà nla ni iya
oluwa rẹ ni apò, "Inordi-
nate gain makes a hole in
the pocket." Hag. i. 6.

Ìfá, n. the god of palm nuts ; a tool with two handles (used to scoop out the pulp of green calabashes).

Ìfajuro, n. sadness ; sorrow.

Ìfamọra, n. intimacy.

Ìfani (ẹfa-oni), n. six days.

Ìfanimọrá, n. sociableness ; friendliness.

Ìfarabalẹ, n. carefulness ; attention.

Ìfarahan (fi-ara-han), n. appearance ; a vision.

Ìfarakọra, n. connexion ; proximity.

Ìfaramọni, Ìfaramọra, n. attachment to ; adhering to.

Ìfarapa, n. the act of hurting or bruising the body ; hurt ; injury.

Ìfarapamọ, n. hiding.

Ìfararọ, n. leaning on ; resting upon.

Ìfararọ́, n. sprain ; dislocation of joints.

Ìfarati, n. support ; stay ; trust.

Ìfarawe, n. imitation ; emulation; sham.

Ìfarun (fa-ọrun), n. an iron guard for the fingers, used to assist in drawing the bow with full force.

Ìfasẹhin, n. abatement ; reduction ; diminution.

Ìfatu, n. the act of plucking up by the root ; extirpation.

Ìfaya, n. the act of tearing ; laceration.

Ìfe, n. a small-sized bird.

Ìfe, n. whistling.

Ìfe, n. cup ; a tumbler shaped gourd.

Ìfefe, n. a kind of hollow reed.

Ìfetisi, n. obedience ; attention.

Ìfẹ, n. liking ; willingness.

Ìfẹ́, n. love ; will ; desire ; cordiality.

Ìfẹ, n. belch ; distortion.

Ìfẹ-afẹju, n. idolise.

Ìfẹ-enia, n. philanthropy.

Ìfẹ-buburu, n. malevolence.

Ìfẹhinti, n. support ; patronage ; refuge.

Ìfẹkufẹ, n. lust ; concupiscence.

Ìfẹ-mọ-ni-keji (fẹ-ọmọ-enia-keji), n. brotherly love.

Ìfẹni (fẹ-enia), n. charity ; love.

Ìfẹnukonu (fi-ẹnu-ko-ẹnu), n. (lit.—the act of putting mouths together) mutual agreement ; kiss.

Ìfẹra-ẹni, n. self-love ; selfishness.

Ìfẹri, Tutu, n. coolness ; moderation of heat.

Ìfẹsẹmulẹ, n. edification ; establishment ; confirmation.

Ìfẹṣẹji, n. forgiveness of sins.

Ìfibú, Ìfiré, n. a curse ; imprecation ; execration.

Ìfibun, Ìfifun, n. gift ; present ; exemption.

Ìfifalẹ, n. want of diligence ; negligence.

Ìfiji, n. the act of forgiving ; forgiveness ; absolution.

Ìfifun, n. the act of giving or delivering to.

Ìfihan, n. a show ; exhibition ; parade ; index ; specimen ; revelation.

Ìfijona, n. burnt.

Ìfikalẹ, n. the act of establishing ; a settlement.

Ìfikun, n. the act of adding to ; addition ; annexation ; appendix.

Ìfilelẹ, n. establishment ; ordination.

Ìfilọ, n. the act of publishing ; consultation.

Ìfinra, n. tattooing ; fumigation.

Ìfinran, n. encroachment ; aggression.

İfipamọ, İfisin, n. a hiding; concealment.

İfirọ, n. the act of suspending on a hook or pin.

İfisi, n. a putting upon.

İfisile-ide, İfisitubu, n. imprisonment; bondage.

İfisilẹ, n. abandonment; resignation.

İfisun, n. accusation; suit at law; the act of aiming at.

İfisofo, n. a waste; extravagance.

İfisọrọsọ, n. a byword; an object of common talk.

İfisiro, n. multiplication.

İfisura, n. preservation; a stand by.

İfitọrẹ (fi-ta-ọrẹ), n. gift; present; offertory.

İfiwe, n. the act of comparing one thing with another; comparison.

İfiyesi, n. consideration; attention; remark.

İfofó, İfo, n. foam; froth; float; scum.

İfohunwehun, n. simile; similitude.

İfohun-si, n. verification; sanction; assent; approval.

İfoiya, n. fear; dismay; dread.

İfojupẹ, n. winking.

İfojukoju, n. a being face to face.

İfojusi, n. attention; observation.

İfojusilẹ, n. the act of watching.

İforibalẹ, n. obedience; homage.

İforifo, n. flake.

İforiti, n. perseverance.

İfo-soki, n. a jump; leap.

İfiyesi, İfojusi, n. attention.

İfọhun, n. the act of speaking; reply; sanction.

İfọju (fọ-oju), n. blindness.

İfọkanran, n. endurance; hardship; reliance.

İfọkan-sọ, n. confidence; reliance.

İfọle (fọ-ile), n. house-breaking.

İfọnahan, n. the act of showing the way.

İfọranlọ, n. consultation.

İfọranmọ, n. unjust accusation.

İfọri, n. head-ache.

İfọwọba, İfọwọkan, n. a touch; the act of touching.

İfọwọkọ, n. to link arms; to walk arm in arm.

İfọwọpalori, n. caress; act of laying the hand on the head.

İfọwọrọriku, n. natural death; peaceful death (opposite of violent death).

İfọwọsọwọ, n. mutual agreement.

İfọwọta, n. careless search.

İfọwọtọ, n. guiding with the hand.

İfun, n. bowels; entrails; intestines.

İfunnu, n. brag; boast.

İfunpe, n. a blowing of a trumpet.

İfúnrughin, n. the act of sowing seed; sowing.

İfunti, n. wine-press.

İfura, n. suspicion; doubt.

İga, n. altitude; height.

İgàn, n. piece.

İganna, n. walls around premises.

İgara, n. thief; robber; ruffian; highway robber; spoiler; brigand.

İgede, n. mystery (applied only to superstitions, charms, etc.)—e.g., Babalawo nfọ igede, "An Ifa-priest is telling a mystery."

İgegun, n. the act of abjuring; abjuration.

İgera, n. fish-pot.

İgẹ, n. breast; cheat.

İgi, n. tree; wood; fuel.

İgi-ajagbọn, n. tamarind tree.

Ìgi-alore, n. a high tree used as a watch-tower or lookout.

Ìgi-atulọ́, n. sapling; seedling; young plant.

Ìgi-eleso, n. fruit-bearing tree.

Ìgi-ibọn, Igìbọn, n. gun-stock.

Ìgi-idana, n. firewood.

Igi-dudu, n. the ebony tree.

Ìgi-imu, Igìmu, n. nozzle; snout.

Ìgi-ina, n. firewood.

Ìgi-itanna, n. match; torch.

Ìgi-itọkọ, n. tiller (of a boat).

Ìgi-ọgbọ, n. hemp; flax.

Ìgi-ọgba, Ìgi-ágbara, n. fence.

Ìgi-ọgẹdẹ, n. banana tree.

Ìgi-ọpẹ, n. palm.

Ìgi-osun, n. cam-wood.

Ìgi-susu, n. a cluster of trees; a grove.

Ìgo, n. bottle.

Ìgoke, n. the act of climbing up; ascension.

Ìgongo, n. worm found in dung-hills, which is used as food.

Ìgọ, n. perplexity; puzzle; embarrassment.

Ìgọ-igi, n. buttresses of a large tree.

Ìgọgọ, n. mane.

Ìgun, Ojugun, n. the shin; the corner; nook; angle.

Ìgún, n. vulture.

Ìgun-ile, n. the corner of a house.

Ìgunbẹrẹ, n. a thimble.

Ìgunle, n. the act of landing.

Ìgunwa, n. a sitting in state.

Ìgufẹ, n. belching.

Ìgba, n. time, a definite period; space; interval; duration.

Ìgba, akoko, n. fixed time; time.

Ìgba-ase, n. festival.

Ìgba-àwẹ, n. fasting time; Lent.

Ìgba-diẹ, adv. awhile, a little time.

Ìgba-ẹrun, n. a dry season.

Ìgba-eso, n. harvest time.

Ìgba-ifunrugbin, Ìgba-irugbin, n. sowing time; seed time.

Ìgba-ifunti, n. a vintage.

Ìgba-ikẹhin, n. after time; afterwards.

Ìgba-isẹjukan, n. time of a wink of the eye; moment of time.

Ìgba-isọkan, n. time of one watch.

Ìgba-mẹrinmẹrin, adj. fourfold.

Ìgba-ọgọrun, adj. hundredfold.

Ìgba-otutu, n. cold season; winter.

Ìgba, n. calabash cut into halves.

Ìgba-aiya, n. the breastbone.

Ìgba-ajẹ, Ìgbajẹ̀, n. a large calabash.

Ìgba, n. the acacia or locust tree and fruit; tide; current.

Ìgba-ori, n. skull.

Ìgbadulumọ̀, n. calumniation; calumny; slander.

Ìgbagbe, Ìgbagbera, n. forgetfulness; negligence.

Ìgbagbọ́, n. faith; belief; credit; obedience.

Ìgbaiya, n. a guard for the breast.

Ìgbaja, n. a boat.

Ìgbaja, n. girdle; narrow slip of cloth tied round the loins.

Ìgbakọ́, n. a spoon; a large wooden spoon.

Ìgbakugba, adv. many times; often; frequently.

Ìgbakuro, n. deliverance.

Ìgbala, n. salvation.

Ìgbale, n. broom.

Ìgbalẹ̀, n. grove.

Ìgbalọ, n. a kind of food made from beans.

Ìgbamẹta, n. triple.

Ìgbamọra, n. embrace.

Ìgbana, adv. then; at that time.

Ìgbani, n. time past; the time of old; antiquity.

Ìgbaniyanju, *n.* the act of encouraging.

Ìgbati, *adv.* when.

Ìgbati, *n.* edge ; border ; a slap with the palm of hand.

Ìgbati-aṣọ, *n.* trimming ; hem.

Ìgbatijọ, *n.* olden time.

Ìgbe, *n.* cry ; shout.

Ìgbede, *n.* understanding.

Ìgbega, *n.* the act of lifting up.

Ìgbekalè, *n.* establishment ; institution.

Ìgbekun, *n.* a male captive. See Ìgbẹsin.

Ìgbeleke, *n.* promotion; elevation.

Ìgberaga, *n.* arrogance ; haughtiness ; insolence ; pride.

Ìgbere, *n.* farewell ; valediction.

Ìgberi (gbe-ori), *n.* nearness ; proximity.

Ìgberiko, *n.* neighbourhood ; province ; coast.

Ìgbero, *n.* project ; consultation.

Ìgbero, *n.* reviving ; repairing.

Ìgbero, *n.* the act of hearing the news.

Ìgbesoke, *n.* the act of lifting up ; a lift ; structure.

Ìgbesọ, *n.* a heaving.

Ìgbeyawo, *n.* marriage ; wedding.

Ìgbẹ, *n.* bush ; field ; shrub ; grass field.

Ìgbẹ, Ìgbọnsẹ, *n.* fæces ; offal ; dung.

Ìgbẹ-ọdẹ, *n.* hunting.

Ìgbẹhin (gbe-ẹhin), *adv.* afterwards.

Ìgbẹkẹle (gbe-ẹkẹ-le), *n.* trust ; confidence ; reliance ; affiance.

Ìgbẹsan, *n.* the act of retaliating, recompensing.

Ìgbẹsin, *n.* a female captive. See Ìgbekun.

Ìgbidanwo, *n.* a trial.

Ìgbimọ, *n.* a counsellor ; an adviser ; committee ; council.

Ìgbimọtẹlẹ, Ìgbirotẹlẹ, *n.* forecast.

Ìgbin, *n.* a large edible snail.

Ìgbin, *n.* sowing ; planting.

Ìgbina, *n.* the act of taking fire.

Ìgbinikun, *n.* inflammation.

Ìgbi-omi, *n.* waves ; surf ; billows.

Ìgbiro (gba-iro), *n.* a reckoning ; calculation ; council ; consultation.

Ìgbiyanju, Ìgbaniniyanju (gba-iyan-oju), *n.* perseverance ; encouragement ; exhortation.

Ìgbiyele (gbe-iye-le), *n.* trust ; confidence ; reliance ; dependence.

Ìgbo, *n.* forest ; wood ; woodland.

Ìgbò, Ẹiyẹ igbò, *n.* name of a bird which feeds on the eggs of other birds.

Ìgbodù, *n.* a grove dedicated to the gods Odù and Ifá.

Ìgbogian, *n.* the name of a bird.

Ìgboiya (gbo-iya), *n.* courage, boldness, fortitude, intrepidity.

Ìgboju (gbo-oju), *n.* boldness ; audacity.

Ìgbokun (gbá-okun), *n.* sail ; canvas.

Ìgbona (gbo-ina), *n.* heat ; warmth ; fervour ; vehemence.

Ìgbona-ara, *n.* heat of the body ; fever.

Ìgbona-ọkan, *n.* fervency of spirit.

Ìgborò, *n.* an old overgrown farm.

Ìgboro, *n.* street.

Ígboro, *n.* a grove dedicated to the idols.

Ìgborun, Agborun, *n.* umbrella; sunshade; parasol.

Ìgboṣe, *adv.* by-and-by; till another season.

Ìgbokanle (gbe-ọkan-le), *n.* confidence; trust; affiance.

Ìgbọnra (gbọn-ara), *n.* a shaking of the body (to free from dust).

Ìgbọnwọ, *n.* elbow; cubit.

Ìgbọnwu, *n.* a bow used for the purpose of carding cotton.

Ìgbọnṣẹ, see Ìgbẹ.

Ìgbọwọ, *n.* witness; pledge; token.

Ìgburo (gbọ-iro), *n.* news; intelligence.

Ìha, *n.* side, loin, region.

Ìha, *n.* the outside of the palm nut.

Ìhaho, *n.* the burnt part of food which adheres to the pot or saucepan.

Ìhakun, *n.* the bar to fasten the door.

Ìhalaye, *n.* encumbrance.

Ìhale (ha-ile), *n.* need; necessity; poverty; strait.—*e.g.,* Ìhale ba ọṣọ enia jẹ, "Poverty destroys a man's reputation."

Ìhalẹ (há-ilẹ), *n.* empty boast; brag.

Ìhamọ, *n.* restriction; a being shut up.

Ìhamọra, Ìhamọra ogun, *n.* armour; armoury; war equipment; mail.

Ìhan, *n.* show; appearance; view; prospect.

Ìhan gbangba, *n.* prominent, conspicuous appearance.

Ìhán-goro, *n.* shriek; shrill.

Ìhanu, *n.* gag.

Ìhawọ, *n.* stinginess; parsimony.

Ìhin, *n.* news; tidings; narration.

Ìhin okere, *n.* news; rumour.

Ìhin-rere, *n.* good news; glad tidings; gospel.

Ìhinyi, *adv.* hither; here.

Ìho, *n.* hole; pit; dell; ditch.

Ìhô, *n.* noise; hooting; boiling.

Ìhôho, Ìhoriho, *n.* nakedness; nudity.

Ìho-abiya, *n.* the arm-pits

Ìho-imu, *n.* the nostrils.

Ìhunra, *n.* irritation of the body; the itch.

Ìhûhu, *n.* down (of a bird).

Ìhumọ, *n.* meditation; invention.

Ìhuwa (hu-iwa), Ìhuwasi, *n.* conduct; behaviour.

Ìja, *n.* strife; war; fight; quarrel.

Ìja, *n.* suet.

Ìja-diẹ, Pèro, *n.* skirmish.

Ìja-igboro, Ìjagboro, *n.* civil war.

Ìjaba (ja-ba), *n.* trouble.

Ìjadan, *n.* remnants of fruits which have been eaten by bats.

Ìjade, Ìjadelọ, *n.* exit; exodus; a going out.

Ìjadu, *n.* eager contest for a thing; competition.

Ìjadun, *n.* luxurious living.

Ìjafara (ja-ifa-ara), *n.* negligence; sluggishness.

Ìjaiye, *n.* enjoyment of luxury or pleasure.

Ìjajẹ, *n.* rascal; scoundrel.

Ìjakadi, *n.* a wrestling; a struggling.

Ìjalọ, *n.* the black ant.

Ìjaniyan, *n.* contradiction.

Ìjanja, *n.* broken into pieces.

Ìjanja-ẹran, *n.* small bits of meat.

Ìjanu, *n.* bit; bridle.

Ìjara, n. rope.
Ìjarọ, n. detection of falsehood.
Ìje, n. seventh day.
Ìjẹ́, n. race ; competition.
Ìjejìla, n. the twelfth day.
Ìjeni, n. seven days hence.
Ìjere, n. gain ; profit.
Ìjẹ, Ìjẹ̀ṣin, n. fodder.
Ìjẹ, n. bait.
Ìjẹ́rẹ, n. the flower of Indian corn.
Ìjẹ-apasa, Ìjẹ-asagbẹ, n. hay.
Ìjẹbi, n. guilty.
Ìjẹniya, Ìjẹninịya, n. punishment.
Ìjẹri, Ìjẹrisi, n. witnessing ; testimony ; attestation.
Ìjẹrinla (Ìjọ-ẹ̀rin-le-ẹwa), n. fourteen days ago ; fortnight.
Ìjẹwọ, n. confession ; profession.
Ìjẹwọ-igbagbọ, n. creed.
Ìji, n. shadow ; shade.
Ìji, n. fear ; dread ; anything startling ; surprise.
Ìji, n. storm, tornado.
Ìjìka, n. profoundity ; soundness.
Ìjila, Ìjinla, n. a famous or notorious person (used in both good and bad sense).
Ìjimere, n. a small monkey.
Ìjinlẹ, n. depth.
Ìjinlẹsẹ, n. tripping at the heel ; contradiction.
Ìjisẹpalẹ (iji-sẹ-pa-ilẹ), n. afternoon (lit.—when the shadow covers the ground).
Ìjiya (jẹ-iya), n. suffering ; passion ; penalty ; punishment.
Ìjiyan, n. argument ; debate ; bet ; controversy.
Ìjo, n. dance.
Ìjogun (jẹ-ogun), n. succession to an inheritance ; heritage.
Ìjoko, n. settlement ; sitting.

Ìjokun, n. name of a trailing plant.
Ìjoni, n. scald ; a burning inflammation.
Ìjonirun, n. burning to nothing.
Ìjoro, n. leanness.
Ìjowu (jẹ-owu), n. jealousy.
Ìjoye (jẹ-oye), n. the act of being entitled to a position of rank.
Ìjọ, àjọ, n. assembly ; meeting ; congregation ; council.
Ìjọ, n. day ; a single day.
Ìjọ-agba, n. meeting or assembly of the elders.
Ìjọba, n. kingdom.
Ìjọkanlọgbọn (Ijọ-kan-le-ni-ọgbọn), adv. seldom, now and then (lit.—the space or interval of thirty-one days).
Ìjọlọwọ, n. release ; deliverance.
Ìjọmiran (ijọ-omiran), n. another day ; future time.
Ìjọni, n. eight days hence.
Ìjọra, n. semblance ; likeness.
Ìju, n. wilderness ; desert.
Ìjulọ, n. excellence.
Ìjumọ̀ẹ, n. co-operation.
Ìjuwọsi, n. a beckoning ; a beck.
Ìka, n. cruelty ; wickedness ; mischief ; inhumanity.
Ìka, n. finger, toe. Ìka ọwọ finger, Ìka-ẹsẹ toe.
Ìka, n. reckoning ; computation ; calculation.
Ìka-igba, n. computation of time ; calendar.
Ìka-iwe, Ìkàwe, n. roll or book.
Ìkakun, Ìka-okun, n. coil of rope ; ball or reel of thread.
Ìkáwu, Ìka-owu, n. wound cotton.
Ìkako, n. twist ; coiling.
Ìkakun, n. addition.
Ìkamọ, n. the state of being encompassed.
Ìkan, n. a dropping or dripping like water.

Ìkan, *n.* white ant.
Ìkan, *n.* the egg plant.
Ìkandu, *n.* the large black ant.
Ìkangun, *n.* utmost extremity; corner.
Ìkanilara, *n.* the act of feeling with.
Ìkanju (kan-oju), *n.* hastiness; hurry; eagerness; post-haste; bustle.
Ìkannu, *n.* severity; fury; wrath.
Ìkanra, *n.* peevishness; irritability; fretfulness; gruffness.
Ìkanu (ko-ânu), *n.* sorrow; grief; melancholy.
Ìkapo, *n.* a folding together; folding.
Ìkara, Ìkã, *n.* backyard.
Ìkasi, *adj.* stale; sour.
Ìkasilorun, *n.* chargeableness; accusation.
Ìkawe (ka-iwe), *n.* reading.
Ìkawo (ka-owo), *n.* power; control; governance; domination.
Ìkaye, *n.* numeration; reckoning.
Ìke, *n.* ivory; bone; an imitation of ivory.
Ìke, *n.* hunch-back.
Ìkede (ke-ode), *n.* proclamation, announcement, edict.
Ìkede-ofin, *n.s.* proclamation of prohibition.
Ìke-kikan, *n.* a loud cry.
Ìkekù, Ìkekuru, *n.* abstract, epitome.
Ìkekuro, *n.* amputation; abstraction.
Ìkele (ke-ile), *n.* partition; curtains used as a partition; veil.
Ìkepe, *n.* a calling upon; invocation.
Ìkerora, *n.* groan.
Ìke, *n.* fondness; indulgence.
Ìkegan, *n.* contempt.

Ìkegbe, *n.* association; fellowship.
Ìkehin (ko-ehin), *n.* end; issue.
Ìkekun, *n.* snare.
Ìkeko, *n.* learning.
Ìkehinkehin, *adv.* aftermost.
Ìkera, *n.* delicateness; indulgence.
Ìketa, *n.* a kind of nicely woven native cloth.
Ìkete, *n.* one short in stature.
Ìkete, *n.* the lees of palm oil—a favourite food.
Ìki, *n.* salutation; visitation.
Ìki, *n.* compression; laudatory recital of a family lineage.
Ìki, *n.* an animal with large eyes and small erect ears, which lives on the kola nut.
Ìkibon, *n.* wad; ram.
Ìkigbe (ke-igbe), *n.* cry; howling; exclamation.
Ìkilo, Ìlo (ki-ilo), *n.* warning; exhortation; threat; denunciation.
Ìkimole (ki-mo-ile), *n.* pressing tightly down; compression; pressure.
Ìkini, *n.* salutation; compliment; greeting.
Ìkiri, *n.* roving about; wandering.
Ìkirun (ki-orun), *n.* prayer (*lit.*-saluting heaven).
Ìkiwo, *n.* check; suppression.
Ìkiyesi, *n.* observation; regard; heed.
Ìko, *n.* bamboo-fibres woven by women into cloth.
Ìko, *n.* the red tail of the parrot; a rap on the head with the knuckles.
Ìkogun (iko-ogun), *n.* spoils; trophy; anything taken in battle; plunder; booty.
Ìkojo, *n.* the act of gathering together; accumulation.

Ikojo-oko, *n.* harvest ; ingathering of farm produce.

Ikojopo, *n.* group ; crowd ; a gathering.

Ikoko, *n.* pot.

Ikoko-obẹ, *n.* soup pot.

Ikoko-isa, *n.* small pot.

Ikõko, Ikoriko, *n.* wolf, hyena.

Ikole, *n.* housebreaking.

Ikoloju, *n.* a meeting face to face.

Ikolo, *n.* a carrying away.

Ikonijanu, *n.* restraint.

Ikonkoso, *n.* rat trap (baited with corn or yam).

Ikore, *n.* harvest.

Ikorira, *n.* hatred ; abhorrence.

Ikorijosi, *n.* nucleus.

Ikori paṣan, *n.* whip-lash.

Ikoro, *n.* contradiction ; bitterness.

Ikoso, *n.* restraint.

Ikoti, *n.* pin of iron, bone, or wood used by women for combing and adjusting the hair.

Ikọ, *n.* cough.

Ikõ-fe, *n.* whooping cough.

Ikọ, *n.* hook ; hanging.

Ikọ, Ikọle, *n.* the act of building a house ; erection.

Ikọ, *n.* the act of crying aloud ; cock-crowing.

Ikọ, *n.* messenger ; ambassador ; delegate ; deputation.

Ikojusi, *n.* attention, opposition.

Ikọkọ, *n.* privacy ; secrecy.

Ikọkọkọ, *n.* bad teaching.

Ikọkọkọ, *n.* bad writing.

Ikọla, *n.* circumcision ; the act of tattooing.

Ikọlẹkọ, *n.* instructing.

Ikọlu (ko-ilu), *n.* assault ; attack.

Ikọlura, *n.* collision.

Ikọni, *n.* instructing.

Ikọsan, *n.* flash ; a quick blaze.

Ikọsẹ, *n.* stumbling block ; hindrance.

Ikọsẹ-ba, *n., v.t. and i.* chance.

Ikọsilẹ, *n.* divorce ; separation ; renouncement.

Ikú, *n.* death, that which may cause death ; a worm which eats the kola nut ; mortality ; destruction.

Iku-afowororiku, *n.* natural death.

Iku fun otitọ, *n.* martyrdom.

Iku-ile, *n.* gable-end.

Iku, *n.* sifting.

Ikũdu, *n.* a pit ; a pond ; a trough ; a large pot.

Ikugbu, *n.* presumption.

Ikũkũ, *n.* fist ; clenched hand.

Ikuku, *n.* fog ; mist ; cloud.

Ikun, *n.* belly ; stomach ; abdomen.

Ikun, *n.* a kind of squirrel noted for its deafness.

Ikun, *n.* mucus.

Ikún, *n.* thigh ; hip.

Ikun, *n.* murmur ; grumbling.

Ikun, *n.* fullness ; swelling ; rising ; addition.

Ikunsinu, *n.* grumbling ; muttering.

Ikuna, *n.* failure.

Ikunloju, *n.* satisfaction.

Ikunna, *n.* fineness ; smoothness (used in describing fine flour or nap of cloth).

Ikun-omi, *n.* flood ; inundation.

Ikunsinu, see Ikun.

Ikunwọsilẹ (kun-wọ-si-ilẹ), *n.* overflow.

Ikunwọ, Ikunwọkan, *n.* handful.

Ikunra, Ipara, *n.* ointment to rub the body with ; balm.

Ikunu, *n.* dulness ; slowness of speech.

Ikura, *n.* weakness of body ; debility ; torpor ; insensibility.

Ila, *n.* tattoo ; tribal mark ; circumcision ; stripes.

Ila, *n.* line, mark.

Ila, *n.* name of a vegetable (also called Ọkrọ).

Ila-iṣẹ, *n.* jurisdiction ; province.

Iladi, *n.* proof ; explanation ; comment.

Iládún, *n.* first fruits eaten.

Ilagbara, *n.* having strength ; valour.

Ilaiya, *n.* medicine supposed to give courage ; boldness ; fortitude.

Ilaja (la-ija), *n.* peace-making ; reconciliation ; meditation.

Ilakoja, Ilaja, *n.* penetration.

Ilalẹhu, *n.* that which grows of its own accord, spontaneous growth.

Ilamòran, *n.* a proposing ; a bringing of one's own view.

Ilana ofin, *n.* law ; ordinance ; order ; ordination ; canon.

Ilana-isinku, *n.* obsequies ; burial service.

Ilanija, *n.* conciliation.

Ilanu, *n.* an opening.

Ilara, *n.* envy.

Ilari, *n.* king's messenger, herald.

Ilasa, *n.* the Ìla leaf.

Ilasado, *n.* the name of a plant used for sauce.

Ilasagun, *n.* a wild plant of the Ìlasa tribe.

Ilasilẹ, *n.* instruction.

Ilawun, *n.* stinginess.

Ile, *n.* house ; room ; home ; abode ; mansion ; dwelling ; habitation.

Ile, *n.* nest.

Ile-ẹiyẹ, *n.* bird's nest.

Ile-abẹrẹ, *n.* needle-case.

Ile-adiẹ, *n.* fowl-house.

Ile-agogo, *n.* clock tower ; spire ; belfry.

Ile-alapata, *n.* slaughter house.

Ile-aro, *n.* smithy.

Ile-asẹ, Ile-idana, Ile-onjẹ, *n.* kitchen ; cook-house.

Ile-ide, Ile-tubu, *n.* custody ; prison ; jail.

Ile-ifọṣọ, *n.* laundry.

Ile-ẹjọ, *n.* court ; judgment hall.

Ile-ikewu, Ilẹkewu, Ile-iwe, Ilẹwe, *n.* school-house.

Ile-ina, *n.* a box of matches.

Ile-iṣọ, *n.* watch-house ; watch-tower ; tower.

Ile-iṣọna, *n.* workshop.

Ile-iṣura, *n.* depository ; magazine ; store-house ; treasury ; safe.

Ile-iwọ, Ile-ero, *n.* inn.

Ile-iyawo, *n.* bride-chamber.

Ile-ẹiyẹ, *n.* bird's nest, cage.

Ile-ẹiyẹle, *n.* pigeon-cot.

Ile-ẹjọ, *n.* court ; court-room.

Ile-ẹlẹdẹ, *n.* pig-sty.

Ile-ẹṣin, *n.* stable.

Ile-ẹwọn, Ile-ide, *n.* jail ; prison.

Ile-koriko, *n.* thatched house.

Ile-Maṣalaṣi, *n.* mosque.

Ile-odi, Ile-olodi, *n.* castle, citadel.

Ile-ọja, *n.* shop.

Ile-oyin, *n.* beehive.

Ile-Ọlọrun, *n.* church house.

Ile-oriṣa, *n.* an idol house.

Ile-tubu, *n.* prison.

Ile-jade, *n.* expulsion.

Ileke, *n.* being uppermost ; aṣọ Ileke—coat.

Ilekuro, *n.* the act of driving out.

Ilepa, *n.* pursuit.

Ilepada, *n.* driving backward.

Ilera, *n.* health.

Ileri, *n.* promise.

Ileroro, *n.* blister.

Ileru, *n.* furnace.

Ileto, *n.* village.

Ilẹ, *n.* earth ; land ; ground ; soil.

Ilẹ-aiye, *n.* world.

Ilẹ-amọ, n. clay soil.
Ilẹ, Ìtẹlẹ, n. footing; base.
Ìlẹ-bibọ́, n. beaten floor.
Ìlẹ-biri, Ìlẹ-hiríkiti, n. a small piece of land; plot.
Ilẹdu, n. manure; black earth.
Ìlẹ-ini, Ilẹ-nini, n. inheritance; possession.
Ìlẹ-ipaka, n. corn-flour; the place where corn is winnowed.
Ilẹ-okú, n. burial ground.
Ilẹkun, n. door.
Ilẹ-Ọba, n. kingdom; territory; dominion; realm.
Ilẹpa, n. red earth.
Ilẹkẹ, n. beads.
Ilẹkẹ iyun, n. coral beads.
Ilẹkẹ-ọpọlọ, n. frogs' spawn.
Ìlẹ-ṣu, " It is dark."
Ilẹwu, n. soft down on a palm tree, used as fire-lighters.
Ìlo, n. the act of using; usage; practice; deed. adj. useful.
Ilo-agbara, n. exertion.
Iloro, n. porch.
Ilorikikun, adj. stubborn.
Ilosi, n. behaviour; usage.
Iloṣo (loṣo), n. a peculiar sitting posture; squatting.
Iloyun, n. pregnancy.
Ìlọ, Alọ, n. departure; a going.
Ìlọ, n. warning; precept; a public inquiry.
Ilọkan, n. courage; boldness.
Ilọkuro, n. departure; going away.
Ilọlu, n. the act of twisting together; plait.
Ilọra, n. sloth; tardiness; sluggishness.
Ilọnflọwọgba, n. extortion.
Ilọrọ, n. wealth.
Ilọwọwọ, n. lukewarmness.
Ilú, n. nation; country; town; assembly of the chiefs of a town; court.

Ìlu, n. drum.
Ilubolẹ, n. the act of being smitten down.
Iluja, n. perforation.
Ilukẹje, n. a hamlet.
Imado, n. wild boar.
Imala, n. Mohammedan; Moslem.
Imalẹ, n. idol.
Ìmaraduro (imu-ara-duro), n. continence.
Ìmatiko, n. an instrument to assist in drawing a bow with greater force.
Imawọ, n. incarnation.
Imẹlẹ, n. idleness; truant; indolence.
Imi, n. dung; excrement.
Ìmi-ọrun, n. brimstone; sulphur.
Ìmi, n. breathing, respiration.
Imihẹlẹ, n. palpitation.
Imijade, n. expiration.
Ìmi-ẹdun, v.i. groan, sigh.
Ìmisi, n. inspiration.
Ìmirisi, n. a nod; a beck with the head.
Ìmoio, n. emptiness; disappointment.
Ìmojukuro, n. connivance.
Ìmọkun, n. the act of diving; a dive; a plunge.
Ìmọru, n. heat.
Imotutu, n. coldness.
Imoye, n. sageness; foresight.
Ìmọ, n. knowledge; notion; sensation; wisdom.
Ìmọ buburu, n. plot, conspiracy.
Ìmọ, n. clearness; cleanliness; neatness; purity.
Ìmọtoto, n. cleanliness.
Ìmọ gara, n. transparency.
Ìmọ gbangba, n. public knowledge.
Ìmọkanlẹ, n. encouragement.
Ìmọle, n. building a house.
Ìmọlẹ, n. light; brightness; glow.
Ìmọlẹ baibai, n. dim light, moonlight.

Ìmọlẹ ọṣupa, n. moonlight.

Ìmọlẹ ọ̀run, n. sunlight, daylight.

Ìmọ̀mọ̀ṣe, Ìmọ̀mọ̀da, n. wilful action.

Ìmọnkangbogbo, Ìmọhungbogbo, n. omniscience.

Ìmọran, Ìmọ, n. knowledge; opinion.

Ìmọtẹlẹ, n. foreknowledge; foresight.

Ìmọwe, n. book-learning.

Ìmọwọduro, n. refraining from.

Ìmu, n. the nose; nostrils.

Ìmu, n. seizure; a taking hold of.

Ìmulagbara, n. taking by force.

Ìmubinu, n. exasperation.

Ìmubisi, n. propagating.

Ìmuduro, n. a stay; a making to stand.

Ìmugiri, n. holding; tidiness.

Ìmuhinwa, n. bringing news.

Ìmujade, n. an out show; delivery out of custody.

Ìmukuro, n. deduction, a taking away.

Ìmularada, n. healing.

Ìmulẹ, n. covenant; treaty.

Ìmulẹmọfo, n. emptiness.

Ìmunibinu, n. that which makes one angry; provocation.

Ìmuninudun, n. a making cheerful.

Ìmunmuna, Ìmùmuna, n. firefly; glow-worm.

Ìmupada, n. restoration; restitution.

Ìmura, n. readiness.

Ìmurasilẹ, n. preparedness.

Ìmuragiri, n. agility; tightness.

Ìna, n. fire.

Ìna-ori, n. louse.

Ìna, n. flogging; punishment by whipping; dimension; stretch.

Ìna, n. expenditure of money.

Ìnadanu, adj. wastefulness.

Ìnakuna, profligacy.

Ìnabi, n. a kind of plant which produces blisters.

Ìnaja, n. trade; trader; merchant.

Ìnaki, Ìro, n. the baboon.

Ìnaro, n. standing posture.

Ìnarun, n. nettle-rash.

Ìnawo, n. expense.

Ìnawọ, n. the act of stretching out the hand.

Ìni, n. possessions; goods.

Ìnilara, Ìninilara, oppression; burden.

Ìnira, n. burden; trouble.

Ìniran, n. remembrance; reminiscence.

Ìnitara, n. zealousness; having zeal.

Ìnu, n. matrix; womb; belly; stomach; disposition; the inside mind; thought.

Ìnubibi, adj. irascible.

Ìnu buburu, n. wicked heart.

Ìnu dídun, n. gladness.

Ìnu dudu, n. bad heart.

Ìnu fufu, n. bad or quick temper.

Ìnu funfun, n. a pure heart.

Ìnu rere, n. benevolence.

Ìnunibini, n. persecution.

Ìndrun, Ìnurirun, n. pain in the stomach; colic.

Ìnuṣiṣo, n. passion. adj. cross-tempered.

Ìnutite, adj. tender-hearted. n. compassion.

Ìnu yo, v. feel compassionate; yearn.

Ìpa, n. track; way; course; tendency.

Ìpa-abẹrẹ (lit.—the track of the needle), stitch.

Ìpa-ọna, n. path; track; road.

Ìpa, n. kick.

Ìpa, n. strength; violence.

Ìpa, n. epilepsy (called also Warapa).

Ìpàdà, n. return, alteration.

Ìpàdàṣẹhìn, n. relapse.

Ìpàdè, n. meeting.

Ìpàdẹ, n. the garments and other clothes left by a hunter after his death, which are generally exposed near the gate of a town.

Ìpàgọ, n. the act of making a tent or booth.

Ìpàhìn kèkè, n. a gnashing of the teeth.

Ìpàhùndà, n. a change of the voice.

Ìpaìyà, n. panic; great fear; consternation.

Ìpàkà, n. corn-floor; time of threshing.

Ìpàkọ, n. occiput; the hollow between the back of the head and the neck.

Ìpàkù, n. a killing; putting to death.

Ìpàkùpà, n. butchery; slaughter.

Ìpàlà, n. the act of setting a boundary or limitation.

Ìpàlàra, n. bruise; hurt; hardship.

Ìpàlẹmọ, n. preparation.

Ìpàlẹnumọ, n. refutal; a hushing up.

Ìpàmọ, n. preservation; keeping.

Ìpàmọra, n. forebearance; patience.

Ìpania, n. murder; manslaughter.

Ìpanpa, n. arrangement by which the price of any article is fixed by all traders; mutual agreement.

Ìpanù, n. lunch.

Ìpanùmọ, n. a shutting up of the mouth; hush-money; bribe.

Ìparà, n. a rubbing oneself with ointment. adj. anything used for anointing the body.

Ìparà, n. a moth.

Ìpàra, n. rust.

Ìpàra, n. going and coming.

Ìparàda, n. disguise; change.

Ìparẹ, n. defacement.

Ìpàrí, n. completion; end; conclusion.

Ìparì, n. baldness.

Ìparọrọ, n. a calm.

Ìparùbọ, n. a killing for sacrifice; immolation.

Ìparùn, n. destruction; annihilation; doom; downfall.

Ìpàsẹ, n. footpath; track; vestige.

Ìpàṣìparọ, n. barter, exchange.

Ìpe, n. right number.

Ìpe ṣanṣan, n. soundness.

Ìpe, n. call; act of calling.

Ìpèjì, n. an opening between the upper front teeth; a flaw in a cloth, produced by dropping the thread in weaving.

Ìpèjẹ, n. invitation to a feast.

Ìpèjọ, Àpèjọ, n. congregation; assembly; meeting.

Ìpèjọpọ, n. convocation, concourse.

Ìpèlè, n. the smaller, outer cloth worn by a woman.

Ìpélé, n. short marks made on the cheeks to distinguish one tribe from another.

Ìpèlé, n. that which is put on the top of other things.

Ìpenpeju, n. eyelash; eyelid.

Ìpere, n. small snails.

Ìperegùn, n. aloes; lign-aloes.

Ìpèsè, n. provision.

Ìpèsèsìlẹ, n. provision from forethought.

Ìpẹ̀ṣẹ, n. gleaning.

Ìpẹ, n. an ear of maize; a fish scale.

Ìpẹ-agbado, n. spike or ear of corn.

Ìpẹ, n. comfort.—e.g., Mo ṣipẹ fún. " I comfort him."

Ìpẹpẹ, n. fish scale; scab.

Ìpẹpẹkun, n. small sea shell.

Ìpẹka, n. branching out.

Ìpẹkun, n. end; termination; utmost; limit.

Ìpẹpẹrẹ, n. a scraping together; small things.

Ìpẹrẹ, n. young members of a community; young people, especially such as are unmarried.

Ìpẹta, n. name of a tree, the root of which is used for washing and bleaching cloth.

Ìpẹtẹ, n. yam cooked with palm oil; porridge.

Ìpilẹ, Ìpilẹsẹ, n. foundation; base; beginning; root; origin.

Ìpin, n. portion.

Ìpin, n. matter oozing from the eyes.

Ìpin, Ìpinfunni, n. the act of dividing, division, share, lot.

Ìpinhun, n. agreement, contract, bargain.

Ìpinlẹ, n. the boundary of a territory; a land mark.

Ìpinnu, n. resolution; conclusion; agreement; determination; purpose.

Ìpitan, n. oral tradition.

Ìpiyẹ, n. booty; pillage; plunder of provisions; forage.

Ìpo, n. place; room; situation.

Ìpo-oku, n. place of departed spirits; hades; hell.

Ìpo ọla, n. place of honour.

Ìpohun-rẹrẹ-ẹkun, n. lamentation.

Ìpọn, n. wooden spoon.

Ìpọn nla, n. ladle.

Ìpọnju (pọn-ojú), n. difficulty; distress; affliction; adversity.

Ìpọnni iyin-ẹtan, n. adulation; flattery.

Ìpọnrin, n. whet; sharpening iron.

Ìpọnri, Ìpọri, n. the big toe (worshipped by the Yorubas); ancestors.

Ìpọsi, n. contempt; scorn; worthlessness; meanness.

Ìpọsi, n. increase.

Ìpuro, n. lying; falsehood.

Ìra, n. the name of a tree; buying; decay.

Ìra, n. morass; marsh; bog; slough; quagmire.

Ìra, n. the name of a species of horse; shaving the head; rolling on the ground like a horse.—e.g., Ẹṣin mi nyira (yi-ira) ninu yanrin, "My horse rolled on the sand."

Ìrahun, n. complaint.

Ìralẹ, n. laths; the act of lathing.

Ìran, n. sight; exhibition; trance; apparition; generation; race; offspring.

Ìran-atẹle, Ìran ẹhin, n. after-generation.

Ìran, n. sewing; seam.

Ìran aṣọ, n. needlework.

Ìran, n. sending.

Ìranlọ, Ìranlọkuro, n. the act of sending away; dismissal.

Ìranran, n. delirium.

Ìranlọwọ, n. help; aid; assistance; relief; auxiliary.

Ìranmọ, n. infection; contagion.

Ìranpọ, n. irony.

Ìransi, n. sending to; transmission.

Ìranṣẹ, n. messenger; servant; officer.

Ìranṣẹ-kọnrin, n. male-servant.

Ìranṣẹ-birin, n. female-servant.

Ìranṣẹ-Ọlọrun, n. God's messenger ; minister ; servant of God.

Ìranṣọ, n. sewing ; one who sews ; tailor.

Ìranti, n. remembrance ; memorial ; retention.

Ìranwu, n. spinner.

Ìrapada, n. buying back ; redemption.

Ìrari, n. shaving the head ; razor.

Ìrasilẹ, n. a ransom ; release from slavery.

Ìrawọ, n. star.

Ìrawọ abirụṣọrọ, Irawo oniru, n. comet.

Irawọ Agnala, n. Venus, the morning star.

Ìrawọ-alẹ, n. Sirius, the evening star.

Irawọ titan, n. bright star.

Ìranwọ-ilẹ, Iwaje, n. plants used in making medicine for infants.

Ìre, Ọre, n. goodness ; favour ; benefit ; a blessing ; well-wishing.

Ìre, n. curse ; execration ; imprecation.

Ìre, n. play ; amusement ; sport ; the act of running.

Ire-ẹfẹ, n. joke.

Ìrepa, Ire-ako, n. rough play.

Ire dijudiju, n. blindman's buff.

Irẹbọn, n. trigger ; firelock.

Ìrede-oru, n. revelling.

Ireju-wara, n. cream.

Ìreké, n. sugar-cane.

Ìre-kọja, n. passing over ; passover ; transgression.

Ìreni, n. four days hence.

Ìrepe, n. a small piece of cloth.

Ìrera, n. pride ; haughtiness ; arrogance ; pomp.

Ìreti, n. hope ; expectation ; a cleansing of the ear.

Ìre, n. a kind of cricket which burrows underground.

Ìre, n. rubber tree.

Ìreje, n. cheat ; deception ; extortion ; deceit.

Ìrele, n. the state of being low ; humility.

Ìrepọ, n. concord ; agreement ; friendship.

Ìrewẹsi, n. dejection ; depression of spirit.

Ìri, n. dew ; mist.

Iri oru, n. night dew ; Akọ iri, n. shower.

Iri owuro, n. morning dew.

Iri, n. sight ; appearance ; condition.

Iridi, n. proof ; discovery.

Ìriju, n. steward.

Ìrikuri, n. an offensive thing.

Ìrin, n. walk ; step ; life ; conversation.

Irin-ajo, n. journey.

Irin kiri, n. a tour.

Irin pẹlẹ, n. gentle walk, meekness.

Irin siwaju, n. progress.

Ìrin, n. iron ; iron nail ; metal.

Ìrin, n. moisture ; a soaking ; damp.

Ìrindọ, n. nausea ; sickness (lit. —a tickling of the liver).

Ìrinlẹ, n. dampness ; moisture.

Ìrinwo, n. four hundred.

Ìrira, n. dislike ; hatred ; odium ; aversion.

Ìriri, n. previous knowledge ; experience.

Ìro, Ironu, n. thought ; deliberation ; notion ; opinion.

Ìro, n. sound ; noise made by a collision ; news ; report.

Ìro-agogo, n. peal, knell.

Ìro, Irora, n. aching pain ; ailment.

Ìrobinuje, n. remorse ; anguish ; pain ; grief.

Ìrogun, n. collection by dropping; instillation.

Ìrohin, n. news; intelligence; story telling; report.

Ìroju, n. sorrow; vexation; indecision; melancholy; laziness.

Ìroka, n. promulgation; publication.

Ìroko, Ìrolę, n. farm labour; husbandry; tillage.

Ìroko, n. a species of the Ǫkrǫ.

Ìrokò, n. the name of a tree which gives very good timber.

Ìrokuro, n. concupiscence; evil desire; irregular thought.

Ìrolę, n. the act of inheriting a house or possession; succession by inheritance.

Ìrona, n. sideway.

Ìronu, n. consideration; cogitation; thought.

Ìronupiwada, n. repentance.

Ìrora, n. pain (of body); suffering; anguish; sorrow; torment.

Ìroro, n. austerity; harshness; brutality; despotism.

Ìrotęlę, n. fore-thought; precaution.

Ìrǫ, n. untruth; falsehood; a lie (not as strong an expression as Eké).

Ìrǫ, n. funnel.

Ìrò, n. equal; companion; fellow.

Ìrǫbi, n. throe; travail; pang.

Ìrǫgbaka, n. the state of being encompassed.

Ìrǫgbǫku, n. reclining on a couch; repose.

Ìrǫju (rǫ–ojú), n. patience; perseverance.

Ìrǫkękę, n. the act of being tumultuous; making an uproar; disturbance.

Ìrǫlę, n. a calm; tranquility; quietness.

Ìrǫlu, n. indiscreet act; rash act; inconsiderateness.

Ìrǫnu, n. abstinence from food; power of long abstinence from food.

Ìrǫpo, n. the act of succeeding; substitution.

Ìrǫra, n. ease; comfort; solace; felicity; leisure.

Ìrǫri, n. a support for the head; pillow; bolster.

Ìrǫrun, n. convenience; facility; advantage.

Ìrǫti, n. funnel, as used in filling liquor vessels.

Ìrǫwo, n. exchanging money.

Ìru, n. tail.

Ìru, n. gadfly.

Ìru, n. seed; race; kind; species; gender; clan; the seeds of the locust fruit which are used as a seasoning.

Ìrubo, n. sacrificing; sacrifice.

Ìrudi, n. blossom; bud.

Ìrugbin, n. seed (to sow or plant).

Ìruju, Isuju, n. puzzling; a puzzle.

Ìrukerudo (ru–oke–ru–odo), n. uproar; tumult; commotion; insurrection.

Ìrukę, Ìrukęrę, n. tassel on the ear of Indian corn; the cow-tail carried about by the Ifa priests.

Ìrulu, n. insurrection; the act of stirring the town into an uproar.

Ìrun, n. hair.

Irun ękę, n. whiskers.

Irun-ete, n. moustache.

Irun ipenpeju, n. the eyelash.

Irun abiya, n. the hair of the arm-pit.

Irungbǫn, n. beard.

Ìrun, *n.* Mohammedan prayer.

Ìrunlẹ, *n.* undermining the ground in order to rob.

Ìrunu, *n.* indignation; anger (*lit.*—stirring of the mind); emotion; wrath; rage.

Ìruya (ru-aiya), *n.* emetic.

Ìsa, *n.* hole; rat's hole; burrow.

Ìsaba, *n.* incubation.

Ìsadi, *n.* refuge.

Ìsalẹ, *adv.* down; below. *n.* base.

Ìsan, *n.* oyster.

Ìsan, *n.* nine days' space.

Ìsandun, *n.* partaking of the first fruits of the year.

Ìsanni, *n.* nine days hence.

Ìsanra, *n.* being fat; well-looking; bonny.

Ìsansa, *n.* fugitive; deserter; runagate.

Ìsa-oku, *n.* grave, tomb, sepulchre.

Ìsẹ, *n.* denial; abnegation.

Ìsẹra-ẹni, *n.* self-abnegation.

Ìsẹlẹ, *n.* earthquake.

Ìsi, *n.* a new thing invented or created; a memorable time.

Ìsimi, *n.* rest; pause; cessation from work; sabbath. Ọjọ-isimi, Sunday.

Ìsin, *n.* service; the act of serving another; bondage; religion; worship.

Ìsinjẹ, *n.* mockery.

Ìsinwin, *n.* the state of being mad, madness.

Ìsisiyi, *adv.* lately; new.

Ìso, *n.* tying; bound.

Ìsolu, *v.t.* a binding together.

Ìsoro, *n.* suspension of a thing; hanging.

Ìsoyigi, *n.* marriage; matrimony.

Ìsọ, *n.* quarter; station; department; stall.

Ìsọ, *n.* assertion; saying.

Ìsọ asọdun, *n.* exaggeration.

Ìsọdahoro, *n.* being made desolate.

Ìsọdasan, annihilation.

Ìsọdofo, being brought to nothing.

Ìsọdọmọ (sọ-di-ọmọ), *n.* adoption.

Ìsọdomnira, being made free.

Ìsọdi mimọ, being sanctified.

Ìsọji, *n.* revival; awakening.

Ìsọkà, *n.* bird-snare set with Guinea corn.

Ìsọkalẹ, *n.* descent; a going down.

Ìsọko, *n.* the act of throwing a stone.

Ìsọkun, *n.* crying.

Ìsọkuṣọ, *n.* evil words; idle talk; nonsense.

Ìsọrọ, *n.* talk; conversation.

Ìsọtẹlẹ, *n.* prophecy; foretelling.

Ìsọye, Asọye, *n.* a medicine used for strengthening the memory; an explanation.

Ìsun, *n.* fountain; spring; source.

Ìsun, *n.* the act of drawing near.

Ìsunraki, shrink.

Ìsure, *n.* blessing; running.

Ìṣa, Oru, *n.* a pitcher for conveying water.

Ìṣa, *adj.* stale.

Ìṣa-ẹmu, palm wine which has been kept for some time.

Ìṣa, *n.* ebb tide.

Ìṣaju, *adj.* former.

Ìṣan, *n.* the muscles; sinews.

Ìṣan, *n.* current.

Ìṣan-omi, the current of a river; stream; tide.

Ìṣana, *n.* matches.

Ìṣapẹ (ṣa-pẹ), *n.* clapping hands.

Ìṣasun, *n.* a soup-pot.

Ìṣati, *n.* cast aside; rejection.

Ìṣe, *n.* action; custom; character; fashion; mode; dealing; deed.

Ìṣegbe, n. perdition; the state of being lost.

Ìṣakuṣe, n. irregular action; untoward conduct; wicked deed.

Ìṣalọṣọ, n. being decked out; dressed.

Ìṣelu, n. government.

Ìṣenisi, n. giving or adding to what one has bought; hyperbole; exaggeration.

Ìṣenunibini, n. persecuting.

Ìṣenurere, n. kindness; generous action.

Ìṣepansaga, n. adultery; fornication; prostitution.

Ìṣepari, Ìṣepe, n. finishing; completion.

Ìṣepaṣivarọ, n. exchange; barter.

Ìṣeṣun, n. kindness; favour.

Ìṣe, work; labour; duty; business; profession; occupation; office.

Ìṣe-aberẹ, needlework.

Ìṣe-ami, miracle; sign.

Ìṣe-aṣe, miracle.

Ìṣe-aigbiyele, unexpected work.

Ìṣe-buburu, evil deed.

Ìṣe-isin, duty assigned to one who serves.

Ìṣe-ilu, public work.

Ìṣe-ipa, toil.

Ìṣe-iyagba, midwifery.

Ìṣe-iyanu, miracle.

Ìṣe-ọna, craft, art, handicraft.

Ìṣe Ọlọrun, God's work.

Ìṣe, n. distress; tribulation.

Ìṣe-oro, distress; torment.

Ìṣefe, n. joke; jesting; buffoonery.

Ìṣegun, n. victory; conquest; overthrow.

Ìṣeju, n. twinkling of an eye; moment.

Ìṣe-keke, n. casting of lots.

Ìṣekiṣe, n. wicked work; any kind of work.

Ìṣeniṣe, n. the act of ill-treating.

Ìṣenu, n. abortion; miscarriage.

Ìṣepe, n. withered twigs or branches.

Ìṣepo, Ìṣepomeji, n. double.

Ìṣepo meta, threefold.

Ìṣepolohun, n. name of a tree; a kind of grass.

Ìṣeti, n. border; hem.

Ìṣigun, n. aromatic root of a trailing plant found in forests.

Ìṣigun, n. waging war.

Ìṣiko, n. setting sail.

Ìṣin, n. small fishes.

Ìṣin, n. the fruit of a tree.

Ìṣina, n. error; mistake; illusion.

Ìṣinu, n. refreshment after fasting.

Ìṣipaya, n. revelation; the act of opening into view.

Ìṣiro, n. reckoning; taking account; calculation.

Ìṣiṣe, n. wrong action; misdoing; mis-deed; oversight; offence.

Ìṣiṣe, n. footstep; pace.

Ìṣiṣọ, n. the act of speaking amiss either from ignorance or anger or passion.

Ìṣiyemeji, n. doubt.

Ìṣọ, n. nail.

Ìṣodisi, n. acting contrary to; adverse.

Ìṣofo, n. emptiness; unoccupied.

Ìṣoge, n. gaiety; making a vain show; foppishness.

Ìṣogo, n. glorying in; boasting.

Ìṣọre, adj. benevolent.

Ìṣoro, n. difficulty; severity; tyranny.

Ìṣowo, n. trader, trading; merchant.

Ìṣọ, n. watch; guard.

Iṣọna, *adj*. watchful.

Iṣọkan, *n*. a being one, concord, union.

Iṣọna, *n*. doing any mechanical work.

Iṣọna-awọ, *n*. tanner.

Iṣọna-aṣọ, *n*. tailor.

Iṣọpẹ, *n*. thanksgiving; gratitude.

Iṣọra, *n*. watchfulness; carefulness; heed.

Iṣọtẹ, *n*. sedition; rebellion.

Iṣu, *n*. ball; a lump of anything round; loaf.

Iṣu-akara, *n*. a loaf.

Iṣu-ọṣẹ, *n*. ball or cake of soap.

Iṣu, *n*. yam; soft part of fruit; pulp.

Iṣu-ọdẹ, *n*. wild yam eaten by hunters.

Iṣubu, *n*. fall of a heavy thing; fall; lapse; downfall.

Iṣunu, *n*. diarrhœa.

Iṣura, *n*. treasure; anything valuable which is put into safe keeping.

Ita, *n*. a kind of yellow ant, called also ìta, a formidable foe to the white ants.

Ita, *n*. a street; open air.

Ita, *n*. name of a tree much used for firewood.

Ita-dogun (ẹta-di-ogun), *n*. a space of seventeen days.

Ita-giri, *n*. startling; nervousness.

Itajẹ, Itajẹsilẹ, *n*. bloodshed.

Itakete, *n*. keeping at a distance; a keeping aloof.

Itakiti, *n*. somersault; an overturning leap.

Itakun, *n*. a climber; a running plant; a creeper.

Italaiya, *n*. attack; rebuff; opposition.

Italẹ, *n*. a kind of worm or grub which breeds on a mud floor, and attacks anyone who lies there.

Itàn, *n*. story; narration; tale.

Itan, *n*. thigh; lap.

Itan, *n*. a being related, spreading.

Itanka, Itankalẹ, *n*. extension.

Itanjẹ, *n*. deceit, guile, cheat, fraudulence.

Itankalẹ, *n*. circulation; extension; promulgation.

Itanna, *n*. lamp; flowers (so called from their brilliancy).

Itanna-eweko, *n*. flower.

Itanu, *n*. the act of casting away; a casting off.

Itanṣan, *n*. glittering light.

Itanṣan ọrun, *n*. sunbeams.

Itanṣan oṣupa, *n*. moonbeams.

Ita-ororo, *n*. anointing, unction.

Ita-ọja, *n*. selling; sale.

Itara, *n*. ardency; warmth; fervour; anxiety for another's safety; zeal.

Itayọ, *n*. state of surpassing; excellence.

Itẹ, *n*. throne; nest.

Itẹ-ọba, *n*. king's throne.

Itẹ-ẹiyẹ, *n*. bird's nest.

Itẹ, *n*. treading.

Itẹmọlẹ, *adj*. pressing down.

Itẹdo, *n*. encampment.

Itẹhin, *n*. pad; saddle cloth.

Itẹju, *n*. evenness of surface; smoothness.

Itẹlẹ, Atẹlẹ, *n*. that which follows: a successor; series; following in course of order.

Itẹlẹ, *n*. being beforehand.

Itẹlẹ̀, *n*. the leg (of an animal).

Itẹlẹdi, *n*. cloth for common use; undercloth.

Itẹlẹsẹ, *n*. private intimation (as a nod, wink, or tread on the foot); sign; token; beckoning.

Itẹloriba, *n*. subjugation.

Itẹlọrun, Itẹnilọrùn, *n*. contentment; satisfaction; gratification.

Ìtẹni, *n.* disgrace ; a failure.

Ìtẹnu, *n.* meekness.

Ìtẹnumọ, *n.* urging the same subject by constant repetition of it.

Ìtẹrẹ, *n.* smashed by trampling upon ; a crush.

Ìtẹriba, *n.* bending of the head ; bow ; submission.

Ìtẹrun, *adj.* contented.

Ìtẹsẹ, *n.* a treadle ; the treadle of a loom.

Ìtẹwọgbà, *n.* acceptance ; reception.

Ìti, *n.* timber ; any large piece of wood ; the act of supporting or propping.

Ìtìkun, a stick to fasten a door ; a bar.

Ìtilẹhin, *n.* support.

Ìti, *n.* bundle of grass ; a sheaf.

Ìtiju (ti-oju), *n.* shame ; bashfulness ; shyness.

Ìtinabọ, *n.* setting fire to.

Ìtisẹ (tẹ-ẹsẹ), *n.* footstool ; rest for the foot.

Ìtô, *n.* a running plant like the ẹgusi.

Ìto, *n.* arrangement ; order.

Ìtolẹsẹsẹ, the act of placing in a row.

Ìtobi, *n.* bigness ; massiveness ; size.

Ìtori, *n.* reason; account; cause; sake.

Ìtoripe, on account of.

Ìtororosi, *n.* the act of anointing with oil ; anointment.

Ìtosi, *n.* closeness ; nearness ; adjacent ; vicinity.

Ìtoye, *n.* value ; merit ; worth.

Ìtọ, *n.* spittle ; small creek.

Ìtò, *n.* urine.

Ìtô, *n.* breeding ; rearing ; educating.

Ìtọju, *n.* superintendence ; overlooking ; charge ; care.

Ìtọka, *n.* index ; list of contents.

Ìtọkọ, *n.* rudder ; helm ; steerage.

Ìtọlẹhin, *n.* sequence ; following in a train ; series ; order of things.

Ìtọna, *n.* a going in a way or path.

Ìtọni, *n.* educating ; guiding.

Ìtorẹ, *n.* present, gift.

Ìtorọ, *n.* petition ; prayer ; supplication.

Ìtọsẹ, *n.* search ; inquiry ; scrutiny.

Ìtọsi, *n.* due ; necessary.

Ìtọwo, *n.* taste.

Ìtunriran, *n.* recovery of sight.

Ìtunṣe, Atunṣe, *n.* reparation ; improvement ; alteration.

Ìtu, *n.* case ; comfort.

Ìtuju, *n* mildness of countenance.

Ìtu, *n.* loosening (as a knot tied), budding or bursting of a flower ; eruption (on the body) ; adjournment of an assembly.

Ìtudi, *n.* exposure.

Ìtujade, *n.* discharge ; emission ; a pouring out.

Ìtuka, *n.* dispersion ; divorcement.

Ìtukọ, *n.* navigating.

Ìtulẹ, *n.* breaking up the ground.

Ìtuloju, Ìtuju, *n.* tameness ; conciliation.

Ìtumọ, *n.* meaning; explanation; elucidation ; illustration ; interpretation ; comment.

Ìtunu, *n.* comfort ; consolation (*lit.*—the act of making ease in the mind).

Ìtura, *n* comfort ; ease ; the refreshment of a cool breeze ; oil.

Ìturaka, *n.* cheerfulness; alacrity.

Ìtunṣe, *n.* improvements.

Ìtutọ, *n.* spitting.

Ìtutu, n. dampness ; moisture ; greenness.

Ìtutu nini, n. frigidness.

Ìwa, n. conduct ; behaviour ; disposition ; character ; custom ; manner ; habit ; a state of being in existence.

Iwa-agba, n. eldership.

Iwa agbere, n. prostitution.

Iwa-aimọ, adj. a state of un-cleanness.

Iwa-ẹda, n. nature.

Iwa-ika, n. barbarism.

Iwa-ọrun, n. virtue, godliness.

Iwa-ọtọ, n. peculiarity.

Iwa buburu, n. or adj. evil.

Ìwadi (wa-idi), n. investigation ; examination ; inquiry.

Ìwaju, n. fore-head ; face ; brow ; presence.

Ìwakiwa, n. barbarous conduct ; barbarity ; sensuality.

Ìwakun, n. hinge.

Ìwalẹ, n. a digger ; one who digs.

Ìwara, n. hastiness ; rashness ; impatience.

Ìwariri, n. tremor ; trepidation.

Iwatitọ, n. moral ; lesson.

Ìwasu, n. preaching.

Ìwayaija, n. struggle ; agony ; death-struggle.

Ìwe, n. book ; paper.

Ìwere, n. foolishness.

Ìweri, n. head-tie.

Ìwẹ, n. a species of frog.

Ìwẹfa, n. eunuch.

Ìwẹnumọ, n. purification.

Iwikiri, n. making public, publishing.

Ìwin, n. ghost, spirit.

Iwin buburu, n. elf ; goblin.

Ìwin, n. madness.

Ìwo, n. appearance ; look.

Iwo-oju, n. countenance.

Iwo ẹgan, contemptuous look.

Ìwo, n. a carnivorous bird ; the raven.

Ìwo, n. fall.

Iwolulẹ, n. the act of felling trees or destroying a h ouse.

Iwọrọ, n. gold.

Iworan, n. sight-seeing.

Iwoye, n. a look-out; forethought.

Ìwoyi, n. the present time or season.

Ìwọ, n. poison which may be administered in food ; a tree, the sap of which pro-duces blisters.

Ìwọ, Ìdodo, n. navel.

Ìwọ, n. hook, fish-hook.

Ìwọ, n. pron. thou ; you.

Iwọdo, n. fording a river ; the entrance to a river.

Ìwọfa, n. one in pawn ; an insolvent debtor who becomes for a time the property of his master.

Ìwọjọ, Iwọjopọ, n. assemblage ; gathering.

Ìwọlu, n. entrance into a town ; gateway.

Ìwọn, n. measure ; measure-ment ; a certain quantity. adj. so many.

Ìwọnwọn, n. dry twig ; a small branch of a tree ; broom-stick.

Ìwọntuwọnsi, n. medium ; moderation ; temperate.

Ìwọra, n. greediness ; ravening.

Ìwọsi, n. contempt ; wrong ; injury ; insult.

Ìwọsọ, n. wearing of apparel ; dress.

Ìwọtikalarẹ, Ìwọtikararẹ, reflex. pron. thou thyself, thou.

Ìwu, n. love ; desire ; pleasure.

Ìwu, n. act of swelling.

Iwukara, n. leaven.

Ìwun, n. act of weaving.

Ìwunsọ, n. weaving.

Ìwuri, n. affection ; sympathy.

Ìwusi, n. increase.

Ìwuwo, n. heaviness; importance.

Ìyá, *n.* mother; madam; mistress.

Ìya, *n.* suffering; affliction; oppression.

Ìyadi, *n.* dumbness; speechless.

Ìyagan, *n.* barrenness; sterility.

Ìyágba, *n.* matron; elderly woman.

Ìyagbè, Ìṣunu, *n.* looseness of the bowels, diarrhœa; dung.

Ìyaju, *n.* forwardness; officiousness.

Ìyála, Ìyanla, *n.* grandmother.

Ìyále, *n.* mistress; wife; dame; the first or elder wife. The other wives are called Iyawo.

Ìyalẹnu, *n.* astonishment; wonder.

Ìyalode, *n.* title given to wise women; a lady of high rank.

Ìyan, *n.* pounded yams.

Ìyan, *n.* neighing, like a horse.

Ìyan hanhan, *n.* eagerness to satisfy appetite.

Ìyan, *n.* debate; controversy.

Ìyan, *n.* famine; dearth; scarcity of food.

Ìyanfẹ, *n.* love; election; choice.

Ìyangbẹ, *adj.* dry, void of moisture.

Ìyangbo, *n.* chaff; husk.

Ìyanjẹ, *n.* a cheat.

Ìyanju, *n.* exhortation.

Ìyanrin, *n.* sand.

Ìyanrindidẹ, *n.* quicksand.

Ìyanu, *n.* wonder, amazement.

Iyapa, *n.* schism, heresy.

Ìyapa, *n.* division; variance; secession.

Ìyara, *n.* quickness; celerity.

Ìyara, *n.* room; place.

Ìyatọ, *n.* difference; distinction.

Ìyasapakan, Ìyasọtọ, *n.* separation.

Ìyasi mimọ, *n.* sanctification, consecration.

Ìyawo, *n.* a newly-married woman; bride; spouse.

Ìyawọ, *n.* dexterity.

Ìye, *n.* number; worth; value.

Ìye, *n.* life; the art of living.

Ìye-ainipẹkun, *n.* everlasting life.

Ìye, *n.* reed on which cotton is wound; reed.

Ìye, *n.* soundness.

Ìye-ara, *n.* soundness of body.

Ìye kòro, *n.* perfection.

Ìyebiye, *adj.* valuable; precious.

Ìyekan, *n.* of the same mother.

Ìyekuru (eyi-ekuru), *n.* the very dust. *adj.* of the dust.

Ìyemeji, *n.* doubt; uncertainty; hesitation.

Ìyènu, *n.* idea; memory.

Ìyere, *n.* a kind of spice.

Ìyeye, *n.* a kind of sour plum.

Ìyẹ, *n.* booty.

Ìyẹ, *n.* dust of worm-eaten trees; sawdust.

Ìyẹ, *n.* feathers; plumage.

Ìyẹfun, *n.* flour prepared from yams; flour in general.

Ìyẹn, *n.* anything.—*e.g.,* Ma ṣe bẹru iyẹn, "Do not fear anything."

Ìyẹra, *v.* avoided.

Ìyẹwo, *n.* investigation.

Ìyẹwu, *n.* inner chamber; bedroom; the dark part of a room.

Ìyin, *n.* praise; honour; respect; esteem; applause.

Ìyin-ake, *n.* flattery.

Ìyin-ẹtan, Ìpọnni, *n.* adulation.

Ìyipada, *n.* turning, conversion, translation.

Ìyipo, *n.* perversion.

Ìyiṣọ, *n.* the pin inserted through a hole in the weaver's beam in order that he may turn it round with ease.

V

Iyokun, Iyoku, *n.* the rest; remainder.

Iyọ, *n.* salt.

Iyọ-oyinbo, *n.* sugar (*lit.*—white man's salt).

Iyọ, *n.* subtraction.

Iyọkuro, *n.* taking away from.

Iyọlẹnu, *n.* molestation; annoyance.

Iyọnu, *n.* trouble; uneasiness.

Iyọnu, *n.* compassion; yearning of the bowels.

Iyọsutisi, *n.* derision; ridicule.

Iyun, *n.* coral.

J.

Já, *v.* to break (as a rope); cut; pluck; separate violently; to drop; to strike the road; snatch, nip.

Jà, *v.* to fight; war; quarrel; dispute; strive; combat; contest; encounter; controvert.

Jà, *adv.* almost; nearly.—*e.g.,* Bi o jà ki o tan, omiran yio de, "When it is almost done a fresh supply will arrive."

Já, *prep.* through.—*e.g.,* Mo la ilu nã já, "I passed through the town."

Jàbàjábá, *n.* jerked beef.

Jàbú, *n.* splash.

Jáde, *n.* to come out; come forward; walk; go out; go forth; issue.

Jadegun, *v.* to set out for battle.

Jade-kuro, *v.* to evacuate; to desert.

Jadesẹhin-ẹkun, Jadesẹhin-odi, *v.* to go out of the town, to go abroad.

Jádewá, *v.* to come forth; issue from.

Jádi, *v.* to detect; to be bottomless; to plunder.

Jadùn, *v.* to eat the sweet; feed on sweetness.

Jadùn-jadùn, *n.* an epicurean; a luxurious person.

Jaga, *adj.* important; weighty.

Jágan, *adv.* roughly, cuttingly, vexatiously, harshly.

Jàgányi, *n.* a bitter orange, used as a medicine for rheumatism.

Jàgídíjàgan, *n.* an evil doer.

Jàgùdà, Jàgùdà-pali, *adv.* on any account; anyhow; persistently.

Jàgùdù, *v.* to struggle, to recover oneself.

Jagun, *v.* to fight; to war.

Jagun, *n.* title of a warrior.

Jagun-jagun, *n.* a soldier; fighter; warrior.

Jágbà, *v.* to snatch.

Jagba-jagba, *adv.* in great confusion; confusedly.

Jahin-jahin, *adv.* throughout; from one point to another.

Jáiyà, *v.* to fear; apprehend; dread.

Jaiye, *v.* to take pleasure; to enjoy; to be in luxury.

Já-koro, *v.* to contradict; argue with.

Jala, *n.* a gallon.

Jalè, *v.* to steal; rob; pillage; sack; plunder; rifle.

Jalè-asiri, *v.* to purloin; to embezzle.

Jalè-enia, *v.* to kidnap.

Jalè-girijẹ, *v.* to pick.

Jálẹkanná, *v.* to pinch with the nails.—*e.g.,* Ojá mi lẹkánna, "He pinched me."

Jáléke, *v.* to detect a liar.

Jalẹ, *v.* to go through.

Jalẹ-jalẹ, Jálẹ-ganran, *adv.* throughout, thoroughly.

Jálẹnu, v. to wean a child.

Jalólè, v. to rob; plunder; ransack; spoil.

Jálù, v. to attack unawares; to come upon suddenly.

Jalumi, v. to plunge into water.

Jāma, n. soldiers; marauders.

Jamba, n. damage; mischief; ill; disaster; misfortune.

Jámọ́, adj. equal in value; worth.—e.g., Ko jámọ́ nkankan, "It is worthless."

Ján, v. to strike with a twig or whip.

Jánà, v. to strike the road; to come to a point.

Jàndùkú, n. a wicked person.

Janikoro, v. to deny; contradict; confute.

Jangbóro, n. knee-cap.

Janjan, a. intensely (applied to the heat of the sun).—e.g., Òrùn mu janjan, "The sun is intensely hot."

Jànkāwọ̀, n. soot.

Jannijani, n. whitlow.

Janiyan, v. to contradict.

Janu, v. to boast; to brag.

Jaokè, n. the name of a shrub.

Jápati, v. to snatch.

Jara, adj. sturdy; hard; stout.

Jàre, v. to be in the right; be just; please.

Járọ́, v. to discover a lie.

Jásí, v. to lead to; drop into; adj. worth, value.

Jàsí, v. to dispute.

Jásí-gẹ́gẹ́, v. to correspond; to happen accordingly.

Jayejaye, n. a sensualist.

Jegede, adj. bloated.

Jẹgúnmọ́yán, v. abusing a benefactor.

Jẹ́niàtà, v. to kidnap a fellow-man for sale.

Jèrè, v. to gain; deserve.

Jere-jere, adv. sparklingly, dazzlingly, brightly, brilliant.—e.g., Idẹ nā ndan jere-jere, "The brass shines brightly."

Jéwe, v. to eat fodder, as cattle.

Jẹ́, v. to be; to answer; comply with; be willing; consist of.—e.g., Nwọn jẹ́ ọmọ rere, "They are good boys."

Jẹ́ má, v. must, ought.—e.g., Emi kò jẹ́ má ṣe iṣe nā, "I ought not to refuse to do the work."

Jẹ́, v. to permit, to let.—e.g., Jẹ́ ki nlọ, "Let me go."

Jẹ, v. to eat; dine; owe; deserve; gain; due; earn; win.—e.g., Ati má jẹ adùn su mi, "I am tired of eating sweet things."

Jẹ-àjẹdùfun, v. to gorge.

Jẹ-àjẹki, v. to sate; cram; stuff.

Jẹ-alade, v. to reign; to take the crown of royalty.

Jẹ-apọjẹ, v. to chew the cud; ruminate.

Jẹ àṣè, v. to feast.

Jẹ-bālè, v. to receive the title of governor.

Jẹbi, v. to be guilty.—e.g., O jẹbi ọran nā, "He was guilty in the matter."

Jẹdiẹdiẹ, n. a little bird, so called from its cry.

Jẹdijẹdi, n. piles.

Jẹ̀-fun, v. to comply with; consent to; bear with; tolerate.

Jẹgbejẹgbe, adv. childishly; unmeaningly; topsy-turvy.

Jẹguduragudu, n. a spendthrift; a good for nothing person.

Jẹgún, v. to swindle; to misappropriate others goods.

Jẹ-isin, adj. dutiful.

Jẹjẹ, *adv.* gently; softly; quietly; easily.—*e.g.* Ṣe jẹjẹ, " Deal gently."

Jẹjẹ, *v.* to vow; to make a promise.

Jẹjẹjẹ, *adv.* very gently, very softly.

Jẹju, *v.* to eat too much.

Jẹka, *v.* to bite the finger; to regret; to come to a sad end.—*e.g.,* Iwọ yio jẹka rẹ̀, " You will regret it."

Jẹkálọ, *v.* let us go.

Jẹki, *v.* let; permit.—*e.g.,* Jẹki o lọ, " Let him go."

Jẹ-lẹri, *v.* to witness; to testify; verify.

Jẹnẹjẹnẹ, *n.* fear; timidity; fright; trembling; shock.

Jẹnia, *v.* to eat human flesh.

Jenia-jenia, *n.* cannibal; man-eater; a slanderer.

Jẹnju, *n.* gentlefolk.

Jẹ-nigbèsè, *v.* to owe a debt to.

Jẹ-niya, *v.* to punish; afflict; avenge; chastise; oppress.—*e.g.,* Bi iwọ ba ṣe bẹ̃, emi o jẹ ọ niya, " If you do so I shall punish you."

Jẹ-pa, *v.* to cheat; to take an unfair share.

Jẹ pa, *v.* (preceded by " Iba," if, had); been, that.—*e.g.* Iba jẹ pe emi ni, " Had it been I." Iba jẹ pe o lọ, " If he had gone."

Jẹpẹ, *n.* a kind of cloth.

Jẹri, *v.* to witness; bear testimony; attest; certify.

Jẹrigbà, *v.* to witness in favour of.

Jẹrisi, Jẹriti, *v.* to bear witness against.

Jẹrun, *v.* to spend; to waste; squander; destroy.

Jẹsẹ, *v.* to be ungrateful.

Jẹti, *v.* appertaining to; belonging to.

Jẹun, *v.* to eat; feed; to take food.

Jẹwẹ, *v.* to be dumbfounded; confuted. *adj.* dumb; speechless; mute.—*e.g.,* O jẹwẹ, " He was speechless."

Jẹwọ, *v.* to confess; concede; assent; confirm; acknowledge; apologize.

Jì, *v.* to give to.—*e.g.,* Ọba jì mi lana, " The king gave me a present yesterday."

Jí, *v.* to awake; rouse; enliven.

Jí, *v.* to steal; pilfer; pick; rifle.

Jì, *v.* to forgive.—*e.g.,* Mo fi ọran nã jì ọ, " I forgive you."

Jí-dide, *v.* to wake up; to raise up.

Jì fà, *v.* to gain.

Jìgá, *n.* jigger.

Jìgbé, *v.* to take by stealth.

Jìgbà, *v.* to suffer from flogging.

Jìgbèsè, *v.* to owe a debt.

Jìgbìnì, *adv.* abundantly (applied to fruit).—*e.g.,* Igi yi so eso jìgbìnì, " This tree bears fruit abundantly."

Jìgi, *n.* looking glass; mirror.

Jìgiri, *adj.* to be hollow, depressed on the surface. *v.* to rouse.

Jìhin, *v.* to deliver a message; to give account of.

Jìjà, *n.* fight; that which is to be fought.

Jija, *adj.* broken. *n.* the act of breaking.

Jìjà, *v.* that which may be fought; militant; disputable.

Jija, *v.* the act of detecting.

Jìjàdù, *v.* scramble; struggle for. *n.* that to be contended.

Jijàkadi, *v.* to wrestle; to perform gymnastics.

Jija-niyan, *adj.* deniable, contestable.

Jija-ogun, *n.* war tactics; stratagem; belligerent.

Jijẹ, *adj.* tolerable, answerable.

Jijẹ, *adj.* eatable. *n.* that which is to be eaten.

Jijẹni, *v.* fretting.

Jijẹwọ, *adj.* allowable, conformable, sufferable.

Jijẹyó, *v.* eating a sufficiency, taking an ample supply.

Jiji, *v.* that which is stolen; the act of waking.

Jijin, *adj.* deep; distant; depth.

Jijìnà, *adj.* distant, far, wide, remote.

Jijísin, *adj.* tributary.

Jijó, *v.* dancing, burning.

Jijò, *adj.* leaky. *n.* leakage.

Jijona, *n.* a burnt article.

Jijó-õrun, *v.* sunburnt.

Jijọ, Jijọra, *n.* resemblance; likeness; conformation; similarity.

Jijú, *v.* slightly cut down; suppressed; kept down, as mown grass.

Jiju, *adj.* mouldy.

Jijù, *n.* that which is thrown.

Jikoto, *n.* a hollow; depression; concavity.

Ji-kutukutu, *v.* to wake early.

Ji-lẹsẹ, *v.* to tread on another's heels; to sap; contradict.

Ji-loju-orun, *v.* to rise; rouse; awake out of sleep.

Jimijimi, *adv.* richly, wealthily, gorgeously, splendidly.

Jin, *v.* to fall into a hole or pit. *adj.* far, deep.—*e.g.*, Ọna ilu nã jin, " The town is far away."

Jin, *v.* (followed by lẹsẹ) to strike with the fist.

Jiná, *v.* to heal up. *adj.* well cooked or roasted.

Jìnà, *adv.* far distant.—*e.g.*, Bi ibi yi ti jìnà si Ibadan tó? " How far distant is it from here to Ibadan?"

Jingiri, *adj.* habitual.

Jìnà rere, *adv.* far off; at a great distance.

Jinde, *v.* to rise from the dead.

Jinlẹ, *adj.* deep; profound; mysterious; important.

Jisẹ, *v.* to deliver a message.— *e.g.*, Mo jisẹ rẹ lánà, " I delivered your message yesterday."

Jiya, *v.* to suffer.—*e.g.*, O jiya nitori mi, " He suffered in my stead."

Jiyàn, *v.* to deny; contradict; expostulate; dispute; debate; bet; to lay wager; argue; discuss.

Jiyànjiyàn, *n.* an abettor; one who lays a wager.

Jó, *v.* to dance; whirl; burn; blaze; flame.

Jò, *v.* to leak; drop from an opening or crack.

Jó-baibai, *v.* to burn dimly; fickle.

Jó-fẹrẹ, *v.* to singe; to burn slightly.

Jógán, *adj.* small; little; not much.

Jogbojatọ, *n.* wishing one a long life and good old age.

Jogún, *v.* to inherit the property of deceased; to take possession of.

Jòjò, *adv.* brilliantly. *n.* a cloth so named for its brilliancy.

Jojolo, *n.* new-born child.

Jo-kẹlẹ, *v.* to throb; palpitate.

Jókŏ, v. to sit; wait for; abide; stay; dwell; reside; to take a seat.

Joko, v. to graze (as cattle).

Jòkú-jòkú, n. one who eats that which dies of itself.

Jŏlò, n. brick.

Jó-lọwọ́, v. to burn the hand; to prove a failure.

Jomu, v. to suck (as an egg).

Jona, v. to burn; consume by fire.

Jorijori, n. a parasite or worm which is supposed to eat the brain.

Joró, v. to waste away; be lean; lose flesh; pine; emaciate. adj. meagre; languid; haggard.

Jòwara, v. to try hard; endeavour; struggle.

Jowú, v. to be jealous; to envy.

Joyè, v. to crown; to ordain.

Jǫ̀, v. excuse; please; forgive.

Jǫ, v. to be alike; to look like; resemble; be similar to; conform to.

Jǫba, v. to reign; to be king over; to govern.

Jǫbẹ̀, a. likely, to seem so, to look like.

Jǫ̀bọ̀jǫ̀bọ̀, n. the flesh hanging from the throats of cows; dewlap.

Jógbọgba, v. to be equal; to put on the same footing.

Jọjọ, adv. very much; exceedingly; numerous (used after a verb of multitude).—e.g., Enia pọ jọjọ, "The people are very numerous."

Jǫ̀jọ̀, n. a comb or crest (as of fowls).

Jǫju, adj. fair, agreeable, pleasant.

Jǫlá, v. to enjoy honour.

Jọ-lọwọ, v. to acquit; yield; deliver up; to loose; let go; release.

Jọmijọmi, v. to resemble one.

Jo-mu, v. to suck out.

Jopọ, a. together.

Jọra, v. to be alike; to resemble; to be similar.

Jọsin, v. to serve under; to submit to.

Jọwọ́, v. to let; permit.—e.g., Jọ̀wọ́ mi lọwọ, "Let me go."

Jọwọ́, v. excuse me; please; forgive.—e.g., Jọ̀wọ́, maṣai tẹ dūru fun mi, "Please play the organ for me."

Jù, v. to throw; cast; fling.

Jù, adv. more, too (sign of the comparative). The superlative is formed by the addition of "Lọ"—Jùlọ, most.—e.g., Iwọ jù mi lọ, "You are taller than I."

Ju, v. to be worm-eaten. adj. mouldy.

Jù, v. to surpass; outstrip; be superior to.

Júbà, v. to have a grateful remembrance of; to regard; respect; think well of.

Judi-judi, adj. confused, not having a clear brain.

Jufù, n. armlet; bracelet of white metal (worn by royalty).

Jújú, adj. confused; chaotic; without form.

Julọ, v. to beat; outstrip; transcend.

Julọ, adj. sign of superlative; most.

Jùmbú, v. to come into a great fortune.

Jùmọ̀, adv. together, in company, together with.

Jùmọṣa, v. to co-operate; to act in conjunction with.

Jumọ-wà, v. co-exist; living at the same time.

Juwe, v. to point out; direct; show.

Juwọ, v. to beckon with the hand; wave the hand to.

K.

Kà, v. to · count; reckon; number; read; sit upon; set upon.

Ká, v. to reap; pluck fruit from the tree; roll; fold; coil; wind up; fail.

Ká, adv. round; around; in a circle.

Kàkún, v. enumerate; esteem.

Ka-ọranṣi, v. to accuse; to blame.

Ká-mọ́, v. to encompass; to surround.

Kà-mọ́, v. to reckon with; number with.

Ka-ọran mọ́, Ka-ọran ṣi, v. to accuse, to blame.

Kà-ọọ mọ́, v. to roll up with, to number with.

Kà-ṣi, v. to respect; to esteem; regard; add to; reckon upon.

Kàṣilọrùn, v. to charge with; charge upon; accuse; indict; lay upon; hold responsible.

Kayin, Ka-iyin, v. to celebrate; to sing or speak the praise of.

Kábakàba, adv. irregularly; roughly; unevenly; waddle.

Kabiyeṣi, v. (the greeting used on the approach of a king or other great personage), " Let us be all attention."

Kádun, v. to be about the space of a year.

Kàfó, n. a kind of tight trousers with long legs.

Kaboro, n. the name of a shrub.

Kájọ, v. to coil, to fold together.

Kainkain-ọkà, yanyan-ọka, yan-yanka, n. husk of the Guinea corn.

Kàka, adv.forwardly; officiously; presumptuously (generally qualifying v. là).—e.g., Iwọ là kàka lọ sọdọ àgba ? " Did you push presumptuously into the rank of elders ? "

Káka, adv. strong; violent; forcible; stiff; unyielding; stubborn.

Kakanfò, n. general, war captain, title of a war chief.

Kakasenlà, n. a creeping plant.

Kakara, n. a piece of shell, shell.

Kákò, v. to curl; twist; shrivel; shrug.

Kakò-mọra, v. wreathe.

Kakun, v. enumerate.

Kalàmu, Alkalàmu, n. pen; quill; writing; reed.

Kalẹ̀ (ka-ilẹ̀), v. to sit down; sit on the ground; deposit.

Kalẹ̀, Kàlẹ̀-gbogbo, adv. around; abroad; spreading abroad; notoriously; universally.

Kalọ (ki-a-mã-lọ), defect. v. Let us go; May we go ? Come along.

Kán, v. to drop (as a liquid), to break.

Kan, adv. (contraction of ọkan), one; a certain one; one out of many.

Kan, adj. sour; acid; morose; rough; violent, cross, austere; peevish; sore; painful. n. ache. adv. tartly.

Kan, *adj*. last; ultimate (applied to words of action).—*e.g.*, Àṣe kan rẹ li eyi, "This is your last action."

Kàn, *v*. to reach; to touch at; to nail (with a hammer); to knock (at the door).

Kàn, *v*. to devolve upon; to interest; to concern; to butt (as a beast).

Kanga, *n*. a well.

Kanga jíjìn, *n*. a draw well.

Kangara, *n*. a kind of billhook with a perforated iron handle.

Kàngbo, *v*. to butt (as two animals.)

Kangi, *v*. to come to a hard point; to be difficult.

Kangun, *v*. to be at an end, to be last.

Kangun (kan-ogun), *v*. to come upon an army in an unexpected place; or to come upon trouble.

Kankọ, *v*. to construct a wooden vessel or canoe.

Kanná (ọkan-na), *adj*. the same.

Kànnakànna, *n*. a sling.

Kannakánna, *n*. a crow with a white streak on the neck; a crow.

Kan-loju, *adj*. sour; ferocious.

Kàn-loro, *v*. to poison.

Kanju, *v*. to be hasty, or in a hurry.

Kanjujaiye (kanju-jẹ-aiye), *a*. hasty or eager to enjoy life, voluptuous.

Kanniwà (kan-ni-iwa), *v*. to sour the temper. *adj*. sharp; waspish.

Kàn-nkan, Kàninkanin, Kankan, *n*. fibres used as a sponge.

Kánkan, *adv*. hastily; quickly; fast; apace; speedily; rapidly.

Kanmukanmu, *adv*. sweetly; with a sweet flavour.

Kànlápako, *v*. to board up.

Kanlẹ, *adv*. aground; touching the ground or bottom.

Kanlẹṣẹ (kàn-li ẹṣẹ), *v*. to box. *n*. the fist.

Kànmọ́-agbelebu, *v*. to crucify; to nail to a cross.

Kánhun, Kanun, *n*. rock salt; borax.

Kánki, *n*. a kind of tight trousers used by those working on farms.

Kànkun, *v*. to knock at the door.

Kannú, *adj*. morose; severe; peevish.

Kanra, *adj*. ill-tempered; peevish; fretful; touchy; sour; froward; cross.

Kanri, *v*. to strike or touch the head with the victim to be offered for sacrifice; nail the skull to a tree.

Kánrin, Kánrinkánrin, *adv*. very far off, beyond the reach of sight; clean gone.—*e.g.*, O lọ kánrinkánrin, "He is gone quite out of sight."

Kanrínkanrín, *adv*. very (applied to hardness).—*e.g.*, O le kanrínkanrín, "It is very hard."

Kanrun (kan-ọrun), *v*. to bend (as a bow); to curve; warp.

Kanrunkanrun, *n*. a bow maker.

Kanṣoṣo, *adj*. alone; only; singly.

Kantikanti, *n*. gnat; midge; small flies which swarm about liquor (supposed to make it sour).

Kánu, *v*. to be sorry; feel grief for wrong done; pensive; deplore; relent; mourn.

Kára, *n*. a thorny plant of the acacia tribe; gland.

Kárá, *adv.* on a sudden, precip-
itately, loudly (usually
qualifies la, " to split.").

Karawun, *n.* snail shell.

Karò, *n.* a bird (so named from
its cry).

Kárò, *defect. v.* may we speak ?

Kàro, *n.* a water-bird noted for
swimming.

Karun, *v.* to be the fifth.

Kasè (ka-esè), *v.* to walk up
and down in the piazza ;
lag ; walk slowly and lei-
surely ; measure by pacing.

Kásè, *v.* to terminate ; to come
to an end.

Kàsínkan, (kà-si-nkan), *interrog.
adv.* Is there anything the
matter ? " I hope there
is nothing the matter " (a
question always put when
something is suspected).

Kasoke, *v.* to fold up ; shrug.

Kàsa, *adv.* proudly. See *v.* Yan.

Kàsa, (ka-orisa) *v.* to recite the
names of the gods.

Kásà, ko-àsa, *v.* to adopt a new
fashion.

Kasan, *n.* a running plant, the
fibre of which is used to
mend calabashes.

Kátakàta, *adv.* here and there ;
widely dispersed ; scattered
about.

Kati, ganti, *adv.* at all ; what-
ever (used chiefly after " kò
si ").—*e.g.*, Ko si ganti
nibè, " There is nothing
whatever there."

Káwe, *v.* to wrap round ; wind ;
reel ; involve ; implicate.

Kàwé (ka-iwe), *v.* to read ;
peruse.

Kawékawé, *n.* a reader.

Káwo, *v.* to master ; to be
competent ; to control ;
restrain ; govern.

Kàwò (ka-èwo), *v.* to abstain
from eating or doing certain
things prohibited on account
of illness or religion.

Kawun, Karawun, *n.* a snail shell.

Kaya, *v.* to reckon ; count ;
number ; cypher.

Kayin, *v.* to lose a tooth.

Ké, *v.* to exclaim, howl ; cry
out ; to cut ; chop ; hew.

Ke, *v.* to roar ; squeak ; bleat.

Keda, *v.* to make a public
proclamation ; to trumpet ;
announce.

Ke-kikun, Ke-kunkun, *v.* to cry
aloud.

Ke-kuro, *v.* to cut short ; curtail ;
crop ; contract.

Kékù, Ke-kuru, *v.* to abbreviate ;
shorten ; epitomize ; muti-
late ; lessen ; abridge.

Ke-lulè, *v.* to cut down ; to fell.

Ke-nibu, *v.* to intersect.

Ke-nigbèri, *v.* to intercept ;
thwart.

Ke-soke, *v.* to cry aloud ;
ejaculate.

Ke-sákasàka, *v.* to hack, cut
into irregular shapes.

Kéda, *v.* to cut right through.

Kedere, *adv.* very clearly ; con-
spicuously.

Keferi, *n.* an unbeliever ;
heathen ; pagan, gentile ;
low type of people ; enemy.

Kejio, Kejirò (ki-eji-rò), *n.* a bird,
so called from its cry.

Keje, *adj.* the seventh.

Keji, Ekeji, *adj.* second.

Kàké, *n.* small pieces of grass
on which carded or pre-
pared cotton is suspended
preparatory to spinning.

Keke, *adv.* representing the
sound of a bell or other hard
substances struck together
(*cf.* Eng. ding-dong).

Kèké-ìdi, Àdilu, n. mode of casting lots (a child's game).

Kèkèkè, adj. small ; little (ones). n. name of an esculent plant.

Kèké, Gègé, n. small pieces of sticks used in casting lots ; a lot.

Kélekele, Kéreke, adv. bit by bit ; in bits.

Kerekere, adv. clearly ; cleanly.

Kekelenje, Okelenje, Òsake-lenje, n. a small or young lizard.

Kekere, adj. little ; small ; petty ; frivolous ; junior.

Kepè, v. to invoke loudly ; call upon ; cry aloud to.

Kére, v. to be little ; to be small.

Kerejù, adj. less.

Karewu (kare-owu), n. cotton seed.

Kèrí, v. to hate ; abhor ; abominate.

Kerora (ke-irora), v. to groan, to cry out in pain.

Kesi, v. to visit ; call on.

Kèta, n. animosity ; male-volence ; hatred.

Ketiri, Ketì (ko-etiri), adj. benumbed, void of sensa-tion.

Kéwu (ke-ewu), v. to read (term used by the Moham-medans).

Ké, v. to indulge ; fondle ; gratify ; idolize ; cherish ; to live luxuriously.

Ké, v. to set a trap ; cock a gun.

Kè, v. to grow worse (as a sore) ; extend ; glow ; be hoarse. —e.g., Egbò kè, ina kè, ohun enia kè, "The sore is spreading, the fire is glow-ing ; the throat is hoarse."

Kèmbeku, n. thimble.

Kedùn, v. to feel mortified ; to moan.

Kèdógun, adj. fifteenth.

Kégàn, (ko-ègan), v. to despise ; to contemn ; revile ; attaint ; blemish.

Kegbe (ko-egbe), v. associate ; incorporate ; walk as friends ; keep company.

Kèhin, v. to turn the back.

Kéhin, v. to be hindmost ; final ; last.

Kèhinkèhin, adv. finally.

Kèhùn, adj. hoarse.

Keke, n. a grub which makes holes in calabashes.

Kéké, n. the cry of the hen ; a kind of black squirrel which preys upon birds ; a species of small foxes which live in companies. adv. (quali-fying Gbé, "to cackle as a hen ").—e.g., Agbebò ngbé kéké, "The hen cackles."

Kèke, Kèrekere, adv. gradually.

Kèke, n. rumour.

Kéke, n. profound silence.

Kèké, n. wheel ; a wheeled vehicle ; a bicycle ; carr-iage ; instrument used in spinning, made of a small pointed stick on which the thread is wound ; spindle.

Keke-pa, v. to be quiet ; still ; dumb.

Keko (kó-èkó), v. to be learned ; profound in knowledge.

Kèlebe, n. phlegm.

Kélekele, adv. gently, softly, privily as the movement of a spy, scout, traitor or vanguard of an army.

Kèlékèlé, adv. carefully, by degrees.

Kère, n. fool ; one easily enticed or deceived.

Kèkó-ètu (kèrę-kèrę-ètu), *n.* a horn, calabash, or flask in which to keep gunpowder.

Kęsę, *n.* spur; goad.

Kęta, *adj.* third.

Kętala, *adj.* thirteenth.

Kętękętę, *n.* ass; donkey.

Kęwa, *adj.* tenth.

Ki, *pron.* what..

Kini, Kinirà, *inter. pron.* "What is it?"

Kini nla, Kinla! *inter. pron.* "What?"

Kilowùkoṣa, *pron.* whatsoever, whatever.

Ki, *v.* to salute, greet, visit.

Ki, *adj.* thick; dense; wax gross; consistent.

Ki, *v.* to press tight; load; recite one's praises; fulfil a term.—*e.g.,* Mo kíta, "I fulfilled three days."

Ki, *conj.* that; in order that; lest.—*n.g.,* Ki baba ki o le fun mi, "In order that my father may give me" (The latter ki is frequently omitted). Ki awa o le ilọ, "That we may be able to go." In interrogative sentences it often takes the sense of "may."—*e.g.,* Ki a wa ki o ma lọ? "May we go?" (*lit.*—be going).

Ki, ki ... to, *adv.* before a certain time; previously.—*e.g.,* Ki nto lọ, "Before I go."—*e.g.,* On ti ṣe e ki emi ki o to lọ, "He did it before I went."

Ki, *v. aux.* shall; should; may. —*e.g.,* Ki nlọ? "May I go?" "Shall I go?"—*e.g.,* Wi fun u ki o ṣe e, "Tell him that he may do it."

Ki, *adv.* not. See Kò.

Ki, *v.* to stuff, cram, press, to load as a gun or tobacco pipe.

Kiakia, *adv.* quickly.

Ki-lęṣę (ki-li-ęṣé), *v.* to box; to cuff.

Kiamabà, Kiamaṣe, *conj.* lest; that.

Kibiti, Kiribiti, *adj.* large and circular; large and round.

Kibiti, Kiribiti, *adj.* small and circular; small and round.

Kidànpapa, *adj.* rusty.

Kigbe (ke-igbe), *v.* to howl; cry out; call with a loud voice; bawl.

Kijikiji, *adv.* tremulously (qualifying a loud blast, or sound). —*e.g.,* Ọkanṣoṣo àjanakú mi igbo kijikiji (*lit.*—"A single elephant shakes the forest tremulously). One elephant can shake the forest."

Kijipà, *n.* a coarse country cloth woven by women.

Kikà, *adj.* reading, counting.

Kikà, *adj.* rolled.

Kikan, *adj.* sour; painful; acid; tart.—*e.g.,* Ọti kikan, vinegar.

Kikán, *adj.* that which is to be dropped.

Kikan, Kikankikan, *adv.* earnestly; strenuously; exceedingly; aloud; loudly; intensely; vigorously.

Kikanju, *adj.* eager. *n.* that which is hasty, hastiness; eagerness.

Kikanra, *n.* that which is touchy; peevishness; sourness; moroseness.

Kikánu, *n.* that which may be pitied or deplored; melancholy; deplorableness.

Kikaye, *n.* counting; numbering.

Kike, *adj.* that which is to be cut off.

Kíkẹ, *adj.* indulged.

Kíkẹ̀, *adj.* festering.

Kíki, *n.* salutation. *adj.* worthy of being saluted.

Kiki, *adj.* pressed or condensed.

Kiki, *adv.* only; solely; alone; merely; barely.

Kíki, *adj.* thick.

Kikini, *adj.* least; smallest; minute; trifling; frivolous.

Kiyesara, *adj.* cautious.

Kikiyesí, *adj.* observable, perceivable.

Kíko, *n.* something put ready for removal.—*e.g.,* heap of sweepings. *adj.* tough, stringy from over-ripeness (as a bean).

Kikojọ, Kikojọpọ̀, Kikopọ̀, *adj.* collective, accumulated.

Kikorira, *n.* hatred; hated.

Kikorò, *adj.* bitter.

Kikoso, *adj.* tractable; controllable.

Kikoti, *n.* plotting against; assailable; assaultable. *v.* to pucker.

Kikọ̀, *n.* refusal. *adj.* loathsome, disallowable.

Kikọ́, *n.* teaching. *adj.* teaching; built.

Kikọ, *adj.* written; writing (book).

Kikojusi, *n.* opposition; something facing one.

Kikọlù, *adj.* assailable, attackable.

Kikọsilẹ, *adj.* forsaken; abandoned; forlorn; destitute.

Kikọsẹ̀, *n.* tripping; stumbling.

Kíku, *n.* corpse; anything dead. *adj.* dead, mortal.

Kíkun, *n.* fulness. *adj.* full.

Kikun, *adj.* replenishable, added.

Kikun, Kunkun, *adj.* hard; loud.

Kíkun, *adj.* ignitable; burnt.

Kíkunkikun, *adv.* hardly; loudly.

Kikunna (kun-ina), *adj.* smooth; fine.

Kikunu, *n.* bluntness.

Kilàkilo, Kilahilo, *n.* anxiety, restlessness of mind.

Kilẹsẹ́ (ki-li-ẹsẹ́), *v.* to box; to punch.

Kimọlẹ (ki-mọ́-ilẹ), *v.* to press down; repress.

Kini, Ẹkinni, *adj.* first; beginning.

Kíni, *inter. pro.* What is it?

Kinijẹbẹ́, *adv.* Nay! Not at all! By no means! In no wise! (*lit.* — what has such a name?)

Kínikini, *adv.* regularly; neatly; orderly; accurately.

Kinkin, Gingin, *adj.* very little; a very small portion.

Kinla, *inter. pron.* (emphatic), What?

Kiniun, Kiniu, *n.* lion.

Kínrin, *v.* to rub slightly as with a sponge.—*e.g.,* Kínrin mi lẹhin, "Rub my back."

Kioribẹ́, Kosẹ, *adv.* "May it be so."

Kioto, Koto, *adv.* ere; before.

Kíreje, Kiwéje (ko-iweje), *v.* to twist; entangle; curl; shrivel.

Kiri, Kirikiri, *v.* to wander; to rove about at large.

Kiribiti, *adj.* see Kibiti.

Kirimọ, *v.* to press; insist upon; be urgent; be importunate.

Kírun (ki-ọrun), *v.* to pray (*lit.*—to salute the heaven; a Mohammedan expression).

Kisán (ki-isán), *v.* to fulfil nine days.

Kita (ki-ita), *v.* to fulfil three days.

Kiun, *adj.* very little; minute, least. *n.* particle; morsel.

Kiwéje, v. see Kíreje.

Kiwọ, v. to check; repress; stifle.

Kíyan, adv. at once.—e.g., Mo dide kiyan, "I started at once."

Kiyesi, v. to notice; behold; observe; perceive; mark.

Kiyesara (ko-iye-si-ara), v. to take care of oneself; beware; be circumspect.

Kiyesigbà, v. to observe time.

Kò, v. to meet; confront; oppose; rekindle a fire by scraping together half-burnt wood.

Kó, v. to gather, to take a large quantity; to plunder; rob; forage.

Kó, v. to toughen or become stringy from over-ripeness. —e.g., Ilá kó li oko, "The ila at the farm has grown hard."

Kò, Kó, Hó, Ki, Kí, adv. not. Kò is the simple form of the negative.—e.g., Baba kò de, "(My) father does not come." Kó, denies a state or action attributed to one by another.—e.g., Iwọ ni mo ri lode," I saw you out." —e.g., Emi kó, elomiran ni, "Not me, it was somebody else." Ki, same signification as the last, but used general-ly, by euphonic attraction, before a word beginning with I.—e.g., Emi kì ijẹ bi o ti pè mi, " I am not such as you took me to be." Họ, same signification as Ki, Ki is commonly used instead of Kó, in interrogative sentences.—e.g.,Iwọ ki mo ri lode ? " Was it not you I saw out ? "

Ko, adv. (expressing the sound of a hard hollow substance).

Kó, v. to hold together; draw together; darn.

Kó-nimaikia (ko-ni-mákia), v. to darn, embroider.

Kò, v. to sew; tack; baste; seam; stitch.

Kobikobi, adv. (expressive of the mode of the eruption of pimples or boils).

Kóbitá, n. a rider's shoes or boots on which spurs are fixed.

Kódàpọ-jùjù (kó-dàpọ-jùjù), v. to jumble, to put together anyhow.

Kòdéde, adv. No wonder !

Kó-ẹrù, Kẹrù, v. to forage; steal; plunder.

Kófìrí, v. to see at a glance; to spy; catch sight of.

Kólẹdusi (ko-ilẹdù-sí), v. to manure.

Kòito (ko-ti-to), adv. not yet; not enough.

Kòjin, adj. not far; not deep; shallow.

Kojọ, v. to collect; aggregate; gather; accumulate.

Kójọpọ̀, v. amass; gather together.

Kókiki, v. to magnify; speak the fame of.—e.g., Gbogbo aiye kókiki rẹ yika, "All the world over do they speak your praises."

Kóko, Koriko, n. grass.

Kóko-gbigbẹ, n. straw; dry grass.

Kókò, n. an edible root.

Kóko, n. knot on a tree; wen; a tie; knob; broad; excrescence; snub.

Kóko-ọfun, gògongo, n. Adam's apple.

Koko-ọwọ, n. the knuckles.

Koko-ęsę, Kokosę, n. ankle.

Koko, adv. very much; exceedingly.

Kòkoro, n. worm; grub; moth; insect; caterpillar; weevil; vermin.

Kóla, (kó-ile) v. to steal from a dwelling house (lit.—to carry away a house).

Kolekole, n. a house-breaker.

Kolera (kò-le-ara), adj. feeble; weak; infirm.

Kólęrù (ko-li-ęrù), v. to rob of goods; to despoil.

Kòloju, v. to meet face to face; to confront; to encounter.

Kólo, v. to spoil; plunder; lay waste.

Kòloñn, n. a lawless person.

Koloju, v. to confront; to meet face to face.

Kómora (kó-mó-ara), v. to hold together, to embrace; be astringent.

Komörekomörà (ko-mo-ore-ko-mo-örà), n. an unthankful person.

Konamo, adj. basted; tacked.

Kongbari, n. point; crisis; head.

Kònibaba, n. fatherless.

Kónijanu (ko-ni-ijanu), v. to bridle; restrain; govern; curb.

Kònilekolona, Aṣa, n. vagabond.

Konkoto, n. the name of a plant; the name of a bird; anything used by children at play to represent the worship of idols.

Kori, v. to harvest.

Koribę, Kosę, adv. be it so; Amen.

Koriko, n. grass; herb.

Korira, v. to abhor; abominate; hate; loathe.

Korò, adj. bitter; stern; severe.

Kóro, Akoso, n. smelting pot; crucible.

Kõro, adv. thoroughly, very (qualifying v. jalę, to go through).—e.g., Okuta na là jalę kõro. "The rock split to the very bottom."

Koropòn, n. the testicle.

Korokoro, n. brass bells put on horse's neck.

Korokoro, adv. soundly.

Kòsí, adv. away; absent.

Koṣęgbagbo, adj. incredible.

Koṣękukoṣęiyę adan, n. bat; flittermouse.

Koṣiàn, Kosuàn, Kosuwà, adj. improper; indecent; bad.

Kosinkan (ko-si-nkan), adv. There is nothing, It is empty.

Kósó, n. a kind of drum.

Kóso, v. to restrain; to govern; stint; coerce.

Kòṣoro (ko-ṣe-oro), adj. easy; possible.

Kótì, v. to collect against; assault; attack; assail; pucker.

Kotíto, adv. see Kòito.

Kòtó, adv. not enough.

Kòto, n. pit; hole; ditch; cavity.

Koto, n. a deep calabash.

Kóto, adj. hollow.

Kòto-àiya, n. the hollow between the breastbone and the stomach.

Kòto-jingbun, n. deep valley; ravine.

Kowõ, n. a bird so called from its cry.

Kòyé, adj. (lit.—not understood), misapprehended; unintelligible.

Kò, v. to refuse; be unwilling; rebel; revolt.

Kó, Hó, adv. not. See Ki.

Kọ́, v. to learn ; acquire ; teach ; instruct ; advise ; fabricate ; construct ; build.

Kọ, v. to emit flashes of light (as lightning) ; be vivid ; yell ; crow ; to call to one at a distance ; write ; make marks upon ; tattoo.—e.g., Mànamánakọ,"It lightens."—e.g., Mo kọ si ọ li oko nko gbọ ohùn rẹ, " I called out to you in the farm, but did not hear your voice."

Kọ nila, v. to tattoo ; circumcise.

Kọ́, v. clasp ; hook.

Kọ, v. to take a quantity out of a soft mass, as with a ladle or shovel.

Kọ-mànamána, phrase. It lightens.

Kọ̀bi, n. buildings in the king's palace ; a gable end projecting from the side of the main building of the palace.

Kọ́bi-kọ̀bi, adv. with many projections.

Kọ̀dẹ (kọ̀-dẹ), adj. unripe.

Kọ̀fẹ́, Kọ̀-fẹ, v. to dislike ; refuse.

Kọ́fẹ, Kọ́-ọfẹ (lit.—gather strength), adj. to improve in health, become lively, rally.

Kọ̀gan-kọ̀bẹrẹ, adj. of a moderate height or slope.

Kọ̀han (kọ̀-hàn), v. not to appear ; not to show.

Kọ́i-kọ̀i, adv. indirectly ; suspiciously.—v.g., Àgála màṣa nrin kọ́ikọ̀i, " A rogue walks suspiciously."

Kọjá, v. to pass by ; omit ; neglect.

Kọjá, prep. above ; beyond. adv. ago ; gone by.

Kọ̀jánà (kọ̀-já-ọ̀na), adj. (lit.—out of the way) ; absurd ; not right.

Kọjusi, v. to turn the face to ; pay attention to ; face.

Kọjuljasi, Kọjujasi, v. to resist ; withstand ; face ; oppose ; attend to ; mind.

Kọ̀kan, ọ̀kọkan, adv. one at a time.

Kọkàrá, v. to howl aloud. Ìkọkàrá, n. howling ; a loud cry.

Kọkọrọ, n. a key.

Kọkọrọgún, n. an iron wire or piece of wood on which thread is wound.

Kọ́kù, Ọbẹdọ, adj. green colour.

Kọlà (kọ-ìlà), v. to tattoo, circumcise.

Kọ̀lá (kọ̀láwẹ, lit.—having no split), n. a bitter fruit ; bitter kola.

Kọ́le (kọ-ile), v. to build a house ; superstruct ; erect a building.

Kọ́lẹkọ (kọ́-li-ẹkọ́), v. to teach ; educate ; instruct.

Kọ̀mẹru, Kọ̀mẹru (ko-mọ-ẹru), adj. fearless ; having no fear.

Kọ̀lóyè (kọ̀-li-oyè), v. to rebel against ; revolt ; dethrone.

Kọ́lọro, v. to enrage, to tease, annoy.

Kọ́lọfin, n. a confined, or secret place ; corner.

Kọlọgbọn, v. to teach wisdom, civilize, enlighten.

Kọ̀lọ̀kọlọ, n. fox.

Kọ̀lọkọ́lọ, n. children's play. adj. mean ; low ; childish.

Kọlù, Kọlura, v. to attack with impetuosity ; clash ; dash upon ; storm ; encounter.

Kọ́ni, v. to teach ; instruct.

Kọnìkọni, n. a teacher ; instructor.

Kọnkọsọ, Kọkọsọ, n. a straw sieve.

Kọrin, v. to sing ; warble.
Kòṛọ, n. bay ; a curve or sweep ;
a nook ; corner ; recess.
Kọrọdọ, adj. bent ; hooked.
Kòṛé, v. to disagree ; be
unfriendly.
Kọrin, kọ, v. to sing.
Kọrisi (kọ-ori-si), v. to move
towards (lit.—to turn the
head towards).
Kọsẹ̀ (kọ-ẹsẹ), v. to strike the
foot ; trip ; stumble.
Kọsẹ̀bá, v. to meet by chance ;
come upon accidentally.
Kòsilẹ̀ (kò-si-ilẹ), v. to refuse ;
forsake ; quit ; reject.
Kòsin-ọba (kọ-isin-ọba), v. to
revolt.
Kọsẹ, see Koribẹ̀.
Kòti, Tiko, adv. heavily ;
gloomily ; sullenly ; with
reluctance ; crooked.
Kòyi (kó-ōyi), v. to make giddy.
Kú, v. to die ; lose life ; expire.
adj. dead.
Kù, v. to remain ; left ; to
separate by a sieve.
Ku, adv. unexpectedly ; suddenly.
Kúju (ku-oju), adj. dull ; blunt.
Kúkumọ, n. jumper.
Kúku, adv. rather.
Kúkù, n. cornstick.
Kūkū (kùrukùru), n. fog.
Kúkundùkú, n. sweet potato.
Kùmọ, n. cudgel.
Kún, v. to fill ; be full ;
replenish. adj. plenary,
plump, complete, full.
Kùn, v. to grumble ; murmur ;
hum.
Kun, v. to cut an animal into
parts after flaying.
Kun, v. to set on fire.
Kun Kọ, or Kọrin, v. to sing.
Kùn-hihi, Kùn-riri, v. to
rumble, to sound (as low
distant thunder), boom.

Kuku, adv. rather.
Kúnloju, v. to satisfy ; please ;
gratify ; value.
Kùn-lōrun, v. to lull to sleep.
Kún-lọwọ, v. to help, assist ; to
be accessory, be helpful.
Kunkun, adj. urgent, pressing.
Kúnna, adj. finely ground (as
flour).
Kùna, v. fail ; come short ;
miss.
Kunu (ku-ẹnu), adj. dull edge ;
blunt ; reticent ; silent.
Kùrékùré, n. elf ; elves.
Kúregbekúregbe, adj. completed ;
finished ; forgotten.
Kuro, adv. away ; absent ;
prep. from.
Kuru, adj. short ; not long ;
brief.
Kùsa, v. to pounce upon (as
a bird upon its prey) ;
descend with full force.
Kusa, v. to threaten ; menace.
Kùtupú, n. coarse native cloth
woven by women.
Kùtukutu, adj. early ; dawn ;
the beginning of the day.

L.

Là, v. to appear (as the rising
of the sun or moon in
the East) ; split ; cleave ;
crack ; wade ; escape ; save ;
be rich ; opulent.—e.g.,
Mo là a, "I escaped it."—
e.g., Iwọ là, "You are rich."
Lá, v. to lick with the tongue ;
lap ; dream.
La-álá, v. to dream a dream.
La-bata-ẹsẹ̀, v. to divide the
hoof.
Là-já, v. to pass through.
Là-kọja, Là-lọ, v. to pass
through ; traverse.

Là-lohùn, v. to give speech to ;
   to voice.
Làba, n. bag, leather scrip
   in which provisions are
   carried ; knapsack.
Labalaba, n. butterfly.
Labalé, adj. coming one after
   another ; repeatedly.
Labàwón, Làbùku, adj. tainted ;
   stained ; defective ; pol-
   luted ; imperfect ; scan-
   dalous ; dishonourable.
Labę, prep. under ; beneath.
Ladi, v. to explain ; prove ;
   solve ; evince ; elucidate ;
   expound ; argue.
Ládiro, Aládiro, n. a sieve.
Ladùn, adj. sweet ; palatable ;
   melodious ; elegant.
Ladugbo, n. a water-pot ; a
   pitcher.
Lafo, adj. spacious ; penetrable.
Lafojudi, v. to be insolent ; rude ;
   saucy ; impertinent ; pre-
   sumptuous ; pertinacious.
Lagabagębe, adv. hypocritically.
Lágàmó, n. the part of the bridle
   which crosses the forehead.
Lagbà, n. horsewhip.
Lagbadugbu, adj. crosswise.
Lagbakò, adv. accidentally ; by
   chance.
Lagbara, v. to be strong ;
   powerful ; firm ; forcible ;
   impetuous ; able ; capable ;
   valiant.
Lagbedemęji, prep. between ; in
   the midst.
Lágbègbe, n. vicinity ; neigh-
   bourhood. adj. neighbour-
   ing ; frontier.
Lagogo, v. to ring a bell.
Lágun (la-ógùn), v. to perspire ;
   sweat.
Lai, Lailai, adv. ever ; for ever ;
   eternal ; very ; indeed ;
   never.

Lai, adv. negative particle ; not ;
   often used in composition
   with other words.
Laiba, adj. not in hiding.
Laibàję, adj. uncorrupted ; un-
   defiled ; inviolate.
Laibalę-àye, adj. having no
   time, no room, or no
   leisure.
Laibàlęrù, adj. undaunted ;
   unawed ; fearless.
Laibalọ, adj. unaccompanied.
Laibęru, adv. without fear ;
   undaunted ; fearless.
Laibí, adj. unbegotten.
Laibikita, adj. regardless ;
   desperate ; unconcerned.
Laibò, adj. open ; uncovered ;
   bare ; naked.
Laibọs'akakò, untimely ; un-
   seasonable.
Laibù, adj. unbroken ; uncut ;
   entire.
Laibùku, adj. undiminished ;
   sound ; whole.
Laibùkún, adj. without addition.
Laibuyinfun, adj. uncivil ; dis-
   respectful ; discourteous.
Laidabá, adj. unexpected ;
   thoughtlessly.
Laidaju, Laidanloju, adj. doubt-
   ful ; uncertain ; dubious.
Laidara, adj. inelegant ; ugly ;
   defective. adv. badly.
Laidasi, Laidakansi, adj. un-
   sparing ; without omission ;
   universally ; wholly.
Laidę, adj. raw ; crude ; not
   soft ; unripe ; unslackened.
Laidęwọ, adj. ungenerous ; mean.
Laidibaję, adj. incorruptible.
Laidùn, adj. unpleasant ; un-
   palatable ; tasteless.
Laidùnmó, adj. not pleasing ;
   unacceptable.
Laidura, adj. want of effort ;
   want of self-denial.

w

Laiduro, *adj.* unsteady; unstable; vague; fickle; changeable; fluctuating; ceaseless; continual.

Laifagbaraṣe, *adv.* without force or compulsion; naturally.

Laifaguntiti, *adv.* summarily; briefly.

Laifarabalè, *adj.* rash; inconsiderate.

Laifaramora, *adj.* incoherent; disunited.

Laifé, *adj.* unwilling; reluctant; intolerable; loathsome; disagreeable.

Laififalè, *adv.* diligently; unremittingly.

Laififéṣe, *adv.* unwillingly; reluctantly.

Laifojusi, *adj.* listless; careless; remiss; inattentive.

Laifòya, *adv.* without fear; boldly; unawed; intrepid.

Laigbà, *adj.* unaccepted; unacceptable.

Laigbẹbè, *adj.* not to be entreated; inexorable.

Laigbẹkèle, *adj.* distrustful; unreliable; untrustworthy.

Laigbón, *adj.* unwise; unskilful; imprudent; indiscreet.

Laigbòràn, *adj.* disobedient; headstrong; obstinate.

Laigúngẹgẹ, *adj.* uneven; odd.

Laikà, *adv.* without reckoning; uncounted. *adj.* uncounted; unnumbered.

Laikánju, *adv.* without hurry; patiently.

Laikọlà, *adj.* untattooed; uncircumcised; unmarked.

Laikóloyé, *adj.* uncivilised; uneducated.

Laikówe, *adj.* illiterate; ignorant.

Laikú, *adj.* immortal; deathless.

Laikù, *adj.* without a remainder.

Lailà, *adv.* not to be parted; not to be separated or gone through; not to be pacified.

Lailabùku, *adv.* correctly; wholly; entirely; without blemish.

Lailai, Lailai-atijọ, *adv.* age; of old; time past; for ever.

Lailàdi, *adj.* unexplained; indistinct; indiscriminate.

Lailàgbara, *adv.* powerless; unable; disabled; imbecile; faint; inefficacious; impotent; feeble; invalid.

Lailakoso, *adj.* ungovernable; wayward; licentious; wanton.

Lailàlà (lai-ni-àlà), *adj.* infinite; limitless.

Lailápa, *adj.* armless; sleeveless.

Lailànu, *adj.* unmerciful; relentless; inclement.

Lailarékerekè, *adj.* simple; silly; unsophisticated.

Lailaṣe, *adj.* powerless; without authority; unable to give law or command.

Lailawári, *adj.* inscrutable; unsearchable.

Lailedálohùn, *adj.* unanswerable; conclusive.

Lailedibàjé, *adj.* incorruptible.

Lailediyele, *adj.* invaluable; beyond estimation.

Lailegbè, *adj.* unjustifiable; unsupportable.

Lailegungun, *adj.* boneless.

Laileyin, *adj.* toothless.

Lailekaye, *adj.* innumerable.

Lailakiyesi, *adj.* unobservable; unnoticeable.

Lailekoja, Lailelakoja, *adj.* impassable; impervious.

Lailelànijà, *adj.* irreconcilable.

Lailelujá, *adj.* imperforable.

Lailẹmọ́, *adj.* incomprehensible.

Lailepàla, *adj.* illimitable, undefinable.

Lailepèpadà, *adj.* unrecallable, irrevokable.

Lailẹpare, *adj.* cannot be blotted out, indelible.

Lailera, *adj.* weak; infirm; imbecile; foeble; impotent; ineffectual; frail.

Lailẹre, *adj.* unprofitable ; thriftless.

Lailéri, *adj.* without defilement ; pure.

Laileribẹ̀, *adj.* improbable.

Lailerò, *adj.* inconceivable ; inconceptible.

Laileso, *adj.* fruitless ; unprofitablc.

Lailẹṣe, *adj.* unable ; impossible ; impracticable ; incapable ; incompetent ; insufficient.

Laiṣidi, Lailẹṣnidi, *adj.* immovable.

Lailẹsunmọ, *adj.* inaccessible ; unapproachable.

Laile-ṣalọgbẹ, *adj.* invulnerable.

Lailẹṣẹ́, *adj.* invincible.

Lailesina, *adj.* infallible.

Laileti, *adj.* earless ; careless ; listless ; disobedient.

Lailewu, *adj.* harmless ; safe.

Laileyà, *adj.* inseparable.

Laileyí, *adj.* immovable.

Laileyipada, *adj.* unchangeable ; unalterable.

Lailẹgàn, *adj.* spotless ; blameless ; unblameable.

Lailẹgbèra, *adj.* having no equal ; matchless.

Lailẹmi, *adj.* inanimate ; breathless ; dead.

Lailẹṣẹ, *adj.* sinless ; guiltless ; innocent.

Lailẹtàn, *adj.* open-hearted, openly, without guile.

Lailẹwù, *adj.* shirtless ; coatless.

Lailà, *adj.* unused.

Lailohùn, *adj.* speechless ; to have no voice in a matter ; powerless in command.

Lailofin, *adj.* lawless.

Lailogo, *adj.* inglorious ; disgraceful.

Lailoju, *adj.* knotty ; cumbersome ; difficult.

Lailojutì, *adj.* unabashed ; shameless ; impudent.

Lailomi, *adj.* moistureless ; sapless ; juiceless ; dry.

Lailopin, *adj.* endless ; infinite.

Lailoruko, *adj.* nameless ; anonymous.

Lailótọ́, *adj.* faithless ; deceitful.

Lailoyè, *adj.* titleless ; untitled.

Lailojo, *adj.* dateless.

Lailojolori, *adj.* recent ; of later date ; minor in years.

Lailọmọ, *adj.* childless.

Lailọpẹ, *adj.* thankless ; ungrateful.

Laimore, *adj.* ungrateful ; unthankful.

Laimoye, *adj.* unwise ; indiscreet ; imprudent ; uncivil.

Laimọ́, *adj.* unholy ; unclean ; incontinent ; impure.

Laimọ, *adv.* ignorantly ; unwittingly ; unaware ; imperceptibly ; impalpable.

Laimoniwọ̀n, *adj.* immoderate ; beyond measure.

Laimọri, *adj.* ignorant ; unexperianced.

Laimọwọduro, *adj.* incessant ; without ceasing.

Laimú, *adj.* dull ; blunt ; spiritless.

Laimuratẹle, *adv.* unprepared ; unawares.

Laimuyèkan, *adj.* undecided.

Laini, *adv.* not having ; being without ; destitute ; indigent ; poor.

Laini-alafia, *adj.* devoid of peace; miserable ; unhappy.

Laini-aperę, *adj.* signless ; shapeless.

Laini-àsę, *adj.* ineffective ; powerless ; without authority.

Lainibaba, *adj.* fatherless.

Laini-bàta, *adj.* shoeless ; barefooted.

Lainibawi, *adj.* unblameable ; just.

Lainibęru, *adj.* fearless.

Lainibinu, *adj.* without anger ; peaceable.

Lainibò, *adj.* narrow ; not having width.

Lainibugbe, *adj.* homeless ; houseless.

Laidaju, *adj.* uncertain; insecure.

Lainidi, *adj.* groundless ; unfounded : useless ; ineffectual ; causeless ; vainly.

Lainiàbá, Lainireti, *adj.* hopeless.

Lainièrú, *adj.* without guile ; simple ; straight-forward.

Lainigbękęle, *adj.* faithless.

Lainikúkú, *adj.* unclouded.

Lainile, *adj.* homeless ; houseless.

Lainilari, *adj.* having no importance ; vain ; useless.

Laimomeji, *adj.* unequivocal.

Lainipa, *adj.* trackless ; blank.

Lainipá, *adj.* strengthless; powerless.

Lainipalara, *adj.* harmless.

Lainipękun, *adj.* endless ; unlimited ; infinite.

Lainipilę, *adj.* without foundation ; ungrounded.

Lainipò, *adj.* having no abode ; unsettled ; vagrant.

Lainira, *adv.* easily. *adj.* easy.

Lainireti, *adj.* hopeless.

Lainirò, Lailerò, *adj.* having no plan or definite idea.

Laini-àrotęlę, *adj.* want of forethought ; improvident.

Lainirun, *adj.* hairless ; bald.

Lainisàlę, *adj.* bottomless ; fathomless.

Lainisi, *adj.* unconcerned ; indifferent.

Lainisę, *adj.* unemployed.

Lainitęlorun, *adj.* discontented ; dissatisfied.

Lainitiju, *adj.* shameless ; immodest ; obscene ; unabashed.

Lainiwarara, *adj.* immoral.

Lainiwòn, *adj.* immeasurable.

Lainiwukàra, *adj.* unleavened.

Lainiye, *adj.* innumerable ; countless ; numberless.

Lainiyèninu, *adj.* simple ; foolish ; haughty.

Lainiyin, *adj.* unpraiseworthy ; trifling ; disrespectful.

Lainiyònu, *adj.* unmerciful.

Laipa, *adj.* not killed ; unbruised ; undaubed.

Laiparę, *adj.* unabolished ; not erased.

Laipè, *adj.* uncalled : unnamed ; uninvited.

Laipé, *adj.* in an imperfect state ; deficient ; unsound ; incompetent.

Laipę, *adj.* soon ; earlier ; before long.

Laipón, *adj.* unripe ; raw ; crude ; premature.

Laipòs'okan, *adj.* undecided ; indifferent.

Laireti, *adj.* unexpected ; unlooked for.

Lairé, *adj.* disagreeable ; unfriendly.

Lairi, *adj.* unseen ; invisible.

Lairina, *adj.* sightless ; dark ; dim. *adv.* dimly.

Lairiwisi, adj. inexcusable ; con-
clusive.

Laironu, adj. thoughtless ;
flighty.

Lairò, Lairotẹlẹ, adj. unawares ;
unpremeditated ; extem-
pore ; spontaneous.

Lairọrun, adj. uncomfortable ;
inexpedient ; inconvenient.

Laisi, adj. not existing.

Laisi-lojuọna, adj. out of the
way ; preposterous.

Laisiàn,·adv. badly. adj. ugly ;
inelegant.

Laisi-àniàni, adj. doubtless ;
certain.

Laisimi, adj. restless ; busy ;
diligent ; industrious ; assid-
uous ; indefatigable.

Laisin, adj. unaccompanied on
the way ; free from servi-
tude.

Laisọlọrọ, adj. not expressed in
words ; tacit.

Laisùn, adj. sleepless ; wakeful ;
restless.

Laisàkoko, adv. untimely ; pre-
maturely.

Laisàpẹrẹ, adj. indescribable.

Laisariya, adj. not lively ; dull.

Laisasẹtan, adj. unfinished.

Laisẹ, adv. without doing ; in-
actively.

Laisaniani, Laisẹ-aniani, adj.
without demur or hesi-
tation.

Laisẹ-àisan, adv. well ; in good
health.

Laisẹbikan, adv. nowhere ; no
place.

Laisẹde, adj. inaccessible.

Laisẹdede, adj. unequal ; ir-
regular ; unjust ; incon-
sistent.

Laisẹgbakũgba, adj. unusual ;
infrequent ; uncommon.

Laisẹgbangba, adv. not openly ;
secretly ; clandestinely.

Laisẹgbe, adj. impartial ; just.

Laisẹgbé, adj. unbearable ; un-
inhabitable.

Laisèrú, adj. frank ; without
fraud.

Laisẹun, adj. unkind ; unoblig-
ing.

Laisẹtan, adj. unfeigned ; with·
out guile.

Laisẹtàra, adj. unfair ; indirect.

Laisẹtara (laisẹ-ti-ara), adj. not
belonging to the body ;
spiritual ; ghostly.

Laisísile, adj. not open ; un-
exposed ; reserved.

Laisẹ, adj. having no beginning ;
no origin ; without sin or
guilt.

Laisinmọ, adj. uncleansed ; un-
rinsed.

Laisiwaẹda (laisi-iwa-ẹda), adj.
unnatural ; degenerate.

Laisiyẹmeji, adv. doubtless ;
without doubt.

Laisọjurẹrẹ, adj. unfavourable.

Laisọtẹ, adj. not rebellious ;
loyal.

Laisọkan, adj. not decided ;
neutral.

Laisọdodo, adj. untruthful ;
unrighteous.

Laisọro, adv. without difficulty ;
easily.

Laisọtọ, adj. feigned ; feignedly ;
untrue ; false ; unfair ;
unjust ; perfidious.

Laisọra, adj. unwatchful ; negli-
gent ; careless ; incautious.

Laisọtun, adj. old ; stale.

Laisũsi, adj. indifferent ; silent.

Laitẹlọrùn, adj. unsatiable.

Laitó, Laitonkan, adj. in-
sufficient ; unequal ; in
significant.

Laitò, *adj.* unarranged; disorderly; irregular.

Laitòro, *adj.* unsettled; disturbed.

Laitasile, *adv.* without shedding. *adj.* unspilled.

Laitó, *adj.* unfit; improper; unjust.

Laitoju, *adj.* uncared for; neglected.

Laiwá, *adj.* unsought for; disinterested; not coming; absent.

Laiwà-hi-Qlorun, *adj.* ungodly; wicked.

Laiwàpé, *adj.* shortlived.

Laiwòtán, *adj.* incurable; past healing.

Laiyà, *adj.* bold; courageous; brave; adventurous; daring.

Laiya, *adj.* undivided.

Laiyanju, *adj.* indistinct; indiscriminate.

Laiyapa, *adj.* unanimous; united. *adv.* without division.

Laiyára, *adj.* slow; dull; sluggish; spiritless.

Laiye, *adv.* in the world.

Laiye, *adj.* unfit; unworthy; uncomely; unsuitable.

Lája (la-ìja), *v.* to reconcile; make peace.

Lajó (la-ejo), *v.* to settle a dispute.

Làkaka, *v.* to strive with all one's might; to press; wrestle; struggle; presume; intrude.

Lakalaka (laka-nlaka), *v.* hop on one leg. *n.* a game in which children sing.

"Lakanlaka tombó, Làkanlaka tombò," *v.* as they hop along.

Làkàri, Làkài, *n.* patience.

Lakise, eyówùkose, *adv.* however.

Lako (ni-ako) **gbeje** (gbe-ìje), *v.* to gain a prize; win a race.

Lakokò, *adv.* punctually; exactly; precisely (as to time and place); betimes; periodically; seasonably.

Lakuegbe, *n.* pleurisy; rheumatism.

Lakotan (ni-àkó-tan), *adv.* finally; totally; altogether.

Lálá, *n.* trouble; care; solicitude; agitation; labour.

Lé'la (lá-àlá), *v.* to dream.

Lalabapade, *adj.* casual.

Lálàfo (ní-alafo), *prep.* between. *adj.* spacious.

Lálàjá, *v.* to go through; traverse; split through.

Lále (ni-alé), *adv.* in the evening.

Lalè (la-ilè), *v.* (*lit.*—to burst open the ground); beginning; incipient.

Láli, *n.* a plant, the leaves of which is used in colouring the nails red.

Lámi (ni-àmi), *v. or adj.* to have a mark or sign.

Lámò (ni-amò), *adj.* clayey.

Lamòmòse, *adj.* wittingly; wilfully; knowingly.

Làmoran, Làmo, *v.* to propose; advise; plan; guess.

Làna, *v.* to make a road or path; propose; suggest; ordain; order; frame.

Laná (li-àná), *adv.* yesterday.

Laniyàn, *v.* to have anxiety. *adj.* anxious; careful; thoughtful.

Lánu, *v.* to have pity; compassion or commiseration. *adj.* merciful; pitiful; compassionate; kind.

Lanu (la-enu), *v.* to open the mouth.

Lápa, *adv.* by the side of; by the hand of.

Lápa, Léka, Lọmọwọ́, adj. abounding in boughs; branching.

Lapa (la-ipa), v. to make a path.

Lapakan, adv. aside; sideways; obliquely; laterally; apart; partly.

Làpálàpá, n. ringworm; a plant.

Lápàtá, Másà, n. a kind of cake made of maize.

Làpọn (ni-àpọn), adj. assiduous; industrious; indefatigable.

Lára, prep. in; by; through; on; among; upon; on the body; from.

Lárà, n. the castor-oil plant.

Lára, adj. having a body; corporeal; material.

Lára, adj. stout; bulky; corpulent; fat.

Lare (ni-àre), v. to have right; have justice.

Larékerekè, adj. artful; shrewd; subtle; crafty; cunning.

Làrè, adj. wearisome; tiresome; fatiguing.

Lárin, prep. amidst; amid; between.

Lárinká, Alarinká, n. a wanderer; a rover; a nickname for the rat.

Lariwo, adj. noisy.

Larùn, adj. sickly; diseased.

Lasan, adv. in vain; for nothing; to no purpose; gratuitous; vain; vainly; only.

Lasikí, v. to be fortunate; have good luck. adj. famous; fortunate; lucky.

Lasíri, adv. secretly; privately.

Lasọyé, adj. intelligibly; illustrating clearly.

Lasẹ, adj. effectual; efficacious; having authority.

Latetekọse, adv. in the beginning.

Latetekọ́wa, adv. at the first coming.

Làtẹrẹ (là-tẹ́rẹ), v. to split thinly; to crack slightly.

Latẹrẹ́ (ni-atẹrẹ́), adj. unprepared; unready.

Lati, Ati, prep. from (a place or time); to; in order that.

Latibowá, adv. whence.

Latifẹ́wa, adv. willingly; voluntarily.

Latigbà, prep. during; since.

Latihinlọ, Latihinyilọ, Latisisiyilọ, adv. hence; from this place; from henceforth.

Latigbanálọ, adv. thenceforth; thenceforward.

Latinu-ifẹ, adv. voluntarily. adj. optional; voluntary.

Latisisiyilọ, adv. henceforth; henceforward.

Latori, nitori, conj. on account of; because; for.

Lawàni, Rawani, n. belt; girdle; sash; turban.

Láwu, Láu, adv. all is well (an answer to the salutation, Alafia kọ? " Are you well? or Is it peace? ")

Làyè, adj. lively; quick; active.

Láyè, adj. capacious; roomy.

Le, adj. able; powerful; possible; capable.

Lè, aux. v. can; may; might.— e.g., Iwọ lè lọ, " You are able to go."—e.g., On lè apada, " He may return."

Lé, v. to appear (as a new moon); appear on the surface; blister; to drive; pursue; hunt.—e.g., Oṣù lé, " The new moon appears; "—e.g., Ọmọde lé eiyẹ li oko, " The boy drove the birds off from the farm."

Lé, adv. to be more than the number specified. v. exceed.

Le, adj. hard; strong; valiant; valorous; bony; firm; solid; vigorous; difficult.

Ledè-ẹni, Lede-onilẹ, adj. vernacular; natural tongue; the language of the country.

Le-gbà, adj. capable of containing; containable; capacious.

Legunoko, n. name of a tree, the leaf of which is used for food.

Legun, v. to conquer; rout; vanquish.

Lekè, v. to be above; be prominent; to be uppermost; paramount; buoyant.

Lékèlékè, adv. uppermost; topmost.

Lékeléke, n. a crane.

Lekèniye (lekè-ni-iye), v. to be above the value or amount estimated.

Lekuro, v. to expel; dispel.

Le-lagbara, adj. strong; able-bodied.

Lelè, adv. down; on the ground.

Lelo, v. drive away; pursue; chase away; rid of.

Lénire, v. to hasten; to drive or urge forward; to accelerate.

Lepa, v. to pursue; trace; track; course; chase; prosecute.

Lèpá, adj. crusty; scabby.

Lépalépa, n. pursuer.

Lepè, adj. having oath; partaking of the nature of oath; sacrament.

Lepolepo, n. name of a plant bearing a yellow flower.

Lera, v. to be healthy; be strong. adj. hale; sane; sound; healthy; strong.

Lerè, adj. profitable; thrifty.

Leri, v. to promise; boast; brag.

Leri, Lori, adv. above, on the top.

Lerugba, adj. over 200; as ọwa-lẹrugba, ten over 200, or 210.

Lesù, adj. to have or be possessed with a devil.

Leti, prep. near by; close to; on the border of; by.

Lewu, adj. dangerous; perilous.

Lẹ, v. to replenish; patch; piece. adj. elastic; pliable.

Lẹ, v. to be lazy; indolent or idle. adj. lazy; idle; indolent.

Lẹ, Lọ, v. to transplant; ingraft.

Lẹba, adv. aside; oblique; by the side; near to.

Lẹbẹ, n. the fin of a fish; any flat thing used as a pendant.

Lẹbulẹbu, n. very fine dust.

Lẹdùn, adv. sorely; painfully.

Lẹfin, adj. smoky.

Lẹfùfu-lile, adj. tempestuous; stormy.

Lẹgàn, adj. contemptible; ignoble; ignominious; shameful; scandalous; sordid.

Lẹgbà, adj. paralytic.

Lẹgbẹ, adv. by; on the side of.

Lẹgbin, adj. filthy; dirty; nasty.

Lẹhin, prep. after; behind; on the back.

Lẹhinlẹhin, adv. backward; further back; hindermost; aft.

Lẹhinoyi, adj. hereafter.

Lẹhin-ode, adj. without; outward; behind. n. background.

Lẹka, adj. branching.

Lękan, *adv.* once ; at once ; once more ; still.

Lękarun, *adv.* fifthly ; the fifth time.

Lękeji, *adv.* the second time ; secondly.

Lękęrin, *adv.* fourthly.

Lękęta, *adv.* thirdly ; the third time.

Lękętę, *adj.* turbid ; moderately thick.

Lękini, *adv.* first ; in the first place.

Lękó, *adj.* instructed ; studied ; civil.

Lękun, Ilękun, *n.* door ; gate.

Lęlę, *adv.* bending ; pliant ; yielding (applied generally to the wind).

Lęmeji, *adj.* twice.

Lęmarun, *adj.* five times.

Lęmęrin, *adj.* four times.

Lęmęta, *adj.* three times ; thrice.

Lęmí, *adj.* influential ; effectual ; efficacious ; capability.

Lęmó, *v.* to cleave to ; adhere to ; stick to.

Lęmóra, *adj.* compact. *v.* to adhere together.

Lęnu, *adv.* at the mouth or opening.

Lęrę, *adj.* miry ; muddy ; dirty ; turbid ; sloppy.

Lęsęlęsę, *adv.* orderly ; in rows.

Lęsólęsó, *adv.* diligently ; carefully ; gently ; attentively.

Lętàn, *adv.* falsely ; deceitfully ; fallible.

Lętù, Lętùloju, *adj.* rich or fertile (as soil) ; productive.

Lęwù, *n.* down of the palm tree, used for tinder, when striking a light with flint and steel.

Li, L', *a.* euphonic form of the verb Ni, " to have," before words beginning with a, e, ę, o, ọ, u.—*e.g.,* Mo li owo, instead of Mo ni owo, " I have money."—*e.g.,* On li aṣọ, for On ni aṣọ, " He has clothes."

Li, L', *prep.* (euphonic change from ni, *prep.*) from ; at ; in.

Lila, *adj.* solid ; hard ; strong ; stiff. *n.* hardness ; durability.

Lilé, *adj.* that which is to be driven.

Lilę, Lilọ, *adj.* that which is to be transplanted.

Lilę̀, *adj.* increased ; elastic.

Lilò, *adj.* useful ; for use.

Lilọ, Ilọ, *n.* a going ; departure.

Lilọ́, *adj.* twisted.

Lilọ̀, *adj.* ground ; pulverised.

Lili, *n.* an animal of the porcupine tribe which lodges under rocks ; cony.

Lilù, *adj.* that which is to be beaten with a hammer or mallet.

Lò, *v.* to use ; to make use of. *adj.* elastic ; pliable.

Lobòtujè, Olobòtujè, *n.* the fignut tree.

Lode, *adv.* outside ; without.

Lodì, *adj.* contrary. *prep.* against ; on the contrary.

Lodiko-di, *adj.* contrary ; upside down ; inside out.

Lojiji, ni-ojiji, *adv.* suddenly ; abruptly ; casually.

Lojojumọ, *adv.* day by day ; daily.

Loju, *prep.* (*lit.*—in the eye of), before ; in the face of ; in the presence of ; in front. *adv.* upon the surface.

Lojukanna, *adv.* immediately ; straightway.

Lojurere, *adv.* favourably; graciously.

Lokè, *prep.* upon; on the top; above.

Lokère, *adv.* afar off.

Lokiki, *adj.* famous; notorious.

Lokiti, Olokiti, *n.* a strainer.

Loni, *adv.* to-day.

Lòrì, *v.* to whirl round; be giddy. *adj.* whirl; giddy.

Lori, Leri, *prep.* above; on the top; upon.

Lörögangan, *adv.* straight; upright; there and then.

Loru, *adv.* by night; during the night; in the night.

Loruko, *prep.* by name. *adj.* having a name.

Loṣo, *v.* to sit like a dog, to squat.

Lötọ, *adv.* surely; truly; verily; justly.

Lowo, *v.* possess money; to be rich; be wealthy. *adj.* rich; wealthy.

Loyun (ni-oyun), *v.* to be pregnant; conceive. *adj.* pregnant.

Lọ, *v.* to go; depart; leave.

Lọ, *adv.* more than; most.

Lọ́, Lẹ́, *v.* to transplant; engraft; turn; twist; pervert.

Lọ́, *adj.* contrary; deviating; twisted; indirect; to be moderately warm; lukewarm.

Lọ̀, *v.* to grind; institute an inquiry; cry out for lost goods.

Lọdọ̀, *prep.* at; from; with; by; at; by the side of; near (applied to persons).

Lọdọdún (ni-ọdun-ọdun), *adv.* yearly; year by year.

Lọhunyi, *adv.* yonder; there.

Lọkọ̀ (ni-ọkọ̀), *adv.* on board; aboard.

Lọ́la (ni-ọla), *v.* to be honoured; be in authority. *adj.* honourable.

Lọla (ni-ọla), *adv.* to-morrow.

Lọ́lọ (lọwọlọwọ), *adv.* lately; recently.

Lọpọ̀, *v.* to twist together; entangle.

Lọpọ̀, Lọpọlọpọ, *adv.* abundantly; plentifully; cheaply.

Lọra (lọ́-ara), *v.* to be slow; linger; delay.

Lọri, *v.* to turn; to make round.

Lọrọ̀ (ni-ọrọ̀), *v.* to be rich. *adj.* rich.

Lọsán (ni-ọsán), *adv.* by day; during the day.

Lọsẹ̀lọsẹ̀, Lọsọsẹ (ni-ọsẹ-ọsẹ), *adv.* weekly.

Lọsọṣù (ni-oṣù-oṣù), *adv.* monthly.

Lọwọ, *prep.* from; in; at; under the influence of; at hand.

Lọwọ̃wọ̃ (lọ́-wọrọ-wọrọ), *adj.* lukewarm.

Lọwọlọwọ, *adv.* lately; recently; shortly.

Lu, *v.* to bore; perforate; to be perforated; be discovered; to come to notice.

Lù, *v.* to beat; strike; knock.

Lú, *v.* to mingle; put several things together; adulterate; dilute; mix.

Ludùru, *v.* to play the fiddle by beating the string with a stick; to play the violin or harp.

Lúha, *adj.* not easily solved; difficult; knotty; tangled.

Lùju, Lurekoja, *v.* to beat excessively or severely.

Lukoro, Lukùju, *v.* to hint or speak evil against another in order to provoke him.

Lulẹ̀ (lu-ilẹ̀), *v.* to strike to the ground.

Lūlū, *adv.* entirely (qualifying sun, " to burn ")—*e.g.,* Awa sun igi na lūlū, " We burnt the wood to ashes."

Lùmọ́, *v.* to hide oneself; hide; lurk; be hidden; be concealed.

Lunipa, *v.* to commit murder. *v.* to assassinate.

Lùpa, *v.* to kill by a blow; to smite to death.

Lúru, *n.* the dried and pulverised leaves of the trees Okitipo, Ẹgungun and Oṣẹ̀, used for sauce.

Luwẹ́, *v.* to swim.

M.

M, sign of the continuous tense, formed by the verb " to be."—*e.g.,* Mo mbọwa, " I am coming."

M, *prv.* contraction of " Emi," I; used as a prefix.—*e.g.,* Mba má lọ sibẹ iba huru pupọ, " If I had not been there it would have been worse."

Mā, *v. aux.* indicating customary action (sometimes " ama " or " ima ") or continuity.— *e.g.,* Mā fojusi iṣọ rẹ, " (Continue to) Be very attentive to your work."— *c.g.,* Bẹ́ ni imā ṣe lojojumọ, " So he does daily."

Má, *adv.* not; a negative particle used only in the imperative mood, frequently in connection with Ṣe, to do.—*e.g.,* Máse rufin mọ́, " Do not break the law again."

Mà, *adv.* indeed; truly; very. —*e.g.,* Iwọ mà ṣeun jọjọ, " You are very kind indeed."—*e.g.,* Má mà ṣe yaju si mi, " Indeed you must not be insolent to me."

Má, contraction of Emi a or Emi yio, I will, I shall.— *e.g.*, Má lọ lọla, " I am going, or will go, tomorrow."

Mádẹ̀, see Maṣe.

Madimilórun, *n.* a dropsical person (so called from his desire to enjoy the heat of the sun). See Àsunkún.

Mágàjí, *n.* heir; first-born.

Magbà, *n.* a Ṣango priest. See Mọgba.

Mágùn, *n.* a poison used for a special purpose.

Màhurumàhuru, *n.* cry of a beast of prey.

Màjàlà, *n.* soot; burnt grass; smuts.—*e.g.,* Bi ina ba jo oko màjàlà ā fo wa ile, " When fire burns in the fields, the smuts fly to the town."

Màjẹ̀ṣí, *n.* a child, infant or young person; one weak in knowledge or experience of the world.

Majẹmu, *n.* covenant; agreement.

Màkàrúrù, *n.* dishonesty; want of integrity: deception; perfidy; unfair words or actions.

Makọ, *adj.* convalescent; hale; sound; strong.

Màlàmàlà, *adj.* striped; a medley of colours.

Maláju, *n.* a water rat remarkable for stupidity. See Àgó.

Malẹ, n. common name for all idols; a dreadful person.

Malũ, n. ox; bull; cow.

Málù, n. a talisman against being beaten by anyone.

Maluke, n. a protuberance on the body; a hard swelling; wen.

Mámà, adv. not indeed; do not; indeed do not.— e.g., Mámà mã sọ isọkusọ, "Indeed you must not continue to talk nonsense."

Màmòjá, v. to guess; conjecture.

Mámu, n. moustache.

Mamutọn, v. to press; squeeze.

Mànà, adv. dazzlingly; flashily as lightning.

Mànàmáná, n. lightning.

Mánámáná, n. a species of snake.

Mánamàna, n. see Wérewére.

Maradúró, n. to contain; endure; be steady.

Màranmaran, adv. dazzlingly; glitteringly; brilliantly.— e.g., Awojiji ndan màranmaran, "The glass shines brilliantly."

Máràrún, adj. all five; the whole of the five.

Màrímàjẹ, n. one who makes no choice of food.

Màriwò, n. slips of palm leaves; garland.

Márun, adj. five.

Márundílógórin, adj. seventy-five (lit.—four score minus five).

Màsà, n. a kind of pancake.

Maṣai, adv. a double negative which is equivalent to an emphatic affirmative.—e.g., Maṣai wa, "You must certainly come."

Maṣe, adv. do not.—e.g., Maṣe sọ fun u, "Do not tell him."

Màṣẹgbìn, n. a species of deer.

Máṣẹmọníwọn, v. to overstep the mark; to be prolific.

Maṣo, adv. only; even; singly.

Màtamata, adj. spotted.

Matẹ, n. a snare for birds and beasts.

Mátọ, adj. not to be touched; respected; sacred.

Mayañ, n. sash; belt. See Lawàni.

Máyàmí, n. a small bag used by hunters for ammunition.

Mbẹ, v. to be; exist; live. adj. extant.

Mbẹ nibigbogbo, n. omnipresence.

Mbẹrẹ, v. to be about to start, begin, or commence.

Mbọ, v. to come; come after.

Mbi, v. to vomit; eject.

Méfò, v. to guess; surmise; suspect.

Méje, adj. seven; consisting of seven.

Méjèje, adj. the whole of the seven; the seven.

Méjèjilá, adj. the whole of the twelve; the twelve.

Meji, adj. two; couple; twain. n. equivocation; double.

Mejila, adj. twelve.

Méji-méji, adj. two and two; couple; pair.

Mélo, adv. how many?

Melokan, adj. a few.—e.g., Ijọ melokan, "A few days."

Mèrò, adj. circumspect; cautious; discreet; prudent; sagacious; always preceded by "Mète."—e.g., Idowu jẹ ẹniti o mète mèrò, "Idowu is a prudent person."

Mewé, n. leaves without their stalks.

Mèbèmèyè, adj. cunning diplomatic; wily; artful.

Mẹ́dógún, adj. fifteen.

Mẹ́dógbọn, adj. twenty-five.

Mẹ́fà, *adj.* six.

Mẹ́fàmẹ́fà, *adj.* six apiece; by sixes.

Mẹ́fun, *adj.* having success; successful.

Mẹ́gbẹ, *adj.* mealy; void of moisture; well seasoned.— *e.g.*, Iṣu mẹ́gbẹ fúru, "The yam is very mealy."

Mẹ̀já, *adj.* quick-sighted; clear minded.

Mẹjanmẹjan, *adv.* expresses the idea of elasticity.

Mẹjọ, *adj.* eight.

Mẹ́sẹ̀dúró, *v.* to stand firm; to be brave.

Mẹ̀sọ̀, *adj.* polite; courteous; courtly.

Mẹ́rẹ̀rin, *adj.* the four together.

Mẹrin, *adj.* four.

Mẹ́rìndílógún, *adj.* sixteen.

Mẹ́rìnlá, *adj.* fourteen.

Mẹrinmẹrin, *adj.* fourfold.

Mẹ́sẹ̀ri, *v.* to taste rancid; deteriorate; fetid.

Mẹ́ta, *adj.* three.

Mẹ́tàlá, *adj.* thirteen.

Mẹ́talọ́kan, *adj.* three in one; Trinity.

Mẹ́tamẹ́ta, *adj.* three at a time; by threes.

Mẹ́tẹ̀ta, *adj.* all three.

Mẹ́wa, *adj.* ten; a decade.

Mẹ́wamẹ́wa, *adj.* in groups of tens; by tens.

Mẹ́wẹ̀wá, *adj.* the whole ten.

Mi, *pron.* (contraction of Emi) I or me.—*e.g.*, Mi o le lọ (*i.e.*, Emi ko le lọ), "I cannot go."—*e.g.*, Fifun mi, "Give me."

Mì, *v.* to swallow; shake; jolt; jog; agitate; rock; tremble.

Mí, *v.* to breathe; take breath; respire.

Mi, contraction of Miràn.

Mí àmí dáké, Mí àmí pin, *v.* to take the last gasping breath; to die; expire.

Mítúkẹ́túkẹ́, *v.* to throb; palpitate.

Mìkanlẹ̀, *v.* to sigh; breathe heavily or mournfully; breathe freely; take a full breath.

Milẹ̀, *v.* to shake the ground (as by earthquake).

Mìmì, *n.* appalling news; shock; agitation.

Mímũkùn, *n.* the act of diving.

Mímòye, *n. adj.* comprehension; comprehensible.

Mímọ́, *adj.* holy; clear; clean; pure; sacred; sainted; shining.

Mímò, *n.* that which is to be known; imaginable.

Mímọ, *n.* that which is to be built.

Mímọ́ gàra, *adj.* transparent; clear.

Mímọ́-kun, *n. adj.* lameness; lame.

Mímọ́lẹ̀, *n. adj.* lightsome; cheerful.

Mímòsínú, *n.* silent assurance; inward knowledge; conscientiousness.

Mímú, *adj.* acute; sharp; tenable.

Mímu, *n.* that which is to be caught or taken; sharpness; keenness; burning heat.—*e.g.*, Mimu õrun ko jọ mimu abẹ, "The burning heat of the sun is not like the keenness of a razor."

Mímu, *n.* that which is to be drunk. *adj.* drinking.

Mímúnibì, *adj.* emetic.

Mímúnisanra, *adj.* nutritious.

Mímúnisàn, Mímúnitògbé, adj. lethargic ; drowsy ; slumberous.

Mìpò, v. to mix together ; shake (as a bottle of medicine).

Miràn, adj. another ; something else. (Contraction of Òmíràn).

Mìrí, v. to wag the head ; nod.

Mìrù, v. to wag the tail.

Misì, v. to breathe into.

Mìtìtì, v. to shake with a heavy tremor.

Mo, pron. I.—e.g., Mo ti so, " I have said."

Mòòfin, v. to understand the law.

Mojú, v. to be tame.

Móko, v. to come to pass ; prevail ; overpower.—e.g., Òrò woli Mikaiah móko, " The word of the prophet Micaiah prevailed."

Mojúkúrò, v. to take off one's attention : to connive at.

Mòkun, v. to dive into.

Mókun, v. to convalesce ; become strong.

Mòkùnlojiji, v. to plunge and dive.

Mòlo, n. a Hausa guitar.

More, v. to be grateful ; to know and acknowledge kindness received.

Mòru, adj. sultry ; close ; warm.

Mosèbi, v. methinks ; I suppose.

Moye, v. to have power of perception ; to be prudent ; discreet ; sagacious ; judicious ; skilled.

Mó, adj. clean ; clear ; light as day ; shining ; innocent. v. to stick on ; adhere ; cleave to ; paste to ; add ; wrap up.

Mo, v. to build ; to stop ; stay ; halt ; generally followed by " Fi."

Mò, v. to know ; perceive ; recognize ; understand ; be sensible.

Mó, adv. again, any more (frequently preceded by Má or Mase).—e.g., Mase lo mó, " Do not go again."

Mó, prep. against.—e.g., Okònrin nà sé ilèkun mó mi, " The man shut the door against me."

Mo àmòjá, v. to conjecture.

Mòdí, v. to know the origin ; to be conversant with.

Modi, v. to fortify with walls.

Mogàra, v. adj. to be transparently clear.

Mogba, n. see Magbà.

Mògiri, v. to build walls.

Mohungbogbo, adj. knowing all things ; omniscient.

Móimói, n. a kind of cake. See Òlè.

Mójú, Mójúmó, v. to dawn ; to be light ; to be until daylight ; to survive the night.

Mokanla, adj. eleven.

Mòkòkò, v. to make pots ; to smoke a pipe.

Mokokanla, adj. the whole of the eleven.

Mókùn, v. to halt ; walk lame ; to be crippled.

Mólára, v. to be accustomed to.

Molé, v. to build a house.

Molémolé, n. an architect.

Mólè, v. to shine ; give light.

Mólè, adv. close, or adhering to the ground.

Mólù, v. to paste, cement or glue.

Mòmò, adv. conscientiously ; knowingly ; wilfully.

Mòmò, adv. used with jeun, to eat ; greedily ; voraciously.—e.g., O njeun mòmò, "He is eating greedily."

Mọmọse, *adv.* intentionally done.

Mọná, *adv.* even so; yes; so it is.

Mọníwòn, *v.* to be moderate; middling; few.

Mọnumọ, *adj.* confidential.

Mọ́ra, *adv.* closely; near to.

Mọ̀ràn, *v.* to know; be conversant with.

Mọroro, *adj.* clean; decent.

Mọ̀ṣe, *v.* to be a ready doer; to be adroit.

Mọ̀tẹ́lẹ̀, *v.* to know beforehand; foreknow.

Mọ́tímọ́tí, *adv.* closely; hard by; near to.

Mọwẹ̀, *v.* to be able to swim.

Mọwọduro, *v.* to cease; stop; stay the hand.

Mọ́wọ́mọ́ràn, *adj.* with hands tied to the neck.

Mọye, *v.* to know the value or number of.

Mọyin, *v.* to appreciate; be polite to.

Mú, *v.* to take; bring; hold; fetch; seize; catch; arrest; twinge. inplicate.

Mu, *v.* to drink; imbibe; suck.

Mú, *adj.* sharp; acute; keen; sagacious; animated; tart; pungent.

Mù, *v.* to sink; disappear; be immersed in water; dive; to be lost in a crowd.

Mú, *n.* rice.

Mú ara hù or kú, *v.* to weaken; debilitate.

Mú-bádé, *v.* to make equal; fit; square.

Mú-bàjẹ́, *v.* to spoil; debase.

Mu-binu, *v.* to provoke; anger; exasperate; enrage.

Mú-bisi, *v.* to propagate, multiply, increase.

Mu-bọsípò, *v.* to rectify; remedy.

Mú-dákẹ́, *v.* to still; make quiet; pacify.

Mú-dánilójú, *v.* to ascertain; make sure; prove; convince.

Mu-dara, *v.* to beautify; deck; ornament; decorate.

Mú-dásẹ̀, *v.* to cause to cease; to stop progress.

Múdé, *v.* to bring near or to a point; to produce.

Múdè, *v.* to put in fetters; to bind.

Múdà, *v.* to ripen; soften; mitigate; ameliorate.

Múdẹra, *v.* to weaken; soften.

Mudẹwọ, *v.* to slacken.

Mudúnmudún, ọpọlọ, *n.* brains.

Múdiyíyè, *v.* to quicken; enliven; animate.

Múdiyíyọ́, *v.* to lubricate; make slippery.

Múdùn, *v.* to gladden; enliven.

Mùdùnmúdùn, *n.* brain; marrow. —*e.g.*, Mùdùnmúdùn baba ẹjẹ, "Marrow is the father of blood."

Múdúrọ́, *v.* to make to stand; fix; substantiate.

Múfarabalà, *v.* to compose; ease; pacify.

Mú-fẹri, *v.* to cause to diminish; cool.

Múgbẹ, *v.* to drain; dry up.

Múgírí, *v.* to make tidy; compact; make within a small space.

Mú górìtẹ, *v.* to enthrone.

Mu gò, *v.* to stupefy.

Mu hàn, *v.* to shew; introduce.

Mú hù, *v.* to cause to germinate; create; originate.

Mú ihìnwá, *v.* to bring tidings; announce.

Mú inú dùn, *v.* to gladden; rejoice the heart.

Mújáde, *v.* to bring forth; produce.

Muje, *v.* to undergo the ordeal by water.

Múje, *v.* to devour; eclipse; vanquish; overpower; crush; outwit; suppress; subdue.—*e.g.,* O mu ọran na jẹ, " He won the case (by outwitting his opponents)."

Mujiná, *v.* to heal a sore; to cook well.

Mú kínú, *v.* to make sorry; to depress.

Múki, *v.* to thicken.

Mú korò, *v.* to embitter; evict.

Múkún, *v.* to make full; complete.

Múkùn, *v.* to make to grumble; dissatisfy.

Múkúrò, *v.* to remove; take away; deduct; subtract; avert; abstract; annul; except.

Mú-kúrú, *v.* to shorten; contract.

Mú lágbara, *v.* to strengthen; enable.

Múlaradá, Múlarale, *v.* to heal; cure of sickness or defect; make well.

Múláraya, *v.* to amuse; inspirit; animate; enliven.

Mú lárùn, *v.* to infect; make sick.

Mú le, *v.* to stiffen; harden; enable; invigorate.

Mú léke, *v.* to belie; prove false; refute; accuse with a lie.

Mú lera, *v.* to strengthen; support.

Mú lẹ̀, *v.* to strike firmly on the ground.

Mulè, *v.* to covenant; bargain; make agreement.

Mú lẹ́nu, *v.* see Múnu.

Mulẹ̀ ṣe ibi, *v.* to conspire for evil purposes.

Mú léwà, *v.* to beautify.

Mú lóio, *v.* to disappoint.

Mú lóríyá, *v.* to enliven; amuse.

Mú lọ́kànle, *v.* to embolden; encourage.

Mu mọ́, *v.* to introduce; usher; inure.

Múná, *adj.* sharp; severe; hot; rigid; rigorous; high-spirited.

Múmilọ́kàn, *v.* to awaken pity, sorrow, or grief. *adj.* touching; pathetic.

Múnisanra, *adj.* conducive to corpulence; tending to make fat.

Múníyìn, *v.* to adorn, grace, favour or dignify.

Múnu, *v.* to be sharp; talkative; loquacious.

Múpadà, *v.* to bring back; return; reclaim; restore.

Múpamọ́, *v.* to secrete; hide; keep.

Múparí, Múpé, *v.* to terminate; end; finish; consummate; complete.

Múpẹ́, *v.* to prolong; protract; procrastinate.

Múpọ̀, *v.* to drink together.

Múpọ́n, *v.* to enripen.

Múra, *v.* to make ready; prepare; be active; be alive.

Muragiri, *v. adj.* to be on the alert; be tidy; agile; alert.

Múrale, *v.* to compact; to strengthen oneself.

Múrasílẹ̀, Múratílẹ̀, *v. adj.* to provide; be ready beforehand.

Múrẹ́, *v.* to compromise; cause to agree.

Mùrè, Mùrèsi, v. to propagate; increase; produce; populate.

Múró, v. see Múdúró.

Múrọ, v. to be soft and sticky as paste; to be closed; decided; determined or settled (as a matter or agreement).

Mùrọ̀, v. to soften.

Múrọrùn, v. to facilitate; expedite.

Mùsàn, Mùsàndiẹ, v. to improve; mitigate; reform; ameliorate; alleviate.

Músáokí, v. (Hausa) to alleviate; better.

Músèso, v. to fructify; make productive.

Músé, adv. cheerfully and quietly. (Used only after Rẹ́rin, to laugh).

Músìn, v. to cause to work for nothing.

Músínú, v. to harbour in the mind; infold.

Músọ, v. to tie down (as cattle).

Músọ̀, inter. Hurrah! a shout of triumph or applause.

Músọ́wọ́, v. to hold; withhold.

Músá, v. to cause to wither; to make a colour fade.

Músaisàn, v. to make sick; sicken.

Músàn, v. to make thin by dilution; dilute; make to flow easily.

Músa, v. to make do; initiate into; perform.

Músédẹ́dẹ̀, v. to make equal.

Mùsekankan, v. to hasten; accelerate.

Mùsẹ, v. to come to pass; fulfil; effect; bring to pass; make effectual; perform; execute.

Músìse, v. to mislead; misdirect; misuse.

Músoro, v. to make difficult.

Mu-sotítọ, v. to confirm; affirm.

Mu-sọ̀kan, v. to make one; unite; make equal.

Mutí, v. to drink any intoxicating liquor.

Mutímutí, n. drunkard. See Ọmùtí.

Mùtipara, Mutíyọ́, v. to inebriate; to be drunken.

Mú tóbi, v. to enlarge; magnify; aggrandize; amplify.

Mú-tọ, v. to straighten.

Mú-tujú, v. to moderate; modify; tame; calm.

Mú-wà, v. to cause to exist.

Mú-wá, v. to fetch; bring; produce; afford.

Mú-watọ́, v. to make the mouth water; to salivate.

Mú-wọ̀, v. to lodge; house; make disappear; take to.

Mú wọlé, v. to bring in.

Mú wúsi, v. to increase; multiply; magnify.

Mú yanju, v. to simplify; make clear or plain.

Mú yára, v. to hasten; expedite; accelerate.

Mú yàtọ̀, v. make to differ; make unlike.

Mú yẹ, v. to vivify; quicken.

Mú yẹ, v. to temper; prepare; qualify; make fit; adapt.

Mú yọ̀, v. to gladden; rejoice; congratulate.

N.

N, sign of present part.—e.g., Mo nlọ, " I am going. "

Ná, adv. already; so soon; in the first place; first.— e.g., Iwọ ti dé ná ? " Are you come already ? "—*e.g.*, Tète ṣe eyi ná, " Do this first."

Nā, *pron.* the same that; the —*e.g.*, Ọkọnrin na nī, " This is the same man."

Ná, *v.* to spend; cost; waste; trade with.

Nà, *v.* to flog; whip; chastise; chasten; lash.

Nà, *v.* to spread; stretch; extend; expand; dilate; amplify; distend.

Na-danù, *v.* to waste, squander.

Na-lọ, *v.* to spread; extend; lengthen; expatiate.

Na-ninakuna, *v.* to waste, squander.

Na-nipaṣan, *v.* to flog with a whip.

Na-ro, *v.* to erect; stand erect.

Na-sa, *v.* to spread to dry, or air; see Nà, to spread.

Na-tẹ, *v.* to spread flat or level, as spreading mat on the ground.

Nà-ga (na-iga), *v.* to stretch oneself so as to reach or see an object.

Nagudu, *n.* very full trousers confined round the foot.

Najà (na-ọjà), *v.* to do business; to trade.

Nakasi (na-ika-ṣi), *v.* to point the finger at; show; indicate.

Nandi, *n.* a blockhead; dunce; ass.

Nāni, *v.* to care for; be concerned about; make much of; be anxious about.

Na-tantan, *v.* to stretch with violence; throw into convulsion or spasm.—*e.g.*, Ẹmi na na a tantan, " The spirit convulsed him."

Náwo (na-owó), *v.* to spend money; disburse; expend.

Nawọ (na-ọwọ), *v.* to stretch the hand; pass from one's hand to another.—*e.g.*, Nawọ iwe na si mi, " Hand (or pass) me the book."

Náwo-náwo, *n.* a profligate; spendthrift.

Ndan, na, *adv.* interrogation (used at the end of a question to give it emphasis).—*e.g.*, Iwọ le ṣe iru ohun bẹ ndan (or na) ? " Are you able to do such things then ? "

Ndao, *adv.* no, never.

Ng, *pers. pron.* I, frequently used instead of Emi and Mo.—*e.g.*, Ng o lọ, " I shall go."

Nì, *dem. pron.* that.—*e.g.*, Kini nì nkọ ? " Where is that thing ? " Compounded with Bi, it assumes the sense of " though."—*e.g.*, Bi emi ko ti le lọ nì, ṣugbọn mo mọ ohun gbogbo ti ẹ ṣe, " Though I could not go, yet I know all you did."

Nì, *pron.* contracted form of Ẹni, one; someone (used indefinitely).—*e.g.*, O wi fun ni pé on yio lọ, " He told us that he would go."

Nì, *v.* to have; occupy; obtain; possess; get; put in possession; load (as a ship or canoe).—*e.g.*, Mo ni fila meji daradara, " I have two good caps."—*e.g.*, Awa nikọ, " We have loaded the canoe."

Nì, *v.* to say.

Nì, *v.* to be; is; it is; ni is used in opposition to kọ, " not."—*e.g.*, Ẹmi ni, " It is I."—*e.g.*, Ẹmi kọ, " It is not I."

Ni-lara, *v.* to be hard upon; uneasy; to be uncomfortable; be inconvenient. —*e.g.,* Iṣẹ na ni mi lara, "The work is not easy for me."

Ni-niran, *v.* to remind; to put in remembrance.—*e.g.,* Mo ni ọ niran ọrọ ijọ ni, " I remind you of that day's word."

Ni, *prep.* at; by; from; in; on; to. (Ni is changed, for euphony, into Li or L' before all vowels except i). —*e.g.,* Baba na mbẹ li oko, " (My) father is in the farm; " instead of "ni oko." Ni, Li, and more commonly L', expressing a condition or state, are very much used in composition: the word to which it is joined modifies or determines the signification.—*e.g.,* Loke (li oke), " on top; " " above." Nisalẹ (ni isalẹ), " at the bottom."—*e.g.,* Gba aṣọ wa lọwọ (li ọwọ) rẹ̀, " Fetch cloth from his hand."—*e.g.,* O mbẹ lọdọ rẹ̀, " It is by him."

Ni-adun, *adj.* savoury; sweet; pleasing.

Ni-agbara, Lagbara, *adj.* robust; strong.

Ni-ani-ani, *v.* to have doubt; to be uncertain; to be dubious.

Ni-ala, Lala, *adj.* terminable; limitable.

Ni-ara, Lara, *adj.* corporeal; carnal.

Ni-aba, Laba, *v.* to have hope; bo hopeful.

Ni-aidaju, Laidaju, *adj.* not clear; dubious; doubtful; uncertain.

Ni-ailera, Lailera, *adj.* weakly; infirm; unhealthy; sickly.

Ni-alabápade, Lalabápade, *adv.* by chance; unexpectedly; accidentally.

Ni-awọ ayika, *adj.* round; circular.

Ni-bà, Ni ibà, *v.* to have fever. *adj.* feverish.

Nibayi, *adv.* now; just now.

Nibadebade, *adv.* suitably; opportunely.

Nibàba, *adj.* coppery; pertaining

Nibàba, *adj.* coppery; pertaining to copper.

Ni-bawi, *adj.* blameable; culpable.

Nibajẹ, *adj.* hurtful; injurious; wrongful.

Ni-beji, *adj.* having twins.

Nibẹ̀, *adv.* there; thence.

Nibẹna, *adv.* there; at that place.

Nibẹ̀ru, *adj.* having fear or dread; dire: horrid; horrible; timid; timorous; formidable; awful; terrible.

Nibi, *prep.* in or at a place. *adv.* here; in this place.

Nibibajẹ, *n.* corruption; violation. *adj.* violable; corrupt.

Nibibayi, *adv.* at this very place; this very spot.

Nibibiti, *adj.* wavy; waving in succession; following one upon another.

Nibibinu, *adv.* wrathfully; angrily.

Nibirere, *adj.* well-born; of noble birth or connexion.

Nibidajọ, *adv.* at the place of judgment; tribunal.

Nibi-gbogbo, *adv.* everywhere.

Nibikan, *adv.* some place; somewhere; in one place or locality.

Nibikibi, *adv.* wherever ; where-soever ; anywhere ; whither-soever.

Nibi-nitan, *adj.* well-born ; well connected ; of noble birth.

Nibinu, *adv.* in a state of anger or hostility ; boisterously.

Nibinuje, *adj.* sorrowful ; griev-ous ; heavy.

Nibi-oke, *adj.* uppermost ; top-most.

Nibiti, *adv.* at the place which ; where.

Nibo, *inter. adv.* where ?

Nibò (ni-ibo), *adj.* wide ; broad ; ample ; having margin. *v.* to be broad. *adv.* broad-wise.

Nibomiran, Nibomi, *adv.* else-where ; in another place.

Nibu, Niburubu, *adv.* across ; athwart.

Nibuba, *v.* lying in wait for.

Nibukunfun, *adj.* having a blessing for ; blessed.

Ni-abiyà, *adv.* thwartingly ; across.

Nidaba, *adj.* having hope ; hope-ful.

Nidábu, *adv.* crosswise ; side-ways ; athwart.

Nidai, *adv.* now ; at this hour.

Nidaju, *adj.* trusty ; certain ; dependable.

Nidajudaju, *adv.* trustfully ; certainly ; candidly.

Nidake, *adj.* tacit ; silent ; quiet.

Nididara, *adj.* salutary ; whole-some.

Nidaraya, *adj.* vivacious ; lively.

Nidarudapo, *adj.* confusedly ; indistinct ; miscellaneous.

Nidasi, *adj.* sparing.

Nidawole, *adj.* adventurous.

Nidi, *prep.* concerning ; about. *adv.* abaft ; aft ; astern.

Nidimuginsin, *adv.* steadfastly.

Nidulumo, *adj.* slanderous ; defamatory.

Niduró, *adj.* upright ; in a standing posture.

Niduro-gansan, *adv.* perpen-dicularly.

Niduro-ginsin, *adv.* justly ; up-rightly ; firmly.

Nifaiya, *adj.* charming ; be-witching.

Nifajuro, *adv.* crossly ; fret-fully.

Nifasehin, *adv.* backwardly.

Nifefe, *adj.* boastful ; bragging ; ostentatious.

Nife, Nififfe, *adj.* lovely ; loving ; brotherly ; having a will ; willing ; amicable.

Nifekufe, *adj.* lustful ; lewd.

Nifinuhàn, *adv.* openly ; frankly.

Nifiyesi, *adj.* observable ; notice-able ; wistful.

Nifoiya, *adj.* dreadful ; fearful.

Nifogbonse, *adv.* craftily.

Nifowosowo, *adj.* clasped hands ; unitedly.

Nigba, *adv.* while ; when ; at a particular time.

Nigbatijo, Nigba-atijo, *adv.* olden time ; formerly ; long ago.

Nigbagbe, *adj.* negligent ; for-getful.

Nigbagbogbo, *adv.* always ; at all times ; ever ; aye.

Nigba-isisiyi, Nisisiyi, *adv.* now ; this present time.

Nigbakanri, *adv.* once ; once upon a time.

Nigbameta, *adv.* thrice ; three times ; threefold.

Nigbameje, *adv.* seven times.

Nigbameji, *adv.* twice.

Nigbamiran, Nigbami, *adv.* some-times ; at other times ; at times.

Nigbakugba, adv. sometimes; oft; often; always; oftentimes; commonly; frequently.

Nigbangba, adv. publicly; openlỹ; plainly; candidly.

Nigbana, adv. then.

Nigbati, adv. when; while; at the time.

Nigbapupọ, adv. often; oftentimes; oft; many a time.

Nigbatimbọ, adv. hereafter.

Nigbawo ? adv. inter. adv. when ? at what time ?

Nigbayi, adv. now; at this time.

Nigbayiyẹ, adj. seasonable; opportune.

Nigberaga, adj. arrogant; proud.

Nigbewò, adv. weightily; heavily.

Nigbẹ, adv. afield.

Nigbẹhin, adv. afterwards; ultimately; along; hereafter.

Nigbẹkẹle, adj. trusty; worthy; staunch.

Nigbẹsan, adj. vindictive.

Nigboiya, adj. intrepid; bold.

Nigbona, adj. vehement; hot; feverish.

Nigbọran, adj. obedient; attentive.

Nigọgọ, adj. having a mane.

Nigun, adj. angular.

Niha, prep. about a place; on the side of; towards; lateral.

Niha-iha, adv. sideways.

Niha-ihin, prep. on this side of.

Niha-ariwa, adj. northward; northerly.

Niha-gusùn, adj. southerly; southward.

Niha-ila-ỏrùn, adj. eastward; easterly.

Niha-iwọ-ỏrun, adj. westward; western; westerly.

Niha-ode, adj. outward; outermost.

Niha-ọhun, prep. beyond; over; yonder; on that side of.

Nihalẹ̀, adj. boastful; ostentatious.

Nihangỏro, adj. a grating sound; shrilling; screaming.

Nihawọ, adj. greedy; stingy; miserly.

Nihin, Nihinyi, adv. hence; here; in this place.

Nihinyi-bayi, adv. here in this place.

Nihòho, adj. naked; in a state of nudity; bald; bare.

Nihumọ̀, adj. ingenious; wise; sagacious; inventful.

Nijà, adj. contentious; quarrelsome; disastrous.

Nijamba, adv. suddenly; unpreparedly; disastrously; calamitous; mischievously.

Nijarọ́, adj. romantic; exaggerating.

Nijerè, adv. deservedly; praiseworthily; gainful.

Nijelo, adv. the other day.

Nijẹta, adv. the day before yesterday.

Nijokojẹ, adv. quietly; sedentarily.

Nijọkanlogbọn, adv. seldom.

Nijọkẹta, adv. on the third day.

Nijọgbogbo, adv. daily; every day.

Niji, adj. shady.

Nijijina, adj. distant; far.

Nijindọgba, adj. equidistant.

Nijinlẹ, Nijijinlẹ, adv. deeply; profoundly.

Nikà, adj. cruel; wicked; severe; rigid; brutal; vicious; mischievous; naughty; inclement; inhuman; sanguinary.

Nikàkà, adv. astraddle; lying on the back.

Nikaninu, *adj.* barbarous; savage; vicious; brutal.

Nikanju, *adv.* hastily; helter-skelter.

Nikankan, Nirankansi, *adv.* vividly; hastily.

Nikannu, *adv.* wrathfully; aggravatingly.

Nikanra, *adj.* fretful; fro-wardly; untoward.

Nikĩnu, *adj.* penitent; merciful; doleful; thoughtful.

Nikan, *adj.* alone; single.—*e.g.*, On nikan lo wa, " He came alone."

Nikanṣoṣo, *adv.* solely; singly; only.

Nikawọ, *adj.* wieldy; manage-able; ready to hand.

Nikẹ, *adj.* indulgent.

Nikẹhin, *adv.* afterwards; finally; lastly.

Nikikan, *adv.* sourly. *adj.* sore; smarting.

Nikiki-ọrọ, *adv.* verbally.

Nikiki-orukọ, *adv.* nominally.

Nikikun, *adv.* fully. *adj.* full.

Nikikọrere, *adj.* well-bred.

Nikiyeṣi, *adj.* considerate; con-siderable; observable.

Nkọ́, *adv.* (used at the end of a question)—Then; How then; How is.—*e.g.*, Iyá rẹ nkọ́ ? " How is your mother (then) ? "—*e.g.*, Eyi ha nkọ́ ? " How is this then ? "

Nikọja, Nkọja, *adv.* in passing.—*e.g.*, Mo ri ọ nikọja, *lit.*—" I saw you when you were passing."

Nikọja-rere, *adv.* well past; woll spent.

Nikọ̀kọ, *adv.* in secret; secretly; aside; apart; clandes-tinely.

Nikunloju, *adv.* satisfactorily.

Niku, *adj.* fatal; deadly.

Nikiku, *adj.* in dying; dying.

Nikùtukùtu, *adv.* early; dawn; betimes.

Nilà, *adj.* striped.

Nilaja, *adj.* amicable; peace-able; hence O-nilaja, peace-maker.

Nilãlã, *adj.* laborious; toilsome.

Ni-lara, *v.* to overpower; vex; distress; annoy; make uneasy; overburden; over-charge.

Ní-lara, *adj.* envious.

Ni-lailai, *adv.* of old; in times past; of yore.

Nilẹ, *adv.* down; on shore; on the ground.

Nilera, *adj.* healthy; hearty; hale. *adv.* heartily; well.

Nilile-aiya, *adj.* hard-hearted; impertinent.

Nililelile, *adv.* tightly; hardly; strongly.

Nilodisi, *adv.* contrariwise.

Nilorere, *adj.* well-used; well-spent.

Nilokulo, *adv.* extravagantly; wastefully.

Nilọra, *adv.* slowly; tardily; drowsily.

Nilọwọlọwọ, Nilọ́lọ́, *adv.* lately; recently; presently.

Nilu-oke, *n.* inland country; up country; interior; hinterland.

Nimàjalà, *adj.* sooty; full of soot.

Nimeji, Nimejimeji, *adv.* two-fold; two by two.

Nimẹlẹ, *adj.* indolent; lazy; inactive.

Nímimọ̀, *adv.* willingly; wil-fully; intelligently; know-ingly.

Nìmimọ́, *adv.* holily; purely. *adj.* clean; pure; holy; sincere.

Nimọhun-gbogbo, Nimọ-ohun-gbogbo, *adj.* omniscient; knowing all things.

Nimọ, *adj.* wise; skilful; having knowledge; intelligent; significant; learned.

Nimọkan, *adj.* unequivocal; of one mind.

Nimọmeji, *adj.* doubtful; equivocal; dubious.

Nimuleṣinṣin, *adj.* immovable; firm; well-grounded; stedfast.

Nimulẹ, *adv.* secretly. *adj.* bound to secrecy; initiated.

Ninà, *adj.* deserving to be whipped or flogged; elastic.

Niná, *adj.* lousy; having fire; fiery.

Ninakuna, *adj.* prodigal; wasteful.

Nini, *adj.* attainable.

Nini, *adj.* possessing; hardy.

Nini, *adv.* very; exceedingly (qualifying *v.* Tutù, " to be cold.")—*e.g.,* Omi yi tutù nini, " This water is very cold."

Ninàninà, *adv.* long; stretched out.

Ninikawọ, *v.* to possess; to have control over; be master of. *adj.* expert; masterly.

Nininu, *adj.* capacious.

Nininu, Nisinu, *adj.* harboured in mind; spiteful; prepossessed; prejudiced against.

Ninira, *adj.* incommodious.

Ninu, *prep.* in; inside; among; from within; inward.

Ninu-ninu, *adj.* inmost.

Ninu-buburu, *adj.* malignant; malevolent; mischievous.

Ninu-eyi, *adv.* herein.

Ninu-eyiti, *adv.* wherein; whereunto.

Ninu-eyina, *adv.* therein.

Ninu-rere, *adj.* generous; free-hearted; humane; good-natured.

Nipa, Nipasẹ, *prep.* by; through; in; according to; with.

Nipá, *adj.* powerful; valiant; able; potent.

Nipa-eyi, *adv.* hereat; by this.

Nipa-eyina, *adv.* thereby, by this very.

Nipa-eyiti, *adv.* whereat, whereby, whereas.

Nipa-ẹda, *adv.* naturally.

Nipa-keji, *adj.* secondly.

Nipa-kẹta, *adj.* thirdly.

Nipa-meji, *adj.* two-fold; in two divisions.

Nipa-mẹta, *adj.* three-fold; in three divisions; treble.

Nipàlapála, *adj.* rugged; craggy.

Nipamọ, *adv.* secretly; clandestinely.

Nipa-oke, *adj.* upwards.

Nipara, *adj.* harmful; destructive; hurtful; noxious.

Nipari, *prep. phrase.* in conclusion; in ending.

Niparun, *adj.* ruinous.

Nipataki, *adv.* principally; chiefly; specially; particularly.

Nipa-ti, *prep.* concerning; whereby.

Nipati, *adv.* by the tendon of the heel.

Nipe, the abbreviation viz., " namely; " that is.

Ni-pe-bi, *adv.* that as; inasmuch as.

Nipẹkun, *n.* end; conclusion; termination. *adj.* final; utmost.

Nipẹtiti, *adv.* continuous.

Nipinnu, *adj.* finite; final; decisive; determinable.

Nipipé, *adv.* fully; thoroughly.

Nipipá, adv. baldly ; barely.

Nipò, prep. instead ; in the room of ; situation ; place.

Nipọn, adj. to be thick at the edge (as a plank) ; thick.

Nipọnju, comparative degree, thicker than.

Nipọnju, Ni-ipọnju, adj. troublesome ; uphill ; difficult.

Niran, v. to remember ; call to mind ; have a recollection of ; to remind.—e.g., O ni mi niran ọrọ na, " He reminded me of the conversation."

Nira, adj. difficult ; uncomfortable ; uneasy ; awkward.

Nira, Ni-lara, v. to worry oneself. —e.g., O nni ara rẹ lara ṣa, " You are simply troubling yourself."

Ni-ra, Ni-ara, v. to be free ; be one's own master.

Niranlọwọ, adj. helpful ; conducible.

Nirara, adv. proudly ; loftily.

Ni-iwa-rere, adj. virtuous.

Ni-réré, ni-okere-réré, adv. far off ; far away.

Nireti, adj. hopeful ; expectant.

Nirẹjẹ, adj. deceitful.

Nirẹlẹ, adj. humble ; low. adv. lowly ; humbly.

Nirẹrin, adj. laughable ; ludicrous.

Nirín, n. a kind of rat. Also called olo, ẹliri.

Nirira, adj. hateful ; odious ; loathsome ; filthy ; abominable.

Nirirò, adj. worth consideration or thought.

Nirirọ, adj. tender-hearted ; to be soft ; to be yielding.

Nirò, Nironú, adj. thoughtful ; serious ; rueful ; solemn ; considerate.

Niroju, adj. grievous ; painful ; baleful ; tedious ; slow ; wearisome.

Nirokuro, adj. fantastical ; imaginable ; irregular.

Nirorò, adv. untowardly ; frowardly.

Nironu, see Nirò.

Nirọra, adj. painful ; mournful.

Nirọra, adj. easy ; pleasant. adv. comfortably ; easily ; happily ; advantageously.

Nirọrùn, adv. with facility ; easily ; lightly.

Niruju, adv. confusedly ; equivocally. adj. dubious ; doubtful.

Nirudurudu, adv. confusedly ; tumultuously.

Nisalẹ, prep. underneath ; beneath ; below ; down.

Nisá-gbogbo, adv. at all times ; every time ; hourly.

Nisan, adj. of some importance ; much ; plentiful ; considerable.

Nisisàn, adj. convalescent.

Nísi, v. to care ; be concerned about a thing ; take interest in.—e.g., Emi kò nísi, " I have no care about it."

Nisisiyi, adv. soon ; now ; just now ; directly ; immediately ; forthwith ; shortly ; anon ; already.

Nisisọye, adj. declarable ; speakable ; utterable ; demonstrable.

Nisùrù, adj. possessing patience ; patient ; long-suffering.

Niṣan, adj. muscular ; nervous ; sinewy.

Niṣàn, adj. tidal ; fluid ; flowing ; liquid.

Niṣaju, adv. before ; formerly ; first ; prior.

Niṣiṣe-ọrọ, adv. word for word ;
verbatim.

Niṣe, adj. laborious ; toilsome ;
difficult.

Niṣegun, adj. victorious ; con-
quering ; superior.

Niṣelowọ, adv. busily ; he knows
how to do the work ; he is
working.

Niṣakuṣa, adv. badly ; shabbily ;
lewdly.

Niṣepupọ, adj. very laborious ;
toilsome.

Niṣijibo, adj. umbrageous; shady.

Niṣina, adj. erroneous ; erratic ;
illusive.

Niṣiṣaro, adj. moditative ;
thoughtful.

Niṣiṣe-ofin, adj. legislative.

Niṣọdisi, prep. counter ; in
opposition to ; against.

Niṣọkan, adj. united ; concur-
rent ; acting in uniformity.

Niṣọna, Niṣọra, adj. vigilant ;
wary ; heedful ; discreet ;
watchful.

Niti, conj. in that. prep. of ;
concerning.

Nitalaka, adj. indigent ; poor ;
in a state of poverty.

Nitara, adj. sanguine ; zealous ;
warm ; full of activity.

Nitẹlẹ, adv. beforehand ; early.

Nitẹjumọ, adv. wistfully ; stead-
fastly (looking towards) ;
knowingly.

Nitẹnumọ, adj. instant ; affirm-
ing.

Nitifẹtifẹ, adv. lovingly ; will-
ingly.

Nitiju, adj. bashful ; disgrace-
ful ; dishonourable ; shame-
faced.

Nitinu, Ninu, prep. in ; within ;
inside.

Nitipilẹṣẹ, adj. original ; deriv-
able.

Nitiṣaju, adj. former ; foremost.

Nititan, adv. falsely ; deceit-
fully.

Nititan, adv. coming to an end ;
finishing ; exhaustingly ;
in concluding.

Nititobi, adv. largely ; bulkily.

Nititoye, adv. worthily ; merito-
riously.

Nititun, adv. newly ; recontly ;
afresh.

Nititujade, adj. oozing out.

Nitori, Nitorina, conj. because ;
therefore ; on account of ;
wherefore ; for the sake of.
—e.g., Nitori mi li o ṣe wá,
" He came on my account."
—e.g., Nitorina mo bẹ ọ ti,
" Therefore I beg you."

Nitori-kini ? adv. why ? where-
fore ?—e.g., Nitori-kini o ṣe
wa ? " Wherefore are you
come ? "

Nitosi, prep. close ; near ; hard
by ; adjacent ; about.

Nitótó, adv. in truth ; truly ;
justly ; verily ; cordially ;
certainly ; really ; sin-
cerely ; heartily ; fitly ;
veritably ; unfeignedly ;
indeed.

Nitọwọ, adj. tasty.

Nitumọ, adj. explanatory ; illus-
trative.

Nitutu, adj. breezy ; cooling ;
refreshing ; salubrious ;
comfortable.

Nituwọka, adj. liberal ; frank ;
free-handed ; open-handed.

Niwà, v. to have a good dis-
position ; be affable ; be
kind ; to have a good
quality.

Niwà, v. to exist ; to have a
being.

Niwá, Niwajú, prep. (used before
a place or person) ; for-

ward; ahead; before; beyond.

Niwa-agbara, *adj.* violent; tyrannous.

Niwa-buburu, *adj.* wicked; malicious.

Niwa-funfun, *adj.* immaculate.

Niwa-ika, Niwakiwa, *adj.* barbarous; wayward; cruel.

Niwa-tutu, *adv.* gently; meekly.

Niwarapa, Niwapa, *adj.* epileptic.

Niwara, *adj.* anxious; desirous; eager; impatient. *adv.* anxiously.

Niwara, *adj.* milky; having milk; milch.

Niwamimo, *adj.* innocent; pure; clean; modest; holy.

Niwa-orun, *adj.* virtuous; righteous.

Niwin, *adj.* demoniacal; ghostly.

Niwiwi, *adj.* talkable; declarable; in declaring.—*e.g.,* Niwiwi emi o wi, " Talking, I will talk."

Niwoye, *adv.* cautiously; circumspectly; warily.

Niwoyi, *adv.* now; about this time.

Niwo, *adj.* poisonous; baneful.

Niwobia, Niwora, *adj.* greedy; lascivious; voracious.

Niwon, *adj.* measurable; limitable. *prep.* about; about the number or measure of.

Niwonbi, *adv.* inasmuch as; since.

Niwonyi, *pron.* these.

Niwontun-wonsin, *adv.* temperately; moderately; middling.

Niwu, Niwiwu, *adj.* charming; pleasing; amicable.

Niwuwo, *adv.* heavily; weightily.

Niyanu, *adj.* wonderful; stupendous; marvellous.

Niyato, *adj.* different; various.

Niyarayara, *adv.* speedily; hastily; quickly; expeditiously.

Niyakata, *adv.* astride.

Niye, *v.* to remember; to have thought. *adj.* wise; discreet.

Niya, *adj.* valuable; worthy.

Niyebiye, *adj.* precious; valuable; of untold value.

Niyelori, *adj.* valuable; costly.

Niyeninu, *v.* to have a good memory; have understanding.

Niyin, *adj.* grand; famous; dignified; glorious; honourable; laudable; commendatory; notable.

Niyiyanu, Niyiya-enu, *adj.* wonderful; marvellous.

Niyiye, *adv.* deservedly; fitly; duly; worthily.

Niye, Ni-iye, *adj.* feathery; having feathers.

Niyonu, *adj.* tender-hearted; merciful; compassionate.

Niyonu, *adj.* troublesome; burdensome; cumbersome.

Nje, Nje-bi, *adv.* then; if then; if so; therefore.

Nje-nko, *adv.* and now; therefore.

Nkan (contracted from Ohun Okan), *n.* a thing; a certain thing; something (used indefinitely); goods.

Nkan-ki-nkan, *pron.* anything whatsoever; whatever.

Nko (on-ko), *adv.* not (*lit.*—it is not that).

Nkulo, *pres. part.* dying.—*e.g.,* Mo nkulo, " I am dying."

Nla, *adj.* great; large; illustrious; capital; huge; largely; august.

Nla-nla, *adj.* very great; very large.

Nn (un-ùn), *adv.* not (frequently used in exclamations); No! no!

Nu, *v.* to brighten; clean; shine.

Nù, Nu-nu, *v.* to wipe off; erase.

Nù (ṣọ-nù), *v.* to be lost; go astray; omit.

Nù, *adv.* off; away.—*e.g.,* Gbe e jù nù, " Cast it away."—*e.g.,* Ko o da nù, " Gather them and throw them away."

Nu-kuro, *v.* to wipe off; cancel; dust off; expunge.

Nṣọ, Nṣokalọ, *v.* (*imp. mood*); proceed; go on.—*e.g.,* Nṣọ, " Go on."—*e.g.,* Nṣokalọ, " Let us go."

Nwọn, *pron.* they.

Nyi, *v.* rotating; turning round. —*e.g.,* Aiye nyi, " The earth is revolving; " " The times are changing."

Nyin, *v.* to praise.

Nyin, *pron.* (contr. of Ẹnyin), ye; you.

O.

O, *pron.* an abbrev. of Iwọ, you; thou. In the objective case it may be Ọ.

Ó, On, *pron.* he; she; it.

Ó, *pron.* him; her; it. (For the sake of euphony ó may be changed to a, e, ẹ, i, ọ, u. —*e.g.,* Mo fẹ ẹ, " I want it." —*e.g.,* Mo ri i, " I see it.")

O, yio, *aux. verb* denoting the future, shall, will.

O, *aux. v.* may (when preceded by ki).—*e.g.,* Ki emi ki o le lọ, " That I may be able to go."—*e.g.,* Wi fun u ki o le duro, " Tell him that he may stay," or simply, " to stay."

O, *adv.* (of assent), yes; I hear; very well.

Obí, *n.* the female of cattle.

Obi, *n.* the kola nut.

Obi-Ayá, Obi-Ẹdun, *n.* the monkey kola nut.

Ọ̄bi, *n.* parent.

Obirin, *n.* woman; wife; female.

Obirin-ológun, *n.* amazon.

Obirikiti, *n.* compass; circle; cycle; sphere.

Obi-tẹ, *v.* to travail in childbirth.

Òbò, *n.* vagina. (" Abẹ " should always be used in translation.)

Obó, *n.* a hint; private information.

Ọ̄bó, *n.* a kind of drum.

Ọ̄bõ, *n.* an instrument used for separating cotton from the seed.

Olobotujẹ̀ (bo-tu-jẹ), *n.* the fig-nut plant; croton.

Obu, *adj.* having no principle of life; unsavoury; insipid; flat. *n.* a stale egg; a kind of saltish rock.—*e.g.,* Obu ko to iyọ̀, " Obu is not to be compared to real salt."

Obukọ, *n.* he-goat.

Ode, *n.* out-of-doors; street; outline.

Òdẹ̀, *n.* a kind of small bat.— *e.g.,* Bi a ko ri àdán, a fi òdẹ̀ ṣẹbọ, " If you cannot obtain a large bat for sacrifice, a small one will do instead " (*i.e.,* one must take the will for the deed).

Ọ̄dẹ́, Odidẹ, *n.* the parrot. See Òfé.

Odì, *n.* malice; implacableness; grudge; spite.—*c.g.*, Bi inu ko l'odi, odi a ni inu, " If a man (*lit.*—the mind) is not malicious, some one will be malicious against him."

Òdé, *n.* stubbornness; obstinacy; strong ill-will.

Òdi, *n.* a walled fortification round the town; fort; rampart; fastness; citadel; ward; a dumb person.

Òdì, *n.* contrariness; perversity.

Odidi, *n.* bunch; cluster; the whole of anything; lump.

Odidi-iwe, *n.* volume of a book.

Odínú, *n.* a passionate person.

Odò, *n.* brook; river; stream- let.—*e.g.*, Odò gbẹ, má gbẹ orukọ, " The stream may dry up, but the water- course retains its name."

Odò Afẹṣẹlaja, *n.* ford; shallow brook or river.

Òdõ, *n.* pig. See Ẹlẹdẹ.

Ódó, *n.* a mortar.

Òdòdò, *adj.* scarlet.

Ododo, *n.* truth; fact; justice; equality; right; righteous- ness.

Odòdì, Odorodì, *adv.* never; not in the least.

Òdu, *n.* boiler; cauldron. *adj.* very big.

Òdù, *n.* companion of Ifa, the god of palm nuts.

Òdú, *n.* name of an herb.—*e.g.*, Òdú ki iṣe aimọ̀ oloko, " Òdú is not unknown to a farmer."

Odudua, Odua, *n.* a goddess from Ifẹ, said to be the supreme goddess. Heaven and earth are also called Odudua.

Òfé, *n.* parrot; clever person.

Ofere, Ofã, *n.* twilight; dawn.

Òfãfã, *adj.* light blue colour.

Òfi, *n.* a loom.

Ofiji, *n.* one who forgives.

Ofin, *n.* law; prohibition; commandment; discipline; statute.

Ofin-Adasọ, Ofin-Ayaba, *n.* by- law.

Ofin-mẹwa, *n.* the ten command- ments; decalogue.

Ofinràn, *n.* aggressor; assaulter; one who seeks a quarrel.

Òfò, *n.* loss; calamity; woe; damage; misfortune; devas- tation; wastefulness.

Òfo, *n.* emptiness; privation; vanity.

Òfófó, *n.* busy-body, tale- bearer.

Òfòrò, *n.* squirrel.

Ofurufu, *n.* emptiness; vacancy; void; the firmament; air. —*e.g.*, Ofurufu ko ṣe ifẹhìn ti, " One cannot lean upon emptiness."

Õgbé, *n.* a nap; a short sleep.

Ogbe, *n.* the comb of feathered fowls.

Ogbe-Akukọ, *n.* cock's comb.

Ogbẹ, Ongbẹ, *n.* thirst.

Ogbifọ̀, *n.* an interpreter.

Ògbigbi, *n.* a species of owl.

Ogbó, *n.* old age; a sword with two edges.

Ogbó, *n.* a small animal of the cat tribe remarkable for its sharp teeth.

Ogbó, *n.* a wooden club.

Ogbõgbõ, *n.* name of a tree.

Olugbongbo, Olugbondoro, Gbon- gbo, *n.* club; mallet.

Ogboju, *n.* (Gbo-oju, old face), a bold or daring person; a mighty man.

Ogbologbo, *adj.* very old; of long standing.

Ogbonịṣẹ, n. an old experienced worker ; a veteran.

Ogboni, Ọgbẹni, n. sir ; old man ; master.

Ogbonịṣẹ, n. an old person in distressed circumstances.

Ogboiya, adj. brave.

Ogboyá, n. a beast about the size of a cat.

Ogbugbu, n. wild duck ; kind of grass ; dyed cotton.

Oge, n. coxcomb ; fop.

Ogede, adv. only.

Ogedemgbe, Ogedegbe, adv. headlong ; precipitately.

Ògì, n. starch of Indian corn.

Ogìdìgbó, n. a kind of drum.

Ògìdì, n. strong undiluted palm wine.

Ògìdò, adj. perpendicular ; suspended.

Ogìrì, n. a wall.

Ògìrì, n. gallop ; simultaneous rush.—e.g., Eṣin dogìrì, " The horse galloped."

Ògìrì, n. a flavouring made from melon seeds.

Ogo, n. glory ; praise ; applause.

Ogo-asan, n. vainglory.

Ògò, n. one placed at the debtor's house to compel payment of a debt ; bailiff ; pledge.

Ogodo, n. calf ; colt ; the young of beasts in general.

Ògòdò, n. name of a disease ; yaws.

Ologodò, n. one having yaws.

Ògodogbà, n. a large animal.

Ogoji (ogun-eji), adj. forty.

Ògòngò, n. ostrich.

Ogudugbẹ (see Àsunkún), n. dropsy.

Ogufẹ, n. a wether.

Ògùnmọ̀, n. an edible herb.

Ogún, n. that which is obtained by inheritance ; heritage ; bequest. adj. twenty.

Ògún, n. the god of iron and the god of war.

Ògùn, n. medicine ; poison ; spell ; charm.

Ògùn, n. sweat ; perspiration.

Ogun, n. army ; war ; battle ; fight ; fray.

Ogun-Ẹlẹṣin, n. cavalry.

Ogunna, Oguna, n. live coals ; live embers.

Ogungun, n. name of a tree.

Ogunmẹje, adj. sevenscore.

Ogunmẹta, adj. threescore.

Ogurodò, n. the name of a bird.

Ògùrodo, n. a standing posture.

Ògùrọ̀, Ọgọrọ̀, n. wine made from the sap of the bamboo.

Ògúsọ̀, n. a long tobacco pipe.

Oho-ò, inter. a word of exclamation.

Ohùn, n. voice ; sound ; note ; cry ; language ; tone ; vote.

Ohun-adidùn, n. sweetmeats ; confectionery.

Ohun-aimọ́, n. an unclean thing.

Ohun-aimọ̀, n. strange thing ; unknown circumstance.

Ohun-àra, n. a new fashioned article ; a newly invented thing.

Ohun-asan, n. a gewgaw ; a bauble ; a vain thing.

Ohun-atu-gbin, Ohun-atulọ, n. transplanted plants.

Ohun-elo, n. apparatus ; necessaries ; vessels ; household furniture ; utensils.

Ohun-ẹbọ, n. sacrifice ; victim.

Ohun-ẹrí, n. credential.

Ohun-ẹrọ, n. machinery ; machine ; engine.

Ohun-fifin, n. carved work ; an engraving.

Ohun-ilọ̀, *n.* utensils ; articles for use.

Ohun-iranti, *n.* memorial.

Ohun-jatujàtu, Ohun-jatijàti, *n.* trumpery ; trifling.

Ohun-jijẹ, *n.* eatables ; food.

Ohun-kan, *n.* a thing ; anything.

Ohun-kikini, *n.* a small thing.

Ohun-ogun (also **Nkan-ogun, Ihamọra-ogun**), *n.* armour ; weapon of war.

Ohun-ọmọbirin, *n.* the menses.

Ohun-ọmọ-kọnrin, *n.* the seed of copulation ; semen.

Ohun-ọna, *n.* tools (*lit.*—working implements).

Ohun-ọrẹ, *n.* alms ; offertory ; charity.

Ohun-ọrun, *n.* heavenly thing ; spiritual or divine thing.

Ohun-ọṣọ́, *n.* dress ; decoration.

Ohun-ọsin, *n.* domestic creature ; herd ; cattle.

Ohun-ọtọ̀, *n.* peculiar article ; a thing set apart; respected thing.

Oibo, Oyibo, Oyinbo, *n.* one who comes from the country beyond the seas ; a white man.

Oje, *n.* sap of trees ; gum.

Ọjé, *n.* lead.

Ọji, *adj.* forty.

Oji, *n.* fine imposed for the guilt of adultery.

Ọjía, *n.* gum of trees.

Ojigbese, Ajigbese (jẹ-gbèse), *n.* a debtor.

Ọjigbọn, *n.* corner of a house ; gable.

Ọjiji, *adv.* suddenly ; without previous notice. *n.* casualty.

Ọjiji, Ọji, *n.* shadow ; shade ; umbrage.

Ọjiji, *n.* an electric fish ; electric eel.

Ojiṣẹ, *n.* messenger ; servant.

Ojiyà (jẹ-iyà), *n.* an innocent sufferer ; an oppressed person.

Ọjijàn (jà-iyàn), *n.* a reasoner ; one who contradicts or denies.

Ọjọ, *n.* rain.

Ọjọ-winiwini, *n.* drizzling rain.

Ojo, *n.* cowardice ; fear ; a coward.

Ojóbó, *n.* slip-knot ; noose.

Ọjògán, *n.* a nickname for the scorpion, properly called Akèkè from the smart sting of its tail.

Ọjògún, Àjògún (jẹ-ogún), *n.* heir.

Ọjọjọ̀, *n.* ague ; fit.

Ojojo-gbigbona, *n.* a burning fever.

Ọjọjule (oju-oju-ile), *adv.* from house to house.

Ọjọjumọ (-mọ), *adv.* daily ; every day.

Ọjóró, *n.* one who cheats at play ; cheating at games.

Ọjòwú (jẹ-òwú), *n.* a jealous person.

Ojòye, Ijòye, (-oyè) *n.* ruler ; a man of title.

Ọjọ, *n. adv.* daily ; lasting for the day ; ephemeral.

Ojú, *n.* eye ; aperture ; appearance ; face ; look ; front ; edge of a knife or sword.

Ọjú, Ojuju, *n.* sore ; scar ; ulcer.

Oju-àgbàrá, *n.* gutter ; wide road leading from the palace.

Ojubó, *n.* loophole ; mortice.

Oju-aiye, *n.* face of the earth ; the ground.

Oju-ẹ̀fun, *n.* the chimney, pipe.

Oju-ferese, *n.* a window.

Oju-fifaro, n. sad countenance.

Oju-gbà, n. an equal; companion.

Ojugun (oju-igun), n. forepart of the leg, shin.

Ojukanna, Lojukanna (oju-ọkanna), adv. instantly; immediately.

Ojukoju, Ojukanra, n. an interview; lojukoju, face to face.

Oju-ko-bire (-ba-ire), n. a bird called the cricket catcher.

Ojukòkòrò, n. covetousness; worldliness; avarice.—e.g., Ojukòkòrò, baba ọkanjua, "Covetousness, father of unsatisfied desire."

Ojuku, n. the touch-hole of a gun.

Ojulafẹni (-fẹ-ẹni), n. timeserver.

Ojula, n. a compound; a house; a room; a dwelling place.

Ojulumọ (-ni-imọ), n. acquaintance.

Ojúmọ́, n. dawn; daylight.—e.g., Ojúmọ́ mọ́, o nyọ̀, "When the day dawns you rejoice."

Ojú-nia, n. covetousness (lit.—big-eye.—i.e., an eye which is never satisfied).

Ojù-òri, n. grave.

Oju-owo, n. principal on which interest is paid.

Ojú-ọjọ, Oju-sanma, n. the weather; air.

Oju-ọrun, n. sky; firmament; heaven.

Ojupo (-ipo), n. a place in the palace, where the king sits to get fresh air.

Oju-pọn, v. to suffer trouble; to get into difficulties.

Ojuran (-iran), n. dream; vision; trance.

Ojurán, n. the seam of clothes.

Ojurere, n. favour; grace.

Ojusaju (oju-isa-oju), n. respect; honour; regard.

Oju-fikà, n. keyhole.

Oju-sun, Orisun (-isun), n. aperture from which water springs; spring; fountain.

Ojù-wá (-iwa), n. one who shares or divides.

Ojuyòju, n. the very face; the face itself.

Òka, Òrùka, n. ring.

Òka-eti, n. earring.

Òkan, Owo-kan, n. one cowry; one piece of money.

Òkan-aiyà, n. chest; breast.

Òkì, n. a counter; accountant.

Òkè, n. top; hill; mount; mountain. adv. up-hill.

Òke-gbọ̀rọ, n. high tableland.

Òkèlè, n. morsel; sop.—e.g., Òkèlè gbòngbò fẹ ọmọ li oju, "A large morsel (is sure to) choke a child."

Okelé, n. a small package of salt; also called Ẹréké.

Òkélénjẹ́, Kekelenje, n. a small kind of lizard.

Òkèrò, n. a distance.

Òkèrékèré, n. part of a loom; cartilage; gristle.

Òketè, n. bale of goods; wallet; baggage.—e.g., Òketè, baba ogun, bi a ṣi ogun ólúkúlùkù ni idì òketè lọwọ, "A store of food is the best equipment for war; when war is proclaimed every man takes up his wallet."

Òkété, n. a kind of large rat.

Òkì, Òkìkì, n. flattery; complimentary; title.

Òkí, v. the act of missing fire (as a gun). adj. invulnerableness.

Òkìkí, *n.* fame; celebrity; rumour; report.—*e.g.*, Òkiki Oyinbo kàn ká gbogbo aiye, " The fame of Oyinbo spreads throughout the world."

Okíkìrì, *n.* hardness; difficulty; knot.—*e.g.*, O kàn okikiri, " It comes to the knot (or difficult point)."

Okípa-Aja, *n.* mastiff; an old dog.

Okiribiti, *n.* circle; encompassed space.

Òkìtì, *n.* heap; hill; mound; hillock; a kind of gymnastic exercise; somersault; headlong fall.

Òkìtì-ọ̀gán, *n.* an ant hill.

Òkìtì-aró, *n.* the refuse from dye.

Òkìtì-Ebè, *n.* yam or corn beds; hillock for plantation.

Okìtì-Èru, *n.* a heap. of potash ashes.

Òkìtipó, *n.* the name of a tree.

Okiyan, *n.* an animal which lives under rocks.

Oko-riro, *n.* agriculture; tillage.

Oko, *n.* farm; plantation; province; dependent; districts; towns.

Okó, *n.* the penis; the foreskin; lock of a gun.

Okõ, Okòwó, *n.* twenty cowries.

Òkò, *n.* a stone used to throw or cast; name of a disease; giving birth to three young ones at a time.

Oko-Alẹ, *n.* afternoon's work.

Okó-ibọn, *n.* lock of a gun, or musket.

Oko-ẹru, *n.* bondage; slavery; captivity.

Òkó-bó, *n.* eunuch.

Òkòbó, *n.* lie; falsehood; liar.

Õkọ, Orukọ, *n.* name.

Òkótó, *n.* snail; a small land shell.

Òkòtó-okun, *n.* sea shell.

Òkú, *n.* corpse; carcase; *adj.* useless: insipid; savourless.

Oku-òrùn, *n.* deadly savour; a troublesome fellow.

Okúdùn, Ọkúndùn, *n.* appetite; the love of sweet things.

Okuku, *n.* the woof.

Òkuku, *n.* the name of a tree with valuable healing properties.

Ókun, *n.* strength; ability; power; stamina.

Okùn, *n.* cord; rope; string.

Òkùn-Alantakùn, Owu-Alantakun, *n.* the cobweb; spider's web.

Okùn-Àpa, *n.* rope of fibre; cord.

Okùn-duru, *n.* fiddlestring.

Okùn-ijanu, *n.* the bridle-string; the bridle.

Okùn-erewe, *n.* running plant whose fibres are used for making cord.

Okùn-kùbúsù, *n.* worsted.

Okùn-ọgbọ, *n.* flax; hemp; thread.

Okùn-ole, *n.* name of a running plant.

Okùn-ọ̀rọ̀, *n.* the drift of words; tenor.

Okùn-tinrin, Okùn-ọ̀rọ̀, *n.* twine.

Õkùn, Okùnkùn, *n.* darkness; horror.

Òkun, *n.* sea; salt water.

Òkùnà (oku-ọna), *n.* old path; forsaken road.

Okunfà (okun-ifa), *n.* an attraction; that which encourages.

Okun-janu (-ija-ẹnu), *n.* the reins.

Okùnrùn, Ọkùnrùn, n. illness; disease.

Okura (oku-ira), n. anything rotten; booby; a dull person; a dunce.

Òkú-rọ̀rọ̀, n. an austere, hard, ill-tempered person.

Okuṣà (ọti-ọkà), n. liquor brewed from Guinea corn.

Oku-lẹ̀, Aṣalẹ (okuṣalẹ, ku-sa ilẹ), n. exhausted and unproductive land.

Okúsú, n. refuse from dyeing vats; name of an animal.

Okuta, n. stone (in general),

Okuta-Abẹrẹ, Okuta-imabẹṣẹ, n. loadstone.

Òkútä-akọ, n. quartz; granite; any hard stone.

Okuta-Elẹ́rú, Okuta-Ẹlẹ́wùrú, n. limestone.

Okuta-ibọn, n. flint (lit.—gunstone).

Okuta-iponrin, n. grindstone; whetstone.

Okuta-pẹlẹbẹ, n. slab; flat stone.

Okuta-wẹwẹ, Okuta-wẹ́rẹ, n. gravel; loose stones.

Òkú-ye (ku-iyè), n. person of dull memory; dunce.

Ọ̀lá, n. the moth which eats cloth.

Ọ̀là, n. that which saves; salvation; the cause of salvation.

Olẹ̀, n. thief; robber; spoiler; robbery; theft.

Olẹ̀-Aịọwọrá, n. petty theft, pilfer.

Ọ̀lé, Òrùlé, n. roof of a house.

Olo, n. a mouse.

Olobi, n. kola nut seller.

Olobirin, n. a married person.

Olobirin-meji, n. a bigamist.

Òlóbò (ẹni-obó), n. one who cautions another; an informant.—e.g., Òlóbó sọ mi, " A hint has been given (lit.—thrown) to me."

Olodi, n. a fortified place; a walled town.

Olódẹ, n. the owner of a parrot.

Olódo-omi, n. a man owning brooks of water.

Olódodo, n. a true, just, or righteous person.

Olodnmara, n. the Almighty; the self-existent Being; God.

Olofẹra, n. name of a bird.

Olófò, n. a sufferer of losses; a loser.

Olófòfó (-ọ̀fọ́fó), n. traitor; busy-body; talc-bearer.

Ológbò, n. a title of one of the king's private councillors, who also acts the part of chronicler or narrator of ancient traditions.

Ológbò, Ologinni, n. a cat.

Ologirí, n. a species of palm bird (called the 'Ehu).

Ológò (ẹni-ògò), n. dun; bailiff.

Ológójì, adj. forty cowries' worth.

Ologo, n. an honourable man; one had in honour.

Ologoṣẹ́, n. sparrow.

Ológùn, Oniẹ̀gùn (ni-ògùn), n. doctor; physician.

Ológún, Oloriogun, n. a warchief.

Ologunṣẹṣẹ, n. name of a tree dedicated to the god of hunting.

Ológùrọ̀, Ọlọ́gọ̀rọ̀ (ni-ogùrọ̀), n. dealer in bamboo wine.

Ologúru, n. a kind of small bird generally found in flocks.

Ológbé, adj. late (of a dead man). —e.g., Lágbájá olọ̀gbé, " The late so-and-so."

Olóhùn (-ohùn), n. a man of influence.

Y

Olóhun, *n.* owner: possessor; master.

Olóje, *n.* the name given to gin.

Olojò, àlèjò (eni-ajo), *n.* stranger.

Olójú (eni-oju), *n.* oneself; the owner of a thing.

Olójúkan (ni-oju-kan), *n.* one-eyed person.

Oloju-kòkòrò, *n.* miser; a covetous person.

Olojusaju, *n.* a person of respect; a men-pleaser.

Olókìkí, *n.* a famous one; a notable person.

Olókiti-āro, see **Òkìtì-aró.**

Olóko, *n.* the owner of the farm; a farmer.

Olóko-egin, Òpiyè, *n.* the man who cuts grass for horses; the groom.

Olokùn (ni-okùn), *n.* rope-maker; one having rope.

Olokùn, *adj.* fibrous; ropy.

Olókùnrùn (-okùnrùn), *n.* a patient; one suffering from illness.

Ololà (-ilà), *n.* one who makes tattooing his trade.

Olomi, *n.* that which has water; watery.

Olomije, *n.* one who sheds tears; one who weeps.

Olongo, *n.* name of a bird.

Olóngbe-èjè, *n.* blood-thirsty person.

Olonje, *n.* cook.

Olópirì, *n.* a small bird.

Olóre, *n.* benefactor.

Olórí (eni-ori), *n.* officer; headman; chief; foreman; principal.

Olórí-eso, *n.* captain of a guard.

Olori-egbe, Oloriko, *n.* head of a company.

Olori-ile-iwe, Olori-ile-kewu, *n.* schoolmaster.

Olori-lile, *n.* a strong-headed person; a blockhead.

Olori-ogun, *n.* war-officer.

Olori-oko, *n.* captain of a ship.

Olori, *n.* wife of a great person.

Olorin, *n.* singer; warbler; minstrel; musician.

Olorisun (ni-orisun), *n.* owner of a fountain or spring.

Olórisa (ni-orisa), *n.* idolater; worshipper of idols.

Oloró (-oró), *n.* a venomous animal.

Olóroro, *n.* that which produces oil; a dealer in oil.

Oloruko (-oruko), *n.* a famous person (*lit.*—he who has name).

Olórun, *n.* a sleeper.

Ologùnwòn, *n.* that which has measurement; having weight.

Olóto (ni-otito), *n.* true; just; faithful person.

Olówo (ni-owo), *n.* a rich person.

Olówù, *n.* a spinner of cotton; a dealer in cotton.

Olóyà, *n.* comb maker; dealer in combs.

Olóyè (eni-oye), *n.* a person of honour or title.

Oloye, Amoye (mo-oye), *n.* a wise, prudent person; a man of forethought.

Oloyè, Igbimò-ilu, *n.* senator; a public counsellor.

Oloyo, *n.* the yellow monkey (also called Tolo, Awere, Gbégé and Alegba).

Òlò, *n.* powder; that on which anything is pounded or ground; one who grinds; a moth; digestive organs. —*e.g.*, stomach.

Ölu, *n.* a borer; gimlet; awl.

Òlù, *n.* a carpenter's or smith's

hammer; mallet; any-
thing used for hammering.

Òlù-agogo, n. clapper of a bell.

Òlu-igi, n. a maul; mallet.

Olú, n. the chief of anything;
the queen of the white ants;
mushroom.

Olù-bàjé, n. spoiler; defacer;
corrupter.

Olùbápín, Alabapín, n. one who
shares with another; a
receiver.

Olubojuto, Alabojuto, n. inspec-
tor; superintendent.

Olùbọ́, n. one who maintains,
supports or feeds; one
employed to beat a mud
floor solid. Also Bọlebọle.

Olubọriṣa, Abọriṣa, n. an idolater;
heathen.

Olubuḳun, Olubusi, n. one who
blesses; one blessed.

Oludande (ẹni-ida-ni-ide), n.
redeemer; one who ran-
soms.

Oludanwò, n. tempter, seducer.

Oludena, Adena, n. a porter; a
gatekeeper.

Oludẹ, n. an allurer, a tempter.

Olufakuru, Olufasẹhin, n. one
who abbreviates, abridges
or contracts.

Olufẹ́ (-ifẹ), n. one beloved; one
who loves; lover.

Olufisin, Olusùn (-fi-sùn), n.
accuser; one who raises a
complaint; plaintiff.

Olùfọ́, n. one who destroys or
breaks up.

Olufọkansin, n. a devout wor-
shipper; a hermit.

Olufọnahan, Amọna, n. a guide;
conductor.

Olùfúnni (-fun-ẹni), n. giver;
bestower; benefactor.

Olugba, n. a receiver; recipient.

Olugbala (ẹni ti o-gba-la), n.
Saviour; one who saves;
deliverer.

Olùgbàgbọ́, n. a believer; one
who believes; a Christian.

Olugbani, n. he who delivers;
liberator.

Olùgbe, n. one who dwells or
abides; an inhabitant.

Òlùgbóngbó, Òlùgbóndóró, Gbón-
gbó, Òlu, n. a round piece
of wood used to smooth
clothes after washing, by
beating them with it upon
a large wooden block.

Olugbọ́ (ẹni-igbọ́), n. a hearer;
a listener; a believer.

Olùkà, Onkà, Olukaye, n. one
who reckons or numbers.

Olùkékúrú, Olùṣékù, n. see
Olufakuru.

Olùkópọ́, Olùkójọpọ, n. a
collector; one who accumu-
lates.

Olùkó, Olùkólọ, n. one engaged
in carrying away; a con-
ductor of a party.

Olùkọ́, Olùkọ́ni (ẹni-kọ-ẹni), n.
a teacher; an instructor;
a trainer.

Olnkulnku, adj. every; each.
adv. individually.

Olutumọ, n. a translator.

Olùmọ̀ràn, n. a man of under-
standing; a prudent man;
a man of good counsel.

Olupani, Alunipa, Panipani (ipa-
ẹni), n. murderer; one who
commits manslaughter.

Olupamọ (-pa-mọ), n. preserver.

Oluparun, n. a destroyer.

Olupẹ, Apẹlẹhin, n. one who lags
behind or tarries.

Olùpilẹṣẹ̀, n. beginner; author;
originator.

Olùpín, Ojuwá (ipin-iwà), n.
a sharer; a divider.

Olupianu, *n.* one who appoints or decides.

Oluponju (eni-ipon-oju), *n.* a poor person; pauper.

Olupónni, Pónnipónni, *n.* flatterer; one who pays compliments.

Oluranlowo, *n.* a helper; an assistant.

Olurapada, *n.* redeemer; one who ransoms.

Olurekoja, *n.* trespasser; transgressor.

Olurérun (-re-irun), *n.* a shearer; a barber.

Olurora (-ro-ara), *n.* one who eases; one who gives bodily comfort.

Olùsìn, *n.* worshipper; servant; votary; one who is served; a master.

Olusin-oba, *n.* royalist.

Olusodomo, *n.* one who adopts.

Oluse (eni-ise), *n.* doer; actor; accomplisher; agitator.

Olutàn, Eletàn, *n.* a deceiver; a tempter.

Oluto, Olutoju, *n.* instructor; master; mistress; governor; a guardian; one who has the charge or care of things.

Olùtùnù (-tu-inu), *n.* he who calms the mind; a comforter.

Olùsó, *n.* a watchman; an observer; an adversary.

Olùsó-agutan, *n.* shepherd.

Olùtùjú, Atoniloju, *n.* pacifier.

Oluwa, *n.* lord; master; mistress; headman; husband.

Oluwa-rè, *pron.* he; *n.* the man.

Olúwo, *n.* a title of one of the rulers in the country.

Omi, *n.* water; humour; juice; sap; liquid.

Omi-ara, *n.* moisture of the body; perspiration.

Omi-buburu, *n.* dirty water.

Omi-didì, *n.* (*lit.*—congealed water), hoar frost; snow; ice; hailstone; being known in Africa, is called yìnyín.

Omi-eje, *n.* serum.

Omi-eran, Omi-toro, *n.* broth; soup; gravy.

Omi-ikudu, *n.* stagnant water; the water in a pond.

Omi-iyò, *n.* salt water; sea water.

Omi-kikan, Omikan, *n.* foul water.

Omi-wara, *n.* whey.

Omidan, *n.* a young woman; a young fowl.

Omije, Omioju, *n.* tear.

Òmìrán, *n.* a giant; a person very stout and tall.

Òmíràn, omi, *adj.* another; other; else.

Òmìrín, *n.* the act of swallowing with ease.

Omnira (oni-ni-ara), *n.* a freeman; one delivered from bondage; a citizen; franchise.

Òmu, Imumu, *n.* a kind of sweet nut.

Omore, *n.* kinsman; neighbour; relative.

On, *pron.* he, she, it. See Ó.

On, *conj.* and.—*e.g.,* Ìje on ore ni imu omo ise ise, "Competition and reward induce a child to work."

Onibàje, *n.* a spoilt child.

Onibòti, *n.* a dealer in malt; a maltster.

Òndè (eni-idè), *n.* prisoner; one in bond.

Òndè, *n.* charm sewn in leather and worn about the person; amulet.

Onidùndú, *n.* a seller of fried yam.

Onigbàgbọ́, *n.* a believer; a Christian.

Onigbio (oni-igba-owo), *n.* two hundred cowries' worth.

Òngbẹ, *n.* thirst; drought.

Ọngbẹ-èjẹ̀, *adj.* bloodthirsty.

Òngọ̀, *n.* stupid person; dunce; blockhead; wiseacre.

Òní, *adv.* to-day.

Onibàtà, *n.* shoemaker.

Onibàtà-lẹsẹ, *n.* one who wears shoes.

Oníbẹ̀rù, *n.* that which has fear, terror, or dread. *adj.* terrible; fearful.

Onibodè, *n.* collector of customs; a porter; toll-gatherer.

Onibu-ọrẹ, *n.* Giver of all; Divine liberality.

Onidajọ, *n.* judge; one who settles disputes; arbiter.

Onidalare (-ni-are), *n.* one who justifies.

Onidamọran, *n.* counsellor; adviser.

Onidande, Oludande (-ni ide), *n.* redeemer; deliverer from bondage.

Onidanwo, *n.* tempter.

Onidẹ, *n.* a dealer in brass; a brazier.

Onidi-kan, *n.* the child of one free and one enslaved parent.

Onidodo, *n.* a person having a large navel.

Onidùlúmọ̀, *n.* a traducer; slanderer; caluminator.

Onifa, *n.* a worshipper of Ifa.

Onifararọ̀, *n.* supporter; one on whom another leans or depends.

Onifarawe, Alafarawe, *n.* one who imitates another; emulator.

Onigbajamọ̀, *n.* a barber.

Onigbagbe, *n.* a person of bad memory; a forgetful person.

Onigbansọ, *n.* a repairer of broken calabashes.

Onigbese, *n.* a creditor; a debtor.

Onigbòdògí, *n.* one afflicted with scurvy.

Onigbọwọ́, *n.* surety; sponsor; bail; guarantee.

Onigboya, Ogboya, *n.* a courageous man.

Onigẹgẹ̀, *n.* a person suffering from goitre; one having a wen.

Oni-ha-gba, *n.* one who carves calabashes.

Onihalẹ, Halèhalẹ̀, *n.* a boastful person; a vaunter.

Onijà, *n.* a fighter; combatant; antagonist; opponent.

Onijakadi, *n.* a wrestler; a gymnast.

Onijẹwọ, *n.* professor; confessor; conformist.

Onijo, Arinjo, Alarinjo, *n.* a dancer.

Onikanra, *n.* a peevish person; one who is fretful.

Onikiri, *n.* a wanderer; a rover; a hawker.

Onikaun, *n.* a dealer in potash.

Onikòkò, Amọ̀kòkò, *n.* one who makes pots; a potter.

Onikùn-nla, *n.* a stout person.

Onigi, *n.* a dealer in firewood.

Onikupani, *n.* a betrayer; a traitor; an adversary.

Onilà, *n.* a circumcised person; one tattooed; striped.

Onilàjà, Onlàjà, *n.* peacemaker; mediator; pacifier; intercessor.

Onilara, *n.* an envious person; emulator.

Onilera (-le-ara), *n.* a strong healthy person.

Onile, *n.* owner of a house.

Oniletubu, Onitubu, *n.* a jailer.

Onilè, Oniln, *n.* the owner of the land; chief governor or inhabitant of a country.

Oninu-didùn, *n.* person of amiable disposition; a good-natured man.

Oniląra, *n.* a slow, sluggish person.

Onilù, *n.* a drummer.

Onilú, *n.* aborigines; sons of the soil.

Onilu-ori-oke, *n.* a highlander.

Oninunibini, *n.* persecutor.

Oninurare, *n.* a kind, benevolent, gracious person.

Oni-oloni, *adv.* this very day.

Onipa, *n.* one having a share in anything.

Onipaiyà, *n.* faint-hearted one; one panic stricken.

Onipamora, *n.* a patient man; a humble person.

Onipasiparo, *n.* one who exchanges or barters.

Onimajęmu, *n.* one who makes a covenant.

Ònimoni, *adv.* all the day; the whole of the day.

Onimò-meji, *n.* a double-dealer.

Oninu, *adj.* having capacity.

Oninububuru, *n.* an evil-minded person.

Oninu-kan, *adv.* of one mind; of one accord.

Onipin, *n.* the Supreme Being; a sharer; a partaker.

Onipònjú, Olùpònjú, *n.* a person in distressed circumstances.

Oniran, Òwòran, *n.* an on-looker.

Onirárà, *n.* bard; poet.

Onirera (-re-ara), *n.* a proud, showy person.

Oniręlę (rè-ilę), *n.* humble person.

Oniręję, *n.* a cheater; deceiver; impudent person. See Aréniję.

Onirin, *n.* a dealer in iron; ironmonger.

Onirokuró, *n.* an evil thinker.

Onirun, *n.* a hairy person. *adj.* hairy.

Onirugbin, Afonrugbin, *n.* a sower.

Oniru, *n.* dealer in locust beans.

Oniraru, *adv.* various; not alike; several; of various kinds.

Onisaju, *n.* a modest, bashful person; one who regards or pays respect.

Onisūru, *n.* a patient one; one who forbears.

Onisegàn-ęsin, *n.* a farrier.

Onisę, Onsę, *n.* messenger; postman; herald; ambassador; forerunner.

Onisèkètè, *n.* manufacturer of beer from Indian corn.

Onisegùn, *n.* doctor, physician.

Onisiti, *n.* powerful speaker; an eloquent person.

Oniso, *n.* one who deals in living creatures.

Onisònà, *n.* one who does fancy work.

Onisona-awo, *n.* a tanner.

Onisowo (-sę-owò), *n.* trader; dealer.

Onitiju, *n.* bashful person.

Onitubu, *n.* jailer.

Oniwà-bi-Qlorun, *n.* godly person.

Oniwà-iwà, *n.* persons in various circumstances.

Oniwòra, *n.* a greedy person; a covetous man.

Oniyán, *n.* one who sells pounded yam.

Oniyàn, *n.* denier; one who disputes or contradicts.

Oniyanje, *n.* one who cheats.

Oniye, *n.* person of good memory.

Oniyǫ, *n.* a dealer in salt.

Oniyǫnu, *n.* troublesome person.

Oniyǫnú, *n.* compassionate man.

Onje (ohun-jije), *n.* provision; food; meal; victuals; meat.

Onje-ale, *n.* supper.

Onje-ǫsan, *n.* dinner; chief meal of the day.

Onje-ǫwuṛo, *n.* breakfast.

Onkà, *n.* one who counts; an accountant.

Onnu, *n.* fearful expectation; fear as regards the result of a thing.—*e.g.*, Onnu nkǫ mi, " I am afraid."

Onrorò, *n.* an austere, hard, morose person; a churl.

Opè, *n.* puzzle; a simple ignorant person.

Opépé, *n.* the cedar tree.

Opèré, *n.* bird noted for sleepiness.

Opin, *n.* termination; end; point; acme; boundary; issue; fate.

Opinle, *n.* termination of the earth, land, or territory; boundary; border; extremity.

Opin-ǫran, *n.* termination of a matter; issue; catastrophe.

Opitan, *n.* historian; storyteller.

Opo, *n.* the place where the king makes his appearance in the palace; bank of earth for sleeping on.

Opó, *n.* post; pillar; stake.

Opó, *n.* widow.

Opó-ǫkǫ, *n.* mast of a ship.

Opòpó, *n.* kind of banyan.

Opópó, *n.* wide road leading immediately into a town.

Opòrò, *adj.* common.

Òrà, *n.* buyer; purchaser.

Ore, *n.* kindness; favour; benevolence.

Ore-ǫfẹ, *n.* free favour; undeserved gift; grace.

Ore-ṣiṣa, *n.* beneficence; unmerited kindness.

Oré, Òrére, *v.* act of watching from a tower or loft.

Òrẹ, *n.* porcupine.

Òri, *n.* shea butter.

Òri-Àmǫ, *n.* butter-milk; butter.

Òri, *n.* wild pigeon.

Òri, *n.* kind of black plum.

Òri, Òyi, *n.* giddiness.—*e.g.*, Òyi nkǫ mi loju, " I am giddy (*lit.*—my eyes are filled with giddiness)."

Ori, *n.* head; faculty; talent; undertaking; highest point of anything; termination; a cluster; a bunch.

Ori, followed by ṣi, yá, *v.* to feel lively; to be pleased.

Ori, followed by wu, *v.* to feel a desire for fellowship and friendship such as one observes others to be enjoying.

Ori-ǎkún, *n.* the cap of the knee.

Ori-eyà, *n.* division; tribe.

Orika, *n.* the tip of the finger.

Orike, *n.* the joint.

Ori-ika, *n.* knuckle.

Ori-ǫrǫ, *n.* topic; head.

Ori-ǫyà, *n.* large hedgehog.

Ori-rere, *n.* luck; good luck.

Orilè, Olè, *n.* family name.

Orile-ede, *n.* people of a different language; nation.

Òri, Orori, *n.* sepulchre.

Orín, *n.* chewing stick.

Orin, *n.* singing; song; psalm; hymn.

Orin-mimǫ, *n.* holy song; psalm; hymn.

Oriso, n. place where creatures are tied up for the night; stable; stall.

Orisun, n. spring; fountain; source; origin.

Oriṣa, n. deity; object of worship; gods; idols.

Oriṣàla, n. the goddess Ọbàtálá.

Oriṣe-Alufa, n. work of a priest, priesthood.

Òro, n. stalk of Guinea corn, used for stirring beer; substance; essence; honey.

Oro, n. name of a tree.

Orò, n. custom, fashion, habit.

Oró, n. poison; venom; virulence, torture, torment, curse.

Òró, n. an erect position; rectitude.

Òróíó, n. kind of wild pigeon.

Orógbó, n. the bitter kola nut.

Orombo, n. lime fruit; lemon; orange.

Òrònto, Ẹlẹwuwu, n. a large striped lizard.

Ororé, n. a small bird; pimples on the face.

Oróró, n. bitterness; gall; bile.

Òróró, n. oil; unction.

Òrọ̀, Òwúrọ̀, n. morning; forenoon.

Òru, n. heat; steam; vapour; fermentation; fumes; chafe.

Orù, n. pitcher, mug.

Òru, n. night; darkness.

Òru-àná, n. yesternight; overnight.

Oru, Orun, n. name of a tree possessing healing properties.

Oruganjó, n. midnight.

Oruka, n. ring.

Oruka-eti, n. earring.

Orukọ, n. name; discrimination; appellation; character.

Orukọ-Àlàjẹ́, n. self-styled name.

Orukọ-Àpèlé, n. surname.

Orukọ-Èfè, n. nickname.

Orukọ-Iyorukọ, n. proper name (not surname).

Orúnkún, n. knee.

Òrùlé, n. the roof of a house.

Òrùn, n. sun, day-star.—e.g., Òrùn là, " The sun rises."—e.g., Òrùn ràn, " The sun shines."—e.g., Òrùn mú, " The sun is hot."—e.g., Òrùn wọ̀, " The sun sets."

Òrun, n. sleep; rest.—e.g., Òrun nkùn mi, " I am drowsy."

Òrun-ijikà, n. sound sleep.

Òrùn, n. scent; smell; odour.

Òrùn-dídùn, n. sweet smell; sweet scent; perfume; fragrance.

Orupa, n. name of a tree.

Òrúwọ, n. brimstone tree.

Òsè, n. paint.

Òsì, adj. the left. n. a post of honour; spleen.

Osi-iwẹ̀fà, n. a eunuch.

Oṣè, n. name of a tree.

Oṣe, n. club of god of thunder.

Ọṣẹ́, n. hissing; a sound made by smacking the lips, expressive of grief. See Àbámọ̀.

Oṣẹ̀ṣẹ̄, n. meat of the best quality.

Òṣì, n. misery; need; poverty; a needy one; oppression; wretchedness; woe.

Òṣìṣẹ̀, Òtòṣì (ṣẹ-lṣẹ́), n. a poor, miserable person.

Òṣípì, n. a tree, the leaf of which is frequently used to wrap snuff in.

Ọṣó, n. sorcerer; wizard; enchanter; necromancer.

Òṣónú, n. a sour, passionate, and morose man ; a churl ; an ill-natured person.

Oṣóṣù, adv. monthly ; month by month.

Oṣù, n. month.

Oṣu-yi, n. present month ; instant.

Òṣù, n. tufts of hair left on an otherwise ahaven head.

Oṣùmàrè, n. the rainbow ; iris.

Oṣùṣù, n. cluster ; grove. See Aṣòrin.

Oṣùṣu, n. a prickly bush.

Oṣùnwọn, n. measure ; weight ; metre ; rate.

Oṣùnwọn-iwuwo, n. measure of weight.

Oṣùnwọn-oninu, n. measure of capacity.

Oṣùnwọn-ọlọpá, Oṣùnwọn-oninà, n. a measure of length ; rule, rod, or tape.

Òtà, n. seller.

Òté, n. the summit ; the ridge of a house.

Oteretere, n. a quietly running brook ; a rill.

Otitọ, n. truth ; faithfulness ; a true deed ; principal ; assurance.

Otoṣí, n. a poor, miserable person.

Òtọ, Otitọ, n. truth ; reality ; fact. adj. true ; faithful ; just.

Otúdimọ, Atúdimọ (tú-imọ), n. covenant-breaker.

Otútù, Òtù, n. cold ; bleak ; illness ; disease.—e.g., Otútù mu, " It is cold."

Òwe, n. parable ; riddle ; a proverb.

Òwè, n. young leaf of the plant Erewe.

Òwè-ahun, n. a kind of running trefoil.

Òwèrè, n. struggle ; effor. recover oneself.

Owere-njeje, n. name of a trailing shrub, the berries of which are red and black.

Òwiwí, n. owl ; screech owl.

Ówo, n. boil.—e.g., Òwo ṣọ mi, " I am attacked by boils."

Owo, n. cash ; money ; cowry ; finance ; wealth ; riches.

Owo-bodè, Owóde, n. money paid at the customs ; duty ; toll.

Òwò, n. traffic ; trade ; commerce ; calling ; vocation.

Owo-àbẹtẹlẹ, n. hush-money ; bribe.

Owo-áru, Owo-Alàru, n. carriage money ; porterage.

Owo-dida, n. money subscribed or contributed.

Owo-èlé, n. interest on principal ; usury.

Owo-idasilẹ, n. ransom.

Owo-ile, Owóle, n. house rent.

Owo-ile-lẹ, Owo-ipilẹ, n. fund ; capital ; stock.

Owo-iná, n. current money ; money to be expended.

Owo-iranlọwọ, n. subsidy.

Owo-iṣura, n. reserved fund ; stock.

Owokan-aiya, n. the breast ; heart.

Owo-lọwọ, n. cash in hand ; cash down.

Owo-nla, n. large piece of money.

Owo-ode, Owo-ilu, n. public money ; tax ; impost.

Owo-ọdun, n. yearly payment ; annual income.

Owo-ọyà, n. rent ; wages ; hire ; salary.

Owóṣẹ, n. money for work ; wages.

Òwòran, n. on-looker ; spectator.

Owoyòwo, n. real money ; hard cash.

Owu, n. jealousy.

Òwú, n. cotton; thread; wick.

Òwú-abùran, n. combed cotton; wool.

Òwú-akẹṣẹ, n. a very fine white cotton bearing small pods.

Òwú-ọ̀godo, n. a cotton bearing large pods.

Òwú-itanna, Òwú-fitila, n. lamp wick.

Òwú-riran, n. spun cotton thread.

Òwú-yanwure, n. a very white cotton used chiefly by the Fulahs, with red flowers and small seeds.

Òwúrọ̀, Àwúrọ̀, Ọ̀rọ̀, Àrọ̀, n. morning. See Kùtukutu.

Òwúsúwusù, n. mist; fog; cloud; gloominess.—e.g., Òwúsúwusù mu oju ọrun baje, " The fog spoils the face of the sky."

Òyà, n. that which divides or separates; a comb.

Òyà-ẹṣin, n. curry-comb.

Òyé, n. understanding; wisdom; comprehension; apprehension; inspection; lookout; providence.—e.g., Òyé ko ye mi, " I did not understand."

Òyè, n. title of honour.

Òyìbó, Òyìnbó, contracted to Òìbó, n. people beyond the waters, applied mostly to white man, but also to natives who have adopted European customs. They are thus distinguished :— Òyìbó funfun, " A white man "; Òyìbó-dudu, " A black man."

Òyì, n. giddiness.

Oyin, n. bee; honey; treacle.

Oyo, n. species of small owl.

Oyún, n. pregnancy.

Ọ.

Ọ, pron. contraction of " Iwọ," thou; thee.

Ọ́, pron. he; she; it; him; her.

Ọ, v. (used instead of O before the vowels ẹ, ọ); shall; will; must.

Ọ, a prefix signifying owner of. e.g., ọrun, heaven; lọrun, to own the heaven; Ọlọrun, the owner of the heaven, i.e., God.

Ọba, n. king; monarch; lord; prince; liege; master; sovereign.

Ọbàgè, n. a walk when tired or fatigued.

Ọbaiyéjé, n. a busybody; talebearer; tatler. See Abaiyéjé.

Ọbakan, n. relative on the father's side.

Ọbakanbikeji, n. the first cousin on the father's side.

Ọbakòso, n. god of thunder and lightning.

Ọbanije, n. despiser; scorner; contemner.

Ọbanlá, n. potentate; emperor; monarch; sovereign.

Ọbaogo, n. King of Glory; God.

Ọbara, n. cord or rope.

Ọbatala, n. the great Yoruba goddess, supposed to be the framer of the human body in the womb.

Ọbè, n. sauce; soup.

Ọbẹ, n. knife; penknife; clasp knife.

Ọbẹ agboyi, n. penknife.

Ọbẹdò, adj. green.

Ọbẹ olójúméjì, n. a dagger with two edges.

Ọbẹ́tẹ́, n. dagger.

Ọbọ, n. monkey ; ape.—e.g., Ẹni bi ọbọ li ọbọ nya li aṣọ, "The monkey is sure to tear the cloth of one who resembles himself."

Ọbọgiláwọ, n. a dunce ; stupid person.

Ọbọkú, n. species of river fish ; barbel.

Ọbọlọ, n. stupefaction ; bluntness ; dulness.

Ọbọnbọn, n. beetle ; humming insect ; formerly used for umbrella or parasol, now called Agbörun or Igbörùn.

Ọbọrọ, adj. plain ; unadorned ; without mark or engraving.

Ọdà, n. tar ; paint ; wax.

Ọdá, n. dearth ; drought ; need ; necessity ; gelding ; old wine strongly fermented.

Ọdába, n. one who attempts ; proposer ; mover.

Ọdagba, n. one who attempts impossibilities.

Ọdájú, n. a shameless person. adj. shameless.

Ọdákọda, n. lack ; want.

Ọdàlẹ̀, n. a perfidious person ; covenant breaker.

Ọdan, n. plain ; grass field.

Ọdan, n. vain, empty talker ; empty word ; inconsistent story.

Ọdán, Ọdanko, n. kind of banyan commonly planted in the street to afford shade. See Àbà.

Ọdáràn, n. offender ; criminal ; malefactor ; culprit.

Ọdárayá, n. a lively person. See Adaraya.

Ọdàrí, adv. nay ; never ; in no wise. See Ndao.

Ọdáṣà, n. fashioner.

Ọdẹ, n. hunter ; chase ; game ;
woodman ; ravin ; rapine ; rapaciousness ; a wasp.

Ọdẹ, Ọdẹ̀dẹ̀, n. piazza ; verandah. See Awun.

Ọdẹlẹṣinrin, n. a disgraceful, base fellow.

Ọdi apasa, n. remnant cloth in the sley or batten.

Ọdọ̀, adv. (with prep. si, ni or li), about ; near ; to ; with.

Ọdọ́, n. young of animals or persons.

Ọdọ́-àgùtàn, n. lamb.

Ọdọdun, adj. yearly ; annual.

Ọdogọ, n. a stupid person.

Ọdọ́kọ, n. a rude term for a prostitute ; a lewd woman.

Ọdọ́-màlũ, n. a calf.

Ọdọ́mọdé, n. youth.

Ọdọmọ(de)bìrin, n. a lass ; maid ; young woman ; girl.

Ọdọmọ(de)kọnrin, n. a lad ; youth ; boy ; young man.

Ọdùn, n. grass cloth made from bamboo fibres.

Ọdún, n. year ; age ; round of time in which annual festival occurs.

Ọdún, adj. three hundred ; contraction of Ọdúnrún.

Ọdúndún, n. a certain medicinal herb.

Ọdúnrún, adj. see Ọdún ; contraction of Ọrundinirin.

Ọfà, n. arrow ; shaft ; pawn ; pledge.

Ọfà, adj. one hundred and twenty.

Ọfẹ, n. adj. gratis ; without payment ; freely ; gratuitous ; gratuity ; free favour ; grace.

Ọfẹ, n. act of lifting up lightly, as a paper by the wind. A kind of charm said to be possessed by burglars, enabling them to fly.

Ọfin, n. pit prepared to entrap beast or thief; pitfall.—e.g., Ajin sinu ọfin ki itara oju ilo, ọpọlọ jin ọfin ma kanju ati jade, "A man who has fallen into a pit need not be in a hurry to get home, a frog which has fallen into a pit need not be in a hurry to get out."

Ọfọ, n. mourning for the dead; funeral; burial (lit.—unwashed, because the mourning clothes are unwashed until the time of mourning is over).

Ọfọ, n. spells; incantations.

Ọfọn, n. mouse.—e.g., A ko gbọdọ ṣe oriṣa loju ọfọn bi o ba di alẹ a mã tu pẹpẹ, "One dare not offer a sacrifice in the presence of a mouse, for it would be sure to infest the altar in the night." Said of a rogue or busybody.

Ọfun, n. throat; gorge; speech; power of utterance; persuasion.—e.g., A ṣe ọfun bi alakara, "He is as persuasive as a seller of cakes."

Ọgá, n. brave person; distinguished performer; chief; headman; superior officer; master; teacher.

Ọgà, n. chameleon.

Ọga, Ọgàia, Ọgan, adv. immediately; at once; simultaneously; instantly.

Ọgán, n. a large white-ant hill; a running prickly plant.

Ọgàn, n. the largest species of wild boar; tusk; a large tooth.—e.g., Ọgàn imàdo ko ṣe kò lójú, "The great wild boar is not easy to

encounter." Applied in contempt to a boastful person.—e.g., Ọgàn nṣe nkan diẹ, "The great one is trying to shew off a little."

Ọgànjọ, n. darkness; midnight.

Ọgànjọ méje, n. thick darkness; middle or depth of night.

Ọgánmọ, n. young palm leaves.

Ọganran, adv. straightforward; in a right line.

Ogbà, n. fence; garden; wrapper.

Ọgbà, n. companion; equal; one of the same rank; equality; balance.—e.g., Awa ha nṣe ẹgbẹ tabi ọgbà bi? "Are we companions or equals?"

Ọgbàgbá, n. pin driven into the ground with a hammer or mallet.

Ọgbàgbigbin, n. hedge. See Ogbà tútù.

Ọgba idabu ọna, n. turnpike.

Ọgbàrá, n. rain flood.

Ọgbẹ́, n. wound; cut; hurt.

Ọgbẹ, Ọgbẹlẹ, n. dryness; drought.

Ọgbẹ́dan, n. bearer of the staff Ẹdan.

Ọgbẹgẹ́, n. state of being cool and green, as of herb.

Ọgbẹ́gi, n. wood planer; carpenter.

Ọgbẹ́-inú, n. dysentery.

Ọgbẹ́kọ, n. shipwright; shipbuilder.

Ọgbẹlẹ, n. drought.

Ọgbẹ́ni, n. sir; mister (Mr.). See Ogboni.

Ọgberi, n. an ignorant person.

Ọgbin, n. plant; planter; farmer. See Àgbẹ̀.

Ọgbọ́, n. a trailing plant whose fibres are used for making cord.

Ọgbọ, n. linen.

Ogbogba, *n.* balance; equality.

Ọgbọgbọ̀, *n.* young in age but fully developed. *adj.* overgrown (of young people).

Ọgbọ́lọ́, *n.* a kind of running root, much used as medicine at the time of child-birth.

Ogbọ́n, *n.* sense; art; cunning; wisdom; wit; ingenuity; skilfulness.

Ogbọn, *adj.* thirty.

Ogbọn arekereke, *n.* craftiness; diplomacy.

Ọgbọ́nkọ́gbọ́n, *n.* subtilty; craft; double-dealing; wile; artifice.

Ogbọn-ó, *n.* thirty cowries.

Ọgbun, *n.* ditch; extreme end; steep valley.

Ọgẹ̀dẹ̀, *n.* banana.

Ọgẹ̀dẹ̀-agbagba, *n.* plantain.

Ọgẹ̀nẹ̀tẹ̀, Ọgẹyi, *n.* cold; damp; gloomy weather.

Ọgẹ́rẹ́, *n.* a complimentary term for the earth; mother earth. —*e.g.,* Ilẹ ọgẹ́rẹ́ a fi ọkọ yẹ ori, " Mother earth is shaved with the plough."

Ọgẹrọ̀, *adj.* easy; gentle; soft.

Ọgọ, *n.* a short knotty stick or club used for self defence, believed to be used by the Devil, who is therefore called Akọnkọ̀ li ọgọ, " The man of the knotted club."

Ọgọ̀, *n.* a package of salt.

Ọgọ̀dọ̀, *n.* pit full of water; pond.

Ọgọ́fà, *adj.* one hundred and twenty.

Ọgọjọ, *adj.* one hundred and sixty.

Ọgọ́rin, *adj.* eighty.

Ọgọ̀rọ̀, *adv. or inter.* innumerably; multitudinously.

Ọgọ́run, *adj.* one hundred; centenary. See Ọ̀rún.

Ọgọ́run ọdún, *n.* a century.

Ọgọ́san, *adj.* one hundred and eighty.

Ọgọ́ta, *adj.* sixty.

Ọ̀hàhà, *n.* excessive thirst experienced in travelling.

Ọ̀hàlẹ̀, *n.* a braggart; boastful person.

Ọ̀han, Ọ̀hẹn, *n.* yes.

Ọ̀hẹ, *n.* stupid, dull, ignorant person; dunce; dupe.

Ọ̀hún, *adv.* yonder; beyond.

Ọjà, *n.* market; fair; trade; goods; merchandise; commodity.

Ọjá, *n.* band; girdle; sash; belt; zone; brace; head-tie.

Ọjá àgbá, *n.* hoop.

Ọjà alapata, *n.* shambles.

Ọjà àsetà, *n.* work made for sale; work.

Ọjábule, *n.* tape; ribbon; fillet.

Ọjá gári, *n.* girth.

Ọjá igbati aṣọ, *n.* phylactery.

Ọjá igbawaju, *n.* forehead band; frontlet.

Ọjá ikōkò, *n.* species of pineapple used for healing sores.

Ọjàn, *n.* a kind of fish.

Ọjẹ, Ọjẹun, *n.* eater; glutton.

Ọjẹ̀gẹ́, *n.* concurrence; agreeing in mind; toleration.

Ọjẹ́lẹ́, *n.* any tender leaf.

Ọjẹrẹ, *n.* plant whose leaf is used in preparing a beverage for children.

Ọjẹ́wọ́, *n.* one who confesses, acknowledges or makes a vow.

Ọjọ̀, *n.* place; settlement; lodging; accommodation.— *e.g.,* O sọ mi li ọjọ̀, " He appointed me a place, *i.e.,* lodged me."

Ọj́ọ, n. sun; day; date; weather.

Ọjọ ajinde (or agbende), n. the resurrection day; Easter Day.

Ọjọ àjọ (or ijọ), n. day of assembly; memorable or festival day.

Ọj́ọ alẹ́, n. eventide.

Ọj́ọ ẹjọ́, n. court-day.

Ọj́ọ ibí, n. birthday.

Ọj́ọ idajọ, n. judgment day.

Ọj́ọ ikẹhin, n. the last day.— e.g., Ọjọ́ ikẹhìn ọdún, " New Year's Eve."—e.g., Ọj́ọ ikẹhin ọsẹ̀, " Saturday; " also called Ọjọ ipalẹmọ.

Ọj́ọ isi, n. day on which any great event took place; notable or red letter day.

Ọjọ isimi, n. day of rest; Sunday.

Ọj́ọ iwà, n. the day or beginning of creation.—e.g., Li ọjọ́ ti alaiye ti de aiye ni iwa ti ṣẹ, " From the day that the owner of the world appeared in it, the world began."

Ọjọ̀gbọ̀, n. state of being elastic or flexible.

Ọjọ jàkúta, n. every fifth day, which is set apart for the worship of Ṣango.

Ọjọjọjọ, n. many days; ancient time; a long period.

Ọjọ kanri, n. midday.

Ọjọkútọtọ, n. state of being old in age and strength (human).

Ọj́ọ laílaí, n. ancient time; old time.

Ọjọrọ̀, n. afternoon; towards sunset.

Ọkà, n. corn; food made from prepared yam flour, cassava or other flour; meal.

Ọkà, n. a child's disease; name

of plant used to cure the same.

Ọká, n. a species of boa constrictor. See Ẹlẹbu.

Ọkà agbado, n. Indian corn; maize.

Ọkà bàbà, n. Guinea corn.

Ọkà iku, n. last struggle between life and death.—e.g., O npe òkà iku, " He is struggling between life and death."

Ọkan, adj. one; single; unit; alone; equal.

Ọkàn, n. soul; spirit; conscience; heart.

Ọkán, n. name of a running plant used medicinally.

Ọkandilogun, adj. nineteen; the nineteenth; thirty-eight thousand (i.e., 19 heads of cowries; 1 head = 2,000). Ọkandilogun should be used for nineteen. cf., Ọkànlá.

Ọkàn ifà, n. affection; longing for.

Ọkanjua, n. an avaricious person; avarice; ambition; covetousness; insatiableness.—e.g., Ọkanjua babaarun, " Covetousness is the father of disease."

Ọkánkán (gánran), adv. straightforwardly; openly; frankly.

Ọkánkán, prep. against; opposite; in front.

Ọkànlá, adj. eleven; the eleventh; twenty-two thousand.

Ọkànlénígba, adj. two hundred and one.

Ọkànlénírínwó, adj. four hundred and one.

Ọkanná, pron. the same.

Ọkanṣoṣo, adj. or adv. single; alone; undivided; singly.

Ọkàn tútù, n. calm soul; meekness.

Ọkẹ́, n. large bag.

Ọkẹ́rẹ́, n. squirrel.—e.g., Ọkẹ́rẹ́ gun ori igi iróko oju dá ṣáṣá, "When the squirrel gets to the top of an iroko tree there is an end (of the chase)."

Ọkín, n. a bird, the white feathers of which are much valued.—e.g., Ọkín baba ẹiyẹ, ọkin ẹlẹwa àlà, "The ọkin is the king of birds, the owner of the beautiful white feathers."

Ọkinrin, n. a bird that lives on crickets.

Ọkọ̀, Ìgbájá, n. a canoe; shuttle; boat; ship.

Ọkọ elefin, n. steamship.

Ọkọ̀, n. spear; dart; harpoon; javelin; kind of fish.

Ọkọ́ (aṣá), n. hoe; plough; stirrup.

Ọkọ, n. husband.—e.g., Ọkọ kiku mọ li ọṣi obirin, "The husband's death is the widow's anguish."

Ọkọ̀ àsọdá or àtùdá, n. ferry boat.

Ọkọ́dà, n. page (lit.—sword bearer).

Ọkọ́ èjìká, n. shoulder-blade.

Ọkọ àrò, n. passenger train or steamer.

Ọkọ́ ẹ̀ru or pẹlẹbẹ, n. shovel.

Ọkọ ẹrà, n. goods train; cargo steamer.

Ọkọ̀ ilẹ̀, n. train.

Ọkọ́ itílẹ̀, n. plough.

Ọkọ̀kan, adv. one by one; each; alternately.

Ọkọlà, n. a tattooed person.

Ọkọláyà, Ọkọlobirin, n. a married man; husband.

Ọkọlé, n. house-builder.

Ọkọnrin, n. man; male.

Ọkọ̀nrin alaisimi, n. a burden; restless character.

Ọkọ̀nrin ọlọla, n. grandee; nobleman.

Ọkọ̀ṣẹ́, n. one who refuses to go on an errand or to work.

Ọkọ̀tọ̀, n. an inferior kind of soap which does not lather.

Ọku, n. a complimentary salutation to an inferior, "May you live for ever."

Ọkùn, n. centipede; millipede; supposed to be blind.—e.g., Ọkùn mọ ọna tẹlẹ ki oju rẹ̀ ki o to fọ, "The centipede must have known its way before it was blind."

Ọlá, n. sake; regard for person or thing; honour; respect; dignity; authority.

Ọlà, n. wealth; riches.

Ọla, n. to-morrow; the morrow.

Ọlàjà, Onìlàjà, n. peacemaker.

Ọlánlá, n. majesty; great honour; dignity.

Ọlẹ̀, n. embryo.

Ọlẹ, n. idleness; laziness; indolence; idler; drone; loiterer.

Ọlẹ-darun, adj. slack; lackadasical.

Ọlẹ̀, Ọlẹ̀lẹ̀, n. a kind of cake. See Móimói.

Ọlẹdi, n. backbiter; defamer; calumniator.

Ọlọ, n. large nether millstone; millstone; grindstone.

Ọlọbẹ̀, n. one having soup; a cook. adj. soup-like.

Ọlọbo, n. one owning a monkey.

Ọlọdún kan, n. a yearling. adj. of one year old.

Ọlọdún mẹji, adj. biennial; of two years' standing.

Ọlọdún mẹta, adj. triennial.

Ọlọfa, n. archer; one possessing bow and arrows.

Ọlọfọ̀, n. a mourner.

Ọlọ́fun, *n.* one who has the power of utterance. See Ọfun.

Ọlọgbà, *n.* gardener; owner of a garden.

Ọlọ inu, *n.* spleen; kidney.

Ọlọ́jà, *n.* a person of rank; ruler; trader; merchant; title of chief supervisor of markets.

Ọlọjọ, *n.* possessor or master of time, life or day.—*i.e.*, God.

Ọlọ́kàn, *n.* one possessing a soul; a human being; a manly person.

Ọlọ́kọ̀, *n.* owner or master of a ship; boatman; spearman; canoeman.

Ọlọkọ àsọdá or àtùdá, *n.* a ferryman.

Ọlọ́lá, *n.* nobleman; person in authority; nobility.

Ọlọmọ, *n.* owner or possessor of a child; parent. *adj.* having issue.

Ọlọ́nà, *n.* artisan; mechanic; artist. *adj.* striped; coloured.

Ọlọ́pà, *n.* a bearer of the king's staff; constable. *adj.* having a staff or stick.

Ọlọ́pa, *n.* a possessor of or dealer in bamboo; bamboo.

Ọlọ́pagun-ọba, *n.* a bearer of the staff of royalty.

Ọlọ́pagun, *n.* standard bearer.

Ọlọ́pẹ, *n.* possessor of palm trees. *adj.* palmy.

Ọlọ́pẹ́, *n.* a thanksgiver. *adj.* thankful.

Ọlọra, *adj.* luxuriant.

Ọlọ́ràn, *n.* one who is concerned in a matter; a committee.

Ọlọ́rẹ, *n.* giver; donor.

Ọlọ́rọ̀, *n.* possessing treasure; a wealthy man; a speaker; the name of a plant.

Ọlọ́run, *n.* God (*lit.*—the owner of the heavens); the Supreme Being; the Deity.

Ọlọ́rùn lile, *n.* a stiff-necked one.

Ọlọ́sà, *n.* god of the lagoon.

Ọlọ́sẹ̀, *n.* Sabbatarian. *adj.* Sabbatical.

Ọlọ́sin, *n.* a tributary people.

Ọlọ́ṣà, *n.* a robber; one who serves his chief by robbery.

Ọlọ́ṣẹ, *n.* dealer in or owner of soap; *adj.* soapy.

Ọlọ̀tẹ̀, *n.* a seditious man; revolutionist; rebel.

Ọlọ́tí, *n.* maker or seller of beer or any liquor; drunkard. *adj.* drunken.

Ọlọ̀tọ̀, *n.* a respectable and rich person; nobleman; citizen.

Ọlọwa-ọkọ, *n.* the crew of a boat.

Ọlọ̀wọ̀, *n.* a venerable personage; one commanding respect.

Ọlọwọ òsin, *n.* a left-handed person.

Ọlọyọmbẹ́rẹ́, *n.* a small streaked lizard. See Aworiwo.

Ọmọ̀, *n.* tree with broad leaves of the banyan family.

Ọmọ, *n.* a builder of walls; architect; mason.

Ọmọ, *n.* child; issue; offspring; progeny; servant; fruit; kernel.

Ọmọ adiẹ, *n.* chicken.

Ọmọ agadagodo, *n.* padlock key.

Ọmọ agbabọ, *n.* a foster child; boarder.

Ọmọ àgbèrè (or alè), *n.* a bastard; concubine's child; illegitimate child.

Ọmọ àgbo or ọwọ, *n.* infant; babe.

Ọmọ àgbọ̀nrín, *n.* fawn.

Ọmọ agutan, *n.* lamb.

Ọmọ aja, *n.* puppy.

Ọmọ aladé, *n.* prince; princess; crown child.

Ọmọ alailòbi, n. orphan.
Ọmọbibi, n. a begotten child.
Ọmọbirin, n. girl; daughter; handmaid; spinster.
Ọmọdan, n. young woman; damsel.
Ọmọde, n. child; state of childhood; youth; puerileness. See Màjèṣi.
Ọmọdinrin, n. little finger or toe.
Ọmọ̀dọ̀, n. servant.
Ọmọ enia, n. Son of Man; gentleman; good person.
Ọmọ ewúrẹ́, n. a kid.
Ọmọ ẹhin, n. younger; inferior; follower; disciple.
Ọmọ ẹiyẹ, n. brood; tho young of birds.
Ọmọ ẹranko, n. tho young of wild beasts.
Ọmọ ẹṣin, n. colt; foal.
Ọmọgun, n. soldier; warrior.
Ọmọ idéri, n. see Ọmọri.
Ọmọ idi, n. eaglet.
Ọmọ ilewe or kéwú, n. scholar; learner.
Ọmọkiniun, n. lion's whelp.
Ọmọkọnrin, n. son; boy; youth; lad; young man.
Ọmọlàlà, n. great grandchild.
Ọmọ langi, n. a doll; plaything.
Ọmọ̀lé, n. salamander.
Ọmọ̀lé, n mason; architect; house-builder; bricklayer.
Ọmọ lójú, n. grandchild.
Ọmọ màlũ, n. calf.
Ọmọ ojú, n. the pupil of the eye.
Ọmọ òkú, n. orphan.
Ọmọ ológbò (ológini), n. kitten.
Ọmọ owú, n. blacksmith's hammer.
Ọmọ ọba, n. prince; princess; child of king.
Ọmọ-ọmọ, n. grandchild.
Ọmọ pẹpẹiyẹ, n. duckling.
Ọmọri, Idéri, n. cover; lid; any small part needed to

complete vessel.—e.g., Ti ọmọri ti iye, "A vessel with its cover."
Ọmọrika, n. top or tip of finger.
Ọmọri odó, n. pestle.
Ọmọri ọlọ, n. smaller or upper millstone.
Ọmọṣẹ, n. toe.
Ọmọ wàhàri, n. child of a female slave taken as wife.
Ọmọwá, n. a learned man; scholar.
Ọmọwẹ̀, n. swimmer.
Ọmu, n. breast; pap; udder; teat; milk; instrument used in weaving to divide the woof.
Ọmu, Ọmùtí, Ọmùtíyó, n. drunkard; toper; sot.
Ọnà, n. art; workmanship.
Ọnà, n. road; street; way; path; access; channel; clue.
Ọnà gbangba, n. open road; highway.
Ọnà gbòrò, n. wide road; wide street; horseroad.
Ona gbórò, n. narrow road; street; path; lane.
Ọna iwẹfà, n. the chief eunuch.
Ọnà ode, n. gate leading immediately to the street.
Ọnà òpópó, n. a wide road leading to the gate of a town.
Ọnà ọfun, n. the windpipe; throat.
Ọnà ọsọrọ̀, n. spout.
Ọnà rere, n. farewell; adieu.
Ọnà réré, n. distant road; distance.
Ọna tẹ́rẹ́ or tòró, n. narrow street or lane.
Ọni, n. crocodile; alligator.
Ọpá, n. stick; staff; pole.
Ọpa, n. bamboo pole.
Ọpá àkéte, n. a bedstead.

z

Ọpá alade, *n.* sceptre.

Ọpá àsiá, *n.* a flagstaff.

Ọpá asọ, *n.* yard measure; three feet.

Ọpá fitila, *n.* candlestick.

Ọpagun, *n.* flagstaff; ensign; banner.

Ọpá idabu, *n.* cross-stick; bar.

Ọpá idẹ, *n.* a brass rod.

Ọpá igi, *n.* a wooden rod.

Ọpá imúrin or irin, *n.* walking stick.

Ọpá ipaka, *n.* flail.

Ọpá ipò, *n.* rod; travelling staff; walking stick.

Ọpá irin, *n.* iron rod.

Ọpá itana, *n.* candlestick; lamp-stand.

Ọpá itẹbọ, *n.* a rod.

Ọpálaba, *n.* square bottle with narrow bottom.

Ọpálái, *n.* dispute; reasoning; quarrel; controversy.

Ọpá mímú or sónsó, *n.* pointed stick; goad.

Ọpá oṣuwon, *n.* a measure of length; yardstick.

Ọpẹ, *n.* thanks; gratitude.— *e.g.,* Ọpẹ li ọpẹ èjìká ti ko jẹ ki èwù ki o bọ, "Thanks are due to the shoulders which keep the shirt from slipping off."

Ọpẹ, *n.* palm tree.

Ọpèlè, *n.* messenger of Ifa.

Ọpélengẹ, *n.* a slender person; one tall but not stout.

Ọpẹ-oyinbo, *n.* pineapple.

Ọpẹrẹ, *n.* small boat or canoe.

Ọpẹrẹ, *n.* young child; youth; lad; lass; pepper-bird.

Ọpò, *n.* plenty; abundance; cheapness; multitude; flock.

Ọpòda, *n.* a stupid person.

Ọpòlò, *n.* frog; toad.

Ọpolo, Ọpolomọ, *n.* brain.

Ọpòlọpò, *adv.* plentifully; commonly; abundantly. *adj.* common; plentiful; abundant; copious.

Ọpọn, Ọpọn-nia, *n.* bowl; tub; trough; pail.

Ọpọn àkàrà, *n.* kneading trough.

Ọpon-ikowesi, *n.* a tablet.

Ọpòtó (kiti), *n.* fig tree.

Ọpò-wọmù, *n.* swarm; abundance.

Ọrá, *n.* fat; tallow; lard; grease; suet. — Ọra-ẹlẹlọ, lard; Ọra-wàrà, cream. See Aparò.

Ọràn, *n.* matter; case; affair; circumstance.

Ọran-esọ-nlá, *n.* felony.

Ọràn iyàn, *n.* matter of controversy; dispute; denial.

Ọrẹ, *n.* friend.

Ọrẹ, *n.* gift; present; gratuity; boon; oblation.

Ọrẹ, Pàsán, *n.* small whip; whip; scourge.

Ọrẹ ànu, *n.* alms; charitable gift.

Ọrẹdan, *n.* the name of a tree, the bark of which when pounded and washed in water is used as leaven.

Ọrẹ èbè, *n.* bribe; reward; gift: hush money.

Ọrẹ ibere afọsẹ, *n.* reward of divination.

Ọrẹ inu rere, Ọrẹ atinuwa, *n.* benefaction.

Ọrẹ kẹsẹ, *n.* a very small straw bag in which cowries are kept.

Ọrẹrẹ, *n.* slight fits.

Ọrẹrun, *n.* shaver; shearer; barber.

Ọrin, *n.* dysentery; heaviness; importance; worth.

Ọrin, *adj.* eighty.

Ọrìndínírínwó, *adj.* three hundred and twenty.

Ọrìnlélẹ́gbẹ̀ta, *adj.* six hundred and eighty.

Ọrìnlénírínwó, *adj.* four hundred and eighty.

Ọrìnlúgba, *adj.* two hundred and eighty.

Ọrìnrin, *n.* dampness; moisture; humidity.

Ọrọ̀, *n.* word; conversation; expression; theme; clay for building; evil spirit; ghost; fairy.

Ọrọ̀, *n.* riches; wealth; fortune; treasure; opulence; mammon.

Ọrọ́, *n.* cactus, whose various species are named Ọrọ́ agogo, Ọrọ́ ẹnu kò piyè, Ọrọ́ sapo or satipo, Ọrọ́ adẹ́tẹ̀, Ọrọ́ onígun mẹta.

Ọrọ aìnímọ̀, *n.* a meaningless word; nonsense.

Ọrọ̀ àmì, *n.* sign; watchword; code word.

Ọrọ̀ asán, *n.* futility; uselessness.

Ọrọ̀ àṣírí, *n.* secret; sign; private conversation; suggestion.

Ọrọ̀ èrú, *n.* confused expression; fallacy; equivocation.

Ọrọ̀ ìjìnlẹ̀, *n.* profound speech; profundity; mystery.

Ọrọ̀ irọ́, *n.* fiction.

Ọrọ kẹ́lẹ́ or jẹ́jẹ́, *n.* a whisper.

Ọrọ̀ jíjá, *n.* tale-telling.

Ọrọ kan, *n.* sentence; word.

Ọrọ̀kọ́rọ̀, *n.* nonsense; foolish talk; babble; jargon.

Ọrọ̀rún, *adv.* by the hundred; a hundredfold.

Ọrun, *n.* bow.

Ọrùn, *n.* neck.

Ọrún, *n.* one hundred.

Ọrun, *n.* heaven; sky; cloud; firmament; regions above.

Ọrun àpádì, *n.* place of punishment; hell (*lit.*—the invisible world of potsherds).

Ọràn èwù, *n.* shirt collar.

Ọrúnlá, a certain vegetable, dried or preserved.

Ọrúnmìlà, *n.* a complimentary title of Ifa (*lit.*—heaven knows who shall be saved).

Ọrun rere, *n.* heaven (*lit.*—the invisible world of goodness).

Ọsá, *n.* flight; discomforture.

Ọsà, *n.* space of time; season; interval; the lagoon.—*e.g.*, Ọsà nja loni, "The lagoon is very rough to-day." —*e.g.* Ọba nà ṣe ọsà tirẹ̀ daradara, "The king has spent his time well."

Ọsán, *n.* daytime.

Ọsan, *n.* name of a tree and its fruit; lime tree and fruit; kind of fish.

Ọsan òyìbó, *n.* orange.

Ọsányìn, *n.* the god of physic; medicine.

Ọsẹ, *n.* holy day; period intervening from one holy day to another; a week.

Ọsẹgẹ, *n.* cloth of great width.

Ọsin, *n.* a water-bird.—*e.g.*, Ọsin mọ wẹ̀ inu mbi ẹiyẹ oko, "Because the water-bird knows how to swim, the other birds are envious." dutifulness; servitude; dependence; bondage; that which is reared, as domestic animals.

Ọsọ, *n.* much speaking; exaggeration; garrulity; talkativeness; a thrower of missiles.

Ọsọnú, *n.* liberal; generous-hearted person.

Ọsọsọ, n. a kind of worm found in brooks and rivers.

Ọsùn, n. a kind of herb (edible).

Ọṣà, n. the act of robbing; robbery.

Ọṣa, n. a kind of snake which bites quickly and is poisonous.

Ọṣán, n. bowstring made of raw hide; thong. — e.g., Ale koko bi ọṣán, ọgbẹ jinna ohun má jinna, " A cutting word is as tough as a bow-string; a cutting word cannot be healed though a wound may." Also a fishing line, twine or cord.

Ọṣán, adj. slender; thin.—e.g., Ọṣán enia, " A slender person."

Ọṣẹ, n. soap.

Ọṣẹ́, n. crane.

Ọṣẹ́, n. hurt; injury.

Ọṣẹ̀, Ọṣẹ oti, n. yeast; barm.

Ọṣingin, n. that which is quite fresh; much used for freshly plucked ears of corn.

Ọṣọ́, n. elegance; finery; neatness; furniture; habit of dress; decorations; jewels.

Ọṣọ, n. thorns used in pitfalls; pickaxe.

Ọṣọrọ, n. cascade; cataract; droppings from the eaves.

Ọṣọ̀rọ̀ adie, n. chicken.

Ọṣun, n. a river goddess.

Ọṣún, Ọṣúnṣún, n. rat trap; a hard wood often used for staffs.

Ọta, n. gunshot; bullet; ball; cartridge.

Ọtá, n. enemy; opponent; antagonist; adversary.

Ọta, n. a marksman; shooter.

Ọtẹ̀, n. revolt; revolution; rebellion.

Ọtẹ̀, n. time; interval; season. See Sä.

Ọtẹṣẹ́, n. private informer.

Ọtí, n. any intoxicating liquor.

Ọtí àbùrọ, n. rum from a demijohn.

Ọtí kíkan, n. sour liquor; vinegar.

Ọtí npa, v. to be intoxicated.

Ọtí òjò or titun, n. unfermented liquor.

Ọtí ọdá, n. old fermented liquor.

Ọtí oloje or jíní, n. trade gin.

Ọtọ̀, adj. different; alone; separate.

Ọtọ̀tọ̀, n. the whole of anything; entireness.

Ọtun, n. or adj. newness; freshness; novelty; new; fresh; recent.

Ọtún, n. or adj. right hand; dexter.

Ọtùn, n. a small pitcher or mug, used for keeping holy water at a heathen shrine.

Ọtunla, n. the day after tomorrow.

Ọwá, n. branch of palm tree; east wind.

Ọwà, n. one who digs.

Ọwa, n. a kind of cattle sickness.

Ọwára, n. shower of rain; anything thrown or scattered.

Ọwàriri, n. trembling.

Ọwàwà, n. a beast resembling a dog, which climbs a tree with its face downwards and its hind legs topmost.

Ọwẹ̀, n. club or company summoned to assist in labour.

Ọwẹ́, n. morsel; sop. See Ọkèlè.

Ọwẹ̀rẹ̀, n. fish resembling mackerel.

Ọwọ́, n. flock of birds, beasts or cattle; multitude; class; company of travellers;

caravan; herd; series; assortment.—e.g., Ǫwǫ enia gba ti i, " A multitude of people followed him."

Ǫwǫ, n. hand; branch; spray.

Ǫwò, n. broom; besom.

Ǫwò, n. honour; respect.

Ǫwodindin, n. a bird, so called from its cry.

Ǫwǫdǫwǫ, adv. from hand to hand.

Ǫwǫ ęran, n. herd of cattle.

Ǫwǫ ina, n. flame of fire; blaze.

Ǫwǫlę, n. time; opportunity.— e.g., Bùn mi li ǫwǫlę, " Give me time."

Ǫwǫn, n. scarcity; dearth; a wicked person. adj. dear; scarce.

Ǫwǫn, n. a pillar.

Ǫwǫn awosanma, n. pillar of cloud.

Ǫwǫn ile, n. house pillar.

Ǫwǫn ògiri, n. pillar of wall.

Ǫwǫn òpǫ, n. mud or brick pillar of a house; monument.

Ǫwǫ òsìn, n. the left hand.

Ǫwǫ ǫkǫ, n. fleet; collection of ships; navy.

Ǫwǫ ǫtún, n. the right hand.

Ǫwǫrǫ, v. to be weak handed.

Ǫwǫwǫ, n. a bird which lodges in holes.

Ǫwun, n. vengeance; retaliation; recompense; blame; weaver.

Ǫwnn, n. a black snake which spits at opponents.

Ǫyà, n. wages; salary; hire; pay; stipend; a kind of animal which is also called Ewújù.

Ǫya, n. wife of Ṣango, to whom the river Niger is dedicated, which is therefore called Odò Ǫya.

Ǫyá, n. string or cord made of grass.

Ǫyàn, n. another name for Ǫmú.

Ǫyè, n. twilight; beginning of dawn.

Ǫyę, n. the harmattan wind.

Ǫyinyin, n. one spoiled by indulgence; a spoilt child.

Ǫyǫ-gǒgǒ, Ǫyǫgǫhǫgǫhǫ, n. a bird, so called from its motion.

Ǫyǫmisi, n. a title of respect conferred on the leading elders of Ǫyǫ.

Ǫyún, n. matter from inflammation or boils; pus.

P.

Pa, v. (primary idea " to make to feel " or suffer; extensively used in composition); to kill; murder; put out of existence; ruin; stay; betray; quench fire, extinguish; bruise; rub, scrub; cut (yam seed or calabashes into halves); break any hard nut; peel the bark of a tree; win a game; hatch; tell fables; cultivate a new grass field; be drunken.

Pǎ, adv. at once, in an instant.— e.g., O gbe o pǎ, " He took it up at once." inter. expressing disgust.

Pá, v. to be bald; to be hairless; to be barren; to avoid giving an occasion for strife or quarrel.

Pa afęfę, v. to exercise in the air, to enjoy the breeze.

Pa àgǫ, Pàgǫ, v. to erect a tent; encamp.

Pàba, v. to sit on eggs; incubate.

Pàbà, n. lace edge or trimming
of a cloth.

Pa buburu da, v. to reform one's
conduct.

Padà, v. to alter; change;
convert; return; come
back; relapse.

Padàsan, v. to repay; retaliate;
refund.

Padàséhin v. to turn back;
relapse.

Padàsí, v. to resort to; come
back to; turn upon; act
against.

Padà túnwò, v. to look back;
reflect; reconsider.

Padé, v. to shut; close up.—
e.g., Pa iwo rę dé, " Close
your book."

Pàdé, v. to meet with; come
together.

Pàdégun, v. to meet in battle;
to encounter.

Pàdéminígbonwo, v. (lit.—meet
me at the elbow)atoo liquid,
sauce; a word of reproach
to the cook.

Padę, v. to cheat; defraud;
swindle.

Padi, v. to be cracked at the
bottom.

Pa etí ọfà, v. to barb an arrow.

Pàfà, n. butcher's table; board;
a long table.

Pàfe, adv. same as Patapata.

Pàfò, v. to wallow in the mire.

Pàgbé, v. to cultivate a new
forest.

Pagbo, v. to make or form a
circle.

Pagi, v. to peel off the bark;
lop off all the branches of
a tree.

Pagọ, v. see Pa àgọ́.

Pagíárí, inter. an exclamation
of surprise.

Pagunpagun, adj. clumsy.

Pahín, v. to sharpen the teeth.

Pahinkeke, v. to chatter with
the teeth involuntarily, to
gnash the teeth.

Pahùndà, v. to alter or disguise
the voice.

Pajápajá, n. that which numbs;
torpidity; torpor; numb-
ness; cramp.

Paję, v. to slay for food.

Pakà, v. to thresh corn.

Pakájà, v. to pass a country
cloth from under the arm
to the shoulder.

Pakànnàkánná, v. (followed by
Oju, the eye), to be
dazzled by lightning; to
be angry, bewildered.—e.g.,
Manamana pakànnàkánná
si mi loju, " The lightning
dazzles me."—e.g., Oju rę
pakànnàkánná, " He is
angry."

Pakàpakà, n. a corn thresher.

Pa kéké, v. to be very silent; to
be appeased, to be quiet.

Pa kèkè, v. to be busy here and
there; to be rushing about.

Paki, n. cassava; called also
Gbaguda.

Pàkití, n. a coarse mat.

Pako, n. a board, plank.

Pàko, n. bamboo.

Pákò, n. a chewing stick; also
called Orin.

Pako, v. to cultivate a new grass
field.

Pakọ, v. to eclipse.

Pakólọ́, Pakólọ́kọ́lọ́, v. to sneak,
skulk.

Pakùnrété, n. a kind of dove;
also called Òrófó.

Pákútá, n. a small stewpan.

Pakuta, n. a mouse or rat trap.

Pàlà, v. to mark the boundary
of land or territory; bind,
restrict.

Pàlà, *adv.* with much effort; with difficulty; busily.

Pá laiyà, *v.* to appal; strike with terror.

Pàlaka, *n.* the division of the fingers or groin; bough of tree.

Pàlàpàlà, *n.* rough, rugged crevices of rocks, crags.

Pálapàla, *n.* nonsense; absurdness; irrationality.

Palárá, *v.* to hurt; bruise; damage.

Palárádà, *v.* to disguise, change, or alter the form.

Palase, *v.* to give a command; make a law; will; command.

Palé, *v.* to scrub or rub a floor.

Palè, Balè, *adv.* down to the ground; on a level.

Palérin, *v.* to excite to laughter.

Pàlí, *n.* cardboard. *adv.* in a shrivelled manner.

Pàló, *v.* to puzzle with enigmas or riddles.

Palóló, *v.* to cease burning in a flame; smoulder; to be quiet, still or motionless; to be subdued, overawed.

Pa lótí, *v.* to intoxicate.

Pamó, *v.* to hide, be out of sight; concealed; be latent; keep; reserve; preserve.

Pàmólè, *n.* viper, adder.

Pamóra, *v.* to bear patiently; refrain; forbear.

Pandan, *adj.* odd, quaint, uneven, awkward, uncouth, queer.

Pánhún, *adv.* at once, in a stroke.

Pani, *v.* to kill; murder.

Pania, *v.* to commit murder.

Panipani, *n.* a murderer.

Paniyè, *v.* to confuse; confound.

Paniyèdà, *v.* to persuade;

change the mind; prevail upon.

Pankérè, *n.* the willow.

Pànpá, *n.* bargain; mutual agreement between traders; arrangement by which the price of an article is fixed by all traders.

Panpewo, *n.* handcuffs.

Pánsá, *n.* dry calabash uncut, with the seeds in it.

Panságà, *n.* adultery, fornication; harlot, prostitute.

Pansùkú, *n.* large calabash or basket with cover (used for carrying food, wearing apparel, etc., when travelling).

Pàntí, Pàntírí, *n.* a trailing plant, grove of trailing plants; heaps of rubbish.

Pápá, *n.* grass field; newly-burnt pasture land.

Pápá, *adv.* especially; particularly; principally.

Pàpà, *adv.* violently (qualifying Wa, to tremble).

Pápà, *n.* difficulty; trouble; plague; pestilence; uneasiness; pest.

Papagòri, *n.* a small bird, superstitiously regarded by the worshippers of Sango, who pretend to understand the meaning of its cry.

Papala, *adv.* flatly; drily (qualifying Gbe, to parch).

Pápásan, *n.* a herb much used in cases of abscess or whitlow.

Pàpèjo, *v.* to call a meeting or assembly.

Papé, *v.* to clap hands.

Papasan, *n.* same as Pàsán.

Papó, *v.* to collapse.

Paporo, *v.* to corrugate; make a furrow.

Papò, v. to join; mingle together; unite.

Para, adv. with a sudden noise.

Párá, n. the upper part of the plate which rests on the posts supporting a piazza.

Para, v. to rub the body with ointment.

Pàrà, v. to frequent or haunt a place.

Parada, v. to disguise; change; alter; transform; transfigure; turn oneself.

Paramọ́, v. to keep oneself close; take heed.

Parẹ, v. to erase; rub out; blot, confuse; extirpate; cancel; expunge; exterminate.

Parẹ lùlù, v. to entirely efface.

Parí, v. to come to an end; finish; be over; be superior; be done for; to conclude.

Párí, v. to be bald.

Pàrí ẹrẹkẹ, n. jawbone.

Pariwo, v. to make a noise; prattle; roar; jangle; brawl.

Pàró, n. native leather necklace.

Pàrọ̀, v. to exchange; barter.— e.g., Awa fi ohùn pàrọ̀ ohùn, "We exchange words."

Parọ́rọ́, v. to be very calm.

Pàrúbọ̀, v. to immolate: burn.

Parun, v. to destroy; annihilate; erase; efface; obliterate; repeal; extirpate.

Pàsán, n. oyster shells; also called Papasan.

Pasẹ̀, v. to rock a child (on the back) to sleep.

Pàsi, n. a kind of coarse grass for thatching.

Pàsán, Patiyẹ, n. whip, rod, scourge.

Pàsẹ, v. to issue a prohibitive law; command; proclaim; issue a proclamation.

Pàsípàrọ̀, v. exchange; barter.

Pàsù, v. to carefully avoid strife.

Pàta, n. small working trousers.

Pàtàkì, adj. chief; principal; head; bulk. adv. specially; chiefly.

Pátákò, n. wooden shoe; clog; hoof.

Pátákó, n. plank; board.

Pátápátá, adv. on the whole; altogether; totally; absolutely.

Pàtàpàtà, adj. speckled; spotted. adv. with specks or spots.

Pàtẹ, v. to spread or expose (as goods for sale).

Pàtẹ́wọ́, v. to clap hands.

Pàtì, adj. adv. forcible, violent.

Pàtìpàtì, adv. with force or violence; forcibly; violently.

Patiyẹ, n. whip; switch.

Pàtó, adv. exactly; really. adj. definite.

Pàtó, Pàtótó, v. to make a noise. See Pariwo.

Pawọ́dà, v. to change the hand; a term used by canoemen, meaning that the steerer must immediately change his position for the opposite side.

Pawọ́pẹ́, n. trap; handcuff.

Payẹda, Piyẹda, v. to change feathers, moult.

Pe, adj. correct (as regards number); perfect.

Pe, v. to be full, complete, clear, pure, holy; to expire, as a term or day fixed upon; to meet, assemble.

Pè, v. to call, invite, cry out, pronounce.

Pé, conj. that; in order that; to; saying that.

Pe àpèjọ, v. to call a public meeting.

Pe àṣẹ pàdà, v. to countermand or revoke an order.

Pébé, adv. thoroughly and briefly.

Pẹ̀fọ, v. to cast off or change skin.

Pẹ̀hàn, v. to change feathers, moult.

Péjọ, v. to meet, assemble.

Péjọpọ̀, v. to convoke an assembly.

Pele, v. to be increased, abound.

Pèlé, v. to add or put on a second cloth over the first native cloth. This is done by married women only; a young or unmarried woman never wears two.

Pèlẹjọ, v. to call to judgment, arraign, summons.

Pè lónjẹ, v. to invite to a feast, entertain.

Pè lórúkọ, v. to call by name, style.

Pè lọ, v. call away.

Pènà, v. to call an assembly or congregation, assemble together.

Pè nìjà, v. to challenge to a fight.

Pè pàdà, v. to recall.

Pèpèle, n. bank of earth raised for a sleeping place; matter of earth or stone; also Ògòrúpò.

Péré, adv. only.

Pèrègún, Pòrògún, n. a kind of cotton tree used as the emblem of a goddess of water.

Perepere, adv. perfectly, correctly.

Perí, v. to mean, allude to, say.

Pèrò, v. to counsel together; to take counsel against.

Pẹ̀san, v. to crack the shell of a palm nut.

Pèsè, v. to prepare, make provision for, equip, cater for.

Pèso, v. to bear fruit.

Pèsókè, v. to pronounce; call aloud.

Pẹ̀ṣẹ́, v. to glean a reaped plantation.

Pọ̀ṣì, v. to hurt, kill, or wound accidentally.

Pétán, v. to be perfect; correct; accomplished; fulfilled.

Pète, v. to intend; be about to do; mean, purpose.

Pètẹlẹ, v. to call beforehand; forenamed.

Pèwé, v. to pass the country cloth round the waist and leave the upper part of the body bare, and naked. This is done as a mark of respect on entering the house of a great man, or a heathen shrine.

Pẹ́, v. to be long; to stay, tarry, endure, last; wisely avoid. adj. tardy, tedious, late.

Pẹ̀gàn, v. to despise; calumniate; slander; defame; slight.

Pẹgọ́, adv. (full) to the brim; abundantly.

Pẹiyẹpẹiyẹ, n. fowler.

Pẹja, v. to fish.

Pẹjapẹja, n. fisherman.

Pẹ́jẹpẹ́jẹ́, adv. softly, nicely.

Pẹ̀ka, v. to shoot out branches; to be divided into branches.

Pẹ̀kẹ́lẹ́pọ̀, inter. expression of surprise.

Pẹkẹpẹkẹ, adj. the sound of tapping.

Pẹkọrọ, v. to act slyly, artfully, or with cunning.

Pèkun, v. to come to an end.

Pèlà, v. to eat the new yam (this is done with great ceremony).

Pèlé, a word used to imply sympathy for one just hurt or in pain, signifying " I am sorry "; also much used as a first salutation by the Awori and Lagos people.

Pèlé, Pelepele, adv. easily; softly; quietly; soberly; meekly; sedately.

Pelebe, adj. flat, thin, and rounded (as pebbles). n. pill, tabloid.

Péléhìn, adv. behindhand.

Pèlé níwà, adj. affable, gentle deportment.

Pèlèpé, n. wolf or hyena, superstitiously supposed to have once been a human being

Pèlétù, adv. amicably; peaceably.

Pèli, adj. shrivelled; flat; dry.

Pèlú, adv. along; together with; also; with.

Pèlú agbara, adv. justly, forcibly.

Pèlú èyí, adv. herewith.

Pèlú èyítí, adv. withal.

Pèlú irònù, adv. gravely; thoughtfully.

Pèlú kini, adv. wherewith; conj. yet.

Pèlúpèlù, adv. moreover; besides; also; furthermore.

Pęmo, v. to unite with a superior in order to gain a successful end; to adhere to (as a tick to an animal).

Pépé, n. birdsnare. adv. gently. —e.g., O lu mi pépé, " He stroked me gently."

Pępę, n. altar; shelf; slip of wood or bamboo; platform; shelf on which yams are stored.

Pepeiye, n. duck; goose.

Pepekun, n. sea shell.

Pèré, adv. to part asunder suddenly (as split wood); all at once.

Péré, adv. quietly; without bustle; suddenly; also n. a particular kind of nose band put upon an unruly horse to assist in breaking it in; a small earthen jar used for measuring palm oil, containing about 1¼ quarts.

Pérepère, adv. (qualifying Ya, to tear), into pieces, bits, or rags.—e.g., O fa aşo ya pérepère, " He tears the cloth into rags."

Perepere, adv. (qualifying Du, to be black), very.—e.g., Aşo yi du perepere, " This cloth is very black."

Pèrèpèrè, adv. (qualifying Sè, to filter), rapidly.

Pèsè, adv. gently, easily.

Pèsę, same as Pèlé. Used only by Ijębu, Awori, and Lagos people generally as salutation; contracted into Ẹ sí o or Ẹ s'ŏ.

Pèté, adj. flat; shallow; even.

Pètélè, n. level ground; plain.

Petele, n. sympathetic swelling on the groin.

Petepère, adv. comfortably.

Pètèpété, n. mud; mire; ooze. —e.g., Pètèpété Ijęṣa ta si ni lara mé ṣi, " If the mud in the Ijęṣa country adheres to one it will not (easily) be washed off." Proverbially used of tattooing.

Pẹtẹri, *adj.* remarkable ; noticeable.

Pẹtù, *v.* to console ; refresh.

Pẹtùpẹtù, *n.* fowler, Guinea fowl catcher.

Pi, *adv.* entirely, wholly ; without exception.

Pidán, *v.* to perform sleight of hand.

Pìjẹ, *v.* to cut grass for horses ; to supply provisions for horses.

Pilẹ, Pilẹsẹ, *v.* to commence ; begin ; originate (used of mechanical work).

Pimọ, *v.* to take counsel together ; suggest ; hint.

Pín, *v.* to share ; divide ; distribute ; allot.

Pin, Pínlẹ, *v.* to end ; terminate ;

Pín funni, *v.* to divide ; distribute ; dispense.

Pín nidíndi, Pín nidodo, *v.* to apportion ; to parcel out.

Pín ní méjì, *v.* to pair ; to halve.

Pín nínú, *v.* to participate, or partake of.

Pín niyà, *v.* to part asunder ; part company ; distract.

Pinnu, *v.* to end ; terminate ; bind ; agree ; conclude ; determine ; resolve.

Pinpin, *adv.* fast ; tight.

Pinpin, *n.* the secret or hidden part of a matter.—*e.g.*, Má ṣe wahala lati tọ pinpin ọran na mọ, " Do not trouble to find out the real cause of the matter."

Pínyà ẹsẹ, *v.* to cleave the hoof into clefts.

Pípa, *adj.* slain ; killed ; cut into halves ; bruised ; peeled.

Pípá, *adj.* bald ; bare.

Pípadà, *adj.* mutable ; alternate ; change.

Pipamọ, *adj.* secret ; latent ; dormant.

Pipani, *adj.* deadly ; hurtful.

Pipani lẹrin, *adj.* exciting to laughter.

Pipa ọtí, *n.* intoxication.

Pipari, *n.* resolution ; conclusion ; completeness. *adj.* resolute.

Pipārun, *n.* that which may be destroyed or erased. *adj.* destructive.

Pípé, *adj.* perfect ; complete ; sound.

Pípè, *n.* that which is to be called or bidden.

Pípépérépéré, *adv.* perfectly, completely.

Pípẹ, *adj.* long ; tedious ; old ; ancient ; durable. *n.* the act of being late or long in coming.

Pípẹ títi, *adv.* long duration. *adj.* perpetual.

Pipin, *n.* a division.

Pipinnu, *n. adj.* resolve, determinable, resoluteness, resolution, determination.

Pipipoda, *n.* that which may change place ; changing place ; locomotive.

Pipòdà, *v.* to remove ; change locality.

Pípọ̀, *adj.* same as Púpọ̀.

Pípọ̀, Pípọ̀ìádè, *n.* that which may be vomited or ejected ; vomit, ejection.

Pípọ́n, *n.* ripeness ; maturity. *adj.* ripe, mature.

Pípọ́njú, *adj.* afflicted, troubled.

Pípọ́nloju, *n.* harassment ; mortification ; trouble ; vexation.

Pípọ́mnu, *n.* adulation, flattery. *adj.* adulatory, flattering.

Pípọ̀pípọ̀, Púpọ̀púpọ̀, *adv.* much ; abundantly.

Píri, *adv.* with strength and smartness.

Piri, *adv.* (qualifying Ṣi, to open or remove a lid or cover) at, once.—*e.g.*, O ṣi pìrí, " It opened at once or easily."

Pìtàn, *v.* to argue or dispute about one's age by adducing old facts ; to relate ancient matters.

Pítipìti, *adv.* same as Púpọ̀púpọ̀.

Pìtìpìtì, *adv.* (qualifying Jà, to struggle), vigorously, strenuously.—*e.g.*, O njà pìtìpìtì, " He struggles strenuously."

Pìtú, *v.* to perform great things ; to be conspicuous in a play.

Pìwàdà, *v.* to change one's behaviour and conduct ; to repent.

Piyèdà, *v.* to change the mind.

Piyẹ́, *v.* to plunder ; forage.

Pò, *v.* to knead ; mix ; temper clay ; tan leather.

Po, *adv.* altogether ; entirely.

Po, *adj.* short ; insufficient ; inadequate.

Pòfinrẹ́, *v.* to rescind the law ; to repeal or abrogate the law.

Pòfo, *v.* to fail in endeavour.

Pohùnréré, *v.* to cry aloud ; lament ; bewail.

Pojóbó, *v.* to make a slip-knot or noose.

Pòkíkí, *v.* to extol ; publish ; trumpet.

Polà, *n.* report of a gun.

Polẹ̀, *v.* to be used indecently.

Pòlo, *n.* a place of ordeal.

Polowo, Polowo ọja, *v.* to cry out goods ; to advertise one's goods.

Pòlù, *v.* to smash, mingle.

Pongbẹ, *v.* to quench the thirst.

Ponṣẹ, Ponṣẹrẹ, *n.* the name of a tree, the shell of whose fruit is used for making snuff boxes.

Pòpó, *n.* bamboo sticks or club.

Pòpola, *n.* the name of a tree bearing rich scarlet flowers, the fruit of which is edible.

Pòpòndó, *n.* a kind of bean ; a climbing plant.

Pòporo, *n.* stem of Indian or Guinea corn.

Porogun, *n.* same as Pèrègún.

Póropòro, *adv.* talkatively.

Pòròpòrò, *adv.* same as Pèrèpèrè.

Poṣẹ́, *v.* to make a noise with the mouth expressive of fear.

Pósí, *n.* coffin.

Poṣuje, *v.* to miss the month.

Poṣùṣù, *v.* to stand in a grove ; form a grove.

Potopoto, *adv.* same as Pèrèpèrè.

Potutu, *v.* to winter ; endure cold ; to be sick ; ill.

Pòwe, *v.* to tell proverbs.

Powó, *v.* to earn money by sale or work.

Pòyi, *v.* to turn round ; whirl.

Pọ, *v.* to be plentiful ; many ; cheap ; common ; great ; mighty. *adj.* wealthy ; able ; powerful ; increasing.

Pọ̀, *v.* to emit ; throw out ; vomit.

Pọ̀, *n.* the sound of leather or hide when beaten ; any unmusical sound.

Pọ̀dà, *v.* to be insane ; to be delirious.

Pọfọ̀, *v.* to pronounce spells or incantations.

Pọ̀gbú, *v.* to collapse ; become oval.

Pọ̀gẹ̀gẹ́, *v.* to walk falteringly ; to walk as a feeble person.

Pọ̀jáde, *v.* to disgorge.

Pojóję, v. to miss a day or days.

Pojù, adv. much; too much; more than. adj. vast; more; august.

Pòjùlọ, adv. most; above all.

Pòkà, Pokàrá, v. to be breathing heavily at the point of death; to be struggling between life and death. See Òkà ikú.

Pòkó, n. a kind of calabash used as a ladle.

Pòkún, v. to abound, increase.

Pòlápòwé, adj. voluminous.

Pòlówò, v. to abound in money, be wealthy. adj. moneyed.

Pòlópé, v. to be grateful. adj. grateful.

Pón, v. to sharpen iron; whet; flatter; make much of; coax; ripen, become yellow, be red; mature.—e.g., Pón àpón de, "Ripe to softness.

Pòn, v. to carry on the back (as a baby).

Pongá, n. pieces of stick placed crosswise over the body in a grave to prevent the earth touching it.

Ponga, adv. entirely; clean.

Pò-niyanu, adj. wonderful; magnificent; marvellous.

Pò niyin, adj. worshipful; full of praise.

Pon-loju, v. to trouble; afflict; torment.

Ponmi, pon-omi, v. to draw water with a large vessel.

Pònmó, adv. severely.

Ponmo, v. to put a child on the back.

Pónmú, n. to sharpen; actuate.

Pón rin, v. to whet or give edge to tool or iron instruments.

Pón rúsúrúsú, adj. brown; brownish.

Ponṣo, v. to ripen (as Indian corn).

Pontí, v. to make or brew beer (from Indian or Guinea corn).

Pòrẹrẹ, v. to indulge; live delicately; to idolize.

Póró, adv. easily; quietly (as the dropping of a leaf).

Pòsi i, v. to increase; rise higher.

Pòsílé pòsóde, adj. busy in and out.

Pòtòpótò, n. mud; bog; mire; ooze; fen; also Pètèpété.

Pû, adv. precipitately; headlong; without due thought.

Pû, adv. the sound of a gun.

Pupa, n. or adj. red, scarlet, yellow.

Pupa ẹyin, n. yolk of an egg.

Púpò, adj. many; much; numerous; manifold.

Púpòpúpò, adv. abundantly; numerously; manifold; much.

Purọ, v. to tell a lie.

Púté, Pútépúté, adv. easily (qualifies Ja, to break). —e.g., Okun nã nja pútépúté, "The rope breaks easily."

Putu, Putuputu, adv. well (qualifies Ho, to lather). —e.g., Ọṣẹ nã nho putu, "The soap lathers well."

R.

Rà, v. to buy; purchase; ransom; redeem; tie; furnish with laths.

Ràbàbà, v. to fly or flutter about; to hover.

Ràdí, v. to repay; recompense; retaliate.

Ràpẹ́dà, v. to purchase back;
redeem; ransom.

Ràpàlà, v. to struggle; welter.

Ràsílẹ̀, v. to set at liberty by
ransom.

Rà, v. to perish; be lost; go
to nothing; to rub against
another.

Ràníyè (ni-iye, in memory), v.
to make forgetful; stupefy;
infatuate.

Rà, v. to rot; putrefy; hover
as a bird.

Rà, v. to struggle; creep; crawl;
rub upon.

Ràdòbò (ra-ẹ̀dọ̀-bò), v. to shel-
ter; defend; gather as a
hen does her brood.

Ràhùn (ra-ohun), v. to mur-
mur; complain.

Ràjò (re-ajo), v. to go on a
journey; to be absent from
home on business.

Ràkò, v. to creep; crawl.

Rakunmi, Ibakasiẹ, n. camel.

Ramuramu, adv. very (qualifying
verbs, like Ke, to cry,
roar).—e.g., Kiniun ke ram-
ram, "The lion roars very
loudly."

Rán, v. to send; despatch; to
command; charge; issue;
to sew cloth. v. to be slow
in growing; to be hide-
bound.

Ránjade, v. to send out; order
out; banish.

Ránleti, v. to remind; to cause
to recollect; put in mind.

Rán lọ, v. to despatch; send out
on a message.

Ránlọkuro, v. to discard; dis-
miss.

Rànlọwọ, v. to help; aid;
relieve; assist; conduce
to; contribute to; succour.

Ràn, v. to communicate (as fire);
be infectious (as disease);
cut or wound (as an in-
strument); help; aid in
business.—e.g., Ọrẹ mi ran
mi lọwọ, "My friend helps
me."

Rànmọ́, v. to catch at; stick
to; attach; to hold fast.

Ránpada, v. to send back;
rebound.

Ránsi, v. to send to.

Rán, v. to spin; twist cord or
line.

Rán-ipò, v. to speak ironically.

Ránjú (ran-oju), v. to look
sternly or fiercely.

Ránṣẹ́ (ran-iṣẹ), v. to send a
message.

Ránti (ran-eti), v. to remember;
call to mind; recollect.

Rànwúrànwú, n. spinner.

Ràrà, adv. loudly; vociferously
(qualifying v. Ké, to cry
out).—e.g., Nigbati mo sọrọ
nà fun u, o ké ràrà, "When
I told him the word, he
cried out."

Bárá, adv. at all.

Ràrà, v. to linger; suffer a long
and tedious sickness with-
out care and attention;
struggle between life and
death.

Rárí, Fari, v. to shave the head.

Bànrán, adv. entirely; totally;
altogether.

Re, v. to change feathers as
birds; moult; fall off as
hair or leaves.

Rè, v. to go; depart; (same
signification as Lọ).

Ré, v. to go off; spring as a trap
or snare; to skin; agitate;
emboss.

Ré, v. to imprecate evil; to call
or wish vengeance upon.

Rélọ, v. to entice ; to elope.

Rebi, v. to go on a journey ; to travel abroad.

Réderẹdẹ̀, adv. foolishly.

Rẹ̀dí, v. to move the tail upward, as a bird when it sits upon the tree ; wag the tail.— e.g., Ẹiyẹ bà o rèdí, " The bird sits (upon the tree) and moves its tail upwards."

Rúfìn, v. to break or transgress the law.

Rékọjá, adv. beyond measure ; exceedingly. v. to pass over ; omit.

Rekoja ala, adv. beyond bounds.

Rẹ̀ra, v. to be proud.

Réré, adv. at a great distance.

Rere, adv. well. adj. good ; devout. n. good, welfare.

Rérí, adj. to be past harvest time.—(e.g., a fruit tree after the fruit has been gathered.)

Retí, v. to hope ; expect ; wait for ; clean the ear with an ear-pick.

Rèyẹ́, v. to moult ; mew.

Rẹ́, v. to shear ; cut short ; cut ; nip ; smear ; notch ; daub ; rub.

Rẹ̀, Rẹ̀dànù, v. to cast fruits ; blast.

Rẹ́jẹ, v. to cheat ; deceive ; gull ; (lit.—to cut and eat).

Rẹ́lorí, v. to poll ; to prune off the branches ; to top.

Rẹ́lọwọ, Rẹ́wọ, v. to cut off branches ; prune.

Rẹ́mọ́lẹ̀, v. to cut level with the ground ; to crop.

Rẹ́, v. to agree ; be friendly ; stick to ; detect.

Rẹ, pron. thy ; thine.

Rẹ̀, v. to dye ; steep in water ; tinge ; soak.

Rẹ̀, pron. his ; her ; its.

Rẹ̀, v. to feel fatigued ; be tired ; weary ; faint ; cast leaves or unripe fruits ; to hush ; comfort ; fade ; tinge ; wither ; increase ; multiply ; to be deeply red ; to steep.

Rẹgẹ (rẹ-ẹgẹ), v. to set a snare for ; watch for ; find fault.

Rẹ́gírẹ́gí, adv. evenly ; equally.

Rẹ́lẹ́, v. to plaster a house.

Rẹ̀lẹ̀, v. to go down ; to humble oneself ; make oneself low ; condescend ; lower ; depress ; subside.

Rẹ́pọ̀, Rẹpọmọ, v. to cleave to ; combine with.

Rẹ̀rẹ̀, adv. very (qualifying verbs of pursuing or motion towards).

Rẹ́rin (rin-ẹrin), v. to laugh.

Rẹ́rin-ẹsin, v. to scoff ; deride ; ridicule.

Rẹ́rin-wẹsi, v. to smile ; titter ; twitter.

Rẹ́rin-ẹ̀kọ́, v. to grin.

Rẹ̀wẹsi, v. to be cast down ; be disheartened.

Rẹ́yin (rẹ-oyin), v. to take honey from a hive.

Ri, v. to sink ; drown ; immerse ; deluge ; prepare the woof for the loom by insertion in the sley ; subside.

Rí, v. to see ; find ; discover ; perceive ; behold. v. to be ; seem ; appear.

Ri-lokere, v. to decry ; to censure.

Rísa, v. to shun ; avoid ; run from.

Ri, adv. never ; at no time ; formerly ; aforetime.

Ríbakanna, adj. similar ; uniform.

Ríbìtì, Rubutu, *adj.* round; circular.

Ribiribi, *adj.* important; of much consequence; observant.

Rídaju, *v.* to prove; to ascertain; to be sure of.

Rídi (ri-idi), *v.* to ascertain; see the reason; prove; find out the secret; see the end or finish.

Rígba, *v.* to receive; obtain.

Rìkìsì, *n.* conspiracy; plot.

Rín, *v.* to laugh.

Rin, *adj.* damp; moist; humid; wet.

Ringbindin, *v.* to soak; drench; imbued.

Rìn, *v.* to tickle; sail; walk; go; travel; move; progress.

Rìndò (rin-ẹdọ), *adj.* a state of being subject to nausea.

Ringbẹrẹ, *v.* to walk slowly.

Rínka, Rínkakìrì, *v.* stroll; ramble about; range; roam.

Rìnkìrì, *v.* to rove about; wander.

Rin-irin pẹpẹiyẹ, *v.* to waddle.

Rìnjẹjẹ, Rìnpẹlẹ, *v.* to amble.

Rínlọ, Rìnwò, *v.* to explore.

Rìn-ni-ẹginsin, Rin-leginrin, *v.* to tickle.

Rìnwò, *v.* to walk over; to inspect; spy round; explore.

Rinyìká, Rinyìkakìrì, *v.* to walk round; to circuit.

Rínrìn, *adv.* very (qualifies Wuwọ, heavy).—*e.g.*, Okutu na wuwọ rínrìn, "The stone is very heavy."

Rírà, *n.* that which is to be purchased.

Rírà, *adj.* putrid; rotten.

Rírăn (ri-iran), *v.* to see: to see a wonderful sight. *n.* a sight.

Rírán, *n.* that which communicates or infects.

Riraniye, *n.* stupor.

Rírănlọwọ, *adj.* assistant; subsidiary; helper.

Rírăn mú, *adj.* epidemic; endemic.

Rirẹ, *adj.* consolatory.

Rirẹ, Rirẹdẹ, *adj.* irksome; tiresome; wearisome.

Rírẹpọ, *adj.* concordant; united.

Rírẹrín, *adj.* derisive; mock.

Rírẹsilẹ, *adj.* submissive; humble.

Rírì, *adv.* exceedingly (qualifying verb Wá, to tremble).—*e.g.*, Nigbati mo gbọ ọrọ na, mo wa riri, "When I heard the word, I trembled greatly."

Rìrì, *adv.* somewhat tremulously (qualifying verb, Wá, to shake).—*e.g.*, Otutu mu ọmọde na, o nwa rìrì, "The child is cold, and shivers."

Ríri, *n.* the act of seeing. *adj.* visible; discernible; discoverable.

Rìrìdì, Rìdì, *adj.* discoverable.

Rírìn, *n.* a going; manner of walking.

Rírìnkìrì, *adj.* itinerant; wandering; roving.

Rírínlẹrín, *adj.* amusing; ludicrous; laughable.

Rírìn-ọnà, *n.* wayfaring; travelling.

Rírinsiwaju, *n.* progress; onward move.

Rírò, *adj.* relatable; thoughtful.

Rírojú, *adj.* sad; melancholy.

Riro Irọ, *n.* the manufacture of iron.

Biró̩pò, n. occupying another's place.

Ríru, Ìrú, n. the issuing forth (from a dry spring); issue of smoke from the fire kindled; sprout of a vegetable; a gushing out; stirring up, as sediments of liquid; transgressing (as law, etc.)

Rírù, adj. portable.

Rírú oke, n. ascent of a hill.

Rírú-omi, n. swell of the waves. —e.g., Rírá-omi ndide fuke̩-fuke̩, "The waves are rising very high."

Rirúbó̩, adj. sacrificial.

Biruju, adj. puzzling.

Rírun, n. that which is to be extirpated. adj. consumable; baneful; destructive.

Rírún, Rirunwom, adj. fragile; fragible.

Rìsílè̩, v. to bury; hide in the ground; root deep.

Ritè̩le̩, Rite̩le̩ri, v. to foresee.

Riwisi, v. to say against; gainsay.

Rijànjiyàn, adj. controvertible.

Rò, v. to tell; relate; conceive; imagine; meditate; think; think deeply; stir up; plague; trouble.

Ró, v. to sound; place in an erect position; excite. adj. pendulous.

Ro, v. to cultivate; till; drain; to drip; distil; drop; filter.

Ro̩, v. to pain severely; ache; hurt.

Rogòro, v. to give a sharp shrill sound; to tingle.

Rolè̩, v. to till the ground; cultivate.

Ró̩sí, v. to instigate; to incite.

Rolójú, v. to appear tedious.

B 2

Rò̩té̩lè̩, v. to think beforehand; premeditate.

Rògún, v. to drain into a pond or pit; collect by distillation.

Ròhin (ro-ihin), v. to tell news; report; advertise.

Rojú (ro oju), v. to look sad or displeased; sulky; disconsolate.

Róki-róki, adv. brilliantly (qualifying verbal adj. Pọn, red).—e.g., Aṣọ na pọn rokiroki, "The cloth is beautifully red."

Rólé (ro-ile), v. to inherit a headship; to inherit property (especially houses); to erect the roof of a house.

Roloju, adj. puzzling.

Rò̩kàkìrí, v. to divulge; to spread abroad bad news of a person.

Rónà (ro-ọna), v. to stop or block up the way.

Ronú, v. think; meditate; to be sorry; to be pensive.

Ronúronú, n. a thinker.

Ronúpìwàdà, v. to repent; to change one's conduct, opinion or behaviour after consideration.

Roro, adj. austere; severe; harsh; fierce; oppressing; rigid; rigorous.

Roro, adv. beautifully (qualifying verbal adj. Pọn, red).

Rò̩rò̩, adv. very beautifully (qualifying Pọn, red).

Roré̩, n. pustule; pimple (appearing on the face).

Ró̩, v. to gush; give way; crash; push; push forcibly; break or bend at the edge; pervert; turn aside; to collect a confused mass of things; translate; explain.

Rógiriri, v. to rustle.

Ro, v. to wither (as a hand or limb); be scorched or blighted (as green leaves); weaken; slacken; cool the ardour; droop; tenacious; to manufacture instruments of iron (as the blacksmith).

Rólápá, Rolọwọ, v. to enfeeble; weaken; chill; discourage.

Ròsílè, Rèsílè, v. to bring low; humble; calm.

Rò, v. to urge; constrain; press upon; to ease; give time; hang upon; suspend; feel easy; be comfortable; be soft; tender; to rain; to drop.

Ro ẹgẹ́, v. to set a snare.

Rọ́bí (rọ-ibi), v. to travail; to be in pains of childbirth.

Rọdẹdẹ, v. gravitate; suspend.

Rògbàká, Rọgbayíka, v. to surround; encompass; encircle.

Rọgun, v. to lay wait for; set a watch for; produce seed (as yams).

Rọjo, v. to rain.

Rọju, v. to persevere; be patient; endure; endeavour; placid.

Rọju, adj. tame; mild; soft; cheap (as an article for sale).

Rọloju, v. to tame; pacify.

Rọlẹ, v. to be quiet; cease; be still; be tranquil; calm.

Rọlu, v. to rush upon; to mob.

Ròmọ́, v. to hang or lean upon.

Rùn, v. to be ill; to be sick.

Rùn, v. to dip the sop in sauce; touch.

Run, v. to masticate; chew.

Rándãnràndãn, adj. pale; sallow; unhealthy.

Rúngbọ̀n, n. beard; whiskers.

Rúnhín, v. to grind the teeth; to bite the teeth together.

Runlu, adj. crushed; wrinkled.

Rọ́nú, v. to be abstemious.

Rọ́nú, adj. tender; soft-hearted; propitious.

Rọ́pò (rọ-ipo), v. to take the place of another; to act for an absent person; to succeed.

Rọra, v. to take care of; deal gently; be scrupulous.

Ròrò, n. ram's mane.

Rọrùn, adj. facile; easy; docile; advantageous; comfortable; convenient.

Rù, v. to bear; carry; sustain; support; be poor; meagre; lose flesh; grow lean; emaciate; languish.

Rú, v. to spring (as a fountain); sprout (as a vegetable); flourish; stir up; mingle.

Rú soke, v. disturb; stir up; excite; to cause to shoot up; to spring up (as grass); to rise (as smoke).

Ru, v. to rise; swell; boil over; break out; be exposed; be moved with grief.

Ru jade, v. to emerge; spring up; shoot out.

Rúbọ (ru ẹbọ), v. to make sacrifice.

Rubutu (Hausa), n. writing.

Rudi, v. to bud; blossom.

Rúdurùdú, adj. disordered; in great confusion; chaotic. n. chaos.

Rúfin (ru ofin), v. to transgress; break the law.

Rugudu, adj. small.

Rúgúdù, n. trouble; fighting; quarrel.

Rúkèrúdò, n. tumult; uproar; confusion.

Rálú, v. to stir up the town;
to raise a tumult; make
insurrection.

Rúlurúlu, n. a seditious person;
one who disturbs the town.

Rún, v. to break in pieces or
chips; masticate.

Rún, v. to consume; extirpate;
destroy; annihilate; ex-
terminate; extinct.

Run, v. to be straight or direct.

Rùn, v. to chew a stick; to chew;
to masticate; to emit a
scent or stink. adj. fetid.

Rúnawọ, v. to curry or prepare
leather for use.

Runni-runni, n. a waster; a
destroyer.

Rúnlẹ̀ (run-ilẹ), v. to break into
a house by undermining
the ground.

Rúnú, v. to be indignant or
disgusted.

Rúnwom, v. to break (as a
brittle article).

Rún-wúrú-wúrú, v. to crumble
to pieces.

Rúrú, adv. confusedly; dis-
arranged; blank.

Rúsúrúsú, adv. somewhat,
qualifying Pọn, red; as,
Aṣọ pípọn rusurusu, "A
reddish cloth."

S.

Sá, n. time; season; interval.

Sá, v. to expose in the sun to
dry; to air; flee; run;
shy; to fade; evaporate.

Sá, adv. a particle prefixed to
verbs to call immediate
attention.—Now, see now.
—e.g., Sá gbọ bi mo ti wí,
"Now hear what I say."

Sá, conj. for.—e.g., Yio sá ṣe,
"For it shall come to pass."

Sà, v. to aim at; apply medi-
cine; haul in (a line).

Sa, adv. awhile; for a time.

Sá àsálà, v. to escape danger by
flight.

Sàba, v. to incubate; sit (on
eggs); hide away.

Sàbà, v. to relish.

Sádi, v. to take refuge under the
protection of another.

Sàdù, v. to compete in running
a race.

Salá, Safárá, v. to make a bridge.

Sá fún, v. to flee from; avoid;
eschew.

Sàgatì, v. to encamp against.

Sàgbàrà, Sagbàràkn, v. to fortify
with a wooden fence; stock-
ade.

Sagbàràdí, v. to barricade with
wood; stockade.

Sàgbẹ, v. to dry by exposure
to the sun.

Sàgùn, v. to make charms.

Sájẹ̀jẹ̀, Sájẹnẹjẹnẹ, v. to cringe;
crouch.

Sájí, v. to wake from sleep
suddenly.

Sàkàní, n. neighbourhood; pale;
jurisdiction; district.

Sakasaka, n. hay; ground nut
leaves dried; provender.

Sàkusà, n. a black, longtailed
bird.

Sálà, v. to escape; to flee.

Sa-lami, v. to make a mark or
sign upon.

Sálé, v. to come, run or come
suddenly upon.

Sálọ, v. to run away; flee;
elope.

Sálù, v. to beg help of another.

Sálúbàtà, n. sandals.

Sàmì, Sàmìsí, v. to put a mark
up; distinguish; baptize.

San, v. to gird ; tie round ; bind ;
split ; crack ; thunder.

Sàn, adj. better ; improved in
health.

Sàn, adv. aloud ; straightfor-
ward ; directly ; vividly.—
e.g., Mànàmáná kọ sàn, " It
lightens vividly."

San, Sanfun, v. to pay ; reward ;
benefit ; defray.

Sán àrá, v. to thunder loudly
or in claps.

San àsanlé, v. to overpay.

Sánbẹ, v. to be armed with
knives.

Sándà, v. to be armed with a
sword.

San diẹ, Sanju, adj. better ; a
little better.

San-ẹsan, v. to requite ; reward ;
retaliate.

San gbèsè, v. to pay a debt ;
discharge money due.

Sánmà, n. the sky ; heavens ;
aërial regions.

Sànmàni, n. era ; a particular
period of time ; age.—e.g.,
Sànmàni yi yatọ si ti lai-
lai, " The present age is
quite different to the past."

Sàn nda, n. a kind of walking
stick.

Sanra, v. adj. fat ; healthy ;
well looking ; to be in good
condition ; plump.

Sánsán, adv. odouriferously ;
strongly ; fragrantly.

Sansan, adv. in small slips
(qualifying Bẹ, to split).

Sànsàn, adv. straightforwardly ;
directly ; vividly ; fre-
quently.

Sànyán, n. raw silk ; coarse,
woven silk ; silk cloth.

Sápàkan, adv. aside ; apart.

Sápamọ́, v. to hide ; abscond ;
skulk.

Sapara, Sapadi, v. to be barren
(applied only to land).

Sára, prep. upon ; on.

Sàrà, Sàráhà, n. alms ; charitable
gift (as used by the Moham-
medan, these gifts are very
much akin to sacrifice. Ọrẹ-
anu, alms, has therefore
been employed in sacrifice).
—e.g., Sàrà baba ẹbọ," Sàrà
is the father of sacrifice."

Sàràkí, n. respected members of
a club or association.

Sáré, Súré, v. to run ; gallop.

Sarè, n. square enclosed by
buildings.

Sàré, n. sepulchre.

Sarepẹgbẹ, n. the messenger of a
company.

Sàri, n. the early meal of the
Mohammedans, before day-
break, during their fast.

Sàrin, prep. amidst ; between ;
in centre.

Sàrótù, n. cigar ; cigarette.

Sàsè, v. to make a feast.

Sasọ, v. to quarrel with ; dispute
violently.

Sàsọdùn, v. to exaggerate in
statement.

Sàsọyé, v. to solve ; interpret.

Sata, n. household ; group of
buildings under a headman.

Sátọ, v. to flee to ; escape to.

Sawo-o, inter. behold ; lo.

Sé, v. to be shut ; closed ;
barren ; miss a mark or
one's aim.

Sè, v. to cook ; concoct ; dress
and prepare victuals ; to
dye cloth or leather.

Sebẹ, v. to cook soup.

Sébọ́, v. to be callous ; to be-
come stout and strong.

Sébú, v. to stumble.

Ségédéhùn, v. to affect a fine
pronunciation of words.

Séhùn, v. to disappoint; fail in promise.

Sejú, v. to tempt or allure with the eye.

Sèlé, v. to refine palm oil by extra boiling; hence Epo isèlé, refined palm oil.

Sè lésè, v. to dye in colour.

Sè lù, v. to cover a drum with vellum or parchment; to make a drum.

Sémọ, v. to shut in; bind in.

Sémọ́de, v. to shut out; exclude; preclude.

Sémọ́lé, v. to confine; shut in.

Sémú, v. to nearly capture.

Sému, v. to sip.

Sénà, v. to bar or block the road.

Sépa, v. to close fast or tightly.

Sepo, v. to prepare palm oil.

Sépọn, v. to be barren or unfruitful.

Séraró, v. to keep steady; be motionless; be pregnant.

Sèsè, n. forwardness. adv. forwardly.

Sèsé, n. a kind of bean.

Sèsè, v. to cease coming.

Sèso, v. to bear fruit.

Séta, v. to miss one's aim.

Setí, v. to be attentive to a distant noise; eavesdrop.

Sè, v. to strain; filter; deny; disown; disallow; renounce; negative.

Se, v. to be dead.—e.g., Ọkọnrin nã se, "The man died."

Sè, v. to question; query; challenge; quake;—e.g., Mo sè ẹ wo nigbana, "I challenged him at the time;" to fall (as dew).—e.g., I ri sè pupọ li õru àná, "The dew fell heavily last night."

Sè, adv. (denoting emphasis), positively; now; at any rate; surely; indeed; truly.

Sé, adv. see Sèrè.

Segedè, v. to form a sediment.

Sègèdè-gbén-ùn, n. sediment; dregs.

Sègèsègè, adv. (qualifying a group of elders), respectably; methodically; in order; regularly.—e.g., Gbogbo wọn joko sègèsègè, "All were sitting in order."

Sègi, n. a kind of bead (very valuable).

Sègi, v. to speak like an Egungun; to speak in an unnatural manner.

Sègi, v. to strain Indian corn starch, so as to separate the chaff from it.

Sègún, v. to strike two iron implements together to make a sound.

Segbe, v. to store up for future use.

Sehin, adv. backward.

Sena, v. to speak so that only those in the secret understand the true meaning of what is said.

Sènsèn, adv. slightly (qualifying Dun, sweet).—e.g., O ndùn sènsèn, "It is slightly sweet."

Sèra ẹni, v. to practise self-denial.

Sèrè, Sé, adv. sluggishly; slothfully.

Sèri, v. to drop dew.

Si, v. to be; exist.—e.g., Iya ko si mọ, "Mother is dead."

Si, prep. against; to; at; into (always used with a verb of motion towards). —e.g., Emi nlọ sile wa, "I am going to our house." (Sile, si ile).

Si, *conj.* and ; also ; likewise.

Sì, *adv.* slowly (qualifying Wọ, to crawl, drag).

Sí, *adv.* (same as Si i), towards.

Sian, Suwọn, *adj.* good ; fair ; pleasant ; well.

Sìbátá, *v.* to crush ; destroy ; overthrow ; put an end to.

Síbẹ̀, Síbẹ̀síbẹ̀, *adv.* still ; yet ; still yet.

Sìbi, *prep.* to the place ; to a certain place.

Sìbìkan, *adv.* to one place ; together ; a group.

Sìbo, *adv.* to what place ; whither.

Sìbomìran, *adv.* to another place ; elsewhere.

Sìgàsìgà, *adv.*

Sìgọ̀, *adv.* insanely ; with frenzy ; slothfully.

Síhà, *prep.* towards ; on the side of.

Si i, Sì, *adv.* awhile ; for some time.—*e.g.*, O pe sì, " He stopped awhile." Sì is the modern form.

Sìrìsìkì, *n.* hiccough.

Sìlé, *v.* to be cooler ; better (after burning fever).—*e.g.*, Ara rọ sìlé, " He is better " (*i.e.*, His body is cooler).

Sílẹ̀, *adv.* down to the ground ; aground.

Sìlẹ̀, *v.* to settle at the bottom of a liquid ; to form grounds.

Sìmẹ̀dọ̀, *v.* to be considerate ; civil ; discreet.—*e.g.*, Sọ fun u pe ki o sìmẹ̀dọ̀, " Tell him not to be rash."

Simi, *v.* to rest ; pause ; be quiet. *inter.* hush !

Sìn, *v.* to string (as beads or cowries) ; to sneeze.

Sìn, *adv.* before ; first in point of time.—*e.g.*, O tẹ̀tẹ̀ de sin mi, " He came before me."

Sìn, *v.* to accompany ; lead on the way ; demand debt due ; lord over ; domineer ; to serve a superior ; adore ; cease ; prevent from doing ; keep domestic animals ; raise cattle.

Sìn, *v.* to bury ; be concealed ; force green fruit to ripen.

Sìndẹ̀, *v.* to play the game called Idẹ̀.

Sìn èkùrọ́, *v.* to crack a palm nut.

Sìn gbẹ́rẹ́, *v.* to make an incision with a lancet.

Sìnìka, *n.* a white metal sold on the coast.

Sìnisìnì, *n.* tyrant ; lord.

Sínjẹ, *v.* to imitate ; mock ; mimic.

Sìnkú, *v.* to bury the dead ; to inter.

Sìnlọ́pa, *v.* to impale ; string on sticks.

Sinpọ́n, *v.* to force green fruit to ripen by exclusion of air.

Sìnra, *v.* to treasure.

Sínu, *prep.* into ; among.

Sìnwín, *v.* to be silly ; deranged ; insane ; crazy.

Sípa, *prep.* in the track of ; towards ; concerning.

Sìpa èwo, *adv.* to which part ; whereunto.

Sìpo, *adv.* to the former place or condition.

Sìrẹ̀, *v.* to take thought ; consider.

Sísan, *n. adj.* owing ; payable.

Sísán, *n. adj.* that which is to be cracked ; cracked ; split ; fissure.

Sísàn, *n. adj.* convalescence ; convalescent ; better.

Sísán àrá, n. thunder claps.

Sisara, n. adj. evasion; evasive; evasible.

Sisare, n. adj. running.

Sísàsè, n. adj. cookery.

Sísà, n. adj. cooked; that which is cooked.

Sísé, n. adj. missed; that which is to be shut or closed.

Sise, adj. deniable; drainable; sifted; filtered.

Sísìn, n. adj. that which is to be served, worshipped, taken care of.

Sisorǫ, adj. suspended; hung up; pendulous.

Sísǫ, n. adj. that which is to be thrown or cast away; speakable; utterable.

Sísǫjí, n. adj. revival; awakening.

Sísǫkúsǫ, v. to prate; babble; talk nonsense.

Sísǫ̀rǫ̀, n. the act of speaking; speech; utterance.

Sísú, adj. wearisome; nauseous. n. wearisomeness; the act of sowing (seeds), plating or gilding.

Sísun, n. adj. or adv. asleep; sleeping; sleep.

Sísun, n. adj. roasting; flowing; oozing.

Sísúré, n. adj. same as Sisare.

Sísúré, n. adj. mode of pronouncing a blessing; blessed.

Síwájú, adv. more; forward; onward.—e.g., Síwájú sẹhin, "Forwards and backwards."

So, v. to tie; knot; hang; suspend; bear fruit; yield; produce.

Só, v. to belch; eject wind.

Sòbìa, n. Guinea worm.

Sodę, adj. excellent; splendid; pleasing.

Sòfin, v. to prohibit; pass or enact a law.

Sogunró, v. to rally an army.

Sókè, adv. on the top; on top; on high.

Soko, adj. slung.

Solù, Solùpǫ̀, v. to tie together; bind in one; join; link; unite; annex.

Somǫ́, v. to tie; unite with; suspend to; fasten upon.

Sònà, v. to hold at bay.

Soniyigi, v. to marry; unite in wedlock.

Sopanpa, v. to agree mutually in valuing goods for market.

Sopǫ, v. to tie together; join; unite.

Sorí, prep. on top of; above.

Soríkǫ́, v. to drop the head aside; droop.

Sorǫ̀, v. to hang so as to swing; suspend.

Soyigi, v. to marry.

Sǫ, v. to speak; talk; tell; pronounce; utter; denounce; assert; shoot out of stem; join; mend; patch.

Sǫ, v. to heave; throw; cast at; turn; produce.

Sǫ̀, v. to quarrel; scold; complain; to descend; put a load off the head; to put down.

Sǫ́, v. to push into.

Sǫ asǫdùn, v. to exaggerate.

Sǫ àsǫye, v. to define; explain.

Sǫ awiye, v. to prove; make certain.

Sǫbótíbòti, v. to prattle; chat.

Sǫ dàbí, v. to make; become; turn.

Sǫ dahoro, v. to destroy; to ruin.

Sǫ dalaiku, v. to immortalize.

Sọ dara, v. to embody; convert into flesh.

Sọ dasán, v. to annihilate.

Sọ dáye, v. to make alive; vivify; enliven; quicken.

Sọ dẽrí, v. to defile; make unclean; be foul.

Sọ́ dí, v. to explain; prove; declare.

Sọ di, v. to become; to convert to.

Sọdi aimọ, v. to make unclean; pollute; defile.

Sọ di bajẹ, Sọ di buburu, v. to corrupt; aggravate; debase.

Sọ di mímọ́, v. to purify; cleanse; sanctify.

Sọ di mímọ̀, v. to declare or cause to be known.

Sọ di nlá, v. to enlarge; make great; magnify; aggrandize.

Sọ di púpọ̀, v. to increase; multiply; augment.

Sọ di ranhunranhun, v. to perplex.

Sọdi titun, v. to renew; freshen.

Sọdi tutu, v. to make fresh or cold.

Sọ dõfo, v. to make empty; evacuate; nullify; annul.

Sọ dolókùnrùn, v. to invalid.

Sọ domnira, v. to free; release; affranchise.

Sọ dòngọ̀, v. to stupefy.

Sọ dòrişà, v. to deify; to make a thing an object of worship.

Sọdọ, prep. to; near; near to; towards; beside.

Sọdọ̀kan, v. to unite; consolidate in one.

Sọ dọmọ, v. to adopt a child.

Sọ dòtun, v. to renew.

Sọ èşin, v. to throw a lance or spear.

Sọ fa, v. to pawn; pledge.

Sọgọ, v. to thrust. n. a peculiar style of hair plaiting.

Sọgbà, v. to make a wooden fence; impale.

Sọjade, v. to speak out; volley; shoot out.

Sọji, v. to revive.

Sọjọ, v. to collect; gather together.

Sọkalẹ̀, v. to descend; come down; help to lower a load down from the head; dismount; disembark.

Sọkẹsọkẹ, n. intimacy; familiarity.

Sọki, v. to shrink. See Súnki.

Sọkiri, v. to publish; promulgate; tell out; divulge.

Sọkò, v. to throw a stone.

Sọkún, v. to cry; weep; bewail; lament.

Sọ laṣẹ, v. to give an order; to command (a law).

Sọlẹ̀, v. to place; to lay the foundation; to break into, or burglariously enter, a house.

Sọ lófin, v. to charge; bind by law; command; prohibit.

Sọ-logun, v. to poison.

Sọ lórúkọ, v. to nominate.

Sọ lójọ̀, v. to lodge; assign to a place; locate.

Sọlura, v. to collide; encounter.

Sọ méji, v. to equivocate; to be double tongued.

Sọmídọlọ̀tọ̀, n. a yellow monkey; also called Oloyo.

Sọmọ, v. to patch.

Sọ́mọ́ra, v. to be together; to fasten together; to make as one.

Sọnidi, v. to make; to constitute.

Sọ nigbangba, v. to enunciate; to make quite clear.

Sǫnù, v. to be lost; lose; go astray; throw away.

Sǫnu, v. to take the evening meal (Mohammedan during their fast).

Sǫ̀nu, n. the common Hausa salutation.

Sǫ ǫ̀disí, v. to speak against, contradict, blaspheme.

Sǫpàkà ẹkùn, v. to sob.

Sǫ́raki, v. same as Súnki.

Sǫrǫ, v. to speak; talk; converse; articulate.

Sǫ̀rǫ̀ jẹ́jẹ́, v. to whisper; to speak very softly.

Sǫ̀rǫ̀ lẹhin, v. to backbite.

Sǫ̀rǫ̀lù, Sǫ̀rǫ̀pǫ̀, v. to converse together; commune.

Sǫ̀rǫ̀ werewère, v. to chatter; talk without meaning; babble.

Sǫ segesège, v. to falter.

Sǫ sǫkusǫ, v. to tattle; prattle; talk nonsense.

Sǫ tẹlẹ, v. to tell beforehand; foretell; foreshow; prophesy; prognosticate.

Sǫ tinú ẹni, v. to speak frankly; protest.

Sǫ́tǫ̀, adv. aside; apart; separately.

Sǫwo, v. to weigh by balancing on the hand.

Sǫ́wǫ́, prep. in hand; to hand.

Sú, v. to sow; retail oil, liquor or snuff; to take a thing out of a socket, stand or handle; tire; weary; loathe; embarrass; nauseate; walk lame from pain in foot; gild.—e.g., Nwǫn fi omi wura sú u, "It is gilded."—e.g., O sú mi, "I am tired of it."

Sú, v. to break forth; erupt; appear in numbers on the surface.

Sù, v. to fail in making impression from the use of a blunt edge of the instrument; to fail in cutting or wounding.

Sû, adv. thoughtfully; deliberately; considerately.

Sua, adv. universally; altogether; a very wide range; extensively; entirely.

Súbǫ̀, v. to gild; overlay with a thin coat.

Subǫ, v. to have enough and to spare.—e.g., Ǫla sù mi bǫ, "I am rich in honour."

Suẹsuẹ, adv. slothfully; sluggishly; stupidly.

Súfe, v. to whistle.

Sùgǫ̀, adj. dull; stupid; insane.

Sùgǫsùgǫ̀, n. dullness; stupidity; insanity.

Sùlẹ̀, adv. drowsily.

Sun, v. to roast, toast or grill; to ooze or spring out as water.

Sún, v. to shove; move.

Sùn, v. to accuse; sue; complain of; summons; aim at.

Sùn, v. to sleep; congeal (as oil.)

Sûn, adv. strangely; with surprise (qualifies Wo, to look). —e.g., Aditi wo ni li ẹnu sûn, "The deaf look with surprise at the mouth" (of the speaker).

Sundẽrú, v. to burn to ashes; calcine.

Sunjade, v. to ooze; spring forth.

Súnki, Sǫ́ki, v. to shrink; contract; shrivel; shun; dwindle.

Sùnlẹ́, v. to wean a child.

Sunmǫ, v. to move close to; keep nigh to; approach; draw near.—e.g., Sunmǫ

Olọrun, " Draw near to God."

Súnmọ́dọ̀, *v.* to approach ; draw near to.

Sùnmọ̀mí, *n.* foray ; raid.

Súnmọ́di, *v.* to approach ; draw near to (applied only to places or things).

Sùnmọ́tòsí, *v.* to draw near ; to be in the neighbourhood ; to be adjacent.

Súnnási, *n.* irritation ; excitement.

Súnsíwájú, *v.* to push forward ; promote a thing.

Sunye, *v.* to doze ; take a short nap.

Súrà, *n.* kind ; sort ; variety.

Súré, Sare, *v.* to run ; hasten ; to be rash.

Súre, Súrèfún, *v.* to bless ; pronounce or desire a blessing upon.

Súré mbọja, *v.* to struggle for life.

Súrèsajú, *v.* to forerun.

Sùrù, *n.* patience ; perseverance under vexation.

Súsúsú, *v.* to move stealthily in search of a thing or with intent to pilfer.

Sutà, *v.* to retail liquid or snuff.

Sùtì, Şuti, *n.* a contemptuous pouting of the lips ; a hiss.

Suwọ̀n, *adj.* good, well, nice.

Şá, *v.* to fade ; to be sterile. *adj.* stale.

Şá, Şalọgbẹ, *v.* to cut ; to wound with a knife.

Şà, *v.* to pick up one by one ; to choose. *adv.* at once.— *e.g.,* Dide ẹ̀à, " Rise at once."

Şaba, *n.* a chain bracelet.

Şabawọn, *adj.* exceptional ; strange. *v.* to stain.

Şabẹtẹlẹ, *v.* to bribe.

Şabọrẹ, *v.* to work as a fetish priest.

Şabuku, *adj.* disgraceful.

Şabukusi, *v.* to despise ; to disgrace ; to disparáge ; to disrespect.

Şabula, Şádàlù, *v.* to adulterate ; to debase.

Şadehùn, *v.* to make an agreement ; to bargain ; to make a covenant.

Şadahunsẹ, *v.* to practise quackery.

Şadugbo, *v.* to be neighbour.

Şafe, *v.* to be foppish.

Şafiyẹsi, Şakiyesi, *v.* to observe ; to take care of ; to be cautious.

Şafarawe, *v.* to imitate.

Şafojudi, *v.* to be insolent ; to be cheeky ; to be impudent.

Şafọwọra, *v.* to steal ; to pilfer.

Şafẹnusi, *v.* to have a voice in a matter ; to vote.

Şagabagebe, *v.* to play the hypocrite.

Şagalamaga, *v.* to play underhand tricks.

Şago, *n.* a demijohn.

Şagbakò, *v.* to chance ; to meet unexpectedly.

Şagbara, *v.* to endeavour ; to try ; to struggle.

Şagbe, *v.* to beg from door to door ; to borrow.

Şagbegbe, *v.* to be neighbours.

Şagbawi, Şagbasọ, *v.* to be an advocate ; to be a mouthpiece.

Şagbalọ̀, *v.* to send clothes to the laundry ; to be a laundress.

Ṣagbagún, v. to send grain to be pounded.

Ṣagbakì, v. to give to a helper to count.

Ṣagbakọ́, v. to let a farm for hoeing ; to make a contract for house building.

Ṣagbalọ̀, v. to send grain to the mill ; to be a miller.

Ṣagbalù, v. to give cloth or clothes to be beaten.

Ṣagbamọ́, v. to employ a builder to build walls.

Ṣagbapè, v. to call someone on behalf of another.

Ṣagbarà, v. to buy a second-hand thing.

Ṣagbaró, v. to employ labourers to work a farm.

Ṣagbarù, v. to give a load to a carrier.

Ṣagbaṣọ́, v. to make a watchman responsible for valuable things.

Ṣagbatà, v. to give goods to auctioneers or commission agents.

Ṣagbatọ, v. to give a child to the care of a nurse.

Ṣagbawò, v. to take a sick person to a doctor.

Ṣagbawọ, v. to lodge in a house or inn ; to let a house.

Ṣagbawun, v. to order a cloth or basket to be woven; to weave.

Ṣagbayọ, v. to secure the aid of a helper to get out a thing from a hole.

Ṣagbere, v. to commit adultery ; to be a prostitute.

Ṣagbẹdẹ, v. to be a blacksmith.

Ṣagidi, v. to be obstinate; to be selfwilled.

Ṣagunla, v. to be indifferent; to contemn.

Ṣai ! interj. an expression of defiance.

Ṣai, adv. not ; having the same force as the English prefix un ; mostly used with má ; not. When má precedes ṣai the two negatives make a strong affirmative.—e.g., Ma ṣailọ (lit.—do not go, or you must go).

Ṣaidì, v. to untie ; to undo.

Ṣaibọlafun, Ṣaibọwọfun, v. to disrespect ; to dishonour.

Ṣaidọgba, adj. unequal.

Ṣaifà, v. not to draw or pull.

Ṣaifẹ, v. to hate; to be unwilling ; to dislike.

Ṣaigbà, v. to refuse ; to decline ; to disapprove.

Ṣaigbagbọ, v. to disbelieve.

Ṣaigbèfun, v. to be without help ; to be unsupported.

Ṣaigbẹkẹle, v. to distrust.

Ṣaigbọran, v. to be disobedient.

Ṣaijẹwọ, v. to deny ; to refuse to admit a fault.

Ṣaikiyesi, v. to be unobservant.

Ṣaikunna, adj. coarse ; rough.

Ṣaileso, adj. unfruitful ; barren.

Ṣailẹgbẹ, adj. singular.

Ṣailera, adj. sick ; ill ; weak.

Ṣailọla, adj. dishonourable ; disreputable.

Ṣailọra, adj. quick ; smart ; unhesitating.

Ṣailẹwa, adj. ugly ; uncouth.

Ṣaimọ́, adj. unclean.

Ṣaimọ̀, v. to be ignorant.

Ṣaimu, v. not to take.

Ṣaini, v. to be destitute.

Ṣainigbagbọ, v. to disbelieve ; to discredit.

Ṣaipe, v. to be quick.

Ṣaipọ̀, adj. unmingled. v. to leave unmixed.

Ṣaipọ̀, adj. few.

Ṣairè, v. unwearied.

Ṣairẹ́, *v.* to be unfriendly.

Ṣaisàn, *v.* to be ill; to be sick.

Ṣaisùn, *v.* to keep awake; to pass a sleepless night.

Ṣaiṣedede, *adj.* unequal. *v.* to be crooked.

Ṣaiṣõtọ, *adj.* untrue. *v.* to be untruthful.

Ṣaità, *adj.* unsaleable. *v.* not to sell.

Ṣaitasa, *adj.* straight.

Ṣaitẹ̀run, *adj.* not satisfactory.

Ṣaito, *adj.* insufficient.

Ṣaitọ́, *adj.* absurd.

Ṣaitunṣa, *v.* not to put right.—*e.g.*, O ṣaitun ile re ẹe, " He does not put his house straight."

Ṣaiwà, *adj.* absent.

Ṣaiwẹ, *adj.* dirty. *v.* to leave unwashed.

Ṣaiwi, *v.* not to speak.

Ṣaiwò, *v.* not to look.

Ṣaiwọ̀, *adj.* disagreeable. *v.* not to enter.

Ṣaiyẹ, *adj.* unworthy.

Ṣajaṣa, *v.* to hawk goods for sale.

Ṣajeji, *adj.* strange; new. *v.* to be strange; to be new.

Ṣajẹ, *v.* to bewitch.

Ṣajẹ́, *v.* to cut to pieces for the purpose of eating.

Ṣãjò, *v.* to take care of one; to be solicitous.

Ṣajọ́, *v.* to collect.

Ṣãjọmọ, *v.* to have a mutual understanding; to agree together.

Ṣãju, *prep.* before.

Ṣãta, *v.* to mock; to disparage.

Ṣaiye, *v.* to enjoy; to take pleasure.

Ṣákáṣáká, *adv.* clearly; plainly.

Ṣákaṣàka, *adv.* mossy.

Ṣakala, *adv.* merely.

Ṣakawe, *v.* to compare.

Ṣáki, *adj.* abortive.

Ṣakiṣaki, *adv.* roughly; ruggedly.

Ṣakokò, *v.* to happen; to be opportune.

Ṣakoso, *v.* to control; to command.

Ṣalabapade, *v.* to chance; to meet unawares.

Ṣaladasi, *adj.* officious; meddlesome.

Ṣalaimọ̀, *adj.* ignorant.

Ṣalaimọ́, *adj.* unclean.

Ṣalaiyihun, *v.* to be positive; to insist.

Ṣalaiyin, *v.* not to praise.—*e.g.*, O ṣalaiyin i, " He does not praise him."

Ṣalailọkan, *adj.* fearful; timid.

Ṣalailagbara, *adj.* weak.

Ṣalailera, *adj.* ill; weak through illness.

Ṣalailowo, *adj.* poor.

Ṣalailọmọ, *adj.* childless.

Ṣalailanu, *adj.* merciless.

Ṣami, *v.* to spy; to scout.

Ṣán, *v.* to eat agidi without soup; to plaster; to cut down bush or forest.

Ṣàn, *v.* to flow into; to be watery; to be too thin.

Ṣána, *v.* to strike a match.

Ṣàná, *v.* to give dowry; to pay respect to any member of the family of one's wife.

Ṣanṣan, *adj.* upright.

Ṣanbò, *v.* to overflow.

Ṣanfani, *v.* to be advantageous; to be profitable.

Ṣangbo, *v.* to cut down a forest, or bush; to make a clearing.

Ṣàngo, *v.* the god of thunder.

Ṣaniani, *v.* to doubt; to demur.

Ṣaniyan, *v.* to be anxious; to care for; to be solicitous.

Ṣanjà, *v.* to make a mud ceiling.

Ṣanku, *v.* to die prematurely.

Ṣankuta, v. to dash against a stone.

Ṣanlé, Ṛẹla, v. to plaster a house.

Ṣanlẹ̀, v. to cut overgrown grass.

Ṣanlẹ, adj. dashed on the ground.

Ṣanpa, v. to swing the arm.

Ṣansẹ̀, v. to wash the feet.

Ṣánsẹ̀, v. to dangle the foot.

Ṣanurọ̀, v. to think.

Ṣánu, v. to be merciful.

Ṣanwọ, v. to be empty handed; to swing the hand.

Ṣapa, v. to hack to death with a knife or cutlass.

Ṣapakan, v. to do a portion of a thing.

Ṣapaku, v. to devise means for another's destruction.

Ṣàpaṣápa, adv. roughly; filthily.

Ṣapejuwe, v. to describe.

Ṣapẹ, v. to clap hands; to applaud.

Ṣapẹrẹ, v. to illustrate; to signify; to make a sign.

Ṣápọn, v. to be diligent; to be industrious.

Ṣàra, v. to be singular; to be strange.

Ṣárán, v. to speak unconnectedly (through old age).

Ṣarékerekè, v. to be double in one's dealing; to shuffle.

Ṣárẹ̀, v. to be tired.

Ṣárẹ́, adj. older than.

Ṣàro, v. to think; to deliberate.

Ṣàroyé, v. to be talkative; to quarrel.

Ṣáṣá, n. smallpox marks.

Ṣàṣà, adv. few.

Ṣáṣá, adv. quickly.

Ṣáṣàṣá, adv. here and there; little; very few.

Ṣaṣara-ọ́wọ̀, n. worn out broom; the tip of a broom.

Ṣaṣeleke, v. to go to extremes.

Ṣaṣaro, v. to meditate.

Ṣaṣegbà, v. to do in turn.

Ṣaṣeṣa, v. to be superfluous; to overdo a thing.

Ṣátá, v. to despise; to reproach.

Ṣàtán, v. to pick up entirely.

Ṣati, v. to reject; to cast aside.

Ṣatipo, v. to sojourn.

Ṣatunṣe, v. to mediate; to amend.

Ṣawàdà, v. to jest.

Ṣawawi, v. to find fault; to cavil.

Ṣawo, v. to be initiated into a secret.

Ṣawó, v. to pick up money; to sort money.

Ṣaworo, n. small brass bells; jingle.

Ṣawòtan, v. to heal entirely; to effect a complete cure.

Ṣawun, Ṣahun, v. to be niggardly; to be stingy.

Ṣayàn, v. to choose; to select.

Ṣáyan, v. to be diligent.

Ṣayika, v. to encircle.

Ṣe, as a prefix is often contracted to ṣ.—e.g., ṣe-afiyesi to ṣafiyesi, ṣe-ailora to ṣailera, ṣe-aṣaro to ṣaṣaro.

Ṣe, v. to do; to act; to make; to cause; to be.

Ṣè-gbé, v. to perish.

Ṣẹgbè, v. to be partial.

Ṣe-ibinujẹ, v. to regret; to be sorry.

Ṣedajọ, v. to decide a case; to pass sentence; to judge.

Ṣedaraya, v. to take exercise; to amuse; to take recreation.

Ṣedarudapọ, v. to mix; to blend; to confuse.

Ṣedanwo, v. to examine; to put to a test.

Ṣefàri, v. to be proud; to boast; to lightly esteem another.

Ṣegẹ̀, v. to be exact; to be equal; to tally; to match.

Ṣegiri, v. to be brave; to take courage; to strengthen one-self.

Ṣegára, v. to rob; to plunder.

Ṣegbàgbe, v. to forget; to neglect.

Ṣegberaga, v. to be proud; to elate oneself.

Ṣegbọràn, v. to be obedient.

Ṣẹgbọ̀wọ́, Ṣonigbọwọ, v. to be surety; to be responsible.

Ṣekẹ̀nu, v. to be merciful.

Ṣekannu, v. to be passionate; to fret; to be severe.

Ṣekore, v. to harvest; to reap.

Ṣelàjà, v. to mediate.

Ṣelala, v. to work hard, to toil.

Ṣelakalaka, v. to hop.

Ṣelana, v. to ordain, to direct.

Ṣelalejo, v. to entertain strangers, to be hospitable.

Ṣelara, v. to be envious; to envy.

Ṣelọtun, v. to renew; to repair.

Ṣeleri, v. to promise; to give a pledge.

Ṣeleṣe, v. to hurt; to injure.

Ṣelẹwa, v. to adorn; to beautify.

Ṣemẹlẹ, v. to be lazy.

Ṣelọsọ, v. to adorn; to furnish.

Ṣenia, v. to be kind; to be amiable.

Ṣenunibini, v. to persecute; to harass.

Ṣenudidun, v. to be pleased; to be glad.

Ṣọdalẹ, v. to be perfidious; to be treacherous.

Ṣepaiya, v. to be afraid; to be panic-stricken.

Ṣepinlẹ, v. to determine a boundary.

Ṣepinhun, v. to make a contract or agreement.

Ṣẹpinnu, v. to determine; to resolve.

Ṣepọnju, v. to be afflicted; to worry.

Ṣeranṣẹ, v. to serve; to be a messenger.

Ṣaranti, v. to remember; to commemorate.

Ṣereti, v. to hope; to expect.

Ṣerẹjẹ, v. to cheat; to defraud.

Ṣerọra, v. to ease; to relieve.

Ṣesegesege, adj. ugly; topsy-turvy.

Ṣaṣayan, v. to choose; to make a selection.

Ṣetanmọ, v. to surmise; to conjecture; to think.

Ṣetọju, v. to take care of; to guard.

Ṣetọse, v. to examine; to trace.

Ṣeyọri, v. to be successful.

Ṣegunási, v. to aggravate matters; to exaggerate; to provoke.

Ṣewàrà, v. to be quick.

Ṣewasu, v. to preach.

Ṣeyọri, v. to achieve; to be successful.

Ṣewọra, v. to be greedy.

Ṣegun, v. to conquer.

Ṣélẹge, v. to be delicate.

Ṣí, v. to open.

Ṣì, v. to miss; adj. fade; dull.

Ṣibi, n. spoon.

Ṣifisi, v. to misplace.

Ṣihun, v. to make an error in speech.

Ṣikuro, v. to remove; to change the place of a thing.

Ṣigun, v. to lead an army to battle.

Ṣilaiya, v. to alienate; to discourage.

Ṣilẹṣe, v. to force one away.

Ṣinidi, Ṣinipo, v. to remove; to shift.

Ṣiniyẹ, v. to remind.

Ṣínà, v. to reopen a road.

Ṣìnà, v. to miss one's way.

Ṣìṣe, v. to misbehave.

Ṣìgìdì, n. an image made of mud which it is believed will protect, avenge, or attack when propitiated.

Ṣìgbọ́, v. to misunderstand.

Ṣìjìbò, v. to shade; to over-shadow.

Ṣìju, v. to be daring; to open the eye.

Ṣìjuwò, v. to behold; to look upon; to view.

Ṣìkà, v. to do mischief; to act wickedly.

Ṣìkẹ́, v. to cherish; to take care of; to nurse.

Ṣìkìrì, v. to have no abiding place; to be vagrant.

Ṣìkọ̀, v. to set sail; to leave the mooring.

Ṣìkọ, v. to make a mistake in writing.

Ṣìkun, v. to remain; a part of a whole left behind.

Ṣìlètì, v. to warn; to caution; to exhort.

Ṣìlẹkun, v. to open a door or gate.

Ṣìlo, v. to misuse; to mis-appropriate.

Ṣìlọ, v. to migrate; to drive away.

Ṣìlọ́, v. to transplant.

Ṣìlọna, v. to mislead.

Ṣìlọwọ, v. to prevent an action.

Ṣìmẹlẹ, v. to be idle; to be lazy.

Ṣìmọ̀, v. to fail to recognise.

Ṣìmọran, v. to counsel.

Ṣìn, adv. deeply.—e.g., Ogun mi lẹsẹ ṣìn, " It pierces my foot deeply."

Ṣìn, v. to wash; to rinse.

Ṣìnìpa, v. to commit man-slaughter.

Ṣìnṣìn, adv. firmly.—e.g., Duro ṣìnṣìn, " Stand firmly."

Ṣìnmọ́, v. to cleanse.

Ṣìnupayafun, v. to be frank; to make one's mind known.

Ṣìọ, interj. pshaw! hissing.

Ṣìpà, v. to work hurriedly or carelessly.

Ṣìpa, v. to kill any creature by mistake.

Ṣìpada, Ṣìpopada, v. to remove; to change to another place.

Ṣìparẹ, v. to rub off by mistake.

Ṣìpaya, v. to reveal; to expose.

Ṣìpè, v. to miscall or call by mistake.

Ṣìpẹ, v. to beg.

Ṣìsìlẹ, adj. open; manifest.

Ṣìré, v. to play; to sport.

Ṣìrì, adj. a stock of corn.

Ṣìrò, v. to reckon; to calculate.

Ṣìrọ, n. the thrush.

Ṣìsaìkunna, adj. coarse; rough.

Ṣìsaju, n. antecedent.

Ṣìsakawe, n. allegory.

Ṣìsàn, adj. running; flowing; watery.

Ṣìsanufun, adj. pitiable.

Ṣìsáran, n. speaking uncon-nectedly through old age.

Ṣìsàroye, n. prating; talking beyond limit.

Ṣìsàyan, n. assiduity.

Ṣìsàyàn, adj. chosen; select.

Ṣìse, v. to move; to walk fast.

Ṣìse, v. to make a mistake.

Ṣìse, adj. possible.

Ṣìsé, v. to work.

Ṣìsẹ, v. to labour; to worry.

Ṣìsì, adj. missed; mistaken.

Ṣìsì, adj. open.

Ṣìpẹfun, v. to beg; to apologise.

Ṣìsìro, adj. calculated; reckoned.

Ṣìsìrò, adj. miscalculated.

Ṣìsòro, adj. difficult; hard.

Ṣìso, v. to speak wrongly; to make a slip of the tongue.

Ṣiṣọ, *adj.* watched.
Ṣiṣọkan, *n.* unity.
Ṣiṣọra, *n.* watchfulness.
Ṣiṣù, *adj.* spherical; rounded; circular.
Ṣiṣú, *adj.* dark; overcast; black; dull.
Ṣiwaju, Ṣaju, *adv.* before.
Ṣiwèrè, *v.* to be crazy.
Ṣiwo, *v.* to borrow money.
Ṣiwọ, *v.* to rest temporarily from work; to stop doing a thing.
Ṣiyemeji, *v.* to be doubtful.
Ṣọ́, *v.* to watch.
Ṣọ̀, *adj.* slackened; loose.
Ṣo, *v.* to be stubborn.
Ṣodì, *v.* to oppose; to be against.
Ṣódi, *v.* to be a bulwark; to protect.
Ṣofo, *v.* to be empty.
Ṣòfò, *v.* to waste; to lose.
Ṣofofo, *v.* to tell a lie; to be a tale-bearer.
Ṣoge, *v.* to be foppish.
Ṣogo, *n.* to exalt, to glory.
Ṣógun, *v.* to make medicine.
Ṣógùnsi, *v.* to use foul means against anyone.
Ṣojoro, *v.* to dupe; to cheat.
Ṣojuûrin, *v.* to wink.
Ṣojuja, *v.* to look stern; to look defiant.
Ṣojukokoro, *v.* to covet.
Ṣojurere, *v.* to be favourable.
Ṣojusaju, *v.* to be partial; to be prejudiced in favour of.
Ṣojusu, *v.* to be puzzled.
Ṣoki, *adj.* little.
Ṣokiṣòki, *adv.* very little.
Ṣókiṣòki, *adv.* roughly; unevenly.
Ṣòkotò, *n.* trousers.
Ṣókoto, *n.* very small.
Ṣokunkùn, *adj.* dark.
Ṣolori, *v.* to be above others; to rule; to preside.

Ṣonikupani, *v.* to be a traitor or betrayer.
Ṣonroro, *v.* to be cruel; to be an oppressor.
Ṣonṣó, *adj.* pointed. *n.* pinnacle.
Ṣonṣoilẹ, *n.* a cape; a promontory.
Ṣòpè, *adj.* ignorant.
Ṣóre, *v.* to be kind.
Ṣóro, *adj.* difficult; hard.
Ṣóró, *adj.* fierce.
Ṣorò, *v.* to observe the festival of a god.
Ṣoṣo, *adj.* only.
Ṣóṣòṣó, *adj.* studded.
Ṣòṣi, *v.* to be wretched.
Ṣotitọ, *v.* to be true.
Ṣowò, *v.* to trade.
Ṣọ́, *v.* to watch.
Ṣọ̀, *adj.* slack.—*e.g.*, Apo yi ṣọ̀, " This bag is slack "; overflowing.—*e.g.*, Odu yi ṣọ̀, " This hole is full to overflowing."
Ṣọdalẹ, *v.* to be treacherous; to be a traitor.
Ṣọdẹ, *v.* to hunt.
Ṣọfọ, *v.* to mourn.
Ṣọgbà, *v.* to watch a garden.
Ṣọgbọgba, *adj.* equal; exact.
Ṣọkan, *adv.* together.
Ṣọla, *v.* to presume on account of one's position.
Ṣọkanṣoṣo, *v.* to unite.
Ṣọlẹ, *v.* to watch a house.
Ṣọlẹ, *v.* to be lazy.
Ṣọlu, *v.* to watch a town.
Ṣọmọ, *v.* to take undue advantage of one's birth.
Ṣọmọdẹ, *adj.* young.
Ṣọmọdọ, *v.* to be a servant.
Ṣọmọta, *v.* to be rude.
Ṣọna, *v.* to watch.
Ṣọpẹ, *v.* to be thankful.
Ṣọpọ, *adj.* common; many.

Ṣọra, v. to beware; to be watchful; to be circumspect.

Ṣọrẹ, v. to be friendly.

Ṣọṣọ́, v. to bedeck oneself with jewels.

Ṣóṣọ́, adv. quietly.

Ṣọ̀sọ̀nú, adj. kindhearted.

Ṣọta, v. to be an enemy.

Ṣọtẹ, v. to rebel.

Ṣọ̀tọ, v. to be faithful; to be honest.

Ṣọtun, v. to be new.

"Ṣọ̀tun-ṣọsi," v. to be double-dealing.

Ṣọwọ̀, v. to peep.

Ṣọwọ, v. to send off; to forward a thing or person.

Ṣọ̀wọn, adj. dear; scarce.

Ṣù, adj. round.

Ṣú, v. to be dark.

Ṣu, v. to empty the bowels.

Ṣubaibai, v. to be hazy.

Ṣubo, v. to overshadow; to mob.

Ṣubu, v. to fall.

Ṣubulu, v. to fall upon.

Ṣulohun, v. to be impudent; to be insolent.

Ṣugbọn, conj. but.

Ṣùjọ, adj. round; assembled.

Ṣùku, n. basket.

Ṣumọ, v. to throng.

Ṣun, v. to pinch; to take little by little.

Ṣún, adv. intently; calmly.

Ṣunna, v. to be thrifty.

Ṣunaṣi, v. to exaggerate.

Ṣusi, v. to interfere.

Ṣúnu, v. to be attacked with diarrhœa.

Ṣúpọ, v. to marry a widow.

Ṣúru, adj. small circle.

Ṣúru, adj. plenty.—e.g., Mo bu ṣùru, "I take plenty of it."

Ṣùṣu, adv. greatly; violently.

C 2

T.

Ta, pron. who?—e.g., Ta ni nṣe bẹ̃, "Who is doing so."

Ta, v. to kick; burn; shoot at; sting; tap; spill; shed; shine upon; to open a boil.

Tà, v. to sell; expose for sale; impose a fine.

Ta, v. to produce; to sound aloud (as a cry); to wander from one place to another.—e.g., Ta ataré atayọ, "He roves here and there."—e.g., Igbe ta, "A cry was raised."

Taba, n. tobacco.

Tàbí, conj. or; either; neither; nor; whether.—e.g., Tàbí iwọ kò gbọ, "Or do you not hear."—e.g., Iwọ tàbí emi, "You or I."

Tàbí! inter. what else? what more? indeed!

Tàbí-tàbí, v. doubt; uncertainty.—e.g., Tàbí-tàbí kò si níbẹ̀, "There is no doubt about it."

Tàbú, n. a splash.

Tădi, v. to be at variance with.

Tadi, v. to be stirred.

Tafa, v. to shoot arrows.

Tafa-tafa, n. an archer; bowman.

Tafiri, adj. aromatic.

Tagiri, n. a creeper, the fruit of which is used in tanning hides.

Tagiri, v. to startle.

Tàgetàge, adv. feebly; staggeringly.

Tăgun, adj. strong; vigorous; healthy; sound; hale.—e.g., Ọkọnrin nã tăgun pupọ, "That man has a very healthy appearance."

Tagbo kun, v. to spread or make a sail.

Tagbongbón, v. to stagger; to totter.

Tahín, v. to pick the teeth.

Tahùn, v. to tell out one's grief.

Tai, adv. indifferently; insolently.

Ta-ìbòjú, v. to veil; to screen.

Ta-ire, v. to imprecate.

Tai-tai, adv. see Tai.

Taiyé, adj. temporal; belonging to the world.

Tajà, v. to sell goods or merchandise.

Tàjè, Tàjè-ailè, v. to shed blood.

Taji, v. to wake suddenly; to rouse.

Tajú, v. to be in haste; to be anxious.

Tàkà, v. to compete with; to rival.

Takada, n. paper.

Ta kánkán, v. to be smart; to move with activity; nimble.

Tàkétàké, adv. immediately; instantly; at once.

Tàkétá, v. to stand aloof from; to shun.

Takèkè, v. see Ta kánkán.

Takínfkíní-ojú, v. to be giddy, faint or intoxicated.

Takókó, v. to knot.

Tàkitàki, adj. fertile; productive.—e.g., Isu nã ri tàkitàki, "That yam is very productive."

Takò, v. to gainsay; oppose; contradict.

Takọ tabo, n. male and female.

Takú, adj. dauntless.

Takùn, v. to hang a string or rope.

Talà, n. bleached calico; white muslin.

Ta-laiya, v. to smite the breast; to oppose; to resist; to be contrary to.—e.g., Afèfé ta okò laiya, "The wind is contrary to the ship."

Tálakà, n. a poor person.

Talé, v. to become infected.

Tali, Tani, pro. who? whom?—e.g., Tali oluwarè? "Who is the person?"

Tàló, n. a splash.

Ta-lóre, v. to give a present; to reward.

Talù, v. to fall upon.

Ta-lùgbè, n. unripe fruit; blight.

Tànmà, v. to think; to suppose; to conjecture.

Tàn, v. to light a lamp or torch; to shine; radiate; entice; seduce; lure; deceive; decoy; spread; scatter.—e.g., Tàn fitila, "Light the lamp."

Tán, v. to finish; cease; to be at an end; extinct; annihilate; to heal; cure.

Tan, v. to be related to.—e.g., Emi kò ba o tan, emi kò si ba o rè, "I am neither related to, or acquainted with you."

Tàn, v. to run aground.

Tangala, n. a bird.

Tanganran, n. tin; zinc; galvanized iron.

Tani, pro. who; whom.

Tanipa, v. to kick at another.

Tanigánkọ, n. the centipede.

Tànje, v. to deceive; cheat; entice; beguile.

Tanjú, v. to look sternly at.

Tankale, v. to spread about; to communicate; to publish.

Tanma, v. see Tànmà.

Tànmólè, *v.* to emit light; illuminate.

Tanná, *v.* to light the lamp; to flower; blossom.

Tanná-tanná, *n.* a small centipede.

Tànsán, *v.* to twinkle; emit light.

Tàntàn, *adj.* violently (a qualification of the verb Na, to stretch).—*e.g.,* Emi na ẹsẹ mi tàntàn, " I stretched my legs out to the full extent."

Tantasí, *n.* yams left in the ground to shoot out.

Tanù, *v.* to cast out; eject.

Tàpá, *v.* to kick.

Tàpásí, *v.* to kick against; to spurn.

Tapẹ, *v.* to bud; to appear (as an ear of corn).

Tara, *v.* to be hasty; zealous; earnest; concerned; quick. —*e.g.,* Tara gbe omi lọ fun mi, " Be quick and take water for me."

Tárà, *adj.* straightforward.— *e.g.,* Mo fẹ́ ki o sọrọ tárà, " I wish you to speak in a straightforward manner."

Tári, *a.* to push violently or headlong.

Tàrò, *v.* to estimate, regard, countenance; to act suitably; to notice.

Tarù, *v.* to lift a heavy load on the head for oneself.

Tàsà, *n.* pan; cup; plate.

Tasai, *adj.* pungent; acid; sharp.

Tàsé, *v.* to fail; miss the mark; to miss another.

Tàséhùn, *v.* to equivocate; prevaricate.

Tàsẹ̀rin, *v.* to stagger.

Tasẹ, *v.* to kick.

Tasi, *v.* to shoot at; spill upon; to anoint.

Tasílára, *v.* to sprinkle the body.

Tasílẹ̀, *v.* to spill on the ground; to shed.

Tasiwaju, *v.* to shoot in front of one.

Tasẹ, *v.* to imprecate evil upon; to curse.

Ta-sùsù, *v.* to ramble; to rove; to roam.

Tawò, Tayo, *v.* to play the game called warry.

Ta-yọ, *v.* to go beyond; surpass; excel; outdo.—*e.g.,* Obinrin yi ta gbogbo wọn yọ, " This woman excels them all."

Tayọ-tayọ, *adv.* gladly; joyfully.

Té, *adv.* on the very top (qualifying verbs signifying to put, or rest upon).—*e.g.,* Ẹiyẹ bà lé ori igi té, " The bird roosts on the top of the tree."

Tè, *v.* to worship; adorn; propitiate; roar; respect; fondle; indulge. —*e.g.,* Orìṣa ti a kẹ́ kẹ́, ti kò gbọ ìkẹ́ orìṣa ti a tè tè, ti ko gbitè, oju popo ni igbe gbẹhin, " The deity who would not be pleased when they tried to please it, and who would not be propitiated when they tried to propitiate it, must finally take up his abode in the highway."

Tǒde, *n.* a parrot very destructive to Indian corn.

Tefe-tefe, *adv.* wholly; entirely; altogether.—*e.g.,* O lọ tefe-tefe, " He escaped altogether."

Tegbǒgi, *adj.* medicinal.

Téjú, Tọju, *v.* to take care of; watch; have the oversight of.

Tale, v. to gather chips.

Temi, pro. mine.

Tenia, adj. human; worldly.

Tante, n. a point; pinnacle; apex; spire.

Tẹpá, v. to be wrinkled; shrivelled.

Tẹ́rẹ́, adv. in a small quantity.

Tẹ̀ritẹ̀rí, adv. filthily; unclean.

Tete, adv. early; soon: quickly; first; beforehand.—e.g., Iṣẹ tèmi ni ki a tete kọ ṣe, "My work is the first to be done."

Teta, n. leg; kick from an animal.—e.g., Ewure yán mi ni tete, "The goat kicked me."

Tete, adv. fast; quickly.—e.g., Ọmọde nsure tete lojú opópo, "The child runs quickly on the highway."

Tètè-kajọ, v. to antedate.

Teteko, adv. in the first place.

Tẹ̀tẹ́tọ́, v. to provoke.

Tẹ̀tẹ̀tọwó, v. to taste beforehand.

Tèwe, adj. belonging to childhood; juvenile.

Tẹ́, v. to come to disgrace; to be flat or level; to be tasteless, or insipid; to spread.

Tẹ, v. to beat; outdo; to lay; to place.

Tẹ̀, v. to trample; tread down; bend; to be curved; crooked.—e.g., O tẹ̀ mi li oju ẹsẹ̀ ti ndùn mi, "You trod on my sore foot which pains me."

Tẹ̀ba, v. to bend; make to stoop; subject.

Tẹ̀balẹ̀, v. to bend down.

Tẹbẹrẹ, v. to make level; to make low.

Tẹ-bọ̀, v. to dip.

Tẹ-bomi, Tẹ̀-bọrin, v. to soak in water.

Tẹbọ-tẹbọ, adj. unhealthy; unnatural; bloated.

Tẹ̀do, v. to encamp; form an establishment; build a new town.

Tẹ́gun, v. to set the battle in array; to lay wait.

Tẹ̀gbin-tẹ̀gbin, adv. filthily; unclean.

Tẹ̀hìn, adj. the last; final.

Tẹhin-bọrun, n. the name of a tree.

Tẹjumọ, Tẹjúmọ́wó, v. to gaze at; to fasten the eye upon; to regard earnestly; to attend to.

Tẹkẹ́-tẹlẹ, n. routine.

Tẹlé, v. to follow after; to imitate; to pursue.—e.g., Maṣe ṣaju, ṣugbọn tẹlé wọn, "Do not go before but follow them."

Tẹlẹ̀, v. to tread on the ground. adv. beforehand; previously; anticipate.—e.g., Awa ti mọ tẹlẹ̀ pe bẹ̀ni yio ri, "We knew beforehand that it would be so."

Tẹ̀-lẹsẹ, v. to tread on the foot; forewarned.

Tẹ-logo, v. to humble; disgrace; bring low or cast down.

Tẹ̀-loriba, v. to subdue or conquer.

Tẹ̀-lọda, v. to emasculate an animal; castrate.

Tẹ-lọrun, v. to satisfy.

Tẹ́mẹ́, adv. scornfully. v. to slight.—e.g., O wo mi tẹ́mẹ́, "He regarded me scornfully."

Tẹmi, adj. spiritual.

Tẹ-mọ, v. to press upon; to imprint.

Tẹ-mọlẹ, v. to trample under foot; overwhelm; domineer.—e.g., Ma tẹ mi mọlẹ li atẹlẹsẹ rẹ, "Don't trample me under foot."

Tẹnibafin, v. see Tẹ-lọda.

Tẹni, pro. one's own.

Tẹ́ni, n. one who disgraces another.

Tẹ́nilọ́rùn, v. to be satisfied with.

Tẹnininu, v. to appease, propitiate, pacify.

Tẹntẹrẹ, n. a carnivorous bird.

Tẹnu, adj. good-tempered; meek; gentle; mild.

Tẹnu, adv. from the mouth.

Tẹnumọ, v. to affirm; urge; assert; assure.

Tẹnumọ-lémọ́lẹmọ́, v. to constantly affirm.

Tẹnyin, pro. yours.

Tẹramọ, v. to persevere; to persist.

Tẹ̀rẹ́, adj. slim; tall; slender.

Tẹ̀rẹ́, v. to tread down; trample upon.

Tẹ̀ri, v. to suppress; put under; hide; secrete; immerse.

Tẹriba, v. to stoop, bow the head; submit; cringe.

Tẹrisí, v. to incline towards.

Tẹ́rùn, adv. abundantly; satisfactorily; contentedly; enough.

Tẹ̀rùtẹ̀rù, adv. fearfully; dreadfully.

Tẹsubá, n. prayer beads; rosary.

Tẹ̀sí, v. to incline to, to temporize; to bias.

Tẹsilẹ̀, v. to bend down.

Tẹ̀tẹ̀, n. a herb.

Tẹ̀tẹ̀-ẹ̀gún, n. a species of cane used for cough mixture.

Tẹtẹrẹ, adv. carelessly.—e.g., A ki imu ibọn tẹtẹrẹ, "A gun is not to be handled carelessly."

Tẹ́tísílẹ̀, v. to incline the ear.

Tẹ̀tú, n. executioner.

Tẹ̀wé, v. to print.

Tẹ̀wógba, v. to accept; approve; receive; take in hand.

Tẹ̀wọ̀n, v. to be weighty; to balance. adj. heavy.

Tí, v. to strike with a hard substance; to fade.

Tí, conj. yet.—e.g., Emi kì i tí lọ, "I have not gone yet."

Tí, pro. who; that; which; whom; the one which.—e.g., Ọkọnrin ti mo wi ti pada de, "The man whom I mentioned has returned."

Tí, prep. to; of; belonging to.—e.g., Ti tani iṣe, "To whom does it belong" (also a sign of the possessive case).—e.g., Iwe ti emi kọ niyi, "This is not my book."

Tì, v. to thrust; support; push; fasten; lock; shut.—e.g., Ti ilẹkun ki o to jade, "Lock the door before you go out."—e.g., Maṣe ti ọmọ ṣubu, "Do not push the child over."

Tì, prep. against; at; with; by; near.—e.g., Maṣe duro tì mi, "Do not stand by me."

Tì, adv. not.—e.g., O tì, "It is not so" (also denoting failure or inability).—e.g., Baba kọ ile tì, "My father could not finish his house."

Tí, v. have.—e.g., Awa ti lọ, "We have gone."—e.g., On ti de, "He has come."

Tí, prep. from.—e.g., Bi iwọ ti ti ibẹ nã de ni, "Have you just come from that place."

Tì, adv. heavily; vehemently; with great force.—e.g., Ọrùn nã bì lu mi tì, "The smell overpowers me."

Tián, Tián-tián, adv. long;
distant; high.—e.g., Oníyè
ni iranti ojo tián-tián, " A
man of good memory can
recall past days long ago."
—e.g., Ẹiyẹ fo tián-tián,
" The bird flew to a great
height."

Tiàn-tian, adv. abundantly; pro-
fusely; plentifully.

Tian-tian, n. a bird called thus
from its cry.

Ti-bàbá, adv. fatherly.

Tibayi, pro. one yonder.

Tibọ, adv. adhesively; copiously.

Tidí, v. to shy; to go backwards.

Tigbàdié, Tigbàkíkojá, adj. for
a little time; transient;
passing.

Tijade, v. to thrust out.

Tijàtijà, adv. fretfully; tur-
bulently.

Tijótijó, adv. prancingly; with
dancing step.

Tiju, v. to blush; to be ashamed;
to reserve.

Tikà-tikà, adv. cruelly; tyrani-
cally.

Tikanra-tikanra, adv. fretfully.

Tikárámi, pro. myself.—e.g.,
Emi tikárámi ni, " It is I
myself."

Tikáráre, pro. thyself; yourself.

Tikárárè, pro. himself; herself.

Tikà-tègbin, adv. insultingly;
contemptuously.—e.g., O wo
mi tikà-tègbin, " He looks
at me contemptuously."

Tikẹhin, adv. lastly.

Tikò, Tikò-tikò, adv. heavily;
unwillingly; reluctantly.

Tikú, adj. deadly; fatal.

Ti-kurò, v. to thrust away.

Tilátilá, adj. laborious; toil-
some.

Tilẹ, v. to pledge one's word.

Tilẹ, conj. even; though;
although.—e.g., Bi awa kò
tilẹ lọ, kini yio ṣe ? " Even
if we should not go what
would happen ? "

Ti-lẹhin, v. to succour; support;
defend; relieve.

Ti ilu, adj. public; belonging to
the town, people or nation.

Tilùtilọn, adv. pompously; with
drum and pipe.

Timọ, Timọ-timọ, adv. closely;
adhesively.

Timtim, n. cushion; pillow;
bolster.

Tin, Tinrín, adj. thin; slender.

Tinábọ, Tinaran, v. to kindle;
set on fire.

Tinú, prep. within; among.

Tinu-tinu, adv. heartily;
voluntarily; willingly.—
e.g., Emi o fi tinu-tinu ṣe e,
" I will do it heartily."

Tipà, Tipàdànyin, adv. stren-
uously; with effort.

Tipá-tipá, adv. with force;
violently.

Tipilẹṣẹ, adv. from the beginning.

Tírà, Tia, n. a Mohammedan
charm.

Tirékoja, adj. passing; tran-
sitory.

Tirẹ, pro. thine; yours.—e.g.,
Tirẹ li awa, " We are
thine."

Tirè, pro. his; hers; its.

Tirẹ, adv. abundantly; in multi-
tudes.—e.g., Awọn enia wọ
tirẹ lọdọ rè, " The people
flock to him in multitudes."

Tiri, v. to stand at bay.

Tiri, v. to stoop; to look down-
wards.

Tirinmólẹ, v. to stand firm.

Tirisi, prep. against; opposite
to.

Tíro, v. to stand on tip-toe ; to stretch oneself to reach something.

Tírò, n. antimony ; blacklead ore.

Tírò-tírò, adv. thoughtfully, advisedly.

Tì isàlè, adj. belonging to the lower parts.

Tìsí, v. to push into ; to thrust against.

Tì-siwaju, v. to push forward ; impel.

Tì-sòra, n. scissors.

Tì-sájú, adj. foremost ; precedent ; preliminary. v. to put forward, or foremost.

Tisè-tisè, adv. penuriously.

Tisè-tisè, adv. labouriously.

Tisise, n. that which may be done ; practically.

Tì-subu, v. to push down ; to cause to fall.

Tità, n. that which is to be sold.

Tita, n. that which is to be shot at. adj. stinging ; burning. —e.g., Emi o fi egbogi tita si esè rè, "I will put burning medicine on your foot."

Titagbára, adj. violent ; mighty.

Titán, adj. curable ; terminable ; extinguishable.

Títàn, adj. shining ; sparkling ; twinkling. n. bright light.

Titan, n. deception ; deceit.

Titàn, adj. trailing ; spreading.

Titani, pro. whose.—e.g., Titani ni iwe yi ? "Whose is this book ?"

Titani, adj. burning ; stinging.

Titànje, n. a deceit, a fraud.

Titànká, n. see Titàn.

Titànsàn, n. rays of light.

Titara, adv. earnestly ; zealously.

Titara-titara, adv. very earnestly.

Títàrò, n. for the sake of.

Titayọ, adj. surpassingly excellent.

Títè, n. that which may be fondled or worshipped.

Títè, n. that which is trampled upon.

Títè, n. that which spreads ; an even surface.

Títèba, adj. bent.

Títèlé, n. that which is followed.

Titenumọ, adj. affirmable ; declarative.

Titè-obi, n. pangs of childbirth.

Titewọgba, adj. acceptable.

Títí, adv. continually ; ever. conj. until.

Títí, adv. tremulously ; violently. —e.g., Ilè mi títì, "The earth quaked violently."

Títí, n. public road, street.—e.g., Oju títì ni mo duro si, "I am standing on the public road."

Títí-lai, adv. for ever ; perpetually.

Títí lọ, adv. continually.

Tító, n. sufficiency.

Titobi, n. greatness.

Títógbé, v. dozing ; napping.

Tító, adj. straight ; direct. n. that which is to be straightened.

Títọwo, n. that which is to be tasted.

Títù, adj. navigable.

Títù, adj. tamable.

Títújíká, n. the state of being cheerful.

Títúká, n. that which is scattered or separated.

Títukọ, see Títù.

Títúlè, n. that which is to be ploughed.

Títuloju, n. that which can be tamed.

Títun, adj. new ; fresh ; young ; recent.

Titunṣe, *adj.* reparable ; amendable.

Tiwa, *pro.* ours.

Tiwaju, *adj.* foremost, prior.

Tiwoye, *adv.* considerately.

Tiwọn, *pro.* theirs.

Tiwọnwọn, *n.* a wart ; the name of a bird.

Tiwọra-tiwọra, *adv.* greedily.

Tiya, *adj.* maternal ; belonging to the mother.

Tiyára-tiyára, *adv.* swiftly ; hastily ; briskly ; speedily.

Tiyè, *adj.* mental ; pertaining to the memory.

Tiyè, *adj.* pertaining to life.

Tiyẹn, *adv.* afar.

Tó, Tóto, Tóto hũn, *adv.* never.—*e.g.,* Tóto hũn emi kò ṣe bẹ mọ, " Never will I do it again."

To, *adj.* sufficient ; enough. *v.* to be equal to ; able.—*e.g.,* Aṣọ nã to fun ṣokoto, " The cloth is sufficient for ṣokoto."

To, *adj.* the sound of dropping.—*e.g.,* Ojo nrọ tó tó tó, " The rain falls drop, drop, drop."

Tõ, *inter.* an expression of satisfaction.

Tò, *v.* to stand in a line ; muster ; place in rows ; to be restored.—*e.g.,* Tò wọn lẹṣẹṣẹ, " Place them orderly in rows."

Tõ, *adv.* aloud.—*e.g.,* Mo kigbe tõ, " I cried aloud."

Tóbẹ̃, *adv.* to such a degree ; in such wise ; so much.

Tobi, *adj.* large ; great ; big ; supreme.—*e.g.,* Ọran nã tobi, " It is a great matter."

Tòbí, *n.* an apron ; napkin ; wrapper.

Tóbijù, *adj.* biggor ; greater ; larger.—*e.g.,* Eyi tóbijù ti

ọhun lọ, " This is bigger than that."

Tobijulọ, *adj.* biggest ; largest.

Tode, *adj.* open ; belonging to the public.

Tõgbé, *v.* to sleep ; slumber ; doze.

Tògbẹra, *v.* to place in rows.

Tõgbo, *n.* a bird.

Tohũn, *adj.* pertaining to the voice.

Tòjọ, *v.* to muster ; heap together ; accumulate.

Tojúbọ, *v.* to look into ; to view.

Tòkè, *adj.* heavenly ; pertaining to things above.

Tókí, *adv.* in small quantities.

Tolẹ, *v.* to touch the ground.

Tò-lẹ́sẹ, Tò-lẹ́sẹsẹ, *v.* to arrange in orderly rows.

Tòlótòló, *n.* a turkey.

Tòlù, *n.* to pack together.

Tónítóní, *adv.* cleanly ; decently.

Tónitóni, *conj.* until to-day.

Tontoro, *adj.* very little (used of liquids).—*e.g.,* Bu omi tontoro si ọbẹ̀, " Pour a very little water into the soup."

Tori, *v.* to fall to one's share.

Tòrí, *adv.* ferociously ; horribly ; frightfully.—*e.g.,* Ọbọ nã nboju tòrí, " That monkey is making frightful grimaces."

Tòrò, *v.* to settle ; be still ; be at rest ; tranquil.—*e.g.,* Ilu tòrò, " The town is at rest."

Tòro, *n.* a fat rat ; a country coat.

Tòró, *adv.* easily.

Tòrórósi, *v.* to anoint with oil.

Tòsí, *n.* nearness, proximity.

Tòṣí, *v.* to be wretched ; to suffer poverty.

Tòtò, *adj.* (qualifying Fẹ, to open wide the eyes), very.—*e.g.,* Gbogbo wọn fẹ̀ oju tòtò, "They all open their eyes very wide."

Tòtò, Totohún, *inter.* an expression of humiliation before the gods or superiors, denoting submission, and repentance, and a promise not to repeat the offence.

Tōtọ, *adv.* truly; of a truth.

Tótọ́, *adj.* rightful.

Tòwò, *adj.* regarding trade; mercantile.

Towó, *adj.* concerning money.

Towó-towó, *adv.* with money.

Tóyẹ, *n.* merits, value.

Toyè, *adj.* belonging to a title.

Tòyé-tòyé, *adv.* with observation; discreetly.

Tọ́, *v.* to correct; bring up; direct; straighten; vex; annoy; provoke; tease; touch; trouble.—*e.g.,* Emi li o tọ́ ọ dagba, "It was I who brought her up." *adj.* correct; proper.—*e.g.,* O tọ́ lati ṣe bẹ, "It is correct to do so." *v.* ought, should, worthy.

Tọ́, *v.* to be straight; right; true; to be long; durable; to split into slips; to trim.

Tọ̀, *v.* to urinate.

Tọ̀, *v.* to follow; go to; resort to; apply to; seek to.

Tọ̀, *adv.* an expression of praise used to a younger.—*e.g.,* O ṣeun tọ̀, "Well done child."

Todún, *adv.* yearly; annually.

Tọ ẹjọ́, *v.* to settle or trace a matter.

Tọ̀fẹ́-tọ̀fẹ́, *adv.* gratuitously; freely.

Tọ̀gẹ̀gẹ́, *v.* to stagger.

Tọhún, *n.* that yonder.

Tọja, *v.* to trace throughout.

Tójú, *v.* to take care of; look after; watch.

Tọka, *v.* to point at; refer to.

Tọkàntọkàn, *adv.* heartily; with the soul.

Tòkẹ́, *adj.* belonging to a bag.

Tòkẹ́tòkẹ, *adv.* bag and baggage.

Tọ́kọ̀, *v.* to guide a ship; steer.

Tọkùn, *v.* to lead.

Tọkùnrin, *adj.* belonging to man; masculine.

Tọla, *adj.* pertaining to honour.

Tọlá-tọlá, *adv.* honourably, respectfully.

Tọlé-tọlé, *n.* an insect used medicinally.

Tò-lẹ́hìn, *v.* to follow after.

Tọmọdẹ, *adj.* belonging to a child.

Tọnà, *v.* to follow the road; trace the path.

Tọ́nà, *v.* to take the lead; guide.

Tọpa, Tọpasẹ, *v.* to trace; follow a track or footstep.

Tọ̀-pinpin, *v.* to be inquisitive; to pry.

Tọrọ, *v.* to borrow; beg; petition; ask a loan.

Tọ́rọ́, *adj.* narrow.—*e.g.,* Ọna tọ́rọ́, "The narrow way."

Tọrọ, *n.* a threepenny piece.

Tọrun, *adj.* heavenly; celestial.

Tọsẹ̀, *v.* to trace; investigate.

Tọ́sí, *adv.* belonging by right. *v.* to assign as a perquisite.

Tọsí, *v.* to make a mark or stroke.

Tòṣìtọṣì, *adj.* unclean; nasty; base.

Tòtò, *adj.* whole; complete.

Tọ́wò, *v.* to taste.

Tọ́wọ́, *v.* to go in a band, troop, or company.

Tòwò-tòwò, *adv.* respectfully; reverently.

Tu, *v.* to expectorate; throw out; pluck up; fail.

Tù, v. to cease from giving pain ; to make easy ; navigate ; soothe ; propitiate ; reconcile ; collect ; gather together.

Tú, v. to loosen ; untie ; unbend ; break ; scatter ; unfold ; dig up.

Tú-aṣíri, v. to reveal a secret ; disclose a plot.

Tuba, Tunba, v. to repent ; surrender.

Túbọ̀, v. to try again ; make another attempt. — e.g., Tú bọ̀ ṣe dię ai i, " Try again and do a little more."

Túbú, n. prison ; jail ; custody.

Túdi, v. see Tú-aṣíri.

Tújáde, v. to pour out ; to issue from ; to gush out.

Tujú, v. to be tame ; mild ; harmless.

Tújúká, v. to be cheerful.

Túká, v. to separate ; disperse ; scatter ; disunite.

Tukikiri, v. to scatter in different directions.

Tukọ, v. to navigate a vessel.

Túkú, Turúkú, n. a wild hog.

Tula, v. to grow ; to continue in a state of existence.—e.g., Ọmọ nā tulà, " The child grew."

Túlásin, n. misfortune ; evil.

Tu-lara, v. to refresh ; enliven.

Túlé, v. to search the house.

Tulẹ̀, v. to break up the ground ; to plough.

Tulẹ̀, v. to propitiate the ground by sacrificing, or pouring oil on it.

Túlu, n. neuralgia ; tic.

Túlu, v. to break up a country or town.

Tumọ, v. to disclose a secret bargain ; to baffle ; explain ; interpret ; solve.

Tún, adv. again ; once more.— e.g., Tún wi ki ng gbọ, " Say it again that I may hear."

Tungbé, v. to take again ; resume.

Tu-nihoho, v. to strip ; divest of covering.

Tún-kì, v. to repeat ; rehearse ; recount.

Tun-ká, v. to pluck again ; refold ; wind again.

Tún-mú, v. to take again ; hold again.

Tún-mura, v. to renew effort.

Tún-pè, v. to recall.

Tún-rẹ́, v. to recut.

Tún-rí, v. to see again.

Tún-rò, v. to reconsider ; reflect.

Tún-ṣè, v. to cook again.

Tun-ṣọ, v. to repeat.

Tún-ṣe, v. to repair ; rectify or reform.

Tunú, v. to be tender-hearted or meek.

Tún úká, v. to be comforted or consoled.

Tun-wá, v. to search again.

Tun-wé, v. to recoil.

Tun-wi, v. to repeat.

Tun-wo, v. to review.

Tun-yà, v. to revive ; to live again.

Tun-yi, v. to turn over again.

Tun-yọ, v. to shoot forth afresh, to reappear.

Tupú, v. to run precipitately.

Tu-pupu, v. to bubble out ; to gargle.

Turári, n. frankincense ; any sweet scent.

Tú-silẹ, v. to untie ; unbind ; let loose.

Tú-sóde, v. to pour out.

Tutà, v. to sell oddments.

Tutọ, v. to expectorate ; to spit.

Tutù, *adj.* cold; green; raw; wet; verdant; cool; damp; meek; calm; sedate; quiet; fresh.

Tútú, *adv.* entirely.—*e.g.*, Ogun fọ́ wọn tútú, " War entirely dispersed them."

Tutu, *adv.* very light; gloomily, sadly.—*e.g.*, Igi yi fẹ̀rẹ tutu, " This wood is very light."

Tu-wọka, *adj.* freehanded, liberal.

Tu-yọ, *v.* to expel; to force out.

U.

U, personal pro., 3rd pers. sing. obj. case, him, her, it (used euphonically after verbs containing the vowel u). See O.—*e.g.*, Mo fi fun u, " I give it him, or I give it her."—*e.g.*, O lu u, " He strikes him."

W.

Wá, *v.* to seek for; search; rummage; quaver.

Wá, Ha, *v.* divide, serve, share. —*e.g.*, Wá onjẹ na, " Serve the food."

Wà, *v.* to be; abide; dwell; exist; dig; pull a boat.

Wa, *pron.* (contraction of Awa), us.

Wá, *v.* to come; move towards; shake; tremble.

Wá! Wána! *inter.* come now, look here.

Wa-àjẹ, *v.* to paddle.

Wa-awari, *v.* to make a diligent search; to seek and find.

Wàdi (wa-idi), *v.* search out the cause; examine; to investigate; to make close examination.

Wàhò (wa iho), *v.* to dig a hole or pit; to burrow; excavate.

Wàki, *v.* to shrink; to become rigid.

Wakiri, *v.* to seek about; search for; ransack.

Wàlaini, *v.* to be in want; suffer need.

Wàlainiba, Wàlainireti, *v.* to be hopeless; to be in despair; utter hopelessness.

Wàlaipe, *v.* to come uninvited.

Wàlaipe, *v.* to be imperfect, to be a eunuch, to live but to be imperfect, maimed.

Wàlairiṣe, *v.* to be unemployed; be in idleness; to lounge.

Walatiri, *v.* to seek with a desire to find; seek attentively.

Wàlàye, Wà, *v.* to live; to be alive.

Wàmaiya, *v.* to hug to the breast; to embrace.

Wáwi or Wa-awawi, *v.* seek to say; make excuse; dispense with; find an excuse.

Wawin (wa-awin), *v.* seek for credit.

Wawin, *v.* to borrow.

Wàdùwadu, *adv.* hurriedly; taking no time.

Wàgi, *v.* to take soaked corn out of water.

Wági, *v.* to seek for firewood.

Wàgún, *v.* to pull a canoe to the shore; to land; to arrive at a conclusion.

Wàhálà, *n.* trouble; affliction; tribulation.

Wáhàri, *n.* a female slave taken for a wife.

Wài, Waiyi, *adv.* now; at this time.

Wặi, *adv.* at once.—*e.g.*, Ojo na da wài, " The rain stops at once."

Wái ! *inter.* expression of wonderment at the approach of danger, or when danger is best.

Waiwai, *adv.* bitterly.—*e.g.*, O sunkun waiwai, " He cried bitterly."

Wàjawaja, *n.* fringe ; tassels.

Wàjawàja, *adj.* in a rough state ; roughly ; confusedly.

Waji, *n.* blue ; dye ; blue stain from dyed cloth.

Wajọ, *v. a.* to settle a matter.

Wajọ, *v.* to collect together.

Waju, Iwaju, *n.* face ; front ; forehead.

Wàkàtí, *n.* time ; hour ; period of time.

Wàlà, *n.* a board used for writing on by Mohammedans; slate.

Walę (wa-ilę), *v.* to be sober ; recover oneself (as from drunkenness).—*e.g.*, Oju rę walę wayi, " You are sober now." Also used in a case of recovery from sickness. —*e.g.*, Oju rę walę diọ, " He is a little better."

Walę, *v.* to dig the ground.

Wànrànwànràn, *adv.* foolishly, irregularly.

Wàpa, Warapa, *n.* epilepsy.

Wapakan, Wo-apakan, *v.* to blink, look sidelong.

Wàra, *n.* milk.

Wara, *v.* to be in a hurry ; precipitate.

Warakasi, *n.* sour milk ; cream ; cheese.

Wara-ojo, *n.* shower.

Warapa, *n.* see Wàpa.

Wari, Hari, *v.* to do homage to a king or a superior ; to worship.

Wariri, *v.* tremble greatly, vibrate.

Wariwarun, *n.* a name given to the goddess of smallpox.

Warunki, Wa-orun-ki, *v.* to stiffen the neck.

Watọ, *v.* to emit saliva.

Wawofin, *v.* to scrutinize ; investigate.

Wawọ (wa-ọwọ), *v.* to cease raining ; cease ; abate.

Wayaija, *v.* to come to a close contest ; struggle.

Wayi, Wai, *adv.* now ; at this time.

Wé, *v.* to twist ; curl ; bind round ; enwrap ; wean a child.

Wepọ, *v.* to twist or curl round.

Welasọ, *v.* to wrap in cloth ; invest.

Welewele, *adv.* repeatedly ; quickly ; quick motions of a child's feet when running.

Wère, *adj.* silly ; foolish.

Wère, *adv.* with a quick lively motion.

Wèrewère, *adv.* nimbly ; quickly.

Wèrepe, Wĕpe, *n.* running plant like a bean bearing a hairy pod which stings the hand when touched ; nettle.

Wę, *adj.* fine.—*e.g.*, Owu ti mo ra, o wę, " The cotton which I bought is fine " ; also applied to slender persons.

Wę, *v.* to caress or fondle.

Wę, *v.* to crush grain (either by mills or mastication) ; to grind ; masticate ; smash.

Wę, *v.* to swim ; wash the body ; lave ; dress ; decorate ; adorn ; cleanse ; purge.

Węlęwà, Awęlęwa, *n.* a slender person.

Wẹmọ, v. to make clean ;
purify ; exonerate ; vindi-
cate ; absolve.

Wẹnu, v. to wash off ; purify ;
cleanse.

Wẹokulọsẹ, Wẹlọsẹ, v. to em-
balm the dead.

Wẹ-ọfun, v. to gargle the throat.

Wẹfunwẹfun, n. chalk digger.

Wẹhin, v. to look back ; reflect.

Wẹnu, v. to wash ; cleanse.

Wẹnumọ, v. to purify ; cleanse ;
thoroughly sanctify.

Wẹrẹ, adj. small.

Wẹrẹwẹrẹ, Wẹwẹ, adj. small ;
dwarf ; diminutive.

Wẹsẹ, v. to wash the foot.

Wẹwọ, Wiyọ, v. to wash the
hand.

Wi, v. to say ; speak ; tell ;
relate ; express.

Wi awigba, v. to repeat what
has been heard ; iterate.

Wi fun, v. to tell to.

Wi tẹlẹ, v. to foretell ; foresay.

Wi, v. to burn the hair slightly ;
singe.

Wijọ, v. to complain.

Wikiri, v. to publish abroad ;
promulgate.

Wiliki, adj. hairy ; robust.

Win, v. to lend ; to borrow.

Winiwini, adv. finely ; into
small bits.—e.g., Rẹ wini-
wini, " To chop into bits."

Winrin, adj. near ; approximate.
—e.g., Ile wa ko winrin,
" Our house is not near."

Winwin, adj. lent ; borrowed.

Wiriwiri, adv. hastily, hurriedly,
summarily.—e.g., Ṣe e wiri-
wiri, " Do it quickly."

Wiriwirialẹ, n. dusk ; twilight.

Wiwa, n. the act of coming.
See Iwa.

Wiwa, n. that which is ; that
which has being ; having
being.

Wiwa, n. that which is to be
dug.

Wiwadi, n. scrutiny ; examina-
tion.

Wiwara, adj. hasty ; greedy.

Wiwi, adj. utterable ; speakable.

Wiwẹ, adj. washed ; to be
washed. See Wẹ.

Wiwo, v. a sight ; a scene ;
an appearance.

Wiwo-ọkere, n. distant view ;
perspective.

Wiwoye, n. observation ; watch-
fulness. adj. watchful.

Wiwọ́, adj. crooked. See Wọ́.

Wiwọ́, v. to be drawn or dragged.

Wiwọ́ra, v. to rub in.

Wiwọ́n, v. to be weaned. n.
dearness ; scarcity ; that
which may be taken to
pieces.

Wiwọn, v. to be weighed ;
measured ; to measure by
line or rule.

Wiwu, n. abscess ; swelling ;
fermenting.

Wiwũn, Hũhũn, n. the manner
of weaving. adj. woven.

Wiwulori, adj. affecting ;
pathetic.

Wiwunilori, adj. affecting ;
cheering.

Wiwusoke, adj. enlarged ;
swollen ; distended. n. a
swelling.

Wiwù, n. pleasure, delight. adj.
pleasing.

Wọ́, v. to fell a tree ; break
down walls, or any upright
structure ; to fall down
(as a tree) ; to fall down
dead (as a big animal).—
e.g., Ẹṣin baba wó " My
father's horsefell " (is dead).

Wo-balẹ, Wo-lulẹ, Wo-palẹ, v.
to break down to the
ground.

Wo, *inter.* lo ! behold !

Wò, *v.* to behold; visit; see; look; take care of; attend a sick person.—*e.g.*, Wohin, Wohun(=wo-ihin,wo ohun), " Look here, look there."

Wò-firi, *v.* to glance.

Wò-jina, *v.* to heal a wound or sore.

Wòjiná, *v.* to look afar.

Wo-kakiri, *v.* to view around.

Wo-su, Wosun, *v.* to look confusedly; to appear absent in thought.

Wò-gùn, *v.* to look strangely; to look agape.

Wó, *v.* to doze.—*e.g.*, Li oru ana emi ko sun emi ko wó, " Last night I neither slept nor dozed."

Wodu, *v.* to grow dark; to assume a dark appearance.

Wogi, *v.* to fell trees.

Woli, *n.* (Hausa) a prophet.

Wòlè, *v.* to fall with the face to the ground (through fear or reverence); worship.

Wònpari, *n.* a rough man; wild fellow (strong man).

Woran, *v.* to see; sight; view.

Woro, Horo, *n.* a grain or seed.

Wògaungaun, *adv.* to look wild.

Woye, *v.* to look out; observe; take notice; perceive things.

Wò, *v.* to drag; pull along; crawl; haul.

Wò, *v.* to be crooked or bent.

Wò, *v.* to rub (as in applying ointment on the body).

Wó, *v.* to drizzle; to hail.—*e.g.*, O wó yinyin," It is hailing."

Wo-jo, Wojo, *v.* to collect together; to gather (as clouds).

Wò, *v.* to set (as the sun); to enter; put on clothes; hollow; suitable.

Wò, *v.* to put on.—*e.g.*, Wò aṣọ, " Put on clothes."

Wojunu, *v.* to drag away; cast away.

Wò-kakiri, *v.* to drag about; gad; perambulate.

Wò-laṣọ, *v.* to put on clothes; to dress; to equip.

Wò-lorun, *v.* to press down (as a heavy burden).

Wò-sod, *v.* to cast away; drag into.

Wobia, *n.* greediness; lasciviousness; prodigality.

Wòkò, *v.* to embark; enter into a ship.

Wole, *v.* to enter a house.

Wole, *v.* to drive or make to enter into another's substance as a nail into wood.

Wolè, *v.* to go into the ground (like a peg); penetrate.

Wón, *v.* to be dear; be scarce; to separate. *adj.* scarce; dear.

Wón, *v.* to take to pieces; to catch a thing thrown from a distance; weaned from the breast; sprinkle.

Won, *pron.* them (a contraction of Awọn, they).

Wòn, *v.* to measure; weigh; prune; lop off; pick off; aim at.

Wònlogbogba, *v.* to measure equally, to balance.

Wonni, *dem. pron.* those.

Wonu, *v.* to enter in; go in; pierce.

Wonwo, *v.* to try; ascertain by measuring.

Wonyi, *dem. pron.* these.

Wopo, *adj.* common; cheap; rife; general; collecting together.

Worowuro, Wowo, *adv.* mildly (qualifying *v.* lọ).—*e.g.*, Omi lọ wọrọwọrọ, " The water is only lukewarm."

Wọsi, v. to lodge at ; lodge in.

Wọsin, v. to enter service under a master ; to be old enough to enter service.

Wọsọ, v. to put on clothes ; dress.

Wọsọwọsọ, n. name of a bird.

Wọti, v. to draw aside ; set by.

Wọwọ, n. copious.

Wu, Wuni, v. to please ; give pleasure ; delight.—e.g., Iwa rẹ wu mi, " Your conduct pleases me."

Wú, v. to make a long, continued cry as a dog ; to endanger.

Wulewu, v. to endanger ; jeopardize.

Wú, v. to swell ; look gloomy ; increase ; multiply ; stir up the sediment ; be sullen.

Wu rọndanrọdan, v. to blister.

Wulọ, adj. useful.

Wun, v. to weave ; knit ; flame ; retaliate.

Wundia, Wundia Ọmọdan, n. virgin ; maid.

Wura, n. gold.

Wura, v. to wish a blessing upon one from the gods ; implore blessing.

Wúruwúrú, Wúwú, adv. higgledy-piggledy ; in a confused mass ; topsy-turvy.

Wuwo, adj. heavy ; weighty ; dull ; turbid.

Y.

Ya, adj. ready ; short ; not distant ; soon ; early ; quick.—e.g., O ya mi, " I am ready."—e.g., Ọna yi ya, " This road is short."—e.g.,

O ya ọ de pupọ, " You are so soon in coming." v. to lend ; borrow ; to purchase ; to warm oneself (at the fire, or in the rays of the sun).

Ya, v. to give way ; to separate ; to part ; to divide ; to comb ; adjust ; divorce ; open.

Yá, v. to tear ; lacerate ; rend ; pluck ; break off ; secede.

Ya-ahana, Yahana, v. to become wild and obstinate.—e.g., Ọmọkunrin yi nyahana si i lojojumọ ni, " This boy is daily growing wild."

Ya-bàtà-ẹsẹ, v. to divide or part the hoof.

Yá-ère, v. to carve an image.

Yọbùn, Yọbù, v. to become habitually filthy, dirty or untidy.

Yà-kàtà, v. to bestride ; part asunder ; separate. adv. astride.

Yà-kùrò, v. to separate from ; give way to another ; part.

Ya-lekanna, v. to scratch ; tear with claws.

Ya-lẹnu, v. to astonish ; surprise.—e.g., O ya mi lẹnu, " It astonishes me."

Ya-lọtọ, v. to put aside ; to separate.

Ya-nipa, v. to part company ; separate ; divide ; lead astray.

Ya-odi, Yadi, v. to be dumb ; mute.

Ya-ọtọ, Yàtọ, v. to differ ; to be different.

Yà-pa, v. to deviate ; disunite ; turn in a contrary direction ; dissent ; secede.

Ya-palaka, v. to make branches, forks or shoots ; to make a fork

Ya-simimọ, v. to set apart as sacred; sanctify; consecrate.

Yà-ṣọ́tọ̀, v. to set apart; to separate.

Yàgàn, v. to be childless; barren.

Yagbẹ, v. to evacuate.

Yàgọ̀, v. to give way; to give place.

Yájú, adj. officious; forward.

Yálá, conj. whether.

Yàmyám, Yànmù-yánmú, n. mosquito, sandfly.

Yan, v. or adj. to gape, yawn, neigh, kick, bite like a snake.

Yanbọ, v. to pick and choose without restraint, as a spoilt child does.

Yàn, adv. brilliantly.—e.g., Ọ̀rùn boju yàn, "The sun shines brilliantly."

Yàn, v. to choose, approve, pick, prefer, select; to give a good omen; to give an auspicious sign—said of a piece of kola nut when broken and cast on the ground or before an idol.

Yan, v. to walk proudly; to walk leisurely; to make oneself of great importance.

Yándí, adj. sensual; lewd. v. to indulge in sensuality.

Yan-láyọ,v. to choose a favourite.

Yàn-nipọ̀sí, v. to contemn; to despise.

Yan-owɔ, Yanwẹ, v. to be stout.

Yánkọ̀, v. oil obtained from palm nuts; nut oil.

Yangan, n. Indian corn; maize.

Yangàn, v. to boast; brag; vaunt.

Yangi, n. red soft stone; sand stone; iron stone or laterite.

Yanhànhàn, v. to bo restless; lustful; to have carnal desire.

Yánhun, n. or v. mew.

Yanju, adj. fair; beautiful; splendid; settled (as a case).

Yànjẹ, v. to cheat; to take advantage of another's weakness.

Yan-nu, adj. or v. to have a good appetite; greedy.

Yánràn, v. to be tenacious; not amenable to correction or advice.

Yanranyanra, adv. see Yàn.

Yànrìn, n. a disease in fowls affecting the mouth.

Yanrin, n. sand.

Yanrin-dídẹ̀, Yanrin, Yiyinrin, n. quicksand.

Yanrin, n. name of a plant similar to cabbage.

Yanu, v. to wonder, to be astonished, to gape at.

Yanyan, adv. entirely; completely.

Yànyàn, adv. roughly; unevenly.

Ya-Ọ̀dì, Yodi, v. to be different; to turn to another path; to err; to stray.

Yàpà, v. or adj. to be wasteful; prodigal.

Yara, n. trench behind a fortification.

Yara, v. to be quick, nimble, active; make haste; hasten.

Yara, n. the light part of a room; hall; parlour.

Yarayara, adv. expeditiously; hastily.

Yarọ, adj. lame.

Yanu, Ya-ẹnu, v. to talk rapidly; to talk recklessly or inopportunely; a tattler.

Yana, Ya ina, v. to warm oneself at the fire.

Yase, Ya-ese, *adj.* quick, light-footed; expeditious.

Yà sùn, *v.* to rest for the night.

Yáwọ́, *adj. or v.* quick of hand; clever; dexterous.

Yaworan, *v.* to obtain a likeness; to photograph.

Yárá, Ṣáṣá, *adj.* lively; vigorous; active; sprightly.

Yàyá, *n.* a necklace of beads.

Yayọ̀, Yọ-Ayọ̀, *v.* to rejoice.

Yé, *v.* to understand; to comprehend.

Yé, *v.* to lay eggs; cease; stop.

Yé, *interj.* denoting pleasure.

Yè, Yìyè, *adj. or v.* to be alive; to be sound; having no flaws.

Ye-bọ́, *v.* to escape scathless.

Yẹ̀, *interj.* an exclamation of pain, surprise, or sympathy.

Yeje, *v.* to stand the test; to pass safely through trial by ordeal.

Yèkan, see Iyekan.

Yekeyeke, *adv.* thoroughly; clearly (always used with Yé, to understand).

Yemaja, *n.* the goddess of brooks.

Yeye, Iya, *n.* mother.

Yẹ, *adj. or v.* to be fit, lawful, right, becoming decent; meet; suitable; worthy; proper; available.

Yẹ́, *v.* to make much of; praise; indulge; humour; favour.

Yẹ́, *adv.* slightly.

Yẹ̀, *v.* to change; move out of place; miss the mark; put off; postpone; evade; go aside.

Yẹ̀-kuro, *v.* to obviate; remove; decline; escape.

Yẹju, *v.* to withdraw; to kill.

Yẹ̀nà, *v.* to clean a road.

Yẹ-ni, *adj.* proper, fit, suitable.

Yẹ́mu, *v.* to be intoxicated with palm wine; to rave.

Yẹ̀pa, *v.* to extinguish a fire; to frustrate a plan.

Yẹra, *v.* to start aside; give way; eschew; avoid.

Yẹ̀-sẹ́hìn, *v.* to put back; delay; postpone; procrastinate.

Yẹ̀-sìlẹ̀, *v.* to slip off; evade; shun; avoid.

Yẹgimọ́lẹ́sẹ̀, *v.* to hang a person; to ruin.

Yẹri, *v.* to avoid being entangled in evil; to avoid incurring responsibility.

Yẹtún, *v.* to shoot out branches, or boughs.

Yẹtuyẹtu, *n.* flower; blossom. *adj.* hairy; downy.

Yẹ̀wù, *n.* the dark part of a room or chamber.

Yí, Eyí, *pron.* this.

Yí, *v. or adj.*, to be tough, fibrous or tenacious.

Yí, *v.* to turn; revolve; move; roll.

Yìdànù, *v.* to overturn, to pour out by overturning the vessel.

Yìgbì, *v. or adj.*, to be dull or slow in hearing or believing; heavy; obstinate.

Yìgì, Iyìgì (Hausa), *n.* marriage.

Yìhunpada, *v.* to change the voice; to recall one's word.

Yìká, *v.* the act of showing respect, by a female.

Yìka, Yìkakiri, *v.* surround; encircle; encompass; revolve.

Yìka-yìka, Yìkakiri, *adv.* surround on all sides; round about.

Yímíyímí, *n.* a beetle which removes dung by rolling it.

Yín, *v.* to move; shake slightly; lay eggs.

Yín, v. to attract attention; to make envious.—e.g., Aṣọ na yín mi lójú, " The cloth attracts my attention."

Yin, v. to praise; admire; esteem; fire a gun.

Yìnbọ́, adj. well fed; fat; stout.

Yinlogo, v. to praise; glorify. See Ayinlogó.

Yìn-níbọn, Yinbon, v. to fire at; to shoot with a gun.

Yinfin, v. to break the law; to transgress.

Yìnyín, n. hailstone.

Yio, v. shall; will; must.

Yípada, v. to turn over; to turn round; to turn; to be converted; to incline towards.

Yípo, v. to capsize; to turn upside down; to pervert; to turn to the opposite.

Yíyá, adj. short.—e.g., Ọna yíyá le eyi, " This is a short road."

Yíyàn, adj. or n. that which is chosen; picked out; preferable.

Yíyangan, adj. worth being proud of.

Yíyara, adj. quick; active; short.

Yíyàsọtọ̀, adj. that which may be set aside, set apart or devoted to any particular use.

Yíyàtọ̀, adj. different; distinct; separate.

Yíyè, adj. see Yè.

Yíyè, n. that which causes a hindrance; a failure (in point of time).

Yíyèsílẹ̀, adj. avoidable.

Yíyí, adj. tough; tenacious.

Yíyíka, adj. surrounding; encompassing.

Yíyìn, adj. honourable, praiseworthy.

Yíyọ́, adj. dissolved; melted; slippery; slimy.

Yíyọsùtí, n. the act of shooting out the lips in derision.

Yó, v. or adj. to be full; to be satisfied with food or riches.

Yọ̀, adv. deeply.

Yó (Hausa), adv. well; very good.

Yòbá, n. a lie; falsehood; an untruth; hypocrisy; a hypocrite; a liar; a polite person; politeness; a heathen; an idolater; heathenism.

Yòyò, adv. see Yò.

Yọ́, v. or n. to melt; dissolve; fuse; slip off; strain; walk gently; go by stealth.

Yọ́, v. to be pleased with a person or thing; to regard with pleasure or favour; to have compassion toward a person shown by forgiveness after an offence. It is always used with Inú, disposition, mind, thought. See Ìyọnu.

Yọ, v. or n. to deliver from danger; to save; to be delivered; to escape; to free, or be freed; to extricate; to draw out; to pull. See Fa-yọ.

Yọ, v. or n. to excommunicate; to suspend; to dissociate; to resign fellowship.

Yọ, v. to appear (as the new moon or the sun at dawn).

Yọ̀, v. to rejoice; be glad; be merry; to slip; slide; glide; to be slippery.

Yọ̀, v. or n. to rejoice at another's misfortune; to triumph over an enemy.

Yǫ-fun, v. to rejoice with; to congratulate.

Yǫ-fótí, or Fótì, v. to pop out, as a cork out of a bottle.

Yǫdę, v. to become yellow with wear—said of a white metal article. that becomes like brass with wear.

Yǫhùn, v. to interrupt by word; to answer one's superior impertinently.

Yǫ-jáde, v. to exclude; excommunicate; to bring out.

Yǫ-kuro, v. or n. to come out; to take out of; deduct; repudiate; excommunicate.

Yǫ-lęnu, v. to harass; annoy; vex; torment; molest; plague; tease.

Yǫ-lóhùn, v. to seek to ensnare in conversation; to tease; to provoke.

Yǫ́-mìnrín, v. to sneak; to creep slyly.

Yǫ́-nęlę́, v. to move gently.

Yǫra, Yǫ ara, v. to make a feast; to celebrate deliverance from danger.

Yǫjú, v. to show the face; to be prominent or distinguished; to be forward; to be officious; to be meddlesome.

Yǫ-gęrę́, v. slope; shelve.

Yǫ̀mǫ̀tí, n. an oily plant.

Yǫnu, v. to wash the mouth.

Yǫnn, v. to be difficult; to be troublesome; to cause anxiety.

Yǫ-rękojá, v. to rejoice exceedingly; to be transported with joy; to overjoy.

Yǫrí, v. to finish; to complete; to be successful; to be prominent; to rise higher; to show the head.

Yǫ́rí, Yǫ́ríyǫ́rí, n. the name of a bird with dark blue plumage.

Yǫrę́, Yǫ-ǫrę́, v. to spread out the tassel, on the ear of Indian corn.

Yǫró, Yǫ-ǫró, v. to inflict punishment or vengeance in return for an injury or offence; to cause to serve in return for a privilege enjoyed.

Yǫ́rin, Pǫrin, v. to smelt iron.

Yǫ̀rǫ̀, Iyǫ̀rǫ̀, n. lice found in fowls.

Yǫrǫ, Ya-ǫrǫ, v. to become spoilt in manners—said of a child; to be enormous in size, or great in age.

Yǫwó, Yǫ-owo, v. to beat down the price asked for by the salesman.

Yǫ́wí, v. to whisper.

Yǫwu, Yǫ-òwú, v. to become ragged; to be in tatters.

Yǫ-ǫutí, v. to express contempt by shooting out the lips; to deride.

Yǫ́-tęrę́, v. to slip quickly.

Yún, Hún, v. to itch; to be irritable; to scratch the itching part with nails.

Yún, v. to be pregnant; to conceive. See Loyun.

Yùn, v. or adj. to cut; to saw right off; to be nearly cut through.

Yùn-já, v. to slowly cut through.

Yũnyùn, Yun-ri-yun, Akęri, n. plant used for washing horses. The male kind of it — Akǫ-yũnyun is an agreeable food for guinea pigs (Ęmǫ-ile).

IWE LI EDE YORUBA

ONIWE

Church Missionary Society Bookshop, LAGOS.

			s.	*d.*
Iwe Kika Ikini	- - - - - - - -			2
Iwe Kika Ekeji	- - - - - - -			4
Iwe Kika Ekęta	- - - - - - - -		1	0
Iwe Kika Ekerin	- - - - - - -		1	6
Iwe Kika Ekarun	- - - -	A nse e lowo		
Ilǫ-siwaju Èro-Mimǫ́	- - - -	Apa Ikini	1	0
Ilǫ-siwaju Èro-Mimǫ́	- - . - -	Apa Ekeji	1	0
Ilǫ-siwaju Èro-Mimǫ́	- - - -	Apa Ikini ati Ekeji	1	9
Okan Enia	- - - - - - - - -			6
Işişę si Otitǫ	- - - - - - - - -		1	0
Iwe Itan Bibeli	- - - - - - - -		1	0
Aşàrò Kukuru fun Awǫn Imale	- - - -		1	0
Katekismu Ti Watti	- - - -	Apa Ikini		1
Katekismu Ti Watti	- - - -	Apa Ekeji		1
Katekismu Ti Watti	- - -	Apa Ikini ati Ekeji		2
Katekismu Ti Ijǫ Enia Ǫlǫrun	- - - -			1
Katekismu Ękǫ̀ Ihin-rere	- - - -			3
Adura fun Ile-Ękǫ Ǫjǫ-Isimi	- - -			1
Iwe Adura	- - - - - - - -		1	0
Iwe Orin	- - - - - - - -		1	0
Iwe Ifa	- - - - - - - - -			10
Kutukutu Owurǫ̀ Ǫjǫ	- - - - - -			10
Ilana Ękǫ Bibeli	- - - - - - -			3
Awǫn Ǫrǫ Ǫlǫrun, (Larubawa ati Yoruba)	- -			2
Itumǫ Ijinlę Irapada	- - - - - -			2
Iwǫ L'o Mǫ̀!	- - - - - - -			1
Fatiha ati Namasi	- - - - - - -			1
Muhammadu	- - - - - - - -			½
Jesu Kristi	- . - - - - - -			½
Parakliti	- - - - - - - -			½
Iku ati Ajinde Jesu Kristi	- - - -			½
Yoruba Reading Sheets	- - - - -			2
,, ,, Cards	- - - - -			6
,, Confirmation Cards	- - - -			1
,, Cartoons	- - - - - - -			3

C.M.S. Bookshops—

LAGOS, EBUTE MĘTA, ABĘOKUTA, IBADAN, IJĘBU ODE, ATI OSHOGBO.

IWE LI EDE YORUBA

IBITI A LE RI I RÀ

Church Missionary Society Bookshop, LAGOS.

	s.	d.
Bibeli Mimọ -		
Al-Kurani -	2	6
Awọn Enia Bibeli -	1	6
Ọrunmla ! -	1	3
Grammar Gẹsi	1	6
Amọna Grammar Gẹsi -	1	0
Primer Gẹsi -		9
Ọdẹ's Poems		9
Orin Ṣóbọ, Ekeji -		9
Orin Ṣóbọ, A-Ró-Bi-Odu (1910) -		9
Orin Ṣóbọ, Ekini -		6
Orin Aribiloṣo		6
Awọn Orin Mimọ -		6
Àkójọ Ẹkọ (Rev. S. J. Gansallo)		9
Ẹkọ Ati Aṣaro (Rev. S. J. Gansallo)		9
Isin Oriṣa (Bishop Johnson) -		6
Akanṣe Iwasu Nipa Ti Ijo "Goombay" (Rev. A. W. Howells)		3
Canticles Li Ede Yoruba		2
Akànṣe Isin Oṣóṣu -		1

C.M.S. Bookshops—

LAGOS, EBUTE MẸTA, ABẸOKUTA, IBADAN, IJẸBU
ODE ATI OSHOGBO.

www.ingramcontent.com/pod-product-compliance
Lightning Source LLC
Chambersburg PA
CBHW050225270326
41914CB00003BA/578